Thảo Trường

Những Miểng Vụn
Của Tiểu Thuyết

THẢO TRƯỜNG

NHỮNG MIẾNG VỤN CỦA TIỂU THUYẾT

TUYỂN TẬP

NGƯỜI VIỆT

Những Miếng Vụn Của Tiểu Thuyết
Tuyển tập – Thảo Trường
Người Việt xuất bản

Copyright © 2008 by ThảoTrường
ISBN: 978-1-4243-3878-8

Trình bày: Nguyễn Đồng & Nguyễn Thị Hợp

Mục Lục

PHẦN 1

TIẾNG THÌ THẦM
TRONG BỤI TRE GAI

Người Đàn Bà Mang Thai
Trên Kinh Đồng Tháp

Con kinh thẳng tắp dài hun hút kéo từ Gãy Cờ Đen đến quận lỵ Mỹ An, nhìn trên bản đồ nó èo ọt như một chiếc que đan. Hai bên bờ kinh cây cối um tùm, ngả nghiêng, che phủ gần kín hết ánh sáng của mặt trời chiếu xuống mặt nước. Kinh rộng độ mười thước, nước đục lờ đờ, vài cây bèo cam phận hẻo lánh. Nhà cửa rải rác ẩn hiện dưới những tàng cây. Rất nhiều những con lạch nhỏ ăn thông từ cánh đồng ra lòng kinh. Đường mòn đã chật chội lại khúc khuỷu bởi những cây cầu khỉ bắc ngang những con lạch đó. Nhà chị Tư ở khoảng giữa con kinh, gần bến đò, cuối đường đi vào Tháp. Chị Tư sống và lớn lên ở đây. Ngoài thời gian mấy tháng phải về binh vận tại chợ quận, chị Tư không hề biết đến đời sống rộng lớn của cái thế giới này. Con kinh đã cô lập chị trong những kỷ niệm chật chội. Thật vậy, chị Tư chưa đi xa hơn đầu con kinh, chị Tư chưa đi quá chợ quận. Chồng chị tập kết từ mười năm nay không về. Thỉnh thoảng chị cũng nhận được thư của anh do những người cán bộ chuyển từ ngoài Bắc vào. Thư nào chồng chị cũng nói là khoẻ mạnh, vì bận công tác nên chưa về được. Vợ chồng chị lấy nhau được chừng nửa năm thì anh Tư đi theo bộ đội tập kết. Chị Tư ở lại với bà mẹ chồng quanh quẩn, mòn mỏi. Bà mẹ anh Tư đã chết cách đây hai năm với một niềm ân hận là không được gặp mặt lại đứa con trai duy nhất của bà. Chị Tư từ đó chỉ còn một mình trong căn nhà vắng vẻ. Vào những buổi chiều chị ra ngồi ở bờ tre sau nhà, nhìn ra cánh đồng trống mênh mông, nghĩ tới anh Tư. Những lúc đó niềm cô đơn trong lòng chị nhức nhối rát ruột rát gan và chị ứa nước mắt cho số phận. Hồi anh Tư mới đi tập kết, mẹ con chị sống côi cút với những hy vọng từng năm, từng năm, đợi ngày anh Tư trở lại. Anh Tư chưa bao giờ trở lại nhưng có những đồng chí của anh trở lại. Lúc đầu họ còn ẩn hiện trong xóm, dần dần họ đi lại công khai, và tầm hoạt động của những người dân vệ trong đồn bến đò càng ngày càng thu hẹp lại. Đến một đêm súng nổ ran và lửa cháy thiêu trụi tất cả đồn đó. Ngày hôm sau máy bay đến oanh tạc dọc theo bờ kinh làm cho những cây cối vốn đã khẳng khiu lại càng khẳng khiu vì bị những lần đạn làm ngã gục. Rồi thôi... Những anh cán bộ vẫn tiếp tục chuyền từ nhà nọ sang nhà kia, hết rỉ tai từng người lại tập trung cả xóm học tập. Chị Tư biết đến những tiếng: Tự Do, Dân Chủ, Độc Lập, Hạnh Phúc, Căm Thù, Đả Đảo... và nhiều tiếng nữa từ đó. Nhưng rồi chừng hơn một năm sau quân đội đến. Những anh cán bộ liền vắng mặt. Mẹ con chị Tư lại được biết thêm một số tiếng lạ nữa. Chị đi làm ấp chiến lược, chị học tập chính trị "tam túc", "tam giác" trong vòng đai kẽm gai và bờ đất. Đồn dân vệ được xây cất lại với bộ mặt mới. Yên được một dạo. Nhưng rồi những anh cán bộ lại ẩn hiện, lại mò mẫm rỉ tai trong đêm tối. Rồi đồn dân vệ lại nổ súng và cháy rụi. Ấp chiến lược thành ấp chiến đấu. Mấy anh cán bộ lại học tập. Mẹ anh Tư chết vào thời kỳ này và không biết bà chết vì bệnh gì. Chị Tư lúc này đã trở nên một người biết tới hai chủ nghĩa: cộng-sản và nhân vị. Chị có thể nói rất trôi chảy về những chủ nghĩa đó vì chị đã được nghe quá nhiều lần. Rồi một hôm chị được đề cử đi binh vận tại chợ quận. Lúc đầu chị nhất định không chịu đi làm công tác đó, nhưng sau chị nhận được một lá thư do một anh cán bộ chuyển tới nói là của anh Tư ở ngoài kia gửi vào. Thư anh Tư khuyên chị nên hăng hái đi công tác binh vận theo chỉ dẫn của các đồng chí cán bộ. Chị Tư khăn gói lên chợ quận ở cùng với một cán bộ giả dạng làm em trai. Chị mở một quán cháo và từ cái quán cháo đó chị quen với một anh binh sĩ truyền tin trong quận. Chú em trai của chị cũng trở thành một anh dân vệ trong quận. Thời gian này chị Tư quên đi mất hình ảnh anh Tư, vì chị Tư đã được sống lại những cảm giác khoái lạc đến hỗn độn với anh binh sĩ truyền tin và "chú" em trai cán bộ. Chị dãy dụa trong những niềm hoan lạc tràn ngập đó. Cuối cùng, đến một hôm, cái thai trong bụng chị máy động. Cái máy động thứ nhất làm chị bàng hoàng. Chị tự hỏi "nó" là của ai? Của anh cán bộ hay anh binh sĩ truyền tin? Chị thẩn thờ cả người và chị muốn rời ngay cái chốn đó. Chị tự hỏi của ai? Chị muốn biết của ai? Cái thai của ai cũng được nhưng chị phải biết chắc là của người nào. Lúc này chị lại nghĩ tới anh Tư dữ dội. Và chị Tư bỏ dở công tác binh vận. Chị trở về căn nhà xiêu vẹo ở ven bờ kinh. Chị khóc ròng vì không biết cái thai của ai. Chị khóc ròng vì anh Tư đi mãi không về. Lúc đó chị mới nghiệm ra rằng trong những lúc chị quần quại khoái lạc với anh cán bộ hay với anh binh sĩ truyền tin, chị không nghĩ tới anh Tư nhưng là những lúc chị sống lại, tìm thấy cái cảm giác mười năm về trước. Chị tìm thấy mà chị không biết là thấy. Anh cán bộ cũng đào ngũ dân vệ, trở về xóm với chị. Anh hẳn học với chị, anh mắng nhiếc chị đã làm hỏng kế hoạch của anh. Anh hành hạ chị ngay cả những lúc anh ngủ với chị. Cái thai mỗi ngày một đập mạnh và bụng chị Tư lớn dần lên. Một hôm chị hỏi anh cán bộ cái thai trong bụng chị là con của ai, anh ta bảo là con của Đảng.

Trong phong trào thi đua đặt chông bẫy diệt Mỹ phòng thủ xóm, anh cán bộ giao cho chị Tư một quả lựu đạn, bảo chị phải kẻ một khẩu hiệu "Đả Đảo Đế Quốc Mỹ" mắc lên một thân cây và gài trái lựu đạn vào sau tấm biểu ngữ làm bẫy. Anh còn làm cho chị xem rồi tháo ra để chị làm lấy. Anh lý luận rằng phải chính chị tự tay làm lấy để cho hành động thấm nhuần tư tưởng! Chị Tư ì ạch kẻ khẩu hiệu "Đả Đảo Đế Quốc Mỹ" trên một tấm ván gỗ. Chị Tư ì ạch vác thang ra gốc cây trước cửa nhà. Chị Tư ì ạch mang cái bụng chửa lên thang. Chị Tư ì ạch đóng đinh tấm bảng vào thân cây và buộc quả lựu đạn nơi phía sau tấm bảng. Chị Tư ì ạch cột sợi dây oan nghiệt từ chốt lựu đạn sang một cành cây, trước cặp mắt khuyến khích của anh cán bộ đứng dưới. Mồ hôi chị Tư vã ra ướt đẫm cả quần áo. Chị tuột xuống thang trở vào nhà thay quần áo khác rồi trở ra ngồi ở bậc cửa nhìn lên tấm bảng khẩu hiệu "Đả Đảo Đế Quốc Mỹ". Anh cán bộ mang hộ chị chiếc thang vào sau nhà, xong cũng ra ngồi kề bên chị. Chị Tư ứa nước mắt nhìn tấm bảng, nhìn anh ta, rồi chị dắt anh ta vào giường. Chị Tư đè ngửa anh cán bộ xuống rồi chị khóc nấc lên thành tiếng: "Tôi đây, tôi là của anh, nhà của tôi là của anh, cái bào thai này cũng là của anh. Nó phải là của anh!" Anh cán bộ ú ở dưới ngực chị: "Nó là của Đảng! Tất cả là của Đảng!"

Cuộc hành quân đến xóm đó thì dừng lại. Người sĩ quan chỉ huy bước vào nhà chị Tư. Anh cán bộ không còn ở đó. Chị Tư ngồi ôm bụng trên chiếc chõng tre nhìn người sĩ quan. Người sĩ quan quan sát khắp gian nhà. Bên ngoài toán lính đang xục xạo tìm kiếm. Một anh vào báo cáo với người sĩ quan, cuộc tìm kiếm không có gì khả nghi ngoại trừ cái khẩu hiệu "Đả Đảo Đế Quốc Mỹ". Người sĩ quan ra lệnh không ai được đụng tới tấm bảng. Mới lúc nãy đây đã mất hai người đồng đội của họ chết vì vô ý giật một tấm khẩu hiệu trên cây xuống và đã bị lựu đạn nổ tan xác.

Người sĩ quan bước ra dưới gốc cây ngước lên quan sát rồi trở vào hỏi chị Tư "Ai gài tấm biểu ngữ Đả Đảo Đế Quốc Mỹ ngoài kia?" Chị Tư nói "Tôi gài". Người sĩ quan nói "Ra gỡ xuống". Chị Tư nói "Lạy cậu, nổ chết tôi". Người sĩ quan lại hỏi "Chồng chị đâu?" Chị Tư trả lời "Mất tích mười năm nay rồi". Sĩ quan nói "Tập kết hả?" Chị Tư gật đầu và y quát chị ra gỡ tấm khẩu hiệu xuống. "Chị làm chị chịu, ai bảo cài lên". Chị Tư vẫn ngồi ì

ra. Người sĩ quan rút súng lên đạn. Chị Tư hoảng sợ ôm bụng ì
ạch đứng dậy. Chị Tư ì ạch với cây gậy dựa nơi góc nhà. Chị Tư
ì ạch bước ra gốc cây. Chị Tư ì ạch dơ gậy lên giáng thật mạnh
vào tấm bảng khẩu hiệu "Đả Đắc Đế Quốc Mỹ". Và trái lựu đạn
văng xuống. Chị Tư hốt hoảng vứt gậy bỏ chạy. Tóan lính nằm
rạp cả xuống. Nhưng trái lựu đạn không nổ. Chị Tư ngã sấp mặt
xuống trước cửa nhà. Nước mắt chị trào ra. Ngất đi...

Chị Tư bị động thai. Người sĩ quan bế chị vào nhà đặt nằm
trên giường săn sóc cho chị. Suốt đêm đó chị Tư bị hâm hấp sốt,
thỉnh thoảng bị chuyển bụng. Người sĩ quan đứng cúi đầu bên
giường chị. Chiếc đèn dầu lập loè chiếu bóng anh ta hắt lên vách
méo mó. Gần sáng chị Tư sinh một đứa con trai thiếu tháng.
Người sĩ quan đỡ đẻ cho chị, anh ta làm công việc đó rất chăm
chỉ. Đứa bé khỏe mạnh khóc lên những tiếng làm cho anh ta vui
ra mặt. Hắn luôn luôn sờ trán chị Tư. Chị đã tỉnh và mỉm cười
với hắn. Hắn cười lại... Sáng hôm sau y sĩ đơn vị đóng cách đấy
hơn cây số được mời tới săn sóc cho mẹ con chị Tư. Mấy hôm
sau, người sĩ quan đến hội đồng xã, mới được thành lập lại một
lần nữa tại đồn dân vệ bến đò, làm khai sinh cho đứa bé. Hỏi cha
nó đâu chị Tư lắc đầu trả lời không có, nên người sĩ quan bèn
khai cho nó mang họ của ông ta. Lúc trở về căn nhà chị Tư,
người sĩ quan lại sờ trán chị Tư, sờ trán đứa nhỏ và nói với mẹ
con chị rằng có lẽ anh ta cũng đã có nhiều con nhưng không biết
chúng ở đâu và chưa hề khai sinh cho đứa nào. Bèn khai sinh cho
đứa nhỏ này mang dòng họ của mình.

■

NHẮN TIN: Nhắn cậu nhỏ mang dòng họ cùng với tôi, hai
mươi năm nữa, cậu khôn lớn (lời Nhắn Tin này chỉ gửi đến cậu
khi cậu đã trên hai mươi tuổi), lúc đó tôi không biết cậu sống
trong hoàn cảnh nào, trong một xã hội nào. Cậu cho tôi xin cậu
một điều là, trước khi cậu hành động, trước khi tranh đấu, trước
khi cách mạng, trước khi biểu tình, trước khi đảo chánh, trước

khi lật đổ, trước khi hành quân, trước khi thuyết pháp, trước khi cầu nguyện, trước khi hội thảo, trước khi thụt két, trước khi hành lạc, trước khi đập phá, trước khi hy sinh... nghĩa là trước khi quyết định làm một việc gì, xin cậu... chỉ xin cậu hãy nghĩ đến người đàn bà mang thai khốn khổ, hãy nghĩ tới những người mẹ bị rất nhiều chủ nghĩa với những danh từ hoa mỹ hành hạ. Xin cậu hãy nghĩ tới cái hình ảnh đó, tôi cầu xin cậu như thế, vì tôi chính là tên sĩ quan đã hành hạ mẹ cậu, đã đỡ đẻ cho mẹ cậu sau khi các đồng đội của tôi chết vì những thứ khẩu hiệu như cái khẩu hiệu "Đả Đảo Đế Quốc Mỹ" ấy.

(Sài Gòn, VN / 27.11.1964)

Khẩu Hiệu

Tôi gặp lại người sĩ quan ấy mười lăm năm sau ở một trại giam tại miền thượng du Bắc Việt Nam. Chúng tôi là tù binh bị cộng sản đưa đi đày biệt xứ. Rời Miền Nam, dồn xuống những con tàu thủy, trong những khoang chở hàng dưới hầm tối, nóng, chật, ngộp thở, hôi hám, nhiều ngày đêm chập chờn trên biển để ra miền Bắc và được cho biết là "có đủ điều kiện học tập chính qui hơn". Ngày thứ sáu lên Bến Thủy, chuyển lên xe lửa, cũng lại là những toa xe sắt, tối, nóng, chật, ngộp thở hôi hám, nhiều ngày đêm lắc lư trên đường ray để lên mạn thượng-du và được cho biết là chúng tôi đã đang ở "Miền Bắc Xã Hội Chủ Nghĩa" hậu phương lớn của Miền Nam. Trong suốt những ngày di chuyển bằng tầu thủy hay bằng xe lửa ấy chúng tôi chỉ được cấp ăn đồ khô rất ít, nước uống cũng rất ít, điều này được giải thích khoa học là để bớt đi tiêu đi tiểu. Việc bài tiết trên tầu, trên xe, trong khi hai người bị còng tay chung làm một, là một điều rất khó khăn. Vì thế khi tới vùng thượng du núi rừng trùng điệp, dồn vào trong các trại giam mới cất bằng cây trên các sườn đồi bên các dòng suối, chúng tôi như vừa từ trong các hộp kín được ùa ra nơi có ánh sáng và gió thổi. Rồi cứ thế mà sống, ngày đi rừng chặt cây cối về làm lán trại, đến bữa

ăn củ khoai, củ sắn; đêm hoặc mê sảng hãi hùng, hoặc thổn thức
nhớ vợ, thương con, hoặc nuối tiếc cho những công lao của mình đã
đóng góp để xây dựng một xã hội tan rã với bao nhiêu là sinh
mạng đồng đội. Một biện pháp cộng sản thường áp dụng để đề
phòng tù móc nối tổ chức nhau nổi dậy hay đào thoát là: chuyển
đội, chuyển nhà, chuyển trại. Chỉ trong hai năm chúng đã xào xáo
biên chế liền liền đến nỗi tôi đã bị thay đổi chỗ ở hơn mười lần. Và
cũng vì thay đổi nhiều lần nhiều nơi như thế nên tôi đã gặp được
nhiều đồng đội mà lúc đó chúng tôi coi nhau là đồng cảnh. Những
người lính thất trận sống trong trại giam bị cộng sản khống chế cào
bằng gọi nhau bằng anh xưng tôi quên đi cấp bậc và hệ thống quân
giai cũ, ít nhất là trước mặt bọn cán bộ và cả những kẻ làm tay sai
cho chúng, không còn tướng tá úy gì nữa cả. Thế cho nên tù binh
gặp nhau, xa nhau, trong một tình cảm rất bẽ bàng. Những anh đầu
hàng thì "hàng thần lơ láo", còn tù binh thì bẽ bàng, lầm lì, cúi đầu.
Cộng sản cũng không muốn thấy tình trạng ưu tư buồn thảm ấy
nên chúng đã cho các đội trưởng, đội phó dựng chúng tôi dậy khua
động lên bằng cách bắt sinh hoạt, ca hát, vỗ tay... phải làm ra vẻ
vui tươi, yêu đời, an tâm, tin tưởng.... . Người sĩ quan gặp lại với tôi
trong cái hoàn cảnh khóc cười ấy. Khi ôm chiếu đến phòng giam
đó thì chính anh ta là người chỉ chỗ nằm cho tôi. Anh ta là đội
trưởng kiêm nhà trưởng nên anh ta là người xếp chỗ nằm cho
những người trong đội trong nhà ấy. Việc sắp xếp đó thường có
"chỉ đạo" của cán bộ và đều có dụng ý làm sao cho trong phòng
giam, tù binh không tổ chức nhau được, khó liên hệ nhau trong khi
nằm ngủ, dễ bề theo dõi... Người sĩ quan đó hội ý với đội trưởng
của tôi xong hai người chỉ cho tôi chỗ nằm sát cầu tiêu. Phòng giam
có một lối đi giữa hai bên là sạp ngủ và cuối của cái lối đi nhỏ đó
là nhà cầu. Khi một trăm tù binh bị lùa vào trong nhà và cửa khoá
lại thì việc đi tiêu đi tiểu của cả một trăm người ấy đều xả cả vào
trong cái nhà cầu nhỏ, tối, hôi hám ấy. Thường thì ai cũng sợ chỗ
nằm gần nhà cầu. Tôi trải chiếc chiếu lên chỗ sạp trống mà anh
đồng cảnh mới vừa xích ra: "Một ô bốn người nằm thì mỗi người
được một chiếu bề ngang, có thêm anh chia làm năm mỗi người

còn 65cm chiếu nọ phải chồng lên chiếu kia một gang tay mới đủ." Có tiếng một người khác, anh ta đang xích đồ trên "xích đông" cũng là để chừa chỗ cho tôi: "Có đâu mà 65cm, chính xác là 63cm cho mỗi "cải tạo viên". Lại có tiếng một anh khác "Cơm đong, áo số, chỗ nằm đo, cứ thế mà tiến lên..." Tiếng nói ngừng ở đấy nhưng tù binh ai cũng hiểu là người nói không dám nói hơn nữa, ai cũng hiểu là mấy tiếng bị bỏ lửng là bốn chữ "chủ nghĩa xã hội"! Trong phòng đột nhiên cũng trở nên im lặng, sự im lặng thường thấy trong những trường hợp người ta phải dè chừng để phòng trước một tai biến, đe dọa, nào đó. Tôi lui cui sắp túi đồ của tôi vào chỗ được chia cho rồi ngả lưng nằm thử trên cái phần mặt bằng và ngửa mặt nhìn lên cái phần không gian của quê hương mà mình được phân phối. Tôi nhắm mắt lại cố gắng không nghĩ ngợi gì. Từ ngày đi tù tôi cố gắng tập cho mình cái thói quen là không nghĩ gì, cố gắng im lặng để "dưỡng thần". Khi nào nằm được thì nằm, khi nào ngồi được thì ngồi, lững thững được thì đừng có vội vàng hấp tấp... Tôi lẩn thẩn tìm ra cho mình một cách sống mà tôi gọi đùa là "chủ nghĩa dựa cột", biết thì thưa thốt không biết thì dựa cột mà nghe, ai nói gì, làm gì thây kệ người ta, ông bà mình dạy thế. "Kệ mẹ nó" tôi thường tự nhủ với mình thế mỗi khi phải chứng kiến những cảnh trái tai gai mắt xung quanh mình. Được xếp chỗ nằm ngay sát cầu tiêu, tôi thấy cũng là một cái hay, đó là một chỗ không ai nhòm ngó. Một mảnh đất xấu ít có nguy cơ bị xâm lấn. Mùi hôi khai ngửi miết rồi cũng quen sẽ không còn cảm thấy hôi khai nữa. Đúng ra, nếu chú ý đến nó thì sẽ nghe thấy hôi, nhưng nếu lắng nghe tất cả mọi nơi thì chỗ nào cũng đều hôi cả, thế cho nên lại phải áp dụng sách "kệ mẹ nó" cho qua tất cả.

Nằm được một lát thì anh ta tới. Tôi ngồi dậy "tiếp khách". Dù gì đi chăng nữa thì anh ta cũng đang là kẻ đến thăm và dù gì đi chăng nữa thì tôi cũng đang tiếp anh ta tại chỗ của mình. Tôi ngồi xích vào và tựa lưng nơi vách nhà cầu: – Ngồi chơi, "hữu bằng tự viễn phương lai bất diệc lạc hồ?" Anh ta sà xuống ngồi trên manh chiếu:

– Ăn chưa?

Tôi gật đầu:

– Cũng như chưa.

Anh ta cười tỏ vẻ hiểu ý và nhắc lại:

– Ăn rồi cũng như chưa!

Tôi nói cho có chuyện:

– Trước khi chuyển chỗ đã được lãnh một củ sắn bèn cất ngay vào bụng cho chắc ăn và cũng là tiện lợi hành trang gọn nhẹ.

Anh ta nói:

– Lâu lắm rồi mới gặp lại ông.

Tôi gượng gạo:

– Và gặp nhau trong nông nỗi này.

Chợt anh ta hỏi:

– Bác sĩ người ta về nhiều hoặc cũng ở trong Nam, sao ông "lạc" ra tới đây?

Tôi lắc đầu:

– Nào ai biết được cái tổ con chuồn chuồn.

Viên sĩ quan lặng thinh, tôi phải nói tiếp:

– Cũng có thể là tại tôi khai tôi ở đảng Dân Chủ.

– Khai làm gì?

– Chẳng làm gì cả, cũng như hồi xưa, bạn bè rủ vô đảng thì mình vô theo ý họ muốn còn mình thì chẳng để làm gì cả! Thối là ở chỗ đó.

– Sao ông không làm chuyên môn?

– Chuyên môn là sao?

– Là làm bác sĩ trên y vụ ấy, đỡ hơn là ở đội này "chuyên môn" đi cuốc đất khổ thấy mẹ.

Tôi duỗi chân ra đụng phải người anh ta, tôi ngửa mặt lên cố tìm lấy một sự thư giãn, nhưng cái nhìn của tôi đụng phải cái sạp ngủ tầng trên, lúc đó tấm ván cũng đang cót két, có lẽ người nằm trên cũng đang trăn trở nằm ngồi không yên. Tôi hỏi:

– Làm y tá hả?

Anh ta cười:

– Ủa, bác sĩ làm y tá, còn y tá làm bác sĩ... Đó là bằng chứng cụ thể nhất về vấn đề "hồng" với "chuyên"! Thôi, ông chịu khó ẩn nhịn, tùy thời, cho qua cái cảnh này. Làm sao mình yên thân, giữ sức khỏe, để mà tồn tại còn về Nam.

Tôi gật đầu tỏ vẻ đồng ý:

– Trước đây ở các trại khác tôi cũng đã có thời gian xách túi thuốc làm vai trò y tá đi theo các ông cán bộ y tế, nhưng rồi cũng không yên. Mấy lần làm y tá, mấy lần bị đuổi về đội đi lao động. Bây giờ mình cảm thấy rằng thôi thì thôi cũng đành lấy cái cuốc làm chỗ dựa... vững chắc vậy!

Viên sĩ quan gật gù:

– Hóa ra làm y-tá trong trại tù khó hơn làm bác sĩ giám đốc bệnh viện dân quân y của một tỉnh ông nhỉ?

Anh ta nói dứt câu thì đứng lên vỗ vai tôi:

– Tôi phải về đội sinh hoạt tối. Thôi cố gắng lên nghe ông.

Anh ta vừa đi khỏi thì anh bạn đồng cảnh ở tầng trên đu cột nhà trèo xuống sà vào ngồi sát bên tôi hỏi nhỏ:

– Ông có thân với thằng cha đó không?

Tôi nhìn người vừa tới, anh ta cũng là sĩ quan quen biết trong quân đội cũ, tôi nói:

– À, cùng một đơn vị từ hơn mười năm trước. Hồi đó anh ta mới là thiếu úy hay trung úy, đại đội trưởng, còn tôi là y sĩ trung đoàn. Bẵng đi mười mấy năm rồi, nghe nói cấp bậc cuối của anh ấy là trung tá.

Anh bạn đồng cảnh mỉa mai:

– Trung tá đội trưởng dưới quyền xài xể của hạ sĩ cán bộ, trước mặt nó, trung tá phải đứng nghiêm báo cáo, thưa, gửi, dạ, vâng...

Tôi bào chữa cho anh ta và cũng là cho nỗi nhục chung của những kẻ sa cơ thất thế vì bị đồng minh trói lại và cấp lãnh đạo bỏ rơi:

– "Gặp thời thế, thế thời phải thế" bạn ạ, thôi thông cảm cho anh ta ẩn nhịn, nín thở qua sông...

Anh bạn đồng cảnh nổi cáu tuy vẫn cố nói nhỏ:

– Đồng ý, khi sa cơ thì phải nín nhịn nhưng thằng cha này nó đi làm tay sai ông có biết không? "Thân làm tướng phải hầu quân giặc mà không biết tức" lại còn rắp tâm theo dõi báo cáo hãm hại anh em chiến hữu. Tôi thấy nó đến chỗ ông rù rì gạ chuyện là nguy hiểm cho ông lắm, ông phải coi chừng đề phòng, không thể dễ dãi, cả tin, cởi mở với thứ chó săn ấy được. "

Tôi nói để anh bạn tốt bụng yên tâm:

– Tôi nghĩ anh ta cũng đâu đến nỗi, vả lại tôi đâu có đụng chạm gì đến ai chẳng lẽ lại bị người hại, với lại tôi cũng chẳng nói gì đến những điều cấm kỵ mà sợ.

Anh bạn lắc đầu:

– Đâu có giản dị như vậy, một kẻ tham sống sợ chết, một kẻ bon chen giành giật tham lam thì nó có thể giẫm lên người khác mà sống, ông không nói nhưng nó có thể suy đoán và bịa ra hoặc là ông nói thế này nó sẽ bẻ ra thế khác để hại ông à? Sợi tóc chẻ làm tư rồi "nâng lên hàng quan điểm" ông không nghe nói đến những trò đó à? Ông mà cứ... khờ thế thì có ngày bị chúng nó đem ra thiêu sống chứ chẳng yên đâu!

Tôi tỏ vẻ hiểu ý và cám ơn anh bạn có lòng tốt:

– Tôi sẽ cố gắng nghe lời ông dặn dò.

Và tôi cũng đùa dặn dò lại anh bạn cho vui vẻ:

– Nhưng ông cũng phải giữ mồm giữ miệng kẻo có ngày mang họa đấy. Kệ mẹ nó hơi đâu mà chửi nó cho thêm mệt đầu mình.

Anh bạn đứng lên đi vào nhà xí, cánh cửa cầu tiêu mở ra kêu ken két rồi đóng lại cái rầm làm rung rinh cả bức vách. Lát sau anh bạn đi ra cánh cửa một lần nữa lại ken két và đánh rầm. Tấm vách lại rung rinh. Trước khi trèo lên chỗ nằm tầng trên anh ghé tai tôi nói nhỏ:

– Cũng muốn im nhưng lắm lúc ngứa mắt quá im không nổi lại phải chửi! Chắc tôi chết bỏ xác ở cái miền đất đọa đầy, hung bạo, biệt xứ này mất, ông bác sĩ ạ.

Tôi thấy cần phải an ủi anh ta, tôi nghĩ rằng trong hoàn cảnh tù đầy tuyệt vọng này điều tối kỵ là nản chí và sợ hãi, tôi chỉ một ngón tay lên trời nói nhỏ với anh:

– Không sao đâu, hãy cậy trông mọi sự ở Trời!

Anh ta mỉm cười, tuy cái cười có vẻ méo xẹo:

– Ăn ở làm sao Trời thương là được phải không ông?

Còn một mình tôi lại ngả lưng xuống chiếu, chân duỗi ra cho có cảm giác nhẹ nhõm... Lúc nào nằm được thì nằm, không ngồi. Cứ phải thế. Làm sao càng ít vận động càng tốt. Không hoang phí calorie... Tiết kiệm tối đa sức lực. Đây là một cuộc trường kỳ cầm cự để tồn tại... Bố tiên sư nhà nó! Cha tiên sư nhà nó! Tấm ván tầng trên lại oằn oại ken két. Củ sắn luộc cất trong dạ dầy tiêu mẹ nó hết rồi hóa cho nên khoảng trống trong đó gây nên một cuộc khủng hoảng thiếu hụt làm hẫng đi cái thói quen sinh lý chắc dạ. Cứ như thế nhiều ngày, nhiều tháng, nhiều năm, cơ thể tù binh suy nhược dần, cai tù lấn áp dần, thành ra là cuộc đấu tranh bao tử. Chính nghĩa đứng về phía cơm gạo, thậm chí chính nghĩa còn đứng về phía khoai sắn. Đéo mẹ nó, cán bộ nói thì phải đúng bởi vì hằng ngày cán bộ được ăn no và cán bộ có súng còn anh là tù lúc nào anh cũng đói cũng lả đi đứng không vững thì anh phải sai anh phải học tập những điều tào lao người ta nói. Sai thành đúng, đúng thành sai. Ối, chẳng còn ra cái thể thống gì nữa cả. Trời làm một cuộc lăng nhăng. Cha tiên sư nhà nó cách mạng. Bố tiên sư nhà nó đồng minh. Cụ nhà nó lãnh đạo... Đói quá, sót ruột quá... Tôi thức dậy, cánh cửa nhà xí mở ra đóng vào rầm rầm, lẫn vào đó còn nghe tiếng sè sè và tiếng phèn phẹt từ trong cầu tiêu vang ra. Tôi đang hiện hữu, ở đây, tôi có mặt và tôi đang sống ở đây, một điểm nào đó trên hành tinh. Chỗ này là đâu, đây là đâu, tôi đang hít thở không khí mùi phân và nước tiểu, chỗ này, vậy là tôi có mặt ở chỗ này, vậy là tôi có thực, chỗ này có thực. Và tôi đang sống là có thực! Sài Gòn. Hà Nội. Tây. Tầu. Nga. Mỹ. À, California, Orange County, bến phà Âu Lâu, ấp Con Khe, củ sắn, nhà cầu, phèn phẹt, sè sè, chủ nghĩa xã hội, phèn phẹt, bác hồ, sè sè, cách mạng, cục kít, bố tiên sư nhà nó, đồng minh, chiến hữu... Keng, keng, keng, keng... "Xưa bom không nổ, nay kẻng đổ liên hồi", một đồng cảnh nào đó làm thơ hay thiệt. Sáng, trưa, chiều, tối. Cái búa gõ vào vỏ quả bom. Keng, keng keng, keng, keng... Kẻng thức, kẻng ngủ, kẻng ăn, kẻng tập họp, kẻng lao động, kẻng thu dụng cụ, kẻng đổi gác... đủ thứ kẻng, đến nỗi trong tiềm thức lúc nào cũng như vang vang có tiếng keng keng! Đang nằm lơ mơ ngủ bị kẻng đánh thức dậy báo cho biết đến giờ ngủ, vậy là giấc ngủ chính thức phải được ngăn cách với giấc ngủ không chính thức bằng một cái mở mắt thức dậy. Cái gì cũng vậy, sống là phải theo nội qui. Ăn uống ngủ nghỉ phải theo kẻng. Kẻng cũng phải được gõ theo nội qui. Ngủ trong giờ ngủ là hợp pháp, cái hợp pháp phải được phân biệt ra với cái bất hợp pháp. Anh đang ngon giấc nhưng đến giờ ngủ người ta gõ kẻng, tiếng kẻng long óc có làm anh thức dậy để bắt đầu một giấc ngủ qui định thì đó là văn minh văn hóa xã hội chủ nghĩa! Anh phải ráng mà tập cho quen với nếp sống văn minh văn hóa mới đó! Tôi bị đánh thức dậy bởi hồi kẻng ngủ đồng thời với những tiếng nhắc nhở oang oang của ban tự quản, đội trưởng, nhà trưởng "tất cả đi ngủ". Tôi ngồi dậy vào nhà cầu đi tiểu xong trở ra mắc mùng đi ngủ cho đúng nội qui nếp sống văn minh văn hóa mới. Người bạn đồng ngũ mười lăm năm trước trên kinh Đồng Tháp, nay là đồng cảnh trong tù, nhưng anh ta làm tự quản, nghĩa là cũng có "chức quyền" hơn anh em, được miễn lao động "nghĩa là" không phải làm nặng khổ sai, được tin giao dù không biết được tin đến mức độ nào, còn giao thì giao cho nhiệm vụ quản lý một đội hai mươi lăm người làm nông nghiệp và quản lý một buồng giam ngót trăm người khi ở trong trại, nhất là ban đêm. Có người cho rằng đi tù mà được cai tù tin giao cho chức cho quyền ưu đãi là có đường sống đường về, là còn hy vọng, là một đường "binh" khôn ngoan. Các nhà có tí máu tử vi đẩu số thì nói đùa là những nhân vật ấy có số làm "quan", ở tù cũng làm quan. Người sĩ quan năm xưa nay là đội trưởng, nhà trưởng khiến nhiều anh em đồng cảnh e ngại anh ta. Ban ngày anh ta dẫn đội đi lao động, hò hét, đốc thúc; tối về điều khiển đội sinh hoạt, cũng hò hét đốc thúc anh em phát biểu. Đã ba tối nay đội anh ta phải ngồi kiểm điểm rất khuya mà chưa giải quyết xong vấn đề, chưa tìm ra manh mối về kẻ đã viết mấy chữ "Đả Đảo CS" bằng than trên vách nhà lô. Công an quản giáo đã bắt anh ta phải kiểm điểm đội, tìm cho ra thủ phạm trong đội. Mấy ngày nay trong trại có bàn tán về vụ này. Riêng anh ta thì rất lo lắng vì công an quản giáo đã "khoán" cho anh ta rằng nếu không tìm cho ra thủ phạm thì chính đội trưởng phải chịu trách nhiệm. Âu cũng là hoạn lộ của công danh! Đội tôi cũng phải họp "kiểm điểm các mặt học tập lao động cải tạo" trong tuần, tìm ra "mặt mạnh mặt yếu" để thời gian tới phát huy mặt mạnh, khắc phục mặt yếu đưa đội mỗi ngày một tiến lên! Cũng may là đội trưởng đội tôi rất bén, anh ta chọn được thư ký đội cũng bén không kém anh ta, hai người ấy điều khiển và ghi chép biên bản rất nhanh và rất "phong phú", rất có "chất lượng". Tất cả chúng tôi, dù không dám nói ra, nhưng nhìn nét mặt mỗi người khi buổi họp chấm dứt sớm, đều hả hê nằm lăn ra chiếu, duỗi chân, duỗi tay, thì biết là ai cũng bằng lòng. Anh bạn đồng cảnh tầng trên tụt cột xuống đi vào nhà cầu, khi ra lại sà vào chỗ tôi bắt chuyện :

– Kể ra mình sa vào cái đội này cũng đỡ khổ phải không ông? Nhìn sang anh em bên đội hung thần kia mà thấy tội nghiệp, ba đêm rồi chưa xong, đêm nay cũng còn cãi nhau loạn xạ, chưa biết tình thế sẽ đi về đâu.

Tôi nói nhỏ đủ hai người nghe:

– Làm sớm nghỉ sớm, ngắn gọn đầy đủ, ông có thấy đội mình "tài" không?

– Nhờ ơn trên có anh ta lanh lẹ nhạy bén, biên bản cũng đầy đủ các tiết mục, nhiều anh em phát biểu "sâu sát", buổi sinh hoạt kết thúc tốt đẹp mà tốn ít thời giờ. Nhìn đội bên kia rồi lại nhìn đội mình mới thấy rằng trong phạm vi lớn hay nhỏ kẻ bị trị khổ nhiều hay khổ ít là tùy ở vua quan thống trị cả mà thôi.

Tôi gật đầu:

– Ngày trước chúng ta cũng làm quan, vậy có khi nào chúng ta thấy điều đó không?

Anh ta cười xòa:

– Này ông bác sĩ, ông có nhắc đến tôi mới để ý. Chúng ta thường chỉ thấy được vấn đề khi chúng ta đã ra khỏi nó.

Chúng ta thấy rõ hơn sự đau khổ khi chúng ta bị đau khổ! Thường thì ai cũng biết thế đấy nhưng chỉ thực sự biết rõ hết khi đã thất bại!

Tiếng bàn cãi từ phía đầu nhà kia lớn hơn rồi ngưng ngang, mọi người trong phòng giam chợt im lặng, chỉ còn nghe tiếng anh ta sang sảng:

– Chúng ta đều nhìn nhận là những chữ viết trên vách nhà lô là khẩu hiệu đả đảo chống lại cách mạng, chúng ta cũng nhìn nhận là người viết những chữ đó là người trong đội này, vậy mà chúng ta không làm cho rõ ai là người đã làm điều sai trái đó, chúng ta bàn cãi mấy đêm liền mà đối tượng vẫn chưa can đảm nhận lỗi và tập thể đội cũng chưa đưa ra được đích danh thủ phạm. Cán bộ thì... cán bộ đã biết là ai rồi, vấn đề là cách mạng muốn để chúng ta tự giác! Các anh cũng thừa biết là bây giờ khoa giáo nghiệm nét chữ rất tiến bộ, người ta có thể tìm ra là nét chữ của ai chứ.

Anh bạn đồng cảnh nói nhỏ với tôi:

– Ông thấy hắn ghê gớm không? Hắn nói như thánh tướng vậy, còn lý sự hơn cả cán bộ nữa.

Tôi gật gù:

– Thuộc bài.

– Còn thuộc hơn tụi nó nữa.

Phía đằng đó có tiếng người khác phát biểu:

– Tôi có ý kiến, anh đội trưởng nói thủ phạm chỉ là người trong đội nhưng đội này đâu chỉ có những người ngồi đây, còn có những người khác nữa, sao không đặt vấn đề với cả những người đó mà cứ truy nã anh em chúng ta đây thôi.

– Anh cho biết những người khác đó là những người nào?

Im lặng nặng nề căn phòng, người tự quản dằn giọng:

– Anh Để muốn ám chỉ ai khi nói đến những người khác?

Căn phòng giam vẫn yên lặng, chỉ có tiếng viên tự quản:

– Phải chăng anh Để muốn đặt nghi vấn với hai anh tù hình sự coi nhà lô?

Ngừng một lát anh ta tiếp giọng gay gắt:

– Hay là anh Để muốn điều tra cả cán bộ quản giáo và cán bộ võ trang quản chế?

Có tiếng cười khẽ trong một góc phòng, viên tự quản chậm rãi:

– Vì đó cũng là những người có mặt ở nhà lô.

Sự im lặng trong căn phòng đến lúc này mới thật là nặng nề ngột ngạt, anh bạn đồng cảnh ngồi cạnh nói thầm với tôi:

– Tiêu tùng lão Để rồi, tụi nó đang ghét lão ta, đang kềm kẹp lão ta ốm cũng không cho khai bịnh nghỉ, bây giờ lại dính vào cái vụ này, tôi lo tụi nó sẽ làm thịt lão ta mất.

Phía đầu phòng lại có tiếng viên tự quản nói:

– Các anh phải biết rằng các cán bộ là những người ngoài vòng cương tỏa, chúng ta không được nói đến. Cả hai người tù hình sự cũng vậy, phần họ đã có cán bộ làm việc. Chúng ta phải biết rõ vị trí của mình hiện nay, chúng ta đang được học tập cải tạo, chúng ta chỉ biết lo... cải tạo bản thân mình. Cán bộ đã chỉ thị rõ cho chúng ta là đội phải sinh hoạt kiểm điểm tìm cho ra sự thật, tôi nhắc lại cán bộ chỉ thị cho chúng ta kiểm điểm nhau chứ không phải chúng ta kiểm điểm cán bộ, chúng ta phải làm cho rõ chúng ta chứ chúng ta không có quyền xét xử cán bộ. Anh Để đặt vấn đề thế là sai. Anh hãy lo phần của anh cho xong, đừng đưa đội đi lạc sang hướng khác.

Có tiếng của một người lớn tuổi vì tôi nghe giọng đã khàn khàn:

– Tôi không có ý nói phải điều tra cán bộ, tôi chỉ muốn nói rằng tại sao lại cứ đổ diệt cho anh em chúng ta, mấy chục người ngồi đây, phải có ai đó đứng ra nhận tội, trong khi chúng ta đã ngồi kiểm điểm suốt mấy đêm liền chúng ta đã thành khẩn phát biểu và phân tách vụ việc rằng trong chúng ta đây không ai dại gì làm cái việc dại dột nguy hiểm ấy, thế mà cứ dây dưa căng thẳng hoài. Chẳng lẽ bây giờ trong đội này phải có một người nào đó đứng ra nhận đại là mình đã viết cái khẩu hiệu "Đả Đảo CS" đó hay sao?

Ngưng một chút, giọng khàn khàn tiếp:

– Mà CS là cái gì? Có chắc là ai đó muốn "đả đảo cộng sản" không? Hay CS chỉ là... cảnh sát, như tôi đây này, tôi là đại uý cảnh sát, và anh đội trưởng nữa, anh từng là trung tá quân đội biệt phái cảnh sát, hay là người ta nói đả đảo tôi hay đả đảo anh, nhận đại đi là đả đảo tôi hay đả đảo anh cho xong chuyện, nói tới nói lui lằng nhằng kéo dài mệt quá rồi.

Nhiều tiếng cười khúc khích nổi lên trong phòng giam. Viên tự quản lên tiếng:

– Yêu cầu các anh giữ im lặng, chúng ta nghiêm chỉnh làm việc, anh thư ký ghi rõ ràng đầy đủ những lời anh Để phát biểu để ngày mai trình cán bộ duyệt.

Tiếng anh Để lại nổi lên:

– Tôi nói nghiêm chỉnh đấy, chúng ta cứ ngồi mà chẻ sợi tóc làm tư, làm tám, mất thời giờ. Chúng ta cần nghỉ ngơi giữ sức khoẻ mai đi lao động. Tuổi cao sức già ngồi mãi còng lưng chịu gì nổi, các đội khác họ ngủ cả rồi. Hay anh không muốn đả đảo mình thì thôi vậy, đả đảo mình tôi này! Hoặc nữa, CS là "con sâu" hay "củ sắn" cho xong mẹ đi! Đả đảo con sâu! Đả đảo củ sắn! Được chưa? Thỏa mãn chưa? Đội ta kiểm điểm đạt yêu cầu chất lượng cao! Xin anh thư ký ghi cho rõ ràng và đầy đủ vào biên bản nhé!

Phòng giam vẫn lặng thinh, anh bạn đồng cảnh lại thì thầm bên tai tôi:

– Tiêu thật rồi, lão ta phát khùng rồi, nói năng kiểu đó là không xong với tụi nó rồi. Cuối cùng chúng nó cũng đạt yêu cầu, chúng nó ép mãi thế nào cũng có người chịu hết nổi phải bùng ra, nói năng lung tung loạng quạng có cớ cho chúng nó kết tội tiêu diệt. Đấy rồi ông coi, lão Để không thoát đâu.

Anh ta thấp giọng hơn nữa khiến tôi phải cố hết sức lắng tai mới nghe được:

– Trong hoàn cảnh này ông cũng phải rất cẩn thận mới được. Tính ông cả tin cởi mở là dễ chết lắm. Tốt hơn cả là đừng dính dáng gì đến những chuyện không cần thiết cho mình, cứ lặng thinh là ơn.

Tôi hỏi:

– Mũ ni che tai ấy hả? Không thấy, không nghe, không biết, ấy hả?

Anh ta gật gù:

– Ừ, bốn, năm không gì đó.

Nói xong anh ta trèo lên chỗ ngủ tầng trên. Phía đằng kia buổi sinh hoạt kiểm điểm của đội bên cũng đã chấm dứt. Tôi buông mùng chui vào ngủ. Từ trong mùng tôi nhác thấy nhà trưởng đi vào cầu tiêu, lát sau trở ra anh ta dừng chân trước mùng tôi nhìn vào như có ý muốn nói chuyện, tôi nhớ những lời dặn dò cuả đồng cảnh tầng trên, bèn nhắm mắt vờ ngủ. Đêm đó trong giấc ngủ mê man vì mệt nhọc, tôi nghe hình như có một lúc nào đó, có một anh đồng cảnh nào đó, mê sảng rú lên một tiếng kêu gì đó! Ghê sợ lắm!

Ngày hôm sau anh Để khai bịnh nhưng đội trưởng không cho, anh Để phải theo đội đi cuốc đất, nửa buổi anh Để bị công an dẫn về trại nhốt trong nhà biệt giam cùm một chân. Ba ngày sau anh Để bị chết vì bịnh kiết lỵ ỉa ra máu! Hôm anh chết, tối tôi nằm trong mùng mà có lúc nghe văng vẳng tiếng anh phát biểu từ phía đội đầu nhà về một cái khẩu hiệu đả đảo... đả đảo... Ở nhà giam số 8 bên cạnh có một anh gặp lúc trời mưa, chạy từ sân trại vào nhà miệng la lớn: "Đả đảo, đả đảo... trời mưa!" Tất cả chúng tôi không ai bảo ai đều lo lắng cho người bạn đồng cảnh tự nhiên giở chứng, không biết sự gì sẽ xảy ra cho anh bạn trẻ, nghe nói tính tình bất thường. Nhưng một tuần lễ trôi qua người "đả đảo trời mưa" vẫn yên ổn, không thấy anh ta bị hỏi han gì. Cũng lạ. Mà cũng chẳng có gì lạ cả. Điều bất ngờ là viên sĩ quan đội trưởng nhà trưởng cũng bị chết. Nghe nói sáng sớm có người thấy anh ta vặt lá khoai lang vò bỏ miệng ăn sống. Vừa đi vừa nhai. Nửa buổi anh ta bị cảm ngoài hiện trường lao động, được đưa về cấp cứu ở bệnh xá, y tá cách mạng tiêm thuốc chữa trị cho anh ta, lát sau anh ta tắt thở. Có người đoán anh ta ăn củ sắn sống nhiều quá bị say nên giải độc bằng lá khoai lang không khỏi, đi làm phát quang ở nghĩa địa bị xỉu. Người đoán nói rằng say sắn chỉ uống nước đường nằm nghỉ sẽ hết. Y tá không biết gì chích bừa thuốc cảm là chết toi.

Có người hỏi tôi:

– Theo ông bác sĩ thì anh ta chết vì bịnh gì?

Tôi nói:

– Bịnh gì thì phải "chẩn" mới biết được chứ.

Mộ phần của anh nằm cạnh mộ phần của anh Để. Dưới chân đồi. Vùng Việt Bắc.

Xa, rất xa quê anh và quê anh Để. Lại càng xa, rất xa nước Mỹ.

■

NHẮN TIN: Nhắn cậu thanh niên ra đời sẩy thai, thiếu tháng, mang họ nhờ... Người đỡ đẻ và khai sinh cho cậu đã chết trong tù. Khi chiến tranh chấm dứt, cũng không thấy có một người đàn ông nào gọi là cha ruột của cậu trở về. Còn Mẹ của cậu nghe nói đã có một đời chồng khác. Không còn ai là người có liên hệ gia đình với cậu. Nhưng những người biết chuyện này thì còn nhiều. Tôi nghe rằng cậu nay đã có vợ con và hiện làm ruộng ở đồng bằng sông Cửu Long. Lại cũng nghe rằng cậu đã vô đảng và đang là một anh Việt Cộng ở Sài Gòn. Lại cũng nghe nữa rằng cậu đã vượt biên và hiện đang ở đâu đó trên đất Mỹ... Vậy thì là cái gì bây giờ? Người ta, có khi, đã làm khổ làm sở lẫn nhau chỉ vì những cái khốn kiếp của những kẻ khốn kiếp nào đó bày đặt ra. Truyện này phần trên viết trước 1975, đã đăng lần đầu trên tạp chí *Hành Trình* số 4 tại Sài Gòn, VN. Sau 1975 trong một cơn sốt ở trại giam của CS, gặp lại nhân vật, tác giả bèn nẩy ra ý nghĩ viết thêm phần dưới. Sau này, nếu có dịp, biết đâu đấy, lại mê sảng gặp lại cậu, ở đâu đó... thì có thể tác giả lại phải kể nốt cái phần tiếp theo của cậu. Không rõ, khi ấy, người ta sẽ xài cái khẩu hiệu gì?

(HB/ 5. 25. 1993)

CÔN TRÙNG

... Buồn trông con nhện giăng tơ...
Ca dao

Anh ta nằm ngửa trên giường nhìn lên giang sơn của tôi. Hai bàn tay anh ta xếp lên nhau làm thành cái gối kê dưới đầu còn hai cái gối thì lại trở thành vật cho anh ta gác chân lên. Anh ta rất rảnh rỗi, hình như không có việc gì để làm, giữa một xã hội mà ai cũng phải đi làm, và ai cũng muốn có việc làm. Thường chỉ thấy anh ta đi đâu đó một lát rồi trở về. Và ở nhà thì chỉ thấy anh ta nằm trên giường mà nằm trên giường thì bắt buộc anh ta phải nhìn lên chỗ của tôi. Cái kiểu nằm ngửa gối đầu tay cố hữu của anh ta thì chỉ có thể nhìn lên trần nhà mà cái trần nhà sơn trắng mênh mông không có một vật gì trang hoàng cả thì anh ta nhìn cái gì nếu không phải là nhìn tôi? Tôi cả quyết như vậy vì tôi đã bị anh ta càn quét đàn áp. Lúc đầu thì tôi không để ý đến anh ta bởi vì tôi cũng nghĩ rằng anh ta cũng chẳng để ý tới mình. Ối, hơi đâu mà để ý tới những cái không liên quan đến mình. Cuộc sống này gấp rút và xô bồ quá, ai cũng có phần vụ riêng của mình để mà lo, thì còn thời giờ đâu và hứng thú gì mà đi để ý tới những cái vớ vẩn như nhân vật nằm ngửa nhìn lên kia. Thế nhưng khốn nỗi sự đời nó không êm đềm như vậy. Anh ta không nằm yên. Một hôm tôi thấy anh ta chồm dậy đứng trên đệm giường đưa tay với lên chỗ tôi, không tới, anh cúi xuống tìm một cái gì đó, không có, rồi cầm đại cái gối quơ lên chỗ tôi! May mà vẫn không tới. Nhưng sức gió do anh ta quơ cái gối khá mạnh cũng làm cho cơ ngơi nhà cửa của tôi bị chao đảo và chính bản thân tôi cũng bị quăng lên quăng xuống suýt rơi vào khoảng không vũ trụ. Không làm gì được tôi anh ta có vẻ giận, tôi thấy anh ta mặc quần áo đi ra ngoài đóng cửa lại. Căn phòng sau cơn chấn động được trở lại yên tĩnh. Tôi đi một vòng kiểm soát lại mạng lưới của tôi. Cũng may là không bị tổn thất gì nặng tuy những sợi tơ có bị chùng đi một tí nhưng không sao, tôi vẫn còn cư ngụ và sinh nhai được, mạng lưới vẫn còn tốt lắm, những chú muỗi sa vào nộp mạng là dính ngay không cục cựa nổi. Sáng nay tôi bắt được ba chú muỗi mập máu và một con bọ bay. Một ngày ẩm thực huy hoàng. Giống có cánh chúng có ưu thế hơn tôi trong sự di chuyển nhưng chúng là đồ ngớ, không biết nhìn xa trông rộng, không bén nhạy trên đường bay, cho nên lưới tôi giăng ra chúng thay nhau lao đầu vào tự tử. Tôi không bay được nhưng tôi cũng có thể băng qua không gian bằng những cái chân dài có độ xoay xở rộng và khả năng nhả tơ đu dây nhảy dù... Vì thế tầm hoạt động của tôi có thể diễn ra trên khắp căn phòng này. Thế mà vừa rồi tôi bị anh ta đe doạ, phải nói là tôi vừa bị anh ta khủng bố, suýt tí nữa là nguy đến tính mạng! Mà tôi có mắc mứu gì với anh ta đâu? Tôi với anh ta không thù, không oán, không nợ không nần... Tôi không đụng chạm gì đến cuộc sống của anh ta, tôi không tơ hào gì đến tài sản của anh ta, tôi cũng không phê phán anh ta về lập trường tư tưởng con mẹ gì cả, anh ta muốn làm gì, muốn nói gì, muốn nghĩ gì cũng thây kệ. Hay là tôi đã có nhận xét là anh ta không làm gì cả, hay là tôi đã thấy anh ta chỉ nằm ngửa... Cái đó đâu có đụng chạm gì, có khi những điều đó tôi còn khoái nữa là khác nhưng tôi không nói ra thì sao... Có nhiều thứ ở đời này mình thích mà mình không nói là vì biết nói cũng chẳng được, ước cũng chẳng được, thèm cũng chẳng được. Có khi thích mà không được thì bèn chê cho nó đỡ thèm... Nhưng tôi có chê ai bao giờ đâu, không, tôi không chê mà tôi cũng không thích khen. Tôi chỉ đan lưới bắt mồi. Con mồi của tôi cũng tự ý lao đầu vào lưới do tôi giăng ra chứ tuyệt đối tôi chưa cầm gối phang vào ai bao giờ cả. Đồng ý là nếu không có cái lưới do tôi giăng thì các chú muỗi không bị vướng vào nhưng thử hỏi trên đời này ai là không giăng lưới nhỉ? Ai? Thử hỏi ai không giăng lưới? Trên cõi đời phải ăn phải sống này đứa nào không giăng lưới? Đứa nào giơ tay thử coi? Ngày xưa đứa nào vô tội ném đá trước đi. Bây giờ đứa nào không đan lưới, không giăng lưới để sống nói nghe thử coi? À, có thể có lắm, có thể có nhưng họ khiêm nhường không nói ra. Ở đời thiếu gì người có đạo đức, thiếu gì người tốt lành. Như anh ta chẳng hạn, suốt ngày chỉ thấy anh ta đi ra đi vô, đứng lên ngồi xuống, và nằm ngửa là chính, có thấy anh ta làm gì bao giờ, có thấy anh ta giăng lưới như tôi... Thế nhưng tại sao tự dưng anh ta vùng dậy cầm gối càn quét tôi? Tôi nhìn rõ là anh ta có nghiến răng khi cầm cái gối quơ lên đập tôi y như cách đánh kiểu đòn thù vậy. Tại sao? Ử, tại sao thế? Bạo lực là thế đấy nhé! Xâm lược là thế đấy nhé! Tội ác là thế đấy nhé! Đừng có mà tưởng! Tôi nói cho mà biết, anh ta còn mang nợ với tôi. Những con muỗi sa vào lưới nhện là mhững con có thể mang vi trùng sốt rét, một thứ bệnh rất nguy hiểm và rất dễ lây lan, hằng năm có biết bao nhiêu người trên hành tinh thiệt mạng vì chứng này. Bộ anh ta không biết sao, anh ta không thấy rằng tôi đã giúp cho anh ta loại trừ được biết bao nguy cơ lây bệnh, tôi đã cứu mạng anh ta không chừng! Thế mà tự dưng anh ta đập tôi! Ơn đâu không thấy chỉ thấy oán thù. Thử hỏi còn trời đất nào nữa? Thử hỏi còn phải quấy, tình nghĩa xóm giềng nào nữa? Thử hỏi còn cái... lý lẽ nào nữa! Trời ơi là trời! Đất ơi là đất! Xuống mà coi! Ở ngoài phố về anh ta đem theo một cái chổi lông gà dài cán, cái thứ này người ta vác đi bán rong ngoài phố. Chổi dài cán, vác vai; bó chổi cán ngắn đeo toòng teng bên dưới. Ai mua chổi lông gà không? Cũng lại không nghiêm chỉnh rồi, tiếng là chổi lông gà nhưng không phải làm bằng lông gà như xưa kia mà làm bằng những sợi ni lông tước nhỏ nhiều mầu. À thì ra anh ta đi mua thêm vũ khí mới. Cái gối không đánh tới chỗ tôi anh ta phải đi cầu viện. Anh ta không kịp thay quần áo, cứ nguyên quần áo đi phố mà xung trận, như thế là tình hình khẩn trương lắm lắm. Anh ta cầm chổi quơ lên một cái, tôi choáng váng mặt mày, không còn biết trời đất gì nữa. Tỉnh ra tôi thấy mình nằm trong bối ni lông của cái chổi, nhìn lên quê hương mình tôi thấy tan hoang không còn một tí gì cả. Ghê gớm thật. Cuộc càn quét, tàn sát thật là sấm sét. Chỉ trong chớp mắt tất cả cơ nghiệp của tôi đều tan tành. Sự nghiệp cũng mất. Danh dự cũng mất. Mạng sống đang bị đe dọa. Mất là mất tất cả. Đêm đó tôi hoàn hồn sau một cơn thiêm thiếp, kiểm soát lại thấy mình còn sống và còn có thể hoạt động được tôi lại bò đi theo bản năng sinh tồn, tôi bò về quê cũ lựa một chỗ thuận lợi tôi bắt đầu xây dựng lại quê hương nhà cửa của mình. Tôi lại đan lưới. Giăng tơ nhưng tôi vẫn liếc nhìn về cái chổi dựng nơi góc nhà. Anh ta dựng nó đứng đó. Nó vẫn còn đó. Nó là nỗi ám ảnh kinh hoàng với tôi. Nó là vũ khí. Nó là bạo lực. Nó là khủng bố. Nhưng nó không phải là kẻ thù. Anh ta, chính anh ta kia mới là kẻ chịu trách nhiệm nhưng anh ta chẳng hiểu gì điều đó. Anh ta đập tôi có lẽ vì anh ta không biết làm gì khác. Căn phòng mới nguyên và khá đẹp. Giường đệm mới, tủ bàn mới, thảm mới, máy điều hòa mới... hôm anh ta tới ở, căn phòng đã được dọn dẹp lau chùi sạch bong không có một sinh vật nào ngoài anh ta độc quyền cư ngụ nơi đây. Nhưng rồi anh ta ra vô cửa mở muỗi theo vào và tôi cũng từ căn buồng xép gần đó vào theo. Anh ta cư ngụ, những con muỗi cư ngụ, và tôi cư ngụ. Mỗi kẻ cư ngụ theo cách thế riêng của mình. Lũ muỗi thì chúng hồn nhiên sống theo cách thế của chúng. Chỉ có loài người gọi chúng là kẻ thù chứ tuyệt nhiên chưa có một con muỗi nào coi loài người là thù địch. Muỗi chích người ta hút máu là vì con người có máu. Mà máu người dường như là thức ăn cao cấp hơn cả. Muỗi cũng như bao sinh vật khác rất cần ăn. Vì ăn mà các sinh vật đã giết lẫn nhau, nhất là loài người. Chưa có loài thú vật súc sinh nào đánh lẫn nhau lớn như loài người đánh lẫn nhau. Loài người đánh lẫn nhau thành đại chiến thế giới, hình như sắp tới hồi thứ ba thứ tư gì đó... Tại muỗi không có thịt không có mỡ như gà cá thỏ trâu bò lợn chó chim... nên loài người không ăn thịt muỗi đó thôi, giả tỉ như... thì đừng hòng chạy thoát. Cho nên muỗi hút máu người vì trời sinh ra nó cần ăn cái thứ tanh tưởi đó, và nó thấy có trước mắt thì nó chích nó hút. Vi trùng là cái thứ quỉ quái gì đó muỗi đâu có biết, vi trùng cũng có sẵn trong cơ thể con người, từ người này sang người kia chứ muỗi đâu có "đẻ" ra vi trùng mà lên án muỗi là kẻ thù. Ối, chưa biết ai là kẻ thù của ai ạ. Đừng cả vú lấp miệng em, cậy có cái miệng la lớn với biết bao phương tiện truyền thông: phát thanh, truyền hình, báo chí, sách vở... tối tân hiện đại trong tay rồi muốn chửi ai thì chửi sao? Rồi lập ra những tổ chức quốc tế, họp hành, bay tới bay lui, thí nghiệm, nghiên cứu, báo cáo, tham luận, đủ tuồng đủ tích... thành những chiến dịch, những chương trình bài trừ sốt rét mà chủ yếu là tiêu diệt kẻ thù... muỗi. Còn muỗi thì có biết gì đâu, nó ở trong phòng anh kia kìa, chúng cũng như mọi sinh vật khác, chúng cũng như anh, như tôi, cần ăn uống ngủ nghỉ, chúng hút máu anh là vì chúng cần ăn, cũng như tôi, tôi cần ăn và tôi đã... ăn chúng! Loài người các anh cóc làm gì được giòng dõi nhà muỗi. Tôi, tôi bắt muỗi làm thức ăn cho tôi, mà cũng là cứu anh, vậy mà anh hùng hổ tính đập chết tôi! Loài nhện chúng tôi không biết chửi thề, với lại chúng tôi cũng có cái đạo đức riêng của chúng tôi, chứ nếu không thì... đừng có mà tưởng. Tôi đã nói rằng trong căn phòng này mỗi chúng ta có cách sống riêng của mỗi kẻ, bọn muỗi kiếm ăn trên da thịt anh, tôi kiếm ăn trên thân xác bọn muỗi, còn anh... kiếm ăn trên thân xác ai thì thây kệ anh! Nếu anh ăn "thịt" được tôi thì anh cứ ăn. Hoặc anh có mối thù với tôi? Đằng này! Thế là thế nào? Anh giết chỉ để mà giết, chẳng có một chút ý thức nào cả. Không được. Như thế là không ổn. Cái gì cũng phải nghe cho ổn mới được. Có lẽ anh đã quên trận ốm sốt rét cấp tính thể não mà anh đã bị mấy năm trước đây. Bốn ngày hôn mê điên loạn anh còn nhớ? Muỗi đấy. Muỗi

Rừng Lá anh biết chứ? Cộng sản nó bỏ tù anh là nó cũng định tiêu diệt anh, chúng đưa anh đi đày biệt xứ mãi tận miền thượng du Bắc Việt bỏ đói bắt làm khổ sai là có ý chôn anh ngoài đó, đã có hàng ngàn chiến hữu của anh bỏ thây ngoài đó. Nhưng rồi anh sống lay lất mãi đến năm thứ mười bảy mà anh không chết. Và rồi chúng cũng phải thả anh ra. Kẻ sống sót nói: – Làm... đéo gì tao! Đúng, chúng không làm"đéo"gì được anh, nhưng anh biết không, chỉ một con muỗi nào đó, vào một lúc nào đó, đã chích nhẹ cho anh một cái để kiếm tí máu ăn qua ngày, anh đâu có biết, thế mà anh suýt đi đời nhà ma bỏ thây nơi Rừng Lá âm u. Cùng bị với anh trong cái dịch ấy, bốn người thì ba chết, chỉ có anh thoát. Người ta nói là anh chưa tới "số" chứ không thì cũng toi mạng vì muỗi Rừng Lá rồi. Nhưng anh nên công bằng mà xét rằng cộng sản nó diệt anh là có chủ mưu, có kế hoạch, có ý đồ hẳn hoi. Những đứa chủ mưu là tên Thành, tên Duẩn, tên Khu, tên Đồng, tên Hùng, anh em tên Thọ... chúng định giết các anh nên mới đem các anh lên rừng biệt xứ. Chứ còn chú muỗi bé nhỏ nào đó chẳng qua là mưu sinh như anh như tôi và bao giống khác vẫn mưu sinh. Chúng ta kiếm ăn, nên đôi khi "thịt" lẫn nhau, nhưng tuyệt đối chúng ta không thù hằn nhau, không có ý đồ hại nhau giết nhau như tụi cộng sản. Tụi cộng sản nó cướp được quyền, cướp được vợ, được nhà cửa, của cải người ta, rồi chúng còn thù hằn giết chóc người ta nữa và gọi là đấu tranh giai cấp và giai cấp đấu tranh... Không tin đến Việt Nam mà coi. Và đó là chuyện bên Việt Nam, còn chuyện bên Mỹ thì sao? Các anh vẫn chửi Mỹ đểu bỏ mẹ, nó đến thề sống thề chết với các anh là đồng minh với nhau nghĩa là sống chết có nhau cùng chiến đấu vì một cái lý tưởng bảo vệ tự do chống lại cộng sản bạo tàn... Hay lắm, nhưng rồi nó bỏ các anh lại, trói các anh lại mà bỏ cho cộng sản vào hốt ổ, ừ, thế thì Mỹ nó có tử tế với các anh không, nó có tử tế hơn cộng sản, tử tế hơn muỗi không nào? Rồi sẽ tới lúc bỏ cấm vận, sẽ có lúc nối lại bang giao đề huề, công nhận lẫn nhau, thậm chí có thể sẽ đồng minh với nhau như hồi đồng minh với các anh trước đây, vì các anh di vào lịch sử mất rồi. Lôgíc hay quy luật gì đó, nghĩa là bạn với Nga với Tầu đánh Đức đánh Nhật rồi bạn với Đức với Nhật đánh Tầu đánh Nga, bây giờ lại bạn với Nga để đánh ai, hay sẽ đánh Tầu không chừng... ối, cái tình cái nghĩa làm gì có trên cõi đời này hả anh? Hồi sống trong Rừng Lá các anh vẫn nói rằng các anh sợ nhất muỗi, rắn và đàn bà. Bây giờ anh nghĩ sao? Muỗi, cộng sản, Mỹ và tôi, ai tử tế, ai không tử tế với anh? Ai làm sao, chưa biết ý anh thế nào nhưng có điều chắc chắn là anh sẽ sang Mỹ và sẽ thành Mỹ. Thế thì còn gì để mà "bình" nữa, còn gì để mà "chửi" nữa? Chẳng lẽ mình lại chửi mình? Mỹ nó ghê gớm là ở chỗ đó. Cho anh cứ chửi Mỹ nhưng anh vẫn cứ không bỏ Mỹ được. Hóa cho nên nghĩ đến cùng kỳ lý thì tôi cũng chẳng nên mích lòng gì với anh về cái vụ anh phá nhà tôi ám hại tôi. Bởi vì rồi anh cũng sẽ ra đi khỏi căn phòng này, anh cũng sẽ phải tới một nơi sống chung và trở thành in như kẻ đã ám hại anh. Căn phòng này, và tôi có thể lại phải đương đầu với một kẻ nào đó còn ghê gớm hơn gấp bội kẻ trước! Một kẻ nào đó cũng không tử tế gì. À, nhắc tới cái vụ bị muỗi chích, tôi không có ý xúi anh tăng thêm hận thù với loài muỗi đâu, không, không hề, mà có thù thì anh cũng cóc làm gì được chúng nó, còn tôi cũng chẳng muốn "hù" anh để kể cái công diệt muỗi. Tôi không hề là anh em quốc tế cộng sản với ai và cũng không hề là đồng minh chiến hữu với đứa nào. Kẻ nào phận nấy. Việc ai người ấy làm. Cơm ai người ấy ăn. Hồn ai nấy giữ. Kẻo không rồi lại có ngộ nhận là tôi thân với phe anh, là chúng ta kết bè kết đảng hoặc văn chương chữ nghĩa một tí là chúng ta liên minh hòa hợp trên cùng mặt trận bằng cùng một cương lĩnh chống muỗi. Không! Nói cho rõ là không mắc mứu gì nhau. Anh sống theo cách của anh, tôi sống theo cách của tôi, mỗi chúng ta có một nền văn hóa riêng. Độc lập. Chấm hết. Ai muốn làm gì thì làm. Anh có muốn ám hại tôi thì cứ tiếp tục, nếu anh coi bắn giết chửi bới là đạo đức loài người, là tự do dân chủ chế độ. Nhưng tôi thì không. Trên cơ nhau là ở chỗ đó. Đừng quên muỗi chỉ là thức ăn của tôi. Chẳng qua nói tới cái trận đau ốm là muốn nhắc tới cái lẽ sinh tử khổ ải ở đời, cuộc đời này tào lao cả mà thôi. Thế cho nên tôi mới nói là cái gì cũng phải nghe cho ổn mới được. Sau mấy trận càn quét mà tôi vẫn sống, tôi vẫn làm lại cuộc đời, tôi vẫn làm lại nhà, tôi vẫn giăng lại lưới, tôi vẫn bắt muỗi làm thứ sinh nhai và tôi vẫn từ trên này nhìn xuống anh. Anh vẫn nằm ngửa gối đầu trên tay, vẫn nhìn lên tôi, và tôi không biết lúc nào thì anh nổi loạn lên cơn tàn phá... Loài nhện chúng tôi nghĩ sao nói vậy, có sao nói vậy, mong rằng không làm ai buồn lòng.

■

Em yêu,

Sau gần mười bảy năm sống lưu đày trong rừng mới về thành phố, em muốn tôi kể chuyện em nghe, thì tôi kể đó. Trong thư em nói rằng mười bảy năm rừng rú và một năm đô thị chắc là có nhiều chuyện hay ho viết cho em đọc. Từ cái xứ sở đau thương này chuyện gì đáng nói, chuyện gì cần nói, em biết không? Tất cả, chuyện gì cũng đáng phải nói, chuyện gì cũng cần phải nói, và chuyện gì cũng nên quên đi. Đất nước chúng ta đã phải trải qua một cơn đảo điên kinh hoàng khủng khiếp đến nỗi mà khi ngồi trước bàn viết thấy cái gì cũng cần phải ghi lại và cái gì cũng muốn xoá đi! Xã hội tan rã đến nỗi cái gì cũng có thể có và cái gì cũng có thể không! Cái gì cũng thật, cái gì cũng giả! Thế cho nên em cũng đừng nghĩ rằng những dòng chữ này là thư cho em hay là sáng tác, là hiện thực hay giả tưởng... Bây giờ không phải là thời hồng hoang. Bây giờ, trong lúc tôi nằm đây, nhìn lên trần nhà, đang là thời kỳ mà những kẻ cầm quyền chỉ là những tên in tiền giả, những tên đánh bạc bịp, những tên buôn lậu có chủ nghĩa, có cương lĩnh. Thời kỳ này ở đây xác cáo cũng được đem ướp thuốc trưng bày lừa bịp làm xác thánh. Thời kỳ này ra đường tôi không biết.đi hướng nào và đi về đâu. Thành phố đầy rẫy những quán nước nhà thổ, đảng viên và ăn mày. Thời kỳ này nhà cửa bị cướp giật chia nhau gọi là "hóa giá". Tôi nghe tin núi Mẹ Bồng Con bị đục phá lấy đá nung vôi xây dựng hạ tầng cơ sở xã hội xã hội chủ nghĩa để rồi cả gan làm giả một Hòn Vọng Phu xi măng khác ở Đồng Đăng. Chúng nó đào mồ cuốc mả ở hết tất cả các tỉnh thành Miền Nam, phá Nghĩa Trang Quân Đội kéo sập tượng "Thương Tiếc" để xây mồ mả riêng cho bọn chúng, mà những mồ mả này chúng cũng làm giả, cho gạch đá vào trong quan tài để kịp thời gian hoàn thành chỉ tiêu kế hoạch nhà nước...

Em yêu,

Em cứ hỏi có chuyện gì ở quê hương kể em nghe, tôi biết phải nói gì với em bây giờ nhỉ? Quả thật như vậy, ra đường tôi không biết đi đâu, ghé vào nhà thờ tìm chốn thanh tịnh nương náu thì thấy ông linh mục có vợ đẻ con mà vẫn làm lễ thánh mặc dù Công Đồng Vaticano II chưa chấp thuận. Nhìn lên tượng Đức Mẹ thấy đã bị cất đi, hỏi, được biết vì Mẹ vú to quá giáo dân không công nhận. Tôi nhớ mẹ, tìm đến chiêm ngưỡng mẹ, nhưng mẹ hiện ở đâu, người ta đem giấu mẹ nơi nào, tôi khổ quá, chắc mẹ cũng khổ quá. Lạc mẹ tôi biết tìm nơi nào giữa một xã hội nhiễu nhương và tan rã...

Đành trở về nhà. Nằm vật trên giường. Giương mắt nhìn lên.
(HB/5. 29. 1993)

CON BÒ

Trại còn mười hai tù binh, mười sáu công an, hơn bốn trăm con bò. Công an giữ tù. Tù giữ bò. Cứ như thế mà thống trị nhau. Nhưng luôn luôn cái gì ít thì có giá, ở đây tù ít hơn công an, bò nhiều hơn tất cả, cho nên công an gọi tù là các Bác hoặc các Bố, còn bò thì cứ bị giết thịt hoài! Từ trước tới nay công an vẫn gọi tù là anh xưng tôi đồng hạng, dù người tù ấy bảy, tám chục tuổi còn công an mới mười chín, hai mươi! Kể ra vai vế thì phải là ông cháu, phúc đức dày phải là cụ cháu. Nhưng thời này phúc đức rất là mỏng! Anh tôi suốt thành quen miệng và quen tai, kẻ nói không ngượng miệng người nghe cũng không còn chói tai. Con cháu cũng không thấy mình là sách mé hỗn láo vô phép mất dạy. Cha ông cũng không thấy phiền muộn vì bị xúc phạm. Chẳng qua là cái chính sách đàn áp khống chế nó xiềng xích đầu óc người ta lại thành quen rồi. Bọn khủng bố còn tập cho tù nhân chịu đựng cái sức ép lún xuống một độ sâu hơn nữa, chúng lên lớp rằng chính sách cải tạo là một chính sách giáo dục, trại giam là trường học, tù nhân là học trò, còn chúng tự nhận là... thầy! Chúng nói hoài nói mãi suốt mấy chục năm, nói từ Bắc vô Nam, từ Nam ra Bắc, ai nói khác đi chúng bắt bẻ, buộc tội ngay. Miết rồi quen, vợ con họ hàng ở nhà có ai hỏi cũng quen miệng trả lời nhà tôi đi... học, bố cháu đi học, chú ấy, bác ấy đi học... thậm chí đến các hãng thông tấn, các tờ báo quốc tế có khi cũng dùng những từ ngữ giả mạo đó để mô tả một tội ác giam cầm đày đọa khủng bố con người kinh khủng nhất. Trong tù có anh cũng dễ dãi hoặc dại khờ tưởng mình đi học chứ không phải đi tù! Có người, có lúc, có nơi... cũng là do quá nhu nhược vì bị khống chế tinh thần mà như vậy thôi. Thế nhưng từ ngày chúng thả rất đông chỉ còn giữ lại hơn trăm cho cả nước thì nhiều cái phải thay đổi. Phân trại K2 biến thành chuồng bò. Trại này trước kia có thời đã nhốt tới một ngàn tư, trong nhiều năm chúng thả dần hoặc đưa đi trại khác, số tù binh giảm xuống chỉ còn mười hai người. Cái thay đổi đầu tiên là cách xưng hô, từ trưởng trại gọi bố trước rồi đến tất cả đám cán bộ bên dưới như được mặc nhiên hợp thức hoá, đều bố bố con con hoặc bác bác tôi tôi... Khởi đầu là:

– Trong khi chờ quyết định của Trung ương về trường hợp của các bác bị sót tên, ban giám thị nhờ các bác coi giùm... đàn bò!

Thế là mười hai bố sĩ quan cấp tá tù binh biến thành dân chăn bò hết. K trưởng còn nói:

– Các bác muốn ở chỗ nào thì ở, muốn ăn gì cứ lấy ăn, chắc cũng không lâu đâu, ít bữa nữa rồi các bác cũng về hết thôi.

Trong khu trại giam không canh gác ấy các bác tuỳ ý chọn chỗ nào mát, chỗ nào thích thì mắc võng, căng mùng, giải chiếu nằm... Xoài, đu đủ, chuối, rau, quả... các bác vừa ăn vừa phá. Các bác còn đùa với nhau:

– Ở tù lâu đến nỗi lên chức bác tù, bố tù rồi thì không còn gì để mà "bình" nữa.

– Nó gọi mình bằng thằng chán rồi bây giờ mới gọi bằng bố, đúng là lũ con bất hiếu.

– Nó gọi bằng bố nhưng lại bắt bố đi chăn bò, thêm một tội bất hiếu nữa.

– Trước mặt bố bố con con kiếm điếu thuốc thẳng hút chứ sau lưng nó vẫn chửi mình là thằng tù đấy.

– Đương nhiên, nói dại nếu đang đêm có lệnh trên bảo chúng đem các bố đi bắn thì chúng nó cũng sốt sắng làm. Bố thông cảm!

– Thế cho nên nói năng thế nào thì nói, vấn đề không có gì thay đổi.

– Thôi cũng được, mình còn đang ở tù, nó có lễ phép giả bộ cũng được, mình biết thế và đừng có cảm động sáng mất lập trường chính nghĩa... Miễn sao mình thoải mái mà sống cho qua ngày. Vấn đề không giản dị đâu, không phải là sót tên đâu, có một ẩn ý gì đây, bọn cóc cắn ở dưới này chúng đâu có biết gì cho nên cũng phải nói đại là sót tên cho nó xuôi tai, chứ thực ra bọn đầu sỏ chúng nó có tính đến một âm mưu gì đó.

Một nhà phân tách tình hình, tay cầm roi bò vung lên cao khua khua như cowboy Texas, phán:

– Các bác thông cảm, thả hết các bác ra, chúng nó đâu còn gì để mặc cả, cũng phải giữ lại một cái gì đó để làm giá chứ! Thử hỏi bây giờ, trong cái nông nỗi này, vườn không nhà trống, bạn bè năm châu sau nhân nghĩa miệng nay đều lảng tránh, nhà cháu nhảy cỡn lên làm anh hùng mãi cũng đã thấy là vô bổ, bèn phải thực tế đi tìm những cái gì cụ thể một tí, mà đi tìm ở đâu bây giờ, tìm chỗ nào thì cũng phải đổi chác, ngay khi đàm phán cũng đã cần phải có cái gì làm quà tặng cơ mà, thế cho nên các bác bị giữ lại là để có cái mà làm giá, các bác sẽ là quà tặng, là vật trao đổi, là con tin không chừng... hà hà... tiền không đấy!

Một ý kiến rất tếu:

– Dằn chảo hả?

– Chứ sao! Tổng bí thư nói thả hết là một nhẽ, còn những tên bí thư khác, tên bộ nội vụ, anh em chúng nó phải tính đến đường cùng của chúng, thả hết để mà tay không à? Thế cho nên phải sót tên một mớ, các bác số đen, tử vi của các bác chưa hết sao triệt, có lẽ vẫn còn la hầu, kế đô... gì đó nằm ngăn cản nên các bác chưa về, âu cũng là cái số... Coi như mấy anh em mình còn bị kẹt lại là do tử vi!

– Chúng nó dồn hết các nơi về đây, mỗi nơi "sót tên" mấy chục, gom về bên K1 cả rồi, nghe đâu hơn trăm, gồm tướng tá...

– Như vậy hơn triệu anh hùng nay còn hơn trăm gom về đây... Cả chế độ với chính phủ và quân đội, chính nghĩa và hùng mạnh, sau mười bốn năm sụp đổ và tứ tán, nay còn lại vỏn vẹn trong cái chai này!

– Coi như... số của mình xấu nên bị kẹt lại, còn ở tù, trong khi tất cả các anh em khác đã thoát, nhưng hãy nghĩ là chúng ta bây giờ là phần đọng lại của cả một tập thể, chúng ta là những gì còn lại của cái đã mất, chúng ta là đại diện, là biểu tượng của chế độ chúng ta. Ngay giữa lòng cái xã hội khốn nạn này, giữa nơi giam cầm này, giữa chốn rừng thiêng nước độc này, giữa cảnh nhục nhã khốn khổ này, giờ đây, chúng ta hãy tỉnh táo mà nhìn nhận vai trò hiện hữu của chúng ta. Trong đau thương! Cũng giờ đây, những chiến hữu khác, kẻ thì đã chết, kẻ thì đã ra tù nhưng đang phải ẩn nhịn cơ cực nơi âm thầm nào đó, cũng có một số đã thoát nạn và đang yên bình xa xôi... Nhưng, vâng, nhưng chỉ có những kẻ số xui này, chỉ những kẻ bị kẹt này, chỉ những con tin này, chỉ những kẻ làm món hàng trao đổi này, chỉ những thứ bị "dẫn chảo" này là đang còn ở đây. Vâng chỉ còn chúng ta đây thôi ở trong cái chai. Chúng ta là những người tù binh cuối cùng.

– Và có thể là những tù binh vô thừa nhận!

Cho đến bây giờ thì vấn đề đã rõ ràng. Đến lúc phải giải quyết thôi không còn câu giờ thêm được nữa, không còn làm cao làm giá gì với ai được nữa, không còn giữ được nữa thì phải thả, không còn áp chế như trước được nữa thì phải nhân nghĩa "bà tú để"! Một bác già phát biểu:

– Thằng chó nào cũng đểu cả, ngoài miệng đứa nào cũng nhân nghĩa. Thằng bỏ tù mình cũng nói "đất này nhân nghĩa", thằng đồng minh với mình cũng nói "nhân quyền", nhưng chẳng thằng nào thật lòng với các bác cả đâu. Đứa nào cũng có chính sách của chúng nó, mà chính sách thì tùy quyền lợi và nhu cầu mà chúng hoạch định ra, thế cho nên khi cần bỏ các bác thì chúng trói gô các bác lại bỏ đấy cho quân thù vào hốt, xong sẽ la ầm lên đòi hỏi nhân quyền; khi cần giết thì chúng giết các bác không chút nương tay nhưng khi không giữ được thì chúng thả

ra và nói nhân nghĩa... Các bác cứ việc ở tù tỉnh bơ, ở tù đã đến
nước này thì còn cần chó gì nữa! Thử hỏi bây giờ chúng làm gì
được mình nào? Làm gì tôi? Làm chó gì tôi. Tận "cùng bằng số"
rồi là hết. Lâu cứt trâu hóa bùn...

Những năm tháng sau cùng của đời tù binh chúng tôi trở
thành dân chăn bò chuyên nghiệp. Họ "nhờ" thì các bác "giúp"!
Lúc đầu tưởng chỉ "giúp" mấy ngày, sót tên dò lại mấy hồi, ai
ngờ dò lại hơn ba năm nữa chưa thấy tên đâu, mấy ngày của
cộng sản hóa ra mấy năm. Được cái suốt mười mấy năm nghe
chúng xạo thành nghe quen, nó muốn nói gì thì nói, các "bác"
cũng không chấp. Những ngày đầu các vị cao bồi già cũng bối
rối trong cái "cương vị" lạ mới này. Hơn bốn trăm con bò thả ra
rừng trong giờ hành chánh, các bác chia nhau đi bao quanh đàn
bò, nếu con nào đi lạc ra ngoài vòng phải đuổi nó vào đàn. Đến
giờ nghỉ lùa chúng về chuồng. Những ngày đầu vào nghề thì lo
lắm vì bò là loại động vật nổi tiếng là... ngu, chúng đi lang thang
bất kể qui định trại giam, cho nên có ngày lạc mất gần trăm con,
các bác già lo lắng đi các ngả rừng tìm bò lạc. Có bác còn tính
nhẩm mỗi con trung bình ba chỉ vàng, mười con ba lạng, trăm
con ba chục lạng... chia đều cho mười hai bác, mỗi bác ngót ba
"cây", gom nhau mà đền nhà nước. Đi tù phải đăng ký, ghi tên
tuổi, đóng tiền ăn, mang theo tiền tiêu, thuốc men, quần áo chăn
mùng mền... đủ dùng cho một tháng "học tập". Đến năm thứ
mười bảy vẫn chưa mãn... khoá học, lại để mất bò thì phải đền.
Tài sản xã hội chủ nghĩa là "thiêng liêng", không ai được đụng
tới, không được để mất mát, mọi người đều phải bảo vệ nó.
Nghe chưa? Người ta nói ra rả từ năm 75 như thế. Cũng may là
đến chiều tối lũ bò lạc lục tục từ các ngả trong rừng lần lượt về
đủ cả. Có bác già khen lũ bò này khôn, biết tìm đường về chuồng.
Cũng có bác già thì chửi chúng "ngu như bò", thoát thân tự do
trong rừng không ở lần về chuồng bị nhốt rồi ra còn bị giết thịt
nữa. Người khen, kẻ chê, chẳng biết thế nào là đúng sai nữa.

Có bác già kinh nghiệm thì nói:

– Bò cũng sợ rừng và đêm tối, như...

– Như gì?

– Như người ta.

Người ta có sợ hãi hay không thì còn tranh cãi và tuỳ, nhưng người ta khôn bỏ mẹ, những ngày sau đó các bác không rỗi hơi đi tìm bò lạc nữa, thây kệ, chúng sẽ tự tìm về. Đúng như vậy, mỗi buổi chiều lùa bò về thấy thiếu các bác đóng cửa chuồng, đi tắm rửa nghỉ ngơi, lát sau trời nhá nhem tối lũ bò lạc kéo về nằm lền khên trước cổng chuồng kêu rống inh ỏi. Bác tổ trưởng nói:

– Lúc nãy thiếu mười lăm con, ông nào rảnh chịu khó ra mở cổng chuồng cho chúng vào xem có đủ không giùm tôi chút.

Một bác gắt gỏng:

. – Thây kệ nó, ai bảo về trễ ở ngoài ráng chịu, phạt không cho vào nữa.

Một bác già khác:

– Lúc vào chuồng chúng cũng chen nhau giành giật mà vào, về trễ không được vào thì kêu rống lên. Nhốt trong chuồng giống như ở tù sao chúng lại đòi vào nhỉ?

Một bác nằm đong đưa trên võng hút thuốc lá thở khói mù mịt:

– Ờ, kỳ nhỉ, sao lũ bò lại đòi vào chuồng nhỉ?

– Ông hỏi đểu bỏ mẹ đi ấy!

– Người ta chửi bò ngu, cũng đúng, nhưng có khi ngu si dốt nát không biết suy nghĩ gì cả hóa ra lại có... hạnh phúc.

– Vậy hạnh phúc là cái gì trong cõi người ta?

Hôm sau bên trại K1 đem sang đổi một con bò kéo xe. Con bò kéo xe cũ rất lớn và rất hung dữ, nó mới húc chết một người nên không ai dám đánh xe bò cả. Đó là một con bò lớn nhất trại, nó lại rất đẹp, bộ lông màu huyết dụ nên tù đặt cho nó cái tên là Thắm. Và lập tức cả trại gọi nó bằng cái tên ấy. Ở trại tù có nhiều tiếng do tù đặt ra rồi trở thành tiếng chính thức dùng trong trại. Trưởng trại là một anh trung tá công an mới học lớp ba nhưng anh ta rất ma mãnh, anh ta nói với đám nhân viên dưới quyền:

– Tụi bay đừng lý luận cãi vã với mấy bố già, nói không lại họ đâu, kể cả lý luận về chính trị chủ nghĩa cộng sản, sẽ bị họ vặn hỏi là bí đấy. Tao chủ trương nhốt, mấy bố ấy lộn xộn là nhốt, thế là sợ.

Anh ta rất lưu manh, cả khu rừng lá bị anh ta cho tù vào cưa hết cây đem bán lấy tiền một phần bỏ túi, một phần xây cất lung tung lấy tiếng với cấp trên là biết làm kinh tế sinh lời nhiều của cải cho nhà nước. Anh ta lập những trại nhỏ vào sâu trong rừng để tiện đường khai thác gỗ qua mặt kiểm lâm. Trại có các phân trại như K1, K2, K3... bây giờ bày ra những trại nhỏ vài ba cái nhà, đem máy điện vào thắp sáng trưng, đào ao đắp đập ngăn nước thành hồ, đắp đường... nhưng chưa biết đặt tên là gì, nghe tù gọi đó là K Mini, là Hồ Thiên Ân... anh ta chịu liền, thế là thành tên luôn, cả trại đều gọi như thế. Nhưng một công an lại hỏi Mini là gì, Thiên Ân là gì hả bố già? Một bố già bèn lấy bài mười mấy năm trước ra đọc: "Mini là chữ của đế quốc, Thiên Ân là chữ của phong kiến, bậy, không nên dùng." Anh ta ngớ người ra một lát rồi lẩm bẩm "Bây giờ còn phong kiến với đế quốc gì nữa hả bố?" "À, nếu thế thì thôi." Cũng như chữ "thăm nuôi", lúc đầu họ không chịu, "bộ nhà nước không nuôi nổi các anh hay sao mà gia đình phải nuôi, gia đình lên thăm gặp và "động viên" tinh thần các anh thôi..." Nhưng rồi chết đói nhiều quá mang tiếng với thế giới bèn phải để gia đình đi nuôi hàng tháng, lần nào cũng phải "thăm" bằng gạo và mì, thịt, cá, tôm khô, lạp xưởng, bột ngọt... dùng cho đến kỳ "thăm" tới. Do đó "thăm nuôi" là thăm nuôi, tiếng gọi chính thức không né vào đâu được. Vì thế tù đặt tên con bò là Thắm thì nó phải được gọi là Thắm, tất cả, và cả chính con Thắm nữa, nó cũng phải nhận cái tên đó. Khi một bác già gọi "Thắm" thì nó phải biết là bác gọi mình.

Hồi tháng trước cô Thủy nữ tù đánh xe bò từ K1 sang lấy phân, cô thì nhỏ người mảnh mai xinh xắn, con Thắm to lớn dềnh dàng ngang bướng vừa đi vừa rống, đến trước cổng chuồng bò cô hỏi một bác già:

– Chú ơi chuồng bò ở đâu chú chỉ dùm cháu...

– Cô hỏi chuồng bò...

– Dạ, cháu đi lấy phân.

– Biết, thấy đánh xe bò là biết đi lấy phân, nhưng cô hỏi chuồng bò ở đâu hả, nó ở trong túi tôi này...

Cô Thủy dậm chân xuống đất bành bạch:

– Người ta phải xúc cho đủ một xe phân, sợ không kịp, mà chú còn nói rỡn...

– Tại cô đứng ngay trước cổng chuồng bò rồi hỏi nó ở đâu...

Cô Thủy ngoái đầu nhìn vào trong cái cổng lớn:

– Đây là cổng trại mà...

– À như vậy là cô chưa rõ đó thôi, phân trại này bỏ rồi, bây giờ làm nơi nhốt bò, nhà cửa trong đó rỡ đi hết rồi, vào trong đó mà lấy phân nhiều lắm.

Cô Thủy bèn lên quay xe đi về phía cổng chuồng. Chừng mươi phút sau có tiếng kêu, người ta chạy vào thấy cô Thủy lăn lộn trên nền đất đầy phân, con Thắm thì dậm chân gầm gừ. Cô bị con Thắm húc vào bụng, cái đầu sừng đâm thành một vết bầm tím to bằng quả chanh. Người ta khiêng cô đi bệnh xá nhưng ngày hôm sau bụng cô chương lớn lên rồi mê man luôn cho đến khi chết. Từ hôm đó ai thấy con Thắm cũng sợ tránh xa, nghe nói nó bị cột lại đánh đòn nhiều lắm, những người thương cô Thủy đánh nó. Và nó được trả về đàn, đến lần các bác già chăn bò sợ. Chẳng lẽ ở tù mười bốn năm không chết, nay người ta về hết còn mình sót tên ở lại chờ... cho bò đá thì vô lý quá! Mà cũng đáng ngại lắm, thường những hoạn nạn nó hay tới vào những lúc bất ngờ, có khi khó khăn gian khổ trải qua hết rồi tưởng thoát, thế mà... họa vô đơn chí... năm phút cuối cùng của cuộc chiến mà chết thì đau... Năm phút cuối cùng của cuộc chiến trước bị đồng minh và lãnh đạo lừa phỉnh trói tay bỏ lại cho địch bắt làm tù binh vô thừa nhận... đã là đau, chẳng lẽ đau thêm lần nữa. Con Thắm đến chỗ nào, các bác lảng đi nơi khác, chẳng tội gì... Hình như anh chàng cũng buồn, nó lững thững đi theo đàn, nó nổi bật giữa đàn bò cỏ vì nó cao to hơn hẳn, màu lông thật đẹp, tướng đi chững chạc. Có lúc con Thắm lơ đãng đứng nhìn về một nơi xa xôi nào đó, có lúc nó uể oải gặm mấy cọng cỏ, cũng có khi nó đi lẻ một mình phía sau cùng của đàn. Nó là nơi cho bác già tổ trưởng đổ xuống những cơn nóng giận, bác già đưa ra cho toàn thể các"thành viên"trong tổ chăn bò một nguyên tắc kỳ cục: với lũ bò là phải nện, mỗi người phải có một cây gậy cầm sẵn nơi tay, con nào chậm chạp bướng bỉnh là phang ngay cây lên lưng lên đầu... tay phang miệng la hét dường như bác có nỗi niềm ấm ức gì đó trong lòng. Gặp con Thắm đủng đỉnh còn ăn đòn nhiều hơn:

– Mày là quân giết người, là đồ sát nhân...

Các bác già khác đứng nhìn vị lãnh đạo mà lòng ái ngại, một nói:

– Điên cả rồi...

Một khác vung roi đánh lung tung vào đàn bò, miệng cũng la hét:

– Đừng tưởng tao không biết đánh! Cũng đừng tưởng tao không biết chửi thề! Đù má!

Lũ bò chạy cuống quýt! Các bác già khác đứng ngơ ngác nhìn! Đêm đó có hai bác già uống rượu đế say khướt, nôn mửa tùm lum, hình như nửa đêm về sáng trong cơn mê có bác còn khóc thút thít như trẻ thơ. Đêm không trăng sao, rừng Lá suối Lạnh, âm u và lạnh lẽo! Sáng sau các bác lùa bò tới một vùng cỏ trống và bằng phẳng cho chúng gặm cỏ. Hai bác già một ngồi một nằm dưới một tàn cây lớn trấn giữ không cho lũ bò lội qua suối. Cánh đồng mênh mông một màu trắng của loài bông cỏ. Một đàn bướm vàng nhiều vô số kể, từ đâu tới chập chờn trải rộng khắp cánh đồng. Mỗi con bướm chỉ nhỏ bằng móng tay, vàng, rực rỡ, đan lấy nhau thành một tấm thảm. Bác già ngồi nheo mắt nhìn ra xa:

– Một nền mây trắng, bên trên lại trải thêm một giải tơ vàng.

Bác già nằm:

– Thế còn đàn bò?

– Chúng đang bơi trên biển trắng vàng.

– Biển gì?

– Để lim dim mắt lại chút nữa xem đã, biển gì nào, làm gì có biển vừa trắng vừa vàng...

– Có chứ, biển mộng...

– Xạo...

– Trong một cơn mê sảng hồi bị sốt cấp tính có lúc tôi đã thấy mình chập chờn ngụp lặn trên một mặt biển như thế này...

– À, mộng mị.

– Nhưng là có thực.

– Ờ, nhiều cái tưởng là không nhưng lại có thực, biết đâu đấy.

Hai con bê cái sóng đôi nhau gặm cỏ, cả hai cùng màu vàng nhạt. Theo sau là con Thắm. Một chú bò đực đến gần bèn bị con Thắm đuổi đánh. Bác già nằm, nhỏm ngay dậy, cả hai bác đều dõi theo cảnh đánh ghen:

– Tới rồi.

– Hoá ra chúng nó cũng biết yêu.

– Hoá ra chúng nó cũng biết ghen.

– Ghê thật.

Còn xảy ra nhiều lần nữa. Cứ có con đực nào đến gần là con Thắm đánh đuổi. Hai con cái tơ thì vẫn bình thản vô tình, coi như mình không can dự gì tới cái mâu thuẫn ngàn đời ấy.

– Cậy to con lớn xác làm trùm thiên hạ.

– Nhà độc tài độc quyền...

– Tham.

– Ích kỷ.

Chợt con Thắm cào cào hai chân trước mấy cái khiến những bụi cỏ bật rễ, rồi nó nhảy hai chân trước lên lưng một con bê tơ, con tơ này phải đứng khựng lại, sức nặng quá lớn của con đực Thắm làm cho con bê muốn quị xuống, trong khi ấy con tơ kia vẫn thản nhiên gặm cỏ kế bên. Nhưng rồi sau mấy cái xông xáo, con Thắm xìu xuống, cái sinh dục của nó đỏ hỏn lòng thòng như một giải cờ gặp nước. Con tơ thoát nạn tiếp tục đi bên con bạn, lững thững, gặm cỏ... Con Thắm chán chường theo sau... Hai bác già ngồi ngó kẻ bất lực. Có những khi người ta muốn lật đổ một cái gì đó nhưng sức không đủ đành ngậm ngùi nhìn... "nước chảy hoa trôi". Buổi sáng hôm đó, con Thắm còn cố gắng nhảy thêm mấy lần nữa, khi thì với con cái này, khi thì với con cái kia, nhưng không lần nào thành công cả. Có lần còn thê thảm đến nỗi hai chân trước mới chỉ gác lên lưng con tơ thì đã tuột xuống ngay. Hai bác già lắc đầu:

– Chấp nhận đau thương cho rồi.

– Lực bất tòng tâm.

– Ngày tàn của bạo chúa.

Đến gần trưa các bác già lùa đàn bò về gần tới chuồng thì có hai công an ôm hai khẩu AK đi theo đội hình hàng ngang tiến tới in như trong bài tập tấn công. Có anh còn đi theo thế lom khom như đang xung trận thật sự. Anh ta lên đạn cái xoạch. Một bác già đứng lại hỏi:

– Cán bộ làm cái gì thế?

Thiếu uý công an tên là Chức nói:

– Bắn con Thắm?

– Sao bắn nó?

– Ban giám thị cho... làm thịt.

Bác già thở phào:

– Tưởng cán bộ đi tấn công quân đế quốc bành trướng gì chứ, làm như đi trận thiệt ấy, thôi khóa an toàn lại, để lùa cả đàn vào chuồng rồi muốn bắn con nào thì bắn.

Nhưng anh ta không nghe, anh ta lăm lăm khẩu súng tiến đến gần con Thắm. Đàn bò nối đuôi nhau vào chuồng, một bác già đứng đếm. Thiếu uý công an Chức chặn con Thắm lại bên hàng rào tre, con Thắm nhìn chăm chăm vào người công an và khẩu súng rồi nó đủng đỉnh gặm mấy cọng cỏ bên đường. Một bác già nói với một bác già bạn:

– Mình tránh ra phía sau nó kẻo lỡ mang họa.

– Ừa, mình đứng ngoài cuộc chiến...

Tên Chức giương súng lên nhắm ngay đầu con Thắm, chỉ cách mục tiêu chừng bốn mét, anh ta lấy thế đứng hai chân dạng ra... đùng, đùng, đùng... một bác già la lên:

– Ba phát là báo động có tù trốn.

Tên Chức "đùng" thêm một phát nữa, bác già lại la lớn:

– Bốn phát là báo động cháy. Coi chừng bên K1 nghe bắn lại

tưởng bên này có tù trốn hay có hỏa hoạn họ kéo nhau sang bây giờ...

Tên Chức bắn thêm một phát nữa là năm, năm phát AK nhưng con Thắm vẫn đứng sững, máu me ròng ròng chảy xuống từ miệng, tai, cổ nó... và con Thắm chợt lầm lũi đi về hướng tên Chức, anh ta hoảng sợ bỏ chạy. Người công an kia nói:

— Đồng chí lui ra để tôi xử nó cho.

Con Thắm chậm chạp tách bầy, nó đi về phía khe suối cạn, hai người công an vẫn khư khư ôm hai khẩu súng đi theo sau nó trong một tư thế hết sức thận trọng. Hai con bê cái vẫn sánh đôi bên nhau bình an đi vào chuồng. Bác già lúc nãy chửi đổng:

— Bố tiên sư quân bạc tình. Chớ hề ngoái đầu lại nhìn lấy một lần vĩnh biệt. Chúng làm như không hề biết, không hề nghe, không hề thấy...

Bác già kia đáp:

— Bác thông cảm, chúng nó là súc vật không có ý thức.

— Thế nếu là người thì sao?

Con Thắm bị lùa xuống một chỗ trũng, sau đó thêm một phát súng nổ nữa thì nó quị. Hai người công an đứng trên bờ nhìn xuống hồi lâu rồi một anh mới xách cái búa nhảy xuống. Anh ta nhắm ngay sọ con Thắm mà bổ, con vật chồm dậy đứng sững, người công an liệng búa nhảy vội lên bờ. Hai người lại đứng trên nhìn xuống con vật, lúc đó nó đã máu me cùng mình. Thêm một phát súng nữa con Thắm lại quị, người cầm búa nhảy xuống bổ nhát thứ nhì, con vật lại chồm lên đứng sững, lại vứt búa nhảy lên bờ. Cứ như thế cả thảy bốn lần bắn bốn lần bổ búa và cuối cùng thì con vật cũng chẳng vùng dậy được lần thứ năm. Một bác già làm tính nhẩm rồi tổng kết trận đánh như sau:

— Chín viên đạn AK cộng với bốn búa kết liễu một kiếp kéo xe.

Chiều hôm đó các bác già được nhà bếp cấp phát thịt bò làm bữa cơm tối nhưng không có bác nào dám ăn. Các bác kiêng, sợ xui, vì nó là con bò húc chết người. Bèn cho hai anh công an có công lớn trong vụ hạ sát con Thắm. Hai anh này, một anh nấu thịt, một anh đạp xe ra chợ Sông Giêng mua rượu đế. Tối đó hai kẻ thắng trận được một bữa nhậu liên hoan mừng công hể hả mãi tới khuya còn khướt. Sáng sau một bác già cầm roi ra cổng đi thả bò, gặp Chức, bác hỏi:

– Tối qua đạt yêu cầu?

Chức cười ngoác miệng tới mang tai:

– Quá đã, quá đã.

– "Cũng đủ lãng quên đời..." hả?

– Mà sao các bố không ăn thịt bò...?

– Ăn chứ, nhưng không phải lúc nào cũng ăn...

– Các bố lạ nhẩy!

Bác già định nói gì đó nhưng không hiểu sao lại thôi. Bác đi một quãng chợt đứng lại vạch ống quần lên đến đùi, bác gãi gãi cái đầu gối mấy cái, rồi mới đi tiếp về phía những con bò.

Chuyện này có lẽ chẳng ai để ý tới và có lẽ cũng chẳng có ai còn nhớ tới. Thế nhưng không hiểu sao hình ảnh con Thắm tội nghiệp, hình ảnh cô Thủy xinh đẹp, hình ảnh các bác tù binh già lầm lì khốc liệt, khu rừng Lá âm u, và tính chất súc vật của một nền văn minh cộng sản, nó cứ ám ảnh lẽo đẽo theo tôi hoài. Tại sao, tại sao nhỉ, người ta, đôi khi, lại không quên được những chuyện mà người khác không chú ý tới.

(HB/5.18.1993)

51

NHỮNG ĐỨA TRẺ ĐẦU THAI
GIỮA HÀNG RÀO

"Đi tơ xong, con đực con cái
đều bị kẽm gai cào rách da thịt!"

Nhà trẻ kế bên bệnh xá. Trong góc một trại giam. Nhà trẻ có sáu đứa con nít. Bệnh xá có mấy bệnh nhân già. Coi bệnh xá là một tù nam nguyên là y tá ngoài đời. Coi nhà trẻ là một tù nữ án chung thân. Coi cả hai nơi ấy là một công an mà mọi người vẫn gọi là bác sĩ! Sáu đứa con nít đều là con hoang. Mẹ chúng nó là nữ tù bên khu B, đừng hỏi cha chúng đâu vì chúng sẽ không biết trả lời thế nào. Cũng đừng bao giờ hỏi mẹ chúng nó về chuyện ấy vì rằng đó là chuyện riêng và cũng là những chuyện rất khó trả lời. Thảng hoặc có ai đó được nghe kể thì lại là những chuyện rất tình tiết ly kỳ lâm ly bi đát... chuyện nào cũng lạ, chuyện nào cũng hay... Cũng như khi có ai lỡ miệng hỏi những người nữ tù đó án gì thì thường được trả lời "cháu giết chồng!" Trong khu B trại giam nữ phần đông các nàng đều khoái mang cái án giết chồng và họ thường trả lời như thế nếu bị hỏi, mặc dù có người chưa có chồng bao giờ và bị tù vì một chuyện tào lao nào khác. Đó là một câu trả lời theo mốt của khu B. Trại giam bắt các bà mẹ đi cuốc đất, lũ trẻ con bị gom lại trong một căn buồng và gọi đó là nhà trẻ. Một người coi sóc chúng nó thì được gọi là cô giáo. Lũ trẻ ở với mẹ trong buồng giam, chúng cũng bị sắp hàng điểm danh cùng với mẹ và các nữ tù khác mỗi sáng tối. Chúng là những tù nhân không có án và không có tên trong danh sách tù của bộ nội vụ nước cộng hòa xã hội chủ nghĩa ưu việt. Sáng ra buồng, chúng ùa chạy theo cô giáo sang nhà trẻ để có ăn trong ngày hôm ấy. Tối, khi cô giáo dẫn về khu B chúng ùa chạy về với mẹ để kịp vào buồng giam có chỗ ngủ. Lũ trẻ cũng phải sống theo tiếng kẻng, nghĩa là chúng cũng phải chạy theo nội qui trại giam. Chúng sinh ra và lớn lên trong trại giam. Chúng không có trách nhiệm gì về tội phạm và luật pháp nhưng chúng lại là những kẻ bị tù đày. Như thiệt vậy. Và cũng không ai thắc mắc. Đến bữa cô giáo xách xoong xuống bếp trại lãnh cơm cho chúng nó y như các trực đội đi lãnh cơm cho đội. Ngày nào có thức ăn thì chúng cũng được lãnh, ngày nào cơm không hoặc có củ khoai củ sắn thì chúng cũng sắn khoai như các tù nhân khác. Những đứa còn nhỏ cô giáo lấy cơm nấu thành cháo cho nó ăn hoặc uống nước. Đứa nào biết đi biết nói gặp công an phải khoanh tay lại "chào cán bộ". Đứa nào không chào sẽ bị phê bình là "mất dạy" và cô giáo sẽ bị khiển trách là không hoàn thành nhiệm vụ. Từ căn nhà trẻ buổi sáng cũng như buổi chiều thường vang ra tiếng hát "ai yêu bác Hồ" hoặc "chúng cháu chào cô ạ". Bác Hồ thì công an bắt cô giáo phải dạy còn chào cô thì cô giáo thích được chào như vậy, cho nên hai đấng tối cao ấy được suy tôn trong nhà trẻ rất có tổ chức và thể thống! Bác Hồ thì không hiểu do cái quyền lực ma quí nào ở đâu chi phối, nhưng cô giáo thì thực sự do quyền lực của cô tại chỗ, đứa nào hỗn cô bắt quỳ hoặc không cho ăn là sợ ngay. Ban ngày ở nhà trẻ chúng cũng được học chữ và học múa hát, chúng cũng có thời gian chơi đùa với nhau. Đó là những lúc cô nấu ăn, tắm rửa cho mấy đứa còn nhỏ hoặc lúc cô bận nói chuyện với anh y tá... Trong sáu đứa thì ba đứa lớn hơn thích chơi trò công an. Con Ti bảy tuổi tù, khôn vô cùng, mẹ nó không kể chuyện về bố nó cho ai nghe bao giờ, chắc là tình buồn, chỉ thấy mẹ con nó chuyển đến trại này lúc con Ti còn bế ngửa. Thằng Bắc cũng bảy tuổi nhưng phải gọi con Ti là chị xưng em đàng hoàng nếu không con Ti nó chửi cho. Kế đến là thằng Cọp, sáu tuổi, khoe có bố, người Thượng, nên mẹ nó đặt tên như thế cho có vẻ nhớ rừng. Thiên tình sử của mẹ nó rất là ly kỳ. Mẹ nó có chồng có con, chồng mẹ nó tập kết ra Bắc 54 khi đứa con của hai người mới đẻ. Đại thắng mùa xuân, chồng bà ấy trở về làm cán bộ huyện ủy ngay tại quê nhà, bà ấy hãnh diện được mấy tháng, đứa con đã hơn hai mươi tuổi cũng hãnh diện được mấy tháng, thế rồi mẹ đi tù chung thân sau giảm xuống hai mươi năm, thằng con bị tử hình. Hỏi mẹ thằng Cọp tội gì, lần nào và bao giờ bà ấy cũng nói:

– Tôi chỉ cầm cái đèn.

– Chỉ cầm đèn mà tù chung thân?

– Tôi cầm đèn soi cho thằng con tôi nó bổ.

– Bổ?

– Dạ. Nó cầm búa bổ vào đầu cha nó!

– Chồng bà?

– Đúng. Chồng tôi. Cha nó. Bị ổng đánh tôi hoài, đánh đau quá, con tôi nó thương tôi, tôi thù ông ấy, nên hai mẹ con phải... giải quyết. Buổi tối như mọi tối, ông ấy say rượu về chửi mắng tôi một hồi rồi cầm cây rượt đánh tôi. Tôi bỏ chạy ra đồng, con tôi chạy theo mẹ. Ở ngoài đồng mẹ con tôi khóc với nhau. Trước kia, khi ông ấy đi làm cách mạng, hơn hai mươi năm không có ông ấy ở nhà, mẹ con tôi sống yên ổn. Đại thắng trở về, ông ấy đem theo một bà vợ Bắc, tật uống rượu đế và đánh đập vợ con. Tôi nghĩ khổ quá, thà ông ta cứ đi kháng chiến, thà ông ta cứ làm cách mạng, thà ông ta cứ đi xa, thà ông ta đừng trở về... Thằng con tôi nó nói: "Thì lại cho ông ấy đi xa, hai mẹ con lại sống với nhau như xưa." Thế rồi mẹ con tôi mò mẫm trong đêm tối trở về nhà, ông ấy ngủ say trên bộ ván ngựa, thằng con tôi đi lấy cái búa, tôi đốt đèn dầu, cầm giơ cao soi cho nó thấy rõ. Mà bổ. Con tôi nó bổ cả chục nhát, ông ấy không kêu được tiếng nào. Ngày hôm sau vợ hai của ông ấy từ trên huyện về nhận xác chồng tôi đem an táng tại nghĩa trang liệt sĩ. Nghe nói đám tang lớn lắm, có nhiều vòng hoa, có người đọc điếu văn nữa, tôi chỉ nghe nói thế vì ngay đêm hôm đó mẹ con tôi bị bắt giam ở công an huyện. Ở tù cho đến bây giờ vẫn... chưa hết tù.

– Nghe nói thằng con...

– Ờ, nó bị tử hình vì tội ám sát cán bộ nhà nước. Bắn ngay.

Bà ta nói đến đó kéo thằng Cọp vào lòng ôm cứng:

– Mất thằng đó tôi có thằng này. Ở tù được gần mười năm tôi buồn quá sẵn có người đàn ông gạ gẫm, tôi bèn cho, mấy lần thì có thằng này.

– Trại giam nữ biệt lập làm sao có bầu?

– Hỏi ngớ ngẩn, bà ta nói, trong trại toàn nữ nhưng ngoài trại cũng có đàn ông chứ. Có đực, có cái là có thể có con được.

– Cái bên trong hàng rào kẽm gai, đực bên ngoài hàng rào kẽm gai. Làm sao? Bộ thằng cu này nó đầu thai ngay giữa hàng rào kẽm gai à? Vô lý! Mới chỉ có thụ tinh trong ống nghiệm chứ làm gì có thụ tinh giữa hàng rào kẽm gai.

Mẹ thằng Cọp dắt con đi, bà quay lại nói câu chót:

– Làm sao có con thì thôi, mình mất một lấy lại một, tôi sẽ sống với thằng này khi ra tù cũng như trước kia tôi đã sống với thằng lớn. Tôi vẫn hai mẹ con. Và chỉ hai mẹ con. Không có kẻ nào chen vào phá vỡ được tình mẹ con tôi.

Mẹ con thằng Cọp được tiếng là thương nhau nhất trong sáu cặp mẹ con trong trại giam. Người ta kể rằng bà ta thường để dành đồ ăn của bà cho thằng con, bà thường ngồi quạt cho con ngủ trong những đêm hè nóng nực ở buồng giam... Thằng Cọp cũng thương mẹ nó, ban ngày ai cho gì nó thường để dành đến tối cho mẹ. Những lúc được nghỉ mẹ con thường quấn quýt nhau hơn là đi chơi với người khác.

Ba đứa lớn là con Ti, thằng Bắc và thằng Cọp thường chơi trò làm công an hoặc diễn tuồng cải lương. Chơi trò công an thì con Ti nhận vai cán bộ chấp pháp, thằng Bắc làm trật tự, thằng

Cọp làm tù... do đó con Ti được quyền chửi thằng Cọp: "Tao còng đầu mày". Thằng Bắc được quyền trói thằng Cọp. Thằng Cọp thì phải nói với con Ti là "Thưa cán bộ". Hằng ngày chúng nghe công an nói năng quát mắng tù làm sao thì chúng lại diễn in như thế. Cũng có khi ba đứa lớn diễn tuồng cải lương thì con Ti làm hoàng hậu, thằng Bắc làm vua, thằng Cọp làm quân sĩ. Vua gọi "quân sĩ đâu" thằng Cọp phải "dạ" thật lớn. Hoàng hậu sai làm gì quân hầu phải quì xuống "tâu vâng". Được cái thằng Cọp cũng dễ bảo và nó làm tuồng cũng có vẻ dễ ợt. Khán giả là ba đứa nhỏ mới biết bò trên nền nhà hoặc nhốt trong cái cũi bằng gỗ gọi là cái nôi. Chuyện tưởng không ai biết nhưng ở trại giam sao cái gì cũng bị báo cáo lên cai tù hết, cho nên cán bộ chấp pháp đã rình xem được đủ cả cảnh ba đứa trẻ diễn trò chức năng và nghiệp vụ của mình một cách rất sống thực. Anh ta tức quá bèn "cách chức" cô giáo cho đi cuốc đất, tuyển một nữ tù khác coi nhà trẻ.

Đứa nhỏ nhất trong đám là con bé mới tám tháng tuổi. Mẹ nó trước kia khiêu vũ rất đẹp, chơi tứ sắc cũng rất bền lì, ở tù vì vượt biên có tổ chức và có súng. Cũng tính một ăn cả ngã về không. "Một là nuôi cá, hai là nuôi má, ba là má nuôi", chẳng may má nuôi thật. Trong tù buồn quá bèn yêu một anh chàng tù nam ở khu A. Anh này là dân giang hồ, không chịu được cảnh đàn áp chơi cha thiên hạ của nhà cầm quyền nhà quê ngoài kia vào cưỡi đầu cưỡi cổ, trong một lần xích mích ở khu phố anh bèn lụi mấy dao... thế là cũng chung thân. Ở Chí Hòa, gây lộn, anh ta lại lụi mấy cái dùi, thêm một cái chung thân nữa! Một chung thân nếu được giảm may ra còn có ngày về, hai cái kể như "thua" luôn, anh ta nói thế, cho nên sống trong trại giam anh ta "xù" tất cả. Muốn cái gì là làm cái ấy, muốn nghỉ là nghỉ, nhưng được cái anh ta vốn dân giang hồ cho nên nhiều lúc rất dễ thương. Anh gặp chị ngoài sân trại mấy lần. Nhìn. Cười. Cười lại. Nhìn lại. Thế là thân nhau. Khi hai người ở hai khu A và B nhìn nhau cách một cái sân bèn nghĩ ra kế truyền tin cho nhau bằng cách dùng cây chỉ lên những chữ thích hợp trong các chữ ở những khẩu hiệu trên tường nhà giam. Những chữ "thương nhiều, nhớ nhiều; thương hoài, nhớ mãi" được hình thành qua những xê dịch của đầu gậy trên những khẩu hiệu chữ lớn màu đỏ sặc sỡ. Chị đánh tín hiệu xong anh đánh trả lời. Những buổi chiều đẹp như thế là những kỷ niệm họ không bao giờ quên. Một lần gặp nhau ngoài sân trại anh nói:

– Những khẩu hiệu hoan hô đả đảo sơn đầy rẫy trên tường tưởng vô bổ hoá ra cũng có ích.

Chị nói:

– Đừng tưởng bác Hồ vô tích sự, nhờ những khẩu hiệu hoan hô bác, hoan hô đảng mà mình thông tin được cho nhau.

Anh buột miệng:

– Bố tiên sư nhà nó!

– Anh nói gì?

– À, không, anh chửi cái cột đèn...

– Em không thích anh văng tục lúc này.

– Được thôi.

Trong những giờ phút ngắn ngủi được ra ngoài sân gặp nhau vào những buổi chiều nghỉ, dưới bao nhiêu con mắt theo dõi canh chừng của trật tự và công an trại, tù nhân cần phải tranh thủ, cái gì cũng thật nhanh, thật gấp, hết giờ là phải trở về khu của mình nhìn nhau từ xa mà thôi. Một lần anh ta nói với chị:

– Anh thèm em quá.

– Biết rồi. Ở đây ai cũng thiếu cũng thèm cả.

– Bây giờ làm sao?

Anh cầm đại bàn tay chị nhét vào giữa hai đùi mình mà kẹp và nghiến răng mà đay, chị nhẫn nại gỡ ra:

– Tụi nó đang nhìn kìa.

Anh thả tay chị ra thở dài:

– Đau thật. Giữa thời này mà cầm tay nhau cũng không được, mẹ nó, nếu ở Sài Gòn lúc này tụi mình chơi nhau đã đời.

Chị huých khuỷu tay vào sườn anh mắt thì lườm, dài ra, có đuôi. Anh nói:

– Anh chẳng có ngày về. Chắc chắn là như vậy. Em còn mấy năm nữa?

– Tám.

– Như vậy nhiều lắm em cũng chỉ phải ở sáu năm nữa mà thôi.

– May ra là như vậy.

Sau lần gặp ấy chị thương anh vô cùng, chị diễn tả "không biết thế nào mà nói". Thế rồi chị tính toán theo ý chị. Chị sẽ không mặc đồ lót. Chị sẽ mặc một cái quần mỏng mở chỉ hở dưới đáy. Cái quần cũng được luồn dây thung nhẹ. Chị thử kéo lên tuột xuống thấy nhẹ thì rất ưng ý. Chị cũng thử khom khom lưng và nghĩ làm sao cho anh được dễ dàng nhanh chóng, phải tạo điều kiện thuận tiện nhất cho anh ta hành sự. Thời gian không có nhiều. Tất cả chỉ trong nhấp nháy. Chớp mắt. Là phải xong. Thời giờ là vàng bạc. Cái này cũng giống như chiến thuật mà các anh cán bộ cách mạng hay khoe "đánh mạnh, đánh mau, rút lẹ". Phải dùng sách của các anh mới được. Sách của giới giang hồ chúng tôi là "bắn chậm thì chết". Lớ ngớ còn đang thập thò mà các anh bắt được thì... tù mọt gông. Chị cũng bàn trước với anh để về phần anh cũng phải chuẩn bị không để một cái gì cản trở, như "Mỹ họ lắp ráp phi thuyền trên vũ trụ ấy", như pháo binh "nhanh chóng, chính xác và hiệu quả", như cán bộ vẫn leo lẻo "tư tưởng thông hành động đúng" ấy, anh hiểu chưa, khổ quá! Phải tập cho thuộc để khi có dịp là bập liền nghe chưa anh yêu!

Như vậy mà được đấy. Những mấy lần cơ. Có lần chiều sắp tối, trời lại lất phất mưa, chị tình nguyện đi lãnh cơm cho đội. Từ bên khu A theo dõi anh thấy và cũng mặc áo mưa đi xuống bếp trại. Khi trở về hai người ôm hai xoong cơm, liếc nhìn không thấy thi đua trật tự đâu, đến một chỗ hàng rào khu, kẽm gai đơn thưa thớt mấy sợi, chị bèn đứng lại khom lưng xuống chổng mông sang phía anh, xoong cơm của đội chị vẫn ôm nơi bụng, từ bên kia những sợi kẽm gai, anh luồn tay sang níu hai bên hông chị ghì tới... Chị nghe có tia nước ấm áp phóng sang và chị cảm thấy thành công và thắng lợi. Hai tay anh buông lỏng ra, chị còn nghe tiếng anh thở hổn hển, chị đứng thẳng người lên, vẫn ôm xoong cơm của đội nơi bụng, chị liếc nhìn sang anh, miệng cười như mếu rồi bước vội về buồng giam của mình. Anh ta cũng lật đật cài áo mưa lại, cầm cái xoong cơm treo trên cột hàng rào rồi cũng quay bước về phòng mình. Hai người hai hướng câm lặng và xót xa. Đứa con được tạo thành trong những cơn mê mẩn ấy.

Khi biết mình có bầu, chị giấu kín không giám cho ai biết. Giám thị trại giam biết được họ sẽ bắt chị phá thai và cùm ở nhà kỷ luật cả hai người. Chị giấu kín cho đến khi nào không giấu được nữa. Chị nói cho anh biết là chị sẽ không nói ai là bố đứa bé, chị sẽ giữ bí mật làm kỷ niệm đời mình. Chị sẽ có nó bên mình khi ra tù và dù không bao giờ anh về, không bao giờ được sống chung với anh thì cũng có đứa con với anh để mà thương mà nhớ. Chị sẽ bảo vệ nó để nó được ra đời làm người. Chị nói với anh rằng bí mật này chỉ anh biết và anh sẽ không lo bị liên lụy. Mình chị sẽ đối phó với tất cả bạo quyền để chị và con chị được tồn tại. Chị sẽ ra khỏi tù với một đứa con của tình yêu giữa một xã hội bất nhân, bất nghĩa và độc ác! Và rồi khi ra được ngoài chị cũng sẽ lại tìm cách dẫn con chị đi tìm một xứ sở khác mà sống. Chị sẽ đưa con chị đi, đi đâu cũng được, miễn là không phải sống trong cái chế độ khốn nạn này.

Chị giấu giiếm được sáu tháng thì bị lộ. Cái bụng chị lớn phình ra, mang "ghen" nó cũng vượt mặt. Trong phòng bàn tán, rồi trong khu bàn tán, rồi cả trại bàn tán. Chúng hỏi chị, rồi chúng gọi y tá khám thai, chúng nhốt chị trong nhà kỷ luật, chúng cùm một chân chị, chị vẫn không khai ra anh. Tức quá tên thượng úy Ban đá vào bụng chị chửi:

- Địt mẹ, không khai ra tao đá chết cha cả mẹ, cả con mày. Mày ngủ với thằng nào hả?

Chị ngồi co quắp, dùng hai chân hai tay bảo vệ cái bụng, chị nghĩ chết thì chết cả mẹ lẫn con cũng được. Tên Ban đấm đá chị nhiều nhất vì hắn là K trưởng. Coi trại tù mà để cho tù có bầu thì hắn sẽ bị mất điểm thi đua hằng năm, hắn sẽ không khá lên được. Nhưng thấy chị lỳ quá, chỉ ngồi khóc mà không chịu khai, hắn chửi:

– Địt mẹ, phải có một thằng nào chứ? Không có thằng nào thì làm sao có con "loăng quăng" trong bụng mày được? Tại sao mày không nói?

Thấy chị vẫn chỉ khóc hắn hét lên:

– Tao cho mày đi bệnh viện nhà nước móc cái của nợ ra, chết ráng chịu.

Chị hoảng quá lạy tên Ban:

– Lạy ban, xin ban cho tôi nuôi, nó là con tôi, đẻ ra tôi nuôi con tôi.

Hắn hét lên:

– Địt mẹ mày, mày có biết mày đang ở tù không? Cái thân mày nhà nước còn phải nuôi, bây giờ mày nói mày nuôi con mày, vậy lấy cái máu để mà nuôi à? Mày có biết mày sướng có một tý mà bao nhiêu người khổ vì mày không? Tao ăn làm sao nói làm sao với lãnh đạo bên trên, hả?

Nói rồi hắn lại đấm đá túi bụi vào người chị. Hắn cố ý đá vào bụng chị cho cái thai phải ra, hắn thù đứa nhỏ trong đó hơn là ghét chị, chị cố chịu đòn để bảo vệ con.

Khi còn một mình trong nhà cùm, chị thiếp đi rồi tỉnh lại, tỉnh lại rồi thiếp đi. Có lúc chị kêu lên với mình:

– Con ơi!

Nửa đêm một tên cầm đèn pin vào phòng giam, hắn để cái đèn pin đứng chĩa thẳng lên trần, ánh sáng đèn dội xuống đủ cho chị nhìn thấy hắn là cán bộ giáo dục, hắn cũng đội mũ kết... cũng phù hiệu đỏ của ngành công an nhân dân... cũng sao thượng uý trên cổ áo... cũng mang dép râu ở chân... Hắn đạp dép bình trị thiên lên mặt chị... hắn giẫm cái dép kháng chiến vào bụng chị... chị co mình ôm lấy bụng che chở cho cái bào thai, hắn bèn đạp thí mạng lên người chị, chỗ nào cũng được. Đau quá chị la lên hắn bèn cúi xuống vả vào mồm chị, đấm vào mắt chị nẩy đom đóm, hắn nhổ nước bọt vào mặt chị, hắn chửi "địt mẹ" um sùm. Rồi hắn vạch quần chĩa cái dương vật đen đủi lủng lẳng đái tè tè vào mặt chị làm chị sặc sụa. Chị lợm cổ ói mửa ra nước mật đắng. Chị ngộp thở và khóc oà nức nở. Hắn vẩy vẩy con cu cho những giọt nước đái chót văng xuống rồi mới nhét vào trong quần. Nước mắt và nước đái lại khiến chị tỉnh ra. Chị nghe hắn nói:

– Như thế cho mày tiến bộ hơn lên.

Tiếng tên Ban nói ngoài cửa:

– Thôi đi ra, thối quá, chắc đồng chí đánh nó vãi cứt ra rồi. Thử ít đòn trên da thịt người đẹp Sài Gòn xem nó thế nào thôi.

Sáng sau khi chúng lôi chị ra khỏi nhà cùm thì tóc tai mặt mũi chị dính đầy cứt. Chúng đưa chị đi bệnh viện tỉnh để nạo thai, chị vùng vẫy chống cự không chịu ra xe, tên Ban lại đấm đá chị túi bụi, những người trông thấy đều xót xa cho chị. Tên Ban quát:

– Đi tống nó ra rồi còn về lao động, một đứa đẻ nằm đó là trại mất một công lao động, hiểu chưa?

Bọn chúng túm chị lôi ra xe rồi còng tay chị vào ghế xe chạy đi. Nhưng bệnh viện không dám nạo vì họ nói cái thai đã quá lớn, sắp đến ngày đẻ, họ trả chị về trại. Chúng không làm gì được cái thai nên nhốt chị trong nhà cùm, chúng còn dọa cùm cho đến chết luôn.

Chị nằm trong nhà tối lạnh lẽo đau đớn đói bụng nhưng chị lại thấy mình hạnh phúc. Cái thai cựa quậy chị cũng vui. Cái thai đạp vào da bụng chị lồi lên làm chị phì cười. Chị cười và chị vui trong bóng tối. Đến một hôm chị nghe tiếng anh ở gian kế bên gọi, lúc đầu chị sợ quá, sau thì chị cũng cảm động. Hai bên không trông thấy nhau mà chỉ nghe tiếng nói của nhau, như thế, chị nghĩ cũng được an ủi lắm. Hai người có lúc đã thông tin với nhau bằng cách chỉ chữ trên khẩu hiệu thì bây giờ tuy không thấy mặt nhưng trao đổi bằng chính tiếng nói của nhau thì cũng đã mãn nguyện lắm. Chị được anh cho biết là anh đã nhận là cha của đứa con, chúng nghi ngờ anh và chúng gọi anh lên hỏi, anh thấy là anh cần phải nhận, nhận không phải vì anh sợ chúng mà vì anh là bố của con anh, anh nhận vì anh có trách nhiệm với nó và anh phải xác nhận điều đó. Chúng trói anh lại đánh anh thừa sống chí chết. Tên thượng úy Ban vừa đấm đá anh vừa chửi rủa thậm tệ, làm như chúng đánh ghen không bằng, anh nói với chị như thế.

Nhờ thời gian bị giam chung trong phòng tối nhà kỷ luật hai người có thêm những kỷ niệm. Buổi sáng chị hỏi:

– Anh uống cà phê đen hay cà phê sữa?

– Cà phê sữa.

– Anh ăn hủ tiếu hay ăn mì?

– Hủ tiếu.

– Nấu khô hay nước?

– Khô.

– Thôi em đừng hỏi nữa, anh thèm quá.

– Em cũng thèm quá và đói bụng nữa. Tiên sư chúng nó!

– Cũng đừng chửi nữa, không có đứa nào nó nghe thấy đâu.

– Dạ.

Im lặng hồi lâu.

– Nó đạp em.

– Đứa nào dám đạp em?

– Con.

– À, thích không?

– Dạ, thích lắm.

Lại im lặng.

– Buồn không?

– Buồn.

– Đưa em đi phố nghe?

– Được thôi.

– Coi phim nhé?

– Xong ngay, coi phim cũ, Lost Command, Anthony Quinn đóng, được không?

Sau đó đi nhảy ở Queen Bee. OK?

– Thế... không ăn gì à?

Cả hai cùng cười khúc khích.

– Có. Trước khi đi nhảy mình ăn cơm Tàu, nửa đêm ăn bánh cuốn và cháo sườn bàn cờ. Có thích phở Lạng Sơn không, phở chua ấy?

Có khi giữa ban ngày cũng:

– Chúc ngủ ngon nghe.

– Good night...

Sau một tháng cùm kẹp, chúng thả chị ra nhưng chúng đưa anh sang một trại giam khác, chia cách hai người. Chúng bắt chị đi lao động đến tận ngày đẻ. Đứa con ra đời ban đêm trong trại tù, trong sự đùm bọc của rất đông nữ tù đồng cảnh với mẹ nó. Một tháng sau chị phải gửi con bên nhà trẻ và chúng bắt chị đi cuốc đất như trước.

Đứa trẻ lớn dần lên trong trại giam cùng với những đứa đồng cảnh của nó. Tù trong trại khi nói đến chúng có người hỏi không biết những đứa này, đứa nào sẽ là chủ tịch, tổng thống, nữ hoàng, thủ tướng, vua, quan, sư sãi, cha cố, thầy bà, tướng tá, đồng chí, đảng viên, cướp giật, buôn lậu, hiếp dâm, ăn tục nói phét, dân biểu, nghị sĩ, trí thức, mù chữ, tù nhân, cai tù... đứa nào sẽ là bác là đảng... đứa nào sẽ là anh hùng, là nhát gan... đứa nào sẽ là nhà văn, nhà báo... Đứa nào? Trong số tụi bay, ừ, đứa nào trong số tụi bay sẽ là chính nhân quân tử, nhỏ nhen, hèn mọn? Cứt chó khô ba nắng! Và còn lại đứa nào, ừ, còn lại đứa nào nhỉ, để làm dân đen?

■

Bác già cầm cái quạt nan ra ngồi băng gỗ ngoài vườn trước bệnh xá. Bác pe phẩy cái quạt nhìn những toán tù nhân lũ lượt kéo nhau về. Bác nhớ lại mình trước đây cũng thế, có khi mặc luôn quần áo ướt mà về trại cho tiện khỏi phải thay đổi mang theo mất công. Ở tù phải thu xếp sao cho càng giản tiện gọn nhẹ càng tốt. Bệnh xá có mấy bệnh nhân già thường trú chờ ngày về. Một bác bị tai biến mạch máu não. Một bác lao phổi thời kỳ chót. Một bác cắt ruột dư vết mổ nhiễm trùng chảy mủ hoài không lành. Một bác bị lác đồng tiền sần sùi khắp mình mẩy. Một bác bị sốt cấp tính thể não phát điên khùng xém chết. Một bác trụy tim... Các bác tự gọi mình là tù binh hưu trí không có chính quyền nào nhận lãnh! Mỗi tháng các bác chờ gia đình vợ con họ hàng lên thăm nuôi tiếp tế và nghe hỏi "bao giờ về", để rồi trả lời "sắp". Tháng nào cũng vậy!

Lũ trẻ kéo nhau sang chào ông ngoại. Ba đứa lớn, nguyên gánh hát, không có đám khán giả tí hon. Bắt buộc, giờ này chúng đã được cô giáo bế về trả cho mẹ chúng nó bên phòng giam. Ba đứa lớn biết hôm nay có một ông ngoại có thăm nuôi nên chúng chạy sang chào. Và chờ. Thông cảm, chúng còn nhỏ nhưng chúng cũng là người nên cần những thứ mà cơ thể đòi hỏi. Ông ngoại cũng biết thế và ông ngoại có những thứ mà chúng thèm, dù không thừa thãi, nhưng ngoại già rồi, ngoại ăn nhiều rồi, ngoại hưởng thụ nhiều rồi, ngoại đã nếm đủ thứ mùi đời, ngoại đã từng đi Tây, Tàu, Nhật, Mỹ... ngoại đã được "nhất dạ đế vương"... thì ngoại có thể nhín ra cho chúng chút ít. Chúng mới ra đời, lại ra đời trong một cái nhà tù, lại là cái nhà tù cộng sản lấy khoai sắn làm nền tảng chiến lược dinh dưỡng và sự giả dối lừa bịp là văn hoá sáng tạo trí tuệ... chúng thiếu ăn mà chúng còn thiếu những điều kiện làm người, chúng là những kẻ đã bị tước đoạt tất cả mọi thứ kể cả cái quyền ra đời của chúng. Chúng mà ra được cái cõi đời oe oe khốn khổ này đã là một sự thoát chết. Chúng thèm ăn thèm uống thèm mặc thèm chơi đùa cho nên ngoại ngồi chờ sẵn ở đó. Với lại ngoại cũng buồn chán cô đơn bỏ mẹ. Ngoại cũng muốn thấy chúng, cũng muốn nói và nghe chúng nói. Mấy câu. "Cũng đủ lãng quên đời". Sau nghi lễ chào hỏi, ông ngoại cho phép chúng ngồi trên băng ghế với mình, ngay ngắn rồi, con nữ hoàng vào đề ngay:

– Hôm nay ông ngoại có thăm nuôi?

Thằng Cọp quân sĩ:

– Hồi chiều ở bên nhà trẻ chúng con trông thấy ông ngoại mặc đồ đẹp.

Ở trại giam khi mặc đồ đẹp là đi gặp gia đình. Thấy ông ngoại cứ ờ ờ thằng vua sốt ruột:

– Sắp đến kẻng nhập buồng rồi ông ngoại.

Ông ngoại phì cười nhìn đám trẻ tương lai của đất nước nói riêng, nhân loại nói chung:

– Xong rồi, quí vị đừng có lo, tôi đã biết phải làm gì và tôi đã sắp sẵn, quí vị nói chuyện tôi nghe mấy câu đi.

Con cán bộ chấp pháp lại khôn:

– Thằng Bắc đừng có vòi vĩnh ông ngoại. Hỗn. Cô giáo bảo trẻ con không được đòi hỏi.

Ông ngoại lên tiếng hỏi:

– Ở đây mới có ba đứa, còn ba đứa nữa đâu?

Thằng trật tự can thiệp ngay:

– Chúng con mang về cho các em ấy.

Con nữ hoàng kể lể:

– Mẹ chúng ẫm chúng ra ngoài khu vui chơi nói chuyện với bồ.

Thằng vua:

– Má con Tiểu Hỉ cũng có bồ rồi.

Thằng quân sĩ:

– Má con không có bồ.

Con chấp pháp thẩm vấn:

– Ai thăm ông ngoại?

Thằng tù Cọp:

– Bà ngoại thăm ông ngoại?

Ông ngoại buồn:

– Bà ngoại ở bên Mỹ.

Thằng quân sĩ phỏng vấn:

– Thế ai thăm ông ngoại?

Ông ngoại khai:

– Bà hàng xóm của bà ngoại lên thăm ông ngoại.

Lũ trẻ nhâu nhâu:

– Ông ngoại có thăm thêm giờ không?

– Thăm thêm giờ là "bà ngoại nhí" có bầu.

– "Bà ngoại nhí" sẽ đẻ ra em bé.

– Ông ngoại sẽ có con như tụi con.

Con nữ hoàng chợt la nhỏ:

– Ông ngoại đừng thương "bà ngoại nhí" nghe.

– Tại sao?

– Để ông ngoại thương tụi con.

– Ừ, cũng được, tụi bay ở tù miết hóa ma mãnh hết. Ngồi chờ đây tao vào lấy quà cho.

Bác già vào phòng mang ra một cái bị cói đưa cho ba đứa trẻ:

– Trong này có sáu gói bằng nhau và giống nhau cho sáu đứa, lớn nhỏ gì như nhau hết, ông ngoại cho các con mang về chia nhau. Ngoan, ông ngoại thương.

Ba đứa trẻ nhảy từ trên ghế xuống đứng khoanh tay cám ơn ông ngoại. Thằng vua và thằng quân sĩ khiêng cái bị đi trước, con nữ hoàng hay con đệ nhất phu nhân gì đó đi sau. Kẻng vào phòng đổ hồi, ba đứa trẻ cũng rảo bước chạy nhanh về phòng giam của chúng như những tù nhân khác trong trại. Cái bị cói ông ngoại xách thấy nặng thế mà mấy đứa trẻ mang như bay. Bác già cầm quạt nan che lên đầu dù là trời sắp tối, chậm chạp đi vào phòng bệnh. Bác ở tù đến năm thứ mười bảy và vì là tù binh không có án cho nên bác cũng không biết đến bao giờ mới hết. Bác không thuộc một chế độ nào nữa cả, bác thuộc về lịch sử.

Vào phòng bệnh bác chui vào mùng cho khỏi muỗi, nghĩ tới những người tù trẻ mới bị bắt và những đứa bé mới sinh ra đời.

(HB/09. 6. 1993)

HẠT THÓC

"Này là mình Ta, sẽ bị nộp vì... "

Sau Công đồng Vaticano 2 giáo hội thay đổi một số nghi thức việc cử hành thánh lễ, trong đó có việc sử dụng tiếng địa phương, cho nên tôi mới hiểu được những lời linh mục nói. Trước kia thầy cả đọc bằng tiếng La Tinh tôi chẳng hiểu gì cả và có lẽ hầu hết giáo dân trên thế giới đều ù ù cạc cạc như tôi mặc dù người nào cũng quì cũng đứng cũng ca cũng hát cũng thưa cũng gởi rất là cung kính. Hồi nhỏ tôi cứ tưởng bà nội tôi biết tiếng La Tinh nhưng thực ra nội chỉ được đi học chữ Nho. Cũng bởi tôi thấy nội đi lễ nhà thờ. Bây giờ tôi đã thuộc một số lời Chúa phán cùng các môn đệ của ngài. "Này là mình ta sẽ bị nộp vì các con"... "Này là máu ta, máu Tân Ước vĩnh cửu, sẽ đổ ra cho các con và nhiều người được tha tội... "Từ ngày sang ở bên Mỹ, thỉnh thoảng đi lễ nhà thờ Mỹ, xem linh mục Mỹ làm lễ, lại thuộc thêm những lời Chúa bằng tiếng Anh "... Do this in memory of me... " Vì hiểu được lời lẽ cho nên mỗi lần đi nhà thờ tôi hình dung ra như mình đi dự một bữa tiệc tượng trưng, tham dự vào một diễn tích lịch sử, tôi đi tìm một chốn nương thân vào quá khứ ngay trong hiện tại. "...Phúc cho ai được mời lên dự tiệc Thiên Chúa..." Cộng sản là những nhà truyền giáo hữu hiệu nhất... ai đó đã nói như vậy, chẳng hiểu đúng sai, nhưng những người đã bị cộng sản bỏ tù đầy ải, thảy đều cảm thấy cuộc đời khốn kiếp đến không hiểu nổi, rằng không còn cái gì khốn nạn hơn cộng sản. Thế cho nên những lúc đau khổ tột cùng ấy, nhớ đến lời Chúa thì không có gì an ủi thấm thía hơn. Nằm trong nhà giam tối tăm tuyệt vọng mà ngẫm nghĩ đến những lời cầu kinh trầm buồn "Chúa Jesus lo buồn vì thương hết người thế... Chúa Jesus mồ hôi máu chảy ra nhỏ xuống đất... Chúa Jesus rửa chân cho các đầy tớ... Chúa Jesus thương thành Jerusalem chảy nước mắt rà... Chúa Jesus truyền phép thánh thể nuôi lấy linh hồn chúng tôi..." "Này là mình Ta" và người ta đã làm như thế hai ngàn năm nay. Linh mục kế tục các tông đồ diễn lại cái sự tích ấy theo lời Jesus nói và việc Jesus làm. Tôi xem. Như một kẻ tham dự. Hằng ngày. Cũng sau công đồng, việc tiến hành lễ có thêm các thừa tác viên phụ với linh mục trong việc dọn tiệc. Linh mục làm thay Chúa đãi tiệc, trước kia linh mục bưng bánh và rượu đi mời người dự, nay Hội Thánh canh tân cho phép một số người đến dự tiệc, phụ với linh mục làm công việc bưng bánh và rượu mời đồng đạo để bữa tiệc được tiến hành nhanh hơn. Đó cũng là một thích nghi với thời đại vội vã. Các thừa tác viên được tuyển chọn và huấn luyện bởi các linh mục. Những vị thừa tác viên này cũng là những ông những bà trong các gia đình thuộc địa phận giáo xứ. Đối với một số gia đình thì đây cũng là một việc hãnh diện tăng thêm vinh dự và phúc đức cho bản thân. Các ông các bà được chọn làm người hầu tiệc tinh thần do Chúa khoản đãi cũng được hưởng số rượu còn lại trong các chén. Ngày trước mỗi khi rước lễ giáo dân quỳ ngửa mặt há miệng cho linh mục cầm bánh đặt vào lưỡi mình rồi ngậm lấy và nói Amen. Bây giờ người rước lễ đứng đưa hai bàn tay ngửa, linh mục cầm bánh đặt vào lòng bàn tay "Này là mình thánh Chúa" người dự tiệc tự mình cầm bánh đưa lên miệng ăn cũng nói Amen. Sự thay đổi được đặt ra vì trong Tân Ước chép "Hãy cầm lấy mà ăn", hơn nữa y khoa phòng ngừa thời nay cũng có phần khắt khe kỹ lưỡng hơn xưa. Cộng sản nói phét tự do tín ngưỡng và "tự do không tín ngưỡng" nhưng ai để lộ ra mình theo đạo sẽ bị trù. Trong trại giam còn cấm truyền đạo vì thế mọi việc lễ lạy cầu kinh đều bị đàn áp. Tù và linh mục lén trao mình thánh trong những lúc gặp nhau ở nhà bếp, máu thịt Chúa được gói trong giấy báo nhét ở đâu đó cho kín. Nhưng chính cái nghi lễ lén lút đó mới là thực lòng. Con sa cơ thất thế nên con cầu xin cứu vớt thực sự. "Xin Chúa thương sót chúng tôi".

Một lần con chiên khô đạo đem xoong trả nhà bếp, qua hàng rào nhà giam số 3 thì có ông linh mục tuyên uý tù, bạn cũ, cầm một chồng xoong đưa ra nói:

– Nhân tiện trả giùm với.

Rồi thấp giọng linh mục nói nhanh:

– Bánh lễ trong xoong ấy, sấp mình mà ăn năn rồi rước lấy.

Anh con chiên khô đạo hiểu ngay, đỡ lấy chồng xoong, đồng thời rất nhanh cầm ngay miếng bánh mỏng và nhỏ xíu bằng móng tay út, bỏ lên miệng nuốt và nhẩm "Amen". Nhác thấy công an đứng gần đó con chiên bèn truyền đạt ngay cho linh mục một bài học:

– Lười chảy thây ra, có mấy cái xoong cũng không chịu đi trả, quen thói đẩy việc cho người khác.

Công an nhân nghĩa lên lớp:

– Nhân tiện giúp anh ấy, làm cái gì mà khó tính thế.

Con chiên bèn được thể lậu bậu thêm cho thày cả một mách nữa:

– Lười biếng quen thân, bóc lột sức lao động người khác... Rút kinh nghiệm nghe không.

Về sau có dịp gặp lại nhau, ông linh mục nói:

– Trận xỉ vả ấy của ông là lần bị mắng mỏ sung sướng nhất đời tôi.

Người khô đạo cũng gật đầu:

– Với tôi, lần rước lễ ấy cũng là lần rước lễ hạnh phúc nhất. Sang Mỹ thấy giáo dân di tản cũng tập họp thành những xứ đạo đông đảo, các sinh hoạt lễ lạy bằng tiếng mẹ đẻ, nhà thờ thì hợp đồng thuê giờ của Mỹ, rộng rãi sang trọng. Ghế ngồi bóng láng, bàn quì bọc đệm da êm ái, đèn điện sáng láng như thiên nhiên diễm ảo, không khí mát mẻ trong lành. Các nhà truyền giáo lịch lãm dịu dàng, giáo dân ăn mặc đi đứng ngồi quì thảnh thơi lịch sự, chỉ trông cũng đã thấy đáng vào nước Thiên Đàng. Bánh lễ trắng muốt, to, tròn, lại có in hình thánh giá nổi, đựng trong những chén vàng có chân cao, chứ không bé bỏng bần hàn như Mình Thánh Chúa trong cái xoong chưa rửa ở cái thời bị bách hại nơi quê nhà. Nhà thờ Mỹ cũng có bàn thờ riêng Đức Mẹ một bên, thánh Giu-se riêng một bên, giống như các nhà thờ bên Việt Nam. Người công giáo nào thì cũng cùng niềm tin giống nhau, cái khác là cách tin kính. Dưới chân Đức Mẹ đèn nến sáng trưng. Có cả mấy chục ngọn nến và mấy chục lẵng hoa tươi thắm. Bên bàn thờ thánh Giu-se thì vắng tanh vắng ngắt không nến không hoa. Cái gì của Bà thì Bà sở hữu, cái gì của Ông thì Ông sở hữu. Không thấy vị chức sắc nhà xứ hay linh mục nào tự ý xê dịch chuyển đổi các của lễ trên hai bàn thờ. Có tín đồ nói:

– Tại vì Mẹ được nhiều người thờ phượng.

Đúng, Mẹ có nhiều con cái sùng bái vì ai xin điều gì Mẹ cũng cho. Như thế là Thánh Giu-se không được sùng bái vì không ai xin gì hay có xin mà ngài không cho chăng?

Có một anh khô đạo than tếu rằng anh ta có xin nhưng ngài bảo:

– Mày sang xin bả bên kia kìa, tao có giữ cái gì đâu mà cho...

Bà vợ ông thừa tác viên nghe chuyện thì trách:

– Các cậu báng bổ thế chết xuống hỏa ngục.

Có người than:

– Nếu thiên đàng có bà thì chúng tôi cũng xin đi nơi khác cho thoải mái.

Bà ấy bốp chát:

– Phét, đừng nói chuyện trên mây, hãy cứ nhìn dưới đất này, sao tôi di tản sang Mỹ các cậu cũng xuất cảnh theo sau.

Anh khô đạo gật gù:

– Cũng may mà Chúa không lập gia đình, nếu không người ta

cứ đổ xô đi xin xỏ với gia đình, sẽ chẳng còn bao người nghĩ đến Chúa nữa. Không tin mở Tân Ước ra mà coi, không một dòng nào nói đến sự đó suốt cuộc đời ba mươi ba năm trần thế của ngài.

Thế mà chẳng may có linh mục lại không chịu giữ như thế. Ông giáo sư triết học cười bệnh:

– Thằng ấy, ý nói ông linh mục lấy vợ, can đảm.

– Nhờ ông tí, nhịn được mới là can đảm chứ không nhịn được mà can đảm nỗi gì? Anh đã hứa, anh đã chính thức hứa một cách có ý thức và anh là người trí thức, anh hoàn toàn tự do lựa chọn không ai ép anh, anh tự nguyện làm một kẻ như Ki-tô để rao truyền cho Ki-tô, thì anh phải ráng mà theo Ki-tô. Khi anh mê gái bỏ Ki-tô đi lấy vợ, thì anh hãy nhận là mình thua, anh trở về làm... thường dân như mọi người, anh phải "xuất". Người ta có "kiến nghị" nhưng Công Đồng Vaticano chưa cho thì là chưa được, anh phải vâng lời hoặc là "xuất" chứ không thể "can đảm" bắt cá hai tay được.

– Chúa Giê-su cho Thánh Phê-rô một đêm chối ba lần...

Tiến sĩ triết học cứ bào chữa cho tiến sĩ triết học, giỡn hoài. Quo va dis? Hãy thành thực mà tự hỏi và tự trả lời mình. Cứ phải thế. Là vì sau mười bảy năm tù về Sài Gòn đi nhà thờ gặp tiến sĩ giữ xe đạp miễn phí cho bà con đi lễ, anh ta bèn khen:

– Ngày trước có linh mục hốt rác, ngày này dưới thời cộng sản ông tự nguyện làm phu giữ xe không công cho nhà thờ, làm việc xã hội nhà thờ thế là tốt, nhưng có định lập "uỷ ban đòi cải thiện chế độ lao tù" nữa không?

Giáo sư cười, anh ta cũng cười:

– Mẹ cóc, suốt mười bảy năm qua chúng tôi chẳng thấy cái "ủy ban đòi cộng sản cải thiện chế độ lao tù" nào của các ông cả, thế là thế "lào"?

Tiến sĩ Sorbone bèn lại cười trừ, mời đi ăn phở và tiết lộ sắp tái định cư ở Canada. Trước khi ăn cả hai đều làm dấu thánh giá, ấy là tiến sĩ chỉ bị cộng sản bắt bỏ tù có sáu tháng, thời gian chỉ bằng "cái lẻ của cái lẻ" của anh ta. Nếu Chúa bắt lỗi, cái anh này sẽ xuống đến đáy địa ngục.

Ở Sài Gòn anh ta thích đi lễ ở một nhà thờ ngay trung tâm thành phố nhưng lại rất vắng vẻ. Nhà thờ này là nơi bị cộng sản bách hại đầu tiên khi họ chiếm miền Nam. Họ tấn công nhà thờ bằng lực lượng công an, quân đội có chiến xa, bắt đi nhiều người, xử tử và cầm tù, đến nay đã mười bảy năm có linh mục vẫn chưa được thả. Từ đó họ chiếm luôn nhà thờ, sau nhiều năm chỉ trả cho giáo xứ một tầng trên. Do đó tầng dưới nhà thờ và các nhà xung quanh là lớp học vô sản ngày ngày oang oang thủy tổ loài người là khỉ, trong khi tầng trên vị linh mục già và vài chục giáo dân âm thầm tế lễ!

Ở Đà Lạt có một dòng nữ tu bị lấy một phần nhà cửa làm trường chăn nuôi trưng lên tấm bảng chữ lớn "Trung Tâm Thụ Tinh Nhân Tạo" cũng là ý đồ cộng sản. Nhà thờ nghèo bị khống chế đến nỗi giáo dân sợ không dám đến dự lễ và nhà xứ không có tiền nên trời nóng cũng phải tiết kiệm điện không mở quạt. Có lễ chiều anh chỉ đếm được hai mươi bảy người mà phần nhiều là người già. Nhưng bàn thờ Đức Mẹ vẫn có nến có hoa. Và bàn thờ Thánh Giu-se cũng có nến có hoa. Bà giáo dân già vẫn lo việc lau chùi các bàn thờ đã lấy hoa và nến của Đức Mẹ cho Thánh Giu-se để bàn thờ nào cũng có đủ cả. Vì thế dưới chân vị thợ mộc thánh thiện suốt cả một đời cần cù nhẫn nhục hy sinh cũng có nến có hoa như Đức Mẹ.

Người khô đạo sang tới Mỹ, đi lễ ở nhiều nhà thờ sang trọng, Mỹ có, Việt có, nhưng anh vẫn cứ nghĩ tới những ngọn nến, những bông hoa dưới chân Mẹ, dưới chân Thánh Giu-se, ở một nhà thờ nghèo nàn, vắng vẻ, đang bị bách hại ở quê nhà.

Ở quê nhà, anh đã bị ở tù cộng sản. Cộng sản bắt buộc tù chính trị phải tự túc làm nuôi thân. Có làm có ăn, không làm không ăn. Chúng nói thế. Nhưng đầy rẫy những kẻ có làm không ăn, đó là những người dân. Và rất nhiều kẻ không làm mà ăn nhiều hưởng nhiều, đó là những ủy viên trung ương đảng và những bí thư đảng ủy các cấp. Chúng bắt anh làm quần quật suốt ngày nhưng cho ăn củ khoai củ sắn và ăn rất ít. Chúng nói anh làm không đủ ăn sáng. Cũng đúng thôi, một ngàn tù làm ngày làm đêm không đủ nuôi tù và hơn trăm cai tù ăn báo hại vào đó là vì quanh năm với cuốc xẻng đào xới bới đất trồng hết khoai lại đến sắn... đến mùa moi lên thái phơi khô mưa nắng lẫn lộn bỏ kho ít tháng sau mốc đem ra làm biên bản hủy. Rồi mấy cái máy kéo của "ông" Liên Sô cho để phơi sương phơi gió không chạy được, còn "thằng" Trời hồi này sao kỳ quá, mưa nắng thất thường. Cứ như thế mà đi lên chủ nghĩa xã hội với tất cả lý thuyết hào nhoáng khoe khoang dốt nát rỗng tuếch giả dối và ác độc. Khi chiếm được cả nước, đàn em của anh Hồ là tên Lê Duẩn bèn chỉ Miền Nam mà nói: "Hãy bắt chúng nó làm và cho chúng nó ăn." Đó là cái lõi của cuộc giải phóng. Mà ăn có phải thịt cá gì cho cam, thức ăn chính là chất bột. Một cai tù đi thành phố nghe giảng về nói lại, "trong khi mình phấn đấu tăng khẩu phần chất bột lên thì các nước người ta... phấn đấu giảm chất bột xuống trong cơ cấu bữa ăn." Anh ta còn khoe Liên Sô có mức ăn cao nhất, người lính bộ binh Liên Sô ăn hai mươi bảy kí lô chất bột một tháng. Nghe thế tù bình luận tếu:

– Tội nghiệp lính Cộng Hòa hồi trước ăn có hai mươi mốt kí.

– Còn lại phải ăn độn thịt cá rau...

– Tội nghiệp hơn nữa những người lính Mỹ và các nước Tây Âu mỗi bữa ăn có tí chất bột còn toàn độn thịt cá bơ sữa...

– Kẻ thì tranh ăn cho khỏi đói, người thì nhịn ăn cho bớt mập, đằng nào cũng tội nghiệp cả.

– Nhưng tội nghiệp nhất lại chính là những tên cộng sản ngu đần đã làm một cuộc chiến tranh vô ích. Chúng đã lật đổ, cướp quyền để rồi làm y như họ mà còn làm sau hơn chậm hơn dở hơn người ta nữa. Chung qui cũng chỉ là muốn giựt cho riêng mình. Chung qui cũng chỉ là đồ tranh ăn. Vì tranh ăn nên làm cách mạng. Làm cách mạng để được ăn. "Hai bộ quần áo, một khẩu súng ăn cơm "cụ" Hồ và đánh Tây..." Không cần suy nghĩ, không cần ý thức, thì là đánh thuê chém mướn chứ là cái gì, là cái máy giết mướn chạy bằng chất bột chứ là cái khỉ khô gì. Chỉ cần cho ăn là đi đánh. Lương thực thực phẩm hóa thành động cơ, hóa thành lý tưởng, hóa thành chủ nghĩa... "Thề phanh thây uống máu quân thù..."

Khi đói người ta dám ăn thịt nhau như khi rớt trên sa mạc hay lênh đênh ngoài biển không lương thực nước uống. Nhà tù cộng sản biết thế nên bắt tù nhịn đói để sai khiến và gọi như thế là cải tạo. Tù chưa ăn thịt nhau nhưng đã ăn cóc nhái ốc sên... và bán nhau cho quỉ để mong được sống sót, về sớm và thoát khỏi.

Lương thực chính trong tù là chất bột như khoai sắn. Cơm là thứ cao cấp. Thịt, cá là cỗ bàn lễ Tết. Mà cũng không riêng gì tù, dân ta ở Miền Bắc cũng khổ như thế, an phận suốt đời đến độ thành ca dao: "Quanh năm no đủ nhờ củ nhờ khoai, Suốt đời không nợ nần ai nhờ khoai nhờ củ". Trong tù có mức ăn A, B, C, gọi là "chế độ ăn". Bị trù lãnh mức ăn C là đói dài ngay. Phần A được mỗi bữa ba mẩu sắn luộc thì phần C chỉ còn hai mẩu vì mỗi tháng có chín cân. Phát cho bao nhiêu ăn bấy nhiêu không được tự ý kiếm chác. Lấy tức là ăn cắp. Đổi chác tức là buôn bán. Hai cái đó trái với xã hội chủ nghĩa, là... phản cách mạng. Theo bài giảng thì củ sắn rất bổ, lá sắn cũng rất bổ. Không tin à? Thế viện trưởng đại học Sài Gòn các anh đã tuyên dương cây sắn và đã liên hệ lá sắn bổ béo như với thịt bò các anh không thấy sao. Học hành tới tiến sĩ mà sao có nhiều anh khờ quá. Trại tù K1 Tân Lập Vĩnh Phú trong năm 1978 chết đói hơn trăm người gồm sĩ quan cấp úy, tá, tướng và linh mục chôn ở ba nơi không thấy sao? Bao nhiêu thế hệ thanh niên nước ta cơ thể còi cọt còm cõi vì củ sắn chiến lược không thấy sao mà còn ngoác miệng ra nói lấy lòng lấy điểm với chúng nó. Nịnh cộng sản thì được cái cứt chó gì hở quí vị, sợ chết thì chuồn mẹ nó ra nước ngoài mà sống, nói năng lăng nhăng thử hỏi bây giờ rồi cũng xuôi tay, có được chúng nó cho thêm củ sắn nào nữa không?

Ở Mỹ người ta sợ mập không dám ăn, ở nước ta thèm mà không được ăn. Ở Mỹ kỹ nghệ sản xuất dụng cụ tập thể dục, các lớp, các khoa tập tành cho người gầy đi quảng cáo phổ biến ồn ào và làm ăn khấm khá. Tiến sĩ có biết không, một nạn nhân ăn sắn trong tù ở trại giam Vĩnh Phú hồi đó đã phải tính toán hạn chế đến từng cử động để khỏi hao phí nhiệt lực của cơ thể, nay ông ta thoát chết ra nước ngoài làm nghề huấn luyện cho người ta nhịn ăn cách nào, vận động cách nào để chống gầy, đã có học vị tiến sĩ như ông, rất giầu, rất nổi tiếng, nhưng thỉnh thoảng vẫn phải đi ra siêu thị Việt Nam mua củ sắn về luộc ăn để nhớ lại cái cảnh ăn thêm một củ sắn mà phải tự kiểm nhận tội ăn cắp, bị cùm một chân trong nhà kỷ luật bảy ngày đêm, hạ mức ăn xuống hạng C một tháng, cắt thăm nuôi sáu tháng... nếu miếng ăn là nhục là đau thì cái anh tiến sĩ tuyên dương cây sắn và ông tiến sĩ ăn trộm củ sắn ai nhục ai đau.

■

Hôm qua có mấy cụ già tán gẫu ở quán nước, một cụ nghe chuyện tức quá văng tục:

– Tiên sư chúng nó tù trồng sắn tù ăn chứ có ăn của mả chủ tịch nhà chúng nó đâu!

Một bác già khác hỏi:

– Thế, có ai, không ăn thóc nhà Chu không?

Câu chuyện trở nên xôm tụ:

– Thóc nào của nhà Chu? Chẳng có thóc nào của nhà nào cả. Tù làm tù ăn, bọn cán bộ ăn bám vào tù.

– Thực phẩm nào cũng là của Chúa. Linh mục làm tiệc, thừa tác viên bưng, có gì mà phải thắc mắc. Củ sắn sa vào tay bọn cai tù là vì nó đang bỏ tù mình nên nó lấy phần của mình, nhưng củ sắn vẫn là củ sắn của Chúa, nó bỏ đói cái thân thể của Chúa tạo ra thì ta cứ "cầm lấy mà ăn", có gì mà nhục, có gì mà đau.

Một bác già kể, có nhà văn bị một nhà văn, bạn, làm chủ báo, nói rằng phải để cho đói thì đầu gối mới bò, nghĩa là khi thiếu thốn thì mới chịu viết bài cho báo. Hỏi bị đánh giá thế có đau không bèn cười nói rằng đó là chủ nói với thợ, không phải là một quan điểm văn nghệ. Làm văn là thích thú thì làm, đam mê mà làm, cũng như thích thì ăn không thích thì đi chơi, không bỏ. Cộng sản nó nói "Bắt chúng làm và cho chúng ăn", nó nói thế vì nó là cộng sản, ai không là cộng sản thì không được nói thế, không nên nói thế dù là nhà văn muốn nói gì thì nói.

Một bác già khác mới sang Mỹ được một tháng thấy những cọng giá ở tiệm phở lớn và dài thì khen và chê cùng lúc:

– Giá sống to như giá đậu phộng, giá so đũa, nhưng ăn lạt nhách. Ở đây cái gì cũng to xác nhưng cái gì cũng lạt nhách, húng quế chẳng hạn...

– Còn nhiều thứ to con nhưng lạt nhách, rồi bác cũng sẽ quen dần thôi. Nơi chốn lưu vong này có những cái ngược đời dần dần được thích nghi đến một ngày sẽ không thấy nó ngược đời nữa mà sẽ thấy là nó... thuận chiều! Bởi vì mọi chuyện vẫn cứ tiếp tục truyền sinh, tiêu hóa, nảy mầm, tuyệt chủng, thoát thai... Nghĩ cho cùng cái gì cũng phải cố mà hiểu. Cộng sản nó mắng quốc gia là có anh đã từng ăn một lúc, một mình nguyên một cái đùi gà, còn nhấn mạnh "cái đó là có ạ, chứ không phải không", thế mà anh tù binh vẫn cứ phải ngồi phải nghe không cười... thì chuyện gì mà không hiểu được ở cõi đời này. Thôi thì ai muốn nói trời nói đất gì thì nói, ai muốn làm chủ và ai không muốn làm thợ cũng mặc. Đến một ngày sẽ không còn quản giáo nữa, không tin mở Tân Ước đọc thư của Paul gửi người Rome mà coi. Đã sang Mỹ rồi thì già vào nhà già mà ở, trong đó có ăn uống, có quần áo giường ngủ, có máy rút sinh lý, có lồng tắm treo tự động xịt nước xà bông, có tiêu chuẩn chôn cất khi qua đời... có đủ thứ kể cả nỗi cô đơn.

■

Mặt đồi đã phát quang, đã đốt cháy hết cây cỏ, đã dọn sạch, cứ một người đi trước dùng gậy thọc lỗ thì một người đi sau bỏ vào mỗi lỗ bốn hạt thóc. Chỉ bốn hạt thôi. Không ba mà cũng không năm. Thông số đã được định sẵn qua công trình nghiên cứu khoa học của bộ nông nghiệp nhà nước. Dùng chân gạt nhẹ một lớp đất mỏng phủ lên trên, mưa xuống, hạt thóc sẽ nảy mầm mọc lên thành bụi lúa. Cứ thế mà làm. Gọi là lúa nương. Đấy là lao động sản xuất xã hội chủ nghĩa. Bác tù binh đi trước vừa thọc thọc lỗ vừa kể chuyện kiếm hiệp. Bác đi sau cầm một cái lá khoai nước đựng thóc giống, tay tra thóc, chân gạt đất, tai nghe, làm thính giả trung thành. Sinh hoạt văn hoá này tù binh gọi là "chiếu phim".

"Lệnh Hồ Sung đánh với Điền Bá Quang để cầm chân tên đại đạo hái hoa này cho tiểu ni cô chạy nhưng Nghi Lâm cứ dùng dằng không nỡ bỏ người cứu mình chết dưới ngón khoái đao của dâm tặc, tức quá Lệnh Hồ Sung bèn réo cả sư thái của Nghi Lâm và các ni cô phái Hằng Sơn ra mà mắng nhiếc bêu riếu, rồi sỉ vả luôn cả ni cô nhỏ bé ngây thơ "Hay là nhà ngươi cũng thích cái tên dâm tặc này nên không muốn chạy đi, ôi thôi ta đã lầm, ta đành chết uổng phí bởi những kẻ không ra gì này rồi..." Nghi Lâm oan quá nhưng chỉ biết khóc, cô đành vừa chạy đi vừa ngoái cổ nhìn lại, cô chạy đi không phải vì muốn thoát thân mà vì cô sợ Lệnh Hồ công tử nổi giận, cô khổ quá vì những lời mắng nhiếc lầm lẫn của chàng, cô chạy đi để chàng khỏi hiểu lầm là cô có tình cảm với hắn. Điền Bá Quang vung đao chém sượt vai Lệnh Hồ Sung, máu ra thấm áo, hắn cười ha hả: "Tại hạ là kẻ không ra gì, nên mới háo sắc mê gái, chứ Lệnh Hồ đại huynh là đại đệ tử thuộc danh môn chính phái, đường đường một đấng anh hào chẳng lẽ cũng chỉ vì một ni cô tầm thường kia mà tranh giành với tại hạ sao. Hóa ra chúng ta cũng giống nhau ở cái điểm hảo ngọt này". Lệnh Hồ Sung biết rằng Điền Bá Quang đã nương tay trong chiêu thức vừa qua nếu không chàng khó bề toàn mạng với cái khoái đao của hắn, nhưng vì muốn cứu danh dự cho phái Hằng Sơn là một trong Ngũ Nhạc kiếm phái, cho nên chàng phải dùng đủ mọi cái liều để cứu tiểu ni cô, chàng nói lớn: "Không biết, nhà ngươi phải thắng được ta thì mới bắt nạt được tiểu ni cô, đánh đi, đừng có nói nhiều." Rồi chàng lại mắng Nghi Lâm "Ni cô xấu xí kia có chạy nhanh đi khuất mắt ta không hay là muốn nhìn thấy hắn giết ta thì mới mãn nguyện. Ra ngõ gặp ni cô đầu trọc đánh bạc cũng thua, đánh kiếm cũng thua..."

– Xạo...

– Ê, coi phim "chùa" mà còn chê bai bình phẩm.

– Nhưng Kim Dung tiên sinh phịa quá.

– Thì nghe cũng đỡ buồn, đỡ đói, đỡ lạnh, mau hết ngày giờ, qua cơn mê này... Với lại thử hỏi văn nghệ là cái gì, "chẳng qua là cái thứ người ta bày đặt ra để bỡn cợt lẫn nhau" mà thôi...

Cộng sản bắt các tù binh sĩ quan QLVNCH lao động xây dựng chủ nghĩa xã hội cho chúng như thế và các sĩ quan tù binh cũng đã lao động như vậy. Các đồi lúa mọi được làm rải rác trên những khu rừng Việt Bắc. Nhưng nếu để cho những con gà của chi bộ đảng nuôi cải thiện lên đồi bới ăn những hạt thóc thì hạt thóc sẽ tiêu hóa trong bìu gà, thịt gà sẽ có chất lượng nhưng vụ lúa sẽ thất thu. Trồng lúa hay chăn gà là việc của tù, tù khoẻ trồng lúa, tù ốm yếu bệnh tật cầm cái roi đứng ở sườn đồi chăn gà. Thóc và gà là tài sản của chi bộ đảng vì chi bộ đảng lãnh đạo toàn trại. Lại còn đàn gà riêng của vợ chồng cán bộ ở cái chòi nơi sườn đồi, hai người này cùng đơn vị lấy nhau, cuộc tình "góp gạo nấu cơm chung" rừng rú. Người nữ phụ trách việc đưa tù đi gặp gia đình và coi nhà thăm nuôi. Chị ta béo khỏe mặt rỗ hoa và hơi đen, đứng gần nghe mùi hôi nách. Người nam nhỏ con trắng trẻo gầy gò xanh xao, làm cán bộ võ trang mang súng dài đi theo đội giữ tù, hay ngủ gật khi gác. Nhiều lần bị cán bộ trại trưởng kiêm bí thư chi bộ đảng chửi:

– Đêm nào cũng "đéo" suốt, ngủ gật có ngày tù nó trốn thoát là tù thay cho tù.

Chị vợ cũng bị chửi "mày rút hết tỉ của nó", nhưng chị chỉ cười nắc nẻ cho nên cũng chưa có "sự cố" gì. Vợ chồng vẫn là vợ chồng kiểu cách mạng. Người nữ cong mông chạy từ bên trại về thở hổn hển nói với người tù canh gà:

– Mấy con gà con kia là của tôi đấy nhé, anh cứ để cho nó lên đồi kiếm ăn không mất bao nhiêu thóc đâu, hôm nào chị ấy lên thăm tôi cho thêm giờ.

Anh cán bộ giáo dục đi ngang nói:

– Đuổi hết, không chừa con nào, tất cả đều bình đẳng.

Rồi cán bộ giáo dục vỗ đánh bốp vào cái mông cong của người nữ, người nữ cũng chẳng vừa xông tới túm lấy dương vật của anh ta. Con trống kêu cúc cúc, con mái kêu cục cục... rồi cả hai đuổi nhau chạy về cơ quan. Bác tù già yếu bệnh tật cầm chiếc roi đứng ngơ ngác nơi sườn đồi giữa đàn gà không rõ con nào nhà nước con nào cá biệt.

■

Quán ăn gần nhà, ở cộng hòa Bolsa. Gần phòng mạch bác sĩ sửa sắc đẹp. Gần văn phòng luật sư chuyên lo về ly dị và phá sản. Gần tòa báo. Gần bến xe buýt. Đủ thứ tiện nghi... Chỉ không có xích lô đạp. Thế mà nói là giàu nhất thế giới. Ở hàng bún, phở, nên các bác cũng nói chuyện nước lèo. Hỏi nhau:

– Bên này nấu nước lèo bằng gì?

– Thì cũng bằng xương bò chứ bằng gì nữa bây giờ. Chẳng lẽ xương người.

– Còn lâu. Mới sang. Ngớ. Biết gì.

– Thế nấu bằng cái gì?

– Không ai rỗi hơi đi nấu cầu kỳ như bên ta. Ở xứ công nghiệp người ta làm ăn theo cung cách công nghiệp. Bột ngọt là chính. Với lại bên này người ta sợ mỡ béo ông ơi.

– Hỏi thử chủ quán coi.

Chủ quán không đợi hỏi, nói ngay:

– Bí quyết làm ăn, phải trả tiền tôi mới chuyển giao kỹ thuật công nghiệp.

Một bác già kể:

– Cần gì hỏi. Bà bảo trợ của tôi mỗi lần nấu nước lèo, ăn bún, ăn phở, là phải đi xa lắm, đến tận lò thịt tư nhân, xin, là họ cho không cả thùng xương đem về nấu.

– Tha hồ ăn xíu quách...

– Không. Xíu quách bỏ hết. Hầm lấy nước trong thôi. Để trong tủ lạnh cho mỡ béo đóng váng trên mặt, hớt vứt đi luôn.

– Chả bù với hồi tù ở Hoàng Liên Sơn, chia nhau cả xương trâu, da trâu mà gặm, ăn tất, con trâu làm thịt ăn, chỉ bỏ xương cứng quá không nhai được, mà thôi. Mà sao thịt trâu nó ngon và thơm thế, ăn vào chỉ thấy khoẻ chẳng thấy đau ốm bệnh tật gì cả. Chia nhau xương trâu mà gặm mút lấy cái tủy béo lắm, dùng chiếc đũa mà thọc cho tủy nó lòi ra rồi mút. Hết xẩy! Hồi đó còn nghĩ rằng khi nào về nhà sẽ mua luôn một cái cẳng trâu biểu diễn tài chế biến nấu nướng cho cả nhà ăn một bữa đã đời, thỏa thuê, ai ngờ...

– Ai ngờ bây giờ về rồi, ở đây, họ vứt hết, vất cả thịt chứ đừng nói đến da xương...

Chán thật. Gần trưa các bác già ngồi lâu mệt mỏi cũng lần lượt ra về trả lại cái bàn bừa bãi chén bát ly tách cho quán Huế Vua ăn. Người khô đạo về tới chung cư, nặng nhọc bước chân lên cầu thang, nặng nhọc mở cửa vào phòng, thả mình trên tấm giường chiếc, nhìn lên trần nhà... Căn buồng nhỏ và thấp, còn nhỏ và thấp hơn căn phòng trên cao ốc mà ngày xưa bác già đã sống suốt mười mấy năm ở đường Tự Do, Sài Gòn. Năm 75 bác già bị cộng sản bắt tại căn nhà này đem đi nhốt mười mấy năm suốt từ Nam ra Bắc mà không có xử án. Nhốt chán cũng phải thả bác về, nhưng căn phòng xưa đã có người khác ở, bao nhiêu sách vở bản thảo của bác trong căn phòng đó đã bị mất hết. Ở Sài Gòn hơn một năm bác có ý đi tìm và còn định đi... kiện đòi lại các tác phẩm của mình nhưng một nhà văn khuyên bác bằng cách đùa giỡn là gửi cho bác một củ khoai lang và chỉ cách cho bác đi ra nước ngoài. Thế là bác trở thành một ông Mỹ già gốc Á Châu, hưởng tiền già, ở căn phòng chung cư của những người già này, để rồi ngày ngày ra quán ngồi uống trà tán gẫu. Chán lại về căn phòng nhỏ nằm nhìn lên trần nhà.

Căn phòng này không "sang trọng" bằng căn phòng ngày xưa, nó đúng là một cái hộp, bác nghĩ thế nhưng không sao, chỉ tiếc là không có con nhện nào chăng tơ trên trần như những hình ảnh kỷ niệm cũ. Có lúc bác nghĩ thầm "biết thế đấm buổi vào..." Thỉnh thoảng đêm đêm bác nghe văng vẳng tiếng nổ đì đùng từ nơi bắn pháo bông ở Disneyland vọng về như là có giao tranh ở ngoại ô Sài Gòn. Ở căn phòng xa xứ này bác nhớ tới căn phòng quen thuộc bao năm cũ. Nhưng dù sao thì ở cõi tạm này, nơi lưu đày biệt xứ này, bác sống, bác viết, như bác đã sống đã viết, ở căn phòng xưa cũ, hồi thành phố chưa bị cộng sản chiếm. Ở đây bác có thể viết theo ý mình những gì bác thích mà không phải bò vì đói hay sợ công an nó bóp dái. Cùng lắm thì bác bấm máy print mấy bản dán ở chợ, ở cột đèn, hay dán nơi thùng rác của chung cư... Gọi là có xuất bản. Có phát hành. Như ai... Rồi quẹo vào siêu thị mua một củ sắn đem về luộc mà ăn qua ngày. Còn điều này, bác nghĩ, có thể, ở đây, căn phòng này, sẽ là nơi bác mãn phần... Bác kê chiếc giường giữa phòng, như một cái lỗ huyệt giữa miếng đất. Cái giường kiểu Mỹ không giống loại giường bên ta, nó chỉ là một khung sắt trên có hai tấm đệm. Xung quanh giường là những tiện nghi như điện thoại, computer, máy fax, tủ lạnh, bình trà, sọt rác... tất cả mọi thứ cần dùng bác già bày biện chỉ việc với tay là tới... Nơi góc buồng là phòng vệ sinh cũng là một thứ cần thiết.

Bác già nằm vắt tay trên trán thì chuông điện thoại reo, bác nhoài người cầm ống nghe:

– Vâng tôi nghe, thưa cha

– Tìm cha để muốn hỏi xem có phải đúng như vậy không và điều đó có phải là giáo luật hay chỉ là tự nhiên từ xưa đến nay như thế...

– Thưa cha tôi nhắc lại, bánh lễ còn lại sau buổi tiệc phải cất đi, mỗi giáo dân, mỗi lần rước lễ chỉ được một miếng bánh, tiêu chuẩn một ngày, thậm chí nếu lỡ có đánh rơi rớt cũng phải nhặt lên mà ăn không được bỏ phí, cũng giống như có lần đói quá cha con mình đã xâm những hạt cơm dính rá ăn. Chỉ có rượu khi đã rót ra chén thì nếu còn thừa sẽ được uống hết. Dạ, tôi nghe rõ và hiểu. Cám ơn cha đã xác định cho tôi những điều tôi muốn biết. Dạ, cũng hợp lẽ tự nhiên thôi, cơm gạo khoai sắn hay máu thịt Chúa thì cũng đều được quí trọng và phải được dành dụm cả. Lương thực thực phẩm nào cũng là của Chúa, củ sắn cũng của Chúa và phải được trân trọng. Nhưng bánh thịt có lúc quí hơn rượu. Nhất là khi ta đang đói. Khoai sắn có lúc ngon như cơm gạo, chắc cha còn nhớ lúc chúng ta suýt chết đói ở trại giam cộng sản Việt bắc, tôi thì nhớ rõ lắm và sẽ chẳng bao giờ quên. Còn nhớ là cha đã cho mượn quyển Tân Ước mà cha giấu được cho tôi đọc. Nhớ. Vẫn nhớ. Hôm rồi có nghe một bài phát thanh của cha. Anh Hiền chơi violon đã qua đời vì bịnh sau khi chúng nó thả anh ra khỏi tù. Tôi còn cầu mong cho cha lên Hồng Y nữa cơ, thiệt đấy, nếu được như vậy tôi sẽ đãi cha một củ sắn nướng, không đùa đâu, rất nghiêm chỉnh, thưa cha.

– "Xin ơn trên phù hộ chúng ta".

– Vâng. Chào cha.

TIẾNG THÌ THẦM
TRONG BỤI TRE GAI

"Thế sự du du nại lão hà..."
Đặng Dung.

Rừng Lá tàn lụi, không còn là rừng lá nữa. Chỉ còn là đồi hoang cỏ cháy. Trời nắng hè gay gắt, hừng hực, thỉnh thoảng một cơn lốc xoáy bốc lên cao những rác rưởi bụi bặm đem trải ra xung quanh. Sau nhiều năm làm trại tù ở đây đã tiêu diệt hết khu rừng nổi tiếng là nghiệt ngã: "Rừng Lá, Suối Lạnh". Cũng lạ, thời chiến, khu rừng ngày xưa là vùng oanh kích tự do với bao nhiêu bom đạn dư thừa trút xuống không bị hủy diệt; thời hậu chiến chỉ với dao cưa và nùi lửa của tù binh mà trong vòng mươi năm tất cả đều trơn trụi. "Trái đất bị bóc vỏ bằng tay". Muông thú chạy trốn, vượt qua dãy núi Mây Tào, sang rừng Hàm Tân và Xuyên Mộc. Cây rừng bị chặt sạch, bán sạch, đốt sạch. Cá mú dưới suối lạnh bị vét hết và suối lạnh hóa thành suối cạn... Một cuộc tàn phá để xây dựng mang tính xã hội chủ nghĩa: rừng xanh biến mất, thay vào đó là trại tù bề thế có nguyên một nghĩa địa riêng, với mấy trăm ngôi mộ sĩ quan, bộ trưởng, tu sĩ và nhà văn của Miền Nam. Trại tù được bao quanh bởi một hàng rào tre gai cho mang vẻ quê hương dân tộc nhưng vẫn phải có thêm mấy lớp kẽm gai ngoại hóa để quốc thì mới ngăn chặn được đào thoát. Toán tù binh đầu tiên đến đây năm 1976 khởi đầu công trình lao động xây dựng là nhà giam và hàng rào nhốt mình. Sự vụ đã thành thơ: "Nhiều khi tôi muốn khóc hu hu, Tù cất nhà giam để nhốt tù!" Trải qua mười bảy năm, những hàng rào nay đã thành những lũy tre gai già dày đặc. Có trại đã phá đi nhà cửa nhưng hàng rào tre gai thì vẫn còn đó vuông vắn, thành quách, sừng sững như là dấu ấn của một thời hận thù nghiệt ngã, để lại cho lịch sử! Một ngàn năm sau hậu duệ của các bác tướng tá tù binh có đứa nào theo ngành khảo cổ tình cờ đến khu rừng này mà đào xới chắc sẽ tìm thấy nhiều điều lạ; có thể các nhà sử học ấy sẽ la lên đã tìm thấy một nền văn minh tạp lục gai tre cùng gai kẽm, với những cổ vật và di chỉ như nồi nấu ăn giống cái lon đựng sữa của hãng Guigoz Hòa Lan, đàn guitar làm bằng thùng đạn Mỹ, xương sọ trong các ngôi mộ là những xương dập bể, khẩu hiệu "Bác Hồ Sống Mãi Trong Sự Nghiệp Của Chúng Ta"... Rồi có thể họ sẽ tiếc nuối vì tiền nhân của họ đã tiêu diệt "cây buông", một loại cây quí phải cần 60 năm mới có trái độc...

■

Họ đã đi hết ráo. Đi thực sự. Đi cả gia đình. Đi rất xa. Mãi tận Thụy Điển. Mới hôm nào họ ở tù chung với mình, họ ăn cơm chung với mình, họ bình luận thế sự với mình, họ đọc thơ đặt nhạc đàn ca cho mình nghe, họ họp đại hội "Trung Tâm Văn Bút Trong Tù" sáu người tình cờ gom được, một là tác giả "Bụi Tầm Xuân" hai là tác giả "Trắng Chiều" ba là thi sĩ "Người Đi Qua Đời Tôi" bốn là giám đốc đài phát thanh năm là nhà thơ xướng ngôn "Tao Đàn Thi Văn Miền Tự Do...", cả năm vị đều bị người tù già "bầu" lên giữ các chức trong ban chấp hành, chỉ có duy nhất một hội viên là người tù già. Nhưng lệ làng của "Trung Tâm Văn Bút Trong Tù" là tất cả mọi quyết định lớn nhỏ của Trung Tâm đều phải lấy biểu quyết của hội viên, các chức sắc không biểu quyết mà chỉ... thi hành các quyết nghị của đại hội. Đại hội Trung Tâm Văn Bút Trong Tù năm 1987 được tổ chức long trọng bằng một bữa ăn có thịt, cá, giò, rượu đế, do giám đốc đài phát thanh được thăm nuôi khoản đãi, ăn trên một cái giường người chết đặt trong góc một bệnh xá. Chủ tịch là lão đại cao niên nhất nhưng cũng trẻ trung nhất lâu ngày vớ được rượu đế bèn uống mềm môi. Hội viên duy nhất bèn biểu quyết:

– Đại hội dành ưu tiên chai đế cho "bé lão" chủ tịch!

Chủ tịch có rượu vào lại đâm ra tỉnh táo, đề cao cảnh giác:

– Liệu mà giữ mồm giữ miệng, đùa hoài chúng nghe thấy lại đi... tù cả đám!

– Sức mấy chúng dám đụng đến VBTT, đã có PEN Quốc Tế.

Thế mà bây giờ họ đã ở tận Bắc Âu xa xôi, tít mù, tuyết lạnh. Như bao nhiêu người khác cùng cảnh tù nơi đây hay nơi khác, bây giờ họ đang ở đâu? Hằng ngàn, hằng chục ngàn, hằng trăm ngàn người cùng tù rải ra khắp nước bây giờ họ đã ở đâu? Một số rất nhiều người đã chết, một số rất nhiều người đã ra tù, và một số may mắn đã đi xa, bây giờ ra sao? Tất cả bây giờ ra sao? Bây giờ đang làm gì? Riêng ta, ta sót lại, ta kẹt lại, ta là kẻ bao giờ cũng chậm chạp, bao giờ cũng sau chót, bao giờ cũng hạng bét. Hồi nhỏ ta đi học luôn đứng hạng nhất lớp cớ sao lớn lên biết suy nghĩ ta lại luôn luôn đứng hạng bét cuộc đời... Họ đã về hết cớ sao ta vẫn còn đây? Ta là một trong số mười hai người còn đây? À thì ra cũng còn tới mười hai người lận. Trong một cái trại tù có thời kỳ đông tới hơn một ngàn hai trăm bây giờ còn lại mười hai mống, người nào cũng ưu tư trầm lặng câm nín, mười hai cái bóng lầm lì khốc liệt, mười hai tâm trạng se sắt cô đơn, một bó củi mười hai khúc, một cái chậu cá mười hai con sần sặt, một cái chai nhốt mười hai người khổng lồ... Họ đã đi thực sự, đi cả gia đình, đi hết sạch. Họ đã lên thăm nuôi từ giã người tù còn lại, từ giã Trung Tâm Văn Bút Trong Tù và đã báo cho biết ngày lên đường.

Hỏi:

– Đi cách nào?

Họ nói:

– Đi cách... văn hóa!

Thế là còn ta ngồi đây, dưới bóng bụi tre già gai góc, cót két, kẽo kẹt, rì rào... nhìn ra cánh đồng cỏ giữa rừng với đàn bò, gầy guộc, đủng đỉnh...

"...Trong hơi nước đầu tiên của mùa thu,
Con thiên nga mù,
Vỗ đôi cánh san hô,
Lờ lững trôi về mô..."

■

Bờ suối ngoằn ngoèo, thỉnh thoảng có một cây dừa cách quãng, trên cây có những buồng dừa rất nhiều trái nhỏ và bao giờ cũng chỉ có trái non, không bao giờ những cây dừa ở đây có được trái già. Cán bộ, nhất là cán bộ võ trang thường đi lùng sục có cái gì có thể ăn được là chụp liền. Sở dĩ hai bên bờ suối chỉ có những cây dừa lác đác cách quãng mà đáng ra là hàng dừa đều đặn hai bên bờ chỉ vì hồi mười năm về trước, khi trồng những bầu dừa giống này, cũng chính những đồng chí đêm đêm đã đi moi những quả dừa mầm lên ăn đỡ thèm. Thứ này ngoài Bắc ít có.

Xa bờ suối quãng nữa, nơi gần đập nước, trước kia còn là rừng, là nơi đại úy Lam đã treo cổ tự sát trên một cành cây mãi ba ngày sau mới phát hiện do quạ kêu. Xác anh đã rữa thối, chim chóc rỉa thịt và móc mắt anh, lưỡi anh thè lè ra kiến bu đầy. Bọn chúng phải mời pháp y tới khám nghiệm mổ xẻ làm biên bản rồi mới đem chôn ở nghĩa địa. Anh cán bộ y tế phải làm việc ấy, anh ta bịt mồm bịt miệng nôn oẹ tùm lum, mấy ngày sau còn khạc nhổ càm ràm:

– Chết cũng khổ! Sống cũng khổ!

Hôm tự vận chính Lam đã phải lao động trồng mấy chục cây dừa ở bờ suối, anh em nói rằng Lam đã làm việc rất cẩn thận, anh đo khoảng cách cho từng cây đào từng lỗ vuông vắn, đặt từng bầu dừa xuống lỗ, lấp đất phủ quanh cây con đẹp đẽ và còn cắm những cành que xung quanh cây con để bảo vệ chúng. Anh làm xong chỉ tiêu sớm nên xuống suối tắm rửa. Hết giờ lao động về trại thì thiếu anh, công an bắn ba phát súng báo động có tù trốn trại và chúng bủa đi lùng kiếm truy kích, đêm ấy hành quân mệt mỏi, chiến sĩ cũng có anh giải khát tạm bằng những quả dừa giống mà tù binh đại úy Lam mới hạ thổ ban chiều. Công lao động cuối cùng của người tù binh khổ sai để lại dường như cũng sẽ chẳng bao giờ có được một trái dừa có nước có cùi. Cũng như Lam, anh còn độc thân, lá thư để lại cho người em gái duy nhất có những lời lẽ đại ý rằng: "... anh chết đi vì anh không muốn sống trước những cái phi lý của cuộc đời... anh thương em gái vì chỉ có hai anh em mồ côi mà anh không săn sóc gì được cho em, lại còn là gánh nặng mà em phải lãnh chịu thăm nuôi tù, đáng lẽ anh phải tự chết ngày 30 tháng 4 mới phải, thế này đã là trễ nhưng phải làm để khỏi trễ hơn..." Mộ phần của đại úy Lam, viên sĩ quan cảnh sát thảm tử này nằm ở nghĩa địa của trại tù. Từ bụi tre gai quay nhìn ngược trở ra phía quốc lộ sẽ thấy khu mồ mả đó. Mộ anh nằm gần mộ của vị bộ trưởng, đương thời đã cấp tặng cho anh huy chương "sắc tộc bội tinh", ông bộ trưởng tử nạn vì ăn da trâu; và cũng gần với mộ tác giả "Con Thần Lằn Chọn Nghiệp". Nhìn ra xa đó ít nữa sẽ bắt gặp nấm mộ của vị thượng tọa, lãnh tụ tranh đấu, nổi danh một thời. Nếu xa thêm nữa bên kia núi Mây Tào thì có mộ tác giả "Truyện Một Người Đòi Trả Thù Cho Dân Tộc"... Nghĩa địa này đông lắm, mấy trăm bộ hài cốt mà chẳng cần phải ai tìm kiếm! Những hài cốt này là của thời hậu chiến, giai đoạn sau hiệp định ngưng bắn; cũng như hàng triệu bộ hài cốt của thời chiến trước đây, những hài cốt bản xứ, không có chương trình và tổ chức nào tìm kiếm và cũng chẳng cần phải ai tìm kiếm! Nói như người Úc đã nói "Ở đâu cũng là nước Chúa" hóa ra lại tránh được nạn biến thành món hàng trao đổi bán buôn. Hàng năm cứ vào ngày cận Tết nhà cầm quyền duy vật vô thần bất tín bất nghĩa cũng vẫn còn phải diễn trò tình nghĩa, cho người đi dãy cỏ ở các ngôi mộ tù. Thôi thì tù sống làm đẹp mồ mả cho tù chết, có mất mát gì cho nhà nước đâu. "Nước sông công tù!" Thế nhưng có một ngôi mộ cũng trong Rừng Lá nhưng ngoài vòng quản lý của trại tù, cũng vẫn được thường xuyên làm cỏ sạch sẽ và thỉnh thoảng còn có nhang khói và những bông hoa rừng lòng thành tự nguyện của chiến hữu. Đó là mộ phần của một thượng sĩ quân cảnh. Dân làng ngoài xóm Sông Giêng đã cho những anh em tù binh biết rằng dưới gốc cây da bên bờ suối cạn cách hàng rào tre trại tù khoảng nửa cây số có ngôi mộ mà họ không rõ tên, chỉ biết rằng khoảng năm 1968 Việt Cộng chặn xe đò ngoài quốc lộ bắt được một người lính Cộng Hòa đem vào rừng bắn chết rồi chôn ở đấy. Dân làng không biết tên nhưng thấy lon và huy hiệu thì biết là thượng sĩ quân cảnh. Từ đó những người làm rừng đi chặt lá buông và đốn gỗ bằng lăng mỗi khi ngang qua ngôi mộ đều có nhã ý làm những cử chỉ hành động săn sóc như nhổ cỏ, bồi đắp thêm đất, cắm bông hoặc đem theo nhang thắp lên lạy tạ cúng vái. Năm 1976 tù binh đến cắm đất làm trại giam, dân xóm Sông Giêng nói nửa đùa nửa thật rằng họ "bàn giao" ngôi mộ liệt sĩ ấy cho các chiến hữu của anh. Cuộc "bàn giao" âm thầm, truyền miệng, từ lớp tù này sang lớp tù khác nối tiếp cho đến ngày nay. Kẻ thù có thể giải tỏa các nghĩa trang của "chế độ cũ", chúng đã đập phá Nghĩa Trang Quân Đội kéo sập pho tượng "Thương Tiếc" như là một cách triệt hạ Đài Tưởng Niệm Chiến Sĩ QLVNCH, nhưng ngôi mộ chiến sĩ vô danh ở giữa Rừng Lá âm u này thì đã được nhân dân và chiến hữu âm thầm tự nguyện săn sóc thương tiếc!

Khi khu rừng bị tàn phá để "cải tạo" thành đất trồng trọt, đến chỗ ngôi mộ người lính quân cảnh thì anh trại trưởng vốn nổi tiếng là một tên cộng sản ma mãnh hắc ám cũng phải dừng tay, hắn nói với đám công an dưới quyền:

– Tụi bay đừng có đụng vào! Coi chừng oan gia cả lũ.

Thế là đám công an chừa ra cho ngôi mộ một khoảng đất vuông vắn không bị đào xới, nhưng chúng cũng cho hạ cây da cổ thụ ngã nằm vắt ngang suối cạn. Bác tù già chống cây roi bò rời bụi tre đi ra chỗ ngôi mộ. Xung quanh mộ là những cây táo mới trồng, khu rừng này chúng đã "biến" thành vườn táo xuất khẩu với kế hoạch dự kiến lấy đô la Mỹ, cũng như bao khu vực kinh tế khác trồng dâu cho công nghiệp tơ tằm xuất khẩu, trồng thuốc lá sợi vàng xuất khẩu, trồng bạch đàn cao sản và tràm bông vàng xuất khẩu tính tiền theo từng pound kể cả cây cả rễ cả lá, trồng ớt xuất khẩu, trồng xả xuất khẩu, trồng mía (cái này thì tự túc trong nước để khỏi nhập của ngoại quốc) ép mật làm đường... Rừng Lá "biến" thành nông trường, thành khu kinh tế mới, thành khu du lịch an dưỡng... làm giàu cho đất nước bằng những "luận chứng kinh tế dám nghĩ dám làm giải quyết táo bạo". Hằng năm đều có ra quân xuống đồng rồi có thu hoạch mừng công rầm rộ, trại trưởng lên cấp từ thượng sĩ tới trung tá cục phó trong mười năm, được thưởng đi tham quan Trung Quốc, còn phó giám thị thì tự bắn vào đầu chết khiến người vợ góa khóc vật vã "sao anh dại thế, sao anh không bắn "nó" rồi hãy bắn anh!" Công cuộc làm kinh tế xã hội chủ nghĩa đầy kinh dị này cứ diễn ra hằng năm, mỗi năm mỗi kiểu. Mới. Sáng tạo tài tình. Và cũng chưa bao giờ thấy trại xuất khẩu được một mặt hàng nào và cũng chưa thấy đem về cho đất nước được đồng ngoại tệ nào. Táo không đủ cho cán bộ hái trộm ăn. Ớt không đủ làm nước mắm đường. Dâu không mọc. Thuốc lá sợi vàng để mốc thối trong kho hóa thành sợi đen. Bạch đàn cao sản và tràm bông vàng mọc lởm chởm chỗ này chỗ kia bị cháy rừng mất sạch. Mía ép được mấy thùng nước đen thui để mãi lên men có mùi khai thủm...

Bác già vung roi bò quơ quơ trên không miệng lẩm bẩm:

– Bố tiên sư! Cha tiên sư!

Bác trèo lên thân cây da nằm vắt ngang suối cạn nhìn ngôi mộ. Rồi bác nhìn trời... hiu quạnh. Rồi bác lại nhìn ngôi mộ. Nấm đất đắp cao, sạch sẽ, trong một khu đất vuông không có cây táo nào, chỉ mấy cây hoa móng tay, một bụi vạn thọ, một cây hoa trang... những cây bông trồng không theo một sắp đặt nào cả, như là của nhiều bàn tay, của nhiều ý tứ, như là hoa dại, như là tự nhiên... Hiện không có khói nhang, trên mô đất chỉ có những cuống nhang màu đỏ, nhang của ai đó thắp từ bao giờ đã cháy hết để lại những cuống nhang này như là chứng tích của sự thờ cúng. Bác già móc điếu thuốc lá châm lửa rồi đem đến cắm vào đầu một que nhang. Gió thổi khói thuốc bay quyện vào bụi trang. "Trăm năm nào có gì đâu..." Gió chiều thổi ào ào, điếu thuốc thay nhang rồi cũng cháy hết chỉ còn chừa lại cái đầu lọc dính bám trên cuống que nhang. Bác tù già lại trầm tư, đưa mắt nhìn đàn bò đủng đỉnh ngoài cánh đồng, bác thở dài nhìn lại nấm mộ người chiến hữu không quen biết. Bác gõ gõ cái gậy chăn bò vào thân cây da mà bác đang ngồi lên, tiếng bồm bộp như tiếng mõ kêu, bác già bò trên thân cây da đến chỗ gẫy, bác cúi nhìn vào lỗ bọng của gốc cây rỗng, bác thò cây gậy bò vào trong bọng cây mà thọc thọc, bác lại lẩm bẩm:

– Có con gì trong này thì liệu mà chui ra chạy đi, ta đốt chết cháy ráng chịu, ta cần có lửa có khói, lửa khói càng lớn càng quí, ta cần làm một cuộc tế lễ...

Rồi bác tù già đi gom một mớ cành khô và cỏ khô tấn vào trong lỗ bọng gốc da, bác châm lửa, gió chiều thổi phù phù, cỏ khô và củi bốc cháy nhanh, ngọn lửa bốc lên, khói bốc lên, bác tù già mỉm cười, mắt bác sáng lên một tia long lanh. Ngọn lửa và khói bốc lên từ miệng lỗ bọng của cái gốc cây cụt trông như ngọn đuốc trên các bệ lễ đài. Bác già nhìn ngôi mộ, nhìn lửa, nhìn khói, nhìn đóa hoa vạn thọ, nhìn bông trang rồi lại nhìn ngôi mộ.

Bác lững thững đi trở về chỗ bụi tre ngồi nhìn ra cánh đồng có đàn bò chậm rãi gậm cỏ khô. Chốc chốc bác lại liếc nhìn về phía ngôi mộ với bệ đuốc lửa thiêng, tự nhiên, hùng tráng. Bác tù binh già nghĩ rằng hôm nay là ngày chiến sĩ trận vong. Bác tù binh già nghĩ rằng hôm nay bác chiêu hồn, truy điệu, tưởng nhớ, tri ân, ngậm ngùi... những liệt sĩ vị quốc vong thân vốn từng là đồng đội, chiến hữu. Mặc cho kẻ thù triệt hạ, mặc cho đồng minh phản bội phủi tay, mặc cho lãnh đạo bỏ chạy và đồng ngũ quên lãng, mặc cho thời gian lạnh lùng trôi qua, mặc cho lịch sử sang trang... hôm nay, ở đây, có người tù binh già thì thầm với anh, thì thầm với các anh, trong nỗi cô đơn tột cùng của kẻ sống người chết, nỗi cô đơn tột cùng của những người lính đã mãn phần hay đang là tù binh.

■

Gió chiều thổi mỗi lúc mỗi mạnh, tiếng reo ù ù và tiếng kẽo kẹt phát ra từ bụi tre tạo thành một thứ hòa âm lạ lùng. Bác tù già ngồi tựa lưng vào một tảng đá dưới bóng mát của bụi tre và bác thiu thiu ngủ. Thỉnh thoảng đầu bác gật xuống khiến bác lại phải cố gắng ngẩng lên. Chợt bác thấy như có ai cụi cụi vào người mình, mở mắt ra nhìn thấy cu Tý đang húc đầu vào chân bác. Bác tỉnh ngủ hẳn khi thấy cu Tý. Bác nhớ ra rằng chiều nào nó cũng thường sán đến bên mình bác mà cụi đầu, có khi nó cụi bác phải ngã người sang bên. Bác sờ tay vào lưng nó mà vuốt là cu cậu nằm phệch ngay ra, bốn chân duỗi in như con chó con trong nhà bác hồi còn thuở nhỏ. Cu Tý mới mấy tháng tuổi, nó có bộ lông vàng ươm thật mượt và thật đẹp, nó chưa có sừng nhưng trên đầu cu cậu đã có hai bên hai cái nhú tròn. Bác già gác một chân mình lên người cu Tý, nó để yên một lát rồi nhỏm dậy lăn người nằm đè lên chân bác! Bác già phì cười:

– Mày gớm lắm!

Một bác tù già đơn độc, một con bê con vô tư, hai bên chơi thân với nhau, nói chuyện với nhau, đùa giỡn với nhau, theo cách thế riêng, ngôn ngữ riêng, của họ. Cu Tý thường lang thang một mình, hình như không có ai chơi với nó, nó chậm chạp, lơ đãng, gặm những đọt cỏ non hiếm hoi dọc theo các bờ vùng bờ thửa. Cu Tý mới thôi bú nhưng cũng chưa thành "người" lớn, nó chưa được ngang hàng với những con bò lớn để có thể bình đẳng trong các sinh hoạt và cũng không còn thuộc loại được bú mẹ nữa, nó bắt đầu phải đi theo đàn tập tành kiếm ăn. "Ai sao tôi vậy, ai làm gì tôi làm nấy", nhưng mới chỉ bắt đầu tập tành, sơ khởi là thấy đồng loại gặm cỏ thì nó gặm cỏ, thế thôi... còn nhiều việc khác nó chưa biết, vì thế cu cậu thấy người ta nhảy đực thì chỉ đứng nhìn chẳng hiểu ra sao cả. Có lẽ cũng chẳng có ai dạy nó, bò không có một nền giáo dục được tổ chức soạn thảo nhồi sọ, ráng mà tự thích nghi lấy thôi. Cu Tý không biết bố nó là ai, giống bò không có thói quen biết bố. Và cũng chẳng còn nhớ mẹ nó như thế nào kể từ khi không còn được bú sữa nữa. Mẹ nó để nó trên đường đi gặm cỏ cùng với cả đàn. Vừa đi, vừa gặm cỏ, vừa đẻ. Đẻ xong mẹ nó liếm nó cho sạch nhớt rồi đem giấu nó trong bụi cây đi gặm cỏ tiếp, y như phụ nữ trong chế độ cộng sản phải tranh thủ lao động vậy! Mẹ nó cũng không tỏ vẻ gì là đau đớn cả, đẻ như... không vậy, đi gặm cỏ tiếp mà không cần biết cái nhau vẫn lòng thòng dưới háng kéo lê trên đất ruộng... Đến nỗi một bác tù già trông thấy phải lấy cây khều cho rớt ra, gom cái mớ lùng nhùng ấy lại đem xuống suối rửa sạch đất cát phân rác rồi xát muối và giặt như giặt áo quần. Tối về mấy bác nổi lửa chế biến ba ki lô nhau bò đẻ ấy thành món nhậu vô cùng độc đáo. Chủ tọa những bữa tiệc kiểu này thường là vị Hoàng Đế. Bác tù nào sợ không dám ăn bèn bị Hoàng Đế khuyên nhủ:

– Đừng sợ, không ăn uống, sau này sang Mỹ sang Pháp sẽ chẳng bao giờ có món này mà ăn đâu. Tao là một "thằng" vua tao biết. Đời tao đã bôn ba, từng trải nhiều, tao đã là tướng Việt Nam Cộng Hòa, là tướng đặc công Việt Cộng, là tướng dù của Tây, đã từng cùng với Salan đảo chánh Tổng thống De Gaulle, đáng lẽ tao là người kế vị Hoàng Đế triều Nguyễn, tại chúng nó không biết đến ta, chúng nó sẽ bị trừng trị... Tao là người Việt Nam đầu tiên đáp chuyến bay đầu tiên qua Bắc Cực...

– Thế anh hai đã bay ngang qua Nam Cực chưa...?

– Ê, đừng hỏi móc, bay qua Bắc cực rồi thì Nam Cực cũng thế mà thôi, tao nói thật, hãy nghe tao, ăn đi không uống, sau này lại hối, đời tao hối nhiều rồi, bỏ qua nhiều cơ hội rồi, tao đã lỡ không làm ác những khi đáng lẽ phải ác, tụi sộng sản nó ngu mới bỏ tù tao, tao đếch cần, tao còn có một tỷ đồng Anh kim ở ngân hàng Thụy Sĩ, khi nào tao ký thì mới lấy tiền ra được. Ăn đi các em, qua nói thật, qua thương các em là những sĩ quan ưu tú sa cơ chỉ vì các em lỡ phò phải hôn quân, nếu như gặp minh chúa mà thờ thì cũng công thành danh toại... Ăn đi, ăn đi kẻo uổng, qua đã hưởng đủ thứ "sơn hào hải vị", qua biết, ăn đi, ngon lắm...

– Ở bang California có món này không anh hai?

– Làm gì có, kiếm cả nước Mỹ cũng không thể có, cả những city đã "Việt Nam hóa" như Bolsa cũng không thể có. Nhau bò con so xào với khóm Bến Lức, cần Tàu, tỏi Mỹ, hành Tây, dưa leo, xả và ớt ta... món này là món gì? Mỹ kêu là món gì? Thấy chưa? Ăn đi.

Hoàng Đế và mấy bạn già nhập tiệc hào hứng. Hoàng Đế còn nhân dịp thành lập nội các cho tương lai, phong cho mười một bạn tù những chức bộ trưởng trong chính phủ quân chủ lập hiến và chia tài sản của ngài dự trữ trong ngân hàng Thụy Sĩ cho anh em. Hoàng Đế là vị tù già nhất trong số mười hai người còn lại, năm ấy ngài 72 tuổi... Ngài ngự còn rất phong độ, cao lớn, tướng đi dềnh dàng, vai ngang, đặc biệt ngài ngự rất thông minh và lịch lãm, tốt bụng, có bạn tù chợt nghĩ nếu là thực thì ngài cũng có thể hồi loan chấp chánh, hơn chán vạn kẻ khác...

■

Cu Tý lớn lên theo vú mẹ, nó chạy lon ton theo mẹ đi trong đàn, mỗi khi nó đi lạc, mẹ nó chạy đi tìm kiếm kêu la inh ỏi nhắng cả lên. Tình mẫu tử chỉ đằm thắm khi mẹ nó còn cho nó bú, đến một hôm nào đó không rõ, nó và mẹ nó tự nhiên xa lạ nhau, không đi chung nhau, không cả nhìn nhau, như là không quen biết. Hình như cái hôm đó là cái ngày mà có một con đực nào đó nhảy mẹ nó. Và cu cậu trở thành kẻ một mình. Một "kẻ một mình" bé tí khờ khạo trước cuộc đời rất phức tạp...!

Con bê con bỏ đi tự lúc nào khi bác tù già giật mình thức dậy, bác cảm thấy ơn ớn phía sau như là có cái gì đáng sợ. Bác quay lại nhìn vào bụi tre phía sau, một con rắn hổ đang bò vào trong bụi, con rắn ngừng lại nhìn thẳng vào bác già, lưỡi nó thè ra thụt vô... bác già rùng mình nhưng chưa kịp cầm lấy cây gậy thủ thế thì con rắn hổ đã lủi mất vào trong bụi. Bác già bàng hoàng hồi lâu. Một bạn tù khác từ bìa rừng đi tới hỏi:

– Cái gì thế?

– Con rắn.

– Sao không đập?

– Nó chuồn mất tiêu rồi.

– Uổng. Mật rắn là thần dược. "Tam xà đởm" là một toa

thuốc. Cháo rắn đậu xanh là một món bổ. Ông để cho nó chạy thoát thật là uổng.

Anh ta đập cây vào bụi tre hy vọng xua đuổi con rắn bò ra. Bác già lững thững đi tới đi lui dọc theo bìa rào. Ngọn đuốc thiêng vươn lên từ lỗ bọng gốc cây cụt ở ngôi mộ vẫn cháy phừng phừng, người tù binh già từ hàng rào tre cũng nhìn thấy cái đuôi lửa nhảy múa vươn lên theo gió. Bác tù già lại ngồi xuống cạnh tảng đá. Làm như chỉ có hòn đá tảng là bạn đời. Bác lại duỗi chân, tựa lưng. Bác cởi giày vải tụt vớ đưa lên mũi ngửi rồi nhăn mặt quơ tay xua đuổi, đập đập đôi vớ vào tay kia mấy cái xong lại nhẩn nha xỏ vào chân. Bác đang cột dây giày thì thấy ngứa nhói ở cổ. Bác già vỗ đánh bốp vào chỗ ngứa, một con muỗi chết bẹp dí cùng với một vết máu đỏ tươi nơi bàn tay. Bác già nhìn kỹ xác con muỗi và kêu khe khẽ:

– Bố tiên sư, cha tiên sư, chính cống là Anopheles!

Hai con sóc rượt đuổi nhau trên cây, không biết chúng đùa giỡn hay xung đột nhau, cái đuôi xù của chúng vẫy vẫy như múa như lượn. Một con bị rớt xuống đất chạy tọt vào trong bụi rậm, còn lại con trên cây một mình đứng hai chân, còn hai chân kia ôm đầu lặng thinh. Nắng chiều đã xế bóng, các bác già chăn bò dường như ngồi lâu mỏi lưng, có bác đã ra khỏi bụi rậm đi tới đi lui vung ve cái roi bò. Tiếng chim "bồ chao" líu lo trong bụi cây nơi bờ suối. Tiếng kêu "cuốc tà tà" của những con gà gô nghe sao nhẫn nại và buồn thảm. Những con cút rừng láu cá lủi rất nhanh trong đám cỏ.

Đi chăn bò mà nếu nhanh tay có thể quơ roi vụt được những con cút rừng hay gà gô chạy quấn dưới chân. Gà gô béo có thể tới 3 lạng, cút rừng béo cũng chỉ một lạng là nặng nhất. Rồi vừa đi vừa vặt lông sống để khi về là có thể ướp xì dầu tỏi chiên ngay, nhậu nóng với một lon bia "33", đó là một bữa chén "dã chiến" kỷ niệm ngày bước sang năm tù thứ mười bảy, ghi dấu một giai đoạn lịch sử sẽ qua ở đầu thập niên cuối cùng thế kỷ 20, tại Rừng Lá Việt Nam.

Bác già trưởng toán phát lệnh "rút quân" bằng những tiếng hô lớn bò... bò là các nhà quân sự sa cơ thất thế, từ trong các vị trí "chốt" bao quanh cánh đồng nhất loạt tiến ra, những cái roi quơ lên với những tiếng bò... bò... thế là cả đàn bò mấy trăm con vàng ươm trên cánh đồng cỏ cũng tự chuyển động ùn về một phía là khu chuồng bò. Đàn bò di chuyển trên cánh đồng tạo thành tiếng ồn ào rì rầm vang dội cả khu rừng. Ngọn đuốc vẫn cháy...

Bò vào chuồng rồi thì các bác già xuống suối tắm, cũng có bác đi thăm câu, cũng có bác đi đặt bẫy thú. Các bác ở trong những căn nhà lá phía ngoài hàng rào tre nơi cổng trại. Trại giam K2 đã biến thành chuồng bò. Cai tù trại trưởng có lần nói:

– Các bác bây giờ hết là tù rồi. Các bác chờ thả về để đi... Mỹ. Chỉ còn những "thằng em" này ở lại đây thôi. Các bác đi rồi nhớ thằng em này "chơi đẹp" nhé! Sau này có trở về các bác cũng đừng chấp những chuyện nhỏ nhặt đã qua! Cùng lắm các bác lại cho thằng em đi... chăn bò cũng là tốt lắm rồi.

Một bác già bàn "Có thể cho "thằng em" làm trật tự, thi đua hay ban tự quản đội gì đó cũng được!"

Ban đêm các bác tù binh già nằm trằn trọc nghe tiếng bò rống trong chuồng, tiếng voi gầm nặng nhọc và tiếng con "mang" kêu la thảm thiết trên núi Mây Tào. Bò sẽ bị giết thịt dần để đãi khách đến tham quan, "khách ăn một bà cốt ăn hai". Voi Rừng Lá có một con mẹ bị bắn chết lấy sừng bán, voi con còn bú không biết đi đâu cứ luẩn quẩn quanh trại tù, ban giám thị sợ vạ lây bởi luật bảo vệ thú quí cứ phải đổ cháo cho nó ăn nhưng đẩy nó đi không được thì may quá có lệnh chở nó về thành phố, sau đó trên kênh truyền hình số 9 chiếu cảnh voi con được lên máy bay quốc tế xuất cảnh, quà của thủ tướng chính phủ "cống" cho vua nước Thụy Điển. Còn con "mang" kêu la để khóc cảnh "nước mất nhà tan", các bác tù binh già nói vậy.

■

Căn nhà lá ngay trước cổng trại là chỗ ngủ của ba bác già trong đó có bác già tổ trưởng, các bác khác ở rải rác những căn nhà khác. Có bác ngủ ở chuồng dê một mình cho yên tĩnh, vì bác không thích có người ở gần mình và cũng không thích nói chuyện với ai. Có bác thích ở vườn xoài trong những căn nhà tường gạch dưới những lùm cây. Cũng có bác thích ngôi nhà bên suối. Có bác ở bờ ao để nuôi thêm vịt... Những căn nhà gạch trong vườn xoài vì có Hoàng Đế ngự, có hàng rào bao quanh, có cây cao cổ thụ, cổng có mái che... nên được gọi là Cung Điện, với ngoại thành, nội thành, đàng hoàng. Ở đây có lần Hoàng Đế nổi giận vì bị một nữ cán bộ hỏi:

– Tên anh là gì?

– Con "đĩ chó" muốn biết tên tao thì hỏi thằng Nhu xếp của mày, muốn biết cấp chức tao thì đi mà hỏi thằng bác Hồ nhà mày...

Hoàng Đế làm dữ gây ồn ào khiến mọi người cười lăn, riêng người nữ cán bộ phải chạy tháo thân ra khỏi cổng thành, suýt bị Hoàng Đế nhốt lại trong cung cấm. Anh công an phụ trách khu vực đó và cũng là bồ của người nữ thì đứng cười hề hề:

– Ai bảo chọc vào tổ ong!

Người nữ cán bộ thè lưỡi lắc đầu:

– Khiếp, ông ấy dữ quá!

– Trung tướng, Hoàng Đế, không dữ sao được.

Hoàng Đế cầm xâu chìa khoá đứng bên trong cổng nhìn ra:

– Tao cấm mày từ nay không được vác mặt tới đây nữa!

Ấy vậy mà quả nhiên từ đó cho đến ngày Hoàng Đế bị thả về, "đĩ chó" không dám tới thăm người tình mà người tình phải hẹn gặp "đĩ chó" ở chỗ khác.

Căn nhà tổ trưởng ở trước cổng chuồng là nơi tất cả các bác già hằng ngày phải lui tới trước cũng như sau khi thả bò và vì thế nó được gọi là Bộ Tổng Tham Mưu. Tổ trưởng phu nhân mỗi tháng tiếp tế cho chồng phải mang lên thêm cả ki-lô trà móc câu Bắc Thái và vài cây thuốc lá đầu lọc hạng xuất khẩu nếu không là hàng nhập khẩu để bác tổ trưởng đãi khách mỗi sáng họp tham mưu trước khi "xuất quân". Bác tổ trưởng nói:

– Tù cũng có phong cách của tù, chăn bò cũng có phong cách của chăn bò. Đói có phong cách của đói đến khi no cũng phải có phong cách của no. Ốm đau có phong cách của ốm đau, khoẻ mạnh có phong cách của khoẻ mạnh. Ngày xưa có phong cách sĩ quan thì bây giờ phải giữ lấy cái cốt cách ấy...

Căn nhà này trước kia là nhà trực trại, ở đây đã có lần là nơi nhà nước cộng sản phải dỗ dành một tù nhân để anh ta bằng lòng ra về. Anh là một sĩ quan cấp thiếu úy, hồi mới đi tù anh chống đối chửi bới lung tung bị nhốt trong nhà giam rồi trong conex, bị bắn cả một tràng đạn AK không chết chỉ bị chục viên đạn xuyên thủng khắp người, rồi bị nhốt bỏ đói trong hầm không chết, ốm đau không cho thuốc cũng không chết, mấy năm như thế không chết, khi chúng khiêng anh ra khỏi conex anh chỉ còn da bọc xương. Anh không đi, không đứng, không ngồi, không ăn, không nói được nữa. Anh chỉ trố mắt ra nhìn chúng. Mà không hiểu ánh mắt anh thế nào khiến chúng đứa nào cũng sợ hãi lảng tránh không dám nhìn anh. Chúng để anh nằm bệnh xá, dần dần anh có da có thịt, đi lại nói năng được, nhưng anh rất ít nói, anh thường chỉ viết thư. Thư anh viết gửi cho tổng thống Mỹ Reagan, bằng Anh ngữ, công an trại đưa cho một trật tự đọc để hỏi xem anh ta viết những gì thì thấy anh gọi tổng thống Mỹ là Dear P. đàng hoàng thân mật lắm. Cứ vài ngày anh lại đưa một lá thư cho trật tự để gửi trại chuyển đi cho anh. Nghe nói có thư anh còn phê bình chính sách sai lầm của Mỹ tại Việt Nam và khuyên tổng thống phải làm thế này thế nọ. Anh còn nhắc nước Mỹ phải có tình có nghĩa với đồng minh, với các nước trong thế giới tự do, phải giữ những lời cam kết, phải có những hành động xứng đáng với những nguyên tắc nhân quyền của hiến chương Liên Hiệp Quốc. Có thư anh còn yêu cầu Mỹ đổ quân vào Việt Nam theo kế hoạch anh vẽ ra với những hướng tiến quân có nỗ lực chính nỗ lực phụ đúng bài bản binh thư FM. của lục quân Hoa Kỳ, để đánh chiếm các mục tiêu và thủ đô Hà Nội. Anh còn áp dụng khoa quản trị theo phương pháp PPB đưa ra những đường lối hành động để người làm quyết định lựa chọn giải pháp optimum. Anh còn dặn tổng thống đừng cho Henri Kissinger đọc thư anh gửi cho tổng thống và anh không gửi lời hỏi thăm cái người này. Anh còn viết thêm là anh cũng không gửi lời hỏi thăm cả người tổng thống "xếp" của người này, vì cả hai đã thỏa hiệp với cộng sản, thua, nhượng bộ, rút quân, không dám can thiệp khi cộng sản vi phạm hiệp định ngưng bắn và bỏ rơi anh. Sĩ quan QLVNCH không thích chơi với những kẻ "chơi chạy"! Thư anh viết rất đều đặn đến nỗi nếu khi nào trễ một hai ngày là công an trại phải hỏi ngay, có khi gặp anh còn nhắc: "Nhớ viết thư cho tổng thống Mỹ nhá!" Không rõ tổng thống Mỹ có nhận được lá thư nào của anh, hay thất lạc mất cả? Thư từ bị thất lạc là chuyện rất thường, bưu điện cũng lu bu nhiều việc lắm! Thế rồi mấy năm sau chúng gọi tên anh trong danh sách thả ra khỏi trại. Mọi người được thả đều mừng rỡ chạy đôn chạy đáo thu xếp, nhận giấy tờ ra trại. Riêng anh vẫn cứ nằm yên trong nhà, trực trại và trật tự vào tận chỗ gọi anh cũng lắc đầu không chịu ra. Đem giấy ra trại đưa anh, anh xé làm đóm hút thuốc lào khiến cán bộ phải chạy đi làm một giấy thả khác, gấp bỏ túi anh và dặn phải giữ đừng để mất, vì giấy chỉ cấp một lần và phải có nó thì mới làm hồ sơ đi Mỹ được. Anh bĩu môi lắc đầu không tin. Chúng lôi anh đi xềnh xệch nhưng anh níu chặt lấy cột nhà giam, anh vẫn lắc đầu không tin, anh nói:

– Phải có xe Jeep và quân cảnh hộ tống thì anh mới đi, ra ngoài Việt Cộng bắn lén anh không đi.

Không biết làm thế nào, cuối cùng bọn Việt Cộng muốn cho được việc phải dỗ dành anh:

– Hết Việt Cộng rồi, quân cảnh chờ ở ngoài cổng, anh cứ ra ngoài ấy là có xe Jeep, có hộ tống về tới Sài Gòn.

Anh hỏi:

– Quân cảnh Việt hay quân cảnh Mỹ?

Tên trưởng K đứng cạnh đó phải nhanh miệng nói ngay:

– Quân cảnh Mỹ, họ chờ anh lâu rồi.

Lúc ấy anh mới chịu đi ra cổng, tới nhà trực trại nhìn quanh không thấy xe Jeep cũng không thấy hộ tống anh ù té chạy ngược trở vào trại giam. Nhưng muộn rồi, cổng trại đã đóng lại, anh đứng ngoài réo chửi từ trên xuống dưới từ dưới lên trên.

Chửi cả trại, cả đảng, cả nhà nước... Chúng để anh chửi mệt ngồi bệt xuống đất trước nhà trực trại rồi bốc anh lên xe bò chở ra ngoài quốc lộ bỏ anh ở đó. Không rõ rồi anh ra sao!

Trực trại tống được anh đi rồi mới thở phào nhẹ nhõm:

– Tù cũng khổ! Cai tù cũng khổ! Ở tù cũng khổ! Ra tù cũng khổ!

Ban đêm các bác già ngủ trong căn nhà trực trại cũ đi đái chỉ bước mấy bước ra cửa chĩa vào hàng rào tre là xong ngay. Già nên đêm nào cũng hai ba lần ra ngoài. Công an coi trại cho như thế là tiện lợi vì mỗi khi có bác đi đái đêm cũng là dịp ngó qua cái chuồng bò. Có lần có bác đái xong sao nghe như có cái gì lạ lạ, đêm sao im lặng quá, coi kỹ ra thì bốn trăm con bò trong chuồng đã phá cổng ra hết sạch. Chuồng trống trơn. Kéo nhau đi tìm, dưới ánh trăng thấy bò lổn ngổn vàng ươm từng tốp, từng tốp, đứng nằm dọc theo từ lũy tre qua cánh đồng tới bìa rừng... Mãi đến sáng các bác mới "thu quân" xong bèn phạt cho chúng cả ngày nhốt trong chuồng, với lại các bác cũng phải ngủ bù. Có bác cằn nhằn:

– Bò cũng khổ! Người cũng khổ!

Một đêm đang giấc khuya có tiếng la lớn ở hàng rào, các bác già thức giấc chạy tới hóa ra không phải bò xổng chuồng mà là một bác già đi đái đêm bị rắn cắn. Bác rên rĩ kêu đau, rọi đèn thấy vết răng rắn ngay mu bàn chân bèn cấp cứu, dùng dây buộc chặt bắp chân ngăn nọc độc không cho chạy lên tim, bổ đôi quả "rắn cắn", một loại quả thuốc rừng mà bác tù già nào cũng có một hột giữ trong người phòng thân, rịt một nửa hột vào ngay chỗ vết cắn, nửa cái hột "rắn cắn" này hút chặt vào chỗ vết thương và cứ để nguyên như thế cho đến khi nó tự rớt ra. Thuốc tiên! Chẳng hiểu do thuốc tiên hay cái gì khác mà nạn nhân sau một đêm đưa đi bệnh xá cấp cứu bác lại trở về ngày hôm sau bình yên vô sự. Hỏi bệnh xá chữa thuốc gì bác già bị rắn cắn lắc đầu:

– Nó có thuốc gì chữa trị đâu lại còn xin nửa cái hột còn lại để bệnh xá lỡ có ai bị rắn cắn sẽ rịt vào.

– Tưởng "bệnh xá cấp cứu" hoá ra "cấp cứu bệnh xá", thôi cũng được, đằng nào cũng thế cả.

– Nửa đêm đưa nạn nhân sang tới nơi, họ bị thức giấc bèn nói bị rắn cắn nếu chết thì đã chết rồi, đi sang tới bệnh xá mà chưa chết là kể như con rắn này thuộc loại không độc, ngủ lại một đêm sáng sau đi về chuồng bò lại.

– Ở Rừng Lá này có loại "choàm quạp" độc lắm, bị nó cắn chết tại chỗ không kịp ngáp. Rắn này ngắn ngủn và cái đầu hình tam giác.

Bị rắn cắn rồi lại nghe chuyện rắn từ đó các bác tù binh già thấy ớn ban đêm và bụi rậm. Có bác đi tiểu đêm cũng mang giầy cầm gậy, có bác nhịn tiểu đêm, cũng có bác "đi" vào trong cái lon gô sáng ra đem đổ.

Một buổi chiều khi đang thả bò trong rừng chợt nghe tiếng một bác la lớn "rắn... rắn", mọi người chạy lại thấy một bác mặt tái xanh chỉ vào một lùm cây ở bờ mương miệng lắp bắp:

– "Choàm quạp", đầu tam giác!

– Nó cắn chỗ nào?

– Hình như chưa, tôi dẫm phải nó, nó vùng lên mổ chân tôi, nhưng có lẽ tôi "bay" né kịp.

– Tài! Để tới tìm coi, kiếm cái mật!

Rồi hai bác đi đến chỗ bụi rậm bên bờ mương, cầm cây khua động, bới tìm một lúc không thấy con rắn nào. Một bác dùng gậy khều một khúc rễ cây khô lên cho mọi người nhìn, khúc rễ cây cũng hao hao giống một con rắn. Im lặng! Lát sau có lời bình luận:

– Rắn này làm chó gì có mật!

Ôi cuộc sống sao phức tạp và lắm nguy cơ đe dọa thế. Nhưng thịt rắn và mật rắn thì vẫn được coi là món ăn ngon và thuốc bổ quí.

■

Hàng rào tre này đã nhuốm máu từ hồi những cây tre còn thấp và cành lá của nó chưa xum xuê rậm rịt. Người tù bị bắn chết đầu tiên ở bờ rào là một sĩ quan còn rất trẻ. Có thể nói anh mới bắt đầu làm sĩ quan, còn mang lon chuẩn uý của Trường Sĩ Quan Trừ Bị

Thủ Đức, chưa kịp điều chỉnh lên thiếu úy thì anh đã bị đi tù. Chính ba anh và vợ anh đã hối thúc anh đi trình diện cải tạo sớm để còn về sớm. Họ quá tin vào cộng sản. Một kẻ mới bắt đầu dự trận sắp hàng cùng với những bậc đàn anh đã tham chiến ngay từ những ngày -N của hai cuộc chiến, anh đi tù trong niềm an ủi và cậy trông ở những người bạn tù, đàn anh, bậc thầy từng trải, hiểu biết và kinh nghiệm. Cũng lại là quá tin nữa của anh. Anh như một "con nai vàng ngơ ngác" giữa một khu rừng rất nhiều bí hiểm, khắc nghiệt. Người vợ anh cũng còn rất trẻ, hai người học trò yêu nhau rồi lấy nhau chưa có con cái gì thì anh chị đã phải xa nhau. Anh ở trong tù bồn chồn nghĩ tới chị từng phút từng giây, trong giấc ngủ kinh hoàng ở trại giam luôn luôn có hình bóng chị ấp ủ anh. Một vài tháng anh mới được thấy chị vài chục phút trong kỳ thăm nuôi. Khi được gặp chị như thế anh muốn điên lên vì thương vì nhớ, anh muốn nhào tới mà ôm chặt thân thể chị, chao ôi, anh có thể chết được, anh nhìn chị nước mắt trào ra, chị nhìn anh nước mắt cũng trào ra. Cuộc sống sao khốn khổ thế, sao hai người yêu nhau lại không được ở với nhau không được ngủ với nhau? Thế rồi bỗng dưng không thấy chị lên thăm anh nữa? Anh chờ đợi mòn mỏi, rồi ba anh lên cho biết chị bỏ nhà đi đã mấy tháng, ông còn an ủi anh đừng buồn, ông thở dài nói:

– Tình đời như thế cả, ba sẽ đi nuôi con cho đến ngày con được về.

Hôm đó anh vào trại nằm khóc than vật vã, một đồng cảnh nằm bên cạnh cũng an ủi anh:

– Đúng là nó thế cả đấy anh bạn trẻ a, như tôi đây này, vợ chồng ở với nhau hơn mười mặt con, con sống có con chết có, xưa kia mình lo cho nó đủ thứ nhà cửa xe cộ kim cương hột xoàn không thua kém ai không thiếu thứ gì ấy vậy mà mới sểnh ra có một năm nó đã bỏ mình đi theo thằng khác, mà theo ai cho nó cam, nó đi theo thằng cán bộ cộng sản mới tức mình chứ... Thôi kệ mẹ nó anh khóc lóc cũng chẳng giải quyết được gì, mình bây giờ nằm trong rọ là bó tay thôi. Tôi mà về kỳ này ấy à, tôi "xịt" hết cả hai đứa...

Anh không đợi chúng thả về, anh vượt ngục, nhưng anh bị chúng bắn chết ngay tại hàng rào. Chôn anh xong thì người vợ trẻ của anh lên thăm. Chị bị bắt giam ở công an Phan Thiết hai tháng vì tội mua cá biển tính đem về Sài Gòn bán kiếm lời nuôi chồng. Người ta chỉ còn cách đưa người vợ ra nghĩa địa thăm chồng. Chị lăn lộn trên mô đất mới. Khóc lóc. Thảm thiết. Những đêm sau, công an gác trại giam thường thấy có người vừa chạy trên những cây tre vừa la khóc, chúng tưởng tù vượt ngục bèn báo động, bắn súng đùng đùng náo loạn. Nhiều đêm như vậy, chúng quả quyết trông thấy tận mắt có người vượt rào nên mới bắn. Các tù binh nằm trong trại giam thì bàng hoàng, sững sờ...

■

Bác già nghĩ đến rắn ở bụi tre lại ớn sợ, ngồi mà cứ nơm nớp phía sau lưng như có nó đang rình. Nhìn ra ngôi mộ không còn cái gốc cây cụt vì nó đã cháy hết suốt mấy ngày đêm, lửa còn ăn luồn xuống cả đám rễ. Bác nghĩ cuộc tế lễ như thế là đã đạt, hồn người chết đã siêu thoát, nắm xương còn lại dưới đất chỉ là hài cốt phàm. Rồi sẽ có ngày người tù binh cuối cùng cũng sẽ rời khỏi đây, ngôi mộ không bia đá này có còn ai biết tới, thôi thì lại trở về với nhân dân Sông Giêng, hoặc là những bạn tù hình sự nào đó biết chuyện, cũng như những mồ mả "sắp lớp" trong cái nghĩa trang trại tù vẫn âm thầm từ thuở nào. Những người lỡ sống sót rồi sẽ ra đi, xin giã từ người ở lại, giã từ những bộ hài cốt còn ở lại... trong âm u, cô tịch, rừng núi, đất trời...

(HB. 93)

TRUYỆN HAI PHO TƯỢNG

Một câu chuyện cổ:
"Đêm ba mươi tối đen, càng về khuya mưa càng lớn gió càng to, sấm chớp ầm ĩ và nước mỗi lúc mỗi dâng cao. Trong ngôi miếu cổ hai pho tượng than thở cùng nhau.

Tượng Đất nói:

– Nước lên cao ngập lụt anh sẽ trôi theo dòng nước, rồi sẽ có người vớt được đem về mà thờ. Còn thân tôi sẽ bị tan ra thành bùn đất...

Nói xong Tượng Đất òa lên khóc!

Tượng gỗ nói:

– Thưa, không phải như vậy đâu. Anh là đất lại trở về thành đất, còn thân tôi không biết rồi sẽ lưu lạc đến phương nào!

Nói xong Tượng Gỗ cũng òa lên khóc!"

∎

Bịa đặt thêm:
Thư của Tượng Đất gửi Tượng Gỗ.

Kính gửi bác Gỗ,
Thấm thoát chúng ta đã xa cách nhau một ngàn năm. Một

thiên niên kỷ của loài người nhưng với cánh thần linh chúng ta thì chẳng qua cũng chỉ là một khoảnh khắc nào đó. Bằng cớ là cái bọn đồ điếu chúng thay phiên nhau xúm vào hành hạ tôi trải qua cũng cả mấy chục đời nhà chúng nó. Ông bà bố mẹ nhà chúng nó chết đi, con cháu chắt chúng nó kế nghiệp tiếp tục hành hạ tôi đời này sang đời khác, thế mà chúng có làm gì được tôi đâu, dòng dõi nhà chúng nó tranh giành cấu xé nhau rồi lần lượt chết rục, còn tôi vẫn là tôi, quả thật tôi vẫn là tôi. Một ngàn năm trôi qua dễ ợt, một ngàn năm bị nhục hình cũng dễ ợt, có anh bạn tôi thuộc cánh người phàm bộc trực văng tục: "Làm đéo gì tao!" Ừ, quả thật bọn đồ điếu phỏng có làm gì được anh ấy ngoài cái việc hành hạ nhục hình người ta...

Khoảnh khắc qua đi, thấm thoát mấy độ, nay chợt nhớ đến bác, nhớ cái ngày xáo trộn đảo điên chúng ta xa nhau, đường đời đôi ngả, cái đêm mưa gió bão bùng...

Bác Gỗ thân mến,

Lập tức tôi chỉ kịp thấy bác ngã nhào theo dòng nước sau khi bị một vật gì đó tông mạnh vào mặt. Lúc đó tôi cũng bị nước bẩn tràn vào lỗ miệng lỗ mũi sặc sụa, nhưng tôi vẫn nhìn thấy bác trôi theo dòng nước luồn lách ra ngoài ngôi miếu cổ cùng với xác chó chết bò trương và đàn quạ đen bay lượn quần quần kêu quang quác. Tôi còn nhớ rõ là bác không kịp ngoái lại nhìn tôi và cũng không kịp nói một lời từ biệt. Bác phải ra đi rất vội vã.

Dòng nước đục ngầu bẩn thỉu thối tha cùng với đủ thứ rác rưởi bèo bọt và cùng xác chó chết bò trương ập tới trùm phủ ngập mày ngập mặt tôi, tôi chới với ngụp lặn chìm đắm trong trong cái khối nhầy nhụa đó. Ngôi miếu cổ cũng sụp đổ tan tành trong tai trời ách nước.

Khi nước cạn tới chân bèo thì tôi đã sụm xuống và quả nhiên rã thành đống đất. Bèn nghĩ là bác tài thật, bác biết trước tất cả còn tôi chỉ biết khi nó đã tới. Chúng ta giống nhau cho đến lúc nước đến chân, chỉ khác là kẻ biết nhảy và kẻ không biết nhảy. Không biết nhảy thì nước ngập mặt cũng còn ì ra đấy.

Bác Gỗ thân mến,

Thế rồi những ngày say đó bọn đồ điếu thảo khấu kéo tới. Chúng chỉ khu nền đất của ngôi miếu mà bảo nhau:

– Thần thánh gì cũng đã tháo chạy hết, miếu thờ gì cũng đã sụp đổ cả, từ nay đất này là của chúng ta, của chung tất cả chúng ta, chúng ta sẽ làm chủ tập thể...

Rồi bác biết sao không hả bác Gỗ? Chúng đào chúng xới, chúng cuốc chúng cày tùm lum hết cả lên. Cái thân tôi đã rã ra thành đống cũng không yên với chúng nó, chúng làm cho tôi tơi bời tan nát vung vãi khắp nơi. Ngay chỗ ngày xưa là bệ thờ thì nay chúng đào thành cái hầm chứa phân. Phân người ấy, cứt người ta ấy. Người ta đưa vật chất thức ăn vào mồm xuống bụng tiêu hóa đi nuôi sống cơ thể, cặn bã còn lại thành cứt thải xuống lỗ dưới nhưng không thể bỏ phí vì đó là vật chất, mà sẽ quay vòng, tái tạo, sản xuất ra vật chất củ quả làm thức ăn nuôi lại cơ thể con người...

Chúng trồng cây trên nền đất lấy củ quả ăn rồi ỉa ra cứt đem ủ ở cái hầm để bón cho các cây củ quả lứa sau. Nền văn minh "nhất nước nhì phân..." ấy cứ diễn tiến như vậy không cần biết tới thời đại thiên niên kỷ nào. Cái thân tôi bị chúng băm vằm vương vãi trên luống, dưới rãnh, trong gốc và ngay cả bên bờ hầm phân. Lúc đầu mùi phân thối lắm, nhất là phân người ta. Con người ta là động vật cao cấp nhất nên cái gì cũng nhất dĩ nhiên cứt thối nhất, tàn ác nhất và khi chết xác thối ra cũng thối kinh khủng hơn xác chết các động vật khác. Ấy vậy mà sau rồi quen dần không còn thấy thối nữa, thoang thoảng như không vậy.

Bác ở nơi nào bây giờ? Chắc là nơi bác đang ngự không thể hôi thối nhỉ. Bác đang được thờ ở cung điện, lâu đài, đền thánh hay quốc tự? Hay ở một khách sạn năm sao? Nước bác tắm thải ra cũng thơm linh khiến có người tranh nhau mà uống để khỏi bệnh, để ngộ, thì nơi đó làm sao có mùi hôi thối được.

Bác Gỗ ơi, chẳng biết được bác đang sung sướng thế nào nhưng cứ mường tượng thì thấy rằng bác không thể... khổ như tôi bây giờ đâu. Bởi vì ở chỗ bác được thờ chắc là sẽ không có kẻ khác hành hạ mình ngoài chính mình tự hành hạ mình. Tóm lại là bác đang ngự ở một chỗ thơm tho, còn tôi đang ở chung với cứt...

Bác Gỗ thân mến,

Chưa hết đâu, còn những con giun, con dế, con sâu, cái kiến... chúng sống trong lòng đất từ bao đời nay, chính chúng mới là chủ của đất đai này, nào chúng có biết tôi là ai, chúng có biết thần thánh là gì đâu mà kỵ nể. Thế cho nên chúng chui luồn đục lách vào thân thể tôi một cách rất thoải mái tự nhiên! Nhột lắm bác ạ! Nhột đến nỗi tôi phát cười thách lên. Ai đời giỡn mặt đến thế, sâu bọ mà giám đục vào thánh thể! Ông mà còn đương thời thì chúng mày bỏ mẹ với ông! Ông mà còn trên ngai thờ thì cả cái bọn thảo khấu kia cũng bị ông trừng trị cho trắng mắt ra chứ đừng nói gì đến mấy chú côn trùng bé bỏng vô tâm vô tội.

Bác Gỗ thân mến,

Ôi cái cảnh chia ly sao mà buồn vậy! Mới đấy tôi và bác cùng chễm chệ ngang nhau, trên cùng ngai bệ, trong cùng một ngôi miếu cổ, uy nghi, tôn nghiêm, dưới cùng một bóng cây da cổ thụ linh thiêng huyền bí, thế mà bây giờ đây cây da đã làm củi cháy hết từ tám hoánh nào rồi, ngôi miếu thì bình địa, bệ thờ cũng bị chúng nó cạy lên lấy từ viên gạch về xây cái lăng mả bố nhà chúng nó. Và chúng ta thì tan tác, kẻ bị đày ải ngay trên quê nhà, người lưu lạc tha phương tứ xứ. Bác có than là bác sẽ khổ còn tôi thì hạnh phúc trong khi tôi lại thấy là bác sung sướng còn tôi thì cơ cực khôn cùng... Thế thì ai sung sướng ai đau khổ hơn ai? Hay là chẳng ai sung sướng cũng chẳng ai đau khổ hơn ai. Hay là khổ tuốt! Hay là khổ suốt!

Bác Gỗ thân mến,

Có lần ban đêm tôi thấy hai tên thảo khấu trong bọn thảo khấu mò ra ruộng hái trộm trái cây ăn riêng. Chúng vừa ăn hàng vừa rù rì nói chuyện với nhau:

– Đất này xưa kia có cái miếu thờ thần. Gặp bão lụt phá tan hết ta mới biến thành ruộng.

Tiếng đàn bà:

– Chẳng biết các thần thánh bây giờ ở đâu?

Nghe thế tôi giật bắn người nghĩ chúng nhắc tới mình làm gì.

Tiếng đàn ông:

– Chạy tháo thân hết cả. Thế là chấm dứt cuộc đời ăn bám. Những thằng thần ngồi chễm chệ trên điện thờ cho người ta đem của lễ tới quỳ xuống xì xụp lạy mời chúng ăn. Toàn của ngon vật lạ với đèn nến sáng trưng, khói nhang nghi ngút, hoa quả thơm long...

– Nói thế chứ thần thánh cũng ngồi đực mặt ra mà nhìn chứ có ăn được gì đâu.

– Như vậy thì ai ăn?

– Ờ, đứa nào là kẻ có lợi trong cuộc sấp ngửa này nhỉ?

– Đứa nào? Đứa nào có lợi thì chưa biết nhưng kẻ bị thiệt và bị khổ vẫn là những kẻ đi cúng lễ.

Bác Gỗ thân mến,

Đứa nào, chúng hỏi nhau đứa nào có lợi, chúng cũng biết tôi và bác chẳng ai xơ múi gì, chẳng qua là chúng ta chỉ hương hoa chút đỉnh cho có vẻ cao cả, thế thôi, nhưng chúng bảo rằng những kẻ cúng lễ là những kẻ bị thiệt thòi thì tôi cho rằng chưa chắc đã là thế. Bác cũng đã thấy niềm khoái cảm của những kẻ có đức tin, bác cũng đã nhìn những gương mặt rạng rỡ của những kẻ đi cầu xin cúng vái lễ lạy. Từ bệ thờ, chúng ta đã từng ban phát biết bao nhiêu niềm hy vọng tin tưởng cho biết bao kẻ gặp lúc bơ vơ chới với lạc lõng trong cõi nhân sinh. Chúng ta là những cái phao cho những kẻ đắm thuyền. Chúng ta là những cái coat cho những kẻ cần nơi nương tựa. Chúng ta là cái bánh vẽ, cũng được đi, trong chốc lát cho những kẻ đói ăn, là những mẩu chuyện ăn uống hàm thụ, những câu sấm truyền kỳ bí trong các ngục thất cấm cố...Cũng được đi. Thế cho nên nói rằng ai bị thiệt thòi, ai bị bóc lột, ai bị lợi dụng, ai khổ nhất thì chưa biết, nhưng phải nói, phải nói cho riêng bác và tôi, rằng chúng ta là những kẻ bị đem ra làm bung xung, chính chúng ta bị thiệt thòi, chính chúng ta bị lợi dụng trên cương vị làm thần thánh.

Bác Gỗ thân mến,

Thấm thoát đã ngàn năm qua, tôi nhớ bác mà ghi những dòng này, chẳng hiểu có cơ duyên nào lọt vào mắt bác. Tôi mong có ngày nào trời quang nắng đẹp, bác bỏ ít thời giờ mà nhàn du về chốn cũ, gọi là giao lưu văn hóa chẳng hạn để bác và tôi mình gặp lại nhau, nhìn những thay đổi ở nhau, cho thấy những gì mất mát, những gì còn lại và những gì tìm được.

Về phần tôi tuy chưa gặp bác thì tôi cũng đã tưởng tượng ra được là bác rực rỡ với những lớp sơn son thếp vàng lộng lẫy bóng láng phát ra một ánh hào quang huyền bí linh thiêng khiến ai trông thấy cũng muốn cung nghinh về mà thờ...

Còn tôi, thân phận tôi thì như bác đã biết đấy, tôi đã nhập vào đất đai cát bụi, sống lẫn với cứt đái, sâu bọ, nắng mưa giãi dầu, trong vòng kiềm tỏa của bọn thảo khấu, lâu ngày đến độ ở cạnh hầm phân mà không ngửi thấy mùi cứt!

Bác Gỗ thân mến,

Giấy vắn tình dài, thư bất tận ngôn, mong có ngày được chiêm ngưỡng bác hoặc là được đọc thư bác với những hình ảnh tươi đẹp của bác.

Kính thư.

Nhắn tin:

Kính gửi anh Đ.

"Truyện Hai Pho Tượng" đáng lẽ còn lá thư của Tượng Gỗ trả lời Tượng Đất nhưng chưa nhận được nên tạm ngưng ở đây. Khi nào có thư của Tượng Gỗ sẽ gửi tiếp cho anh.

(HB/9.1994)

CƠN SỐT (2)

"Chúa Jesus phán rằng khát nước!"

Chiếc xe đạp dùng để tập thể dục của con đã bị ông bố "cải tiến" thành chiếc xe thồ. Âu cũng là do ảnh hưởng Việt Cộng nó ám vào ông sau thời gian dài sống trong lao tù của chúng. Mà Việt cộng thì bắt chước Trung Cộng. Ông lão tị nạn, ở nhờ nước Mỹ đế quốc, ai ngờ lại phải bắt chước làm cái xe thồ như của bọn chống đế quốc. Hai bên hông xe ông "thiết trí" thêm vào hai cái giỏ nhôm để ông đi lượm ve chai Mỹ. Mỗi buổi sáng ông thủng thẳng đạp chiếc xe thồ đi rảo qua các khu nhà đến ngày đổ rác để moi trong những thùng rác các phế phẩm gồm ba thứ: nhựa trong, thủy tinh trong và lon nhôm, là những thứ kỹ nghệ tái chế ở đây người ta mua. Có nhiều thứ ông thấy bỏ phí như giấy báo, nhựa mầu... nhưng không làm sao được vì rẻ quá, muốn khai thác những thứ đó phải lấy nhiều và phải dùng xe truck mà ông thì không dám lái xe. Ông mới sang dung thân ở nước đồng minh được hơn một năm, sau gần mười bảy năm làm người tù binh vô thừa nhận ở quê nhà. Khi đi tù ông còn trẻ, tóc còn đen, nay ra tù sang đây ông đã là một ông già tóc bạc chậm chạp yếu đuối và lầm lỳ. Bà vợ ông tập cho ông lái xe để ông thích nghi với cuộc sống ở nước Mỹ nhưng sau mấy lần lái thử ông đành bỏ cuộc. Thấy các xe khác chạy nhanh quá và nhìn xuống triền đất thấp có các căn nhà dưới đó ông bèn chóng mặt thắng xe lại tấp vô lề, suýt nữa xe sau nó tông vào đít. Nó bóp còi inh ỏi. Bà lão dẫn giải:

– Ở Mỹ, nó bấm còi xe là nó chửi mình đấy.

Ông ngô nghê hỏi:

– Ở Mỹ, nó chửi nhau bằng máy à?

Bà lão phải lái xe về nhà, bà nói với các con:

– Má không hiểu sao hồi trước Bố có thể lái máy bay, nhảy dù và điều quân đánh giặc được.

Ông cũng nói với các con ông:

– Câu đáp là "hồi trước" còn bây giờ là... "hồi sau" hay ít ra cũng không còn là "hồi trước" nữa.

Đàn con có lẽ cũng chẳng hiểu mấy những lời của ông nói, nhất là mấy người con di tản năm 75 lúc hãy còn rất nhỏ.

Thua! Cái thua đầu tiên ở Mỹ là nói tiếng Anh dở, đến cái thua thứ hai là không lái được xe. Ở cái xứ sở xa lộ đan nhau chằng chịt chồng chéo và xe hơi nhiều như kiến đàn nối đuôi nhau mà không lái được xe thì chỉ có mà ngồi một chỗ. Ông bèn tính kế nhỏ, giang hồ vặt bằng xe đạp, loanh quanh trong khu thị xã, "không ra khỏi tỉnh". Buổi chiều ông đạp xe ra bãi biển vừa thu nhặt ve chai vừa hóng gió và cũng là để exercise luôn... Mỗi ngày ông đạp xe hơn chục miles, được hít thở gió biển miễn phí, hoá ra ông lại đâm khoẻ mạnh! Ông còn cái thú là đi xe đạp trên các con đường đất mòn trong khu đầm lầy Bolsa Chica. Cư dân thành phố Huntington Beach nhất định tranh đấu đòi duy trì cánh đồng lầy này để nguyên tình trạng thiên nhiên của nó. Ông vào chơi khu đồng lầy nhiều lần và biết rõ công cuộc tranh đấu ấy nên ông cũng đi theo đoàn biểu tình người Mỹ, cầm theo cái khẩu hiệu đòi bảo vệ sinh mạng cho những con sâu, cái kiến, bầy cá lòng tong và những con bọ bay sinh sống trong cánh đồng. Thị xã có dự án xây dựng đầm lầy thành một công viên rộng lớn hiện đại đẹp đẽ, nhưng dân ở đây không chịu và ông di dân tị nạn già cũng tìm thấy ở nơi đây "một cánh đồng đã mất" của thời thơ ấu của ông ở quê nhà xa xăm tít mù dĩ vãng. Ông dựng chiếc xe đạp thồ, đầy nhóc ve chai mới lượm được ngoài bãi tắm, bên vệ đường rồi ông đi men xuống bờ đầm lầy in như ngày xưa còn bé ông đứng trên bờ Đầm Sét nơi quê nhà. Ông nhìn những con lăng quăng, những con bọ nước có những chiếc càng nhỏ như sợi tóc và dài leo khoeo lêu khêu trên mặt nước. Mấy đứa trẻ Mỹ chơi đùa gần đó kêu rú lên gọi nhau lại xem một con sâu như con sâu róm, chúng lấy làm lạ lùng mà bàn tán với nhau, ông nghĩ là người ta có lý do để đòi giữ lại sự ngạc nhiên lạ lùng tầm thường ấy cho trẻ con của họ. Ở quê hương ông những thứ này đầy rẫy thông thường đến độ người ta muốn loại bỏ nó đi, nhưng ở đây thì thật hiếm hoi, hiếm hoi đến độ lâu ngày ông không trông thấy chúng và khi bắt gặp nó ông tưởng như bắt gặp một quá khứ đời mình. Nằm giữa một bên là thành phố đã sản xuất ra những bộ phận và cả cái cánh của phi thuyền vũ trụ với một bên là bãi biển danh tiếng của môn thể thao trượt nước surfing, đầm lầy Bolsa Chica ở đó với những con đường đất ngoằn ngoèo cỏ mọc lùm xum sâu bọ lẫn với bươm bướm chuồn chuồn... và ông già tóc bạc lẩm nhẩm: "Chuồn chuồn có cánh thì bay..." Ông ngồi bệt trên bờ cỏ nhìn những con vịt trời bơi trên mặt nước và những con cuốc lủi chạy lăng xăng trên sườn đồi. Thỉnh thoảng còn xuất hiện những con "bồ nông" hay con "đại bàng đất" to lớn hơn con ngỗng bay từ biển vào hoặc đàn quạ đen, đàn "bồ câu Mỹ" dạn dĩ... Xa xa bên kia bờ đầm là con đường PCH xe hơi nườm nượp, xa hơn nữa là bãi tắm và biển Thái Bình Dương. Có tiếng lục xục trong một bụi cây ở bờ đầm, nhìn ra là mấy chú chuột rượt đuổi nhau... Ông chợt nhớ tới một người bạn tù, không biết bây giờ anh đang làm gì ở đâu. Phải công nhận rằng anh ta là một người trầm tĩnh, thản nhiên bên ngoài mặc dù bên trong anh là cuồng phong bão tố. Anh là "chuyên gia" bẫy chuột trong đội tù, lấy thịt chuột làm món ăn có chất đạm bồi dưỡng cho cơ thể anh đang đến độ sút giảm vì suy dinh dưỡng. Với anh, ở tù, chuột cũng có thể cứu người. Một hôm anh được cha đến thăm nuôi, cũng mang ra cho anh một ký khô chuột Đồng Tháp Mười và báo tin cho anh biết vợ anh đã lấy chồng khác. Anh thản nhiên nghe tin sét đánh, rồi còn an ủi lại người cha rằng như thế cũng hiểu được thôi và nên thông cảm cho vợ anh. Khi trở vào trong trại giam anh cũng kể lại chuyện đó cho các bạn đồng cảnh biết. Tối đó anh cũng pha trà và cà phê, nướng khô chuột, lai rai cùng mấy người bạn xúm nhau trên manh chiếu chuyện trò. Rồi như thường lệ anh cất tiếng ca, anh vẫn thường ca hát cùng những người bạn "yêu văn nghệ" như thế, nhưng lần này anh có thêm một lớp vọng cổ:

"Khi ra đi tôi đã biểu em ở nhà không được đi tắm sông tắm biển, vậy mà em không nghe, ở nhà, em cứ đi tắm biển tắm sông, để đến nỗi cho mấy cái con cá lòng tong, nó rỉa... nó rỉa... mất ba cái sợi lông... mày..."

Anh em trong phòng giam hồi hộp cố lắng nghe, phân tích xem khi anh xuống "xề", giọng ca anh có phần nào là bi ai, phần nào là trào lộng? Nhưng không ai nhận xét được, giọng anh thản nhiên và trầm tĩnh đến độ gây xúc động cho cả phòng giam. Dưới nước đầm quả cũng có đàn lòng tong đang tung tăng bơi khiến người ngồi đó nhớ tới người bạn và tưởng mình đang ngồi trên bờ "ao xả" Tân Lập. Nhưng dòng xe cộ nối tiếp ngoài đường hoặc người gần đó kéo ông về hiện tại. Chuột bọ chim chóc bờ bụi đưa ông về miền quê dĩ vãng song lại đến những chiếc máy bay khổng lồ trên trời đánh thức ông trở lại nơi xứ lạ quê người. Ông đạp chiếc xe đạp chậm rãi đi trên con đường rừng đất bạc mầu, đến một ngã ba thì ông dừng lại, phân vân không biết nên đi về ngả nào?

"Một lối dẫn về trại giam còn một lối dẫn ông ra ngoài quốc lộ. Ông tần ngần cúi tìm những cọng lông chim mà ông thường thấy rơi vãi nơi đây. Dân đi rừng đã đặt chết tên cho cái địa danh này là "ngã ba lông chim" vì nơi đây trên đường về thợ rừng thường dừng chân nghỉ và nhổ lông những con chim mà họ săn bắt được."

Không có, ở nơi đây không có cọng lông chim nào rơi vãi cả. Cũng không có một "cây chân chim" nào bên đường cả. Chỉ nghe tiếng nói chuyện lao xao của đám trẻ con Mỹ lập tức lại lôi ông lão về thực tại.

"Đường nào đi đến cộng sản còn đường nào đi đến tự do? Đường nào lên thiên thai?"

Ông thắng gấp xe vì một con chim vụt bay ra từ trong một bụi rậm bên đường. Mấy cái lon nhôm xô vào nhau kêu loong coong trong giỏ và có một cái nhảy xuống đường đất lăn lông lốc, ông lão cúi nhặt lên bỏ vào giỏ. "Năng nhặt chặt bị" không rõ văn hóa Mỹ có câu ca dao nào như vậy không? Ông lão nhìn thấy một tổ chim bên trong có hai quả trứng nhỏ xíu.

"Hai người tù binh cuốc đất bên hàng rào cấm. Hàng rào phòng thủ chống xâm nhập của trại huấn luyện xưa, bây giờ hóa thành hàng rào cấm chống đào thoát của trại tù, giam giữ chính những sĩ quan chỉ huy và huấn luyện viên ở đây ngày trước. – Hai trái trứng. Để tôi lấy cho anh bồi dưỡng. Cũng là một tý chất bổ trong lúc thiếu thốn. Binh thư dạy "mưu sinh thoát hiểm" có tiên liệu kế này mà. Thảm hoạ xảy ra trong nhấp nháy. Không ai kịp có ý kiến hay phản ứng gì. Tiếng nổ kinh hồn của trái mìn hất tung xác người tù binh bay lên tan tác..."

Ông lão nhấn bàn đạp cho chiếc xe rướn tới.

■

Nó có tên tuổi đàng hoàng và tên tuổi nó còn được ghi trong sử sách, trong tự điển, quốc tế chứ không chỉ riêng một nước hay một dân tộc một lãnh thổ nào. Nó còn có khả năng mang con malaria từ nơi này sang nơi khác để con malaria giết người. Con malaria giết người ta chứ nó thì không giết ai cả, nó chỉ hút một tí tị máu làm thức ăn nuôi thân. Cũng bởi mắt thường không trông thấy kẻ sát nhân mà chỉ nhìn thấy nó hóa cho nên nó bị coi là chính phạm, là kẻ thù nguy hiểm. Nó bị lên án bằng bản văn, chữ nghĩa và hình ảnh công khai, phổ biến, thậm chí còn được đưa vào sách giáo khoa để quảng bá chứ không phải nói lén rỉ tai, hay đồn đãi vô căn cứ, mà chính thức không cần sự dè dặt thường lệ nào cả. Nếu nhìn nó ở cái thế đậu trên da thịt người ta hút máu thì sẽ thấy là nó rất... đẹp! Nó có cái oai phong của phản lực cơ chiến đấu F. gì đó mà con người đã bắt chước chế tạo theo hình dáng nó. Con người văn minh bày đặt rửa tay trước khi ăn, nó không có thói quen rửa vòi chích trước khi hút máu, nó không cần một thủ tục vệ sinh hay làm dáng quí phái, nó "tự nhiên như ruồi muỗi". Và vì thế nó truyền nhiễm. Nó chích vòi vào gáy người tù già hút tý máu sống qua ngày, có thế thôi, còn để lại cái gì, hậu quả thế nào, nó đâu có ý thức. Nó chỉ có một phản ứng sinh tồn là nếu thấy động thì phải nhanh chóng bay chạy trốn. Phản ứng sinh tồn thì giống nào mà chẳng có, nhanh hay chậm mà thôi. Nó cũng chẳng có ý kén chọn đối tượng này hay đối tượng kia, cũng chẳng phân biệt quốc gia hay cộng sản. Tiện đâu làm đó. Ối, hơi đâu mà nghĩ ngợi vớ vẩn lại bị ghép vào cái tật triết học. Nó chỉ biết chích hút máu khi có "cơ hội". Và rồi... Người ta đưa bệnh nhân từ trong rừng về bệnh xá ở trại chính, nơi đây mới có bác sĩ Cộng Hoà làm y tá, có y tá Cộng Sản làm bác sĩ, có ống chích Mỹ luộc đi luộc lại mấy chục năm, có một vườn thuốc nam cũng gọi là thuốc dân tộc trồng củ xả để ướp cá thịt, trồng rau dấp cá để ăn gỏi cuốn. Ông lão bị vứt nằm chèo queo trên cái giường gỗ ở góc phòng bệnh. Ông hâm hấp sốt và thiêm thiếp ngủ. Hình như có ai đó sờ trán và sờ chân ông. Rồi lại có người đến đòi chỗ nằm, nhưng khi mở mắt ra lại chẳng thấy ai...

■

Hồn bay lên khỏi những ngọn cây tràm rậm rì trước bệnh xá, qua những cây tràm khác trong trại giam ra khỏi hàng rào tre, rồi cứ thế hồn bay qua Suối Lạnh, qua Suối Cạn... lướt trên những ngọn cây, bay cái vù lên ngọn núi Mây Tào... bay lượn quanh ngọn núi rồi đáp trên cái nền xi măng... Ở đây ngày xưa người ta đặt đài radar để làm chiến tranh. Hồn đứng nhìn lên trời và cúi nhìn xuống cánh rừng phía dưới nơi có trại tù... Ờ nhỉ, sao lại là nhìn lên trời và xuống đất? Đâu là trên đâu là dưới? Bằng tưởng tượng hồn đào một cái lỗ ngay dưới chân xuyên qua nền xi măng này, xuyên qua lớp đá núi này, xuyên qua trái đất, qua cả cái lòng trái đất nóng bỏng và nhão nhoét, đi xuyên qua phía mặt đất bên kia... biết đâu nơi đó là mặt biển hay sa mạc hay trên cái nền của một nhà xưởng sản xuất ra cái radar đã từng đặt ở đây, hay ở một kho vũ khí chiến tranh nào đó. Hoặc ở một cái sàn nhảy nào đó, một nhà thổ hay sòng bài nào đó, có tiếng máy xoành xoạch lẫn những tiếng reo vang loảng xoảng của đồng jeton rơi rụng. Hay ở một giàn phóng hỏa tiễn nào đó, một ngôi miếu thờ nào đó. À, hay là ở một phòng hơi ngạt, máy chém, ghế điện chuyên xử tử con người... ở đâu đó, một chỗ nào đó trên cái mặt vỏ trái đất. Và từ đó sẽ lại nhìn lên trời hay cúi xuống nhòm vào cái lỗ xuyên trái đất sang tận cái đít của hồn cũng đang đứng đây nhìn lên trời và nhìn xuống đất... Hai kẻ, hai nơi, cùng nhìn lên trời, hai cái trên trời đối xứng nhau càng đi càng xa nhau mãi mãi, đồng thời cũng là hai cái dưới đít nhau tuy có khoảng cách nhất định đấy nhưng không phải ai cũng có thể đến với nhau được, đi đường vòng vượt biên thì nhất chín mười bù... Ờ nhỉ, ở trong cái "vũ trụ bao la trong những cái vũ trụ bao la" này thì trái đất lơ lửng lửng lơ đó nằm ở đâu? Và đâu là trên đâu là dưới mà lại gọi là lên trời xuống đất. Ở chỗ này lên trời thì ở chỗ khác có thể là xuống trời không biết chừng cũng nên. Ối, chẳng biết đâu mà rờ, cũng tại con người ta đặt ra rồi nói miết nghĩ miết hóa quen tai quen mắt quen óc thành thói quen mà thôi. Sao lại cứ phải là gội đầu rửa đít mà không ngược ngạo nói gội đít rửa đầu nghe cho nó chướng tai! Mà ai là người đầu tiên gọi cái này là đít cái kia là đầu? Lâu ngày quen tai quen mắt quen óc biến thành văn hóa mà nếu nói khác đi sẽ bị coi là phi văn hóa! Vậy thì từ đỉnh núi nhìn lên trời hay nhìn xuống trời, nhìn xuống trại tù hay nhìn... lên trại tù dưới kia, muốn nói sao thì nói nhưng trời thì vẫn là trời và ở xa, còn trại tù thì vẫn là trại tù và ở gần. Trại tù thì có thể nhìn thấy, có thể sờ được và có thể bị nhốt ở trong ấy được, nhưng còn trời thì cho đến tưởng tượng cũng không nghĩ chắc được nó như thế nào.

Đậu chán ở cái nền xi măng đỉnh núi hồn lại bay tà tà băng trên các ngọn cây, hồn tính phóng thẳng bay "lên trời" nhưng không được. Hồn nặng nề tội quá không thể cất lên cao được mà nó còn xuống thấp tới chân núi. Hồn đậu xuống xác một máy bay vận tải. Đống sắt rỉ sét này nằm nay từ hồi còn chiến cuộc, bao nhiêu những thứ gì có thể lấy được và có thể bán được thì người ta đã lấy hết. Đố ai còn mót được mảnh nhôm nào. Cây cỏ đã mọc xâm lấn vào cả trong thân máy bay và côn trùng chim chóc sinh vật các loại cũng đã nhiều kẻ chui vào cư trú. Liệu có bao giờ người ta tìm đến đây đào xới kiếm hài cốt không nhỉ? Thôi thây kệ, hồn lại bay tiếp trên các ngọn cây, rồi đáp xuống một ngã ba đường mòn, định thần nhìn một lúc hồn nhận ra đây là dốc "trời ơi", kia là suối "giao ôi"... Thôi chết, lại quành trở lại trại tù...

■

Người nữ y tá khoe với mọi người:

– Sư phụ bị tôi trói vào giường.

Khi kể lại với bệnh nhân, chị nói:

– Sư phụ còn bị em đánh cho nữa.

Rồi chị thuật lại:

– Chỉ có một chai nước biển dỏm truyền vào mạch máu cho sư phụ thế mà ông ấy cứ giật ra. Sư phụ bị mê man, nói sảng suốt chửi hết tụi nó rồi giật ống dẫn và kim chích ra, chảy cả máu ở chỗ chích, tôi sửa hoài, giữ tay chân sư phụ hoài mệt quá, tôi phải dùng khăn mặt và xé ống tay áo làm dây, trói chân trói tay sư phụ tôi vào thanh giường. Sư phụ giãy dụa, tôi còn đánh cho nữa.

Người nam y tá cười hỏi:

– Cô... đánh vào chỗ nào của sư phụ cô?

– Tôi đánh vào cái tay chuyên bứt ống truyền dẫn nước biển thử coi sư phụ làm gì được tôi!

– Láo thật, đệ tử dám đánh sư phụ! - Nhưng sao lại xưng em với sư phụ?

Chị bèn lên cười:

– Chỉ có mình tôi trói được sư phụ và cũng chỉ có mình tôi dám... đánh sư phụ!

Bác sĩ Cộng Hòa kể cho bệnh nhân biết:

– Ông sốt rồi bị coma, mà bệnh xá thì không có thuốc, may cô Tư có bốn ống quinine max của Hungarie, của riêng cô ấy, chích hết cho ông, có thể cũng nhờ nó mà ông qua khỏi cơn bệnh hiểm nghèo.

– Sao cô ấy lại gọi tôi là sư phụ?

– Có lẽ "nàng" xem phim võ hiệp Tàu nhiều quá.

Người nữ y tá giải thích:

– Cũng tại thời trước sư phụ cấp cao hơn chồng em. Chồng em hồi xưa là đại úy chiến tranh chính trị, anh ấy vẫn thường gọi các ông sĩ quan cấp trên là sư phụ.

Ông bác sĩ Cộng Hòa kể tiếp:

– À, chồng cô ấy cứ hai tháng thăm nuôi cô ấy một lần, và lần nào cũng làm một bài thơ "Thăm Vợ Tù" đọc cho cô ấy nghe.

– Sao đại úy không bị tù mà bà đại úy lại bị tù?

– Đai úy bị tù sáu năm, bà vợ thăm nuôi đủ sáu năm. Về Nha Trang anh làm nghề lái xe đò chở khách nuôi lại vợ con bù đắp ân tình mà vợ anh đã dành cho anh. Tưởng hạnh phúc gia đình sẽ êm đẹp, không còn bị ly tán nữa, ai ngờ...

– Ai ngờ, đến phiên anh ở nhà nuôi con và đi thăm nuôi chị ở tù.

– Kể lại đầu đuôi nông nỗi nghe với.

– Đàn ông ở tù phần đông đều có vợ con thăm nuôi. Đàn bà đi tù ít có người được chồng tới lui săn sóc như cô Tư đây. Kể ra trường hợp như cô Tư có chồng ở nhà thăm nuôi đều đặn thế là hiếm và đáng quí lắm. Sự thăm nuôi săn sóc của gia đình cũng nói lên được tình trạng tình nghĩa của mỗi giới trong đạo vợ chồng. Bách phân bạc tình của mỗi giới thấy rất rõ trong tình cảnh ở tù và thăm tù.

Nghe lời tán tụng chồng, người nữ y tá vui tính và tốt bụng nở nụ cười rạng rỡ.

– Cô bị án mấy năm?

Nụ cười rạng rỡ tắt ngấm, nét mặt cô đanh lại và cô buông tiếng chửi thề ngổ ngáo:

– Đù má... chúng nó tuyên án tôi mười hai năm!

"Người chồng từ bến xe về gần tới nhà bị thì bị một tên cán bộ Việt Cộng trong phường hỏi móc: 'Chào... đại úy. Đi tù về thấy trước kia ngồi trên xe Jeep có tài xế lái và bây giờ làm tài xế dành từng mối khách, đằng nào sướng hơn?' Rồi nói qua cãi lại hai bên to tiếng, viên cựu đại úy bị nó rượt chạy, ngang qua nhà, người vợ chợt thấy chồng mình bị uy hiếp vừa chạy vừa la, bèn sẵn con dao làm cá trong tay, chị bay ra can thiệp cứu chồng, chị bổ một dao ngay bả vai kẻ đang đàn áp chồng chị, nó ngã gục máu ra lai láng! Thế là lãnh án! Đù má!"

Ông bác sĩ Cộng Hòa kể thêm:

– Chị vốn là y tá của nhà bảo sanh của mẹ chị, ở tù một thời gian chị được giao làm y tá ở bệnh xá này. Tính cũng dữ nhưng cũng tốt lắm. Sư phụ là bệnh nhân được chị lo cho đặc biệt lắm đấy.

Dường như chị cũng đã qua cơn oán hận, bèn kể chuyện cấp cứu:

– Khi thấy bệnh của sư phụ quá nặng e khó bề khỏi được, chúng mới cho chuyển sư phụ đi bệnh viện tỉnh. Chết ở bệnh viện tỉnh sẽ chôn ở trên đó luôn trại khỏi lo, cũng không gây xúc động mấy trong giới tù chính trị đã quá mòn mỏi xao động. Buổi chiều khiêng sư phụ ra gửi quá giang xe tiếp phẩm của tỉnh, sư phụ có biết những ai tiễn đưa mình không? Phải nói là tiễn đưa lần cuối, ai cũng có trong lòng cái tình cảm biệt ly ấy!

Cô nhìn sư phụ mỉm cười kể tiếp:

– Ai cũng nghĩ rằng sư phụ sẽ chẳng thể qua khỏi cơn mê, không ai hy vọng sư phụ còn sống trở lại nhà tù. Khiêng sư phụ ra xe mà tưởng như khiêng thi thể của một đám táng. Ấy thế mà không ngờ. Người lại "trở về từ cõi chết".

Ông bác sĩ mô tả "đám tang":

– Ông nằm thoi thóp trên cái cáng Mỹ chiến lợi phẩm, trên phủ một cái chăn đỏ Trung Cộng viện trợ, miệng ông luôn luôn lảm nhảm kêu: 'Kiến! kiến! kiến nhiều quá!' Tôi khiêng một đầu, tác giả 'Mùa Hè Đỏ Lửa' khiêng một đầu, ông cựu Tư Lệnh Sư Đoàn 1 đi một bên bấm huyệt, một người bạn của ông đi một bên cầu nguyện, còn cô Tư tay xách cái bị quần áo và bảy ngày gạo khóc lóc mếu máo chạy theo sau. Người cán bộ y tế lững thững đi sau chót kiểm soát. Chúng tôi đều như chạy chỉ riêng mình anh ta thản nhiên lững thững. Các bác tù đồng cảnh đứng nhìn theo đám tang chạy ra cổng trại giam. Thôi vĩnh biệt! Đưa ông ra bệnh viện tỉnh rồi những ngày sau chúng tôi đợi tin báo tử, một, hai rồi ba ngày không thấy tin tức gì, nhiều người nghĩ là đã xong xuôi tất cả, bốn, năm ngày thì tôi lại nghĩ là ông không chết. Tôi nói với các vị bằng hữu của chúng ta: 'No news, good news.' Quả thật good news, ông còn sống trở lại vào tù với chúng tôi. Tổng cộng ba ngày nằm bệnh xá trại giam với hai mươi lăm ngày nằm bệnh viện tỉnh, có bốn ngày hôn mê hẳn và những ngày sau ngất ngư, khi trở lại đây ông như kẻ mất hồn 'ngơ ngơ ngác ngác vờ vờ vịt vịt vớ va vớ vẩn.'

Kẻ thoát chết nói:

– Xin ghi lòng tạc dạ tình cảm thương yêu lo lắng giúp đỡ săn sóc của quí vị dành cho tôi. Tôi sẽ không bao giờ quên. Tôi cũng sẽ suy ngẫm mãi về 'sinh lão bệnh tử' và lẽ sống ở đời.

– Ông đừng quên những giọt nước mắt của đệ tử tiếc thương sư phụ.

■

Một ông bạn già lái chiếc xe cọc cạch tới đón ông lão đi đưa đám một ông lão khác mới mất. Hai bạn già tới một nghĩa trang Mỹ ở bên đường Beach... Đây cũng là dịp cho hai ông lão mới nhập cư thấy tận mắt cái văn minh của sự chết ở Mỹ. Nghĩa địa là một thảm cỏ xanh mướt mênh mông với rất nhiều chậu hoa đẹp mắt. Đây đó lẫn vào những mộ bia ghi tên Mỹ đã có khá nhiều mộ bia ghi tên Việt Nam đồng hương. Hai ông lão chú ý tìm đọc và đã thấy có những tên tuổi quen thuộc. Người bạn già đồng cảnh mới ra tù mấy năm và mới sang tới xứ tự do này một năm thì ông ngã bệnh chết. Đứng trong đám người đưa tiễn kẻ quá cố, ông lão nghĩ tới bạn nằm trong hòm gỗ mà chạnh lòng ngậm ngùi cho thân phận mình. Thôi thế là anh đã được chết ở chốn tự do, anh có mồ yên mả đẹp ở một nơi không phải là thế giới cộng sản đày đọa anh. Nơi anh yên nghĩ vĩnh viễn không phải là cái nghĩa địa trại tù Tân Lập Vĩnh Phú hay Rừng Lá Hàm Tân... như một số các chiến hữu của anh. Còn tôi... Hai người bạn già còn sống âm thầm từ giã người bạn già thứ ba nằm lại đó sau những nghi thức chôn cất lạ lẫm địa phương của tang gia. Một ông bâng khuâng nhớ tới cụ Nguyễn Du. Một ông tính nhẩm những con số, chết bên Mỹ đẹp đẽ sạch sẽ nhưng tốn kém nhiều quá. Tội nghiệp cho con cái phải gánh chịu. Tám ngàn đồng tiền Mỹ cho một đám tang như thế này, trong khi ở quê nhà chỉ cần vài ba trăm cũng đủ để giải quyết ổn thỏa cho một người nằm xuống, thậm chí còn rẻ hơn nữa, có khi miễn phí nếu cơn sốt trong tù không qua khỏi! Ông thấy một cựu nghị sĩ có lý không xuất cảnh chỉ với lý do sang Mỹ chôn cất đất quá ấy là chưa kể đến những tốn kém trước khi chết. Cựu nghị sĩ nói rằng:

– Sang bên cái bằng luật khoa của tôi, cái nghề chánh án của tôi, cái chức nghị sĩ của tôi, không dùng được. Sang Mỹ chỉ để chờ chết mà chết đắt đỏ như vậy thì tôi ở lại đây cũng xong.

Và ông ở lại, và ông có lẽ là người đầu tiên ở Sài Gòn đội nón an toàn khi lái xe mô tô. Người ta, nhất là mấy cái anh cán ngố cười ông là nhát gan sợ chết, ông mặc kệ, ông nghĩ, không soạn luật được thì ông "làm gương" an toàn trong đời sống. Sau này cũng có một công ty Singapore "noi gương" ông bắt các nhân viên thuộc công ty của họ phải đội nón an toàn cưỡi xe hai bánh chạy lung tung khắp thành phố. Hóa ra ở lại nơi chết rẻ không có nghĩa là muốn chết sớm. Còn nhớ bên Trung Quốc thiêu xác bộ trưởng quốc phòng, Nguyên Soái Bành Đức Hoài, nghe nói chỉ tốn có ba mươi đồng nhân dân tệ tiền củi đốt. Lạy Chúa, Juda bán rẻ Chúa, chẳng hiểu khi táng xác Người trong hang đá tốn kém bao nhiêu? Nhưng những bạn con cũng bị đồng minh bán rẻ, chết trong tù, chôn cất thì rất là gọn nhẹ. Mỗi khi có tù chết, cán bộ vô sản bèn tìm cách thu nhặt những gì quí giá trong cơ thể xác chết như thỏi platine, răng vàng, dấu đi đem bán làm của riêng, hữu sản hóa bản thân. Rồi chúng nhặt nhạnh mấy tấm ván, có khi là cánh cửa, có khi là giát giường, cũng có khi là gỗ tạp xẻ, đóng mấy cái đinh cho dính vào nhau, hở đầu hở đuôi, sai mấy người tù dùng đòn khiêng hay xe "cải tiến", xe trâu, xe bò, đưa ra sườn đồi đào lỗ bỏ xuống lấp đất, thế là xong. Mọi sự phải giải quyết nhanh chóng từ khi chết cho đến lúc chôn xong nội trong ngày. Thường thì chôn vào lúc trời tối. Ông lão chộp một con còng ở bờ đầm, nó giơ càng quơ quơ chống cự. Ông lão thả con còng xuống nước, nó lủi mất xuống sâu. Ông lão chợt nghĩ tới anh đại sứ đi mò sò ở New York và chỉ thoáng qua ông nhớ ngay đến một bạn tù khác bị ỉa chảy tháo dạ suýt chết vì ăn con cua suối cạn Rừng Lá. Sau một đêm chảy hết nước ra quần anh gầy tọp đi, hai mắt sâu hoắm lờ đờ, tay chân quờ quạng đứng không vững, miệng lảm nhảm những lời gì đó, như một hồn ma, trước những con mắt hoảng hốt kinh hoàng và bất lực của các bạn tù trong phòng giam leo lét ánh đèn dầu... "Con cua trông rõ tám chân hai càng". Cũng chưa ghê gớm bằng ngộ độc nấm rừng, ngộ độc trứng cóc, ngộ độc trái vải guốc... Trung tá, thiếu tá trèo lên mái nhà rồi lại tụt xuống, chỉ người này nhưng nói với người kia, gọi tên vợ tên con từ một chốn xa xôi nào đó, rồi khóc, rồi cười, ra nhà cầu nhưng không ỉa được, cũng chẳng còn gì trong ruột để cho nó ra nhưng vẫn muốn bài tiết, nằm gục ngay thềm cầu tiêu, khiêng vào đặt trên sạp ngủ, ruồi nhặng bay vo vo quần quần và bu đen trên mặt mũi tay chân. Đêm xuống tiếng cú kêu rợn người ở đầu lán vọng vào tận lỗ tai lỗ mũi lỗ chân lông lỗ đít lỗ mồm những con người thất trận sa cơ đang bị hành hình chậm rãi trong thâm sơn cùng cốc. Lại một cái chăn đỏ Trung Cộng túm lại gói ghém cái hình hài khẳng khiu hôi hám. Tháo mấy tấm ván sạp ngủ đóng làm hòm. Một anh cán bộ chạy lên cơ quan, khi trở xuống anh ta cầm theo một chén cơm nguội, một hột gà luộc, ba que nhang, đưa cho một người tù trong toán chôn cất rồi hối thúc:

– Khiêng đi, mỗi anh một tay, khiêng đi chôn ngoài bìa rừng, lo cho anh ấy lần cuối. Cái này là tự anh ấy chết đấy nhá. Cách mạng đã khoan hồng tha tội chết không giết.

Toán người đèn đuốc cuốc xẻng lịch kịch khiêng cái hòm ra khỏi lán trại sang sườn đồi bên kia. Đi theo sau có bộ đội ghìm súng canh chừng. Có tiếng nói như phân bua:

– Ăn bậy thì chết, chết nhưng đảng và nhà nước vẫn quan tâm chiếu cố chôn cất đàng hoàng, có nhang đèn đồ cúng...

Hòm chưa hạ huyệt thì chén cơm và quả trứng đã vào bụng một người đói quá, anh vừa nuốt chửng cơm trứng vừa khấn thầm:

– Xin hồn thông cảm, xin hồn nhận cho và chứng giám, tôi đói quá, đằng nào thì cũng có một kẻ được ăn lộc của hồn, tôi xin phép làm trước kẻo sẽ mất vào tay người khác, thời cơ...

Cán bộ được dịp nói những lời nhân nghĩa với xác chết và sỉ vả những xác sống:

– Các anh đúng là những kẻ bóc lột, các anh cướp của người sống, các anh còn ăn của người chết, hồn đâu linh thiêng vật chết các anh này đi.

Tiếng cú kêu vẫn não nùng ghê rợn đâu đây. Lạy Chúa, con xin dâng sự khốn khó thê thảm Việt Nam này lên Người.

■

Ông lão đạp xe dọc theo lằn đường dành cho xe đạp, ngang qua khu công nghiệp vũ trụ, ông lão dừng xe nhìn vào tòa nhà cao lớn sừng sững. Đã lâu lắm rồi ông đã đi trong phái đoàn khóa sinh sĩ quan tham mưu cao cấp đồng minh đến thăm cơ sở chiến lược này. Ngày đó ông được tiếp đón, được nghe thuyết trình, được dẫn đi xem các công trình nghiên cứu và sản xuất phi thuyền không gian vũ trụ, xem cả cái phòng chân không, không sức hút của trái đất, mà ở đó các phi hành gia vũ trụ tập các thao tác sẽ làm trên mặt trăng. Bây giờ đứng ngoài nhìn vào sao ông thấy nó xa lạ. Ông lão có một người con trai làm việc trong khu công nghiệp này, chẳng rõ con ông đang ở chỗ nào trong cái tổ tò vò ấy. Hồi mới sang lưu vong ở đây ông cũng đã được con trai nói cho biết qua nơi làm của anh ta. Người con ông là một nhà khoa học cần mẫn và nghiêm chỉnh, anh ta ít nói, lo cho bố tất cả những gì bố cần và anh cho là cần cho bố. Anh ta nói với bố:

– Bây giờ sang đây rồi và bố cũng đã già rồi thì bố muốn làm gì thì làm, bố muốn sống cách nào mà bố thấy vui là được.

Thế cho nên ông thường kể cho con trai nghe những khi bố con ngồi với nhau về những điều ông thấy và những ý nghĩ của ông về những điều đó. Người con quốc tịch Mỹ này cũng rất chú ý tới những ý tưởng của cha. Anh sống và học ở Mỹ từ thuở nhỏ nên anh cũng hấp thụ văn hoá Mỹ, anh là người thực dụng chân thành cộng với tình cảm đạo đức gia đình Việt Nam. Vì thế anh thấy ông bố thích thú về một việc gì đó ông làm, mặc dù việc làm đó đối với người khác có khi không đáng gì nhưng anh nghĩ là bố mình tìm thấy niềm vui trong việc đó và anh cho như thế là đủ. Cho nên có khi thấy cái lon nhôm ở đâu đó anh bèn nhặt và nói "để cho Bố". Một bà bác nói chọc:

– Ông kỹ sư mà đi nhặt ve chai.

Anh thản nhiên:

– Có sao đâu, bác không thấy là Bố cháu thích, tuổi già mà còn vui thích một điều gì đó không phải là thường đâu. Quí lắm đó. Sống ở đời mà không tìm thấy niềm thích thú thì bi thảm lắm bác ạ.

Ông lão rời khu công nghiệp đạp xe trở về nhà, qua hàng rào và con kênh dẫn nước, ông nhìn thấy những ụ đất của kho đạn, ông lại nhớ đến quê nhà, khu công nghiệp vũ trụ thì xa lạ nhưng những ụ đất thì lại hình như rất gần gũi, rất Việt Nam, những ụ đất cao to hình chữ U rải rác khắp đất nước từ ngày có quân Nhật, quân Pháp, quân Mỹ... đến trú đóng, họ làm ra để chứa bom đạn. Bom để thả, hỏa tiễn để phóng, đạn để bắn.

■

– Bố! Bố!

Ông lão giật mình thức dậy, bà lão nhìn ông lão ái ngại:

– Bố mê ngủ nói năng lảm nhảm với ai đó rồi lại còn kêu rú lên nữa, sợ quá, em lay gọi bố mới tỉnh ra đấy.

Ông lão ngồi dậy nhìn xung quanh căn phòng, không phải là phòng giam, cũng không phải lán trại trong cốc, cũng không phải cái bệnh xá "ma trơi quỉ ám". Ông lão nhận biết ra mình đang ở đâu. Bà lão sờ trán ông lão hỏi:

– Bố có sao không? Trong người thế nào? Hơi có vẻ sốt đấy nhá.

Ông lão tụt xuống giường vẻ ngượng ngập:

– Không sao đâu, bị cơn mê, có lẽ hồi chiều đạp xe đi vòng vo xa quá nên mệt.

Bà lão cười hỏi:

– Bố mê thấy gì mà kêu réo um sùm, có gặp... tiên nữ nào không?

Ông lão lắc đầu đi về phía phòng tắm:

– Không gặp tiên mà là gặp quỷ sứ ma vương. Quỷ nó rượt bố!

Nước nóng làm ông khoan khoái. Ông đứng hứng những tia nước nóng xối xả trên người. Ông nhớ lại lúc liệm xác nhà sử học, đại tá chết nằm đấy, gầy gò choắt cheo. Mới chiều hôm qua nhổ cỏ ngoài vườn thuốc nam ông còn được nghe một bài thơ nhà sử học mới làm, tâm sự của người đã bôn ba khắp nơi cuối cùng về ở tù tại địa phương quê nhà. Ông lão nghe bạn đọc thơ mà xúc động nhẩm đi nhẩm lại định bụng sẽ cất bài thơ vào trong trí nhớ. Nhưng chưa thuộc thì tác giả đã lặng lẽ ra đi. Đại tá quê ở Phú Thọ, bây giờ làm tù binh ở trại giam Tân Lập. Kẻ tha hương không chỉ về quê nhà ở tù mà còn chết ở đó nữa. Thôi thế là bài thơ thất truyền, nhưng tác phẩm "Việt Sử Tân Biên" thì vẫn còn đó. Sáu người bệnh đặt xác nhà sử học trên tấm cánh cửa khiêng đi, được mấy bước lại phải để xuống nghỉ vì chính những người này cũng không đứng vững chứ đừng nói đến đi và khiêng. Một đồng cảnh làm y vụ còn tương đối khỏe hơn nói với sáu bệnh nhân:

– Cố lên, tôi khiêng một đầu, các ông khiêng đầu kia, cố lết đem ông ấy ra ngoài vườn, đến tối trật tự nó đem đi chôn.

Rồi anh an ủi đùa mà cũng như thật:

– Mình khiêng ông ấy rồi người khác sẽ khiêng mình. "Mình vì mọi người mọi người vì mình".

Cuối cùng cũng đem được thi thể nhà sử học ra đặt trên tấm phản ở cái chòi ngoài vườn. Gió thổi vù vù làm rung rinh mái lá, cơn lạnh thấu xương, người chết nằm đó thản nhiên, người sống co rúm vào nhau. Anh y vụ lau mặt mũi và sắp xếp tay chân ngay ngắn cho đại tá. Xong anh dùng cái chăn đỏ trùm lên gói ghém bọc lấy thi thể cho ông. Lạy Chúa "Thứ bảy: chôn xác kẻ chết".

Ra khỏi nhà tắm, ông được bà lão sấy tóc cho:

– Bố phải quên những cái đó đi cho tinh thần nó thảnh thơi.

– Cũng ráng quên đấy chứ, nhưng nó vẫn cứ còn đó.

– Ở Việt Nam bố có nước nóng để tắm không?

– Có, mùa hè nước suối cạn đọng ở những vũng nhỏ nước nóng lắm, còn mùa đông nước lạnh lắm...

Bà lão bực mình:

– Em hỏi trong tù có máy làm nước nóng...

– À, sẽ có, năm 1975 mấy người cộng sản ở trong rừng ra họ nói chỉ cần 5 năm là họ tiến bằng nước Anh nước Pháp sẽ có đủ hết các máy móc văn minh và nhà cầu tự hủy, mười năm họ sẽ bằng ông Liên Sô và sẽ vượt qua thằng Mỹ, mười lăm năm họ sẽ đứng đầu...

– Thôi, thôi, Bố muốn uống cà phê không?

– Có muốn. Ở đó Bố không có ai sấy tóc cho mình sau khi tắm. Cũng không có cà phê...

– Thôi, thôi, đã nói Bố phải quên cái nơi đó đi...

– Ờ, quên, sẽ quên...

– Em có nhờ mấy đứa cháu nó tiếp tế cho Bố đủ thứ mà?

– Ờ, sau này thì có được tiếp tế, trước đó thì tuyệt đối không được phép nhận các thứ quà cáp, có bác tù già ghiền quá bèn rang ngô cháy đen giả làm cà phê, vấn lá trà khô giả làm thuốc hút... có ý tự đánh lừa mình. Thế giới đó là thế giới của ảo tưởng, kẻ thất trận bị hành hạ có khi cũng cố tìm cách trấn an mình bằng những ảo tưởng, mà kẻ cướp được quyền hành cũng phải bày đặt ra những hào quang không có thực để tự lừa dối lẫn nhau, tất cả là ảo tưởng hết, mà thực tế là cả nước khốn khổ.

Ông đang uống cà phê thì nhận được lá thư từ Việt Nam, thư cho biết một người bạn tù già của ông lại bị bắt bỏ tù lần nữa. Ông giáo sư Quốc Gia Hành Chánh ở tù đủ mười bảy năm, ra tù ông không chịu xuất cảnh như các tù chính trị khác mà ung dung ở lại. Ông giáo sư có lần nói với ông lão:

– Ông có con cái ở bên đó thì đi đi, coi như đi du lịch nước ngoài thăm vợ con, chán rồi về. Còn tôi, tôi ở lại cái xứ sở này để làm việc. Trước kia cộng sản nó giam giữ mình sợ mình ra nước ngoài chống lại nó, nay thì trái lại nó muốn tống mình đi vì sợ mình ở trong nước sẽ... chống lại nó. Cho nên, nó thả mình ra nhưng lại hối thúc mình làm hồ sơ "xin" xuất cảnh để nó "khoan hồng nhân đạo" cho đi, nếu mình đi là trúng kế nó, tôi chẳng còn gì để sợ cho nên tôi ở lại xem chúng làm gì tôi nào. Ở Yên Báy, Tân Lập, Nam Hà, Rừng Lá, hay Sài Gòn, hay xa hơn nữa Quận Cam, thì có gì khác nhau đâu? Nếu ta tỉnh táo thì ta bao giờ cũng vẫn là ta, biết cách sống, biết cách chết, biết cách ở tù, biết cách tự do... thì ở đâu cũng được. Hôm vừa rồi có anh chàng công an đến nhà nói: "Con nghe tin bố bị mổ sa đì, đến thăm, chả là con được giao nhiệm vụ 'nắm' bố nên con phải theo dõi, các bố khác đều làm hồ sơ đi Mỹ xong cả rồi sao bố vẫn chưa làm, bố có tính đi không?" Tôi đãi nó hút thuốc có cán và uống trà Thái Nguyên, xong, tôi bảo nó: "Tao chẳng đi đâu cả, mày thấy nhà tao đang ở đấy, "to bằng lỗ mũi", tao đi lại bằng xe đạp. Trước kia chúng mày đi xe đạp vào chiếm miền Nam đi Honda, bây giờ mày đi Honda đến thăm bố, mày ở nhà "hoá giá", còn tao vẫn ở căn nhà này vì chúng mày chê nó xệ quá không lấy, nhưng có sao đâu, tao vẫn thấy thoải mái, đâu cần phải đi đâu nữa." Nó nói: "Con đến thăm bố, bố đừng nói chính trị, con nói không lại". Tôi trả lời: "Ừa, thế thì uống trà đi, hút thuốc đi, mày cứ làm nhiệm vụ của mày cũng như tao cứ làm việc của tao, nếu mày có nhiệm vụ bắt lại tao bỏ tù nữa thì mày cứ tự nhiên thi hành công tác, tao nói thật đấy, chỗ tình nghĩa...

bố con." Nó nhăn nhó: "Bố cứ nói chính trị hoài, con hỏi bố nếu làm... thủ tướng thì bố có làm không?" Tôi cười trong khói thuốc: "Làm chứ, nếu mời là tao nhận lời, làm thủ tướng tao sẽ bài trừ tham nhũng cho mà coi, tham nhũng như rươi, mày có nhận thấy thế không, thấy thế mà không ai trừ được, nếu làm thủ tướng tao sẽ diệt tận gốc. Tao kiêm Chủ Tịch Ủy Ban Kế Hoạch Nhà Nước; Quốc Phòng và Nội Vụ cũng do tao chọn người." Khi nó chào ra về tôi còn cho nó bao thuốc nguyên, cu cậu sẽ báo cáo sao đây với cấp trên của nó.

Sang Mỹ ít lâu ông lão nghe tin giáo sư công khai lập Phong Trào ở Saigòn, ra tuyên ngôn, chuẩn bị họp Đại Hội, trả lời phỏng vấn công kích chế độ đang cầm quyền ở Việt Nam, ông lão hiểu được là người bạn già giáo sư làm thiệt, ông không có gì để mất và để sợ, đúng như vậy, để xem chúng nó làm gì được ông, chúng có làm gì được ông thì chưa biết nhưng ở hải ngoại đã có người chửi ông là cò mồi, đối lập giả, đón gió... chửi nặng lắm, không rõ ông có nghe được những lời, những giòng chữ oan nghiệt đó không? Và bây giờ thì có tin là giáo sư đã bị "cum" lại lần nữa thiệt. Cũng dễ hiểu thôi, đương nhiên là cộng sản hắn đâu có chịu được cái gai giáo sư đâm vào ruột gan chúng. Và "con lại phải bỏ tù bố thôi". Chỉ tội cho bà vợ ông, mười bảy năm lặn lội nuôi tù, giờ đây lại tiếp tục bao bị nhu yếu phẩm nữa. Ông lão đọc thư xong mà ngậm ngùi cho người bạn già, và ông thấy là mình... hèn quá, tham sống, sợ chết, ngại khổ, bỏ chạy sang đây làm gì cơ chứ. Ông lão nói với một bạn già viết văn hằng ngày vẫn gặp nhau ngoài bãi biển:

– Chúng ta đã phạm nhiều sai lầm liên tiếp, thứ nhất là đã thua trận trong khi mình rất mạnh, thứ hai là tráng sĩ sa cơ mà không biết tự xử, thứ ba là để cho cộng sản nó nhốt tù, thứ tư là ở tù lâu thế mà còn sống nhăn, thứ năm là nó thả ra mà để cho nó nói là tha, thứ sáu là đi ra nước ngoài... Lại một lần nữa "Chạy Trốn".

■

Lượm ve chai ngoài bãi biển thấy thanh niên Mỹ trượt nước kiểu surfing có vẻ hay ông cũng theo con trai đi chơi môn thể thao ấy. Hình như chỉ thấy có ông là lão tướng chơi với đám trẻ. Ông trèo lên ngã xuống rồi bơi rồi ngụp lặn kéo sợi giây buộc nơi chân lôi tấm ván lại trèo lên nữa... tập mãi rồi cũng đứng lên được ngọn sóng mà bay để rồi mà ngã nhào... Ngụp trong nước, ông lão nhìn thấy ông Hoan, một người Hoa có tiếng là lội giỏi ở Quận Năm Sài Gòn, bị bắt nhốt cải tạo trong đợt "cải tạo tư bản tư doanh" phát động ở Miền Nam, ông Hoan dạy học ở Chợ Lớn nhưng tội trạng ghi trong hồ sơ của ông là "Đặc Vụ Tưởng" có nghĩa là tình báo có nhiệm vụ đặc biệt phe Tưởng Giới Thạch. Ông Hoan tắm ở Suối Lạnh bơi gần đập, bị nước cuốn qua đập tràn, chết, xác ông trôi theo dòng mấy trăm thước mới tấp vô một bụi tre bên bờ. Ông cũng được chôn dễ dàng nhanh chóng nội tối đó nhưng sáng sau thì gia đình ông từ Sai Gòn đã tìm lên trại hỏi thăm. Công an trại giam không thể hiểu được tin tức đã truyền đi cách nào mà nhanh đến thế bèn cho là có bàn tay CIA Mỹ trong trại tù nên lùng sục tìm kiếm điện đài, chắc là phải hiện đại lắm, sẽ nhỏ lắm nhưng tinh vi lắm, phải là thế hệ điện tử hay vi điện tử mới nhất. Nhưng người nhà kẻ quá cố thì nói rằng đêm qua ông Hoan về báo mộng cho bà vợ ông nên cả nhà đã kiếm xe đi từ sáng sớm để lên xin xác ông về chôn, nhưng trại giam đã chôn ông từ đêm qua rồi. Chúng đưa tang gia ra nghĩa địa chỉ một nấm đất mới, nói đó là mả của ông Hoan. Bà vợ ông than khóc vật vã và kêu lên rằng:

– Sao lại có thể như thế? Sao lại có thể vội vàng như thế? Sao lại có thể dễ dàng như thế? Hở Trời?

Rồi chúng đem cái túi gọi là tư trang gồm mấy cái áo quần của ông đã bị đóng dấu Z30D tùm lum và mấy thứ lặt vặt như lon, gô, ca, cóng, trả cho gia đình, làm như phân minh và tôn trọng của cải của tù nhân lắm, chúng đuổi gia đình về và nói sẽ... điều tra xem ai đã thông tin nhanh như thế. Chẳng biết công an điều tra đến đâu, nhưng ngay trong trại có anh tù cùng đội với ông Hoan, cũng người gốc Hoa, cũng thành phần tội danh "tư bản tư doanh" tên là Soi, Soi bô bô nói rằng anh ta đã biết trước cái chết của ông

Hoan và chính anh ta đã báo cho gia đình ông biết. Anh này còn trẻ không thấy gia đình thăm nuôi bao giờ và tính tình anh hơi khác lạ. Anh nói với mọi người:

– Soi biết trước từ lâu là ông ta phải chết vì Soi đọc thấy tên ông ta trong... sổ tử trên trời. Soi còn biết trước ngày giờ chết và chết đuối nữa.

– Biết trước sao mày không nói cho ông ây biết để tránh?

– Đâu có được phép nói, "thiên cơ bất khả lậu". Soi chỉ báo cho gia đình ông ấy biết mà thôi.

– Mày báo bằng cách nào?

– Soi báo được, Soi ở đây nhưng có thể nói cho bà vợ ông ấy ở nhà nghe được.

– Tài, mày tài lắm...

– Thật đó, Soi ở trong trại nhưng Soi nhìn thấy cán bộ đi và nghe thấy cán bộ nói ở ngoài trại.

– Lại tài nữa, mày thấy hết biết hết thế bao giờ mày về?

– Về đâu?

– Về nhà chứ về đâu nữa, chẳng lẽ mày cứ muốn ở tù hoài.

– Soi không có nhà, cán bộ thấy Soi ngủ ở lề đường Chợ Lớn nên cho Soi lên đây. Ở đây có cơm ăn...

– ... Và áo mặc nữa chứ.

Quả là nó được ăn và áo mặc, không những ăn no những phần cơm của các nhà tư bản thực thụ bỏ mà thỉnh thoảng còn được các đồng hương của nó múc cho một món ăn Triều Châu rất chất lượng. Soi nhận và ăn rất tự nhiên không cần cám ơn, làm như đó là của nhà nước xã hội chủ nghĩa cu cậu cứ việc hưởng theo nhu cầu. Quần áo cứ sáu tháng trại phát một bộ, nó mặc cho đến rách, cho đến khi có bộ khác khỏi lo thay lo giặt mất công. Và phải đóng dấu, nếu trật tự quên đóng dấu thì nó tranh đấu đòi cho bằng được, không như một vài bác tù khác gần mười năm tù vẫn còn e lệ cứ muốn nghĩ mình là "cải tạo viên". Nó thường dùng bàn tay che một mắt, còn chừa một mắt và nhìn lên trời rất lâu.

– Mày làm gì thế?

– Soi đang xem đánh nhau ở bên Campuchia.

– Đánh lớn không?

– Súng bắn quá.

– Chết nhiều không?

– Nhiều, tất cả đều là... con của Soi?

– Con mày?

– Dạ, tinh trùng của Soi nhiều vô số kể, cả tỷ, cả tỷ, chỉ cần một muỗng là có hàng tỷ đứa con, tất cả là con của Soi, các cán bộ cũng là con của Soi. Đám tù đứng nghe chuyện thằng Soi phì cười, có người nói:

– Thằng này... ngon ạ. Nó lớn giọng:

– Thiệt đấy, Soi không nói láo đâu, bố những đứa nói láo.

– Đúng là thằng này... ngon.

– Thế hằng ngày mày gói những gói đồ gửi cho ai đấy?

– Soi gửi cho bác Hồ, bác Mao, gửi cho những ma đói và gửi cho các con của Soi nữa.

– Quả thật thằng này... ngon hơn ai hết.

Trật tự thấy đám người xúm đông bèn giải tán:

– Cứ nghe thằng điên nói xằng lại lôi thôi rắc rối nữa.

Soi cũng bỏ đi làm chuyện của nó. Nó nhặt rác rưởi đủ thứ bẩn thỉu rồi gói lại, buộc dây cẩn thận chằng chịt rất kỹ, xong đem cất giấu vào những xó góc hoặc liệng qua hàng rào tre ra ngoài trại. Hồi đầu công an bắt trật tự tịch thu những gói đó, mở ra lục xét, nhưng thấy toàn đồ dơ, miết rồi không thèm để ý nữa, có bắt gặp thì bắt nó liệng vào thùng rác. Sau đi đến đâu cũng thấy có những gói như vậy, ở hàng rào, ngoài vườn, trong sân, nổi lều bều ngoài suối... và gọi đó là "bưu phẩm của Soi." Cho nên khi nghe Soi nhận mình là CIA thì công an trại cũng không thèm tin, không thèm chấp, không thèm điều tra gì hết trọi. Rồi cũng đến một ngày "nhà tư sản mại bản" tên là Soi ấy bị thả ra khỏi trại giam, nhưng anh cứ luẩn quẩn ở cổng trại Rừng Lá, mấy ngày sau người ta còn thấy anh, tay cầm tàu lá buông nhỏ che trên đầu, đi ngược rồi lại đi xuôi, trên quốc lộ... Còn hồi sau nữa thì không rõ ra sao.

■

Chơi môn trượt nước cần nhiều sức, nguy hiểm cho tuổi già nên người con chỉ chiều bố mấy lần cho bố biết rồi thôi, anh khuyên bố không nên "mê" cái môn surfing ấy nữa. Mấy bố con bèn đi coi football Mỹ, đi mãi tận San Francisco xem trận Cowboy gặp 49ers. Ông lão đâm mê cái môn thể thao lạ hoắc với Việt Nam này. Dĩ nhiên đi xem football thì không thể đi xe đạp và cũng không có thì giờ lượm ve chai. Người con nói với bố:

– Người Mỹ thường hay say mê quá độ một cái gì đó, xem football mà nhìn khán giả xung quanh sẽ thấy sự cuồng nhiệt của họ, con nghĩ mình không nên mê một cái gì quá đáng.

Thế là mấy bố con rủ nhau tham dự đủ các môn: Hockey, trượt tuyết, bowling... Bà lão cằn nhằn "Bố khùng con cũng mát nốt" nhưng bố con chỉ cười nhìn nhau. Bà lão say mê công việc kinh doanh, bà điều khiển một xí nghiệp sản xuất đồ gỗ và bà thành công trong công cuộc làm ăn này. Trong khi ông lão thường khoe mỗi tháng lượm ve chai ông thu nhập gần ba trăm đồng. Ông còn tính thành tiền Việt Cộng và ông còn nhân lên một năm, mười năm, trăm năm... số tiền ông bán ve chai được mà không phải tiêu pha gì. Ông nói chắc nịch:

– Tỷ phú.

Các con ông có lần chọc bố mẹ:

– Sao má không mướn bố làm manager cho hãng của má? Mỗi năm má trả cho bố một trăm ngàn, bố tha hồ mà nhân lên...

Bà lão dẫy nẩy:

– Từ hồi nào tới giờ chỉ một bà Mỹ già lương năm chục ngàn năm, giúp má cai quản mấy chục nhân công đủ các sắc dân, mà công việc chạy đều, bây giờ đưa Bố mày vào hãng cho "loạn cờ" à. Hôm mới sang má đưa đến thăm xưởng một ngày mà Bố đã không chịu nổi. Biểu nghỉ khoẻ và rong chơi cũng không chịu nghe, bày đặt "lao động sản xuất", tưởng làm gì hoá đi lượm ve chai, rõ chán.

Ông còn nhớ hôm đó đi theo xe bà chủ tới thăm xưởng cho biết sự tình, ông thấy mọi sự đều lạ với ông. Trước hết là bà lão nhà ông có uy với thợ thuyền, thấy bà tới họ răm rắp chào răm rấp người nào việc đó, còn bà thì bắt tay vào giải quyết các công việc một cách rất nhanh chóng và thuần thục, nghe điện thoại, ký giấy tờ, trả lời các câu hỏi của bà Mỹ già quản lý, cùng lúc, bà làm việc tất bật lại còn thỉnh thoảng giới thiệu ông chồng đang xớ rớ "ngồi chơi xơi nước" với một nhân viên nào đó vào nhận lệnh. Giữa các đợt công việc bận rộn như thế, thỉnh thoảng có một giây nào đó rảnh, bà lão nhìn ông nháy mắt cười rồi lại tiếp tục giải quyết công việc tiếp. Mấy người thanh niên thiếu nữ Mỹ mà bà sai đi chuyển hàng khi chào ông họ gọi ông là grandpa, cũng như đã gọi bà là grandma, ông nhìn họ thấy họ cao lớn, trắng trẻo, kiếng trắng, râu xồm, tự nhiên và tự tin, như là các người Mỹ trong đoàn phối trí viên ở Tổng Cục ngày xưa trong khi bà gọi họ là boy, "eh boy". Thiếu nữ khoảng hai mươi thì đội nón ngược, xỏ tay túi quần jean hoặc đứng chống nạnh. Họ thắng xe cái két rồi các ông cố vấn, cô cố vấn, vác trên vai những cái bàn cái tủ to tướng chạy vù vù nhanh nhẹn tự nhiên và vui vẻ theo lệnh grandma. Tiếng Anh bà nói ríu rít như chim nghe lưu loát êm tai và hấp dẫn. Ông lão cứ ngỡ người ra trên chiếc sofa to lớn ở góc phòng. Có lúc ông suy nghĩ theo kiểu chiến tranh thì rõ ràng đây là một cuộc xâm lăng của di dân vào tận nước Mỹ và đã chiếm đóng, đã đô hộ, đã "bóc lột"... nhưng rồi ông lại suy nghĩ theo kiểu hoà bình thì rõ ràng những kẻ "xâm lược" này đã bị Hiệp Chủng Quốc đồng hóa, đã bị nuốt chửng, đã biến thành Mỹ, một loại Mỹ sắc tộc, trong số hơn hai trăm năm mươi sắc dân khác ở khắp thế giới đã gom vào Mỹ bằng di tản, nhập cư chính thức hay lậu, và cũng đã bị nuốt chửng để trở thành cư dân Hiệp Chủng Quốc Hoa Kỳ biết hát bài America The Beautiful. Bà lão sử dụng những phương tiện xung quanh bà một cách thành thạo như computer, máy Fax, máy điện thoại viễn liên, máy chuyển tiền vào chương mục ngân hàng... Ông nghĩ rằng còn lâu lắm may ra ông mới biết xài những thứ đó. Bà thuộc lòng những số điện thoại giao dịch, thuộc lòng những giá cả thị trường lên xuống, thuộc lòng những mặt hàng nào tiêu thụ nhanh chậm, thuộc lòng cá tính những khách hàng, mà ông nghĩ là cũng phải lâu lắm mới có được cái kiến thức kinh doanh ấy. Cho nên nhìn bà bén nhạy giải quyết công việc một cách hoàn hảo và thích thú, ông lão nhận ra ngay mình là gì trong thế giới mới này. Đến trưa là giờ cái bao tử Việt Nam của ông nó cồn cào, cái gì cũng vậy, cơm ngày ba bữa và một giấc ngủ trưa. Bà biết vậy nên gọi Pizza cho ông ăn, bà cũng ăn một miếng nhưng vừa ăn vừa cặp cái điện thoại nơi cầm trả lời khách hàng. Ông có nhận xét là ở đây thời gian ít và quí vì nó là công việc là tiền thu nhập cho hãng xưởng. Các máy móc chạy ồn ào nơi xưởng mộc và xưởng may bọc đệm ngoài kia cũng thế, ai cũng làm việc rộn rịp. Ăn xong thì ông buồn ngủ và ông ngủ lúc nào không biết ngay trên chiếc sofa, khiến bà phải chuyển sang làm việc bên bàn bà quản lý phía ngoài, dành cái văn phòng giám đốc của bà cho ông... ngơi. Sau một giấc chợp mắt, ông bừng thức dậy không thấy bà, cũng không thấy công an không thấy bệnh xá không thấy trại giam, ông bèn rón rén mở cửa thò đầu ra ngoài, bà quản lý nhìn thấy bèn chỉ cho bà chủ, bà lão bèn đi vào phòng với ông và cười và nói cho ông biết là ông ngủ ngáy to quá bà phải ra ngoài đóng cửa phòng để nhân viên không ai vào thấy. Ông lão hơi ngượng nhưng bà lão nói an ủi ông "Bố ngủ được là khoẻ, là quí". Ông nghĩ ừ thì quí nhưng ở đây không ai quí cái đó cả nên ông thấy là mình không hợp thời. Đi theo bà một ngày đến hãng xưởng ông thấy rõ là mình chẳng giúp ích gì được cho bà ngoài cái sự có mặt của ông trên xe hơi, để bà có thể sử dụng lane carpool trên freeway. Và ông bèn đi lượm ve chai, gọi là nghề "tự do". Người xung quanh cho là ông lão bị cộng sản nó đày đọa, nó nhốt tù lâu quá sinh lẫn, lẩm cẩm, dở hơi... Ông lão hình như lại khoái chí bị coi là như vậy. Ông thấy mình tỉnh táo hơn bao giờ hết, tỉnh táo đến độ ông phải làm ra vẻ... ngớ, và làm ra vẻ ngớ một cách tỉnh táo đến độ như ngớ thật. Một hôm ở tiệm ăn con ông kêu món "áp chảo", ông lão hỏi "áp chảo là cái gì", bà lão sợ bạn gái của con trai cười ông bố nhà quê bèn huých khẽ ông như bảo đừng có hỏi nhà quê nữa. Ông lão ngồi cười trong bụng và nhớ đến cái lần ăn phở xào áp chảo đầu tiên trong đời. Lâu lắm rồi, mấy chục năm qua rồi nhưng ông vẫn còn nhớ cái kỷ niệm ấy rõ ràng như nó sờ sờ trước mắt và ông nhớ người bạn cùng đậu tiểu học với ông, nhớ cái tiệm ăn ở phố Hàng Thao Nam Định, ông còn nhớ cả cái mùi vị thơm tho của món ăn "sang trọng" lần đầu và niềm hân hoan của đôi bạn ăn mừng "tốt nghiệp vinh qui". Có ai nói gì ông ngồi lặng thinh nghe, thỉnh thoảng có góp chuyện vào thì toàn những câu ngang phè hay ngớ ngẩn. Ông hay nói với các con yêu quí của ông:

– Bố... ngớ.

Sống giữa xã hội toàn những người văn minh và khôn ngoan, mình làm được một người ngớ thì cũng thú vị lắm. Trước một người đàn bà vĩ đại như bà lão vợ ông thì chỉ có cách ông làm một người ngớ thực sự mà thôi. Ông tự nghĩ năm 1975 bà dắt một đàn con ngót chục đứa lao nhao lớn nhất chưa tới mười lăm, tiếng Anh trung học, tài sản tay trắng, chạy loạn khỏi Việt Nam sang một nước hoàn toàn xa lạ, mà rồi bà lão lần hồi tự học tự làm lúc đầu nhờ vào cứu trợ của nhà nước và nhà thờ sau tần tảo chăn dắt đàn con đến nay chúng đều đã tốt nghiệp đại học và đã túa đi làm việc ở khắp nơi trên nước Mỹ, bà còn lập một hệ thống tiếp tế qua những người chị và các cháu bà ở Việt Nam cho ông lão tù từ trong Nam ra ngoài Bắc rồi từ ngoài Bắc vô trong Nam suốt mười bảy năm trường, và cơ ngơi nhà cửa xe cộ xí nghiệp kinh doanh căn bản vững vàng như thế thử hỏi nếu là ông, ông có làm được vậy không? Ông lão tự hỏi và tự lắc đầu trả lời "không". Và ông chỉ còn có cách làm một người ngớ để hành hạ đền bù cho bà. Ông tuyên bố:

– Nhà cửa của bà, xe cộ của bà, con cái ông cũng của bà, và nước Mỹ này cũng của bà.

Ông gọi bà là "bà Mỹ", còn ông khôn lỏi nhận mình là "kẻ lưu vong". Bà hỏi:

– Thế Bố mất hết cả à?

Ông gật đầu nói nhỏ:

– Mất tất cả, chỉ còn lại một tí bé nhỏ.

– Cái gì?

Ông chỉ vào bà lão:

- Mất tất cả, chỉ còn lại có bà.

Bà lão choáng ngợp xúc động, lát sau bà nói:

– Bố ngớ.

Lát sau nữa bà lại nói:

– Bố khôn.

Sống bình lặng ở một nơi hoàn toàn khác biệt với những thói quen của quá khứ, ông lão suy ngẫm về cuộc đời và nhớ lại tất cả. Ông cho là mình may mắn kiếm được việc lượm ve chai vinh quang như thế này và vì thế ngày ngày ông đều đặn siêng năng từ sáng đến chiều lang thang theo một lộ trình với chiếc xe thồ. Có lần ông về nhà sớm thì thấy là vô lý vì bà lão và đàn con đều đi làm tối mới về. Ở Mỹ ai cũng làm việc. Ông lại đạp xe đi vì ông cũng phải làm việc. Ông lão đạp xe ra khỏi khu đầm lầy, từ giã những cái máy bơm dầu suốt ngày gật gù đã hằng thế kỷ, từ giã những sinh vật may mắn còn được một nơi dung thân giữa một thành phố công nghiệp điện tử, ông đạp xe dọc bờ biển. Ngang một ghế đá ông dừng xe, một đồng cảnh ngồi đó nhìn ra biển, ông lão "Hi" và ông lão kia cũng "Hi".

– Viết xong quyển sách chưa?

– Sắp.

– Hôm nào soạn cho một bản tuyên ngôn nha.

– Ừa.

Từ ngày sang Mỹ hai người không hẹn mà chiều nào cũng gặp nhau như thế. Cả năm rồi cứ lượm ve chai và cả năm rồi quyển sách lúc nào cũng "sắp" xong. Ông lão đạp xe đi tiếp, tự hỏi không rõ ông nhà văn nhìn cái gì ngoài biển Thái Bình Dương kia mà nhìn hoài không chán, in như hồi ở tù ngồi bó gối trên cái ghế gỗ trước bệnh xá nhìn ra khoảng không trước mặt. Tới cầu ông lão dựng xe đi bộ ra mỏm cầu gặp một người ngồi câu cá, hai người lại "Hi" nhau.

– Có muốn cá tươi về nấu không?

– Không! Bao giờ thì triệu tập họp chi bộ?

– Ờ, khoảng cuối năm.

Ông lão lắc đầu nhòm vào thùng cá. Hồi ở tù Suối Lạnh người bạn già này cũng rất siêng câu cá mưu sinh, bây giờ sang đây ông cũng câu cá rồi năn nỉ biếu không hàng xóm. Ông lão cũng chẳng hiểu trời xui đất khiến thế nào mà hơn trăm tù binh sót lại ở đáy trại giam lại có tới ba người trôi giạt vào cái bờ biển này của nước Mỹ, và chiều chiều thấy nhau, "Hi" nhau, hờ hững và thân thiết.

Giã từ ngư ông thì trời cũng sắp tối. Ông lão thủng thẳng đạp xe về nhà, giờ này bà lão và các con ông cũng sắp đi làm về. Ông lão đem giấu cái bao ve chai mới lượm được vào xó nhà xe rồi đi tắm, thay áo quần, ông sắp phải tiếp xúc với những người của một nền văn hóa khác, đó là vợ con ông. Ông lão mở TV. Có một người nào đó bắn vào Toà Bạch Ốc. Cảnh sát Tòa Bạch Ốc bắn chết một người nào đó. Xe vận tải chở xác chết đi chôn ở Phi Châu như chở rác đổ xuống hố. Ruồi bu đầy mặt mũi trẻ em đang chết đói. Trình diễn thời trang chó. Quyền đồng tính luyến ái. Bác sĩ điều trị giết theo quyền chết. Đức Giáo Hoàng bổ nhiệm thêm 30 Hồng Y. Tranh chấp dầu hỏa ở thềm lục địa Việt Nam. Vịnh Cam Ranh sẽ để cho hải quân nước nào sử dụng... Rắn, rắn, con rắn bò trên giường, đó, đánh nó đi, không phải rắn, phải mà, tôi đã bảo con rắn là con rắn...

– Cậu, cậu tỉnh lại đi cậu...

– Cậu, cậu có biết cậu đang ở đâu không...

– Kiến, lại kiến nữa, kiến bu nhiều quá trên bàn tay...

– Ừ kiến, cháu phủi đi rồi, hết kiến rồi, thấy chưa...

Bệnh nhân mở mắt nhìn cánh tay, đúng là hết kiến rồi, nhìn sang bên thấy chị gái, cháu cậu, cháu chú.

– Tỉnh rồi, cậu tỉnh lại rồi. Cậu biết đây là đâu không? Không phải phòng giam, cũng không phải bệnh xá, nhưng có công an đứng cửa...

– Cháu này, má cháu này, chị T. này, cậu nhận ra không?

Bệnh nhân gật đầu, nhưng lại nhắm mắt. Hai con chim cu đất chui qua chui lại cái lỗ thông hơi trên tường phòng giam.

– Bắt nó.

– Cậu tỉnh lại đi, bắt ai.

– Đó, hai con chim cu đất...

Bệnh nhân chỉ tay bâng quơ, người cháu gái nói:

– Ờ hai con chim cu đất, mà nó bay đi rồi.

Người chị gái đứng bên giường mếu máo:

– Trời ơi, em tôi điên rồi.

– Cậu nhận ra má cháu không?

Bệnh nhân ngáy khò khò, một chặp sau chợt mở mắt lại nhìn quanh, mẹ con người chị lại xúm vào hỏi. Lần này bệnh nhân biết thêm ít điều nữa và tỉnh lâu hơn. Ở bệnh viện tỉnh và người nhà từ Sài Gòn lên săn sóc.

– Cậu mê man bốn ngày nay rồi. Cậu khỏi bệnh đi nhá.

Cháu chú cũng nói:

– Chú khỏi bệnh rồi còn sang với cô và các em.

Cứ thế, tỉnh rồi mê, mê rồi tỉnh, chìm xuống, xuống dưới lần nước rồi trồi lên, lên khỏi mặt nước, chìm xuống trồi lên, trồi lên chìm xuống, bập bềnh, nổi trôi, dật dờ, chới với, ngụp lặn mãi nhiều lần nữa rồi mới tỉnh hẳn. Nhưng nhiều tháng sau còn ngơ ngác. Ở Sài Gòn thì đồn ông đã chết chôn ở Phan Thiết, có người bạn còn nghe tin ông bị đem về nhà thương điên Chợ Quán... Bây giờ thì kẻ lưu vong ngồi một mình trong căn nhà vắng này chờ bà lão và các con ông đi làm sắp về. Hãy tạm xem TV với các tin tức thế sự thăng trầm. Trong khi chờ đợi...

(HB/12.94)

Phần 2

Tầm Xa Cũ Bắn Hiệu Quả

VIÊN ĐẠN BẮN VÀO NHÀ THỤC

Từ ngã ba đi vào, cảnh tàn phá vì trận đánh lan rộng đến
những con lạch nhỏ. Trước ngày Tết, đi qua khu phố này
người ta chỉ nhìn thấy những dãy nhà hai bên đường với những
cửa tiệm buôn bán tấp nập. Sau trận đánh dãy nhà bị cháy trơ
trụi, những bức tường đổ nát lỗ chỗ những vết đạn, những mái
tôn cháy đen xạm cong queo trên đống than. Một vài chiếc xe chỉ
còn trơ lại cái khung đen thui. Người đi qua con đường này bây
giờ có thể phóng tầm mắt nhìn thấy những cây dừa nước hai bên
bờ những con rạch nhỏ. Những cây dừa nước vài chỗ cũng bị
cháy nám. Xa hơn nữa, người ta có thể nhìn thấy cánh đồng
mênh mông miền ngoại ô thành phố.

Qua khu cháy vào bên trong, xóm nhà may mắn thoát được
ngọn lửa thì cũng bị những vết đạn phá vỡ lỗ chỗ. Những tấm
bảng hiệu bị dùi nhiều lỗ, chênh vênh treo trên những cây sắt,
gió thổi lắc lư, như còn cố bám víu cho khỏi bị rơi.

Nhà của gia đình bé Thục ở khu còn lại đó. Bé Thục đang cầm
một cây đinh loay hoay xoi một lỗ đạn trên tường nhà. Thục hì
hục nhẫn nại moi cái đầu đạn nằm trong đó. Thục đã mất cả giờ

nhưng mới chỉ nhìn thấy cái đuôi viên đạn đồng đỏ lòm. Mồ hôi vã ra hai bên má. Thục quì gối tiếp tục xoi. Thỉnh thoảng mỏi tay Thục lại bỏ cái đinh trên vỉa hè rồi vẫy vẫy hai tay cho đỡ mỏi. Thục ngồi nghỉ rồi lại tiếp tục.

Một người lính đi tới đi lui. Anh ta thuộc đơn vị trấn thủ khu này. Anh ta chú ý đến Thục và thả bước đến trước cửa nhà Thục. Người lính đeo khẩu súng lên vai rồi đứng tì tay vào hàng giậu gỗ nhìn Thục làm việc. Thục vẫn hăng say mải miết cầm cái đinh xoi lỗ đạn.

Chợt Thục vùng đứng lên ném mạnh cây đinh ra góc sân. Thục nhìn thấy người lính rồi đưa mắt nhìn theo hướng tiếng leng keng của chiếc đinh va xuống nền xi măng. Thục nhìn lại người lính. Anh ta nhe răng cười Thục. Thục phì cười, hai tay quệt mồ hôi trên trán. Người lính hỏi:

– Em làm gì thế?

Thục chỉ lỗ đạn:

– Tôi moi cái đầu đạn trong đó để làm kỷ niệm.

Người lính hỏi:

– Làm kỷ niệm, em cũng thích kỷ niệm?

Thục gật đầu:

– Tôi cần một đầu đạn giữ chơi. Mẹ tôi cũng có một đầu đạn như thế. Mẹ tôi cất trong sắc tay.

Người lính nói:

– Tôi có đạn đây, em thích tôi sẽ tháo cái đầu đồng ra cho em một viên.

Thục lắc đầu:

– Tôi muốn moi lấy cái đầu đạn từ trong lỗ kia. Tôi không thích cái đầu đạn chú tháo ra. Đầu đạn kia đã bắn vào nhà tôi. Chú biết cái đầu đạn của mẹ tôi lấy ở đâu ra không?

Người lính lắc đầu, Thục khoe:

– Cái đầu đạn của mẹ tôi lấy từ ngực ba tôi.

Người lính ngạc nhiên:

– Từ ngực ba em? Ba em ở đâu rồi?

Thục ngồi xuống bờ hè:

– Ba tôi chết rồi. Ba tôi là quận trưởng, ba tôi là đại úy, chú là gì uý?

Người lính cười:

– Anh là lính.

– Chú là lính trơn à?

Người lính lại cười gật đầu. Thục ngồi nghĩ rồi kể tiếp:

– Ba tôi đi đánh giặc bị thương nơi ngực đưa về bệnh viện thì ba tôi chết. Nhà thương người ta gửi cho mẹ tôi cái đầu đạn lấy từ ngực ba tôi. Mẹ tôi gói nó cất trong sắc tay và nói "để làm kỷ niệm".

Người lính như chợt hiểu, gật gù:

– Và bây giờ em cũng muốn moi cái đầu đạn trên tường kia làm... kỷ niệm?

Bé Thục gật đầu:

– Tôi chưa có chồng nên chồng tôi chưa chết. Tôi lấy viên đạn người ta bắn vào nhà tôi để cất đi làm kỷ niệm. Chú... bắn chết nhiều người chưa?

Người lính nhìn chằm chằm vào bé Thục rồi vung cánh tay lên trời phác một cử chỉ bâng quơ:

– Nhiều.

Bé Thục nói một mình:

– Như vậy chắc nhiều người có đầu đạn kỷ niệm, cứ gì mẹ tôi.

Người lính kéo ống quần lên đến đầu gối rồi chỉ một vết sẹo nơi chân cho Thục. Thục nghiêng đầu nhìn qua khe hai thanh gỗ hàng giậu xem vết sẹo của người lính.

Thục hỏi:

– Chú cũng bị đạn?

Người lính gật đầu giơ hai ngón tay. Thục hỏi:

– Hai lần?

Người lính gật đầu lần nữa. Thục lại hỏi:

– Đâu?

Người lính cởi khuy áo ngực, vạch một bên cho Thục xem một vết sẹo trên vai.

Thục lè lưỡi:

– Ba tôi bị có một viên đạn mà chết. Chú bị hai viên đạn sao chú không chết?

Người lính lắc đầu:

– Tôi không biết.

Thục chống hai khuỷu tay lên đầu gối, cằm tì trên bàn tay yên lặng. Một lát Thục hỏi:

– Viên đạn kỷ niệm của chú đâu?

Người lính lắc đầu:

– Tôi không có giữ. Tôi vứt đi rồi.

Thục ngạc nhiên:

– Sao chú lại vứt đi. Chú không thích kỷ niệm sao?

Người lính gật đầu:

– Tôi không thích. Đầu đạn bị vấy máu bẩn lắm, giữ làm gì.

Thục lại yên lặng. Thục nhìn người lính từ đầu đến chân.

Người lính cười. Thục chợt hỏi:

– Ai bắn chú?

Người lính trả lời:

– Đứa mà tôi tìm bắn nó.

Thục như chiều suy nghĩ rồi hỏi:

– Địch quân ấy hả?

Người lính lại cười, gật đầu, rồi hỏi:

– Tôi vào ngồi nói chuyện với em được không?

Thục đứng lên ra mở chốt cánh cổng:

– Được chứ. Ai cũng vào nhà tôi được. Hôm đánh nhau ở đây có hai người bộ đội cũng vào nhà tôi. Họ mở cửa vào tự nhiên và bảo mẹ tôi dọn cơm cho họ ăn. Họ có hỏi tôi đâu. Sao chú lại phải hỏi tôi?

Người lính mở cánh cổng gỗ bước vào sân, anh ta đi bên Thục đến chỗ bờ hè. Ngồi xuống cạnh Thục, anh ta nói:

– Có lẽ tại tôi thương em.

Thục trề môi:

– Không phải. Chỉ có mẹ tôi thương tôi mà thôi. Chắc chú là người lịch sự. Ở trường cô giáo bảo tôi thế.

Người lính gật đầu:

– Chắc vậy. Em học lớp mấy?

Thục giơ bốn ngón tay. Người lính nói:

– Lớp Tư?

Thục gật đầu hỏi lại:

– Chú học lớp mấy? Cô giáo của chú cũng dạy chú muốn vào nhà người ta phải hỏi sao?

Người lính gật đầu, trên môi anh ta vẫn nụ cười, đôi mắt trìu mến nhìn Thục. Thục rờ khẩu súng của người lính, hỏi:

– Nhưng mà chú có súng, chú cần gì phải hỏi ai.

Người lính ôm ngang vai Thục:

– Cô giáo đâu có dạy thế.

Thục nhoẻn miệng cười nhìn người lính gật đầu. Người lính chợt rút lưỡi lê ra khỏi bao, hỏi Thục:

– Em có muốn lấy cái đầu đạn trong tường kia không? Tôi lấy hộ.

Thục khoanh tay trước ngực lắc đầu:

– Không. Chú đừng giỡn tôi. *"Hôm đánh nhau ở khu này, hai người bộ đội mang súng vào nhà tôi ăn cơm, tôi có nhờ họ lấy hộ cái đầu đạn, họ quát tôi bắt ngồi yên ở xó nhà."*

Người lính hỏi tiếp:

– Hai người đó ở đây lâu không?

Thục giơ ba ngón tay. Người lính nói:

– Ba ngày?

Thục lắc đầu:

– Họ ăn ba bữa cơm.

Người lính lại hỏi:

– Họ có ngủ trong nhà em đêm nào không?

Thục lắc đầu:

– Họ chỉ vào trong nhà khi ăn uống, xong họ ngồi ngoài hiên, *"họ ngồi chỗ chú đang ngồi"*.

Người lính nhìn xuống chỗ mình ngồi như tìm kiếm một dấu vết gì còn lại. Một lát anh ta hỏi Thục:

– Hai người mang súng đó có hỏi chuyện gì em không?

Thục gật đầu:

– Có.

Người lính:

– Họ hỏi gì?

Thục kể:

– Họ hỏi ba tôi đâu.

Người lính lại hỏi:

– Em trả lời sao?

Thục kể tiếp:

– Tôi nói ba tôi chết rồi! Ba tôi đi đánh giặc bị thương rồi chết. Ba tôi là đại úy. Ba tôi là quận trưởng.

Người lính:

– Em nói vậy hai người cầm súng có làm gì em không?

Thục lắc đầu:

– Không. Họ không làm gì tôi nhưng họ đứng rột dậy. Họ vào lục soát nhà tôi. Họ bắt mẹ tôi phải mở tất cả các tủ, các hộc bàn, các buồng cho họ xét. Họ trèo cả lên trần nhà nhưng không thấy gì cả.

– Rồi sao?

– Rồi họ lại ra *"ngồi chỗ chú đang ngồi"*.

Người lính cầm cái lưỡi lê cạo cạo bùn trên đôi giày của anh ta. Thục tiếp:

– Đến tối họ vào trong nhà tôi bảo mẹ tôi đưa cái đèn pin của ba tôi cho họ.

Người lính gõ gõ cái lưỡi lê vào đôi giày cho đất rơi ra.

Thục nhìn cái lưỡi thép nhọn hoắt ở tay người lính hỏi:

– Chú đã đâm ai chưa?

Người lính lắc đầu:

– Chưa.

Thục lại hỏi:

– Thế cái đó để làm gì?

Người lính nói:

– Để đâm. Nhưng tôi chưa có dịp đâm ai. Bây giờ tôi muốn dùng nó để moi cái đầu đạn kia cho em. Em bằng lòng không?

Thục lưỡng lự:

– Tôi phải hỏi mẹ tôi. Mẹ tôi bảo *đừng nói chuyện với những người mang súng mang dao.* "*Hôm đánh nhau ở khu này, hai người bộ đội cầm súng vào nhà tôi đòi ăn cơm, tôi nhờ họ moi hộ cái đầu đạn, họ quát tôi bắt ngồi yên ở xó nhà. Sau đó mẹ tôi bảo tôi đừng nói chuyện với những người cầm súng cầm dao.*"

Người lính lại ôm lấy vai Thục:

– Thôi em đừng hỏi mẹ em nữa. Em đừng làm phiền mẹ em nữa, chắc mẹ em đang làm công việc trong bếp. Tôi muốn lấy hộ cái đầu đạn cho em vì cô giáo tôi ngày xưa có dạy phải giúp đỡ những người già cả và những người còn trẻ dại.

Thục ngồi yên, đôi mắt nhìn ra thửa ruộng đầy cỏ nước trước cửa nhà. Lát sau Thục nói lí nhí:

– Nhưng mẹ tôi bảo như vậy. Tại chú mang súng mang dao.

Người lính như ghì chặt Thục vào bên mình:

– Tôi mang súng cũng như ba em ngày xưa. Tôi cũng như ba em mà thôi. Em có nhớ ba em không?

Thục phóng tầm mắt đến một quận lỵ hẻo lánh. Thục đã theo mẹ đến chỗ ba Thục làm việc và đã sống ở đó một thời gian.

Thục nhớ lại dãy phố quận nhỏ hẹp, với một hàng hủ tíu duy nhất mà mỗi sáng mẹ con Thục đi xe jeep của ba ra đó ăn. Thục nhớ rõ người chủ quán mỗi sáng cúi rạp mình chào mẹ mình là bà Quận. Thục cũng nhớ đến cái cột cờ giữa ngã tư tỉnh lộ, hàng rào kẽm gai bao xung quanh ngôi nhà lớn, ở trong đó ba Thục làm việc và ở ăn. Thục cũng nhớ những buổi chiều đứng từ hiên ngôi nhà đó nhìn ra ngoài qua hàng rào kẽm gai, ngôi trường cũ kỹ với những đứa học trò bằng tuổi Thục ra về. Những chiếc xe ngựa lộc cộc chạy qua trước quận, người đánh xe phải nhảy xuống dẫn bộ qua khúc đường đó. Thục cũng nhớ đã hỏi chú lính tài xế của ba Thục tại sao họ lại phải nhảy xuống dẫn ngựa đi qua trước quận, chú lính bảo "để đề phòng Việt Cộng tấn công". Thục không hiểu nhưng cũng lặng yên.

Thục nhớ ba Thục cũng đeo súng và mỗi khi đi hành quân, ba đã hôn mẹ, hôn Thục, uống một ly rượu, rồi cười ha hả trèo lên xe dẫn đoàn quân phóng chạy ra khỏi quận xả bụi mịt mù.

Mẹ con Thục thỉnh thoảng đáp xe đò lên ở với ba vài ngày rồi lại về. Ba Thục làm quận trưởng một thời gian thì xây được căn nhà này. Trước kia nó chỉ là một nhà gỗ, sau được phá bỏ xây lại đẹp hơn và có lầu. Thục cũng được nằm giường đẹp hơn và có đệm. Thục được coi truyền hình và nghe nhạc nổi. Thục đã biết tự mở máy truyền hình và máy quay dĩa. Thục hỏi người lính:

– Chú có thích nghe nhạc không? Ba tôi thích cải lương như mẹ tôi. Tôi thì ghét. Tôi thích nghe hát tân nhạc. *"Hôm đánh nhau ở khu này, hai người bộ đội vào nhà tôi đòi ăn cơm, tôi nhờ họ moi hộ cái đầu đạn, họ quát tôi bắt ngồi yên nơi xó nhà".* Tôi có mở nhạc nghe. Nhưng một ông bắt tôi tắt máy còn một người bảo tôi cho ông ấy nghe một bài vọng cổ.

Người lính hỏi:

– Vậy em tắt máy hay để nhạc vọng cổ?

Thục lắc đầu:

– Tôi vẫn để bài hát tôi đang nghe, mẹ tôi la rầy tôi rồi tắt máy kéo tôi vào trong buồng. Tôi khóc và mẹ tôi xin lỗi tôi, giỗ dành tôi, bế tôi nằm dưới gầm giường tránh đạn.

Người lính xỏ lưỡi lê vào bao, hỏi:

– Hôm đánh nhau ở khu này em có sợ không?

Thục tròn xoe đôi mắt:

– Sợ chứ. Mẹ tôi ôm chặt tôi nấp ở trong xó nhà. Mẹ tôi lấy những tấm đệm cao su ghế bành chặn xung quanh tường để đỡ đạn. Hai mẹ con ngồi như thế và nghe tiếng nổ. Hai người bộ đội trèo lên gác đứng nhìn xuống đường.

Thục đang kể chợt hỏi:

– Hôm đó chú ở đâu?

Người lính ngập ngừng:

– Tôi... nghỉ phép.

Thục lại hỏi:

– Chú về ăn Tết với vợ chú à?

Người lính lắc đầu:

– Không. Tôi không có vợ. Tôi về ăn Tết với mẹ tôi.

Thục ôm lấy đầu gối người lính và tì cằm trên đó:

– Mẹ chú có thương chú không?

– Có. Như mẹ em thương em.

Người mẹ từ trong nhà bước ra kiếm Thục. Thấy người lính ngồi với con mình trước thềm nhà, bà ta nói:

– Mời ông vào nhà ngồi ghế uống nước, ông có cần gì cứ tự nhiên.

Rồi bà ta quay sang nói với con:

– Thục, sao con không mời ông khách vào nhà mà lại ngồi trước thềm vậy?

Người lính lúc đó đã đứng dậy chào bà ta và nói lí nhí vài lời cám ơn. Tay anh ta cầm tay Thục và nói:

– Bà cứ mặc tôi và cho phép tôi nói chuyện với cháu cho đỡ buồn. Cháu nói chuyện dí dỏm lắm.

Bà mẹ lại mời người lính một lần nữa. Anh ta ngập ngừng bước vào nhà. Mẹ Thục lấy nước uống mời. Anh ta rón rén ngồi xuống chiếc ghế bành gỗ đã bỏ đi những tấm đệm. Anh ta uống nước và liếc nhìn người đàn bà. Một người đàn bà quá trẻ. Với đôi mắt u buồn, nhiều tư lự, những sợi tóc mai chảy dài xuống hai bên má, khuôn mặt ưu tư tội nghiệp, như có một nỗi buồn tiềm tàng tỏa ra từ đôi mắt lan tràn trên khuôn mặt. Người đàn bà ngồi trên một chiếc ghế và bế Thục trên lòng. Bà ta nhìn xa xôi ra ngoài thửa ruộng trước nhà.

Im lặng khá lâu và người lính cảm thấy bầu không khí không tự nhiên, anh ta lên tiếng:

– Mấy hôm đánh nhau ở khu này bà và cháu có chạy đi đâu lánh cư không ạ?

Người mẹ ôm Thục và kể:

– Ngay bữa đầu tiên thì đâu chạy cho kịp. Sáng ra thức dậy đã thấy các ông bộ đội đứng đầy đường. Trong khi đó thì hai bên đánh nhau ở phía đầu ngã ba vào thành phố. Tôi cũng định bế cháu chạy tản cư, nhưng ở đây chỉ có một lối ra duy nhất thì đã bị mắc kẹt rồi nên tôi đành ôm cháu núp ở nhà.

Bà ta nhìn Thục và nói tiếp:

– Có hai người bộ đội đứng trước nhà tôi mà con bé này nó chỉ định chạy ra ngoài. Tôi lo quá. Chúng tôi kẹt ở lại đây cho đến ngày hôm sau thì lửa cháy ở phía ngoài. Cháu lại cứ đòi ra xem lửa.

Thục nhìn người lính nói:

– Tôi xem đám cháy và nhìn thấy ngọn lửa từ những căn nhà ngoài kia. Chú có biết không? "Lửa cháy làm nóng cả mặt."

Người lính nhìn Thục cười, bà mẹ cũng nhìn con cười với nó. Đoạn bà ta kể tiếp:

– Ngày hôm thứ ba tôi mới bế cháu chạy ra ngoài phố được vì hai người bộ đội đã bỏ đi. Tôi ra nhà một người quen ở nhờ trong khi gia đình nhà ông bà ấy cũng chạy đi ở nhờ một nhà khác họ cho là an ninh hơn.

Thục nói theo:

– Chú biết không? Khi mẹ tôi cõng tôi chạy vào thành phố, qua đám cháy kia tôi nhìn thấy nhiều người chết úp sấp và có cả xe tăng cháy thành than. Tôi còn thấy rõ những khẩu súng bên cạnh những xác chết đó. Họ có súng mà cũng bị bắn chết vì súng sao chú?

Bà mẹ xoa đầu Thục như không muốn con mình nói nữa. Bà ta quay sang người lính:

– Sáng nay tôi cho cháu trở về nhà. Chạy ra khỏi nhà mới hơn một ngày mà đã thấy khổ quá. Tôi nghĩ sống chết có số, nếu chết thì đã chết ngay cái hôm đánh nhau ở khu này. Bây giờ họ rút đi rồi mình cứ về đại nhà mà ở. May nhờ có các ông đến trấn đóng ở đây.

Người mẹ kể đến đây thì ngừng lại và mời người lính uống nước. Anh ta nâng ly uống cạn rồi đứng lên:

– Bà cho phép tôi moi hộ cháu bé cái đầu đạn ở ngoài bức tường kia. Cháu muốn có nó để làm kỷ niệm nhưng không lấy ra được. Tôi ngỏ ý moi ra hộ cháu thì cháu bảo là bà không chịu vì "tôi là kẻ mang súng mang dao". Tôi nghĩ rằng bà sẽ cho phép tôi làm vui lòng cháu một chuyện nhỏ này. Tôi mang súng mang dao vì thời đại này không thể không cần những thứ đó. Cũng như ông đại uý trước kia.

Người đàn bà cúi đầu. Bà ta đưa bàn tay đẩy Thục ra với người lính. Người lính giơ tay nắm tay Thục dắt ra cửa. Bà mẹ nói theo:

– Con ra chơi với ông khách cho ông ấy vui.

Thục đi theo người lính ra chỗ bờ tường có vết đạn. Người lính rút lưỡi lê cho vào cậy nơi lỗ đạn, lát sau lôi ra được một mẩu đồng nhỏ đã quăn queo.

Thục cầm lên xem và hỏi:

– Phe nào bắn vào nhà tôi?

Người lính cầm cái đầu đạn xem xét một lúc rồi đưa trả lại cho Thục:

– Đạn này nhãn hiệu Mỹ. Có thể bắn ra từ phe tôi, nhưng cũng có thể đã bắn đi từ phe hai người bộ đội. Vì phe nào cũng có thứ súng đó hết.

Thục mân mê cục đồng nói bâng quơ:

– Như thế thì cũng khó hiểu thật, chú nhỉ?

Người lính nhìn vào trong nhà nói với Thục:

– Khó hiểu thật. Nhưng cũng may là nó đã không trúng vào em hay mẹ em, như viên đạn đã trúng vào ba em.

(Saigòn, 13-10-1968)

Tầm Xa Cũ, Bắn Hiệu Quả

Miện hỏi lại Thinh, nhân viên truyền tin đi theo Miện trong toán tiền sát pháo binh:

- Kiểm điểm lại xem máy móc dụng cụ đã đủ chưa? Ra đi rồi mà thiếu một món nào là tôi xách cậu ra bụi chuối bắn bỏ đấy nghe không.

Thinh nhe răng ra cười:

– Lần nào cũng có bấy nhiêu, cũng ra-đi-ô, cũng phụ tùng, cũng điện trì ba ngày dự trữ, cũng đặc lệnh truyền tin, cũng khóa ngụy thoại... Trung úy cứ nhắc hoài, để hôm nào tôi phải quên mẹ nó một món, như ống liên hợp chẳng hạn, cho bõ với công nhắc nhở khó nhọc của ông.

Miện làm mặt nghiêm:

– Dám thử quên coi, tôi không "bắn bỏ" cậu tôi đếch có thèm lên trung úy như cậu kêu. Mẹ cóc, mới lên thiếu úy đây mà mày cứ nịnh hoài, "bốc thơm" lên lon tưới, "thối hoắc".

Thinh cự:

- Tôi bốc ông lên để đáp lại cái vụ ông cứ kêu tôi là "Hạ sĩ". Ê, hạ sĩ kiếm cho miếng nước uống, ê, hạ sĩ bao giờ vợ cậu có bầu...

Miện cười hòa:

– Ờ, thì cậu với tôi nịnh qua nịnh lại nhau. Lên lon nhau cho nó... vui đã chết ai, phải không hạ sĩ? Mà tôi nói thiệt nghe không, quên món nào hay máy không liên lạc được với pháo đội là a-lê-hấp, "bụp" rồi đời hạ sĩ.

– Ông cứ tin ở tôi.

Quay sang người lính phụ mang máy với Thinh, Miện hỏi:

– Còn cậu này nữa, gạo, tàu vị yểu, mấy hộp cá hộp thịt đủ chưa?

Người lính gật đầu. Miện hô tất cả lên xe. Tài xế Thìn nổ máy. Chiếc xe chuyển bánh ra khỏi doanh trại. Miện xếp lại những đồ nghề của mình, ống nhòm, bản đồ, địa bàn, thước đo góc, viết mỡ, chiếc radio nhỏ, khẩu súng lục, bình nước, chiếc gậy. Xe ra đến phố. Gò Công nhỏ. Im ắng. Và buồn. Nhưng hình như là đẹp. Miện đã quen mấy cái thị trấn này, mỗi khi chấm dứt một cuộc hành quân, Miện và toán tiền sát của anh lại về doanh trại pháo đội nghỉ ngơi tại đây. Xe hướng về Mỹ Tho. Hạ sĩ Thìn cho xe chạy hết tốc lực, chiếc jeep lồng lên bụi mù.

Miện bám chặt vào khung kính xe nói trong hơi gió ù ù:

– Bồ chạy như vậy lỡ có cán phải mìn nó cũng chỉ nổ phía sau xe thôi, nhưng mà đau ruột quá.

Thìn nói:

– Đường này phải chạy như vậy, thỉnh thoảng cũng có du kích mò ra quơ một mẻ.

Xe ngang Hòa Đồng, Miện chợt nhớ đến Luân, một người bạn cùng khóa đã chết tại khúc đường này trong một trận phục kích năm ngoái. Miện nhớ tới Luân với những chai bia 33. Luân uống rất nhiều và không bao giờ say. Càng uống mặt Luân càng tái đi, Luân ngồi im lìm dễ sợ. Miện thì không uống được rượu. Tí síu cũng đỏ mặt.

Miện coi đồng hồ tay, nói:

– Chỉ còn một tiếng đồng hồ nữa mình phải trình diện đơn vị bộ binh ở Long An nhận lệnh hành quân. Lần này chắc "thằng" A yểm trợ trực tiếp và có "thằng" 155 tăng cường hỏa lực.

Xe tới đầu tỉnh Mỹ Tho, Thìn hỏi Miện:

– Thiếu uý có ghé hậu cứ tiểu đoàn lấy gì không?

Miện lắc đầu:

– "Dọt" luôn Long An cho sớm.

Thinh ngồi ghế sau phàn nàn:

– Vợ con ở đây mà không được ghé nựng chúng nó một cái, khổ thật!

Miện chợt xúc động. Khổ thật! Miện coi giờ: còn 45 phút, anh tặc lưỡi bảo tài xế Thìn:

– Quẹo vào khu gia đình binh sĩ. Tôi thân ái tặng ông hạ sĩ Thinh 10 phút. Ông muốn làm gì với vợ ông thì làm. Tôi nhắc lại: mười phút. Chỉ mười phút thôi.

Chiếc xe vừa ngừng trước cửa nhà, Thinh đã nhảy xuống bay vào trong kêu vợ con ầm ĩ. Thìn cười:

– Mười phút... dư xài.

Miện hỏi:

– Có mười phút mà còn dư xài cơ à? Lẹ thế?

– Nhấp nháy cũng xong.

Miện coi đồng hồ, thấy hai đứa con Thinh ngồi lê ở cửa, đứa trai độ 3 tuổi, đứa gái độ một tuổi. Chúng định chạy vào trong nhà theo bố thì Miện vẫy chúng ra. Miện móc tờ giấy bạc 20 đồng ra nhử:

– Ra đây con.

Thằng anh thấy tiền chạy ra, đứa em theo sau, Miện bồng chúng lên xe. Hạ sĩ Thìn nói:

– Ở ngoài này chơi với ông sĩ quan cho bố mẹ mần "công chuyện".

Thằng nhỏ cầm tờ tiền rồi hỏi Miện:

– Chú là lính với bố cháu à?

– Ừ.

Nó mân mê bông mai vàng trên cổ áo Miện. Miện tháo đưa cho nó một bông, còn một bông anh cài xuống ngực áo trận. Miện nói với thằng bé:

– Tao cho mày một cái làm kỷ niệm còn một cái tao để giương oai với chiến trận.

Thằng nhỏ không hiểu gì nhưng cầm bông mai thích thú. Con em thấy thằng anh có đồ chơi cũng trèo lên lòng Miện khóc đòi. Miện tháo nốt bông mai còn lại cho con bé. Con nhỏ được thể đòi luôn tấm huy chương trên ngực áo Miện. Miện coi đồng hồ, mới năm phút, sợ con bé khóc Miện tháo luôn cái huy chương cho nó nốt. Miện gài tấm huy chương có hai sao đồng lên áo con bé. Con bé cười với Miện. Nó nhảy múa trên lòng Miện, lấy mũ rừng của Miện đội lên đầu. Thằng anh hỏi:

– Chú cho nó hả? Lát nữa tôi xin bố tôi. Bố tôi cũng có cái đó như chú. Bố tôi biết bắn súng. Chú có biết bắn súng không?

Miện nói:

– Tao cóc biết bắn súng. Ừ. Bố mày biết bắn súng. Tao chỉ biết giữ mày ở đây cho mày khỏi khóc thôi.

Tài xế Thìn ngó đồng hồ thấy đã mười phút bèn nhắc Miện:

– Thiếu úy kêu nó ra không muộn.

Vừa lúc đó con bé ỉa ra quần Miện. Nó khóc um lên và Miện la bai bải. Thìn bóp còi xe inh ỏi gọi Thinh ra. Thinh từ trong nhà phóng ra, vừa chạy vừa cài cúc quần, hắn thở hổn hển định trèo lên xe thì Miện thét:

– Con mày nó ỉa ra tao đây nè!

Thinh vội bồng đứa nhỏ xuống xe, hắn lăng xăng chưa biết phải làm sao thì vợ Thinh ở trong nhà ra. Chị ta mắng con:

– Mấy đứa hư này. Chết rồi. Để lấy nước gợt quần cho ông thiếu úy.

Miện cằn nhằn

- Gợt cái con khỉ gì nữa. Lên xe. Dông.

Thinh còn đang bối rối thì Miện quát:

– Lên xe. Trễ rồi.

Tài xế Thìn cho xe lùi rồi chạy ra đường. Miện lấy cái giẻ lau trong hộc xe gợt cứt trên quần rồi vứt xuống đường, miệng lầm bầm chửi thề:

– Đ. m. cho chúng nó ngửi thối luôn!

Cái giẻ lau dính cứt phấp phới bay trong gió.

Thinh lắp bắp:

– Em làm... phiền Thiếu uý quá.

Miện chửi:

– Đ. m. Anh làm cái gì trong đó sung sướng mà để tôi lãnh đủ vậy.

Thinh méo mó:

– Đã nước mẹ gì đâu, Thiếu uý. Em nói chuyện với nó và... an ủi nó chút đỉnh thôi. Hôm nay xui tận mạng. Nó đến kỳ.

Miện cười phá lên. Tài xế Thìn và người lính ngồi ghế sau với Thinh cũng cười theo. Thìn hỏi:

– Thế ra mày chẳng được gì hết à? Vậy mà cũng ở lâu.

Miện nói:

– Thằng con nhà này hôm nay xui thiệt. Mẹ cóc, không khéo kỳ này hành quân đụng lớn, có thằng đi đứt quá!

Hạ sĩ Thìn chận lời Miện:

– Thiếu uý đừng nói gở. Không nên.

Xe ra khỏi Mỹ Tho, trình sự vụ lệnh nơi trạm kiểm soát Trung Lương rồi chạy thẳng về hướng Long An. Dọc đường có lúc Thinh chép miệng than:

– Khổ quá!

Tới nơi, khi bước xuống xe, Miện nói:

– Ừ. Khổ thật!

Miện vào bộ chỉ huy. Mấy người ngồi lại xe châm thuốc hút. Tài xế Thìn ngồi suy nghĩ đến lời nói gở của Miện. Thinh thì nghĩ đến bãi cứt của con mình trên quần ông sĩ quan, ý nghĩ Thinh len vào trong nhà với vợ hắn, Thinh thấy thương vợ con hết sức. Anh ta huých khuỷu tay vào thằng ngồi bên cạnh nói:

– Mẹ cóc, thời giặc giã này cái gì cũng lập cập hết. Chó thật!

Lát sau Miện từ trong bộ chỉ huy tiểu khu đi ra, cười với Thinh:

– Tối nay ngủ tại đây với tiểu đoàn bộ binh, sáng mai trực thăng vận sớm. Các cậu kiếm chỗ ngủ đi cho khoẻ. À lo nấu cơm ăn đã chứ. Mẹ cóc, ông mà biết chưa đi ngay tối nay thì ông đã ngồi chờ mày suốt đêm, gần sáng đi cũng vừa. Mày khổ thật!

Thinh nổi sùng:

– Tôi cóc cần. Tối nay tôi đi kiếm em út ở Long an chưa bị lính Mỹ nó "xào".

Miện cổ võ:

– Hay lắm. Nên lắm. Tôi chưa bao giờ nghe cha này mở miệng nói... tầm bậy như thế cả. Cậu biết chỗ cho tôi đi với. Phải "xổ xui" mới được.

Tài xế Thìn hỏi:

– Bây giờ thiếu úy định ngủ đâu đêm nay?

Miện suy nghĩ một lát rồi nói:

– Lại trường học. Thả tụi tôi xuống đó rồi cậu cho xe về hậu cứ Mỹ Tho chờ.

Thìn chạy xe chầm chậm tới trường tiểu học tỉnh. Miện đã ngủ ở đây nhiều lần. Trong trường đã đầy nhóc lính, họ nghỉ ngơi, có kẻ giặt đồ, vài ba đám đánh bài đang sát phạt nhau, tiếng cười nói, tiếng hát ồn ào nhộn nhịp. Miện và hai người lính kiếm một chỗ hiên trống, trải chăn sửa soạn chỗ ngủ. Từ chỗ hiên này Miện có thể nhìn qua hàng rào sang một căn nhà, ở đó Miện biết có chị em hai cô nữ sinh trường trung học tỉnh lỵ. Mấy lần trước ngủ ở đây Miện đã thấy. Miện đã nhìn, Miện đã nháy, Miện đã cười, Miện đã chào, nhưng chưa được cô nào đáp lại, Miện bảo Thinh:

– Từ giờ đến lúc trời tối, tôi phải chờ hai em bên kia ra tán bằng được mới thôi.

Thinh hỏi:

– Rồi ông đi với tôi không?

Miện nằm trên tấm chăn châm thuốc:

– Tán không được thì tôi đi với cậu. Tán được tôi sẽ sang bên đó... "văn nghệ" đến đêm về ngủ.

Thinh thắc mắc:

– Văn nghệ là làm sao?

– "Văn nghệ là tán tỉnh lăng nhăng với đời". Bộ cậu tưởng văn nghệ là như cậu với vợ cậu hồi chiều hả?

Thinh đỏ mặt:

– Tôi lạy ông đừng nhắc đến chuyện đó nữa. Tối nay tôi đi

160

chơi gái cho ông coi. Vái Trời ngày mai mình vớ được một tiểu đoàn địch, ông "choảng" một ngàn trái cho chúng tan nát hết.

Miện móc tờ giấy bạc trong túi đưa cho Thinh:

– Mua hộ khúc bánh mì thịt.

Thinh cầm tiền và rủ anh binh sĩ kia ra phố. Hai người chạy ra chỗ xe Thìn sắp chuyển bánh xin quá giang. Miện lấy một quyển truyện trong túi đeo lưng ra đọc. Một lát sau Miện ngủ thiếp đi. Trong giấc ngủ Miện thấy rõ vết cứt của con Thinh trên quần mình và Miện quờ quạng tay như chùi nó đi.

Khi Thinh và người lính kia về, Miện cũng vừa tỉnh giấc. Thinh đưa gói bánh mì cho Miện, Miện định mở ra ăn thì có người lính bộ binh đến nói:

– Thiếu tá tiểu đoàn trưởng nói nếu thiếu úy chưa nấu cơm thì mời thiếu uý sang ăn với các sĩ quan bộ chỉ huy tiểu đoàn.

Miện ngồi dậy:

– OK. Cha tiểu đoàn trưởng này mới đổi về, tôi chưa nói chuyện được lâu, lúc nãy mới chỉ được giới thiệu và nói qua loa về lệnh hành quân ở bên tiểu khu. Nên lắm. Nên sang xã giao. Và "đớp".

Trước khi đi, Miện bảo Thinh:

– Hai cậu làm ơn xơi hộ khúc bánh mì của tôi. Ở nhà theo dõi "mục tiêu" bên kia, nhớ có động tĩnh gì tôi về phải báo cáo.

Vừa nói Miện vừa chỉ sang phía nhà hai cô gái, Thinh nhún vai:

– Ông làm in như lúc thường trực ở đài quan sát tiền tuyến ông vẫn bắt tôi thế ông chiếu ống nhòm theo dõi các hoạt động của địch ở phía bên kia, cho ông ngủ.

Miện cười:

– Cuộc sống bắt chúng ta lúc nào cũng phải theo dõi tình hình.

Miện tới bộ chỉ huy tiểu đoàn đóng ở một ngôi chùa gần đó, thì các sĩ quan đã đông đủ. Miện chào viên thiếu tá và bắt tay các sĩ quan. Gần hết quen Miện vì Miện đã đi cho tiểu đoàn này nhiều lần. Gặp nhau mừng rỡ như những kẻ sống sót gặp lại nhau.

Viên tiểu đoàn trưởng nói với Miện:

– Tôi đã được anh em ở đây nói về ông, một quan sát viên pháo binh gọi bắn nhanh nhất. Tôi hy vọng cuộc hành quân này ông sẽ giúp tôi hữu hiệu.

Miện xã giao:

– Thưa thiếu tá, nhiệm vụ của tôi đến với tiểu đoàn này là để thiếu tá sử dụng tác xạ pháo binh yểm trợ trực tiếp và tôi lúc nào cũng muốn được cộng tác đắc lực với tiểu đoàn.

Một ông đại đội trưởng nói:

– Lần này có tác xạ, anh kêu bắn xa xa ra một chút. Lần trước mảnh đạn văng cả đến đại đội tôi làm anh em binh sĩ phải một bữa nín thở.

Miện thấy cần phải giải thích:

– Theo tôi thì phải tùy mục tiêu, thưa đại úy, nếu địch đã tới gần mình thì bắt buộc tôi phải bắn gần. Lúc đó rất có thể có rủi ro xảy ra, làm sao khác được.

– Đúng. Tôi còn nhớ có một lần đơn vị tôi bị đánh tan nát tại một công sự chiến đấu và lúc đó địch đã tràn vào trong đông như kiến cỏ. Tôi và ông pháo binh đã phải đồng ý kêu bắn ngay trên vị trí mình. Lúc đầu bộ chỉ huy hành quân không chấp thuận nhưng tôi đã giải thích và được thỏa mãn. Nhờ đó mà địch chết vô số kể. Cứ điểm còn nhưng mình thiệt hại nhiều và ông pháo binh bị cụt chân.

Một sĩ quan khôi hài:

– Mong rằng tiểu đoàn mình không bao giờ phải xài tới lối bắn đó. Tôi có nghe một ông tướng pháo binh nói "Chưa bắn trúng quân bạn chưa phải là pháo binh!" Tôi chê câu này.

Vị thiếu tá ngồi vào bàn ăn và mời mọi người cùng ngồi. Ông nói:

– Kể ra thì ở pháo binh đã xuất thân nhiều nhân tài lỗi lạc.

Miện nói:

– Và cũng nhiều nhân vật không lỗi lạc tí nào.

Bữa cơm ồn ào vui vẻ, khi ăn xong vị thiếu tá bảo Miện:

– Sáng mai đúng bốn giờ tập họp ở đây, mình khởi hành ra

bãi trực thăng, anh lo giùm về phía anh em bên đó cho đúng giờ. Như anh đã biết cuộc hành quân ngày mai ở vùng giáp ranh hai tỉnh. Theo tin tình báo thì địch quân ở đây có những đơn vị rất quan trọng. Tối nay chúng ta ngủ kỹ để ngày mai tính sổ. Hy vọng đánh lớn. Hy vọng anh sẽ thỏa thuê sử dụng nghề của mình.

Miện định cãi: "Đó không phải là nghề của tôi. Nghề của tôi là nghề dạy học". Nhưng Miện chợt nhớ là mới chỉ biết người này lần đầu, Miện chào rồi về chỗ ngủ.

Thinh và người lính đang nằm võng tán chuyện, Thinh nói với Miện:

– Báo cáo "Tình hình vô sự. 'Địch' không xuất hiện lần nào."

Miện nhìn sang phía căn nhà bên kia hàng rào:

– Lạ nhỉ. Thế thì biến đi đâu. Hay là các em đã lên xe hoa về nhà chồng.

Thinh chọc "xếp":

– Than ôi! Buồn não ruột!

Miện chửi:

– Đ. m. Đừng chọc giận kẻ thất tình. Còn mày sao chưa đi kiếm "em út"!

Thinh ngồi dậy:

– Tôi thấy nó làm sao ấy. Tôi nhớ vợ thương con không đi được. Thôi ở nhà ngủ cho rồi. Tôi sợ nhất bị lây bệnh hoa liễu thì khổ!

Miện cười;

– Tao biết mà, nhưng lính mà chưa bị bịnh thì chưa phải là lính... pháo binh. Đi đi, không có tiền thì tao bao.

Thinh lắc đầu:

– Thôi. Tha cho tôi. Không làm lính pháo binh thì tôi làm lính bộ binh cũng được.

Miện dọ dẫm:

– Vậy bây giờ cho cậu "dù" về Mỹ Tho, sáng mai lên đây sớm chịu không?

Thinh lắc đầu:

– Không kịp.

Miện vỗ vai Thinh:

– Vậy thì ngủ.

Thinh hỏi:

– Ông cũng không sang thám sát nhà bên kia sao?

– Mẹ. Ngại quá, ái tình mà tốn công sao tôi ngại quá.

Anh lính nằm võng bên Thinh:

– Cả thầy lẫn trò đều nhát gan.

Trời đã tối hẳn. Miện lấy cái mùng trùm đầu ngủ. Họ còn nói chuyện lăng nhăng với nhau vài câu nữa rồi im lặng. Lát sau thầy trò đều thi đua ngáy. Bên kia sông thỉnh thoảng vài tiếng súng vọng sang.

Sáng hôm sau, toán tiền sát của Miện đi cùng chiếc trực thăng với tiểu đoàn trưởng, sĩ quan Ban 3 hành quân và nhân viên truyền tin. Khi máy bay vừa nâng lên Miện đã bắt đầu phải theo dõi trên bản đồ, Miện nhổm người nhìn qua cửa chiếc trực thăng xuống đồng ruộng để nhận định địa thế. Một nhân viên phi hành Mỹ ấn vai Miện bắt ngồi xuống ghế. Miện cãi:

– Tôi là sĩ quan pháo binh. Tôi cần theo dõi địa thế...

Nói xong Miện lại nhổm người đứng lên, tên Mỹ lại ấn vai Miện bắt ngồi xuống, lần này hắn ấn mạnh tay hơn, mà Miện thì nhỏ người trong khi hắn lại rất to con, cho nên Miện cảm thấy như mình bị hắn dí chặt vào chiếc ghế vải. Miện vất tấm bản đồ xuống sàn trực thăng, chửi thề:

– Đ. m. Tôi đánh giặc cho xứ tôi. Anh là cái "đếch" gì mà bắt tôi ngồi yên, không cho tôi theo dõi địa thế thì làm sao tôi định được vị trí bãi đáp của mình. Lát nữa đáp xuống mà tụi nó quất ngay thì biết lối nào mà kêu bắn yểm trợ.

Miện nói Miện nghe. Hắn không nghe. Mà có nghe hắn cũng không hiểu. Và hắn cũng cóc cần hiểu. Hắn làm nhiệm vụ của nhân viên phi hành tải quân, đổ anh xuống một vị trí nào đó đã được ấn định. Trong khi bay, vì nguyên tắc an phi, mọi người phải ngồi yên trên ghế, có chết cũng phải ngồi yên mà chết. Cho nên anh phải ngồi yên. Cho đến lúc đáp xuống. Đáp rồi anh phải nhảy xuống, anh mà không xuống hắn cũng đạp anh xuống để máy bay của hắn bay lên về căn cứ. Tất cả phải nhấp nháy. Việc ai người ấy làm. Cãi nhau chỉ là vô ích. Thông cảm. Muốn chửi nhau đến bàn hội nghị mà chửi nhau với cộng sản. Tôi với anh là đồng minh. Tôi đổ anh xuống để anh đánh nhau với quân địch. Tôi làm tốt nhiệm vụ của tôi xong tôi về. Hãy ngồi yên cho đến khi đáp xuống.

Tiếng máy rầm trời, inh tai, nhức óc. Gió thổi vù vù. Đoàn trực thăng đáp xuống một cánh đồng nước. Cả tiểu đoàn nhảy ào xuống ruộng. Thinh đeo máy trên lưng nhảy theo Miện, nước ngập tới thắt lưng. Thinh gọi về pháo đội, có tiếng trả lời, Thinh nói cho Miện biết đã có liên lạc và pháo đội sẵn sàng.

Miện nhìn tiểu đoàn bộ binh đã dàn thành tuyến ngang trên đồng nước. Miện lội đến bên cạnh viên tiểu đoàn trưởng, lúc này ông ta cũng vừa liên lạc được với các đại đội. Miện nói:

– Pháo binh đã sẵn sàng, liên lạc tốt, thưa thiếu tá.

Ông ta cười:

– Hay lắm. Ông nhìn thấy cái làng trước mặt kia không? Đó, mục tiêu số 1.

Miện giở tấm bản đồ ra đọc, ngón tay chỉ trên những nét vẽ:

– Theo tôi thì hiện mình đang đứng đây, bây giờ thiếu tá tính sao?

– Tôi đã liên lạc được với trung đoàn, các tiểu đoàn bạn cũng đã bố trí xong. Như vậy là mục tiêu đã bị bao vây. Để tôi báo cáo lên bộ chỉ huy rồi mình tiến quân. Ông có cần thử một trái khói không?

Miện gật đầu:

– Nên lắm. Cho chắc ăn.

Miện xin tác xạ một trái khói bắn vào một khúc quẹo của một con kinh nhận rõ ngoài địa thế cũng như trên bản đồ. Một làn khói trắng bốc lên, Miện nhận thấy khá chính xác, Miện lấy địa bàn đo phương giác của trái khói để kiểm soát lại điểm đứng của mình. Miện hài lòng gấp bản đồ lại chờ lệnh tiểu đoàn trưởng. Lát sau tiểu đoàn tiến quân. Miện bì bõm lội về hướng trước mặt. Chốc lát một vài tiếng súng nổ phía các đại đội. Có nhiều chỗ nước sâu đến bụng Miện phải cầm ống nhòm, địa bàn, bản đồ, đưa cao trên đầu như giơ tay đầu hàng! Thinh và người lính mang máy phải thay nhau đội chiếc PRC. 9 trên nón sắt. Khi cần gọi thì người kia đội máy, Thinh cầm ống liên hợp chuyển lời của Miện về đài tác xạ.

Anh chàng sĩ quan tác xạ báo cho Miện biết "A" và pháo đội 155 tăng phái có rất nhiều "kẹo" sẵn sàng "gửi" khi Miện cần. Bao nhiêu cũng có. Miện mỉm cười tự tin. Ra trường hơn một năm thì hơn một năm Miện theo cái "nghề" này. Những chức vụ ở pháo đội hay tiểu đoàn thì đã có những ông trung úy, đại úy ra trước thâm niên lãnh hết. Công việc lội xình theo các đơn vị bộ binh là phần dành cho các chuẩn uý, thiếu úy mới ra trường. Ở pháo binh, mới ra trường là kể như ăn chắc "đề lô". Không tránh vào đâu được. Và cũng không ai tranh mất phần đó. Miện nghĩ vậy và cười nhưng Miện rất tự tin nơi mình. Đã nhiều lần gặp địch và đã nhiều lần Miện phản ứng nhanh chóng, chính xác và hiệu quả. Miện đã lãnh được ba huy chương đồng, Thinh đi theo Miện cũng được hai cái. Bạc, vàng hay nhành dương liễu để tặng cho các cấp chỉ huy ở bộ tham mưu. Thinh khoái lắm, anh ta luôn luôn đeo cái huy chương đó kể cả những lúc hành quân và những phiên gác đêm ở hậu cứ. Thinh có vẻ hãnh diện về những chiến công đó. Miện rất quí Thinh vì Thinh rất bình dị, ngay thẳng và vô tư lự. Thinh hay cười và nhiều khi ngơ ngác trước những vấn đề khó khăn. Miện quí nhất là Thinh chăm chỉ. Thinh làm việc thật cần mẫn, không bao giờ than vãn dù vất vả khó nhọc đến đâu. Miện thích có Thinh đi cùng toán và Thinh cũng thích đi với Miện.

Đến gần bìa làng, nước đã bớt sâu, chỉ đến đầu gối, Miện chọc Thinh:

– Ê, cậu có thấy mỏi gối không?

Thinh đáp:

– Ăn nhằm gì, thiếu uý.

– Ờ nhỉ, hôm qua vợ cậu nó chưa rút mất tí "xíu quách" nào nên cậu vẫn khoẻ chứ gì. Còn tôi chưa vợ con sao tôi lại thấy

166

xụm đầu gối rồi. Vừa lúc đó súng từ trong bìa làng bắn ra như mưa. Có cả đạn súng cối rơi đây đó. Thinh và Miện cùng nằm rạp xuống một bờ ruộng. Miện đưa ống nhòm lên quan sát và nhận ra mục tiêu một cây súng máy địch. Một vài người gục ngã gần bên. Miện bình tĩnh chấm tọa độ mục tiêu và giằng lấy ống liên hợp ở tay Thinh.

– Để tôi gọi cho.

Miện chuyển điện văn xin tác xạ. Lát sau hai trái nổ rơi trong làng. Miện điều chỉnh trái, phải, xa, gần, quan sát rồi nói:

– Tầm xa cũ. Bắn hiệu quả.

Viên tiểu đoàn trưởng bò đến bên Miện:

– Anh cho bắn ngay đi. Nhiều vào. Xong anh chuyển sang khẩu súng cối của nó ở trong độ trăm thước nữa.

Miện giơ ngón tay cái ra dấu cho ông ta yên tâm. Vừa lúc đó đạn nổ rầm trời. Miện trải đạn dọc theo bìa làng rồi thả sâu vào trong. Tiếng nổ 105 và 155 hoà nhịp. Bỏ ống nhòm xuống, Miện nói với viên thiếu tá:

– Khi tôi hô tác xạ chấm dứt, thiếu tá có thể cho tiểu đoàn tràn vào ngay được.

Ông ta gật đầu ra dấu đồng ý.

Pháo binh ngưng bắn, tiểu đoàn xung phong. Miện chạy theo viên thiếu tá vào một bụi cây đầu làng. Các binh sĩ tràn vào, hò hét và bắn xối xả về phía trước. Nhiều tiếng reo lên đã lượm được súng địch. Miện tìm đến một mô đất cao, từ đó Miện có thể quan sát được phía bên trong. Miện xin bắn vài tràng vào sâu trong làng để quấy rối. Khi tiểu đoàn đã chiếm được khu bìa làng, viên tiểu đoàn trưởng bảo Miện:

– Anh cho ngưng bắn mục tiêu trong đó. Tôi sẽ cho những "đứa con" vào sâu lục soát.

Miện cầm ống liên hợp xin ngưng tác xạ. Tiếng nói phát ra từ ống nghe bảo Miện cho biết kết quả tác xạ. Miện lại chửi thề:

– Mẹ cóc! Ngồi đó phây phây, mỗi khi kêu bắn xong là đòi báo cáo kết quả tác xạ.

Thinh nói:

– Thiếu uý báo cáo là địch quân rút lui để lại nhiều vết máu và tài liệu quan trọng.

Miện quắc mắt:

– Đừng giỡn. Hành quân thiệt mà. Có tức thì để bụng.

Miện trao ống liên hợp lại cho Thinh. Cả toán lại kéo đi theo viên thiếu tá. Ông ta vừa đi vừa cầm ống nói liên lạc với các đại đội. Tiếng súng nổ đì đẹt rải rác. Vài đám cháy trong xóm, lửa và khói bốc lên xám cả góc làng.

Thinh lầm bầm nói với Miện:

– Chắc nhà cháy vì đạn... pháo binh của mình.

Miện im lặng lầm lũi đi, thỉnh thoảng lại ngừng sau viên thiếu tá.

Bỗng một tiếng nổ vèo qua bên và tiếng kêu "ối" của Thinh phía sau. Miện quay lại thì Thinh đã ngã quị xuống đất. Miện chạy tới, máu me từ ngực Thinh nhuộm đỏ cả áo. Miện tháo chiếc máy truyền tin trao cho anh lính đi theo. Viên thiếu tá cũng vừa chạy tới. Thinh nằm co quắp không động đậy. Miện cởi nút áo Thinh ra xem vết thương. Giữa ngực. Và Thinh đã hết thở. Thinh nằm mắt mở lớn như trừng trừng nhìn lên không. Miện kêu rối rít những người xung quanh. Viên thiếu tá nói:

– Thôi. Nó chết rồi! Để tôi gọi trực thăng chở xác về. Anh báo cáo về thẩm quyền của anh xin thay thế đi.

Miện ngồi trên khúc cây nhìn xác Thinh. Nhìn rồi Miện cúi đầu im lặng như khúc cây dưới đít anh. Thinh chết rồi. Chết thực sự rõ ràng nằm kia. Cách đây mấy phút Thinh còn nói nói cười cười. Cách đây một ngày Thinh còn dọa đi chơi đĩ, và trước nữa, buổi chiều hôm qua, Thinh còn đòi về với vợ con. Miện giữ con cho Thinh để anh ta ở trong buồng với vợ. Thinh ơi! Từ trước tới nay mỗi lần tao xưng hô "mày tao" với mày, tao đều thấy ngường ngượng. Tao chỉ xưng hô như thế mỗi khi tao tức giận hay xuồng sã với mày. Nhưng lúc này đây, mày nằm đó, mày không còn kêu tao là trung úy để nịnh tao, mày cũng không còn nói nói cười cười với tao, mày đã chết, mày cho tao gọi mày là "mày" và xưng "tao" để vĩnh biệt! Tao gọi mày để nói với mày lần cuối

cùng. Tao dùng những tiếng đó để tỏ tình với mày. Mày mới là
anh hùng, mặc dù anh hùng chẳng là cái gì cả. Nhưng chính
mày mới là người mà tao đã nhìn thấy sự hy sinh, chịu đựng, xả
thân... Tao nhìn tận mắt. Lúc con mày ỉa ra quần tao, tao đã gọi
mày và chửi thề. Thinh ơi! Nếu mày còn sống tao có thể chịu để
con mày ỉa ra quần tao nữa cho mày ngủ với vợ mày trong
buồng. Thinh ơi! Rồi đây người ta sẽ tuyên dương cho mày, như
hai lần trước mày đã được gắn ngôi sao đồng cùng với tao và
mày đã đeo nó suốt ngày đêm. Đi đến đâu mày cũng tìm cách kể
lể cái chiến công đó. Lần này mày cũng sẽ có – tao chưa biết là
sao gì – cùng với số tiền mười hai tháng lương cho vợ con mày.
Quân đội chỉ có thể làm được thế. Quân đội không làm gì được
hơn nữa đâu cho những xác chết. Mày thừa hiểu như vậy trước
khi mày chết. Còn tao, Thinh ơi, tao là kẻ đã cùng đi với mày
cùng sống với mày, cùng gian nguy với mày, nhưng tao đã không
chết cùng với mày. Tao chỉ nhìn thấy tận mắt những sự gian khổ
và nguy hiểm đó. Tao ghi nhận trong lòng tao điều đó về mày.
Tao biết tất cả những gì quân đội làm cho mày đều không đủ
đền bồi được sự sống của mày. Tất cả chỉ là để an ủi vợ con mày
và những đứa còn sống mà thôi. Tao cũng vậy. Thinh ơi! Tao có
thể làm gì cho mày được đâu? Mặc dầu tao nhìn rõ công lao mày
cho cuộc chiến này. Thinh ơi! Tao muốn con mày ỉa ra quần tao
nữa đi. Ỉa ra, ỉa ra nữa đi, cho mày rảnh rang ngủ với vợ mày.
Lần cuối cùng gặp vợ để rồi mày than thở là "không được". Cái
thèm muốn nhân bản, đơn giản và thường nhật ấy mà mày cũng
chưa được hài lòng trước khi chết ư? Mày chết trong lúc mày còn
ấm ức, mày chết trong khi mày chưa quên được nỗi buồn dở
dang ấy ư? Quân đội cũng không giúp được mày việc đó lại
càng chẳng làm gì được cho mày nhiều điều khác nữa. Vì mày
đã chết. Tao cũng chẳng làm gì được cho mày nữa – dù con mày
có ỉa ra quần tao. Giờ đây tao phải nhìn nhận rằng trong đời tao
chưa bao giờ có được một hành động gì ích lợi thiết thực cho con
người bằng cái việc giữ con mày. Dù là mày chưa được ngủ với
vợ mày nhưng vết cứt của con mày trên quần áo tao cũng là một

thứ huân chương mày đã gắn cho tao. Thinh. Cứt con mày là một thứ huân chương duy nhất, danh dự và cao quí, tao hài lòng nhận lãnh. Tất cả chỉ là phù du, Thinh ơi, mày sống lại mà về với vợ mày. Tao bằng lòng giữ con cho mày.

Miện đứng dậy đến bên máy truyền tin báo cáo về bộ chỉ huy xin thay thế cả toán. Miện nói Miện muốn theo xác Thinh về vì chán nản. Tiếng trả lời chấp thuận. Giờ sau, một trực thăng đáp xuống vùng hành quân với một toán tiền sát khác. Miện khiêng xác Thinh lên máy bay chở về bộ chỉ huy hành quân, từ đó xác Thinh được một xe tải thương chuyển về hậu cứ. Khi Thinh được đặt trên một cái bàn trong phòng học tập tiểu đoàn thì vợ Thinh cũng vừa được dẫn tới. Người đàn bà ẵm một đứa con tất tả chạy vô, theo sau là thằng cu lớn. Vợ Thinh đến bên xác chồng, chị lật tấm vải trắng ra xem mặt. Vài người lính đứng bên cạnh như coi chừng những hành động bất thường của chị ta. Nhưng chị vẫn đứng yên. Như một pho tượng đứng, nhìn, một pho tượng nằm. Chị không khóc. Chị cũng không nói gì. Chị đưa tay vuốt mái tóc Thinh. Một người lính đến bên định bế đứa nhỏ trên tay chị nhưng chị đẩy anh ta ra. Trong phòng im lặng đến nỗi người ta có thể nghe rõ tiếng thở của mình. Đứa con lớn đứng bên cạnh mẹ nó nhìn xác bố nó. Trong góc phòng Miện ngồi ôm đầu nhìn xuống đất. Miện theo rõi một con sâu đang chui xuống nền nhà. Miện quay lại ngước mắt nhìn xác Thinh, nhìn vợ Thinh, nhìn con Thinh, nhìn trở lại con sâu đất, rồi lại nhìn xác Thinh. Miện tự hỏi bây giờ mình có thể làm được gì cho những kẻ đó. Miện di mạnh mũi giày lên con sâu, nó quằn quại rồi nằm yên! Miện có thể làm được gì cho Thinh? Chẳng cần! Người bạn đường đã từng chịu chung nỗi gian nguy với Miện đó chẳng cần gì nữa. Thinh ơi! Có lẽ chỉ còn một cách là tao lấy vợ mày, tao nuôi con mày cho nó lớn khôn, chỉ còn hành động đó là thiết thực. Yêu thương vợ mày, bế ẵm con mày, rửa đít cho con mày, nuôi nấng gia đình mày. Bây giờ chỉ cần bấy nhiêu đó. Có lẽ chỉ còn cái việc làm mà người đời coi là vô luân, bất nhân, bất nghĩa, đó là thiết thực hữu hiệu. Nhưng liệu tao có thể làm được không? Hay là tao cũng sẽ chết trận? Như mày!

Vợ Thinh đã ngồi thụp xuống đất khóc lóc. Một người lính vào mời Miện lên văn phòng tiểu đoàn trưởng. Miện bước đi. Chào và đứng yên. Ông ta mời Miện ngồi rồi nói:

– Tôi biết anh bị xúc động nhiều. Tôi cho anh nghỉ phép bốn ngày. Đám tang của Thinh tôi đã chỉ thị cho tiểu đoàn lo liệu. Anh đi tắm rửa nghỉ ngơi rồi sáng mai anh có thể theo xe liên lạc về Sài Gòn thăm gia đình.

Miện đứng yên, đầu óc rỗng không. Ông tiểu đoàn trưởng nói tiếp:

– Anh nên về thăm gia đình, anh nên tĩnh dưỡng. Sau đó chúng ta còn nhiều việc phải tiếp tục.

Lại chào và đi ra. Miện lên phòng ngủ sĩ quan độc thân trên lầu, Miện gieo mình trên chiếc giường trống. Miện nhìn lên trần nhà xem một con nhện đang đuổi bắt muỗi, theo dõi cuộc truy lùng đến khi hai mắt nhíp lại và giấc ngủ chụp lấy ý thức Miện.

Khi tỉnh dậy thì ngoài trời đã nhạt nắng. Miện lật úp mình sấp mặt xuống giường. Mùi hôi của tấm đệm công cộng xông lên làm Miện khó chịu muốn mửa. Miện chửi thề trong đầu: "Mẹ chúng nó! Vừa ngủ vừa đái ỉa vừa mộng tinh ra giường hay sao mà hôi thối quá chừng!"

Miện vùng đứng dậy bước ra bao lơn nhìn xuống doanh trại. Những chiếc quân xa dính đầy bùn đậu ngổn ngang trên sân. Phía bên góc trại là xưởng sửa chữa đệ nhị cấp. Tiếng máy điện chạy ầm ĩ. Miện vươn vai cho dãn gân cốt rồi khạc nhổ xuống dưới. Miện nhìn theo nước miếng rơi trong khoảng không. Nó rơi đánh bộp xuống một cái mui xe. Miện cười một mình và nhớ tới một vị tướng cũng hay nhổ nước miếng lung tung kể cả lúc ông ta họp báo ra sau đảo chánh thành công. Ông tướng này còn nổi tiếng đái vặt. Cái hồ cá kiểng trước bộ tư lệnh cũng đã từng là nơi cho ngài vạch "chim" tè xuống kêu lõng bõng nhân lúc đi ngang qua. Ông dừng lại ngắm cảnh đẹp ở sân cờ và cũng có thể lúc ấy trong đầu ông đang suy tư tính kế sách bắt pháo địch hoặc là đang vận dụng binh thư để triển khai chiến thuật lùng và diệt địch! Đàn cá dưới hồ đua nhau túa đến chỗ lõng bõng bọt nước. Các vị sĩ quan tham mưu tháp tùng tư lệnh cũng như viên cố vấn Mỹ theo sau thì phải dừng chân đứng chờ cho "đại bàng" thoải mái. "Đại bàng" này thoải mái từ hồi còn ở cấp thấp, khi ấy ông làm tỉnh trưởng kiêm tiểu khu trưởng, ông thường giải quyết công vụ rất nhanh chóng, bất cứ lúc nào bất cứ ở đâu, ông làm việc 24/24, đúng tinh thần "cách mạng" "làm hết việc chứ không hết giờ". Có lần ông chột bụng, đang ngồi trong nhà cầu, thì viên chánh văn phòng đem công văn Mật và Thượng Khẩn sang trình, vì tính ông thoải mái nên cũng chẳng cần đóng cửa phòng vệ sinh, từ trong ông hỏi vọng ra:

– Chuyện gì?

Viên chánh văn phòng ngượng ngập nói vọng vào:

– Công điện của thủ tướng chính phủ yêu cầu tỉnh phải báo cáo ngay tình trạng an ninh tại hạ tầng xã ấp nội trong đêm nay.

Ông lại nói vọng ra:

– Đọc nguyên văn nghe coi.

Viên chánh văn phòng hắng giọng, rồi dõng dạc đọc chỉ thị của thủ tướng. Nghe xong ông tỉnh bén nhậy cho lệnh liền tại chỗ:

– Văn phòng làm công điện "Trân trọng kính báo cáo Thủ Tướng Chính Phủ thẩm tường, thiểm Tỉnh hoàn toàn an ninh 100% xã ấp loại A". Tôi ỉa xong sẽ ra ký gửi đi ngay bây giờ.

Viên chánh văn phòng "Dạ. Rõ. " Xong, cúi đầu kính cẩn chào về phía cửa nhà cầu rồi nhanh nhẹn ôm cặp công văn "Mật" chạy về bên toà hành chánh tỉnh.

Miện rất khoái viên tướng này, Miện nghĩ sau này nếu lên... thống chế có quyền hành, Miện sẽ giải quyết gọn nhẹ cho vợ con thằng Thinh tiếp tục lãnh lương suốt đời! Miện lục túi quân trang ra tìm một cái khăn tắm. Miện cũng moi ra một bộ đồ lót vàng khè. Miện lắc đầu lẩm bẩm: "Đồ trắng mà nhúng nước xình thì còn gì là quần áo nữa." Miện nghĩ kỳ này về Sài Gòn nghỉ phép phải đến xin bà chị gái may cho mấy cái quần đùi mầu.

Một người lính già của pháo đội ở hậu cứ lên chào Miện. Ông ta đưa Miện phong thư và nói:

– Thiếu úy có thư. Tôi đã lấy nước vào buồng tắm. Thiếu úy đi tắm rồi ăn cơm. Tôi đã báo ăn ở bếp sĩ quan cho thiếu úy chiều nay.

Miện cầm phong thư, không có địa chỉ người gửi nhưng cũng biết là thư của Tùng. Miện hỏi ông lính già:

– Pháo đội mình có gì lạ không?

– Dạ không có gì cả, một ít công văn tôi sẽ gửi đến đại úy pháo đội trưởng vào chuyến xe ngày mai. Dạ, cái chết của thằng Thinh cũng đã báo cho pháo đội trưởng biết rồi.

– Bác xuống câu lạc bộ lấy phần cơm của tôi về mà ăn. Tôi muốn ra phố nhậu say.

Người lính già lui cui chào Miện rồi đi ra, Miện gọi lại:

– Bác làm ơn xuống kho lấy giùm tôi bộ thường phục tôi gửi ở đó, mang lên đây cho tôi.

Người lính già lại "dạ" rồi lầm lũi đi ra, Miện nhìn theo dáng dấp lom khom, trường kỳ và nhẫn nại của người chiến binh sắp hồi hưu mà động lòng trắc ẩn. Bác mang trên người chỉ một thứ là danh dự nhà binh. Cái danh dự chĩu nặng suốt một đời. Một đời binh nghiệp chỉ biết tuân lệnh, chưa một lần vi phạm kỷ luật nhưng không lên nổi hàng hạ sĩ quan vì bác không biết chữ. Năm nào bác cũng theo học lớp xóa nạn mù chữ ở đơn vị nhưng cho đến ngày sắp hồi hưu bác cũng vẫn chưa biết đọc chưa biết viết chữ quốc ngữ.

Miện lấy khăn đi tắm. Thường mỗi khi đi tắm Miện có thói quen huýt sáo những điệu nhạc quen thuộc, lần này Miện lầm lũi đi. Miện còn tránh không đi ngang căn nhà để xác Thịnh. Lát sau tắm xong, Miện lên phòng thay đồ thường phục. Miện mặc chiếc áo banlon của Tùng cho, Miện nhớ tới Tùng với chiếc cẳng què tội nghiệp. Miện lấy phong thư bóc ra đọc:

"Miện thân mến,

Hôm rồi tao có gặp thằng Hưng và đi chơi với gia đình nhà nó. Bà mẹ và một "ông quan tư" với mấy cô con gái của bà ta. Đi nhảy đầm mày ạ. Chắc mày còn nhớ gia đình thằng Hưng chứ? Hồi còn đi học chúng mình có đến chơi nhà nó nhiều lần. Thằng Hưng có nhắc tới mày và tao có kể chuyện của mày cho nó nghe. Hưng nó hiện đang "chết đuối" và muốn được gặp mày. Nó bảo tao phải viết thư kêu mày về cho nó. Tội nghiệp nó vẫn loanh quanh ở xó nhà. Nó vẫn trốn lính, có lẽ nó muốn gặp mày cũng vì chuyện đó. Mày nên về gặp nó xem nó tâm sự ra sao, tao sợ tình trạng này kéo dài nó sẽ phát điên mất. Cả gia đình nhà nó có lẽ rồi cũng sẽ điên hết. Tao ngủ ở nhà nó một đêm và ăn ở nhà nó hai bữa cơm nên tao biết. Mẹ cóc, Sài Gòn bây giờ nhiều chuyện lạ lắm; mày phải về vài ngày mà sờ mó vào những cái đó thì mới biết rõ được. Tao không biết cách kể lại cho mày ở đây.

Tiện đây tao cũng báo tin cho mày biết là tao đã có rất nhiều tiền. Tao cũng sắp có xe bốn bánh, có lẽ về lần này thì mày có thể trịnh trọng ngồi xe hơi của tao được. Tao cũng có tiền để "chạy" cho mày một chỗ ở Sài Gòn, nếu mày muốn. Tao thương mày và thằng Hưng, cũng như chúng mày thương tao. Tao muốn có mày ở bên tao lúc này để đi chơi, để tiêu tiền và chửi tục. Miện ơi! Mày đừng có què chân cụt tay như tao nghe không. Mày cũng đừng có chết mất xác nghe không. Về mà tiêu tiền. Nhiều lắm. Mong mày về. "

Tùng

Miện gấp lá thư bỏ túi rồi bước xuống nhà đi qua phòng ăn sĩ quan. Miện thấy đã bật đèn sáng và lố nhố mấy người trong đó. Miện bước vào giơ tay chào. Mấy người bạn xúm vào bắt tay Miện. Một người nói:

– Ăn cơm rồi đi chơi, Miện.

Miện lắc đầu:

– Các cậu ăn đi, tôi ra phố ăn cho nó... "sang trọng", ông thiếu tá đâu?

Một người nói:

– "Người" về nhà ăn cơm với "phu nhơn" rồi, trong này chỉ có mấy thằng chúng tớ thôi.

Miện đứng yên một lát rồi giơ tay ra hiệu chào các bạn và bỏ ra ngoài. Miện xuống chỗ để xe kiếm Thìn mượn chìa khóa rồi leo lên chiếc jeep lái ra phố. Trời đã nhá nhem tối, Miện bật đèn xe và cho chạy chầm chậm. Ra tới Chợ Cũ rồi qua Cầu Quay sang bên thành phố. Miện cho xe chạy quanh một vòng các phố chính rồi trở ra bờ sông. Miện đậu xe bên kia đường rồi vào một quán ăn quen thuộc. Miện kiếm một chiếc bàn sát lan can nhìn xuống giòng nước.

Một em chiêu đãi viên ra cười chào Miện. Miện kêu bia. Người con gái ngạc nhiên hỏi:

– Hôm nay anh uống bia?

Miện gật đầu:

– Uống nhiều.

Người con gái vào trong quầy mang bia và ly ra cho Miện, cô rót bia vào đầy ly để trước mặt Miện rồi hỏi:

– Lâu ngày anh không đến đây?

Miện uống một hớp bia rồi gật đầu:

– Bận.

– Anh gọi món gì ăn không?

Miện ngó vào tờ thực đơn để dưới tấm kính trên mặt bàn và chỉ ba món ăn. Người con gái gật đầu rồi trở vào bếp. Miện ngồi uống tiếp và móc thuốc ra hút.

Ăn uống một lúc thì Miện đã đỏ mặt và cảm thấy choáng váng kêu người con gái lại hỏi:

– Tối nay em ngủ với anh nghe?

Cô gái lắc đầu, Miện chộp lấy bàn tay cô gái, nói lè nhè:

– Ngủ với anh đêm nay đi em.

Cô gái la lên:

– Anh này say rồi.

Miện giận dữ vớ một vỏ chai đập đánh chát xuống bàn vỡ tan tành. Khách hàng nhìn cả về phía Miện tò mò. Người chủ quán chạy ra vồn vã:

– Cậu cần gì? Đứa nào nó làm cho cậu không vừa ý, cho tôi xin lỗi.

Miện chỉ người con gái bảo lão chủ quán:

– Con bé kia nó không chịu ngủ với tôi đêm nay.

Lão chủ quán lắc đầu:

– Cái đó thì tôi chịu. Quán tôi chỉ bán đồ ăn thức uống. Xin cậu tiếp xúc thẳng với nó nhưng đừng đập phá quán tôi.

Miện móc tiền trả và còn đập thêm một chồng bát đĩa trên bàn rồi nói:

– Đ. m. Bia... say thiệt. Tôi trả tất cả tiền đổ vỡ. Bác tính đi.

Người chủ quán cầm xấp tiền Miện vứt trên bàn rồi đỡ Miện ra cửa:

– Bây nhiêu đủ rồi. Thôi "người hùng" về đi, không uống được rượu mà nhậu chi cho khổ!

Miện vẫn lè nhè:

– Đ. m. nhậu... say thật. Đếch thèm gái nữa. Mai "ông" về Sài Gòn thằng Tùng nó sẽ dẫn "ông" đi. Đ. m. những con đĩ thối!

Miện lảo đảo lên xe nổ máy trước những con mắt lo âu của người đi đường. Miên chạy xe về tiểu đoàn. Dọc đường mấy lần Miện suýt gây tai nạn.

Về tới trại, Miện vứt xe giữa sân, đèn pha bật sáng, máy xe vẫn nổ đều. Miện bước theo mái hiên tòa nhà ra phía bên phòng học. Đèn sáng. Xác Thinh vẫn nằm ngay đơ được phủ kín bằng tấm vải trắng. Một người lính cầm súng đứng gác. Vợ Thinh ôm con ngồi khóc tỉ tê. Đứa bé đã ngủ trên lòng. Một vài người vợ lính đang giỗ dành chị ta đi về nhà ngủ để sáng mai còn lo đám táng.

Miện rụt rè đứng ngoài cửa nhìn vào. Miện cảm thấy mình đã có phần trách nhiệm trong cái chết của Thinh. Miện cảm thấy mình có lỗi với người đã chết và nhất là với người vợ còn sống ngồi kia. Câu hỏi là liệu mình có thể làm được gì trước cảnh này cho những người này. Chất men làm Miện choáng váng.

Miện gục đầu vào thành cửa và thấp thoáng với cái ý nghĩ ban chiều "Thinh ơi, tao lấy vợ mày để nuôi con mày" thì người ta sẽ nghĩ thế nào? Mày có "hận" gì tao không? Chị đàn bà kia có bằng lòng không? Thinh ơi, sao mày nằm ngay đơ vậy? Mày không có ý kiến gì cả sao? Mày câm à? Tao này. Tao là Miện này. Tao cũng cùng lội như mày sao tao không bị? Sao chỉ mình mày chết?

Vợ Thinh đã đứng dậy bằng hai người đàn bà dìu bên cạnh. Chị ta bước ra và gặp Miện trước ngưỡng cửa. Vợ Thinh đứng khựng lại, vừa khóc vừa chỉ Miện:

– Ối, ông thiếu úy ơi! Anh ấy chết rồi đó, ông thúc giục chửi bới nữa đi. Chồng tôi về nhà không kịp hỏi han vợ con thì người ta đã lôi đi. Đấy, ông vào mà lôi đi nữa đi. Ông bắt người ta đi để ông sống... trở về một mình. Ông là quan ông sống...

Mấy người đàn bà dìu vợ Thinh vội bịt miệng chị ta lại và lôi đi. Miện vẫn gục đầu vào thành cửa và vẫn còn nghe văng vẳng tiếng nguyền rủa của vợ Thinh từ phía cổng trại.

Một người lính đứng bên Miện nói nhỏ:

– Thôi, thiếu úy đi ngủ đi. Khuya rồi. Đã có tụi tôi canh xác nó. Thiếu úy cũng đừng chấp gì chị ta cả. Chị ấy đang đau khổ.

Miện vùng dậy túm lấy người lính xô mạnh tới, miệng lầm bầm chửi thề:

– Đ. m. chúng mày! Đ. m. tao! Đ. m. cộng sản...

Hai chân mò mẫm, tay lần theo bờ tường, Miện đi trong bóng tối lên lầu. Miện quăng mình xuống giường và thiếp đi.

Sáng Miện thức dậy thật sớm. Miện nằm trong màn châm thuốc hút và thở khói mù mịt. Mấy người bạn cùng phòng cũng đã trở dậy. Miện bỏ đi tắm và thay đồ. Miện xuống câu lạc bộ ăn sáng rồi lên văn phòng lấy giấy phép đi Sài Gòn. Miện cố tránh mặt vợ Thinh.

Khi xe đã ra khỏi thành phố, Miện nhìn hai bên đường, cây cối xanh tươi. Miện cảm thấy lòng quạnh hiu. Miện cảm thấy mình như một kẻ đang đào ngũ.

(Saigon/1969)

TRONG HANG

"Bị can" nguyên là chánh án toà thượng thẩm đại hình. Ông chánh án già của Miền Nam đã từng ngồi xử không biết bao nhiêu vụ án trong suốt mấy chục năm ở khắp ba miền và đã hưu. Ông cũng bị cộng sản đưa đi tù ngoài Việt Bắc xa xôi. Ông già quá rồi nên cai tù cho ông nằm nhà không được đi lao động. Trong phòng giam xảy ra vụ mất cắp mấy tán đường. Nạn nhân bị mất của là anh tù Cu Tý nằm cạnh ông chánh án. Anh ta bị bắt ngày 30 tháng 4 lúc mới mười bảy tuổi về tội vũ trang chống phá cách mạng. Tội này cũng phải đưa đi cải tạo ở Miền Bắc xã hội chủ nghĩa. Hôm anh tù chính trị bé tí này ôm chiếu tới nằm cạnh ông chánh án, hai người tù bèn hỏi chuyện nhau. Ông chánh án thấy tù nhân là trẻ con bèn thắc mắc:

– Cháu bị tội gì?

Cu con khoái kể tội của mình lắm, bèn khoe:

– Thưa ông, cháu tội phản cách mạng!

– Là sao?

Cu Tý như hăng lên:

– Cháu võ trang súng M. 16 chống chế độ cộng sản, cháu là tiểu đoàn phó Phục Quốc. Ông chánh án ái ngại nhìn đứa trẻ, nó tinh ranh nháy mắt với ông cụ:

179

– Ngày 30 tháng tư các chú sĩ quan phe mình vứt bừa bãi súng ống ở trường học, cháu và lũ bạn nhặt... chơi.

Ông già như hiểu ra, lắc đầu ái ngại:

– Có thế mà cũng đi tù. Có thế mà cũng bị đưa ra ngoài Bắc này?

– Dạ, chú cháu đến Ban Quân Quản xin bảo lãnh cho cháu về thì bị các đồng chí dọa bỏ tù. Họ nói "anh không biết dạy cháu để nó đi cầm súng chống cách mạng thì anh cũng có tội nữa, hãy lo thân anh cho xong còn đòi bảo lãnh cho ai!" Chú cháu sợ quá bỏ cháu luôn.

Ông cụ cười hiền:

– Không ai bỏ cháu đâu, chỉ sợ cách mạng tí thôi. Thế ai thăm nuôi cháu? Đồ ăn nhiều lắm mà.

– Mẹ cháu gửi quà cho.

– Thế... bố cháu đâu?

– Bố cháu mất tích trong tháng di tản chiến thuật từ Miền Trung về. Sau 30 tháng Tư mẹ cháu đi tìm, hỏi thăm tin tức khắp nơi không thấy. Hỏi cán bộ họ nói "Thế thì chạy theo đế quốc Mỹ rồi, nếu không chết dấm chết dúi ở xó xỉnh nào đó!"

Ông chánh án tỏ vẻ ái ngại cho người bạn tù bé nhỏ, nhưng nó tỉnh bơ:

– Sức mấy bố cháu chết dấm chết dúi. Bố cháu làm thượng sĩ, không chừng bây giờ đang ở bên Mỹ.

Rồi nó tiếp:

– Bố bỏ đi thì còn có mẹ, nếu chẳng may mẹ bỏ đi nữa thì có dì hàng xóm, ông ạ.

Thằng bé còn giở gói quà mới nhận ra khoe với ông chánh án, nó cầm một cục đường tán bỏ vào cái ca nhôm, xong nó bọc mớ đường bằng ba bốn lần bao ni lông, xong nó bỏ gói đường đó vào trong lon gô đậy nắp lại, xong nó để lon gô vào cái hộp nhựa, xong nó bỏ hộp nhựa vào trong cái bao cát, xong nó bỏ bao cát vào lại cái rương, xong nó cất cái rương lên xích đông. Rồi nó ngồi xuống lấy bình nước định rót vào cái ca nhôm có cục đường mới bỏ vào trong ấy. Nhưng nghĩ sao đó nó lục tìm cái muỗng ở đầu nằm, dùng muỗng xắn một phần tư cục đường tán đưa cho ông cụ:

– Ông nhấm với cháu tí đường cho nó ngọt miệng.

Ông chánh án run run đưa tay cầm mẩu đường thằng bé cho. Đã từ lâu lắm trong cơ thể ông thấy thèm thèm chất ngọt, thèm đến độ khi nhấm một hạt muối ông cũng cảm thấy nó ngòn ngọt. Trong khi ông chánh án nhấm nhấm mẩu đường trong miệng thì thằng Cu Tý chế nước vào cái ca nhôm rồi dùng muỗng quậy cho cục đường tan ra. Nó đưa cái muỗng không lên miệng mà mút:

– Cháu phải ăn cục đường kiểu pha nước như thế này cho nó... lâu hết và cho nó thấm dần vào tận từng tế bào mình.

Ông chánh án nghe thằng bé nói rất là thấm thía bởi chính trong cơ thể ông hiện cái vị ngọt của mẩu đường cũng đang lan tràn thấm nhập đến tận hang cùng ngõ ngách qua từng đường gân thớ thịt mạch máu trí não ông. Suốt một đời ở ngôi cao, ăn sung mặc sướng, nhưng chưa bao giờ ông chánh án tòa thượng thẩm áo đỏ có được cái vị giác và cảm giác ngon lành tuyệt hảo như thế. Nhưng mẩu đường trong miệng ông tan nhanh quá và ông chánh án càng thấy thằng bé lanh lợi và tốt bụng giỏi. Nó pha cục đường trong nước để nước đường dễ thẩm thấu hơn trong hệ thống tiêu hóa. Và đường pha trong nước cũng dễ dàng chừng mực sử dụng hơn, mình có thể kéo dài cái thời gian thưởng thức ra lâu hơn. Bằng cớ là ly nước đường của nó còn nguyên chưa uống trong khi nó mới chỉ mút cái muỗng vài lần là đã có được cái cảm giác ngon lành, thú vị, khoẻ khoắn, sung sướng, hạnh phúc! Hai ông cháu trở nên thân nhau hơn, câu chuyện của họ chuyển sang "luận" về đường. Ông chánh án hỏi:

– Sao người ta lại gọi là đường tán?

Thằng cháu rành rẽ sự đời:

– Tại vì cục đường được đổ khuôn vuông vắn trông giống như tán gạch, tán đá, kê dưới gốc cột nhà.

Ông chánh án chợt hiểu ra, có những điều ông không biết vì không có trong chương trình giáo dục của trường đại học luật khoa Paris, và ông cũng không biết được vì ông chỉ sống ở tầng lớp thượng lưu, nơi đó trong các nhà bếp không có đường tán. Chất ngọt của mẩu đường đã vào trong cơ thể ông dường như đã làm cho ông yêu đời hơn những ngày chán chường bi thảm bịnh hoạn chờ chết vừa qua. Ông lại muốn học hỏi thêm:

– Thế tại sao lại gọi là đường thẻ?

Thằng cu bí, nhưng đã lỡ làm kẻ trí thức hiểu biết nhiều nên nó cũng trả lời phứa phựa:

– Tại nó giống cái thẻ. Cũng như đường bát ở Miền Trung, đường móng trâu ở Miền Nam, vì đổ khuôn hình cái bát và khuôn hình móng chân trâu... ngoại có hiểu không?

Nó hăng say lên lớp và nhất là cu cậu lại còn tiến lên thân mật... ngoại, ngoại, cháu, cháu, nên ông ngoại cũng cảm thấy mình tiếp thu lời giảng dạy của nó một cách dễ dàng. Ông chánh án gật đầu:

– Hiểu, nghe cháu giải thích tôi mới biết.

Cu Tý phân bua:

– Cháu mới học được những cái đó ở trong tù, gia đình cháu cũng chưa bao giờ ăn đường tán, nay nhờ cách mạng từ Miền Bắc xã hội chủ nghĩa vào cháu mới biết lắm thứ. Rồi nó còn khuyến học ông ngoại:

– Chịu khó ở tù một thời gian nữa ngoại sẽ học được lắm điều hay ho!

Thế rồi một tuần lễ sau thì anh Cu Tý phát giác ra gói đường mẹ nó mới gửi cho cất trong rương đã bị mất ba tán. Sự việc đến tai cán bộ nhà nước, cán bộ bèn tập họp cả đội lại ở vườn sắn chỉ đạo cho ban tự quản tối về phòng giam phải sinh hoạt kiểm điểm, làm cho rõ, tìm cho ra kẻ gian, đã ăn cắp ba tán đường của một trại viên tuổi trẻ. Cán bộ còn nói tầm mức quan trọng của "vụ án" là "cực kỳ dã man" và "tội ác có tính bản chất của giai cấp bóc lột". Trong khi tuổi trẻ đăng hăng say lao động sản xuất ngoài đồng thì kẻ xấu chây lười ăn bám đã nỡ tâm lấy đi tài sản của anh ta. Cho nên đây không phải là việc xấu mà còn là tội ác. Những người bị tình nghi gồm có những người đã ở nhà trong tuần lễ vừa qua như trực phòng, mấy anh khai bịnh nghỉ, mấy anh ở nhà làm việc khai báo và ông lão già yếu nằm cạnh kẻ mất trộm. Sau khi phân tích và loại trừ, những nghi can kia đã được coi như vô can. Chỉ còn ông chánh án nằm cạnh nạn nhân được coi như bị can, phải đưa ra xử trước đội. Ban tự quản điều khiển và tổ chức các đêm kiểm thảo in như một phiên toà vậy. Ba chục tù nhân ngồi xếp bằng trên sạp ngủ hai bên, bị can là ông chánh án già phải ngồi trên một cái ghế thấp giữa nhà. Anh thư ký đội kê một cái hộp làm bàn viết, anh ngồi xếp chân bằng bằng, tay cầm viết, mắt mang kiếng lão. Anh được ưu tiên sử dụng nguyên một ngọn đèn dầu cho đủ ánh sáng phục vụ sự đầy đủ chính xác của biên bản. Không khí như đọng lại, muỗi bay vo ve, mùi hôi hám của phòng giam tối mù mù nồng nặc. Đâu đó ngoài cửa sổ trong bóng tối có ai đứng nhìn vào theo dõi chăng? Vụ án kéo dài đã gần một thế kỷ. Tất cả mọi người đều phải lần lượt phát biểu, không trừ một ai, gọi là đóng góp ý kiến xây dựng vì đây là học tập cải tạo. Bị can thì quả quyết mình không bao giờ làm những việc đê tiện như thế. Người tù trẻ tuổi mất của cũng nói anh ta không nghi cho ông ngoại và cũng không nghi cho ai. Nói thế anh bị sửa ngay, thứ nhất là anh phải nghi cho một người nào đó, anh có mất ba tán đường thì phải có người lấy cắp ba tán đường, nếu anh không nghi cho ai thì chẳng hoá ra anh không bị mất cắp sao, chuyện bịa sao? Cu Tý nghe nói thế đâm hoảng bèn nói có nghi nhưng không dám nghi cho ai sợ không đúng mang tội! Thứ hai đây là đang học tập cải tạo, tất cả đều bình đẳng ở chỗ tất cả đều là những kẻ có tội với nhân dân với cách mạng, không có ông cháu gì cả mà chỉ có anh anh tôi tôi, thế là Cu Tý phải gọi bị can là anh và xưng tôi! Anh đội trưởng còn nói cán bộ bảo "tất cả các anh đều bình đẳng, nghĩa là ngang nhau, bằng tội nhau, chỉ có vấn đề ai tiến bộ thì sẽ vượt lên để đi đến chỗ cải tạo tốt và được trả tự do về nhà". Vì thế có một vài anh em vì khờ dại và mong về quá nên đã "đóng góp" hơi tận tình tưởng sẽ được coi là tiến bộ. Tình trạng này nó có thể xảy ra từng lúc nhất là những khi sức khoẻ và tinh thần suy nhược, nhưng khi qua cơn thì sự phục hồi nghị lực sẽ giúp cho người ta vượt được sự sa ngã đó. Ban đêm, sau mỗi phiên toà luận tội, đèn đóm đã tắt ngấm, phòng giam âm u, nghe đâu đó những tiếng thở dài, chép miệng, có cả những tiếng sụt sịt và cả tiếng nấc, về khuya còn nghe những tiếng ú ở hay những câu nói mê lảm nhảm gì đó không rõ, đôi khi còn có cả tiếng thét hay kêu rú lên như heo bị thọc huyết vậy, ghê gớm lắm! Anh Cu Tý thì buồn lắm, nó lựa lúc không ai để ý để thanh minh với ông chánh án:

– Cháu thề là không thưa kiện gì ngoại cả, cháu chỉ nói chuyện với mấy anh em trong đội là cháu bị mất ba tán đường, không hiểu sao đến tai cán bộ thành to chuyện, làm khổ ông ngoại, làm mất danh dự ông ngoại, cháu buồn lắm.

Ông chánh án cũng xúc động không nói được gì, ông bậm môi cắn răng kìm hãm cho nỗi đau và nỗi nhục nhã không bật ra ngoài. Anh Cu Tý chậm rãi nói:

– Trong đội có anh thù ông ngoại, cũng có anh đố ky với chức chánh án của ông ngoại ngày xưa, cũng có anh dở hơi nói rằng phải vạch mặt chỉ tên ông ngoại để gỡ... danh dự cho tập thể đội kẻo mang tiếng cả đội ăn cắp! Ôi, cháu không hiểu danh dự là cái gì trong nhà tù này!

Ông chánh án như hết chịu nổi, ông xua tay ra dấu cho anh ta ngưng nói. Ông mếu máo:

– Cháu ạ, ta cám ơn cháu đã nói những lời tốt với ta, ta nghĩ có lẽ cuộc đời làm chánh án của ta có thể đã có những lầm lẫn gây oan cho người vô tội, nay ta bị báo oán lãnh hậu quả nhãn tiền. Ta cũng còn nhớ đời mẩu đường tán mà cháu đã mời ta hôm trước.

Anh Cu Tý như chợt nhớ ra:

– Ấy, cũng vì hôm trước cháu đưa gói đường cho ngoại xem và mời ngoại một mẩu cho nên có anh trong đội nói rằng "ngoại là người đã thấy, đã nếm, biết chỗ cất đường, quen mui thấy mùi ăn mãi" bèn quả quyết chỉ có ngoại là thủ phạm.

Ông chánh án toà thượng thẩm như bị từng mũi nhọn đâm vào tim mình. Ngày xưa khi xét xử người, có lúc ông đã có những suy luận như vậy. Suốt một tuần lễ, tối nào cũng "ngồi đồng" nên cả đội thấm mệt, nhưng vụ án bế tắc vì bị can vẫn khăng khăng quả quyết là mình vô tội, không chịu tự giác nhìn nhận tội lỗi, cuối cùng cán bộ quản giáo đã nói với cả đội:

— Vì muốn cho anh ta nhìn thấy khuyết điểm của mình mà sửa chữa để thành người tốt nên mới cho tập thể đội sinh hoạt giúp đỡ anh ta, nhưng anh ta đã ngoan cố ù lì làm mất thời gian của đội. Dù anh ta không nhận tội thì anh ta cũng vẫn là một kẻ cắp. Trại cũng vẫn có biện pháp và hình phạt dành cho kẻ cắp. Trước kia anh ta quen xử người thì nay anh ta phải bị người xử. Nếu anh ta bị oan thì cũng là tốt vì như thế để anh ta thấy rằng khi xưa anh ta đã bỏ tù oan bao nhiêu là người. Bao nhiêu là người đã khổ vì anh ta? Bao nhiêu là người đã chết vì anh ta.

Thế là sau đó ông chánh án toà thượng thẩm bị điệu ra sân nghe đọc quyết định thi hành kỷ luật trước toàn trại: "Cùm một chân trong nhà kỷ luật mười bốn ngày, hưởng mức ăn C, cắt thăm gặp gia đình sáu tháng, cán bộ giáo dục và trực trại thi hành quyết định này". Đọc xong trật tự còng tay ông chánh án dẫn đi về phía phòng kiên giam. Ông cụ lầm lũi cúi đầu thất thểu bước đi.

■

Phòng kiên giam như cái hang chuột khoét vào vách núi. Mỗi lỗ một người nằm trên tấm ván, đầu quay vào trong chân thò ra phía ngoài luồn vào lỗ cùm khóa lại. Đóng cửa, cài then ngang rồi cũng khóa cửa lại. Muốn thoát phải ngồi dậy. Mở được cùm rút chân ra rồi khoét núi bằng móng tay mà chui ra. Cai tù khi nhốt người nào vào đó cũng đều chỉ cách cho biết như thế. Họ tin như vậy. Không ai thoát được. Ấy vậy mà kiểu hầm giam này ở dãy núi Hoàng Liên Sơn Yên Báy, cũng bị một đại úy tù binh thoát ra bốn lần, đạt kỷ lục vượt ngục nhiều lần nhất. Mỗi lần thoát ra rừng núi, ông bị chúng săn đuổi bắt lại được đem về tra khảo và giam vào hầm cũ. Chúng thay cùm khác, thay cửa khác, thay khóa khác; rồi ngồi rung đùi, uống trà, hút thuốc lào, kháo nhau: "Phen này thì có... cánh cũng không thóat!" Ông đại úy không có cánh, và cũng chẳng nói chẳng rằng, mấy đêm sau ông lại biến mất. Sáng ra bọn cai tù thấy cánh cửa hầm giam vẫn khép nhưng không có khóa, mở ra thì chẳng có tù nào trong đó cả. Đến lần vượt ngục thứ ba của ông đại úy, bộ nội vụ Hà Nội phải cử một toán chuyên môn xuống tận nơi xem xét cái hầm gian tối tân nhất của chúng bị vô hiệu hóa. Toán chuyên môn chụp hình, đo đạc, rồi sờ mó từng ly từng tý cái hầm giam. Họ bàn bạc nhau, tranh cãi nhau, có anh còn đem cái hiểu biết kỹ thuật giam người học được từ bên Liên Sô và các nước xã hội chủ nghĩa anh em ra mà phân tách đánh giá và áp dụng vào thực tế sự vụ. Nhưng khi họ hỏi cung đại uý. thì anh không nói gì cả, chúng bèn đánh anh gẫy chân trái và đập dập các ngón tay của anh.

– Để xem mày có trốn được lần nữa không!

Chúng lại thay cùm khác, cửa khác, ổ khóa khác mà lần này nghe nói là khóa nhãn hiệu nước ngoài, hình như của Nga hay của Tàu gì đó. Cũng thời gian này ông đại úy đã bị bệnh tiêu ra máu, có lần cai tù đem củ sắn vào cho ông dùng bữa cơm, ông đã quệt mấy ngón tay vào đít mình rồi giơ ra cho hắn xem cục cứt máu, anh cai tù sợ quá đóng sầm cửa, khóa lại, rồi ù té chạy, khạc nhổ tùm lum, chửi tục tùm lum, rằng bọn "ngụy" ăn ở bẩn thỉu không có vệ sinh nếp sống văn minh văn hóa mới! Nhưng mà trời đất ơi! Không tin xuống xã Việt Hồng mà coi ông đại úy đã thoát ra khỏi hầm một lần nữa, một lần cuối cùng, ông chỉ mở cửa bò ra tới đường dẫn nước gần đó rồi nằm gục cho đến lúc trời sáng thì bị chúng ra bắt lôi về. Buổi trưa hôm đó, chúng khiêng ông đại úy trên một cái "ki" khiêng đất, trên đắp chăn đỏ, hai chân thòng xuống đong đưa. Chúng nói là chuyển sang trại T7, nhưng đến chân đèo, chúng đã bắn vào lưng ông rồi giao cho trại T7 chôn, phao lên rằng tù binh ngoan cố trốn trại bị truy kích bắn chết! Tù binh đại úy, thuộc ngành an ninh quân đội biệt phái làm việc ở "Ban Liên Hợp Quân Sự 4 Bên", cùng với "Ủy Ban Quốc Tế 4 Nước", phối hợp kiểm soát việc thi hành ngưng bắn theo hiệp định Paris, một hiệp định hòa bình được đàm phán và soạn thảo bởi hai chính phạm: Kissinger và Thọ!

■

Ông chánh án tòa thượng thẩm bị đưa vào cùm trong một căn hầm giam kiểu như thế. Ông bị lột hết quần áo chỉ còn chừa cái quần đùi. Mùa đông rét mướt, ngoài trời lại lất phất mưa bụi, bộ xương bọc da bị đẩy vào hầm, nằm đượt trên tấm ván, đầu quay vào trong, chân chĩa ra phía cửa để cán bộ tra ống chân ông vào cùm theo đúng qui cách.

– Một chân thôi, còn để một chân tự do cho anh thoải mái!

Cán bộ nói thế và cán bộ còn nói:

– Ở trần cho... mát!

Vì ống chân ông chánh án quá nhỏ, có thể rút ra khỏi lỗ cùm nên cán bộ phải điều chỉnh siết lại cho khít. Cán bộ cằn nhằn:

– Làm chánh án ăn nhiều mà chân bé tí như chân trẻ con!

Trong khi ấy ở ngoài sân trại ngồi xổm trong hàng chờ đi lao động, người tù Cu Tý cúi đầu và nước mắt rưng rưng! Mất ba tán đường thì tiếc, nhưng nó không muốn sự vụ diễn ra như vậy. Thiếu tá tù binh ngồi cạnh liếc thấy anh ta khóc thầm thì động lòng nhớ tới đàn con mình ở nhà. Ông thở dài một mình. Chợt có tiếng ồn ào chửi bới từ ngoài cổng đội vào. Tiếng của trẻ con, chanh chua và tục tằn:

– Đ. m. lũ tù ăn thịt hết trâu của làng tao!

– Đ. m. chúng mày!

Cứ thế tiếng chửi bới của thằng bé được lập đi lập lại. Khi các đội xuất trại thằng bé còn đứng đó, nó xạng nang, tay chống nạnh tỏ vẻ rất gây hấn, nó xỉa xói vào từng toán tù từ trong cổng đi ra mà chửi. Nó nhất định lên án tù ăn thịt hết trâu cày của làng nó. Từng toán tù binh lặng lẽ cúi đầu đi theo những bó cuốc trên vai những tù binh dẫn đầu. Những kẻ vác súng đi giữ tù cũng không ai phản ứng gì. Và thằng bé cứ chửi tiếp mỗi câu mỗi mới, càng lúc càng sáng tạo vần điệu tài tình. Mãi sau đi xa khỏi cổng trại, tiếng chửi đã ở lại phía sau, người cán bộ nhà nước mới giải thích:

– Trại mua hết trâu cày của hợp tác xã về làm thịt, mùa này thiếu sức kéo, đâm khủng hoảng sản xuất, nên người ta cho trẻ con vào... đấu tranh với các anh.

– Bồi dưỡng thịt trâu thì ráng mà nghe chửi!

Trong hàng có tù binh hỏi khẽ nhau:

– Chửi đứa đi mua chứ sao chửi tù, tù ăn mất tiền, một ngàn người ăn khoai chấm muối cả tháng mới mua được con trâu.

– Bán trâu lấy tiền sao lại chửi người mua.

– Mà đâu chỉ có tù ăn, bao nhiêu thịt bắp ngon lành bếp cơ quan lấy hết cho cán bộ, bếp trong trại giam chỉ còn xương da và bạc nhạc!

– Nhưng nó chỉ chửi tù ăn trâu của làng nó.

– Như thế gọi là... đấu tranh!

– Ở xã Việt Cường, Âu Lâu Yên Báy, có con trâu trại chuyên "cuốc đất sang mai quần trâu đánh quả" làm gạch, chẳng may một hôm đánh lộn với con trâu cày của xã, bèn bị đứa con gái phó tiến sĩ chăn nuôi phụ trách coi trâu vào tận trại giam réo chửi suốt một buổi tối.

– Chửi sao, có nhớ kể lại cho anh em... học tập.

– Ranh con chửi rằng: "Cha tiên sư nhà chúng mày, bố tiên sư nhà chúng mày, cả họ cả làng cả xứ nhà chúng mày, trâu của chúng mày là trâu chơi, trâu của bà là trâu kéo, chúng mày để trâu chơi đánh trâu kéo, chúng mày chỉ ăn không ngồi rồi, bắt nhân dân nuôi báo hại lại còn để trâu của chúng mày đánh trâu của nhân dân, cha tiên sư... ". Chửi dài, chửi dai, chửi vần, nhiệt tình và say sưa lắm.

– Mấy đứa trẻ nó không đi học sao rảnh đứng chửi hoài.

– Có đi học mới giỏi thế chứ.

Khi đội đi tới ấp Con Khe nhổ mạ, đứng dưới ruộng nhìn lên sườn núi bạch đàn thấy mấy con trâu gặm cỏ ở đó, có người tù còn lẩm bẩm: "Cha tiên sư, trâu của bà là trâu kéo, trâu của chúng mày là trâu chơi... " Có tiếng cười khúc khích trong đám người ngồi xổm nhổ mạ. Lát sau có một toán con gái trong làng đến nhổ mạ tiếp tù, trại mua những ruộng mạ này của hợp tác xã về cấy ở cánh đồng nhà. Trại giam thì thiếu mạ trong khi hợp tác xã lại thừa, "lãnh đạo" hai bên "làm việc" với nhau "kết hợp" qua lại vì thế mới có cảnh tù ngồi nhổ mạ chung với dân. Đây là một cuộc kết nghĩa giữa "đoàn thanh niên cộng sản" xã với "đoàn thanh niên cộng sản" của ban chỉ huy trại giam dưới sự chỉ đạo của các bí thư đảng uỷ hai đơn vị. Công tác mang một ý nghĩa chính trị chứ chẳng phải trò đùa như các tù binh và các cô gái làng nô giỡn! Tù nhổ mạ dưới ruộng nhưng công an đoàn viên ngồi trên bờ có công chỉ đạo. Cũng như các cô gái là đoàn viên nhưng phải có bí thư xã lãnh đạo thì công tác nhổ mạ mới hoàn thành tốt đẹp! Chủ nhiệm hợp tác xã nhìn những nữ đoàn viên thanh niên cộng sản của xã mình líu lo ca nhạc vàng Miền Nam với tù binh bèn nói với cán bộ trại giam:

– Các đồng chí đem "lính" đến đây gái làng nó bỏ hết công việc để đi nhổ mạ. Cả cô giáo cũng cho học trò nghỉ sớm để ra ruộng mạ ngồi nghe hát nhạc vàng. Mọi khi sinh hoạt đoàn là chúng nó tìm cách trốn, sao hôm nay chúng nó nhiệt tình say mê thế! Một đồng chí công an ngồi xổm trên ghế, một tay chén trà, một tay điếu thuốc "thẳng", ung dung khoe:

– Bên tôi không phải đoàn viên nhổ mạ mà toàn là các "chính trị viên", đồng chí biết không, trong số các đối tượng dưới ruộng bùn kia có cả "chính uỷ F. 7" nữa đấy! Dĩ nhiên như thế chất lượng sinh hoạt chính trị phải cao. Lãnh đạo đoàn cả hai bên cũng đều thích nghe giọng ca ngọt ngào của những người tù với các bài hát truyền cảm êm tai lôi cuốn. Và chủ nhiệm hợp tác xã cũng ngồi lại "trà lá" luôn. Hai bên còn bàn nhau sẽ viết thư cho người quen đang công tác trong Nam khi về nhờ mua giúp cái máy hát. Cô giáo ngồi chống mông nhổ mạ ở giữa Cu Tý và người thiếu tá tù binh. Nói:

– Công làm là công bỏ, công... chỉ trỏ là công ăn!

– Tôi lại nghe nói là "công làm cỏ là công ăn"?

– Ca dao bây giờ đổi mới rồi, các anh phải đọc là "công chỉ trỏ" thì mới ăn!

– Thế... chồng chị "làm cỏ" hay "chỉ trỏ"?

– Chồng em thoát ly lâu rồi.

- ...??...

– Anh ấy cũng đi B. không có tin tức gì.

Tù Cu Tý đã hiểu ra bèn nói với tù binh thiếu tá:

– Không chừng chồng chị ấy đã bị lính của bác "phơ" rồi.

Cô giáo chẳng để ý đến câu nói của anh ta:

– Xã này có mấy chục thanh niên đi Nam chỉ có một thương binh về cho nhân dân nuôi. Trong làng bây giờ phụ nữ là lực lượng lao động chính, có mấy ông già làm tổ trưởng và lũ con trai mới lớn chỉ biết phá phách.

Ngừng nói để thở hổn hển cô giáo nói tiếp:

– Vì thế thấy các anh tới chúng em vui lắm.

Đến trưa có một người đàn ông bế một đứa trẻ từ trong làng đi ra bờ ruộng mạ, một tay anh ta cầm một tàu lá cọ nhỏ che nắng cho đứa bé. Tiếng léo nhéo trong đội hình đoàn thanh niên cộng sản dưới ruộng mạ:

– Bà Nhài lên mà cho con bú kìa. Tới giờ "thằng bé bé" đòi bú và "thằng bé lớn" đòi "tí" rồi. Nghỉ giải lao mà yêu nhau, thi đua nhổ mạ hoài cũng đâu đến lần được kết nạp vào đảng.

Người mẹ trẻ quơ tay xuống vũng nước đục khoắng khoắng mấy cái cho rã bùn rồi chùi vào vạt áo, xong chị xăm xăm bước lên đầu bờ. Chị đỡ lấy đứa bé trên tay người đàn ông rồi ngồi bệt xuống mé bờ, vạch áo moi tảng vú to tướng ra nhét vào mồm đứa bé. Thằng cu mút chùn chụt. Người bố cũng ngồi xuống bên cạnh nhìn con bú. Việc lắp ráp ổn định. Cuộc nói chuyện mới bắt đầu:

– Anh luộc khoai chưa?

Người đàn ông gầy gò xanh xao gật đầu ú ớ ngọng nghịu:

– Ồi! Ăn ồi! Ế ăn ồi!

Miệng anh bị bể và mang một vết sẹo lớn, da mặt nhăn nheo. Cô giáo kể:

– Anh thương binh duy nhất của xã về từ Miền Nam sau đại thắng! Bây giờ anh ấy là anh hùng quân đội cho xã nuôi, mỗi vụ mùa anh ấy cũng được cấp mấy chục cân thóc mà không phải lao động. Vợ chồng mới có một con trai hai tháng. Trong người anh ấy còn cả chục mảnh đạn chưa lấy ra được.

Ngừng một chút cô giáo kể tiếp:

– Anh ấy bị thương khi đơn vị vào chiếm một trường huấn luyện sĩ quan lớn lắm. Ở Miền Bắc không có một trường nào lớn và đẹp bằng. Vì mải mê nhìn xem những cảnh lạ lùng ấy anh ta giẫm phải một quả mìn nhảy, nó từ dưới đất nhảy lên cao rồi mới nổ. Hai người đi bên cạnh đều chết tại chỗ, còn anh ta ngã bật ngửa bị thương nặng nhưng may sống sót.

Cu Tí lại thì thầm với người tù binh thiếu tá:

– Chết bác rồi, bác cũng từ trong trường sĩ quan đó mà ra, nay đối phương đang ngồi trên bờ nhìn bác kia. Làm vỡ mặt người ta thế kia ai mà nhịn được!

Cu cậu còn dí dỏm đùa với bác già:

– Chiến tuyến bây giờ chỉ là cái bờ ruộng, gần xịt, ai sẽ thắng ai đây?

Người tù binh thiếu tá nói nhỏ với Cu Tý:

– Đừng đùa giỡn trên sự đau khổ của người ta.

– Người ta là ai, ai đau khổ hả bác?

– Tất cả, trừ "những đứa trà lá chỉ trỏ"!

Đứa bé bú hết hai bầu sữa mẹ rồi ngủ tiếp, người thương binh bế nó men theo bờ ruộng đi về, một tay anh vẫn cầm tàu lá cọ nhỏ che nắng cho con. Và người nữ đoàn viên thanh niên cộng sản tên là Nhài lại tiếp tục xuống ruộng thi đua nhổ mạ lập thành tích vẻ vang cho xã đoàn. Các đoàn viên thanh niên cộng sản công an thì chỉ đạo tù binh thi đua thế cho mình! Các chú các bác tù binh hình như cũng vui khi nhìn thấy đàn bà, nhiều ca sĩ xuất hiện cùng với những tiếng cười rúc rích. Không có gì dễ gây cảm hứng bằng kích thích đực cái. Cu Tý cũng nổi hứng ca hát, mà lại hát hay nữa vì thế cu cậu được các thiếu nữ xúm vào chuyện trò, hình như còn được dúi cho đồ ăn. Thằng bé trắng trẻo dễ thương cười nói duyên dáng như bị bao vây bởi những người con gái mạnh khoẻ khát khao. Cu Tý hát "... nhớ em anh gọi tên, chỉ nghe mưa rớt bên thềm..." thì các cô lòng dạt dào bâng khuâng, đến câu: "... Khi đất nước tôi không còn chiến chinh, mẹ già lên núi tìm xương con mình" thì các cô lại rưng rưng, nghẹn ngào, như muốn khóc oà! Tù binh thiếu tá rất lấy làm hài lòng người đồng cảnh trẻ tuổi. Nhưng khốn nỗi chỉ đến ngày nhổ mạ thư tư thì Cu Tý bị cán bộ nhà nước bắt ghen. Quả tang! Cu cậu đang bóp vú cô gái xinh đẹp nhất trong đám các thiếu nữ nhổ mạ giúp. Trước khi bị dẫn về trại nhốt, Cu Tý nói nhỏ với người tù binh thiếu tá:

– Bố đừng coi khinh con nghe, tại con nhỏ nó luồn tay vào trong quần con, con chịu không nổi mới bóp vú nó, chứ... con cũng đâu đến nỗi tồi như vậy.

– Trai gái giao tiếp qua lại là chuyện thường, cháu còn trẻ lại độc thân thì cháu có quyền... bóp người bằng lòng cho cháu bóp. Không có gì gọi là tồi cả. Nếu như... bác làm như thế thì đúng là bác tồi thật vì bác đã già và nhất là bác đã có gia đình vợ con đề huề. Trật tự xã hội phải đem lại hạnh phúc cho con người, phải để cho con người tự do thoải mái yêu nhau thích nhau, nhưng cũng phải có những định chế giới hạn sự tự do ấy. Thèm muốn và sự tham lam phải ở trong phạm vi của giới hạn công bằng và trật tự. Cai tù ghen vì nó không được bóp nên rình bắt mà thôi. Tranh chấp là do sự thèm ăn thèm yêu. Chiến tranh là bởi đi cướp yêu tranh ăn lẫn nhau. Cách mạng là đi giựt lại cái mà mình thèm muốn và thiếu thốn!

– Cháu sẽ bị chúng nó nhốt kỷ luật.

– Đương nhiên!

Rồi như nghĩ ra điều hay, Cu Tý nhoẻn miệng cười:

– Thôi cũng được, vừa khỏi đi lao động lại còn được vào ở trong nhà kỷ luật với ông ngoại chánh án. Những ngày hôm sau cô gái bồ của thằng bé không thèm xuống ruộng nhổ mạ, cô ngồi trên bờ ruộng, dưới một gốc cây chỗ nấu nước cho đội. Cô lườm nguýt tên cán bộ đã rình bắt cô. Cô hỏi thăm tin tức của người con trai bị nhốt kỷ luật. Cô nói với những người tù binh:

– "Chúng nó" không đáng xách dép cho các anh. Bà cụ chủ vườn trà dúi rượu trắng cho các bác tù binh uống và nói với đứa cháu:

– "Chúng nó" không bằng cái "dái" của các ông ấy!

Một anh con trai đột nhiên chạy từ trong nhà ra ruộng hát lớn một câu trong vở tuồng mà có lẽ anh ta đã nghe từ loa đài thông tin văn hóa:

– Hỡi các nô lệ, hãy vùng lên! Có dao cầm dao, có giáo cầm giáo!

Các bác tù binh trố mắt nhìn anh con trai, trong khi mấy người cán bộ thì nạt anh ta:

– Mày nói năng "bố lếu bố láo" gì đó!

Anh con trai cũng không vừa:

– Tôi hát tuồng kêu gọi nhân dân vùng lên chống phong kiến đế quốc.

Chủ nhiệm hợp tác xã cũng phải can thiệp:

– Về nhà mà hát. Chỉ nói năng tầm bậy không đúng chỗ.

Nhìn người con gái ngồi trên bờ và anh con trai chạy trên ruộng mạ, người tù binh thiếu tá chợt nghĩ tới cô phó tiến sĩ chăn trâu và đứa trẻ chửi tù trước cổng trại. Rồi ông lại chợt nhớ tới các con của ông ở Miền Nam, không rõ bây giờ những cu tý nhà ông sống ra sao trong một xã hội như thế này. Ông mong muốn rằng vợ ông ở nhà bằng mọi giá phải tìm đường đưa đàn con vượt biên đi tìm xứ khác mà ở. Cô giáo có thửa ruộng được cấp vì nghiệp vụ ở gần ruộng mạ cô gánh một gánh phân trâu nặng đến cong đòn gánh ra đổ xuống ruộng của mình, các tù binh Miền Nam nhìn gánh phân của cô ai cũng lắc đầu sợ hãi, hỏi thì cô giáo nói:

– Phải gánh tối đa vì xã tính theo gánh, người nào yếu gánh ít thiệt ráng chịu. Em gánh thế đâu đã bằng ai nhưng nhìn các anh gánh mấy bó mạ em coi như... đồ đeo tai.

Trong khi cô giáo nhổ mạ với tù thì một học trò nhỏ của cô

ngồi hàng giờ ở chỗ bếp nấu nước. Ngày nào nó cũng ra ngồi chơi với tù. Một lần đứa trẻ dúi cho người nấu nước gói trà búp "hai tôm một tép" rồi ù té chạy khiến bác tù già cũng chẳng hiểu đầu đuôi ra sao. Mãi hôm sau một người đàn ông lớn tuổi vác cày đi ngang dừng lại hút điếu thuốc lào mới biết là của ông ta sai con mang cho. Ông vác cày nói:

– Trước 54 tôi có cửa hàng ở Hà Nội, sau đợt cải tạo tư bản tư doanh, cả gia đình tôi bị đưa lên ấp Con Khe này định cư cho đến bây giờ. Mấy chục năm nay cứ ngóng cổ chờ các ông trong Nam ra giải phóng cho về lại nhà cũ ở Hà Nội, nào ngờ lại gặp các ông ở đây!

Ngưng nói để rít ống điếu cầy, thở khói say mê, xong ông tiếp:

– Nhưng cũng không sao, tôi đã tìm cách đưa được đứa con gái về làm công nhân và cư trú ở Hà Nội rồi. Còn tôi thì đành gửi nắm xương tàn ở khe núi này thôi.

Các tù binh sĩ quan nghe chuyện muốn phát khóc. Mỗi người uống một hớp trà đặc quậu của ông cựu tư doanh Hà Nội mời mà lòng quặn đau. Có người tù binh đấm ngực:

– Chúng ta là những kẻ có tội!

Xóm Con Khe nằm lọt thỏm giữa những dãy núi cao. Năm 1954 những người cộng sản chiếm được miền Bắc, họ tràn vào Hà Nội và những thành phố. Những kẻ thắng trận lần lượt chiếm những căn nhà của dân thành thị, xua đuổi những người mà họ gọi là tư sản lên miền thượng du rừng núi hoang dã. Xóm Con Khe thành hình do những đoàn người bị cướp nhà từ thủ đô Hà Nội di dân lên gọi là xây dựng "khu kinh tế mới". Những nhà buôn, những công chức, những binh lính và những người làm các nghề sản xuất ở thành thị lên đây biến thành những "công nhân nông nghiệp". "Chém tre đẵn gỗ trên ngàn" làm nên những căn nhà ven các sườn núi cho gia đình cư ngụ, "cải tạo" giải đất hẹp giữa khe núi thành ruộng nông nghiệp mà sinh sống. Trải qua mấy chục năm bị giam mình ở những miền đất trích này, cưới vợ lấy chồng sinh con đẻ cái, họ đã trở thành những nông dân và đã biến những khe núi này thành những xóm làng. Nhưng cộng sản không biết được rằng những kẻ bị bắt buộc đi đày đó vẫn còn nuôi trong đầu những tình cảm hoài hương. Và có những người, cách này hay cách khác, đã tìm được lối về quê cũ, cho dù nơi quê cũ đó đã không còn như xưa, đã biến hình đổi dạng. Một bác canh điền, tổ trưởng tổ cày, vốn gốc giáo chức Hà Nội, đi ngang qua bếp lửa của đội tù, dừng lại "phê" bi thuốc lào Tiên Lãng, phả khói say mê rồi kể chuyện di dân, kể chuyện làm kinh tế mới, kể chuyện chuyến về thăm lại thành phố cũ, bèn ngẫu hứng ngâm bài thơ "Hà Thành Hoài Cổ" của Bà Huyện Thanh Quan như sau:

"Tạo hóa gây chi cuộc hí trường,
Đến nay thấm thoát mấy tinh sương.
Lối xưa xe ngựa hồn thu thảo,
Nền cũ lâu đài bóng tịch dương,
Đá vẫn trơ gan cùng tuế nguyệt,
Nước còn cau mặt với tang thương.
Ngàn năm gương cũ soi kim cổ,
Cảnh đấy người đây luống đoạn trường"

Xong, bác hỏi các sĩ quan tù binh như đùa như thật:

– Có anh nào đành chấp nhận bỏ xứ và "xin nhận nơi này làm quê hương" không? Có không, nếu có tôi gả đứa con gái tôi cho mà lập gia đình định cư ở đây!

Một tù binh hỏi lại:

– Thế có lúc nào bác giáo muốn rời bỏ miền đất trích này để về lại chốn kinh kỳ không?

Ông giáo chẳng trả lời mà lặng lẽ bỏ đi không từ giã, nhưng ông để lại gói thuốc lào Tiên Lãng làm quà. Buổi chiều trên đường về ngang qua trại cải huấn thiếu nhi ngồi nghỉ chân chờ cán bộ vào gặp bạn bè công an, tình cờ các tù binh nghe chuyện một thiếu nhi cháu ngoan bác Hồ đang bị giam giữ cải tạo tại đây. Cháu ngoan này nguyên là dũng sĩ diệt Mỹ ở thành đồng đất thép Củ Chi được tuyển chọn ra học ở trường thủ đô Hà Nội, nhưng cháu ngoan lại phạm tội hiếp dâm rồi trấn nước chết một cháu gái ngoan bác Hồ khác cùng nội trú. Vì cháu còn trẻ con và cũng vì cháu có thành tích dũng sĩ diệt Mỹ trước kia nên cháu chỉ bị đưa lên rừng này học cải tạo với đàn trẻ phạm pháp gần một ngàn đứa. Khi cháu lên 18 tuổi sẽ được chuyển sang trại cải tạo người lớn tiếp tục học tập cho đủ 20 năm. Dũng sĩ đang đào đất đắp đường cùng với các trẻ khác dưới sự quản thúc của các thầy các cô cầm roi đứng canh. Các thầy các cô giáo cũng là công an áo vàng như bên trại giam tù hình sự vì cùng trong hệ thống trừng phạt của bộ nội vụ. Bầy trẻ cởi trần gầy gò trơ xương, những con mắt sâu hóm giữa những gò má gồ cao, đầu cạo trọc lốc, mặt mũi lem luốc thê thảm. Nghe nói đoàn tù ngồi nghỉ chân là các tù binh sĩ quan Việt Nam Cộng Hoà, dũng sĩ xin phép thầy cô đi uống nước rồi sán tới chỗ các đồng cảnh cao niên nhận họ:

– Có chú nào trước kia ở sư đoàn 25 bộ binh không?

– Có, tao.

Dũng sĩ mừng ra mặt:

– Thế chú đóng ở Hậu Nghĩa hay Củ Chi? Có thể chú cháu mình biết nhau. Dạo ấy cháu hay lân la chơi với các chú đóng đồn ở quận, vui lắm.

– Do đâu mày biến thành dũng sĩ diệt Mỹ?

– Có gì đâu, một hôm cháu giật bóp nhân tiện giật luôn khẩu súng của một thằng lính Mỹ ở trong căn cứ Đồng Dù say rượu tại một quán bar. Cháu chạy về xóm núp còn thằng Mỹ ngã lăn kềnh, hình như MP tuần tiễu có bắn súng đùng đùng. Các anh giải phóng nghe tin bèn đến lấy khẩu súng và cả cái bóp tiền nữa, rồi đưa cháu vào mật khu phong cho cháu làm dũng sĩ và là cháu ngoan bác Hồ.

– Rồi mày được thưởng cái gì?

– Cháu được cấp cái giấy khen treo ở nhà.

Cháu ngoan chép miệng:

– Nhưng cái bóp tiền thì bị thu luôn. Chú nào có thuốc lào cho cháu xin một bi, thèm quá!

Công an thăm nhau và trà lá đã xong hô đoàn tù gánh mạ đứng lên đi tiếp về trại. Chưa có chú sĩ quan nào kịp cấu cho cháu ngoan bác Hồ bi thuốc lào, thằng bé đứng nhìn các chú bỏ đi, chửi với theo bằng ngôn ngữ miệt ngoài:

– Đ. m. thế mà cũng đòi đi tù!

Khi toán tù binh về tới trại thì nghe tin ông chánh án đã chết trong hầm kiên giam. Và Cu Tý đã khóc hu hu trong ấy! Mấy ngày sau người tù Cu Tý cũng được thả ra khỏi kiên giam. Và lại có tin cu cậu được gia đình từ trong Nam ra thăm nuôi. Các sĩ quan tù binh thấy vậy bèn bảo nó:

– Ở đời người ta thường nói hoạ vô đơn chí, nhưng trong trường hợp này thì anh ta khác hẳn, qua cơn hoạn nạn là gặp hên, phen này ra "nhà thăm gặp" tha hồ mà nhõng nhẽo với mẹ.

Có bác tù còn chọc ghẹo nó:

– Này, hỏi thiệt nhé, hôm đi nhổ mạ anh có thật là chỉ bóp vú hay còn làm gì khác nữa không?

Cu Tý dãy nảy:

– Làm gì có, cháu chỉ mới sờ soạng.

– Thiệt không đấy? Thí dụ như có "tí ti" con nhỏ trong bụi rậm không, coi chừng nó mà có bầu là anh phải ở lại ngoài này làm chồng nó và làm dân ấp Con Khe đấy. Như thế là hoàn toàn thắng lợi, "hoạ vô đơn chí" ở chỗ nào.

Có bác còn đùa:

– Bị vào nhà kỷ luật mấy ngày nhưng mà anh ta lời chán. Ở tù dễ gì có ai được "trúng mánh" như thế.

Nhưng khi từ nhà thăm nuôi về, Cu Tý buồn so, nó than thở:

– Đúng là họa vô đơn chí!

– Sao vậy? Có gì xảy ra?

Mãi sau anh ta mới kể lại cho các tù binh nghe chuyện buồn của nó. Khi ra gặp mẹ, Cu Tý bị cán bộ cảnh cáo nó với gia đình về tội vi phạm kỷ luật cải tạo, có những hành vi dâm ô với phụ nữ. Cán bộ nói đáng lẽ nó bị cắt thăm gặp nhưng vì có... chồng của mẹ nó là cán bộ cách mạng đi theo nên trại chiếu cố khoan hồng nhân đạo cho nó gặp gia đình mười lăm phút! Gia đình sẽ cùng với nhà nước hợp tác giáo dục nó tiến bộ. Người tù chính trị trẻ tuổi nghe đến đó thì nước mắt trào ra. Nó đòi trở vào trại không gặp gia đình nữa. Mẹ nó cũng khóc. Bà thì thầm với nó, phân bua với nó, rằng bố nó đã mất tích trong cơn biến loạn, bà đã đi lùng sục tìm kiếm khắp nơi, hỏi thăm khắp các người cùng đơn vị với bố nó, có người còn quả quyết là chính mắt họ đã trông thấy ông ta chết chìm dưới biển trong khi di chuyển từ Phan Rang vào Vũng Tàu! Vì thế cho nên bà đã đành nhận lời làm vợ người cán bộ giải phóng theo đuổi tán tỉnh bà để bà có một nơi nương tựa trong xã hội mới!

Trong lúc bà mẹ thì thầm dỗ dành đứa con trai tù tội, thì người cán bộ chồng mới của bà ngồi hút thuốc rê, uống trà, và tán chuyện vãn với anh công an coi thăm nuôi. Thỉnh thoảng họ lại liếc mắt nhìn hai mẹ con gia đình binh sĩ quân đội Cộng Hoà cũ! Hết mười lăm phút thăm gặp, người con đứng dậy đưa tay quệt ngang mắt, nói với mẹ:

– Mẹ về Nam bình an. Từ nay mẹ đừng ra thăm con nữa.

Bà mẹ mếu máo:

– Tại sao? Con?

Người thanh niên nghiến răng, lát sau anh buông thõng:

– Con nói như vậy, mẹ nghe rõ không? Mẹ có đến thăm, con cũng không ra gặp mẹ đâu!

Nói rồi anh ta cúi đầu lầm lũi đi về phía cổng trại giam. Mặc cho người mẹ than khóc, mặc cho người công an bảo anh ta nhận quà của "bố mẹ", người thanh niên như không nghe, không thấy gì, anh bước những bước chân chập chờn trong một cái màn sương làm bằng nước mắt!

TRONG HẺM

Tôi không thể ngờ rằng ở nước Mỹ lại có một con đường hẻm như con đường hẻm gia đình tôi đang cư ngụ. Chúng tôi là một gia đình tị nạn cộng sản vì mất nước và bị tù đày nên phải lưu vong sang đây. Trên danh nghĩa là di cư đoàn tụ nhưng lại chính thức khởi đầu của một thời ly tán. Tôi và anh con trai út còn độc thân dọn đến cái xóm Mỹ lạ lùng này, ở trong một phòng thuê lại của một gia đình đồng hương nghèo tốt bụng. Nếu không tình cờ gặp người đồng hương cắt cỏ thì chúng tôi đã không biết tới cái xóm nhỏ này và đã không trở thành cư dân ở đây. Gia đình tôi xuất cảnh sang Mỹ vì tôi là sĩ quan QLVNCH bị cầm tù trong các nhà giam của cộng sản sau khi chế độ cộng hòa bị bàn giao cho chế độ cộng sản. Đáng lẽ tôi thuộc diện tị nạn chính trị có trợ cấp và bảo hiểm y tế, nhưng sau khi phỏng vấn, chính phủ Mỹ đã "hạch toán kinh tế" rất thực dụng, "bàn giao" tôi cho con gái và con rể tôi là những người đã bảo lãnh. Và tôi trở thành diện đoàn tụ trong tinh thần nhân đạo. Bao nhiêu phí tổn di chuyển từ Việt Nam qua và tái định cư tại Mỹ trong tinh thần nhân đạo ấy cho gia đình tôi, đều do con gái và con rể tôi đài thọ. Trong chiến tranh Việt Nam, để chống lại làn sóng bành trướng của cộng sản chỉ có các quân nhân QLVNCH chiến đấu và hình như đồng minh Mỹ tham dự, con gái và con rể tôi hồi đó còn bé tí, bây giờ, họ chịu trách nhiệm cho các lệnh hành quân ấy vì chúng tôi là những tù binh vô thừa nhận. Có người nói rằng hậu quả di hại của cuộc chiến là lâu dài, có lẽ, ít ra, cũng đúng trong những trường hợp như thế này. Hồi tôi nằm trong trại tù cộng sản, ở nhà vợ tôi đã tìm cách cho đàn con vượt biên, nhưng thất bại thì nhiều, chỉ may mắn có được một người con gái lớn đi thoát trong một chuyến cùng với một gia đình bà con trong họ. Con gái tôi nay đã có gia đình ba đứa con, vợ chồng nó đều có việc làm. Chúng đang hòa hợp với nhau để xây dựng một mái ấm gia đình với những đứa con đầy triển vọng. Khi đón bố mẹ và thằng em út sang để ở tạm trong nhà, tôi thấy đó đã là một sự hy sinh lớn của vợ chồng nó. Rồi thì phải giúp cho bố mẹ làm thủ tục giấy tờ, giúp cho đứa em trai đi học và đi làm giờ, giúp cho cả nhà làm quen với xã hội Mỹ... rồi thỉnh thoảng còn phải gửi về Việt Nam chút ít tiền giúp bốn đứa em còn ở lại vì chúng đã có gia đình và trên hai mươi tuổi. Bà vợ già của tôi coi sóc mấy đứa cháu ngoại cũng được vợ chồng nó trả cho mỗi tháng mấy trăm. Có lần đứa cháu ngoại ba tuổi ngô ngọng nói:

– Ngoại ơi, tháng này Mom đã trả lương cho ngoại chưa?

Nghe con trẻ ngây thơ hỏi, ngoại suýt bật khóc. Hồi còn ở Việt Nam có lần bà đi thăm ông trong tù cũng dắt theo một đứa cháu nội, lần đầu tiên ông cháu gặp nhau, ông bồng cháu cho ngồi trên đùi mà rung, nói chuyện với bà, thằng cu vểnh tai nghe ông bà nó rù rì bèn thắc mắc:

– Nội ơi, sao ông nội lại gọi bà nội là... em?

Bây giờ vợ chồng già ở đây, con trai con gái đứa thì ở trong nước đứa thì ở ngoài nước, đàn cháu nội cháu ngoại mớ thì ở ngoài nước mớ thì ở trong nước. "Trời có điều chi buồn mà trời mưa mãi thế? Cây cỏ có chi buồn mà cỏ cây đẫm lệ!" Đó là thơ của thi sĩ Hà Thượng Nhân. Vợ có việc giữ trẻ, anh con út có việc nhặt banh ở sân golf, còn tôi đi lượm ve chai. Và cũng vì thế mà gặp được ông đồng hương làm nghề cắt cỏ. Hai kẻ đồng cảnh chuyện trò với nhau mới vỡ lẽ ra hồi trước ông ta là hạ sĩ quan có thời gian đã là thuộc quyền của tôi. Năm 1975 đơn vị tan vỡ, ông không biết chạy đi đâu vì không có ai chỉ huy bỏ chạy, ông nói kinh nghiệm chiến trường của ông cho ông biết là chỉ có chỉ huy khi xung phong tấn công, không có chỉ huy khi tháo chạy. Rồi ông cứ theo đoàn người di tản đến Mỹ lúc nào không hay. Ông đã làm nhiều nghề và nay thì ông đã thành một người Mỹ chính cống. Không muốn thay đổi gì nữa, ông làm chủ một cái xe truck, mướn một hai người Mễ, nhận mối đi cắt cỏ. Ông hạ sĩ quan ngày nào nghe tâm sự và biết hoàn cảnh của ông sĩ quan xếp cũ của mình bèn dẫn về nhà ở và cho đi theo phụ cắt cỏ. Trên, dưới, thời chiến xưa, bây giờ đã có phần thay đổi. Dù muốn dù không thì người thuê mướn và người làm công cũng vẫn có những khoảng cách và những dị biệt. Cho dù tinh thần bình đẳng, tính cách xuề xoà và quyền tự do dân chủ có cao đến mấy đi chăng nữa thì vẫn có lúc giao công việc và lúc phát lương. Lương cũng tạm được, trừ hai trăm tiền phòng hai bố con ở, chi phí ăn uống rồi mỗi tháng còn mấy trăm cũng có đồng ra đồng vô. Hai bố con tôi dọn về ở trong khu xóm này để trả lại cái phòng khách cho anh con rể. Bà ngoại thì vẫn tá túc trong căn phòng đứa cháu mà bà phải trông coi. Cuối tuần thì hoặc là tôi lên thăm cháu ngoại, hoặc là mẹ đi thăm anh con trai út.

■

Xóm nhỏ là một con ngõ cụt, gồm hơn mười căn nhà gỗ đã quá cũ chia thành hai dãy hai bên. Chính giữa là đường xe vô ra. Bên trong cùng ngõ là một bãi cỏ hoang đã bị ngăn cách bởi một hàng rào gỗ. Cư dân trong xóm chỉ có một lối ra ngoài con đường lớn mà ở đầu ngõ hai bên là hai cửa tiệm. Một bán bàn ghế tủ giường và bên kia là tiệm sửa chữa video. Vỏn vẹn chín căn nhà ở hai dãy hai bên nhìn sang nhau. Khu nhà chín căn nhưng chỉ có hai chỗ để xe bỏ trống hoang tàn dột nát.

Cư dân trong xóm thoải mái đậu xe ngay trước cửa nhà, thậm chí có thể đậu xe ngay lên lề cỏ đã không còn cọng nào nguyên thuỷ sống sót. Trên lề trồng cỏ bây giờ là cỏ dại và rác rưởi. Những chiếc xe hơi của các gia chủ trong xóm thì không còn chiếc xe nào lành lặn. Mỗi xe móp méo một kiểu khác nhau và nghe tiếng máy cũng có thể biết xe của căn nhà số mấy. Như đã nói, đường vào trong xóm là ngõ cụt, cho nên vào lối nào thì phải ra lối ấy. Thỉnh thoảng có chiếc xe lạ của ai đó chạy vào tính đi xuyên qua, gặp hàng rào cuối ngõ đành phải lắc đầu ngao ngán lùi ra. Chín gia đình ở trong xóm hình như đều lãnh trợ cấp xã hội. Ngày ngày ăn rồi ở không, hút thuốc, uống rượu, hôn nhau và chửi tục. Trong những gia đình của xóm ngõ cụt có hai gia đình người Á Châu, một làm nghề hàn xì sản xuất những khung giường ghế bàn tủ bằng kim loại ngay tại nhà không cần phép tắc gì cả và xóm giềng cũng không ai phàn nàn kêu ca phản đối. Một nữa là ông chủ của bố con tôi chuyên nghề cắt cỏ mướn, đậu chình ình chiếc xe truck đầy nhóc máy móc bao bị cuốc xẻng cào chổi... trước cửa nhà. Các gia đình còn lại có một gia đình Mỹ da đen. Không thấy sắc dân khác, và hình như sống rất hoà thuận với nhau. Theo ông chủ của tôi thì qua nhiều năm sống ở xóm này ông chưa thấy có chuyện cãi vã hay xích mích xóm giềng. Nhà nào sống theo nhà ấy, không ai can dự vào chuyện của người khác. Nghe ông chủ nói thì tôi thấy hình như nơi xóm nhỏ này là một thế giới tự do. Các nhà đều không đóng cửa vì cũng không có gì đáng để mất. Nhà này có thể mượn của nhà kia những đồ dùng lặt vặt mà không cần hỏi trước. Mọi người sống thoải mái, ít thấy ai đi làm ngoại trừ hai gia đình gốc Á Châu thì làm hùng hục suốt tuần. Cũng ít thấy nấu ăn vì thường ăn đồ ăn làm sẵn ở tiệm ngoài đường cái, ngoại trừ hai gia đình gốc... Á Châu ngày nào cũng nấu xào kho nướng mùi gia vị xông toả khắp đó đây. Trong nhà ngoài ngõ cũng ít quét dọn, thậm chí còn thấy những bao cao su ngừa thai vứt rải rác khắp nơi trong khi các cô gái tuổi vị thành niên nhưng cao lớn to khoẻ của xóm thì đã đều lần lượt mang bầu. Rác rưởi tùm lum thoải mái, nếu có ai siêng thì đem bỏ vào cái thùng rác chung bằng sắt to tướng có bánh xe để trước căn đầu dãy, cứ chiều thứ năm người thuê căn đầu đó và cũng là người quản lý cả xóm sẽ lái chiếc xe móp méo của ông ta đẩy từ từ cái thùng rác có bánh xe lăn ấy ra ngoài đường chính để sáng hôm sau xe rác thành phố sẽ đi ngang lấy đi. Hôm đầu tiên nhìn thấy ông Mỹ trắng dùng xe hơi của mình đẩy thùng rác tôi cho là lạ nhưng sau thì tôi thấy cũng tự nhiên thôi vì ở đây người ta sống theo một lối tiện đâu làm đó. Ông quản lý này chỉ phải trả nửa tiền nhà mỗi tháng, còn một nửa được chủ bớt là để trả công cho ông làm manager cư xá. Ông quản lý ở với ba đứa con đều chưa tới mười bảy tuổi có được trợ cấp của chính phủ. Hai đứa lớn đã bỏ học ở trường trung học nhưng đứa con trai mới vừa xong một khóa của cảnh sát dành cho thiếu nhi phạm pháp và cô con gái mới mười lăm đang mang bầu, bà mẹ vị thành niên này sẽ lại được hưởng trợ cấp con nhỏ như là bà mẹ của cô đã thành niên từ lâu rồi vậy. Đứa con trai thứ ba của ông thì còn theo học ở trường tiểu học gần nhà, nó chạy qua chạy lại hoặc ở nhà bố hoặc sang với mẹ gần đó. Bố mẹ nó đã bỏ nhau, bố nó vẫn ở căn nhà đầu dãy, làm manager và hút thuốc uống rượu. Mẹ nó ở với một thằng bạn lớn tuổi của thằng con lớn, hai người đã lại có một đứa con với nhau. Đứa con trai thứ ba sáng đi học, trưa nhà trường cho ăn, chiều về nếu lục ở nhà bố không có gì nó sẽ chạy sang nhà mẹ, nói "hi" với người bạn trai của mẹ, xong lục tìm thức ăn, nếu mẹ nó và anh bạn trai của bà bận gì đó trong phòng thì nó cứ tuỳ tiện kiếm chác. Nếu hôm nào không kiếm được gì ở cả hai nhà thì nó chạy sang tiệm furniture đầu ngõ, nói "hi" với người chủ cũng gốc Á Châu, rồi cầm cái chổi lông gà đi quét bụi trên các bộ bàn ghế, xong nó vỗ bụng kêu đói, bao giờ nó cũng được ăn hoặc cho mấy đồng. Đứa bé này rất thương mẹ nó, nếu có mấy đồng thì nó chạy một mạch về nhà mẹ, đập cửa rầm rầm, mẹ nó thò đầu ra, nó dúi vào tay mẹ mấy đồng tiền mới kiếm được rồi lại ù té chạy đi. Lát sau cư dân trong xóm sẽ lại thấy mẹ nó ở trần chỉ mang nịt vú và quần xoọc, miệng phì phèo điếu thuốc, đẩy chiếc xe trẻ con đi dạo vòng trong vòng ngoài trong ngõ ngoài đường ngoài đường trong ngõ. Thỉnh thoảng có gặp ông chồng cũ đang hành xử công việc quản lý cư xá thì hai người cũng "hi" nhau lịch sự. Hai vợ chồng người này rất tâm đầu ý hợp với nhau, họ cùng ghiền một thứ thuốc lá, cùng thích uống một loại bia. Hai người bỏ nhau có lẽ vì ông chồng đã quá yếu sức, thỉnh thoảng lại ốm đau, và có lẽ cũng còn vì họ quen thuộc nhàm chán nhau quá sức đến độ bực bội cãi vã gây gỗ cuối cùng phải bỏ nhau. Người tình mới của bà vợ ông quản lý thì gầy gò nhưng rất dẻo dai, có lần anh ta một mình cởi trần dọn hết một đống rác khổng lồ của tiệm furniture dưới trời nắng chang chang mà không nghỉ phút nào. Nhưng anh ta lại rất hiền lành, thường bị bà tình nhân đánh đập chửi bới chớ hề kêu ca. Có lần anh ta bị bà ấy đánh chảy máu trán phải chạy ra đầu ngõ đứng nhìn vào cả buổi chiều không dám về, gần tối người đàn bà sau một giấc ngủ ngày thức dậy, đẩy chiếc xe trẻ con ra đầu ngõ, lau đầu máu cho người yêu, châm thuốc lá gắn vào môi cho người tình, vuốt ve dỗ dành, đu cổ anh ta xuống mà hôn. Còn anh thanh niên thì nước mắt ròng ròng sung sướng! Hầu hết cư dân trong xóm đều sống bằng trợ cấp xã hội của bầy trẻ và rất thiếu thốn vì ai cũng hút thuốc và uống bia. Anh thanh niên có xin việc làm ở mấy cửa tiệm ngoài phố, anh ta rất chăm chỉ, cần tiền để hai người uống bia hút thuốc nhưng anh hay ngủ gục trong giờ làm việc nên tiệm nào mướn một thời gian rồi cũng phải cho anh nghỉ. Có những ngày thèm thuốc quá, bà mẹ phải đi tìm thằng cu thứ ba ở trường học về bảo nó xin lau bàn ghế giường tủ kiếm mấy đồng cho bà mua thuốc hút. Trong lúc thằng cu vừa cầm cái chổi lông gà phẩy phẩy trên các tủ giường vừa tán tỉnh uncle chủ tiệm cho xin tiền mặt thì mẹ nó đã đứng chờ ở ngoài cửa. Đứa con mới đẻ của bà nằm ngủ trên chiếc xe đẩy có lúc bú mớ, có lúc cười mớ! Nhưng thằng con trai lớn thì có lần lại đấm mẹ nó sưng mặt rồi chạy vào núp trong kho hàng furniture. Hỏi ra vì nó đã bị mẹ mắng về tội ngu không biết cách ngừa thai cho đứa bạn gái của nó cũng trong xóm ấy. Thế là người đàn bà mang nịt vú mặc quần xọoc, hút thuốc lá, uống bia, đẩy xe con nít và có chồng trẻ ấy sắp có cả cháu nội lẫn cháu ngoại. Ông chồng quản lý cư xá của bà thì không có ý kiến gì về tất cả các vấn đề đó. Vì ông đang lên cơn đau bao tử và vừa mới bị người chủ hàn xì sản xuất đồ kim loại trong cư xá của ông đuổi việc. Việc làm thì ông không lo vì chỉ vài ngày sau sang xin làm là người Mỹ gốc Á Châu này lại cho làm thôi. Đã làm, đã bị đuổi, rồi làm lại, cả mấy chục lần rồi có sao đâu. Chỉ có cái bệnh đau bao tử là khó trị và nó đã làm khổ ông nhiều rồi, sức khoẻ suy yếu, ông mất vợ cũng vì nó. Bố con tôi đến ở trong căn nhà của ông đồng hương tốt bụng mà chẳng cần đăng ký ở phường khóm và cũng chẳng cần phải trình diện ông quản lý cư xá như luật lệ ở quê nhà Việt Nam. Ở đây ai đến ai đi, mặc. Không người nào thắc mắc người nào. Sự có mặt của người khác ở chỗ này chỗ nọ không phải là điều đáng quan tâm. Không có chế độ xuất nhập hộ khẩu vì không có công an phường. Những ngày đầu tôi còn ngỡ ngàng khi nhìn thấy trai gái ôm hôn nhau giữa ngõ, trước cửa nhà mình, nhưng rồi sau cả đến những cảnh họ làm tình trong phòng ngỏ cửa khua động rung rinh nhà vách cũng là những chuyện riêng tư, tự nhiên không đáng để ý. Điều đặc biệt nhất của xóm nhỏ này là nhà nào cũng thiếu tiền thuê vài ba tháng, ngoại trừ hai gia đình gốc Á Châu luôn trả đúng ngày không thiếu một đồng. Tôi có hỏi ông hạ sĩ quan chủ của mình thì được trả lời cho biết:

– Vì tiền nhà ở đây rẻ nhất thành phố, và nếp sống "tự do dân chủ" ở đây đứng đầu nước Mỹ.

Ông chủ kể tiếp:

– Riêng tôi sau hai mươi năm đã ở nhiều nhà nhiều tiểu bang nhiều nơi rồi. Khổ lắm, những khu nhà đắt giá trông thì đẹp, mát mắt thật, nhưng phải tuân giữ đủ thứ qui định, từ cây cỏ cho đến chó mèo, từ màu sắc cho đến kiểu cọ... đều phải theo qui định. Nhà nào cũng ở trong nhà đóng kín cửa, ít khi gặp nhau, thảng nếu sáng ra hoặc chiều về lỡ có trông thấy nhau thì "hi" một cái là xong rồi rút vào nhà mất dạng. Giữ gìn cho kỹ đến khi mất việc là trả nhà cho nhà bank. Còn ở đây ấy à, nhà đã là nhà bị bank tịch thu xiết nợ và bank là chủ nhà rồi cảnh sát cũng không muốn tới, bao nhiêu kỳ bỏ phiếu tôi không thấy ai "đi bầu là thương nòi giống" cả. Cư dân ở đây không biết ông tổng thống là ai. Tôi... chọn nơi này làm quê hương nên chịu khó đóng tiền nhà sòng phẳng để giữ chỗ, những gia đình Mỹ nghèo khó nhưng họ chỉ thiếu đến lúc sắp bị đuổi thì họ cũng trả thôi. Chủ và người thuê đều biết nhau quá rồi. Đồ dùng tiện nghi trong nhà đều cũ kỹ hư hỏng, rỉ xét, nhưng cũng không ai đòi hỏi phải sửa chữa hay thay thế. Nhà chỉ cần không dột, có nước, có điện, khỏi cần sơn phết lại miễn đừng tăng giá. Những căn nhà này có lẽ chỉ cần giữ nguyên như thế cho đến khi nó sụp đổ không ở được nữa!

Anh con út tôi vừa đi học vừa đi làm giờ ở một sân chơi golf. Tôi chỉ còn có nó là niềm hy vọng của dòng dõi. Không nói ra nhưng trong lòng tôi lúc nào cũng chỉ có một mong muốn người con út này sẽ thành đạt thật cao trên đường học vấn để an ủi cho sự thất bại và sa cơ của tôi. Phải nói rằng đó là niềm hy vọng cuối cùng của một kẻ thất trận lưu vong. Hằng ngày mỗi sáng tôi theo xe người chủ đi cắt cỏ đến chiều tối mới về. Vì có tôi nên ông chủ đã cho nghỉ bớt một người Mễ và tôi trở thành người thợ phụ cho người Mễ còn lại. Chỉ sau một hai ngày là tôi quen được với những công việc làm như chạy máy cắt cỏ, sử dụng máy tỉa mép mà chúng tôi gọi là máy cạo râu, máy thổi... Ông hạ sĩ quan nói với ông sĩ quan:

– Chỉ một thời gian là... "đại bàng" sẽ biết nghề và sẽ có thể ra mở cho mình một "hãng" cắt cỏ riêng, lúc đó thẩm quyền lại mướn Mễ, lại tha hồ mà bóc lột...

Xin licence cũng dễ thôi chỉ có kiếm mối mới phải đi tìm và cạnh tranh. Những ngày đầu chạy theo ông chủ từ sáng đến chiều tôi rất mệt vì mất một giấc ngủ trưa. Công việc cắt cỏ phải đi theo một lịch trình người chủ đã tính toán và sắp xếp theo giờ giấc thứ tự của từng nhà. Buổi trưa nghỉ một giờ để ăn tại một bóng mát nào đó và tôi đã ngủ gật khi ngồi dựa gốc cây. Sau rồi cũng quen không chợp mắt buổi trưa nữa. Người hạ sĩ quan lại cười nói:

– Thế là "đại bàng" sắp quen với lối làm việc Mỹ rồi đó. Rồi đại bàng cũng sẽ trở thành Mỹ thôi. Cũng may là nghề cắt cỏ được nghỉ thứ bảy chủ nhật vì khách hàng không muốn anh đến nhà người ta làm ồn ào những ngày người ta nghỉ ở nhà. Và ông chủ này cũng chỉ muốn làm đủ ăn, không chạy vạy kiếm thêm việc cho nên hai ngày cuối tuần chúng tôi được ở nhà. Tôi bắc ghế ngồi trước cửa nhìn xuôi nhìn ngược cuối ngõ đầu ngõ xem hàng xóm "hi" nhau, hôn nhau, nướng thịt trước cửa nhà ăn uống bên cạnh cái máy nhạc để âm thanh thật lớn những điệu rock. Thỉnh thoảng ông Mỹ da đen ở căn giữa còn nhún nhảy khiêu vũ một mình hoặc với con chó con cưng của ông trên tay. Thấy tôi dậy sớm bắc ghế ngồi nhìn thiên hạ suốt sáng đến chiều, ông hạ sĩ quan lại nói:

– Cuối tuần "đại bàng" thức làm gì sớm, ngày nghỉ Mỹ họ ngủ nướng đại bàng cũng nên tập theo họ cho quen, xung quanh họ làm gì kệ họ, mình cứ "kềnh" cho khỏe.

Quả thật cái gì tôi cũng phải tập cho quen thôi. Tập thức sớm, tập dậy trễ. Tập siêng năng, tập lười biếng. Tập khôn ngoan, tập khờ khạo. Tập tự do, tập độc đoán. Tập đôn hậu vồn vã, tập tàn nhẫn lạnh lùng. Tập khoan dung, tập bất nhân. Tập hiền, tập ác. Tập lo âu, tập thây kệ... Phải tập tành tất. Tập đồng minh, tập phản bội. Tập can thiệp, tập tháo chạy...

■

Toán mười hai người gồm mười một hạ sĩ quan và tôi là sĩ quan trưởng toán. Chúng tôi bị cô lập trong trại binh để tập tành tất cả những thao tác cần thiết theo một kế hoạch hành quân nhảy toán. Mục tiêu ở khu rừng núi chiến khu D, nhiệm vụ bắt sống hoặc tiêu diệt thành phần ban chỉ huy Cục R. Đêm hôm nhảy toán tôi được đưa lên bộ tổng tham mưu gặp tướng tham mưu trưởng, ông ta bắt tay tôi niềm nở, vỗ vai thân ái. Hồi đó tôi là sĩ quan trẻ cho nên "tép riu" rất lấy làm khoái chí trước cử chỉ ấy để sẵn sàng nhảy vào tử địa. Ông kéo tôi tới trước một tấm bản đồ, thì cũng vẫn là thứ bản đồ 1/100.000 như ở đơn vị tôi đã nghiên cứu, nhưng ở đây tôi thấy nó oai và quan trọng vì nó ở bộ tổng tham mưu và nó của ông tướng. Ông tướng chỉ cho tôi cái MT đã được khoanh đỏ mà tôi đã thuộc nằm lòng ở đơn vị. Ông nói:

– Anh chỉ huy toán nhảy xuống đây, bắt hết tụi nó nếu được hoặc bắn bỏ rồi chụp hình và lấy dấu tay. Lệnh hành quân chi tiết thì anh đã được biết ở đơn vị rồi. Gọi anh lên đây để chúc anh thành công và nói cho anh biết rằng các anh sắp làm một nhiệm vụ vô cùng quan trọng mà cả quân đội giao phó cho. Anh hãy cố hết sức hoàn thành sứ mệnh... lịch sử.

Tôi còn nhớ là tôi đã đứng nghiêm giơ tay chào ông tướng nhận lệnh và lòng tôi lâng lâng cho đến khi ra xe về đơn vị. Ông tướng này về sau lên tới đại tướng, có lúc ông còn làm thủ tướng, có lúc ông để râu rồi cũng có lúc ông lại cạo râu. Còn tôi ngay sau đó dẫn toán lên máy bay Dakota cất cánh. Nhìn xuống thành phố Sài Gòn ban đêm đèn sáng như sao sa, tự nhiên tôi mủi lòng, viên phi công bay một vòng trên thành phố và nói cho tôi hay:

– Để ông nhìn Sài Gòn lần cuối! Giã từ đi!

Tôi càng mủi lòng hơn, tôi rưng rưng như muốn ứa lệ. Tôi là con út và mồ côi cha, mẹ thì ở bên kia bờ vĩ tuyến, tôi có ai không ở dưới kia để giã từ nhỉ? Giã từ hay vĩnh biệt? Một tiểu đội nhảy vào lòng địch ở giữa một vùng rừng núi hoang dã không có một con đường di chuyển? Tôi đã lâng lâng khi nhận lệnh và bây giờ trên cao sắp đến lúc nhảy xuống tôi mới thấy là mình liều mạng, và tôi chột dạ sợ hãi. Giá có một mối tình dang dở nào đó để mà tập bi lụy lãng mạn, để ngậm ngùi giã từ. Đằng này không, lòng tôi trống không, không một chút khổ đau nào để hờn giận, không có một ai ở dưới kia để thương để nhớ và để giã từ. Toán chúng tôi đã nhảy xuống vùng mục tiêu trước trời sáng đào lỗ chôn dù, mở máy bắt liên lạc với nhau, chuẩn bị súng đạn tác chiến rồi chờ. Trong lúc ngồi dựa gốc cây chờ sáng ấy tôi nhớ tới ông quản giáo dạy bổn ở họ đạo quê nhà hồi nhỏ. Ông quản có cái roi mây bóng lưỡng lúc nào cũng cầm ve vẩy trên tay quơ đi quơ lại trên đầu lũ trẻ lau nhau lúc nhúc trên mấy cái chiếu. Ông quản đọc trước, lũ trẻ chúng tôi nhắc lại, cứ thế mà nhai đi nhai lại miết rồi cũng thuộc nằm lòng. Cả họ đạo nối tiếp đời này qua đời khác nhai đi nhai lại rồi nằm lòng. Cả ông quản lúc còn bé cũng bị một ông quản khác nào đó đọc trước rồi bắt nhắc đi, nhắc lại, có lẽ cũng không thiếu chiếc roi mây quơ quơ trên đầu, rồi thuộc nằm lòng. "Hỏi: Đức Chúa Lời có mấy ngôi? Thưa: Đức Chúa Lời có ba ngôi, ngôi nhất là Cha, ngôi hai là Con, ngôi ba là Thánh Thần. Hỏi: Trong ba ngôi ấy có ngôi nào trọng..." Tôi lâng lâng nhìn lên cái nhà táng và những cây đòn đám ma khắc hình đầu rồng sơn đen vàng gác ở xà nhà phía trên thì chiếc roi mây quất trên đầu tôi cái véo. Tôi giật thót mình, hai tay ôm đầu, nước mắt trào ra, miệng lại gào lên theo cùng với lũ trẻ con: "Hỏi: Đức Chúa Lời có mấy ngôi..." Tôi ngó quanh rồi lén đưa tay làm dấu thánh giá, ở giữa rừng không có ai nhưng tôi vẫn cầu xin Chúa trong sự lén lút. Bao năm qua tôi đã không đi lễ nhà thờ, không xưng tội rước lễ, không cầu kinh, không giữ đạo, nhưng lúc chờ sáng này tôi nhớ tới câu kinh thời thơ ấu và nhớ tới ông quản cùng với chiếc roi mây khủng khiếp trên đầu. Bao năm qua tôi đã bỏ Chúa nhưng lúc đó tôi lại nhớ đến Chúa, tôi cầu xin được bình an trở về. Cho đến lúc trời sáng thì tôi lại quên mất Chúa, tôi đang phải đối phó với hiểm nguy. Lúc cái chết đe doạ tôi nghĩ tới Chúa nhưng khổ thân tôi cũng lúc cái chết đe doạ tôi lại quên Người. Theo lệnh hành quân thì DZ của chúng tôi chỉ cách T mười cây số. Trời sáng chúng tôi sẽ tìm nhau tập họp để tiến quân. Khi nhảy dù phi cơ bay theo trục Đông Tây vì thế trời sáng người nhảy đầu, hai, ba, bốn và năm sẽ đi về hướng tây; người nhảy chót, mười một, mười, chín, tám, bảy sẽ đi về hướng đông. Người thứ sáu ở giữa là tôi tiểu đội trưởng ở tại chỗ quan sát về hai hướng đông tây để chuẩn bị tiếp nhận tất cả toán. Thành công đầu tiên là chỉ nửa ngày chúng tôi đã gặp nhau đầy đủ mười hai người, không có thương vong, chỉ xây xát chút đỉnh một vài người vì dù máng trên cây cao phải cắt dây dù nối lại mà tụt xuống đất. Không may là máy truyền tin lớn để liên lạc với bộ chỉ huy đã bị bể khi đáp đụng cành cây dù cụp lại rồi thì máy mới rớt xuống đá bể nát. Người hạ sĩ quan phụ trách truyền tin bị tôi chửi thề "đụ má đéo bà", rất tục tĩu. Anh ta không phản ứng gì và tôi chỉ thấy mình vô lý bất công thô tục khi nhìn anh ta lặng thinh lẽo đẽo theo toán. Nhưng cho đến khi trở về được tới hậu cứ và luôn cho đến bây giờ tôi cũng vẫn chưa nói được cái tiếng rất dễ dàng ngắn ngủi là "xin lỗi". Riêng cuộc đột kích thì chớp nhoáng thôi, ngày hôm sau chúng tôi tìm thấy mục tiêu gồm ba căn nhà lá sát nhau nằm dưới một khe núi. Qua ống nhòm quan sát tôi thấy trong đó có bảy người đàn ông và một đàn bà. Tôi bèn hội ý các biệt kích để lấy quyết định. Có ý kiến "thịt" hết cho rảnh tay rồi rút chạy về hướng quốc lộ số 1 cách hơn ba mươi cây số, nơi đó sẽ có một lữ đoàn nhảy xuống khoanh vùng làm bãi tiếp cứu. Quyết định có tính cách dân chủ một cách nhát gan này là mười một thuận, một không ý kiến, và như thế là đa số thắng được thực hiện ngay. Tôi lập đội hình rồi tiểu đội xung phong vào và trong chớp nhoáng với những vũ khí tối tân gọn nhẹ của biệt kích tất cả tám người trong mục tiêu đều ngã gục không kịp phản ứng vì có lẽ họ cũng không thể ngờ căn cứ trong rừng sâu bất khả xâm phạm này lại có thể bị tấn công. Chúng tôi chụp hình in dấu tay các tử thi, lấy một số tài liệu giấy tờ, chụp hình quang cảnh doanh trại rồi phóng lửa đốt hết những căn nhà với cả vũ khí đạn dược trang cụ trong đó. Làm xong là tháo chạy, khi súng đã nổ và ngọn lửa đã bốc lên thì chúng tôi phải rút xa ra khỏi vùng này. Nhảy xuống thì dễ nhưng rút ra mới là gay go. Phải mất gần một tuần lễ mới vượt qua được khu rừng rậm, lại còn phải né tránh những toán võ trang của đối phương gặp trên đường di chuyển. Cũng may là tôi còn liên lạc được với sĩ quan đơn vị cử đi tìm chúng tôi bằng máy bay quan sát qua máy truyền tin cầm tay. Chúng tôi nghe được tiếng nhau trên tần số bèn gọi thẳng tên nhau mà nói chuyện. Từ đó do hướng dẫn từ trên máy bay chúng tôi mới bắt tay được đơn vị dù hành quân tiếp cứu. Vị sĩ quan trên máy bay quan sát bay tìm chúng tôi và bắt liên lạc được với tôi qua máy vô tuyến sau này cũng lên tới tướng và ông đã tuẫn tiết ngày chế độ Cộng Hoà bị bàn giao cho cộng sản. Ông là người tự mình giải quyết cho mình. Tôi nhắc đến ông ở đây để muốn nói đến tôi tép riu đã không dám tự xử đành đi vào con đường làm tù binh sống sót xuất cảnh. Và tôi là người đã để kẻ khác giải quyết đời mình thay mình. Toán chúng tôi về đủ nhưng quần áo rách bươm và râu ria xồm xoàm. Lữ đoàn dù mở cuộc hành quân tiếp cứu thì lại tổn thất hơn hai mươi người do tai nạn nhảy xuống rừng rậm. Đem các tài liệu về nộp cho bộ tư lệnh khai thác, tôi không được rõ kết quả ra sao, nhưng mãi sau này đọc báo tôi thấy những nhân vật chủ chốt của Cục R vẫn còn được nhắc tới. Thế thì những tử thi mà chúng tôi đã lấy dấu tay là của ai? Và chẳng hiểu những nắm xương vô định đó có được tìm kiếm? Có điều tôi quên chưa nói là người thứ mười hai không ý kiến về cách đánh chiếm mục tiêu ngày ấy chính là ông hạ sĩ quan truyền tin, người tôi đã chửi thề và cũng là người chủ cắt cỏ mướn mà tôi đang làm công. Và cũng là người cho đến bây giờ tôi vẫn chưa nói được lời xin lỗi.

Người Mỹ đen hàng xóm nhún nhảy với con chó trên tay theo tiếng nhạc xập xình như đã mệt, bèn ngồi uống bia hộp ở bậc cửa và nhìn sang tôi. Ông ta như có vẻ chú ý đến tôi có lẽ vì thấy tôi không giống ai ở đây. Ở đây ai cũng phải nhúc nhích. Không ai ngồi lặng thinh một mình mấy tiếng đồng hồ. Ông ta giơ hộp bia sang phía tôi như có vẻ chào mời. Tôi cũng giơ tay làm vẻ cám ơn. Ông chủ nhà từ trong đi ra hỏi tôi:

– "Đại bàng" thấy trong người sao, có khoẻ không, hay là đi chơi quanh quẩn một vòng cho thoải mái.

Tôi đứng lên vươn vai, cố làm vẻ tự nhiên vì tôi có cảm giác người xung quanh đã thắc mắc về mình, cũng dễ hiểu thôi, ông

Mỹ da màu và cả ông hạ sĩ quan chủ của tôi nữa, họ đâu có ông quản giáo dạy bổn trong quá khứ để hồi tưởng, họ cũng đâu có những ông tướng ám ảnh mình, họ lại chẳng có cảm xúc gì về những bộ hài cốt vô thừa nhận rải rác khắp núi rừng Việt Nam. Tôi giơ tay chào lần nữa người Mỹ hàng xóm. Tôi vừa bước vào nhà vừa nói với ông đồng hương tốt bụng :

– Khoẻ mà, không sao hết, ngày nghỉ là mình để cho tinh thần thư giãn.

Vào trong căn phòng ngủ nhỏ như cái hộp của hai bố con, tôi thả mình xuống, lại nằm giương mắt nhìn lên. Ý nghĩ của tôi bò ra ngoài hẻm:

– Ở đây mà... tụi nó "chốt" ngoài đầu ngõ thì hết đường thoát.

TRONG BẾP

Ông nhà tôi rất dốt tiếng Anh. Học thì không chịu học cho nên sang Mỹ đã mấy năm mà mỗi khi nói chuyện với đứa cháu nội ông cứ ấp a ấp úng khiến con bé cứ phải sửa, bắt ông nội phải nói đi nói lại, nói tới nói lui, mãi cho đến khi nội nói đúng nó mới chịu tha. Ông nội thấy bà cháu tôi líu lo cái thứ tiếng không phải là tiếng quê hương của ông thì quay ra bắt bẻ:

– Bà nội phải tập cho cháu nó nói tiếng Việt cho quen. Suốt ngày ở trường học nó đã phải nói tiếng Anh, về nhà bà cũng lại nói tiếng Anh với nó suốt, con bé sẽ quên hết tiếng mẹ đẻ mất thôi.

Rồi ông cằn nhằn:

– Miết rồi "lai căng" hết, sẽ chẳng còn đứa nào giữ được... truyền thống.

Tôi thì... tiện đâu làm đó, cái gì thuận tiện tôi làm, cái gì dễ dàng tôi làm trước, nói tiếng Anh với con cháu thấy chúng nó hiểu ngay và làm nhanh theo ý mình hơn tiếng Việt thì tôi nói tiếng Anh với chúng nó cho được việc nhà bếp. Cũng như với ông cụ, nói tiếng Việt ông cụ tiếp thu nhanh hơn và dễ hơn thì tôi dùng tiếng Việt với cụ "Bố làm cho em cái này cái nọ à nhe..." Ông cụ chấp hành ngay tức thì không cần mất thời giờ

213

sắp xếp ý tưởng và chữ nghĩa, cũng khỏi chia động từ hoặc uốn cái lưỡi cứng đơ để cất giọng cho duyên dáng điệu nghệ như ông cụ vẫn nghe thấy trên TV, Radio Mỹ... Ông cụ phát ngay ra lời tuyên bố ngọt ngào trong nhấp nháy "Xong ngay. Má yên tâm". Sướng không? Hỏi có sướng không? Có tiện lợi không? Có dễ dàng không? Cũng in như với con trẻ, chúng "Hi Grandma" là dễ dàng, nhanh chóng và tiện lợi lắm.

Mấy mẹ con tôi ở bên Mỹ mấy chục năm qua, học hành và làm việc quần quật bằng tiếng Mỹ, may mà thời gian nghỉ ngơi ở nhà vẫn nói tiếng Việt với nhau cho nên cũng còn nhớ nguồn nhớ gốc nhưng lâu quá rồi cũng phải theo sinh họat chung quanh nói tiếng Anh cho nó nhanh hóa ra thành thói quen. Cũng chỉ vì tiện việc nhà bếp. Nhưng đến thế hệ thứ ba, những đứa cháu nội cháu ngoại của ông thì sự thể lại càng phức tạp hơn nữa. Ở nhà bố, mẹ, ông, bà...có tập cho chúng nói tiếng Việt đấy, nhưng ưu thế của trường học, bạn bè, môi trường sống... đã lôi kéo chúng theo cái dòng chính của xã hội nơi đây. Mới chỉ ba thế hệ nhưng ông bà nói một thứ tiếng, các cháu nội ngoại lại có một ngôn ngữ khác. Giòng giống này đến đây có một khúc quẹo, người già bị bỏ lại nơi ngã ba đường đó, giới trẻ thì chúng phải tiến lên, chúng vẫn phải tiến lên, không có cách nào khác, không thể cưỡng lại dòng chảy.

Ông nhà tôi có phản ứng cũng chỉ là để phản ứng, có trách cứ thì cũng chỉ là để trách cứ, tôi có sức lực nào ngăn cản hay điều khiển nổi dòng chảy. Tôi cũng chỉ bơi theo, nhưng cũng may là tôi bơi mà còn tụt lại níu được ông theo, đồng thời tôi cũng còn vẫy vẫy tay ngoắc đàn con lũ cháu đang hào hứng bơi ở phía trước.

Ông nhà tôi sinh ra lớn lên và trưởng thành suốt một đời được rèn luyện trong nền văn hóa nước Việt, dĩ nhiên nay và bao giờ nữa ông cũng vẫn chỉ yêu nền văn hóa ấy. Nay và bao giờ nữa ông cũng chỉ còn nền văn hóa ấy trong tâm hồn ông. Làm sao ông có thể khác được nữa. Và khác thế nào nữa cơ chứ. Cho nên tôi thông cảm với người. Tôi tụt lại nơi ngã ba đường với ông. Để cho có cùng mồ mả ở một chốn.

Tôi còn làm trung gian hòa giải cho ông và các cháu. Tôi là gạch nối cho hai thế hệ bớt cách biệt nhau. Tôi giúp ông cháu họ hợp quần với nhau được phần nào. Cũng chỉ tại ông dốt. Cũng chỉ tại ông giỏi. Ông giỏi một vài cái gì đó cho nên ông phải dốt một vài cái gì đó khác. Ông thích nghi với nền văn hóa quê hương ông đến độ đông đặc rồi thì cũng khó cho ông phải làm quen với một thứ văn hóa xa lạ khác.

Bà cháu tôi rủ ông đi xem phim, ông lắc đầu từ chối. Ông nói cuốn phim gây ồn ào mấy tháng nay làm cho ông không muốn ngó đến nó. Ông nói, ở đây người ta làm phim xong còn tính được sẽ có bao nhiêu triệu lượt người xem có nghĩa là sẽ bán được bao nhiêu vé, tính được sẽ thu về bao nhiêu tiền có nghĩa là sẽ lời lãi bao nhiêu của cải. Ông nói đi xem tức là đứng sắp hàng cho họ điều khiển. Mà có gì mới lạ đâu. Cũng vẫn là câu chuyện cũ, một cái tàu chở khách du lịch chúi mũi gãy đôi chìm xuống đáy biển, một vụ đắm tàu vĩ đại, một tai nạn vĩ đại, lồng trong đó một mối tình được chế ra rất khéo léo. Thế là khán giả kéo nhau đi xem, có người còn khoe đã đi xem nhiều lần mà vẫn còn muốn đi xem nữa. Quả thật các nhà chế tạo rất tài tình.

Bà cháu dắt nhau đi xem. Khi đã ngồi trong rạp rồi, con bé rút trong xách tay ra những tờ tissue đưa cho bà nội. Bà nội cầm lấy những tờ giấy lau, nhìn con cháu mới 12 tuổi như dò hỏi. Nó dẫn giải cho bà, dĩ nhiên bà cháu nói với nhau bằng tiếng Anh, thứ tiếng mà nếu có ông ở đây ông sẽ gọi là tiếng nước ngoài, còn cháu gái thì nó bảo là tiếng nước nó. Con bé nói với bà nội:

– Không phải là chuyện thật đâu, Bà. Chỉ là chuyện phim bịa mà thôi.

Trong bóng tối của rạp hát, bà lau nước mắt, liếc sang cháu gái thấy nó cũng lấy tissue chấm chấm nơi khoé mắt. Lát sau cả bà lẫn cháu đều nghe như nhau có tiếng khẽ sụt sùi. Cháu đưa thêm giấy cho bà. Về nhà bà khoe với ông con cháu gái còn bé thế mà rất chu đáo, nó biết lo trước cả giấy lau nước mắt cho bà.

Hỏi ra thì ở trường lớp chúng bạn nó đã thường bình luận về cuốn phim rất nhiều rồi. Nghe kể ông nội chỉ biết lắc đầu thở dài. Ông nói với bà:

– Thảo nào trong Đoạn Trường Tân Thanh cụ Nguyễn Du đã tả cô Thuý Kiều chảy nước mắt khóc trước mả Đạm Tiên.

Bà cự:

– Là con người thì cũng phải biết xúc động tình cảm trước những uẩn khúc của cuộc đời chứ.

Ông nội than:

– Đến khổ!

Ông nhà tôi nói thế chứ chính ông cũng đã nhiều lần chảy nước mắt. Do ông kể lại cho tôi biết cũng như do chính tôi thấy tận mắt, bắt quả tang tại trận người đang khóc thương cho cuộc đời. Năm 1975 sau khi đưa mẹ con tôi di tản khỏi Sài Gòn, ông trở về đơn vị quân đội cho đến ngày lệnh trên bảo "bàn giao" thì ông lái xe trở về nhà lấy một ít vật tùy thân tính đường chạy xuống Vùng 4, chẳng ngờ hai con chó con phóng từ trong nhà ra nhảy phóc lên xe ông, chúng kêu áu áu, lăn xả vào chân ông, lăn xả vào lòng ông, ông gỡ chúng ra bỏ xuống vườn thì cả hai con lại nhảy phóc lên xe lần nữa, lại áu áu kêu, lại lăn xả vào ông, như là "đi đâu cho con đi với", như là "chạy đâu cho con chạy với", như là "trốn đâu cho con trốn với", như là "đừng bỏ rơi con"... ông kể "tự nhiên nước mắt ông trào ra ràn rụa". Hình như cho đến lúc đó tất cả bao nhiêu cay đắng xót xa uất ức bị dồn nén suốt những ngày chiến trường tan vỡ, chế độ tự do suy sụp và Miền Nam bị rơi vào tay cộng sản, thì những tiếng kêu than của những con vật thân yêu trong nhà đã làm tràn ra nỗi khổ đau trong ông. Hôm mấy mẹ con tôi lên xe vào phi trường, thằng cu Tửng đã ôm theo hai con chó trong lòng đòi mang theo nhưng bị Bố cản lại bắt phải thả xuống, thằng cu không chịu, ông Bố phải dỗ dành "Chuyến bay này bằng Boeing 747 người ta không cho đem theo chó". Thằng cu vẫn không chịu nhượng bộ, ông Bố lại phải hứa cuội "Bố sẽ mang hai con chó chuyến sau với bố bằng C130 cho con". Vừa đỗ vừa áp lực mới gỡ được hai con vật nhỏ bé khỏi tay đứa con. Hai con cún này của anh Vọng cho, anh nói đó là hai con đẹp nhất đàn chó bảy con mới đẻ. Một con lông trắng muốt có đốm đen ở chân, một con lông vàng ươm thạch sùng bám bụng. Cu Tửng dành phần chơi với hai con chó cũng như anh ta đã từng dành phần chơi với Bố. Trong gia đình cu Tửng nay ốm mai yếu cho nên anh em đều phải nhường nhịn cu ta. Nghe tiếng máy xe Bố về có ai chạy ra trước thì cũng hãy đứng chờ đó để anh ta ra mở cổng, vào trong nhà Bố phải ngồi lên chiếc ghế dựa duỗi chân ra cho cu ta cởi giày vớ cất đi, lấy đôi dép xỏ vào chân bố, lỡ có đứa nào tranh cái phần hầu hạ ấy thì cũng phải trả lại chỗ cũ để cho êm cửa êm nhà. Ông Bố có dịp ngồi cười hưởng thụ, bà mẹ lại có dịp than "đến khổ". Khổ cũng phải chịu, bởi vì nó ốm yếu tội nghiệp nhất nhà. Chó với người quấn quít nhau, anh ta đi học về cất sách vở xong là chơi với chó. Tối đòi cho chó chui vào chăn ngủ chung, bố phải giải quyết bằng cách lấy một cái thùng giấy lót khăn bông đặt dưới giường cu ta làm chỗ cho hai con chó ngủ, giống như giường tầng, người trên chó dưới, nhưng vẫn có những đêm bắt gặp chó với người ngủ chung trong chăn. Anh ta còn có trò chơi đánh răng cho chó, cũng chẳng hiểu nó tập cách nào mà cả hai con chó con đều ngoan ngoãn ngồi ngửa mặt nhe răng cho cu Tửng đánh răng cho. Cả nhà cười ngất. Em gái lớn chê thằng anh bẩn dùng chung bàn chải răng với chó, cu ta nói "Kệ tao nghe mày!" Em gái bé sửa "Anh em không được mày tao. Bố biểu thế." Cu ta vẫn cãi "Em không được cãi anh nghe mày." Có thêm hai con cún mỗi chiều cuộc tiếp đón Bố lại thêm đông vui, Tửng chạy ra cổng reo "Bố về", hai con chó theo sau kêu "áu áu", bà mẹ đứng trong bếp nhìn ra than "Nhức cả đầu". Ấy thế mà phải chia ly.

Sau 17 năm lay lất qua các trại tù binh, trở về Sài Gòn thì căn nhà xưa không còn là của mình và dĩ nhiên hai con chó con au áu thuở đó cũng không còn nữa.

Những ngày chờ có chuyến bay xuất cảnh đoàn tụ với vợ con, ông lang thang phố chợ, mỗi khi ngang qua một tiệm bán thịt chó ông thường nhìn chăm chăm những con cầy thui treo dưới móc sắt như kiếm tìm một dáng quen quen, mặc dù ông biết rằng chúng chẳng thể còn tồn tại trên cõi đời này. Hồi xưa khi tới thăm trường huấn luyện quân khuyển của lục quân Mỹ trên đảo Okinawa, ông có được nghe thuyết trình rằng con chó "thọ" nhất chỉ không đầy mười hai tuổi. Thế mà thời cuộc Miền Nam nhố nhăng đã hơn mười bảy năm, lại thêm cao trào của món ăn thịt cầy được Miền Bắc chiếu cố vào càng thêm phát triển mạnh thì đời sống của loài gia cầm này khó mà trường thọ. Nhìn những quán ăn có tấm bảng hiệu "Đặc Biệt Bún Chó" hoặc "Chuyên Trị Xáo Chó", trong khu nhà cán bộ thuộc Sở Chỉ Huy Quân Khu 7, có những con "chó leo dây" nhe hàm răng trắng ởn sủa đời, ông bâng khuâng nghĩ tới những khẩu hiệu chiến lược thời chiến tranh cộng sản xâm lấn Miền Nam như "Công Kích Kết Hợp Khởi Nghĩa Từng Phần – tiến tới – Tổng Công Kích Kết Hợp Tổng Khởi Nghĩa Toàn Phần", hoặc là "Tiến Công Nổi Dậy – Nổi Dậy Tiến Công", khẩu khí nào cũng rất là vang dội. Cuộc chiến Việt Nam là một cuộc chiến những kẻ lẻo mép thở lợ thủ lợi, anh nào ngây ngô chính nghĩa thì chỉ có bị bán đứng. Nhưng ở cả hai phía, thì tất cả những ai nghiêm chỉnh tuân lệnh đều bị thiệt thời như nhau. Và hình như, bao giờ, ở đâu, cũng đều thế cả.

Năm sau sang Mỹ, thằng Tửng đã thành người lớn tên là Tony, công dân Hiệp Chủng Quốc Hoa Kỳ, bố con bắt tay nhau, hỏi có nhớ hai con chó con ngày xưa đòi bế theo cuộc di tản không, anh ta suy nghĩ hồi lâu rồi đành cười, lắc đầu, nói với Bố " Sorry, con không nhớ ra nó như cái gì!" Ông nhà tôi nói với tôi "Bố thì không quên được những tiếng kêu au áu của hai con chó con và cũng còn nhớ mãi rằng mình đã chảy nước mắt." Tôi nghĩ như thế ông có "khéo dư nước mắt không?"

Chưa hết, một lần vợ chồng già ngồi xem TV, đội banh nữ Mỹ thắng đoạt giải vô địch thế giới, những thiếu nữ khỏe mạnh tươi tắn sung sướng reo hò ôm lấy nhau khóc ròng trên sân cỏ, thì tôi thấy ông chồng già của tôi cũng lén lau nước mắt. Rõ "mít ướt", tôi nghĩ thế nhưng không dám nói ra đành quay đi vờ không thấy. Phải chi có con cháu nội ở nhà lúc đó để nó đưa tissue cho ông nội.

Vẫn chưa hết, lại cũng một lần vợ chồng già ngồi coi TV, xem tường trình Papal thăm nước Mexico, khi tiễn đưa Người ở sân bay, ống kính truyền hình chiếu live những thanh niên thiếu nữ xứ Mễ khóc ròng ròng vẫy khăn từ biệt Papal lên phi cơ, tôi lại bắt gặp ông cụ cũng khóc theo những tín đồ Thiên Chúa Giáo ấy. Không nhớ lúc đó tôi có lẩm bẩm hai tiếng "Đến khổ!" để vỗ về ông nhà tôi không.

Tôi hỏi:

– Thế ở nhà ông làm gì?

– Online, vào Internet đọc "Ken Starr Report".

Tôi cười:

– Ghê nhỉ? Ông thấy thế nào?

– Kinh khủng.

– Như?

– Tả chân đến thế là tận cùng. Các tay viết "dâm thư" chuyên nghiệp từ nay giải nghệ thôi, xin chừa thôi. Ông công tố viết, quốc hội chính thức phổ biến, công khai tất cả. Không còn gì. Không còn gì để mô tả thêm nữa. Không còn gì nữa để *"luân lý giáo khoa thư lớp đồng ấu"*!

– Ai biểu bố đọc làm chi?

– Đọc để hiểu biết về lịch sử nước Mỹ.

– Thế còn ông tổng thống?

– Người đàn ông đó không đi kể chuyện người con gái mà anh ta đã dan díu. Trên đời này ít anh đàn ông nào giữ được cái miệng ưa khoe khoang, tô vẽ, có khi còn bịa đặt thêm vào những tình tiết ly kỳ của những mối tình vụn vặt. Ít ra người tổng thống này cũng đã đáng mặt đàn ông. Có khi người đời rồi ra sẽ phải chế tạo một chủ nghĩa mới mang tên ông ta. Chủ nghĩa của những người "Ai cho thì xài, không khoe khoang để giữ gìn cho kẻ tặng."

– Bố có vẻ bênh kẻ ngoại tình ngậm miệng ăn tiền.

– Bà ấy tha thứ rồi, vẫn bằng lòng làm kẻ đứng bên cạnh cuộc đời. Má dịch sang tiếng Mỹ câu thành ngữ "ngậm miệng ăn tiền" giùm Bố.

– Chịu.

Ông nhà tôi nói:

– Má thấy chưa, Ta có những câu những chữ không nước nào dịch được.

– Nước nào chẳng có những cái mà nước khác không có. Hỏi trên thế gian này có nước nào có ông tổng thống, ông quốc hội, ông toà... như nước Mỹ đang có. Bố thấy chưa?

Ông nhà tôi ngồi thừ ra, lát sau nói:

– Má đừng khủng bố. Bố sợ.

Ghê thật, sau khi bị cộng sản nó giam cầm khủng bố, thoát được sang đây, hễ nói động tới là in như rằng kêu ầm lên "Bố sợ"!

Chiều hôm đó ông nội rủ tôi cùng đi đón con bé ở cổng trường. Trên đường về nhà, một tay ông xách túi học cho cháu, một tay ông ôm ngang lưng tôi dìu đi, hỏi tôi làm thế có "tình tứ" như tây với đầm không. Tôi chỉ con cháu gái đang tung tăng chạy nhảy phía trước bảo coi chừng con Mỹ con nó cười ông nội nó nhà quê bây giờ.

Ông nhà tôi bảo:

– Tội nghiệp con bé. Ông nội bà nội, ông ngoại bà ngoại, rồi bố mẹ nó đều là người Việt, sinh ra nó cũng là người Việt, nhưng ở đây dù ăn mặc đi đứng sinh sống cách nào thì nó vẫn mũi tẹt da vàng không giống người bản xứ, bây giờ có trở về Việt Nam nó lại không biết đọc biết viết chữ quốc ngữ như những người đồng hương xung quanh. Hoá cho nên thế hệ thứ ba đâm ra là những kẻ "non xanh nước biếc song không có lấy một chốn gọi là quê hương"!

Tôi nói ông nhà tôi:

– Lại bị khủng bố nữa rồi.

■

Đã lười không chịu đi học, lại càng lười không chịu đi làm một cách thực tế. Tôi bắt ông cụ phải bỏ cái nghề nhặt ve chai rong chơi và cái nghề cắt cỏ bêu riếu xong thì ở nhà lại xâm nhập vào hệ thống Internet, suốt ngày ngồi trong phòng với cái computer, mò mẫm theo các mạch điện tử khiến các con tôi phải kêu lên "Má coi chừng bố mình lạc đường vào hư vô sẽ mụ người đi". Tôi còn sợ ông ấy bắt kịp sao chổi trên thiên hà. Cuối cùng thì hội đồng gia đình, tôi và các con tôi, giao ông cụ cho anh chàng Tony quản lý. Tony nhận ngay:

– Dễ thôi. Để tôi đưa Bố đi làm giám đốc Công Ty Rửa Xe của tôi.

Từ đó anh ta bắt bố mỗi ngày phải đi theo anh ta đến hãng rửa xe. Từ sáng sớm tinh sương đến tối mịt mới về. Tuần lễ sáu ngày. Tôi thở phào nói với các con tôi:

– Thoát nợ. Má thoát nợ.

Nhưng ông cụ lại có vẻ thích thú, thường hay khoe khoang với các bác các chú trong họ:

– Đầu tắt mặt tối. Ngày mười giờ liên tục. Không nghỉ trưa.

Bị hỏi:

– Làm cái "thống chế" gì mà "đầu tắt mặt tối"?

Bèn trả lời:

– Nó chỉ bắt làm mỗi một việc là "Bố... không được làm cái gì cả!"

Mọi người thở hắt ra:

– Tưởng gì chứ thế thì còn nói "con khỉ" gì nữa.

Bà lão bình luận:

– Chẳng qua các con tôi chúng lãnh "của nợ" thay cho tôi.

Ông nhà tôi hăng hái:

– Tôi đâu có muốn ở không. Tôi là người "yêu lao động", hóa cho nên cứ phải lén chúng nó mà làm, khi nào vắng thằng chủ là tôi nhào vô lau xe với những người thợ Mễ, họ khoái grandpa lắm.

Bà lão lại phải làm cho rõ:

– Đụng đâu hư đó cho nên thằng con nó sợ, nó nói *Bố đi tới đi lui kiểm soát là tốt rồi, Bố là chủ.*

Một bác nói:

– Làm chủ thì không có lương, làm thợ mới được lãnh lương.

Ông nhà tôi phản ứng:

– Tôi đâu có đòi lương. Free.

– Thế chúng nó... cứ trả lương bao nhiêu?

– Thằng chủ nó bảo "Bố phải lấy", tôi bèn ra giá "5 đồng", thằng chủ lại nói "Không được, phải theo đúng luật lao động Mỹ, 5. 75 đồng/giờ là mức lương tối thiểu, nhưng phải làm đúng công việc mình nghĩa là Bố không được làm cái gì cả". Mẹ nó can dự vào: "Ông chỉ đáng 1 đồng/giờ như mấy bác đồng cảnh với ông đi cắt chỉ khoán ở các shop may."

Ông lão thở dài:

– Thấy là "đầu tắt mặt tối chưa"?

Ông nhà tôi tìm ra một tiệm cơm gần sở làm, giá rất rẻ, một tô cơm to go chỉ có 2.59, ông lão khoái lắm, trưa nào cũng sang mua hai tô mang về, bố một tô, con một tô, nhưng anh con trai sang Mỹ từ hồi nhỏ nên ăn đồ Mỹ quen rồi, lâu lâu bắt nó ăn tô cơm với rau xào thì được, nếu ngày nào Bố cũng săn sóc "thằng chủ" ngắc ngư nuốt không vô, nhưng vì thương Bố không dám nói. Bố thì luôn luôn suýt soa:

– Tiết kiệm, tiết kiệm thế này tốt lắm, ở ngoài Bắc đói "rã họng" không có khoai sắn mà ăn.

Ông còn khoe với cô bán cơm:

– Từ hôm tìm ra tiệm ăn này bác mới không bị đói, nhờ cô biết nói tiếng ta, trước có tiền nhưng không nói được tiếng tây nên nhịn đói hoài à. Bác làm nhiều tiền lắm...

– Bác làm lương bao nhiêu?

– Mỗi ngày bác làm được 10 đồng.

– Những mười đồng/ngày cơ à, nhiều thế?

Ông cụ hào hứng:

– Hai tô cơm 5.18 còn dư ra hơn 4 đồng, tha hồ để dành.

Cô gái hỏi:

– Bác mua làm gì những hai tô?

– Bác gái một tô.

– Sao bác không lấy hai món thức ăn khác nhau để hai bác gắp qua gắp lại cho nhau đổi món?

Ông lão nổ:

– Bị bác gái hay giành ăn cho nên mua hai tô giống nhau là hết lựa!

Cô hàng cơm phì cười:

– Cháu thấy hai bác hạnh phúc lắm.

Ông nhà tôi gật đầu, nhanh nhẩu:

– Hạnh phước, vâng, rất hạnh phước!

Rồi ông hỏi:

– Cô có thấy là từ hôm tôi tìm được tiệm cơm này tôi béo ra... trông thấy không?

Ông cụ kể chuyện cho tôi nghe, tôi có cảm tưởng trước sau gì rồi "thằng chủ" nó cũng phải... đuổi "ông thợ" này thôi, bởi con tôi gầy tọp đi... trông thấy.

■

Đầu tắt mặt tối. Đánh đông dẹp bắc. Đầu tiên là dùng máy hút bụi, cầm cái vòi miệng dẹp như miệng cá trê hút hết rác rưởi bụi bặm trong xe xong thì đến cửa ngõ rửa bánh xe, mỗi thợ một bên, xịt hóa chất, dùng bàn chải chải khắp lượt, rồi xịt nước cực mạnh, tất cả phải nhanh như chớp. Xe chui qua cổng phun nước rửa và xà phòng. Rồi anh chỉ có nửa phút để lau chùi cho xong một nửa bên xe nếu không chiếc xe sẽ chui qua cổng phun dầu bóng. Chỗ này gay go nhất. Bắn chậm là chết. Hai tay hai miếng búi chùi ướt đẫm xà phòng quơ khắp lượt chiếc xe từ đầu đến cuối, từ trên xuống dưới, không để sót một chỗ nào. Chỗ nào không quơ tới là "địch" nó núp ở chỗ đó. Phía bên kia anh chàng thợ gốc Mễ trẻ tuổi mỉm cười với ông lão. Có lẽ chỉ khoảng mười tám, hai mươi. Hai tay nó vẫn quơ đều nhuần nhuyễn. Anh ta không biết nói tiếng Anh. Ông lão thì không nói được tiếng Spanish. Ông cháu chỉ ra dấu với nhau. Một lần thấy ông mặc chiếc T shirt có in hình bãi biển, anh ta chỉ vào mình rồi chỉ vào chữ Cancun trên ngực áo ông, cười, ông hiểu ngay rằng anh **ta**

muốn nói quê anh ta ở vùng đó bên xứ Mexico. Miệng cười là
cách ra dấu tuyệt vời nhất. Khi ăn Pizza hoặc Burritos với nhau
cũng như những lúc mỗi người mỗi bên rửa xe thế này. Giới trẻ
chúng làm việc gì cũng nhanh nhẹn và tốt đẹp. Người già thì bao
giờ chẳng chậm chạp, lóng ngóng. Bà lão ở nhà lại còn phê là
"đụng đâu hỏng đó". "Không đáng tin cậy". Gặp phải chiếc xe
to tổ bố do đế quốc Mỹ sản xuất thì cả ông lẫn cháu đều kiễng
chân với tay sang cũng không tới nhau, không giáp mí.

■

Hai đơn vị hành quân chưa bắt tay nhau là chiến trường
chưa bao vùng, chưa khắp lượt, chưa càn quét hết, chưa trải
thảm xong. Lãnh thổ hãy còn xôi đậu, còn da beo. Tài liệu của
Cục R nó chỉ ra cho cán bộ cơ sở hạ tầng phải lợi dụng những
"lõm" ấy mà tránh né đụng độ, kiếm những chỗ bỏ trống đó
mà núp. Ông già yếu sức với không tới, cháu trẻ ham vui chơi
lơ là bỏ sót, thế là Việt Cộng nó "nín thở, nó núp kỹ, nó thoát
vòng vây, nó tránh né, nó không bị tóm", mình rút đi rồi "nó
lại chui lên, nó lại bò ra, nó lại lẻo mép, nó lại múa may". Lung
Ngọc Hoàng ở xã Hương Mỹ, giáp mí Cần Thơ – Chương Thiện
cách không xa Vị Thanh Hỏa Lựu, là một vùng sình lầy quanh
năm ngập nước, lác đác đây đó vài gò đất nổi, cây cối um tùm,
hành quân vào vất vả, thắng lợi chẳng bù lại tổn thất, miền đất
khó "nhá", bèn khoanh vùng làm nơi oanh kích tự do, pháo
binh muốn thử súng thì đì đùng vài quả, phi cơ xong nhiệm vụ
oanh kích lỡ còn dư bom tạt ngang vào thả xuống muốn trúng
đâu thì trúng, nhưng bom đạn viện trợ của đâu mà vung vãi
nhiều, hóa cho nên vùng oanh kích tự do thành nơi an toàn cho
Việt Cộng. Thậm chí còn là nơi cho cậu thượng uý em trai cô
Nga, vợ nhỏ của anh Bí Thư Thứ Nhất Bộ Chính Trị Trung
Ương Đảng, trốn tránh trong đó một thời gian để khỏi bị Trung
Ương Cục Miền Nam kỷ luật về tội du đãng và đào ngũ. Miền
giáp ranh bị bỏ sót trở thành khu an toàn, quốc gia chẳng buồn
vô, mặt trận bèn dùng làm chỗ núp. Tôm, cua, cá, ếch, ba ba,

rùa, rắn, cóc, nhái, chim muông, dã thú... tự do sinh sản, thoải mái sống trong những vũng hố bom hố đạn, chờ coi có đồng chí nào đến bắt làm món mưu sinh. Một hồi chánh viên kể lại rằng thuở còn làm Xứ Ủy Nam Bộ, vợ con ở ngoài Bắc xa xôi, nên đồng chí Bí Thư cặp với cô Nga cán bộ cho ấm lòng nhau trong hoàn cảnh cùng làm cách mạng. Thuở ấy hai kẻ yêu nhau cũng thường rút vô "Lung" nghỉ ngơi mỗi khi bị chính quyền Miền Nam bố ráp săn đuổi. Nằm chung trong chiếc "nóp" trên gò đất nổi giữa vùng hoang dã xôi đậu da beo, hai kẻ yêu nhau bàn chuyện sách lược đấu tranh. Những ý tưởng nảy sinh trong cơn giao hoan rừng rú ấy sau này còn được dùng làm cơ sở lý luận soạn thảo bản Báo Cáo Chính Trị đọc trước Đại Hội 3 họp tháng 9 năm 1960 tại Trường Nguyễn Ái Quốc, Hà Nội. Người hồi chánh kể rằng khẩu hiệu "Xây Dựng Chủ Nghĩa Xã Hội Ở Miền Bắc, Chiếu Cố Miền Nam" nêu trong bản báo cáo biết đâu đã chẳng thai nghén từ cái lúc Cô Nga trẻ trung xinh đẹp và anh Xứ Ủy dày dạn sương gió, cùng nhau làm việc trong cái "nóp" chật chội, kẻ trước người sau, em trên anh dưới. Sau này khi ra Hà Nội thì đàn bà ai mà chẳng ghen, cho nên bà hai phải đi Liên Sô ở cho yên chuyện nhà bếp và được việc nhà nước. Nhưng cũng chỉ vì mấy chữ "Chiếu Cố Miền Nam" mà chiến tranh tương tàn diễn ra trên đất nước khiến hàng triệu thanh niên Miền Bắc bỏ mạng sa trường và Miền Nam thì khốn khổ cho đến ngày nay chưa hết.

■

Ông cháu lau chùi mui xe, hai kẻ từ hai miền đất xa nhau vạn dặm tình cờ gặp nhau nơi đây mỗi người mỗi bên, mỗi người mỗi vị trí, mỗi người mỗi phần vụ, mỗi người mỗi tiểu khu, mỗi người mỗi cánh quân... và nhìn nhau trao đổi những liên lạc truyền tin bằng những dấu hiệu quốc tế, những miệng cười mỗi người mỗi vẻ, mỗi nỗi niềm ưu tư, cháu chỉ kiếm tiền, ông muốn phiêu lưu hay chạy trốn. Họ từ trong những cái "lung" ấy mò ra, họ từ trong những cái "nóp" ấy mưu đồ, còn các cánh quân thì cứ bỏ sót...ông cứ bỏ sót cho nên bây giờ ông đứng đây với cháu, ông "chơi" một cánh quân trận giả với cháu, rồi ông cũng lại bỏ sót, cháu bỏ sót thì hiểu được vì cháu ham chơi, ông bỏ sót bây giờ là tại ông già nhưng ngày xưa trẻ ông bỏ sót cũng vì ông ham chơi, còn họ thì họ mưu đồ được ăn cả thua cũng chẳng có gì để mất. Họ nói họ chỉ có cái "lai quần" cũng vẫn đánh.

Cái thằng em nó "chiếu cố" ông, nó muốn lấy hết gia tài ông không cho nó, giá ông chịu nhịn cho nó hết rồi ông dắt díu vợ con đi ăn mày thì đã không có chiến tranh. Nó chủ trương đấu tranh giai cấp có nghĩa là nó muốn hạ người ta xuống để nó trèo lên. Nó chủ trương ai thắng ai có nghĩa là nó nhất định thắng và ông bắt buộc nhất định phải thua. Như thế là nó chủ chiến, nếu ông yêu hòa bình thì ông phải nhường cho nó tất cả tiền bạc, nhà cửa, vườn ruộng, vợ con... Ông không nhường nhịn mà cứ khư khư ôm lấy là ông không có thiện chí hòa bình, tức là ông muốn chiến tranh, thì nó phải đánh ông thôi. Trong các cuộc cách mạng thế nào cũng phải có một đứa phải thua, phải có một đứa chịu làm kẻ phản cách mạng cho đứa kia thành công, lại là "cách mạng đấu tranh giai cấp" kiểu thằng em ông thì nhất định là nó phải giành cho bằng được. Cách mạng là giành ăn!

Ông không chịu nhịn thua cho nó chiếm hết để ông đi ăn mày, lại còn nhờ hàng xóm láng giềng vào giúp, thế là nó cào mặt xé váy lăn đùng ra kêu làng kêu nước rằng nó bị ông ăn hiếp. Thằng em nó đòi chia gia tài, chính nó đòi chia gia tài, được phần rồi nó lại nói tại sao chia mà không để ở chung, nó vào nó đòi ở chung với ông, nó đòi cái phần của ông, ông không nhường nhịn lại còn kêu hàng xóm vào hùa với ông đánh lại nó. Nó tham nhưng ông cũng có cái lỗi là không nhường nhịn, ông có cái lỗi là không chịu bỏ hết để đi ăn mày, thì phải đánh nhau thôi. Nó hiếu chiến nhưng ông cũng không có thiện chí hòa bình. Nó cởi trần, mặc quần sà lỏn, ăn củ sắn, đi chân đất đánh ông, còn ông phải mang giày vào chân cho văn minh như Mỹ rồi mới tác chiến được. Mỗi chiếc giày 16 lỗ, hai chiếc là 32 lỗ, mang đôi giày vào chân xỏ dây đủ 32 lỗ xong buộc lại thì nó đã thu dọn chiến trường. Cho nên có nhà văn đùa rằng "thua là tại đôi giày".

Cái thằng em nó chơi trò "tội tổ tông", chiếm phần xong nó hạch tội dân Miền Bắc đủ điều, lục lọi lý lịch từ tổ tiên tam đại ra tra vấn cho đến tận cái chổi cùn rế rách. Đấu tố xong, vào trong Nam, nó hỏi tội từ trên xuống dưới từ dưới lên trên "Tất cả mọi người đều có tội với cách mạng. Văn Vĩ cũng có tội!" Tiếng đàn não nùng của nhà nhạc sĩ dân gian Văn Vĩ mà rất nhiều người ở Miền Nam đã từng được thưởng lãm qua các buổi trình tấu cổ nhạc của ông cũng bị chúng liệt vào hàng "có tội" vì chưng nhà nhạc sĩ mù này đã "ru ngủ" nhân dân! Nó kết tội hết, bắt mọi người phải nhận tội, kể cả bố nó cũng phải nhận tội, xong rồi mới bày trò tha. Được tha rồi thì phải làm sao? Kẻ có tội thì trong lòng ra sao? Kẻ có tội mà được tha thì trong lòng ra sao? Thế cho nên trước hết là phải bắt tội cái đã. Hành hạ cho nhừ tử ra rồi sẽ khoan hồng tha ra. Từ từ cho đến lúc xuống lỗ thì đã "đá nát vàng phai" Thằng em nó láu cá thế mà ông phải chịu. Nó chống "thực dân cũ" xong nó bày kế chống "thực dân kiểu mới". Thực dân "cũ" vơ vét cả chổi cùn rế rách, "thuế thân" là lột cả cái khố của người dân. Thực dân "kiểu mới" khôn hơn chừa ra chổi cùn rế rách và khố, chỉ vơ vét tài nguyên quốc gia đem về chế biến thành hàng hóa mang sang bán lại cho dân bản xứ. Thế còn "đảng chỉ đạo, nhà nước quản lý, nhân dân làm chủ" nghĩa là nó giữ cả quyền lẫn của thì là thực dân kiểu gì? Cho nên nó đích thị là một thứ "Siêu thực dân", còn ghê gớm hơn cả "cũ" lẫn "mới" cộng lại. Ôi, thằng em, phải chi ông nhường cho nó chỉ đạo và quản lý ngay từ đầu, ông chỉ nên làm chủ, thì có lẽ sẽ không xảy ra chiến tranh. Ông chịu khó đi ăn mày ngay từ lúc nó đòi "chiếu cố" thì đã không đến nỗi tan nát. Bởi vì tất cả đều có tội, ngoại trừ nó. Siêu!

Anh em ông đánh nhau thì nhất định là xấu hổ rồi, xấu hổ cả

hai, nhưng thằng em ông nó láu cá, nó biết che dấu, cho nên kẻ xúi bẩy nó cũng biết núp, đưa dao cho nó chém ông cũng biết cách đưa lén; còn ông, bạn nó đưa cái gì thì cũng ồn ào vỡ chợ, hàng xóm láng giềng đến giúp thì như chửi thuê chém mướn, chẳng ra làm sao cả, thế là lại mang tiếng.

Các ông hàng xóm láng giềng mỗi người giúp mỗi kiểu. Có ông thiệt tình hết lòng hết sức như ông có con Canguru, đánh kiểu du kích chiến, đánh kiểu biệt kích, xuất quỉ nhập thần. Cũng phục kích cũng nằm vùng, cũng giả dạng thường dân, anh sao tôi vậy, anh đi đêm tôi cũng đi đêm, anh nằm lì chờ tôi cũng nằm lì chờ, anh chịu gian khổ tôi cũng chịu được gian khổ. Coi ai thắng ai. Quả nhiên cả một vùng lãnh thổ trách nhiệm ở Bà Rịa êm ru, những thằng em ông bị lực lượng Canguru tóm hoặc tháo chạy đi nơi khác hết. Nhưng chỉ được một vùng ấy, người ta giúp cho một khu làm mẫu thôi.

Hoặc như ông Nhân Sâm đem mấy sư đoàn thiện chiến sang, đi đến đâu yên đến đó, bao nhiêu đơn vị cộng quân bị họ quét sạch, gặp "chốt" nào cũng nhổ hết. Nhưng đồng minh Mỹ trả chiến phí mệt nghỉ.

Các ông Thái, ông Phi thì tham dự cho phải phép thôi. Ông Thái đem mãng sà sang cho nó cắn cộng sản. Ông Phi đem chuyên viên truyền tin và bác sĩ, y tá sang làm dân sự vụ, để cho dưới ngọn cờ quốc tế quân viện có đông đông nước một chút. Riêng ông Đài Loan vì đảo nhỏ, người không đông lắm, nên chỉ hiến kế. Dùng "tam dân chủ nghĩa" chống lại "cộng sản chủ nghĩa". Về chiến lược thì dùng "lục đại chiến" chống lại "ba mũi giáp công". Họ mang cẩm nang "chính trị tác chiến" sang huấn luyện cho quân cán chính Việt Nam Cộng Hòa. Theo cuốn sách nếu vận dụng tốt sáu cái chiến: tâm lý chiến, tình báo chiến, du kích chiến, tổ chức chiến, mưu lược chiến và quần chúng chiến thì có thể thắng luôn được Trung Cộng, "quang phục đại lục" dễ dàng. Nghe đồng minh thuyết trình coi có vẻ ngon ăn, phe ta có nhà lập thuyết cũng hăng lên khoe:

– Nước chúng tôi cũng đã từng có "Quốc Sách Ấp Chiến Lược"

với kế "tam túc-tam giác". Mỗi ấp là một đơn vị hành chánh độc lập, tự túc về an ninh: được huấn luyện và cấp phát vũ khí lo phòng vệ giữ ấp, tự túc về tài chánh: ngân sách do dân trong ấp đóng góp, tự túc về hành chánh: gọi là tự quản.

Về chiến thuật chống cộng sản thì áp dụng du kích chiến, tình báo chiến và tâm lý chiến. Mỗi ấp còn có một "hương ước" riêng giống như là "hiến pháp" do các vị kỳ hào đại biểu soạn thảo ra tôn trọng các phong tục tập quán địa phương. Trị an cứ theo lệ làng mà áp dụng giống như dân chủ pháp trị. "Quốc sách" suýt nữa biến thành "quốc tế sách" với kế "tam tam giác" làm mẫu mực cho nhiều nước noi theo nếu không có biến cố...

Trong thảo luận các lý thuyết gia chiến tranh có đưa ra một viễn tượng chỉ cần "bẻ" đi một "chân" của phương châm "hai chân", làm gẫy một "mũi" của cái kiềng "ba mũi" là lập tức "phương châm chiến lược hai chân ba mũi"... cùi luôn. Cộng sản sẽ tan rã lập tức. Các nhà nghiên cứu chiến lược ở trung ương tại Sài Gòn hì hục đề ra những phương pháp và kế hoạch vô hiệu hóa âm mưu địch.

Một kế gọi là "tam giác chiến" đã được nói tới. "Cộng sản biết làm chiến tranh thì ta cũng biết cách chấm dứt chiến tranh!" Nhưng các ông chưa tìm ra cách chấm dứt chiến tranh thì bạn đồng minh Mỹ đã cùng với cộng sản chấm dứt bằng cái hiệp định ngưng bắn ở bên Tây. Các bạn đồng minh rút về nước của họ, ông bạn Đài Loan vẫn còn cay nên ở lại dưới danh nghĩa Phái Bộ Canh Nông đem sang giúp những giống ngô bắp lớn, giống khoai củ to, ý là "dân giàu nước mạnh" tất thắng "bọn cộng sản bần cùng hoá nhân dân". Sau năm 1975, cộng sản chiếm sạch cả nước, các bạn đồng minh lần lượt lân la chơi với kẻ thù cũ, quên cả "nghĩa nhà binh tình nhà thổ". Mà chơi thân nhất đem tiền vô làm ăn nhiều nhất với cộng sản lại là những ông Đại Hàn, Đài Loan, Mỹ...Nước Canguru còn gửi cả một đại tá sang giúp thằng em ông hiện đại hóa quân đội.

Các chiến sĩ Quân Lực Việt Nam Cộng Hoà thì đi làm "tù binh

vô thừa nhận", xong trở thành các bác già lưu vong "vô tổ quốc" lang thang khắp thế giới.

Đồng minh Mỹ còn mời thằng em ông sang nhà chơi, ông mà biểu tình chống cộng thì cảnh sát họ quật ngã rồi còng tay ông đem "bỏ bót".

▪

Chiếc xe chui qua các cổng xịt dầu bóng rainbow wax, cổng hot wax, cổng nước phun từ dưới lên gầm xe, cổng phun nước từ trên xuống mui xe và cuối cùng là cổng phun hơi làm khô toàn bộ chiếc xe từ đầu đến cuối. Đến đây hai ông cháu sẽ sử dụng vòi xịt hơi để xịt đi hết những giọt nước đọng trong các khe của chiếc xe nhất là trong hai chiếc gương chiếu hậu và những chiếc đèn pha. Sau đó lái xe ra bãi đậu lau khô và lau kính. Anh thợ trẻ tuổi người Mễ chuyên nghiệp nên làm ăn ngon lành, những chiếc khăn màu sắc khác nhau gấp tư trên tay anh ta thoăn thoắt lướt qua từng vùng chiến thuật, anh ta chỉ hất nhẹ một cái là chiếc khăn trở mặt ngay trong khi ông lão thì lóng ngóng có khi còn làm rớt cả chiếc khăn xuống đất. Đã vậy lại còn phải trông chừng thằng chủ nó về bắt gặp ông không làm đúng chỗ đúng việc. Nhiều khi nhờ anh thợ trẻ nó tinh mắt thấy xe chủ, bèn nháy mắt ra dấu, thông tin cho nhau, ông lão vội buông khăn lau, chắp tay sau lưng vờ như đang "lao động kiểu chỉ trỏ". Cái kiểu "lao động chỉ trỏ " này ông học được trong các "trường" lao động cải tạo ở Miền Bắc xã hội chủ nghĩa khi đi tù ngoài ấy. Cái "khâu" chỉ trỏ này rất quan trọng vì nó có tính cách chỉ đạo, nó có tính cách hướng dẫn, nó có tính cách tham mưu, nó trí tuệ, nó chất xám, nó có tính đảng, nó làm nòng cốt của mọi thắng lợi. Chả thế mà ca dao mới có câu "Công làm là công bỏ, công chỉ trỏ là công ăn". Ông lão đi tù về bèn đem ứng dụng những sáng tạo tài tình đó của các cán bộ đảng và nhà nước cộng sản vào trong công việc này khi cần. Anh thợ trẻ thấy bố già biết sợ chủ thì cũng khoái lắm, hai người lại... "cười" với nhau. Những anh thợ trẻ này còn sợ bị vạ lây "Bao nhiêu là thợ sao không làm để

Bố tôi phải nhúng tay vào? "Ai biểu cụ làm hồi nào, ấy là do cụ
tự ý giành việc của người khác chứ ai bắt buộc được cụ. Có cụ
dính vào chỉ thêm "loạn cờ", cụ lau rồi có khi chúng tôi phải lau
lại, cụ làm theo cái kiểu tự giác xã hội chủ nghĩa, bôi bác, qua
loa, lắm chỗ còn bẩn nguyên, khách hàng người ta cự nự cho.
Chúng tôi là thợ chuyên nghiệp làm việc ăn tiền, đồng tiền đáng
giá, "đáng đồng tiền bát gạo", chứ đâu làm theo kiểu cách mạng
như cụ làm. Chúng tôi đang làm có cụ đến bên chỉ tổ vướng
chân vướng tay, mà nói cụ thì không dám vì cụ là... bố của chủ,
cụ là cấp "chỉ trỏ". Khổ lắm! Chúng tôi nghe nói ở cái nơi mà cụ
mới rời bỏ ra đi, người ta cũng thường không chịu về vườn,
người ta cứ yêu nghề mãi mãi. Già khú đế đi không vững mà
vẫn ở lại làm cố vấn. Tổng bí thư rồi còn đặt thêm ban cố vấn
cho vài ba ông già đẹp mặt. Một thủ tướng với năm bảy anh phó
thủ tướng. Một bộ trưởng với cả chục anh thứ trưởng. Một cục
trưởng với cả 108 anh cục phó... Chật cả chỗ và tốn ngân sách.
Đông. Vui. Hao.

■

Một bà khách Mỹ gốc Việt rất đẹp và rất sang, cô con gái cũng
rất đẹp và rất xinh, chiếc xe hơi cũng rất đẹp và rất mới... đứng
xem hai người lau chùi xe, nói nhỏ với nhau:

– Nhìn hai bố con ông Mễ già lam lũ vất vả, lát nữa xong xe
cho mỗi người một đồng "tip" kẻo tội nghiệp!

Ngôn ngữ khác nhau cho nên nghe mà không hiểu, không
cảm động, vẫn cứ lầm lũi làm việc. Chuyện kể cho Kiều Chinh
nghe, bà diễn viên điện ảnh nổi tiếng này bèn nói:

– Như thế là ông cụ đó đã thành công.

Có lẽ nhà chuyên môn muốn nói diễn xuất nhập vai. Nhưng
chuyện kể cho bà lão ở nhà nghe thì bà trách:

– Lại bêu riếu. Từ ngày mai, đi làm, Bố phải mặc đồ vest.

Trong Nôi

Trận chiến diễn ra trên đường Bolsa, thành phố Westminster. Một bên là Việt Cộng rất thủ đoạn nhưng có lực lượng cảnh binh sắc phục đẹp và oai phong nhất thế giới, trang bị bằng những khí cụ hiện đại tối tân cũng nhất thế giới, hộ tống. Một bên là dân di cư chạy loạn, nạn nhân của Việt Cộng.

Việt Cộng treo hình cắm cờ. Quốc Gia phản đối. Cảnh binh dàn quân giữ trật tự.

Chiến trường sôi động. Người biểu tình đông cả ngàn, hô khẩu hiệu, phất cờ vàng. Máy thu hình, máy ảnh, máy ghi âm, điện thoại cầm tay đầy rẫy. Trên trời trực thăng bay vần vũ. Không khí như đặc lại. Cảnh binh khoanh vùng, giống như khoanh vùng cấm bay bên Trung Đông. Những rào cây dựng lên và dây màu cảnh sát chăng ra. Cấm vượt rào cản. Bất tuân cảnh binh sẽ bắt bỏ bóp.

Ngày D, giờ H đã điểm, cộng quân tiến vào vùng trận địa, tay chúng xách cái túi đựng cờ và hình, xuống xe, bước tới mục tiêu. Lập tức chiến tranh nổ ra. Các ông các bà tiến lên. Mẹ cháu tiến lên. Mẹ cháu tiến lên vì mẹ cháu không muốn lùi trước hành động cắm cờ giành dân lấn đất của giặc Cộng. Ở quê nhà quí ông quí bà cũng như bố mẹ cháu đã lùi nhiều rồi, đã chịu lép vế

233

nhường nhịn giặc Cộng nhiều rồi, đã chịu thua thiệt nhiều rồi, và đã phải bỏ tất cả để chạy loạn sang đây. Bây giờ giặc còn làm tới, hỏi sao mẹ cháu chịu nhịn nổi. Mẹ cháu không muốn nhìn thấy bọn chúng, mẹ cháu không muốn nhìn thấy những thứ quỉ sứ ma vương ấy cho nên mẹ cháu phải tiến lên. Mẹ cháu tiến lên thì mẹ cháu phải đem cháu theo, vì chưng cháu là đứa con mẹ cháu đang phải nuôi nấng săn sóc. Mẹ cháu cần phải đánh giặc nhưng mẹ cháu cũng phải nuôi con. Nuôi con thấy giặc tới vẫn phải nhào ra đánh. Những ai đang phải nuôi con mà bị giặc xông tới gây hấn thì cũng phải bế con xông ra chiến đấu như mẹ cháu thôi. Mẹ cháu không thể bỏ cháu cũng như mẹ cháu không thể không đánh giặc. "Giặc đến nhà đàn bà phải đánh." Ông ngoại bà ngoại cháu dạy mẹ cháu như thế. Và rồi mẹ cháu cũng sẽ dạy cháu như thế. Mẹ cháu tham chiến thì cháu cũng phải tham chiến. Tham chiến bằng cờ vàng và lời phát biểu. Tham chiến bằng thái độ phản đối. Tham chiến bằng tay không. Một trận chiến... hoà bình. Mẹ cháu xung phong nhưng không quên chiếc xe nôi, mẹ cháu tiến lên nhưng không thể bỏ rơi cháu. Cháu là một phần của mẹ cháu. Cháu dính liền với mẹ cháu. Khúc ruột. Thế cho nên mẹ cháu tiến lên đem cháu theo có chai sữa cùng với cái "bù tì" tùy thân. Cháu không có súng làm vật bất ly thân khi ra trận. Cháu trang bị bằng chai sữa và cái "bù tì" đi đánh giặc với mẹ cháu. Thử xem giặc cộng làm gì được cháu. Cái tay cáo già trong ảnh đã từng hô hoán âm binh "Nhiệm vụ nào cũng hoàn thành, khó khăn nào cũng vượt qua, giặc thù nào cũng đánh thắng" thì bây giờ mẹ con cháu tay không ra trận cũng sẽ khó khăn nào cũng vượt qua, giặc thù nào cũng đánh thắng cho mà biết.

Cũng lập tức cảnh binh can thiệp. Cứ hai cảnh binh cao lớn vạm vỡ trấn áp một người biểu tình bé nhỏ. Họ quật đối tượng ngã sấp xuống mặt đất, sấn tới đè lên người, bẻ quặt tay ra sau lưng, từng tay một, đủ hai tay rồi thì dùng dây nhựa cột lại. Đối tượng hết cục cựa. Đau lắm! Hai thầy cảnh binh kéo đối tượng đứng lên đẩy về phía xe chở tù. Xong một con. Cảnh binh là những người đã được huấn luyện công phu và kỹ càng những thao tác trấn áp bạo động cho nên họ thi hành sứ mệnh bắt trói người rất thành thục, chớp nhoáng, nhuần nhuyễn. Đẹp đẽ oai hùng như trong phim truyện.

Mẹ cháu bị bắt trong nhấp nháy. Một bà trông giống như bà cháu cũng bị quật ngã sấp xuống mặt đường, mặt bà bị nén sát đất, trên cổ bà còn lủng lẳng cây thánh giá mang hình Chúa, họ trói gô bà lại, nhanh đến nỗi có lẽ bà cũng chưa kịp nhận định tình thế ra sao. Bà bị bắt dẫn đi. Mẹ cháu cũng bị bắt dẫn đi. Và cháu cũng... bị bắt dẫn đi. Cháu vẫn nằm trong nôi. Thầy cảnh binh bưng cái xe nôi đựng cháu đem ra xe chở tù binh. Cháu trở thành tù binh. Cháu cũng được làm tù binh. Một thứ tù binh của hoà bình. Cùng với mấy chục quí vị tù binh khác. Mẹ cháu kêu khóc thảm thiết. Mẹ cháu bị lôi đi nhưng ngoái đầu nhìn trở lại. Có lẽ là mẹ cháu nhìn tìm bố cháu. Mẹ cháu khóc nhưng cháu không khóc. Mẹ cháu sợ nhưng cháu không sợ. Quí ông quí bà cứ nhìn TV mà xem, cháu không khóc. Mẹ cháu kêu khóc để phản đối... kẻ thù cộng sản. Mẹ cháu kêu khóc gọi bố cháu. Mẹ cháu sợ bị bắt bỏ tù vì mẹ cháu đã từng sợ cộng sản bắt bớ bỏ tù. Mẹ cháu sợ vì mẹ cháu bé nhỏ yếu đuối trước các thầy cảnh binh to lớn vạm vỡ khoẻ mạnh và đẹp đẽ, trang bị tối tân. Nhưng cháu không sợ, cháu bị bắt nằm trong nôi, cháu nằm trong xe nôi như cháu ở trong xe tăng. Nôi hay xe tăng thì các thầy cảnh binh cũng bắt mang đi được hết. Nhưng cháu không sợ, cháu không khóc. Quí ông quí bà cứ nhìn lại TV lần nữa mà xem, cả thế giới đều đã thấy, cháu là người tù binh nằm trong cái nôi thầy cảnh binh bưng ra xe chở tù, cháu đâu có khóc và cháu đâu có sợ. Cháu chỉ ngơ ngác không hiểu gì cả.

May quá, cháu được bố cháu cứu. Các thầy cảnh binh trao cái xe nôi đựng cháu cho bố cháu. Nhưng mẹ cháu thì bị giải về nhà tù. Thế là cháu không được theo mẹ đi ở tù. Cháu không được ở trong nhà tù. Nhưng dù sao thì cháu cũng đã bị bắt làm tù binh ngay tại trận. Cháu đã là một tù binh nằm trong nôi trên tay thầy cảnh binh giữa chiến trường Quốc - Cộng. Ở Mỹ. Cháu là người tù binh được thả sớm nhất. Cuộc trao trả tù binh này diễn ra ngay ở mặt trận. Bố cháu tiếp nhận tù binh. Bố cháu bế cháu và kêu gào gọi tên mẹ cháu. Nhưng mẹ cháu bị dẫn đi. Người tù binh nằm trong nôi được bố bế về tới nhà thì đã ngủ say, miệng vẫn ngậm cái "bù tỉ".

Việt Cộng chiếm được mục tiêu. Chúng hạ cờ Quốc Gia. Chúng cắm cờ cộng sản. Chúng xì xụp quì lạy cờ và hình nộm ôn dịch của chúng. Chúng chiếm được mục tiêu nhưng không phải là chúng thắng trận. Các thầy cảnh binh bắt được tù binh đem bỏ "bót" nhưng cũng không phải là kẻ thắng trận. Các thầy ấy chỉ được mỗi một thứ là sẽ truy lãnh tiền overtime. Người thắng trận chính là cháu "kẻ bị bắt làm tù binh khi hãy còn nằm trong xe nôi". Và đây cũng chưa phải là trận cuối cùng. Sẽ có những trận đánh khác. Trận đánh tiếp sau đó diễn ra vào tối ngày 22. Đông tới mấy chục ngàn người. Tiếng hát vang trời. Cờ vàng rợp đất. Những tên Việt Cộng thì đã bị nhận chìm mất tăm. Trận đánh cuối thế kỷ.

Năm nay là năm 1999. Bây giờ là cuối tháng 2. Sắp đến năm 2000. Sắp hết Thế kỷ 20. Sắp sang Thế kỷ 21. Tổng thống Mỹ bắc một nhịp cầu sang Thế kỷ 21. Quí ông quí bà đang bắc một nhịp cầu sang Thế kỷ 21. Cháu cũng đã được theo Mẹ bắc một nhịp cầu sang Thế kỷ 21. Kính thưa tất cả Quí vị, nhân loại sắp bước sang Thiên niên kỷ thứ 3.

Viết tặng Baby. Sau này lớn lên sống ở Thế kỷ 21, học giỏi, nhân ái và yêu quí bố mẹ, nghe bé.

Vì cháu là người tù binh thắng trận!

PHẦN 3

ĐÁ MỤC

ĐÁ MỤC

Phải luôn luôn nhớ rằng hãy quên đi tất cả.

Ông lão đứng trong phòng nhìn qua cửa kính theo dõi hai bà cháu chạy jetski. Nước sông trong vắt chảy hiền hòa, ông lão có thể nhìn thấy những con cá bơi ngược dòng vờn vờn cụm rong và viên đá dưới đáy.

Căn nhà trên bờ sông, có hiên rộng nhìn xuống dòng nước, xa xa phía bên kia bờ là lãnh thổ của tiểu bang khác. Ngược dòng về phía trái có một chiếc cầu ngang sông, con đường có chiếc cầu này cũng là biên giới của một tiểu bang khác nữa. Chiếc cầu là vị trí chính giữa ba tiểu bang. Căn nhà trên bờ sông ở vào phần đất cuối cùng của một tiểu bang, từ nơi đó có thể nhìn sang hai tiểu bang bên cạnh và có thể thấy rõ chiếc cầu ba biên giới.

Bà mang áo phao màu xanh cầm lái, cô cháu nội mới mười tuổi mặc áo phao màu đỏ ngồi sau ôm ngang lưng bà nội, cho nên chiếc jetski có chạy xa thật xa, vượt qua biên giới, mãi tận bờ bên kia, ông lão cũng vẫn nhìn thấy và nhận ra cái màu sắc của bà của cháu. Cái đốm màu xanh đỏ ấy di chuyển với tốc độ rất nhanh, rẽ nước lướt mau, quẹo qua lượn lại, ngược dòng xuyên qua gầm cầu mất hút về phía thượng lưu, rồi bất chợt lại thấy chui qua một nhịp cầu khác xuôi dòng trở lại.

Chiếc jetski lượn xẹt qua làm thành những đợt sóng vỗ mạnh vào mạn cầu tàu dưới hiên căn nhà, ông lão nhìn thấy bọt nước tung lên nhưng không nghe được tiếng sóng vỗ vì lớp kính ngăn cách trong nhà với ngoài trời. Ông cũng không nghe thấy tiếng của hai bà cháu gửi cho ông khi họ xẹt ngang nhà. Ông nhìn thấy hai bà cháu cười với ông, thấy cái vẫy tay của đứa cháu và ông cũng vẫy tay cũng cười với họ. Tất cả chỉ xẹt qua nhấp nháy, chiếc jetski mang hai bà cháu đã chạy tuốt xuống phía dòng xa.

Những ngày nghỉ hè ở đây, ông lão thì cứ ru rú trong nhà, trong khi hai bà cháu rất say mê môn thể thao lái jetski với tốc độ cao trên dòng nước. Chỉ vài ngày sau làn da trắng phau của bà cháu đã hóa thành màu nâu và bà có vẻ thích thú với nước da màu này lắm. Hai bà cháu thoa kem dưỡng da cho nhau, ngắm nghía nhau cười khúc khích, trong lúc ông đứng nhìn. Bà lão cũng nhiều lần rủ ông, thậm chí còn níu kéo thúc đẩy ông tham dự vào cuộc chơi thể thao mà theo bà thì "chẳng mấy khi có dịp được hưởng".

Chủ căn nhà này là bạn con trai ông bà, anh ta thừa kế cơ nghiệp của cha để lại gồm căn nhà trên bờ sông và cánh đồng cỏ mênh mông. Anh ta cũng tiếp tục làm nghề trồng cỏ của bố. Ông cụ là cựu chiến binh, và đã từng tham dự cuộc chiến Việt Nam với chức vụ chuẩn uý quản lý xưởng mộc tại Public Work Saigon. Cho đến ngày về Mỹ ông cựu chiến binh cũng chưa phải tham dự trận đánh nào như những trận đánh mà ông thấy trên TV. Rồi tới tuổi giải ngũ về làm ruộng ở đây ông vẫn thấy cuộc chiến trên TV không giống với cuộc chiến mà ông đã được cấp huy chương chứng nhận tham dự. Ông tiếp tục nghề trồng cỏ trên cánh đồng thừa hưởng của tổ tiên, chăm chỉ và cần mẫn y như ông đã chăm chỉ và cần mẫn làm quản lý xưởng mộc trong cuộc viễn chinh. Ông qua đời, người con lại thừa hưởng cơ nghiệp. Công việc là công việc nhà nông, cũng máy cày máy kéo máy cắt máy ép...

cũng phân bón, cũng hạt giống, cũng nước tưới, cũng thời vụ, và cũng thị trường tiêu thụ. Những ụ cỏ được ép lại thành những khối vuông vức để chở đi các trại chăn nuôi hoặc các nhà máy chế biến. Có khi những sản phẩm của gia đình anh ta còn thấy bày làm ụ chắn trong các sân đua xe hay những nơi chạy nhảy vui chơi trong các hội chợ. Hôm mới lên ở căn nhà này và được biết cái công việc của nghề trồng cỏ ở đây, ông lão chợt nhớ lại công việc "chăn trâu cắt cỏ" ở quê nhà. Ông ngâm nga:

"Thằng cuội ngồi gốc cây đa,
Để trâu ăn lúa gọi cha ời ời,
Cha còn cắt cỏ trên trời... "

Bà lão hỏi:

– Bố lẩm nhẩm cái gì thế?

Ông chối:

– À không, kỳ lạ quá, sao mình lại ở đây nhỉ?

– Bố đi tìm thi sĩ Nguyễn Nam An mà hỏi.

Nhà ở dưới thành phố biển, nhìn biển miết cũng chán, ông hay nhắc tới những nơi chốn xa xôi đã trải qua của thời quá khứ. Có lần ông nhắc tới quãng thời gian ông làm đồn trưởng "đồn ba biên giới" rồi ông cứ xuýt xoa kể lại cái thời trai trẻ ấy. Sĩ quan mới ra trường, dẫn một trung đội mấy chục người lính, trấn đóng một đồn binh nhỏ trên một ngọn đồi cạnh một dòng suối giữa một vùng rừng núi bao la. Nhiệm vụ chỉ là cắm một ngọn cờ ở đó làm mốc cho cái lằn ranh gọi là biên giới quốc gia. Mà lại là một nơi biên giới của ba quốc gia. Khi ấy là thời bình, chẳng có ma nào là địch để mà đánh giặc, hóa cho nên ông và lính tráng rất là rảnh rang, tối ngày chỉ lo ăn với ngủ, bắn chim bẫy thú trong rừng hoặc là giăng câu đặt lờ dưới suối, mưu sinh. Đúng ra là ông bị đi đày, mới ra trường còn ngơ ngơ ngáo ngáo, sĩ quan độc thân lãnh nhiệm vụ tiên phong cao cả trấn đóng tiền đồn biên giới, cách hậu cứ đơn vị cả trăm cây số đường rừng, mấy tháng mới có một chuyến liên lạc hoặc thả dù tiếp tế quân nhu. Thế nhưng rồi cái số của ông có "binh hình tướng ấn", chỉ mấy tuần đóng đồn đã có những tộc trưởng sắc tộc trong các "buôn" gần đó nghe danh quan một mà tìm đến chào xin thần phục. Ông cũng chẳng biết rõ những "buôn" người này thuộc lãnh thổ nước nào trong ba nước lân bang. Ngôn ngữ ngoại giao dùng tay ra dấu là chính, mãi sau mới có một người tộc trưởng bập bẹ những câu tiếng Pháp thì hai bên mới lập được quan hệ bình thường. Ông đồn trưởng trở thành ông vua trong vùng, thường xuyên được các tộc trưởng tiến cống những phẩm vật núi rừng như chim chóc, muông thú, củ quả, kỳ hoa dị thảo... Mỗi tháng vào mùa trăng, họ còn đem voi đến đưa quan đi săn thú vào tận những thâm sơn cùng cốc liền mấy ngày mới về. Cũng những ngày đó, qua chiếc máy thu thanh, quan một nghe nói tổng thống và ông cố vấn với đoàn tùy tùng, cũng cưỡi voi đi săn ở núi rừng Buôn mê thuột. Ông nhớ lại lúc ngồi ở ngai trên lưng voi, cùng với một người tộc trưởng già hướng dẫn, chuyện trò, voi ông cưỡi đi đầu, theo sau là hai thớt voi tùy tùng. Người tộc trưởng mang đến một chiếc áo nhiều màu sắc, may dệt theo kiểu sắc tộc núi rừng, mặc choàng bên ngoài áo treillis nhà binh cho ông quan để tỏ vẻ tôn vinh lãnh chúa. Lãnh chúa ngồi trên ngai ở lưng voi, có rượu cần, có thịt nướng, có trái cây và thuốc vấn với quân hầu, cận vệ đàng hoàng. Nếu ở đơn vị, cấp chuẩn úy là quan thấp nhất chỉ có mà luân phiên làm trực nhật đơn vị, trực kiểm phẩm nhà bếp, trực dẫn lính corvée, trực đi gác xác các đám tang, trực ứng chiến... chào kính các cấp trên phát cứng đơ người. Bị đẩy đi tiền đồn heo hút hóa ra ông lại làm chức sắc cao nhất, có quân lính súng đạn, có lãnh thổ bộ lạc, không phải chào ai và chỉ có người khác chào kính mình!

Trung đội phó cũng là đồn phó, là một ông trung sĩ nhất nhiều tuổi, từng trải qua bao nhiêu chiến trận và bao nhiêu gian truân. Đồn phó quán xuyến hết đơn vị, quản lý từ quân số, súng ống đạn dược, cho đến thực phẩm quân trang và mọi sinh hoạt hằng ngày như canh gác, huấn luyện, giải trí... ông ta lo hết. Thậm chí đồn phó còn thăng cấp cho đồn trưởng, ông xưng hô với đồn trưởng rất nể trọng, bao giờ cũng "Thưa thiếu úy" và lính tráng dưới quyền răm rắp nói theo ông. Sống với nhau tháng này qua tháng khác, ngày ngày đi ra gặp đi vào gặp, thế mà mỗi sáng thức dậy, ông trung sĩ vẫn quân trang nghiêm chỉnh lên đứng nghiêm chào kính ông chuẩn uý theo đúng "lễ nghi quân cách". Mỗi sáng thứ hai, đồn phó tổ chức chào quốc kỳ, trung đội tập họp, ông đồn phó cũng đi duyệt hàng quân để kiểm soát mọi chi tiết cho đúng với tác phong quân đội Cộng Hòa rồi mới hô trung đội "Nghiêm. Súng chào. Bắt." trình diện vị đồn trưởng đứng chấp tay sau lưng ở hàng hiên căn nhà có ăng ten điện đài dùng làm bộ chỉ huy. Lúc đó đồn trưởng mới chững chạc đi ra sân cờ. Ông trung sĩ hướng dẫn vị đồn trưởng đi duyệt hàng quân. Rất oai phong. Chỉ không có quân nhạc. Vì ở cấp binh đoàn mới có một cây kèn đồng. Nhưng không sao, vị đồn phó cũng vẫn tổ chức hằng tuần được lễ chào quốc kỳ long trọng. Lá quốc kỳ bạc màu bay phấp phới trên cây cột gỗ giữa sân nơi đỉnh đồi, cũng là biểu tượng quyền lực mà các tộc trưởng và các "buôn" quanh vùng phải kính nể. Điển hình quyền lực ở đây là ông đồn trưởng.

Ông trung đội phó còn lựa một binh nhất già hằng ngày làm phục dịch, lo giặt ủi quần áo, đánh bóng giày dép, dọn giường đệm mùng mền... và nếu cần đánh cờ tướng với chuẩn uý. Sĩ quan ăn cơm riêng nên ông chuẩn uý một mình một cỗ, người lính già theo lệnh của trung sĩ đồn phó bưng cơm từ nhà bếp chung lên cho ông ăn. Đồn binh giữa rừng, nhưng cũng có đủ bàn ăn, ghế tựa để ông ngồi thời cơm và bộ ghế bành hai chiếc kê ở hàng hiên nhìn ra núi cao, rừng rậm, suối róc rách, nơi ông hút thuốc, uống trà, cà phê, chơi cờ hoặc đọc truyện kiếm hiệp.

Những đồ gỗ này kể cả giường ngủ và tủ quần áo đều bằng gỗ cẩm lai, vân sẫm, bóng lưỡng do ông đồn phó chỉ huy lính đốn cây, xẻ ván, đóng lấy. Nói cách khác, những tài sản này không có trong bảng cấp số do quân đội cấp mà do sáng kiến đơn vị làm ra. Ông sĩ quan trẻ cứ thế mà hưởng sự săn sóc của hai ông lính già. Có lúc ông chuẩn úy non cảm thấy như họ là hai ông... bố của mình, kể cả lúc họ đứng nghiêm giơ tay chào.

Người trẻ nhất đồn là anh lính truyền tin sử dụng chiếc máy vô tuyến AN/GRC9 có cái máy quay tay phát điện GN. 58 thường được lính tráng cõng trên lưng và chửi nó là cái "đầu bò". Đài tuyền tin liên lạc với quân khu qua ăng ten cột bằng phương pháp đánh morse đã ngụy hóa bằng mật mã, hằng ngày báo cáo "tình hình vô sự" và nhận lệnh. Ông trung sĩ, ông lính già hầu cận và anh lính trẻ truyền tin ở chung một căn nhà sát bên căn nhà nhỏ của chuẩn úy làm thành bộ chỉ huy đơn vị. Trung đội lính ở trong một căn nhà dài gọi là lán trại, nơi góc trại là bếp và kho. Đồn được bao quanh bởi một hàng rào nứa cốt chống thú dữ ban đêm xâm nhập hơn là phòng thủ chống địch. Thì đã bảo hồi đó chưa có... địch nào cả nên trách nhiệm ông đồn trưởng khỏe ru. Thỉnh thoảng ông lính già hầu cận lại kể cho ông sĩ quan biết là "thằng truyền tin" nó hay thủ dâm. Ông sĩ quan nghe chuyện đỏ mặt. Ông lính già bảo ông sĩ quan:

– Thiếu úy còn trẻ nhưng đừng làm thế. Bệnh.

Có lần ông sĩ quan rù rì hỏi chuyện anh lính trẻ truyền tin thì anh ta nói:

– Thủ dâm là tốt chứ... Y khoa chỉ ra như thế. Cơ thể con người trời sinh phải điều hòa. Ở đây không có cái để cho đực điều hòa thì phải tự tạo... chuẩn úy thấy có gì là hại đâu. Nó ứ thì phải làm cho nó thoát ra.

Một thời gian sau, khi có những tiếp xúc với người địa phương, anh lính trẻ truyền tin tìm ra đàn bà. Người con gái Thượng gùi đồ trên lưng đi theo ông tộc trưởng lên đồn, trong lúc đồn trưởng mải lo tiếp khách anh ta chiếm ngay được cô gái Thượng bằng lễ vật là một cục pin. Anh chỉ cho cô gái châm hai đầu dây điện vào hai cực, cái bóng đèn bằng hột đậu phộng sáng lóe lên. Cô gái thích lắm. Anh gói cục pin và cái bóng điện bằng một mảnh vải kaki nhét vào cạp váy cô gái. Tay anh nằm lì trong váy cô gái luôn mãi cho đến khi ông trung sĩ đồn phó đi tới. Khi cô gái Thượng theo ông tộc trưởng ra về thì hai người đã thân nhau lắm, anh lính trẻ còn dúi cho cô gái một cục đường phèn. Chẳng hiểu anh ra dấu hẹn hò thế nào mà từ đó cứ vài ngày cô gái Thượng và anh lính trẻ lại gặp nhau ở bìa rừng.

Anh lính truyền tin còn rủ luôn ông sĩ quan đi chơi gái với anh ta, nhưng sĩ quan thường nhát hơn lính vì sĩ quan còn có cái để sợ, lính trơn thì không có gì lo mất. Ông sĩ quan lại rất thích hỏi chuyện và nghe anh lính kể. Hai người nói với nhau:

– Cậu... làm gì nó chưa?

– Quen là để... làm chứ chẳng lẽ để ngó.

– Được không?

– Tạm. Ở đây không có phải xài đỡ. Khét lắm. Chuẩn úy muốn thử không?

Ông sĩ quan lắc đầu:

– Hôm nó lên đây cởi trần, phơi vú ra trông cũng được lắm.

– Nhưng da thịt nó dày quá. Có lẽ vì ở trần giãi dầu mưa nắng gió sương từ nhỏ nên sờ vào nó không xúc động mà mình cũng không thấy cảm giác. Da tay sần sùi, gót chân nứt nẻ, chẳng có gì hấp dẫn.

– Thế phải làm sao?

– Thì cũng như cái ăng ten máy truyền tin nó chỉ thâu tín hiệu khi mà nó được giữ gìn sạch sẽ, nếu bị bùn đất bao phủ, hay mình sơn lên một lớp nhựa đường, hay là nếu ăng ten bằng... cành tre thì làm sao thâu phát được.

Anh ta giảng giải thêm cho cấp trên:

– Người rừng không có thói quen hôn hít, sờ mó, nựng nịu. Người ta đi thẳng vào mục tiêu khi cần và rất nhanh chóng. Chỉ nhấp nháy trong đêm tối là xong ngay. Không cần ánh sáng. Không cần kiểu cọ. Không cần rườm rà. Mỗi lần em gặp nó là để "làm" vài ba cái cho khỏe, đỡ "lao động chân tay". Dù sao thì da non trong kẽ cũng dễ chịu và thú vị hơn da tay dày cứng... Chuẩn uý có công nhận như thế không?

Ông sĩ quan trầm ngâm không nói, ông thấy rằng quả thật con người ta văn minh, giàu có, vẫn... sung sướng hơn là dốt nát nghèo khổ.

– Nhưng mình phải làm cho nó thích mình. Sau vài lần, bây giờ nó mê em lắm, nó đòi gặp hằng ngày, lại còn muốn xuất ngoại đi theo về miền xuôi. Mỗi khi gặp nó bảo gì nó cũng làm muốn gì nó cũng chịu, hơn là mấy con nhỏ ở thành phố kiểu kỳ, ưỡn ẹo, làm phách làm lối. Con nhỏ đen đủi xấu xí, thấy em trắng trẻo nó lại cứ muốn... liếm mặt em, ớn quá.

Anh lính trẻ còn vạch quần chìa cho "xếp" coi "cái cù lẳng" đồ nghề của anh ta đã được giải phẫu sửa sắc đẹp, trông gồ ghề, sừng sỏ, hung dữ.

– Em làm ở Sài Gòn đấy, của ông thầy có "cải tiến" như thế này chưa? Đâu, coi nào. Mắc cỡ à? Chưa hả?

Ông sĩ quan cứ ngớ người ra trước những "mới lạ" của anh lính trẻ. Thấy thầy mình có vẻ ngố, anh ta giải thích tiếp:

– Ngay trong xóm nhà em có tay y tá chích dạo giỏi lắm, anh em ai nhờ làm giùm anh ta cũng giúp, sang nhà anh ta, lên lầu đóng cửa lại, sát trùng, chích thuốc tê, lấy "lưỡi lam" cạo râu rạch rạch mấy cái, bôi thuốc đỏ, băng bó lại, thế là xong. "Tộng" thêm mấy viên trụ sinh cho bảo đảm. Ra về mấy ngày sau cởi băng là sừng sỏ ngay. Khi nào về Sài Gòn, thằng em sẽ dẫn thẩm quyền đi làm. Khỏi cần bác sĩ học bên Tây bên Mỹ, phiền phức, tốn tiền. Nếu muốn đền ơn chỉ một chầu cà phê hủ tiếu là vui vẻ cả làng. Tay y tá này là dân giang hồ chịu chơi, anh ta nói chỉ muốn giúp cho những kẻ sành điệu đạt... hạnh phúc!

Ông sĩ quan rụt rè:

– Hình như của cậu nó có... râu?

Anh lính cười, tính tụt quần cho ông thầy xem lại nhưng ông thầy kịp cản lại, anh ta nói:

– Muốn có râu thì có râu, dùi sẵn hai cái lỗ hai bên, khi nào muốn râu thì lấy dây thung luồn vào.

– Cậu... ác quá.

– Ác gì. Thú vui chơi đứa nào thích thì nhập cuộc, bằng không thì thôi. Em thấy con gái họ cũng chịu lắm, có thể lần đầu chị ta e ngại tí, hoặc ỏn ẻn tí, sau quen rồi khoái, đòi phải đeo râu!

Ông sĩ quan nhún vai:

– Cậu không nhịn được à? Con người phải biết tự kiềm chế, diệt dục chứ.

Anh ta cãi:

– Diệt dục là lý sự của các vị tu hành. Họ kiềm chế cái này để mong được hưởng một ân huệ khác. Mình chỉ là người phàm, trời sinh ra cơ thể có đòi hỏi thì mình thỏa mãn nó một cách hòa thuận, chính đáng. Sống thì cũng phải tìm cách cải tiến cuộc sống cho vui thú chứ. Hạnh phúc con người là cái gì chẳng lẽ lại là tự kiềm chế. Chuẩn uý thấy đó, thằng em làm việc phận sự đầy đủ và sống thoải mái.

Anh ta còn dẫn giải thêm cho cấp trên:

– Trong tất cả các chế độ giam giữ, họ vẫn cho tù nhân ăn uống, áo quần và một số tiện nghi để sống, nhưng lại ngăn cách với người khác phái, nói cụ thể là cắt đứt nhu cầu làm tình, nữ tù không có đàn ông để ngủ chung, nam tù cũng không có đàn bà để ngủ chung, tàn nhẫn đến thế, thậm chí người ta còn bắt bí cái nhu cầu trời sinh tự nhiên ấy để làm áp lực trong khi điều tra hay khống chế trong thời kỳ quản lý tù nhân.

Ông sĩ quan lặng thinh. Mãi sau này đi tù cộng sản ông nhớ lại mới thấy thấm thía những lời của anh ta.

Dan díu với người con gái bên bờ suối một thời gian, anh lính tâm sự với xếp:

– Chơi miết rồi cũng chán ông thầy ạ, mà bỏ thì không được thằng em phải bày trò đem nó xuống dòng nước mà tắm rửa kỳ cọ cho nó, lật qua lật lại, tuốt nó như tuốt lươn, mỗi tuần tốn một cục xà bông, dần dần nó cũng... thơm ra. Thế cơ chứ. Ông thầy muốn thử không?

Anh ta khoe rằng hai đứa tìm ra một đoạn suối phình to như một cái hồ nhỏ hai bên bờ toàn đá hoa cương, dưới đáy lại là những viên cuội trắng phau, xung quanh hoa rừng nở rộ, đẹp vô cùng. Hai đứa gặp nhau ở chỗ cái hồ đó, làm tình, tắm táp, đùa giỡn, thích lắm...

Một hôm, người lính trẻ đem về cho cấp chỉ huy một hòn đá rất lạ. Hòn đá to bằng nắm tay. Màu mận chín. Nhìn kỹ nó có vóc dáng một hình nhân, có khi lại thấy nó hao hao một loài thú. Cũng có lúc thấy nó như một thiên thần rồi lại chợt tưởng là quỉ sứ. Có lúc thấy nó hiền lành nhưng cũng có lúc thấy nó toát ra vẻ hung dữ. Lúc thấy đẹp, lúc thấy xấu. Lúc thấy dễ thương, lúc thấy rất đáng ghét. Lúc thấy có hồn, lúc thấy vô tri. Lúc thấy nó sống động nhưng có lúc thấy nó là tĩnh vật. Có lúc thấy nó hiện hữu nhưng có lúc chẳng nhìn thấy nó đâu.

Theo người tìm ra cục đá thì mảnh vỡ có thể từ cung trăng hay một hành tinh nào đó trên vũ trụ xẹt xuống. Sao băng nằm ở đáy hồ. Anh mò được trong một cơn nô đùa. Làm tình. Với người con gái Thượng. Anh nghĩ ngay tới "xếp", liền đem về tặng xếp làm vật kỷ niệm trang trí trên bàn giấy. Ông chuẩn úy cảm động, nhưng nói:

– Tôi là sĩ quan hạng "tép riu" chỉ biết đi đánh giặc, làm "chó" gì có bàn giấy mà trưng bày.

Người lính trẻ nói:

– Rồi cũng có ngày "thầy" lên... tướng chứ. Ông giữ cục đá này, khi ấy nhìn kỷ vật sẽ nhớ đến thằng em mà cất nhắc lên. Nhớ là đá cung trăng đấy nhá.

Ông sĩ quan giữ viên đá anh lính cho mãi đến ngày tàn cuộc chiến. Đổi đi đơn vị nào ông cũng mang theo, tuy không lên tướng nhưng sau này về làm tham mưu, có văn phòng, ông cũng luôn luôn trưng cục đá màu mận chín đó trên bàn giấy. Có lần một bạn đồng ngũ hỏi:

– Cục đá có đẹp đẽ gì đâu mà sao cứ "na" theo hoài vậy?

Ông trả lời rất nghiêm chỉnh:

– Vẫn thạch của vũ trụ rớt xuống. Quí lắm đấy.

Rồi ông còn bình thêm:

– Cũng may chỉ là cục đá nhỏ, nếu là khối vẫn thạch lớn mà văng xuống, trái đất sẽ nổ tung. Tận thế là cái chắc.

Khi Mỹ phóng vệ tinh lên chiếm đóng mặt trăng cắm cờ Mỹ và cờ các nước đồng minh trong đó có cờ Việt Nam trên đó, rồi lấy về một ít đá, lại còn chí tình trao tặng đồng minh Việt Nam một cục đá cuội, cũng là để trang trí kỷ niệm. Nay cờ trên cung trăng vẫn còn đó, nhưng lá cờ ở tiền đồn biên giới quốc gia ngày nào thì không còn nữa. Cục đá cuội do đại sứ trao tay cho ông tổng thống giữ chẳng rõ bây giờ ở đâu, hòn đá trưng bày ở thư viện Abram Lincoln đường Lê Quí Đôn, Sài Gòn, thì đã để lại cho

Việt Cộng bỏ túi. Riêng mảnh vỡ màu mận chín, ông sĩ quan bại trận đã không còn giữ được. Cũng chẳng rõ "vì sao xẹt" nay đang lưu lạc ở phương nào?

■

Thời gian làm tù binh phá rừng ở vùng Việt Bắc tình cờ ông moi được một mẩu lõi cây chìm trong đất đồi, mẩu gỗ có hình dáng một cái hang đá, lại có mùi thơm, cạo một tý mùn ném vào bếp than khói bốc lên thơm lừng cả một gian nhà. Hỏi ra nó là trầm hương. Ông sĩ quan nhớ tới cục đá màu mận chín đã thất lạc, bèn đem mẩu lõi cây về cất trong túi tư trang, di chuyển đi đâu cũng lại na theo. Sau gặp linh mục tù binh Vũ Cát Đại, cha có quan niệm "hãy cứ nghĩ tốt cho kẻ khác, cố gắng biện hộ cho mọi người, đến khi nào đuối lý thì mới đành chịu." Ông sĩ quan rất quí trọng linh mục tù binh này bèn đem mẩu lõi cây trầm có hình hang đá đưa cha:

– Thế nào cũng có ngày cha về Nam đoàn tụ với Bà Cố, cha biếu Cố món quà rừng thiêng nước độc này, xin Cố cầu nguyện "cho những tù binh được chóng về quê" theo tinh thần của Kinh Năm Thánh 1950.

Linh mục Vũ Cát Đại nhận lời, chẳng rõ cha có đem được món quà về tới tay Bà Cố không?

Anh lính thêm nhiều lần rủ "xếp" xuống núi, nhưng ông đồn trưởng mải lần lữa cho đến khi phải đổi về hậu cứ, để thỉnh thoảng nhớ lại mà tiếc nuối cái thời ngự trị trên vùng biên giới.

Thời cưỡi voi đã để lại nhiều ấn tượng trong tâm trí ông lão. Mỗi con voi có một quản tượng ngồi trên đầu cầm búa điều khiển. Voi ông đi đầu, ông chiếu ống nhòm, ông đưa súng nhắm. Đoàn voi đi săn bắn rầm rộ, chắc tổng thống và ông cố vấn đi săn ở Buôn Mê Thuột cũng ồn ào lẫm liệt đến thế là cùng. Sau này vào dịp dẫn đơn vị diễn hành ngày Quốc Khánh qua khán đài nhìn lên, thấy tổng thống ngồi trên ngai nhìn xuống, ông cũng lại nhớ đến cái cảm giác thích thú cưỡi voi đi săn. Rồi sau này lâu hơn nữa, khi chiến tranh chấm dứt, nằm trong trại tập trung tù binh, có lúc ông cũng lại chợt nhớ đến thời cưỡi voi năm nào.

■

Chủ căn nhà là bạn lái máy bay với con trai ông trong hội AOPA, anh ta làm ruộng trồng cỏ trong vùng sa mạc miết cũng chán, mùa hè lại muốn đi tắm nước mặn và nhìn ngắm biển mênh mông. Con trai ông bèn làm một cuộc hoán chuyển, đón bạn ra ở thành phố biển và đưa bố mẹ với con gái anh ta lên nghỉ hè ở sa mạc. Khi nghe con mô tả căn nhà trên sa mạc có sông nước có jetski bà mẹ thích lắm, rồi lại nói ba biên giới ông bố cũng thích lắm, thế là cuộc "nghỉ mát" ở sa mạc được thực hiện ngay. Ở trong căn nhà này ông lão sẽ có dịp tìm về quá khứ với những biên giới và lằn ranh. Nhiệt độ ngoài trời có lúc lên cao đến hơn trăm, trong nhà thì điều hòa mát mẻ ở độ 65. Thỉnh thoảng có việc phải mở cửa ra ngoài, ông lão thấy như bị một làn lửa nóng quạt vào mình, ông vội vàng thụt vào trong nhà đóng cửa lại và nhìn ra. Thế mà hai bà cháu thì lại thích đùa với trời nóng. Ngay cả trên sông nước hơi nóng cũng như hơi của nồi nước xông. Bà lão có lần nói với ông:

– Đi du lịch nghỉ mát mà Bố chỉ đứng trong nhà nhìn ra quang cảnh bên ngoài thì làm sao hưởng được thú vị của thiên nhiên?

Ông lắc đầu:

– Ngoài đó nóng như lửa, trong này mát rợi, tội tình gì mà đem thân mình đi hấp. Mùa hè Bố đi nghỉ... mát mà.

– Bố phải ở ngoài trời nóng cho cơ thể nó bốc hơi, đến khi vào trong nhà mình mới cảm thấy cái tuyệt vời của sự mát mẻ. Nếu cứ ở trong nhà miết mình sẽ thấy lúc nào cũng chỉ như thế.

Ông lão cũng nhận thấy nó là như vậy, nhưng ông vẫn cứ ở lì trong nhà nhìn ra. Hình như ông chỉ muốn không có gì thay đổi. Ông không thích xáo trộn. Ông không muốn quá khích. Có lần các con ông dẫn lên đỉnh Big Bear để thưởng thức cảm giác giá băng, ông lão cũng suốt hai ngày ngồi trong nhà nhìn qua cửa kính xem con cháu đùa giỡn với nhau cùng tuyết trắng. Lần ấy bà lão ở nhà chê tuyết giá không đi theo. Bà không chịu được thời tiết quá lạnh.

Chuyến nghỉ hè trên sông nóng nực này thì lại hợp với bà, có thêm đứa cháu gái cùng sở thích, hóa cho nên ông lão nhận thấy là thuận tiện suông sẻ, nếu không chẳng lẽ ông để bà chạy ski một mình, còn nếu ông phải tham dự với bà thì không rõ rồi ông sẽ ra sao trên sông nước nóng bức lạ lùng.

Ông đứng trong phòng kính nhìn xem bà cháu họ chán rồi mày mò tìm cách chế biến món ăn để khi về họ sẽ ngấu nghiến giải quyết bụng đói. Quả đúng như vậy, bà cháu đều đói bụng, ăn uống ngấu nghiến, tắm táp xong cả hai đều lăn ra ngủ say như thiếp. Ông lão lại chỉ còn một mình trong căn nhà mát, ông đi từ phòng này sang phòng kia, vào ngó bà ngó cháu ngủ chán rồi lại ra phòng kính nhìn dòng sông cây cầu.

Tiểu bang bên kia sông dựa vào sa mạc của lục địa. Bên này sông thuộc tiểu bang có giải đất chạy dài theo bờ Thái Bình Dương. Qua bên trái căn nhà phía bên kia con đường và cây cầu là tiểu bang có một luật pháp khác hẳn với hai lân bang. Ở bên đó được bảo vệ tự do đánh bạc và thủ tục cưới hỏi cũng như ly dị được đơn giản đến mức dễ dàng nhất nước Mỹ. Và cũng là nơi để thử vũ khí đạn dược kể cả bom nguyên tử. Ở ngay cái mỏm đất đầu cầu và sát bên kia con đường đã có ngay một trung tâm du lịch lớn, có khách sạn, sòng bài, với nhiều tiện nghi tối tân, sang trọng, "đơm đó" chờ sẵn ở đấy. Cư dân lân bang chỉ việc qua cầu, bước sang bên kia con đường, là có thể làm được những việc mà ở bên này không cho phép. Vào sâu trong nội địa của tiểu bang đó còn dài dài rất nhiều những cơ ngơi như thế, "giăng câu đặt lờ", sẵn sàng đón tiếp du khách qua thăm, nếu muốn ở lại luôn cũng không ai cản.

Đi ra đi vào chán mà bà cháu họ vẫn ngủ say, ông lão thức một mình buồn phiền quá. Nếu như hồi chiều bà cháu họ chơi giỡn trên sông ông không cảm thấy trơ trọi vì rằng họ vẫn biết ông đang ở nhà, cả hai bên đều biết rằng cả hai bên đang có mặt ở đâu đó. Nhưng lúc này, một bên đã ngủ say, nghĩa là có một bên không biết có bên kia đang có mặt ở đâu đó, không biết gì cả, không hề biết một tí gì cả về sự có mặt của ông.

Ông lão thấy mình trơ trọi trong cái thế giới liên bang, cái thế giới đa cực, cái thế giới đa nguyên, cái thế giới đa sự, đầy rẫy những mâu thuẫn và dị biệt. Bên này, bên kia, ông chợt nhớ tới Nguyễn Mạnh Côn: "Bên này sông là giai cấp không buông tha. Bên kia sông là thực dân phong kiến. Về đâu tiểu tư sản?"

Có lẽ phải vượt biên, nghĩ thế rồi ông mở cửa đi xuống mé sông. Trời tối rồi mà vẫn còn nóng, cái sức nóng của gió cát.

Ông lão đi theo lối đi bằng cầu gỗ xuống bến sông. Hai chiếc jetski và một con tàu nhỏ neo ở bến lặng thinh. Ông lão đứng tì tay lên thành cầu tàu nhìn lên cây cầu xa lộ bắc ngang sông. Đèn sáng rực. Cây cầu sừng sững thẳng tắp. Những trụ cầu rất lớn nằm dưới nước đỡ cây cầu vắt ngang. Bên trên là những dòng xe cộ qua lại chiếu đèn thành những vệt sáng rực rỡ. Chợt ông lão giật mình. Những trụ cầu còn để trần chưa có lớp rào kẽm gai bao bọc ngăn chặn. Rồi ở trên những vì cầu suốt hai bên không thấy có một vọng gác nào với lính tráng bảo vệ. Thế này thì đặc công nó đánh sập mất thôi. Cầu cống cũng như tháp canh lô cốt cần phải mặc áo giáp. Phủ tổng thống và phủ phó tổng thống cũng còn phải bọc thép, những con "ngựa gai" ba cạnh cấu kiện đều nhau xếp thành bờ rào đẹp đẽ đeo trên lưng những tấm bảng thông cáo rõ ràng: "Khu quân sự, cấm vượt rào cản, bất tuân binh sĩ sẽ nổ súng!" Quả nhiên dân chúng không ai dám xâm phạm, sở dĩ còn lánh xa. Ngày 30 tháng tư xe tăng của cộng sản nó vượt rào cản, nó quệt đổ cánh cổng chính, thế mà chẳng có binh sĩ nổ súng, là vì tổng thống trung tướng ra lệnh bắn thì đã bỏ chạy để cho ông tổng thống đại tướng kế vị đứng đón chờ "kẻ bất tuân dám vượt rào cản" mà đầu hàng bàn giao. Ở bộ tổng tham mưu, đại tướng tổng tham mưu trưởng cũng đã bỏ chạy, nhưng binh sĩ ở đó thì đã nổ súng M79 tiêu hủy chiếc xe tăng bất tuân dám vượt rào cản.

Người lính quân cảnh đứng gác trước cửa văn phòng tổng

tham mưu trưởng thì đã dùng khẩu súng lục vẫn đeo bên hông để bảo vệ đại tướng, bắn vào đầu mình tự sát! Ôi, thế thì ai quyền thế hơn ai? Ai lớn hơn ai? Ai to hơn ai?

■

Cây cầu Đà Rằng dài nhất Miền Nam, 1101 mét, công binh kiến tạo Việt Nam xây dựng theo kết cấu kiểu công binh Mỹ mãi ba năm mới xong, thay thế chỉ huy trưởng công trường ba lần. Tổng thống cắt băng khánh thành, thông xe quốc lộ Bắc Nam được một tuần lễ, bị đặc công thủy đánh sập hai vì bằng một bè chất nổ dòng theo nước chảy, ba mươi phút sau tiếng nổ thứ hai phá sập luôn nhịp cầu cũ đối diện, xém tiêu luôn cả bộ chỉ huy tiểu khu vừa đứng đó quan sát mới di chuyển. Thế là lại đóng đường. Đơn vị công binh mới dọn đi lại phải kéo về sửa chữa. Chẳng hiểu phải mất bao nhiêu lâu nữa quốc lộ mới lại thông xe.

Cuối năm 1976, ở trại tập trung tù binh gần bến phà Âu Lâu Yên Báy, có anh trung uý quản giáo tên là Vớ, đi Nam về biết chuyện xây cầu và phá cầu, trong lúc lên lớp với các tù binh sĩ quan Cộng Hòa, lỡ miệng nói rằng:

– Các anh phá hoại. Chúng tôi cũng phá hoại. Trong chiến tranh... thằng nào cũng là đồ phá hoại cả.

– Ở Miền Bắc, một gia đình năm người, hai vợ chồng ba đứa con, phải nhịn ăn ròng rã một năm, mới đủ tiền cho một quả đạn B40. Bộ đội chúng tôi đem quả đạn B40 ấy bắn "cái rầm" nổ tung một cái xe, thế là thiệt hại gấp đôi. Đạn B40 hay chiếc xe, cây cầu, thì cũng là... khoai sắn của nhân dân cả. Đúng là đồ phá hoại!"

Từ sáng hôm sau, các tù binh không thấy trung uý Vớ ở trại đó nữa, nghe nói rằng anh ta đã đi học cái gì ở đâu đó!

■

Dòng sông nước trong vắt, không một cụm bèo, cũng không thấy có đám rác rưởi nào nổi lều bều, và cũng chẳng có những khúc cây trôi theo dòng nước cho gia đình "Anh Phải Sống" vớt củi. Ban ngày ông lão đã nhìn thấy những con cá bơi nhởn nhơ

dưới đáy sông, ban đêm ánh đèn điện trên nhà hắt xuống dòng
nước, ông lão cũng vẫn nhìn thấy chúng. Đàn cá nhởn nhơ có lẽ
vì không có ai giăng câu đặt lờ.

■

Đồn biên giới xưa đóng bên một dòng suối. Nay trại giam
cũng nằm trên bờ suối. Ngày đầu tiên ở trại giam đầu tiên trên
Miền Bắc xã hội chủ nghĩa, các tù binh sĩ quan cộng hòa được
cán bộ giáo dục bài học chính trị đầu tiên là giữ vệ sinh cá nhân,
hằng ngày phải xuống suối tắm gội, phải đánh răng rửa mặt,
phải giặt giũ áo quần sạch sẽ, phải có văn minh văn hóa mới.

– Nghe nói trong Nam các anh là ăn ở bẩn thỉu lắm, lại còn
trai gái hôn hít âm hộ với dương vật. Khiếp! Có đúng thế không
nào, thật là thiếu văn hóa. Từ nay chừa nhá...

Nhiều tiếng cười ầm lên. Trong đám thính giả ngồi xúm nhau
dưới đất có lời rù rì:

– Nghe nói thế mà cũng cười được! Với lại làm gì có chuyện
đó, cán bộ nói chữ nho kiểu phong kiến khó hiểu, thôi thì ta cứ
nói đại kiểu bình dân chân chất là bú L. cho đơn giản đi.

Cuộc chiến tranh Nam Bắc tương tàn dằng dai thảm khốc với
bao nhiêu đổ vỡ tan hoang cùng với không biết bao nhiêu chết
chóc, chia lìa, mồ côi, góa bụa... rồi cũng phải kết thúc.

Trong âm vang của khúc ca chiến thắng khải hoàn và tiếng reo
mừng nền hòa bình, độc lập, tự do, hạnh phúc... người bại trận trở
thành tù nhân, kẻ thắng trở thành cai tù, hành hạ nhau, xỉa xói
nhau, lên án nhau. Nhưng nghĩ cho đến cùng kỳ lý, căn cứ vào
những lời nói tự tôn và những câu miệt thị, thì sự khác biệt, cái
chênh lệch của hai chế độ ưu việt chẳng hóa ra là ở chỗ, một bên
đua đòi, bắt chước tây phương, cái trò chơi bời lộn ngược trước
bên kia, và một bên vẫn cứ lui cui trong cung cách quen thuộc cổ
điển. Và rồi thời gian cần phải có để hai miền hoà hợp, xích lại gần
nhau, giống nhau, khắc phục mâu thuẫn nội tại cũng như mâu
thuẫn đối kháng, cho bên kia chưa biết sẽ chóng được biết, cái, mà
giờ phút đầu tiên của cách mạng thành công, mình đã phê phán!

Chắc cũng mau thôi, bởi vì người ta thường nói làm quen với hưởng thụ sung sướng dễ dàng và nhanh chóng hơn, so với sự thích nghi cùng khó khăn, gian khổ. Nhân bản như thế, tương lai hợp nhất của cả nước tưởng cũng không đến nỗi xa vời!

Cán bộ nói dài không chán, đám tù binh ngồi bệt trên sân trại chăm chú nghe, có bác còn ghi chép bằng mẩu bút chì trên miếng giấy bao xi măng. Giảng giải xong cán bộ cấp phát năm người một cái bàn chải răng.

– Đất nước còn nhiều khó khăn, các anh phải khắc phục, năm anh một cái bàn chải dùng chung, khi nào nhà nước có đủ sẽ cung ứng đủ, từ từ mà vững chắc tiến lên, sang năm có thể nâng kế hoạch lên bốn anh dùng chung một cái, nếu định mức chỉ tiêu lên cao.

Xong bài học vệ sinh văn minh văn hóa mới, đoàn tù binh được lùa xuống suối tắm rửa. Nước lạnh làm mọi người tỉnh ra.

Phần đông các bác đều có mặc quần lót khi tắm bèn bị mấy anh tù cũ thuộc Biệt Kích hay Hạ Lào mắng cho là bày đặt:

– Tụt hết ra, cởi truồng là chân chính, rồi sau này không có quần mà mặc đâu.

Đoàn tù tắm chung với đàn vịt của cán bộ cơ quan nuôi cải thiện, vịt thấy người đông quá bèn bơi ngược dòng lên trên.

Một bác tù thắc mắc:

– Như thế là mình tắm nước cứt vịt à?

Người tù cũ đứng bên kia bờ cười ngặt nghẽo:

– Thẩm quyền ơi, phía trên đàn vịt còn có một chuồng trâu bò mấy chục con, cứt trâu cứt bò theo nước mưa xuống suối về đây.

Nghe thế các bác tù binh trố mắt nhìn nhau. Một bác cầm chiếc khăn vắt nước, hỏi người tù cũ:

– Thế bếp trại lấy nước ở đâu nấu ăn?

Người tù cũ cười hà hà, nhìn các đồng cảnh mới tới, tỏ vẻ thương hại:

– Còn lấy nước ở đâu nữa. Tất cả mọi người ở đây chỉ có nước của dòng suối này để tắm giặt, rửa ráy, nấu ăn nấu uống thôi thẩm quyền ạ. Mà tôi xin báo cáo cho các thẩm quyền biết là phía trên nữa, qua khỏi chuồng trâu bò, bên kia ngọn đồi nọ còn có một nhà hộ sinh của xã Âu Cơ. Nhà hộ sinh ấy vẫn xả xuống suối những đồ dơ của sản phụ, thỉnh thoảng còn thấy những tã lót dính đầy máu đẻ nữa đó thẩm quyền.

Có mấy bác tù nôn oẹ khạc nhổ bỏ chạy lên bờ mặt tái xanh.

Người tù cũ nói tiếp, chậm rãi, từng lời:

– Không ăn thua, có sao đâu, thưa các chiến hữu, từ bao lâu nay người ta vẫn ăn vẫn uống nước ở dòng suối này. Ở đây, tất cả, bếp cơ quan hay bếp trại, cai tù cũng như tù, người thắng cũng như kẻ bại, cách mạng hay phản cách mạng, cộng sản hay quốc gia, tất cả... vâng tất cả, thưa quí vị, đều ăn, đều uống cái thứ nước cứt gà cứt vịt, cứt trâu cứt bò này; tất cả, đều ăn đều uống cái thứ nước máu đẻ này!

Dòng suối tự nhiên hết ồn ào, mọi người đều im lặng, chỉ nghe tiếng róc rách suối chảy qua những tảng đá nhô lên mặt nước. Trời đã về chiều, ánh nắng bị dãy núi gần đó che chắn phủ một mảng đen xuống khu trại giam vô cùng ảm đạm. Đoàn tù binh bắt đầu lục tục lên bờ trở về lán trại. Không ai nói chuyện với ai. Chợt có một bác reo lớn vì bắt gặp một ổ trứng vịt bên bờ suối. Mấy người bộ đội từ cơ quan chạy xuống, họ thu hết những quả trứng vịt từ tay người tù binh rồi khen ngợi người ấy học tập tốt rất tiến bộ. Người tù cũ lúc nãy đứng nhìn tiếc rẻ, bèn lại chửi thề:

– Ngu ơi là ngu, nhặt được không biết giấu đi mà ăn, la rống cái họng lên để họ lấy mất...

Bác tù mới ấp úng:

– Thì tôi cũng tính đem nộp, tài sản xã hội...

Anh tù cũ hết nhịn nổi:

– Đ. m. ở đấy mà tự giác với lại tiến bộ. Sẽ đói rã họng ra cho biết thân. Thẩm quyền với đại bàng gì mà khờ quá. Nói là tài sản xã hội chủ nghĩa chứ thằng nào vồ được thì xài, giấu đi mà xài hoặc chia nhau mà xài.

Nước suối đã lạnh, trời về chiều, cởi trần đứng trước gió, còn lạnh thêm, có khi phát lãnh!

■

Đứa cháu đánh thức người ông tỉnh dậy:

– Sao nội không ngủ? Sao nội đứng dậy một mình?

Ông lão quay sang thấy đứa cháu gái đứng bên cạnh mình từ hồi nào, hỏi:

– Ừ, sao con cũng không ngủ, bà nội đâu?

– Bà nội vẫn còn đang ngủ trên phòng. Con khát nước thức dậy không thấy ông nội đâu, con đi tìm.

Ông lão dắt đứa cháu đi lên nhà, bỏ lại dòng sông và cây cầu. Ông lấy nước cho cháu uống, xong, bắt nó đi ngủ lại. Con bé ra điều kiện nội không được xuống bờ sông một mình ban đêm nội phải ở trong nhà nếu nội không ngủ được. Ông lão cười gật đầu với nó. Điều kiện có thể chấp nhận được. Đứa cháu lên giường nằm, ông lão đắp chăn cho nó. Chuỗi tràng hạt có cây thánh giá nhỏ của nó để trên đầu giường, ông cầm cây thánh giá đặt trên môi cháu cho nó hôn. Ông nói:

– Good night.

Đứa cháu cũng nói:

– Thank grandpa. Good night grandpa.

Đứa cháu sinh ra ở nước Mỹ, nuôi dưỡng, lớn lên, học hành cùng với trẻ con Mỹ, cho nên nó Mỹ nhiều hơn Việt. Nó nói tiếng Anh dễ hơn là nói tiếng Việt. Từ ngày có ông nội từ Việt Nam lánh nạn sang, ngày ngày đưa đón cháu, làm bạn với cháu, nói chuyện với cháu, hóa ra tiếng Việt của cháu khá hơn và tiếng Anh của ông cũng khá hơn. Ông cháu dạy lẫn nhau. Có lần cháu đã phải sửa sai ông nội phát âm không đúng rồi bắt nội uốn lưỡi tập đọc rất nhiều lần một từ ngữ. Bà nội thấy thế phải can thiệp xin với... cô giáo dễ dãi bớt cho ông nội. Bà nói với cháu bằng tiếng Mỹ, líu lo nuốt chữ rất nhanh cốt cho ông nội không hiểu kịp:

– Tại ông nội... nhà quê, cho nên ông nội nói tiếng Mỹ theo kiểu nhà quê, cháu đừng ép khó quá ông nội... mất tinh thần. Lưỡi ông nội cứng đớ ra rồi, luyện giọng cách mấy thì cũng thế mà thôi.

Ông nội hỏi:

– Hai người nước ngoài nói cái gì mà có grandpa trong đó!

Bà cười, nói với ông bằng tiếng Việt, cũng líu lo lướt nhanh những tiếng lóng:

– Ngộ lói với ló đừng bắt bé nảo của ngộ học nhiều quá mệt.

Ông lão thì luôn luôn khen và khoe với mọi người cháu ông dễ thương, học giỏi, thông minh tập nói tiếng Việt rất nhanh. Tiếng Mỹ thì ôi thôi khỏi chê, nghe nó nói chuyện với bạn nó ở cổng trường cứ như rót vào tai mặc dù ông chẳng hiểu gì. Nó giỏi giống... bà nội. Bà nội mắt sáng lên nhưng bĩu môi:

– "Cứt ai vừa mũi người đó", cháu hát ông vỗ tay.

Ông lão cãi:

– Thiệt đó, con bé này rồi ca hát cũng hay, làm xướng ngôn viên truyền thanh truyền hình cũng sẽ nổi tiếng. Nếu chẳng may nó trúng cử Tổng Thống Hiệp Chủng Quốc Hoa Kỳ, đọc diễn văn sẽ hấp dẫn nước Mỹ và cả thế giới.

Rồi ông than:

– Tôi có uốn lưỡi luyện giọng "năm năm, mười năm, hai mươi năm, hay là lâu hơn nữa" thì cũng chẳng ra môn ra khoai gì!

Bà vô tư phê điểm học sinh ngữ cho hai người: cháu điểm A, ông điểm C.

■

Ông lão vặn nhỏ đèn ngủ cho ánh sáng mờ mờ. Ông ra ngồi nơi chiếc sofa, duỗi chân giang tay tìm sự thư giãn. Bà lão vẫn ngủ say, đứa cháu thì như cũng đã ngủ lại.

Hồi ở Việt Nam, nhất là thời gian trong các trại giam, những lúc ở không thế này, ông lão thường hút thuốc lá liên miên, có khi còn rít thuốc lào bằng chiếc điếu cày kêu sọc sọc. Nhưng từ hồi sang Mỹ, ông phải bỏ cái thói quen ấy vì quanh ông không có ai như thế cả. Cũng dễ thôi. Nhưng sao đến bây giờ mới cho là thuốc lá độc hại và ra công ra sức chống nó. Bao lâu nay nó đã nghiễm nhiên trở thành một thực tế, một thói quen, nó ngự trị trong đời sống loài người, thậm chí nó còn trở thành một dáng vẻ đáng yêu ở ngay trong văn chương, thơ phú, nhạc, họa, sân khấu, điện ảnh... bây giờ muốn xoá nó đi cũng khó, chẳng lẽ phải huỷ bỏ những tác phẩm nghệ thuật lỡ chứa chấp thuốc hút. Nghĩ cho cùng thì nó chẳng bổ béo gì, mà cái hại thì vạch ra tội vô số kể, nhưng còn công dụng làm dáng của nó, phủ nhận cũng được đi mà phải phủ nhận những thứ làm dáng, điệu đà khác nữa luôn thể. Cũng phiền, lỡ ghiền rồi bắt cai. In như mấy anh bị lây bệnh cộng sản, phải mò mẫn tìm đường hồi chánh, ly khai... Nhưng mà hồi chánh với ai, ly khai đi đâu? Năm mười năm nữa lỡ có nhà bác học nào khám phá ra rằng trà, cà phê, chocolat, thịt, cá, gạo, bột mì... mỗi thứ đều có chứa hàng trăm thứ chất độc hóa học giết người từ từ... rồi la hoảng lên, rồi kêu gọi từ bỏ, bắt cai những thứ đó. Rồi sao?

Ông lão sang Mỹ bỏ hút thuốc dễ dàng, nhưng lại cứ nghĩ đến quê nhà, ở đó mọi người hút thuốc, nhà nhà hút thuốc, cả nước hút thuốc, thời thượng và sang trọng. Các nông trường quốc doanh hằng năm thi đua lập kế hoạch tăng diện tích trồng và sản lượng cây thuốc lá. Các nhà máy sản xuất thuốc hút quốc doanh được cấp huy chương vàng, bằng khen, liên hoan chào mừng thành tích thắng lợi. Rồi đi vận động tư bản nước ngoài đầu tư, giúp đỡ nâng cao kỹ nghệ thuốc lá lên tầm hiện đại kịp với trào lưu thế giới.

Trong nhà có người thân đi tù thì gia đình tiếp tế nuôi ăn nuôi hút. Gia đình khá giả hay có thân nhân Việt kiều thì tiếp tế thuốc ngoại hóa: "Hai tầng. Đeo nhẫn. Oanh tạc. Có trình độ. "Gia đình khó khăn thì chạy cho thuốc rê Long Khánh, Giồng Trôm, Mỏ Cày... Những tay ghiền nặng nhà lo cho thuốc lào Tiên Lãng, Thuận Đức, 888...

"Nhớ ai như nhớ thuốc lào,
Đã chôn điếu xuống lại đào điếu lên!"

Cuộc chơi nào có thú vị lẫn với gian nan thì mới sướng. Gia đình tiếp tế thuốc hút cho tù với tất cả tình yêu thương thân mến, bao nhiêu hy sinh và tấm lòng. Chắc không có ai nỡ lòng âm mưu đầu độc, ám sát người thân không may sa cơ của mình.

Thi sĩ Hà Thượng Nhân Phạm Xuân Ninh đang ở đâu đó trên đất Mỹ, chẳng rõ còn hút thuốc hay đã cai, có bài thơ thuốc lào bất hủ:

"Trời có điều chi buồn mà trời mưa mãi thế?
Cây cỏ có chi buồn mà cỏ cây đẫm lệ?
Anh nhớ em từng phút, anh thương con từng giây.
Chim nào không có cánh, cánh nào không thèm bay,
Người nào không có lòng, lòng nào không ngất say.
Gửi làm sao nỗi nhớ, trao làm sao niềm thương,
Nhớ thương như trời đất, trời đất vốn vô thường.
Ngày xưa chim hồng hộc, vượt chín tầng mây cao,
Ngày xưa khắp năm châu, bước chân coi nhỏ hẹp,
Bây giờ giữa Long Giao, ngồi nghe mưa sùi sụt.
Cuộc đời như chiêm bao, có hay không nẻo cụt.
Anh châm điếu thuốc lào, mình say, mình say sao?

Bài thơ đã được nhạc sĩ Vũ Đức Nghiêm phổ nhạc, tối tối trong góc phòng giam ông lão ngồi nghe nhạc sĩ đàn guitar và hát nho nhỏ ca khúc "thuốc lào". Chốc chốc ông lại phê một bi như để làm nền phụ diễn. Thơ nhạc hay như thế sao ngoài đời bây giờ không thấy ai trình tấu lại nhỉ?

Những thượng sư trong giới ghiền thuốc lào ở các trại tù cộng sản, đã đưa thuốc lào lên "đỉnh cao" của thú tiêu khiển với hịch truyền: "Thông đờm. Bổ phổi. Diệt trùng lao." Những cao thủ này đã làm bằng tay ra những chiếc điếu cầy bằng ống nứa bóng lưỡng có chạm trổ "long ly qui phượng" hay những hình hài kỷ vật, những câu sấm truyền, ghi dấu đoạn đường khổ nạn. Hiện nay ở Hoa Kỳ có tàng trữ được những kỷ vật hiếm hoi đó, nhưng có lẽ chưa đến lúc đem trưng bày ở viện bảo tàng. Trong giới thượng sư hút thuốc lào có một vị nghiễm nhiên trở thành vô thượng sư, ấy là ông Hoàng Hồi Loan, người đã trước tác ra tác phẩm bất hủ "Bốn Mươi Năm Đĩ Lồng Đĩ Lộn", ông lão đọc và thấy đây là một tác phẩm văn xuôi có giá trị lớn, nó đã ghi dấu được nỗi kinh hoàng của 40 năm lịch sử dân tộc qua bao gian nan, phức tạp, khó khăn và lâu dài. Vô thượng sư không biết hút thuốc lào, mỗi lần ngài "phê" một "bi", anh em bạn tù phải chuẩn bị điếu đóm, phải chuẩn bị chỗ giường chiếu gối chăn, để người sẽ ngã lăn ra dãy đành đạch, hai mắt trơ trừng, miệng sùi bọt mép, tay chân quờ quạng. Khi vô thượng sư hành sự, phải có người nạp thuốc, người châm đóm, người chuẩn bị đỡ, người cầm sẵn cái quạt nan sẽ cởi cúc áo phanh ngực quạt quạt cho vô thượng sư mát mẻ mau tỉnh lại. Bao giờ cũng thế. "Bi" nào cũng "phê" như thế. Hóa cho nên vô thượng sư sợ hút, chỉ thỉnh thoảng mới "đánh" một "pat" cho biết núi sông là gì! Và cũng hóa cho nên anh em bạn tù ai cũng thèm cũng muốn mình có được một lần đạt đến cái trình độ "phê" cao siêu tuyệt vời như thế. Nhưng không được, các người đã làm cho giác quan thưởng thức của mình nhàm chán mất rồi, các người không còn khả năng hấp thụ chính xác, tinh vi, cái chất kích thích siêu đẳng của khói thuốc lào. *Các người đã chính thức là người phàm!*

Năm vô thượng sư kỷ niệm thượng thọ lục tuần, sau chén rượu mừng nhau ra tù, người đã trao cho ông lão bản thảo tác phẩm "Bốn Mươi Năm Đĩ Lồng Đĩ Lộn" gồm một bó giấy dày cộm. Vô thượng sư nói "Tuỳ ông muốn làm gì thì làm". Ông lão phải vất vả lắm mới giấu giếm mang đi được ra nước ngoài.

Khói thuốc lào thuốc lá cũng có truyền thống văn hóa chính trị ly kỳ như thế, bây giờ đùng một cái mới khám phá ra là nó độc hại, nó giết người, nó giết người xài nó, đã đành, mà nó còn giết người xung quanh không xài nó, chiến dịch chống hút thuốc lá trên TV tuyên ngôn như thế, ghê gớm lắm, cho nên phải cương quyết lên án nó, bài trừ nó, từ bỏ nó, sa thải nó.

Ông lão dễ tính, trước kia hút cũng được, bây giờ không hút nữa cũng được, cho phù hợp với môi trường nước Mỹ. Tỉ như trước kia Hoa Kỳ kéo quân sang tham chiến ở Việt Nam, đòi vào đánh không được bèn lật đổ ông tổng thống để thay người khác mở cửa cho mình vào. Rồi sau chán. Thôi. Không muốn đánh nữa. Tính tháo chạy. Lại phải lấy cái gương ông tổng thống bướng bỉnh đã chết để lưu ý kẻ nào ngăn cản cuộc rút quân trong danh dự. Hút thì hút. Cai thì cai. Đánh thì đánh. Chạy thì chạy. Đồng minh thì đồng minh. Phản bội thì phản bội. Cũng dễ dàng thôi. Có sao đâu. Phải luôn luôn nhớ rằng hãy quên đi tất cả.

■

Ông lão lắng nghe, hình như đứa cháu gái vừa mới mớ, ông nghe như có tiếng nó cười khúc khích...

... Bố nó nói:

– Ông nội phải giúp con việc này thôi.

Ông lão hỏi:

– Việc gì?

– Lễ sáng mai ở nhà thờ, cháu nó xuất sắc trong tháng, được thay mặt lớp đọc thánh kinh. Nó muốn phải có bố mẹ đi dự lễ, sáng mai con bận, nội đi dự cho cháu nó lên tinh thần.

– Được thôi, nhưng nó muốn có bố chứ đâu phải muốn có ông.

Gọi con bé hỏi, nó nói:

– Bố bận, ông nội đi dự cháu càng thích.

Sáng hôm sau, ông nội thức dậy sớm hơn mọi ngày, náo nức như sắp tham dự một nghi lễ long trọng nào đó. Không long trọng sao được. Cũng vinh dự chứ bộ. Cháu ông sẽ đứng trên bục giảng nhà thờ, trước một cử tọa đông đảo gồm giáo dân, linh mục, thầy cô giáo và học sinh các lớp. Cháu ông sẽ đọc một đoạn nào đó trích trong Tân Ước, "A reading from the book..." hay "A reading from the letter of Paul..."

Giáo xứ ở một thành phố đẹp ven biển, gồm ngôi nhà thờ và trường học nằm trên một khu đất rộng, "sau lưng là trường sơn hùng vĩ, trước mặt là biển cả mênh mông." Cư dân ở đây phần đông là người Kinh, rất ít đồng bào Thượng. Ở trường học chỉ có cháu gái ông là Mỹ gốc Á Châu.

Ông lão mặc bộ vest giá gần... một triệu may ở Sài Gòn trước khi xuất cảnh. Bộ vest này ông sắm để diện trong chuyến bay quốc tế sang Hiệp Chủng Quốc Hoa Kỳ, nhưng nay bà lão và các con ông đã chê là "quê" không muốn ông mặc nữa. Họ dẫn ông đi Bullocks mua sắm, đi tới, đi lui, chọn lựa, sửa chữa, trước sau đem về cả chục bộ chứa đầy một tủ. Ông lão bèn chê ngược lại, khi nào đi dự tiệc cưới với bà thì ông mới mặc. Đi một mình ông thích mặc bộ vest triệu bạc Sài Gòn. Đi dự lễ nghe cháu gái đọc thánh kinh ông cũng dùng lễ phục đó. Nhưng những lần đi xem đội bóng rổ lớp nó đấu giao hữu với lớp khác, con bé bắt ông nội phải mặc quần jean và T shirt có hình vẽ màu mè và in số cầu thủ đội Lakers. Những lần làm cổ động viên như thế, ông nội phải đứng gần đội banh của nó, phải la hét và vỗ tay reo hò cùng với đám khán giả đội nhà. Được cái nội chiều cháu nên nội cũng làm tròn được phận sự, chỉ tội nghiệp bà nội, tối đó ông nội đau nhức, khan cổ, ngủ mớ, khiến bà phải lo săn sóc. Nhưng bà cũng chưa bao giờ cản trở phong trào thể thao đang đi lên của ông cháu. Bà chỉ chê ông lão là "cao bồi già".

Cả nhà thờ hôm đó chỉ có "cao bồi già" mặc vest. Thường ngày cũng có một hai ông Mỹ hưu trí chống gậy, mặc vest đi lễ sớm, nhưng hôm nay họ vắng mặt. Phần đông giáo dân đến nhà thờ với trang phục thường nhật thoải mái của họ. Nước Mỹ ở đây hình như còn đang trên đường "xây dựng chủ nghĩa xã hội", nhân dân còn đang ở trong "chế độ" kinh tế "ăn no mặc ấm", chưa tiến lên được chế độ cộng sản "ăn ngon mặc đẹp". Mùa hè họ chỉ T shirt, shorts pant; mùa đông quần jean, áo jacket là chính; ít ai "sang trọng" như ông lão, vừa mới thoát khỏi chế độ cộng sản, đang ngồi nơi cuối nhà thờ.

Trong thánh lễ ông ngồi ở hàng ghế cuối là để có thể nhìn thấy hết thẩy nhà thờ từ dưới lên trên. Học trò ngồi gần hết những dãy ghế phía trên. Những hàng ghế phía dưới là các giáo dân, phần đông cũng là phụ huynh học sinh. Ông ngồi đây không rõ có ai biết cháu ông là học trò giỏi trong tháng, lát nữa nó sẽ đọc sách thánh. Ông lão nhìn thấy cháu mình ngồi ở hàng ghế đầu tiên. Ông nhấp nhổm cho nó nhìn thấy ông. Nó đã nhìn thấy. Ông hồi hộp theo dõi thánh lễ.

Đến lúc đứa cháu đi lên tòa giảng, ông lão nhìn nó chăm chú, từng bước đi, như phim chiếu chậm trên màn hình. Cháu ông trong bộ đồng phục học sinh khoan thai đi tới chỗ đứng nơi bục giảng. Nó mở sách đọc. Thanh thoát. Rõ ràng. Và hấp dẫn. Chưa bao giờ ông lão nghe một giọng đọc truyền cảm như giọng của cháu ông hôm đó. Kể cả những xướng ngôn viên trên truyền hình Mỹ nói năng cũng không ngọt ngào hấp dẫn bằng. Ông lão lâng lâng tiếp nhận âm hưởng của bài tân ước vang vang trong ngôi thánh đường. Cho đến khi đứa cháu kết thúc bài đọc bằng câu: "The word of the Lord", cả nhà thờ đáp lại: "Thanks be to God", ông lão lẩm nhẩm theo và ông "phê" như chưa bao giờ được như thế.

Lúc rời bục giảng để đi về chỗ mình, đứa cháu nhìn ông nơi cuối nhà thờ, ông thấy một thoáng cười tươi tắn trên gương mặt nó.

Khi cho rước lễ, một số các vị giáo dân lên phụ giúp linh mục. Trong số những người bưng đĩa bánh phân phát cho giáo dân có một bà Mỹ quen thuộc hằng ngày, bà mặc quần đùi áo thung, hồi mới sang ông lão thấy thế cho là kỳ cục lắm, không nghiêm chỉnh, nhưng rồi sau cũng như xung quanh, không ai cho trang phục hở đùi của bà Mỹ thừa tác viên này là xấu xa cả. Trong thời khắc biểu sinh hoạt hằng ngày của bà, sáng dậy chạy bộ "exercise" hai miles, ghé nhà thờ dự lễ và làm phận sự tông đồ, xong, vừa ra khỏi nhà thờ, bà chạy tiếp hai miles trở về. Có một dạo bà vừa chạy bộ vừa lần chuỗi đủ năm chục, nhưng sau bà đã dứt khoát không để lẫn lộn kinh sách với việc khác như thế nữa. Bà lần chuỗi vào trước giờ ngủ mỗi buổi tối. Tới nhà bà tắm rửa, ăn sáng, thay quần áo, rồi lái xe đi làm. Bà vừa lái xe vừa trang điểm, chút phấn, chút son môi, làm cho đẹp thêm cái cõi nhân sinh mà bà vốn rất yêu mến và quí trọng.

Ông lão nghe chuyện của bà Mỹ, nhìn bà, lại nhớ tới người con gái Thượng bên bờ suối vùng ba biên giới xưa kia, cô có cách trang phục tự nhiên theo sắc tộc của cô, phơi đùi hay phơi vú, thì cũng chỉ là thói quen, là phong tục, là... nhân quyền.

Lúc lên rước lễ ông đi ngang qua chỗ cháu, ông cháu nhìn nhau, ông khẽ gật đầu, cháu cũng khẽ gật đầu. Có một lần rước lễ, chiều về nhà, nó khen ông nội trong ngày đã làm được một việc tốt, nó thiệt tình hết lòng vinh danh nội. Hôm đó, khi ông đi lên rước lễ có một người nhờ ông dắt một bà Mỹ khiếm thị cùng đi. Ông lão cầm cánh tay bà ta dẫn đi, nhưng bà Mỹ khẽ gỡ tay ông ra, bà sờ soạng tìm khuỷu tay ông rồi luồn tay bà vào, ông lão hiểu ra rồi nhận thấy cái nhà quê của mình. Ông nhớ lại bài học lễ nghi quân cách trong trường sĩ quan năm xưa, quân phục đại lễ, thân hình thẳng băng ngay đơ như cây gỗ, tay trái duỗi thẳng, bàn tay phải đặt ngay ngắn trước bụng, khuỷu tay phải khuỳnh ra cho vị phu nhân nào đó vịn vào sinh viên sĩ quan dẫn quí khách đi lên lễ đài, trên TV Mỹ có lần cũng đã chiếu cảnh đệ nhất phu nhân tương tự như thế. Hôm đó ông lão cũng khuỳnh tay dẫn bà Mỹ khiếm thị đi lên bàn thờ rước lễ, dẫn bà uống rượu, xong, dẫn bà đi vòng trở về chỗ cũ. Ông được bà và người quen của bà nói lời cám ơn. Một con chó rất lớn và rất khôn vẫn dẫn bà ta đi lễ, nó nằm ngay dưới chân bà, nhưng hôm đó người quen bà không muốn cho nó dắt chủ lên vì trong nhà thờ đông trẻ con, người nhà ngồi tại chỗ giữ chó và vì thế ông lão mới được thay thế nó làm công việc săn sóc cho bà. Bà Mỹ không nhìn thấy gì nhưng đôi mắt bà vẫn như thường, nếu ai không biết và chỉ nhìn sơ qua sẽ không tưởng rằng bà bị khiếm thị. Bà cũng là giáo dân thường xuyên đi lễ mỗi sáng, bà còn có một giọng hát rất hay, rất truyền cảm, đôi khi bà còn hát những bài thánh ca cho nhà thờ, đặc biệt là trong những lễ tang, lời ca của bà vang lên trầm buồn làm cả nhà thờ im phăng phắc, chỉ còn đôi tiếng khẽ sụt sùi của tang gia. Ông lão được dẫn bà một lần thôi, có sáng ông cũng có ý chờ xem bà ta có nhờ không, nhưng lễ ngày thường ít người con chó làm công việc dẫn chủ đi lên đi xuống suông sẻ. Những khi bà lên bục hát, nó cũng dẫn bà đi, nó nằm phủ phục dưới chân bà, chủ ca xong, nó đưa về chỗ cũ đúng in không sai lần nào. Ông lão ước gì khi ông chết được bà hát cho một bài thánh ca nhưng ông lại cũng muốn sống để thỉnh thoảng nghe bà ca ở nhà thờ.

Khi nghe bà hát, giọng bà trầm buồn đến mủi lòng, ông lão nhớ tới giọng ca rất xúc động của một sĩ quan Biệt Động Quân tối tối ở quán "Tre" đường Đinh Tiên Hoàng Sài Gòn năm xưa, ca sĩ tài tử này cũng bị khiếm thị trong một trận đánh mà đạn pháo kích nổ gần tung anh lên cao, toàn thân không một thương tích, nhưng tiếng nổ đã làm hai mắt anh hư hoàn toàn. Quân y viện của Hạm Đội 7 hải quân Mỹ ngoài khơi Việt Nam cũng không tìm ra vết thương nào trên thân thể anh ngoại trừ chỉ một tí xíu trầy da nơi thái dương gần mí mắt. Anh trở thành thương phế binh, nhưng yêu đời lính nên anh vẫn mặc quân phục, mũ nâu, huy chương và dây chiến thắng, đeo lon chuẩn úy, lên thiếu úy, trung úy... cứ theo khóa sĩ quan của anh mà lên, đồng khóa mang cấp nào anh cũng mua lon đeo cấp đó, cho đến 1975 thì anh đã lên tới đại úy. Bị mù song tự nhiên anh lại hát hay vô cùng, anh nổi tiếng với một bài hát trong đó anh chế thêm lời có mấy câu "Con van ông ơi, con van bà ơi, con van ông đi qua van bà đi lại..." Nữ thính giả nhiều cô khóc sụt sùi, cũng nhiều vị khách biếu anh tiền tại chỗ, anh khuây khỏa rong chơi khắp Sài Gòn không cần ai dẫn đường. Anh kêu taxi, đón xe bus, quay điện thoại dễ dàng. Quân cảnh gặp anh không hỏi giấy mà còn chào mời muốn đi đâu họ cho quá giang. Anh kể chuyện vui ai nghe cũng cười trào nước mắt...

Cho đến ngày "bể đĩa"! Không rõ rồi sau ra sao?

∎

"Lạy cha, con xin phó linh hồn của con trong tay cha!"

∎

Vị linh mục chủ tế gốc miền nam châu Mỹ la tinh, ông lão đã biết cha từ mấy năm nay vì sáng nào ông cũng dự lễ ở nhà thờ này. Không rõ vị linh mục có ưu ái gì hay chỉ là một sự "tình cờ thường xuyên", linh mục thường chọn đặt lên lòng bàn tay ông lão một miếng bánh to gấp đôi, miếng bánh bẻ ra từ cái bánh to tròn bằng cái đĩa sau khi làm phép, không phải là bánh tròn nhỏ đựng trong tô chung. Một lần, rồi nhiều lần như thế, ông lão để ý và thấy rằng mình được vị linh mục này đặc biệt chiếu cố. Có khi cha vừa phát bánh vừa hơi mỉm cười với ông khiến ông không khỏi không bâng khuâng xúc động. Ông lão nghe rõ mồn một mùi thơm của miếng bánh mới thấm vào tâm não ông. Lạy Chúa, con là kẻ đã từng bị đói ăn, đã từng bị đói ăn đến ngơ ngác...

∎

Buổi sáng chủ nhật, ông phải nộp ba bó củi thật nặng cho bếp trại. Khi vác đến bó thứ ba lết từ bìa rừng về đến bếp thì ông kiệt sức, hai mắt hoa lên, đầu nóng bừng bừng, thả bó củi xuống thì người ông cũng rơi xuống theo. Mấy phút sau ông mới lết được đến bên chảo nước uống xin múc một ca. Ca nước âm ấm làm cho ông dần dần tỉnh lại. Ông đứng dựa vào cột nhà bếp để thở. Mấy anh tù binh thuộc đội cấp dưỡng đang ngồi gọt củ sắn, họ nhìn ông thương hại vì ai cũng biết rằng sáng chủ nhật không lao động nên không có ăn sáng. Mỗi tù nhân ra bìa rừng phía ngoài trại vác mỗi người ba bó củi cho nhà bếp chỉ là nghĩa vụ thêm, củi để nấu ăn cho mình, không phải là lao động sản xuất. Nhịn đói mà vác nặng thì rất mệt. Lả đi được. Đang đứng nhắm mắt để dưỡng thần thì bị một anh nhà bếp kéo ra bắt phụ với anh ta xếp lại đống củi cho gọn. Chưa kịp cãi thì nghe anh ta nói nhỏ: "Hai củ sắn gói trong lá chuối giấu dưới khúc củi bọng, vờ xếp củi rồi lấy giấu trong lưng quần đem về buồng mà ăn". Vừa nói anh ta vừa bê những khúc củi ném chồng chất lên đống cao. Anh ta lẩm bẩm tiếp: "Qua Một Chiếc Cầu, Lên Một Cái Dốc." – Ráng! Ráng mà sống nghe ông... Coi chừng công an nó thấy". Ông lão hiểu ra. Và cảm kích. Khi đói, rất đói, đói nhiều ngày rồi, đói đến ngơ ngác rồi, ăn củ sắn ngon vô cùng. Ngon không thể tả. Về phòng, leo lên chỗ nằm sàn trên, lấy củ sắn nướng giấu trong cạp quần ra ăn. Củ sắn nướng có lẽ vội nên còn sống. Nhai sậm sựt. Không bùi. Nhưng ngon lắm. Ngon vô cùng. Ngon không thể tả. Sắn tái. Phở tái. Thịt bò tái. Sắn tái hay tái sắn. Ăn sắn sống thì như ăn gỏi. Gỏi sắn. Tại sao không?

Sáng hôm sau, khi xếp hàng ra sân thì có lệnh chuyển trại đi K khác, một hình thức "xáo bài" cho nên không được gặp lại người bạn tù đã cho hai củ sắn nướng. Chưa biết tên anh nhưng nhớ rõ nét mặt anh, nhớ mãi cho đến ngày nay. Nét mặt ngày ấy. Nét mặt lúc ấy. Bây giờ anh cũng đã già, đã thay đổi theo tuổi tác và rất có thể anh cũng đang là một người Thượng ở đâu đó trên đất Mỹ. Có khi gặp anh mà không biết anh là anh!

Nhưng củ sắn nướng xưa kia anh cho nó còn quí hơn bất cứ món ngon nào được mời lúc này.

Khi ấy ở trại tù Vĩnh Phú, thi sĩ Thanh Tâm Tuyền có thơ vịnh củ sắn:

"Thoát xiêm y, trắng nõn nà,
Lửa lòng bốc cháy ai mà chẳng say. "

■

Thưa cha, cha chiếu cố cho con miếng bánh lớn, con thích lắm. Bánh thơm lắm. Ngon lắm. Ngon vô cùng. Ngon không thể tả...

Nhớ lần rước lễ đầu tiên trong đời, lâu lắm rồi, ngày xưa còn bé. Phải qua mấy mùa cha xứ về họ đạo làm phúc, tại một làng quê hẻo lánh Việt Nam, bên bờ con sông Vị hoàng, cụ quản Huynh dạy bổn mãi không thuộc, thi rớt hoài, lãnh không biết bao nhiêu roi mây của cụ quản giáo quất trên đầu, lần cuối bị rớt là vì khi cha xứ khảo bổn tuy đã thuộc nhưng lại hỏi vớ vẩn "Bẩm lạy cha, bánh thánh có nhân ngọt không?" Cha bèn hoãn thêm một năm nữa, thành ra xưng tội rước lễ lần đầu trễ cùng với lũ em. Thằng anh lớn tồng ngồng đứng xếp hàng chung với chúng nó, được may quần áo trắng mới một lần với chúng nó lại còn bị bà chị đe dọa dặn dò:

– Mày phải nhịn đói từ tối hôm trước, khát nước cũng không được uống. Sáng thức dậy sớm, đánh răng rửa mặt, coi chừng nuốt phải tí nước cũng không được. Khi rước lễ phải há mồm thè lưỡi. Đâu. Mày làm thử chị coi có đúng không. Ừ. Như thế. Rồi nuốt chửng. Cấm không được nhai. Nhai là cắn vào Mình Thánh Chúa. Mày mà nhai là mắc tội trọng sẽ bị phạt cụt lưỡi. Nghe không em?

Dạ, em nghe. Nhưng chị nghe ai dạy, rồi dạy lại em như thế làm em sợ mãi tới già không dám nhai bánh thánh. Đến bây giờ em mới tự do thoải mái, nhận bánh và ăn bánh, do vị linh mục Nam Mỹ bao dung phát cho, thì lại bị cái tay "giáo sư đại học văn khoa + đại biểu quốc hội cộng sản" bỏ đạo bỡn cợt!

Lạy Chúa, con chỉ ước gì sống mà không bị khủng bố và ám ảnh.

■

Ông lão lên rước lễ nhưng chỉ nhận bánh, không dám uống rượu. Kể từ khi ông thấy có người bon chen lên trước để được là người thứ nhất uống đầu tiên. Ông lão nhớ: "Sau bữa ăn tối người cầm lấy chén, cũng tạ ơn, trao cho các môn đệ mà phán..." Các môn đệ ngày xưa đã chuyền tay nhau chén rượu mà uống, ngày nay, nhất là ở nước Mỹ này, người ta không uống chung một ly, thậm chí còn dùng ly giấy xài một lần rồi bỏ, nhưng trong các giáo đường vẫn giữ truyền thống cũ là chuyền tay nhau chén rượu thứ tự mà uống. Thế mà, ông lão lại thấy chính cái ông cái bà ngoan đạo bon chen, cho nên ông... thôi!

Con nhận miếng bánh to cha cho, con không uống rượu. Con là kẻ đói ăn. Khi đói con chỉ muốn ăn, con không dám nghĩ tới rượu. Ở trong tù con không thèm rượu, con chỉ thích củ khoai, củ sắn. Củ khoai củ sắn to quí hơn củ khoai củ sắn nhỏ. Hai củ to lại càng quí hơn nữa! Cộng sản bỏ đói tù nhân để dễ khống chế. Có khi mức ăn chỉ 9 ki lô gam khoai sắn một tháng. Thưa cha, con thề độc. Nói dối phải tội. Chúa phạt. Xuống hỏa ngục. Thưa cha, ở nơi đó đói lắm, đói đến ngơ ngác, đói hơn những vùng đang đói của thế giới mà trẻ con gầy giơ xương, má hóp, mắt sâu; con người nằm chết ruồi bu!

Ở nước Mỹ giàu có nhất thế giới, cũng đôi khi đây đó trước siêu thị, quán ăn hoặc ngã tư đèn đỏ, có kẻ không nhà đói ăn, chỉ cầu được "work for food", nhưng là kiểu ăn mày lãng mạn, "quí phái", không bi thảm như ở quê nhà.

Cho mãi tới năm 1985, sau mười năm vô Nam vẫn còn có cán bộ cộng sản gốc Nghệ Tĩnh cho rằng bánh Noël là bánh thánh. Cháu gái Hoàng Dung, khi cậu đi tù còn nhỏ xíu, nay đã thành một thiếu nữ, biết đánh đàn trong ca đoàn nhà thờ Bà Chiểu, biết làm bánh bông lan, bèn làm một cái bûche nhỏ gửi mẹ đem lên trại giam cho cậu nhân lễ Chúa Giáng Sinh. Bác giáo Cả hôm đó cũng theo xe đi thăm em bị giao cho việc giữ cái bánh gần một ngày trời. Bác ôm hộp bánh suốt đoạn đường lên trại giam, giữ sao cho cái bánh không bị nhào nát. Hai tay mỏi đến rã rời. Anh trao bánh cho người em tù xong, vừa ra về thì cán bộ cầm cái rựa chặt cây xẻ bánh ra làm năm làm bảy để khám xét, xem bên trong nhân bánh là cái gì, có tài liệu mật đồi trụy phản động, có chất nổ cực mạnh, có máy móc điện đài tinh vi của CIA cơ quan tình báo trung ương Mỹ. Nhìn đống bột chèm nhẹp, cán bộ cách mạng lại còn hỏi:

– Bánh thánh của các anh đấy hả? Trong trại cấm truyền đạo sao còn tiếp tế bánh thánh?

Rồi anh ta nói:

– Chỉ có một ông thánh là Bác Hồ mà thôi.

Đến khổ. Kẻ đần độn có hành động ngu xuẩn đã đành, thế còn cái anh thông minh láu cá có phải chịu trách nhiệm bồi thường chiếc bánh Noël bị băm vằm phá nát? Anh ta đã tạo ra nỗi ám ảnh cho loài người trên khắp thế giới. Con "ngáo ộp" ngày xưa đã là cái mũ cho những người quốc gia chụp lên đầu nhau, nay lại đến cái anh đần độn sợ bóng sợ vía.

Ôi! Tiếc công của cháu gái, công của anh Cả, mà ghi nhớ tình gia đình, chứ không còn muốn nói năng gì nữa với cái thứ người hoàn toàn xa lạ với thế gian này.

■

Ông lão về chỗ ngồi, làm dấu thánh giá và nhớ tới ông giáo sư Lý ở Việt Nam. Sau 1975, nhà giáo sư đại học văn khoa, nhà trí thức yêu nước, nhà nghiên cứu khoa học nhân văn trong uỷ ban khoa học thành phố, được chọn làm đại biểu quốc hội. Lý giáo sư bỏ đạo để cho con trai là sĩ quan quân đội nhân dân được vào đảng. Ông giáo Lý nói nửa đùa nửa thật với ông giáo Nguyễn và mấy vị cựu Pax Romano rằng: "Eo ôi, sáng nào cũng ăn thịt sống, uống máu tươi của Chúa, đỏ ngoét ở miệng kinh quá!" Người đại biểu dẹp bỏ bàn thờ Chúa, trưng hình Nguyễn Tất Thành thế vào chỗ đó. Đến khi thân mẫu của ông mất bạn bè ông kéo nhau lên Thủ Đức phúng điếu, trên đường đi họ cá với nhau xem ông giáo Lý có mời linh mục đến làm phép xác theo nghi thức Công giáo cho bà cụ không. Các ông kia nói không, ông giáo Nguyễn nói có.

– Nó không theo tuỳ nó còn bà cụ thì nó vẫn phải để cho cụ hưởng các phép ấy chứ.

Một ông lý giải:

– Bà cụ cứ giữ "quyền tự do tín ngưỡng" của bà cụ theo hiến pháp, ông đại biểu quốc hội cứ giữ "quyền tự do không tín ngưỡng" của ông đại biểu, cũng theo hiến pháp.

Một ông bạn khác bình luận:

– "Tự do theo đạo" và "Tự do không theo đạo" là hai quyền riêng biệt ấy hả?

– Ủa.

Khi lên tới nhà ông giáo Lý thì ông giáo Nguyễn thua cá các bạn. Nhưng ông giáo Lý cũng chỉ được thành ủy cho làm đại biểu hết nhiệm kỳ đó, lần bầu cử sau thầy chờ mãi không thấy "mặt trận" giới thiệu vào danh sách ứng cử viên, biết là đảng không xài nữa, tức thì nhà trí thức yêu nước bèn lại đi làm khoa học nhân văn trong uỷ ban khoa học thành phố. Đường mật công danh của cách mạng xã hội chủ nghĩa cũng chua lắm!

Trong thánh lễ hôm nay, ông lão cố gạt đi không muốn nghĩ đến cái vụ "Máu Chúa đỏ loét" của nhà giáo sư văn khoa, vậy mà không hiểu sao nó cứ xẹt ngang. Ông muốn được thanh thản khi vui với cháu mình. Ông lại tự nhủ: "Phải luôn luôn nhớ rằng hãy quên đi tất cả!" Ôi, thật là khó khăn để quên đi những ám ảnh. Việt cộng mang cái chủ nghĩa cộng sản từ bên Nga bên Tàu về đánh đòn thù trên dân tộc ta ròng rã mấy chục năm nay. Cú đánh "Đấu tranh giai cấp" rồi cú đánh "Giải phóng dân tộc", liên tiếp quất trên đầu, trên cổ, trên lưng nhân dân ta, thậm chí họ còn quất lẫn nhau nữa, trong khi những kẻ thực dân xâm lược đã chết mục mả từ lâu rồi. Hãy quên đi những đòn thù. Cũng muốn lắm. *Phải luôn luôn nhớ rằng hãy quên đi tất cả.*

■

Thánh lễ chấm dứt. "Lễ xong, chúc anh chị em về bình an." Rồi những bài Thánh ca. Ông lão ngồi yên tại chỗ nhìn từng toán học trò xếp hàng về lớp. Khi giáo đường đã vắng vẻ, ông lão đến trước bàn thờ Thánh Giu-se ở phía trái, đứng chắp tay thờ lạy. Giây phút ấy ông thường nhớ tới mấy câu thơ mà ông đã đọc được trên tạp chí Công Giáo và Dân Tộc, Sài Gòn, nhưng không nhớ được tên tác giả:

"Anh sẽ bắt chước Thánh Giu-se làm thợ mộc nghe không,
Em hãy làm chứng giùm cho anh trước Chúa.
Cơm áo làm ta đôi lúc ngã lòng,
Đừng bắt Chúa phải đóng đinh lần nữa."

Có lần bà lão thắc mắc hỏi ông:

– Bố cầu nguyện xin gì với Thánh Giu-se thế?

Ông lắc đầu:

– Không. Bố thích Thầy và cái nghề thợ mộc của Thầy. Đến thờ lạy Thầy chỉ với hai bàn tay không hoa không nến. Và cũng không dám xin gì cả. Thầy cho gì mình nhận cái đó.

Bà lão nói:

– Bố phải coi chừng, không khéo Bố sẽ bị rối đạo.

– Đạo là đường, rối đạo là lạc đường phải không?

– Ngày xưa ông nội mình vẫn thường dùng chữ "đạo rối" để nhắc nhở con cháu.

Trường học của giáo xứ rất gần nhà, ông lão sang đoàn tụ với gia đình đúng vào đầu niên học của đứa cháu gái. Ông đưa ý kiến muốn cho nó học trường của giáo xứ, bố mẹ nó cũng bằng lòng tuy phải tốn tiền nhiều hơn là học trường của thành phố. Từ đó những năm qua, ông làm công việc đưa đón cháu đi và về. Ông cháu dắt tay nhau đi qua hai ngã tư đèn đỏ. Mùa mưa, ông nội cầm theo áo mưa trùm cho cháu. Lại thêm cây dù che bên trên. Túi đựng sách vở ông cũng giành mang cho nó. Thân nhau là vì vậy. Có mấy đứa bạn của nó thấy ngày nào cũng có ông đứng đón cháu ở cổng trường, nói:

– Mày sướng quá.

Con bé về khoe như thế. Bà nội nhìn ông cháu. Ghen:

– Nó có vẻ quí ông hơn quí bà. Thường nó thích nói chuyện với ông hơn với bà.

Bố nó nói:

– Thì đúng là như vậy. Tại vì ông săn sóc đưa đón nó. Còn bà thì chỉ "ù ơ ví dầu... "

Bà nội bèn chửi bố nó một trận:

– Mẹ mày, má còng lưng đi làm nuôi Bố mày, nuôi một đàn anh em chúng mày, rồi lại nuôi con của mày mang về, như thế mà là "ù ơ ví dầu" hả?

Bố nó cười thích chí vì đã chọc tức được mẹ, rồi chuồn đi chỗ khác, để lại "trận địa" cho ông nội. Ông nội gây tiếp:

– Kể ra bà cũng khổ thật, bà hầu tôi, bà hầu các con tôi, bây giờ bà lại hầu cháu tôi. Suốt đời hy sinh làm đầy tớ. Bên Mỹ này như thế đâu có được.

Thấy bà ngồi lặng thinh tủi thân mủi lòng, ông lão dội tiếp:

– Cũng tại bà lanh chanh, cái gì cũng muốn nhào vô điều khiển.

Uất quá, bà hét lên:

– Tôi không làm thì ai làm. Một lũ con lau nhau sang đây, tôi không vùng lên phất cờ chỉ huy, tần tảo, chống chọi, săn tay áo mà làm nuôi chúng nó, bắt chúng nó vào khuôn vào phép, hướng dẫn chúng nó học hành, làm việc, tới ngày lớn khôn để đón... bố sang, tôi không lanh chanh thì để ai lanh chanh đây.

Chưa đã giận, bà còn kể lể:

– Không hiểu sao hồi ở Việt Nam tôi hiền thế, Bố khai tiểu sử sĩ quan nghề nghiệp của vợ là nội trợ, thế là tôi cứ bị gắn chặt vào với cái "nghề" nội trợ. Đời thuở nào đã nội trợ ở nhà nấu cơm nước, giặt quần áo, lau nhà, hầu hạ chồng con mà lại là một cái "nghề" cơ chứ? Trời ơi, sao hồi đó tôi "ngố" thế, chẳng trách đất nước mất vào tay cộng sản, ỉ toàn quyền cho các ông múa may sao không biết chạy tháo thân sang bên này cả đám. Không nói ngoa, nếu hồi đó tôi được bầu làm Tổng thống tôi sẽ lãnh đạo chế độ đi đến thắng lợi như bên Tây Đức thống nhất Đông Đức. Dễ quá mà. Sao các ông lại không làm được. Sao các ông lại để hư sự. Sao em nói Bố cứ ngủ gật...

– Khốn nhưng mà tức quá.

– Lanh chanh là một đức tính hiếm hoi rất... phổ biến.

Ở nhà thờ về, bà nội hỏi chuyện, ông lão hào hứng khoe:

– Tôi còn nhớ được một câu trong bài đọc của nó.

– Câu gì?

– "Sometimes the last will be first, and..."

Bà lão gật đầu:

– Lời Chúa, đúng ý bố phải không?

Ông lão gật đầu:

– Nhưng Chúa phán sometimes thôi. Không phải bao giờ cũng thế.

■

Ông lão thiếp đi một lát, tỉnh dậy thấy bà cháu họ vẫn ngủ say. Nhìn đồng hồ, quá nửa đêm về sáng ông lão rón rén mở cửa đi ra ngoài. Lần này ông nhất định vượt biên. Ban đêm mà ngoài trời vẫn còn nóng quá. Ông đi men theo con đường nhỏ về phía quốc lộ. Đợi lúc đường vắng xe, ông sang nhanh bên kia, chần chờ nó mà tóm được đi "học tập cải tạo mút mùa". Ông lão đi về phía đèn sáng choang.

Bước vào bên trong tòa nhà mát rợi, người đông đảo, âm thanh ồn ào, tiếng người nói, tiếng âm nhạc, tiếng máy kêu, tiếng đồng coin rơi loảng xoảng... Ông lão thấy vui mắt, ông lững thững đi rảo qua những dãy máy jackpot xem xét, hết một vòng bao la như một xưởng máy lớn, ông chọn một cái máy, móc tiền nạp vào, nó chạy sè sè rồi báo cho ông biết credit. Ông bấm nút. Một coin. Hai coins. Hai coins. Một coin. Con số trên credit thay đổi. Win 10. Win 20... Cờ bạc hay đãi tay mơ. Ông lão mỉm cười. Vui đáo để. Trúng đi con. Một trăm. Hai trăm. Năm trăm. Tám trăm. Ngàn tám. Năm ngàn. Thử coi. Dám không. Ra đi con. Credit tăng lên rồi giảm xuống. Ba cục kim cương mấp mé. Nhảy lên. Hạ xuống. Bố khỉ. Ra đi con. Xém. Nữ chiêu đãi viên mang bia lạnh tới cho ông uống ừng ực, ông kêu mua thuốc hút 555, người đàn bà kéo máy bên cạnh kêu rú lên vì suýt trúng ba ngôi sao, bà ta vỗ vai ông lão để ông chia sẻ sự tiếc rẻ hồi hộp với mình. Quên cả thời gian...

"Mải vui quên hết vợ con chuyện nhà,
Giờ này là của đôi ta,
Rượu giang hồ ấy còn pha lệ người."

Gần sáng ngàn bạc trong túi ông hết nhẵn. Người đàn bà bên cạnh thì tiền ra đầy khay. Ông lão ngao ngán, quay sang chầu xem bà ta kéo máy. Đúng lúc đó bà lão dắt cháu đi tới. Hai bà cháu tìm được ông thì cũng dừng lại xem. Bà hỏi:

– Bố thắng không?

– Thua hết sạch.

– "Đánh bạc đã là thua rồi. Cũng như yêu!" Câu đó ở đâu?

– Tác giả "Bão Thời Đại" viết trên tạp chí Sáng Tạo.

Bà cười, kéo ông đi:

– Hai bà cháu tôi muốn đi ăn sáng.

– Mình tới buffet. Bố cũng đói bụng và muốn ly cà phê.

Ba người xếp hàng lấy bàn. Khi ăn bà lão bảo đứa cháu:

– Ông nội con hôm nay phạm "tứ đổ tường".

Con bé không hiểu bà nó nói gì, đòi bà phải dịch sang tiếng Mỹ. Bà lắc đầu chịu thua, đùa sang ông:

– Ông nội giải thích cho cháu nó hiểu "tứ đổ tường" nghĩa là gì đi.

Ông nội cũng lắc đầu:

– Ông nội nhà quê đâu biết giải nghĩa bằng tiếng Mỹ.

Bà cười:

– Khôn thật, mỗi khi cần tránh né là ông nội lại nhận mình dốt.

Ăn xong bà dẫn ông ra xe, hai bà cháu sang sòng bài bằng xe chứ không vượt biên bằng đường bộ. Bà lái xe dọc theo bờ sông. Ông lão nói:

– Mình đi thăm cánh đồng cỏ xem nó như thế nào.

Cháu gái nói:

– Con thích được đi xem trại chăn nuôi.

Bà nội phát biểu:

– Ông nội muốn được xem chỗ làm ra thứ nuôi súc vật. Cháu nội lại muốn được xem chỗ thú vật tiêu thụ sản phẩm. Thế còn ai muốn đến chỗ xử dụng thành quả đây?

Bà nói thế nhưng bà chiều ý cả ông lẫn cháu. Bà lái xe về phía cánh đồng cho ông xem những thửa ruộng trống vì mùa này đồng cỏ đã thu gặt xong. Bao nhiêu cỏ đã được đóng bánh chở đi các nơi. Cũng thỉnh thoảng còn lại đây đó những ụ cỏ khổng lồ vuông vức nằm chờ trên những con đường phân lô. "Ruộng" ở đây rất lớn không giống như ruộng ở quê nhà thời thơ ấu của ông lão, vì thế cánh đồng không có bờ vùng bờ thửa nhỏ tí chỉ vừa một người đi, hai người đi ngược chiều thì phải có một kẻ đứng tránh ở chỗ ngã rẽ. Bờ ở đây là những đường xe tải đi lại được. Ruộng ở đây là những ô vuông cạnh nửa dặm. Bà lái xe chạy trên bờ cho ông xem cánh đồng vắng. Cháu gái kêu chán thì bà nói:

– Xong rồi. Sẽ đến phần con. Mình sẽ tới một trại chăn nuôi ở đó ông nội sẽ là người kêu chán.

Xe rời cánh đồng đi về hướng Nam dọc theo con sông. Bà chuyển sang xa lộ, qua cầu, qua một khu nhà san sát, chạy thêm mươi phút tách ra một con đường nhỏ, chạy mươi phút nữa tới một nông trại. Nhìn bảng chữ ở cổng biết là trại nuôi heo công nghiệp. Vào xin được xem họ vui vẻ tiếp ngay. Ba người được mời lên một chiếc xe của trại, người lái xe cũng là người hướng dẫn, tới đâu anh ta dẫn giải tới đó, qua rất nhiều khu trại, mỗi nhà nuôi cả ngàn con heo cùng trang lứa kêu ủn ỉn. Những con heo mập ú, mỗi con nằm trong một ngăn chuồng nhỏ vừa khít không cựa quậy được, cả ngày chỉ ăn uống ngủ nghỉ và nằm yên tại chỗ cho đỡ tốn sức, cốt sao chóng lớn tăng trọng nhanh chờ ngày ra lò thịt đạt được sức nặng cao nhất. Ông lão nhớ ngay tới những con lợn nuôi ở trại tù khổ sai. Bà cháu thì lại thích chuyện trò với người hướng dẫn, anh ta cũng giải đáp mau lẹ. Nghe ra trại này thường xuyên nuôi tới năm chục ngàn con và mỗi ngày xuất trại chuyển sang khu giết thịt cũng mấy ngàn đầu con. Anh ta còn nói thêm:

– Đây là trại nhỏ nhất.

Ông lão ngồi trên xe lơ đãng nhìn, lơ đãng nghe. Đây là trại nhỏ nhất thế còn trại lớn thì nuôi bao nhiêu con và mỗi ngày giết bao nhiêu đầu? Vì bà lão đã nói trước là ông sẽ kêu chán, cho nên ông đành ngồi lặng thinh, bởi vì nếu nói ra là công nhận bà nội đã biết trước tất cả. Nhưng ông cũng phải nói ra một điều khác:

– Sao ở vùng này trồng cỏ lại không nuôi bò hay nuôi ngựa mà lại nuôi heo?

Người hướng dẫn trả lời ngay:

– Trồng cỏ là công việc làm ăn của người khác. Trại chúng tôi sản xuất heo thịt không liên quan gì đến cỏ. Chúng tôi cũng không hiểu sao... người ta lại trồng cỏ ở đây?

Hỏi về thị trường tiêu thụ, anh ta nói:

– Thịt heo được chở đi bán ở bên... Á châu.

Đến đây thì ông lão chán thật rồi, ông chỉ muốn trở về nhà nghỉ ngơi, ông rất muốn ngủ. Ông đành chịu đựng theo hai bà cháu chiều ý họ trong cuộc "tham quan" miễn cưỡng. Có lẽ bà nội cũng biết ý ông, bà thường biết ý ông như thế đã suốt một đời. Và bà mau chóng cáo lui mặc dầu đứa cháu gái còn muốn đi xem các khu khác nữa.

Khi đã ngồi trong xe mình trở về nhà, hai bà cháu líu lo kháo chuyện nhau về những con heo mà họ đã thấy. Ông lão thì ngủ gật ở ghế sau.

■

Ông đồn trưởng gặp lại anh lính trẻ truyền tin ở trại tù binh sau hai mươi năm. Anh ta kể cho ông nghe những thay đổi trong đời, anh cũng được về học lớp chuyên môn binh chủng ít lâu sau, rồi đổi đi đơn vị khác, rồi sau xin theo học trường Đồng Đế, Nha Trang. Năm 1975 anh cũng đã là sĩ quan vì thế phải đi đày ở tuốt Miền Bắc... mới có dịp gặp lại "xếp" cũ. Sự đời loanh quanh luẩn quẩn. Bẵng đi từ ngày xa xưa đó, ông đồn trưởng đủ hai năm biên giới được rời tiền đồn về đơn vị ở đồng bằng, thầy trò tưởng sẽ không gặp nhau, nay lại hội ngộ trong hoàn cảnh sa cơ, thất thế, bẽ bàng, nhưng cũng rất mừng rỡ. Có điều xoay chiều là thay vì thẩm quyền nâng đỡ thằng em nay thằng em lại là kẻ có điều kiện giúp đỡ ông thầy. Anh ta nói:

– Nhìn ông thầy đi cuốc đất thấy tội nghiệp quá. Để thằng em lo cho.

Trong lúc sa cơ, gặp lính cũ mà thấy vẫn còn tình nghĩa thầy trò năm xưa, ông sĩ quan rất cảm động. Trong thời thế cào bằng một lứa, ông còn được nghe những lời an ủi, săn sóc của anh ta, đã giúp cho ông phần nào lấy lại được niềm tin ở cuộc đời. Anh là một kẻ tháo vát, nhanh nhẹn, siêng năng và rất sáng trí. Ngay tối đầu tiên ở chung với anh một phòng giam, anh đã đãi uống trà quạu, đặc sánh hổ phách, rồi ngâm cho nghe bài thơ tù có đoạn tả cảnh nơi bị đày:

"... *Ngày mới đến chỉ thấy rừng tiếp nối,*
Con sóc con cheo ngơ ngác nhìn người,
Nắng hạ vàng mặt đất rịn mồ hôi,
Lớp sỏi gan gà đau bàn chân nứt,
Con suối không tên ngoằn ngoèo quanh quất,
Nước dầm, lá mục, cành khô,
Quốc lộ vươn xa không một bóng xe đò,
Sương xuống chiều phai sắc núi,
Dưới mạch đất như có hồn nước gọi..."

Hỏi thơ của ai, anh lắc đầu:

– Thơ tù, truyền khẩu. Chẳng rõ của ai.

Anh thông minh, việc gì cũng có thể học làm được. Anh chưa hề sao trà nhưng nay anh ta đã trở thành chuyên viên sao trà trong đội chăn nuôi. Cô cán bộ có bằng phó tiến sĩ nông nghiệp nhưng lại được giao trông coi đội nuôi heo và phụ trách thêm công việc quản lý ba cái chảo sao trà. Búp trà "hai tôm một tép" các đội hái trên đồi đem về đổ đống ở nhà lô, cô cán bộ được phép tuyển chọn tù binh nào có chuyên môn, biết kỹ thuật sao trà, hỏi ra, chẳng người nào biết cái nghề lạ lùng đó, có anh lại còn khai chỉ biết "đánh giặc", có anh lại khai chỉ biết "ăn", những chuyên môn đó bèn bị đem đi nhốt. Anh ta giơ tay biết, thế mà anh ta làm được, sau vài chảo làm thử, "tay nghề" của anh đã lên cao và anh nghiễm nhiên trở thành chuyên viên. Sáng sáng cô cán bộ vào cổng trại giam, ký sổ nhận lãnh một mình anh ra lò sao trà. Anh thuộc diện rộng, tự giác, làm thông tầm, hằng ngày có bồi dưỡng thêm khoai hoặc củ sắn luộc. Chiều cô cán bộ dẫn anh ra hồ cá tắm táp, trước khi trao trả về trại. Bao giờ cô cán bộ cũng dặn đi dặn lại anh là khi tắm phải giữ đúng văn minh văn hóa mới, không được tắm truồng. Vì anh không có quần đùi tắm nên cô cán bộ phải trèo lên cái lò gạch bỏ hoang bên bờ hồ, núp chờ ở đó. Thời gian qui định tắm giặt là mười lăm phút. Tù không được giữ đồng hồ, nộp cho trại quản lý hết ráo nên chỉ có thể đoán thời gian, cán bộ ít người có đủ ba món Đồng, Đạp, Đài, nếu chưa có dịp vô Nam. Cô cán bộ cũng chỉ đoán chừng thời gian và thời gian thì phải do cán bộ nhà nước ước tính để giữ thế chủ động, tù ước tính thì không tin được vì tù không có quyền công dân. Khi ước đoán đã đủ mười lăm phút cô cán bộ gọi vọng xuống hồ, hỏi:

– Xong chưa?

Nếu trả lời chưa, cán bộ sẽ chưa ra khỏi lò gạch, nhưng sẽ hối thúc "khẩn trương". Khi nào mà anh chuyên viên sao trà "Báo cáo cán bộ xong" lúc ấy cán bộ mới được bước xuống. Cũng chỉ tại "văn minh văn hóa mới".

Anh có uy tín với cô cán bộ nên xin cho cái bác tù già yếu bệnh tật chức nấu cám heo. Ông lão được gọi từ ruộng khoai về, sau khi xem giò xem cẳng, cô cán bộ bèn thuận cho bác già ở tại nhà lô, chuyên phụ trách nấu cám cho heo ăn và hằng ngày phải kín nước rửa chuồng, tắm cho đàn heo sạch sẽ theo đúng vệ sinh chuồng trại. Công việc cũng không phải là nhẹ nhưng được cái chỉ loanh quanh trong nhà lô, đỡ mưa, đỡ nắng, và đỡ mất sức vì cái cuốc nghị quyết 8. Anh bạn trẻ căn dặn xếp cũ:

– Ông thầy phải khôn một tí mới có hy vọng sống sót mà về Nam. Chậm chạp quá e không lọt. Phải biết nín thở qua sông.

Ông cựu đồn trưởng có lần nhắc tới cô gái Thượng, anh ta nghĩ mãi mới nhớ ra rồi toét miệng cười. Nhắc tới cục đá anh ta

279

cũng không biết, phải kể lể mãi anh mới nhớ ra, cũng cười khì:

– Trời đất! Ông thầy lưu giữ nó thiệt à? Mặt trăng với vũ trụ khỉ gì, chẳng qua thấy nó ngồ ngộ thì tiện tay đem về cho thầy có cái mà tương tư. Nó cũng chỉ là một cục đá như những cục đá người ta ném nhau!

Thỉnh thoảng anh ta còn chia phần khoai sắn bồi dưỡng của mình cho ông thầy và đặc biệt mỗi ngày anh đem về cho ông một lon gô trà đặc tráng chảo nóng hổi. Loại trà hảo hạng này không hề và không bao giờ có bán trên bất cứ thị trường nào của thế giới. Các tay uống trà sành điệu dù đã đạt đến thành trà đạo cũng không có mà uống, anh ta nói:

– Trên đời này chỉ có "thằng em" và "ông thầy".

Cái chảo qua nhiều mẻ trà đã để lại một lớp nhựa đặc quánh như keo vẫn còn nóng, chế vào một lon nước sôi, đun tiếp một lát nữa, dùng một cái đũa cả làm bằng gỗ cây trà già quậy đều theo chiều âm dương, nhựa trà dính chảo tan dần trong nước. Đừng đun lửa lớn quá và cũng đừng cho sôi sùng sục. Phải riu riu. Lửa riu riu mà nước trà cũng riu riu sôi. Đến khi nước trà trong chảo lên màu hổ phách. Là được. Ở tù không có bình thuỷ, chế trà vào lon guigoz đậy nắp, bọc bông vải và chất xốp giữ cho trà nóng lâu. Đem về phòng giam. Sau bữa ăn tối. Bằng khoai hoặc sắn luộc. Xong. Tạ ơn Trời. Rồi thầy trò đối ẩm. Và phê mấy bi thuốc lào. Và bàn mấy chuyện thời thế. Và nhắc lại mấy kỷ niệm xưa. Và dự đoán đôi điều hậu vận... Nuôi dưỡng hy vọng, cầm cự niềm tin, mà sống.

Anh bạn trẻ là một người thông minh và thực tiễn. Anh ta là một người tù "mồ côi", không ai thăm gặp và tiếp tế, cũng không thấy có thư từ hỏi han bao giờ. Nhưng anh cũng có đủ thứ để "sống qua ngày" ở nơi lưu đày biệt xứ. Thỉnh thoảng anh cũng có thịt, có cá, có trứng, có rau, đậu, củ, quả, "cải thiện" cho bữa ăn. Hỏi anh đào đâu ra những đồ "quốc cấm" đó, anh chỉ cá suối, thịt rừng... các thứ khác thì... bốn phương mây trắng, anh nói và quơ tay thành vòng tròn trên đầu. Cuộc sống của anh ung dung trong tù. Anh chê "ông thầy" chỉ biết lý thuyết binh thư "mưu sinh thoát hiểm" của Tổng Cục Quân Huấn và Trường Sĩ Quan Trừ Bị Thủ Đức, chứ chẳng biết gì cách "kiếm ăn thoát hiểm" khi thực tế sa cơ. Ông thầy nghe ra thấm thía, lần đầu tiên dùng chữ thân thiện:

– Mày giỏi.

Anh bạn trẻ cười ngoác cả miệng, anh cười thỏa mãn như chưa bao giờ "đúng ý" như thế, khen:

– Ông thầy đã có vẻ "tỉnh ra".

Rồi anh nói cho xếp nghe những chuyện bên ngoài trại giam:

– Chúng nó cũng thế cả mà thôi. Lập trường quan điểm nói ra ngoài miệng thì như cách mạng xả thân vì lý tưởng cộng sản nhưng thực tế đời sống "kiếm ăn mưu sinh" diễn ra hà rầm mỗi đứa mỗi cách mỗi vẻ. Tự nhiên. Thói quen. Và thường trực. Anh ta kể chuyện có một "cải tạo viên" người Việt gốc Hoa, đã lỡ miệng hồn nhiên phát biểu: "Ăn chực không nói là ăn chực lại nói là tham gia!" Chỉ ngô ngọng bấy nhiêu thôi mà bị nhốt kỷ luật về tội "phản cách mạng" đến kiết lỵ ỉa ra máu chết trong nhà cùm. Ghê gớm lắm. Sống tầm phào nhưng phải che giấu và nói năng ra vẻ tốt đẹp. Tầm phào là hiện tượng tạm thời, tốt đẹp mới là cơ bản. Cứ phải thế.

Hỏi thăm về gia đình anh bạn trẻ kể:

– Có chứ. Cưới vợ lần đầu được hai năm, nó đi làm sở Mỹ bị một bạn đồng minh dụ dỗ cuỗm mất, mang theo luôn về Mỹ. Sau này khi lên làm sĩ quan, thằng em cũng lại có vợ, nhưng chộp phải con mẹ dữ dằn quá, nó hành hạ em đủ điều. Từ trước tới giờ mình quen bắt nạt phụ nữ, nay bập phải con mẹ to khỏe lại đa dâm, nó dữ như cọp, bắt nạt thằng em cái gì cũng phải theo ý nó. Nó uống rượu không bao giờ say, có võ, chửi tục giỏi và rất ác. Có lúc em muốn chết, may gặp khi... nước mất nhà tan, cũng là dịp cho nó bỏ mình, để nó lấy một thằng cách mạng nào mà hành hạ cho bõ ghét.

– Biết dữ như vậy sao cưới?

– Khi mới quen nhau... nàng dễ thương lắm, tình lắm. Nàng lịch sự, sung sức, nói năng có duyên và rất mê mẩn em. Thằng em cũng rất thích nàng. Thế nhưng ở với nhau một thời gian nó mới lòi ra đủ thứ xấu. Nó chán em, chửi em là "yếu xìu" là đồ "gà chết", nó sang với thằng con của bà hàng xóm. Còn em thì đâm ra sợ nó, sợ thiệt tình, đang làm gì thấy nó tới em giật thót mình. Thế cơ chứ.

Anh kể chuyện tình như anh kể chuyện vui:

– Lúc mới, nó "nể" em có món võ bằng vũ khí lạ, nhưng sức người có hạn, đâu cầm cự nổi với nó dẻo dai. Đánh "cấp tập" thì được, "trường chinh" là thua. Đúng như đồng chí Đặng Xuân Khu viết trong "Chiến tranh nhân dân" rằng: "Chiến thuật của chiến tranh nhân dân là đánh mau, chiến lược của chiến tranh nhân dân là đánh lâu. "Có lý lắm! Thế là thằng em "gục". Em đi tù mất liên lạc với nó luôn, chỉ sợ lỡ nó nhớ lại, thương mình, đi tìm thăm nuôi thì... bỏ mẹ.

Anh lẩm bẩm:

– "Cách mạng là cứu người!"

Rồi anh gật gù với giải pháp tự túc của mình:

– Bây giờ em chỉ tính sao cho mình thoải mái và tồn tại. Câu "Trường kỳ kháng chiến, tự lực cánh sinh" là đúng nhất trong trường hợp chúng ta hiện nay, thầy phải biết vận dụng. Rồi sẽ vượt qua cửa ải khổ nhục, thế nào cũng có một ngày mai khác với hôm nay và khác cả với hôm qua.

Anh dịu dọng:

– Em quí trọng ông thầy từ hồi mình ở với nhau nơi tiền đồn biên giới. Ngày đó thầy khờ, và dại, và nhát, và tốt bụng. Bây giờ ông thầy cứ để thằng em lo cho.

Hỏi anh có nhớ cô gái Thượng không, anh ta trầm giọng:

– Nghĩ cũng tội, bây giờ nhớ lại thương quá. Ở đàn bà, quí nhất là sự đần độn. Biết thế ngày đó lấy nó làm vợ thì cuộc đời mình có thể êm.

Công việc chăn heo của bác già không được lâu vì bác phạm sai lầm nghiêm trọng. Một hôm vợ trại trưởng dắt một con lợn cái đến đội chăn nuôi xin heo nọc nhảy đực. Chuồng lợn có một con heo nọc rất lớn, thuộc giống tốt. Cô phó tiến sĩ bảo ông lão mở cửa chuồng cho con cái của trại trưởng phu nhơn vào. Hai người đàn bà cầm gậy đứng ngoài chuồng lùa con cái đến gần con nọc. Cũng chẳng cần phải đợi lâu, anh heo đực vốn đang sung sức lại thiếu cái lâu ngày, nó sấn sổ nhào tới gầm lên như cọp, hai chân trước chồm lên lưng lợn của trưởng trại phu nhơn khiến con cái ngã dúi dụi muốn bỏ chạy, hai người đàn bà dùng gậy ấn đầu con cái xuống bắt nó khuất phục, bà trại trưởng còn dịu dàng vỗ về con heo của mình:

– Ngoan đi con, chịu khó tí đi con.

Cô phó tiến sĩ thì thét người tù già:

– Anh vào hẳn trong chuồng phụ với con cái bắt nó phải quì xuống... chổng mông lên cho con đực nó dễ nhảy.

Nhớ đến lời căn dặn của "thằng em", nó bảo phải chịu khó nhẫn nhục, nín thở qua sông, bác già vội vã trèo vào chuồng. Con heo nọc đang ngon trớn chợt thấy người thì nổi ghen, giận dữ kêu rống lên xông tới bác già, sợ quá người lại tháo chạy, phóng bay ra khỏi chuồng. Hú vía! Người đàn bà và cô phó tiến sĩ cười ngặt nghẽo:

– Anh thua con lợn à?

Bác già gật đầu:

– Thua! Tôi thua giống lợn!

– Thế thì kiếm cây gậy, phụ với chúng tôi, ấn đầu con cái xuống cho con đực nó chơi.

Bác già đi kiếm cây gậy. Khi con nọc nhảy lên lưng con cái mà xục thì cả cô phó tiến sĩ lẫn bà trưởng trại đều nghiêng đầu xuống thấp để theo dõi xem nó đi có trúng không. Một vạt nước sền sệt vãi cả ra nền chuồng. Con cái nằm bẹp. Con nọc bỏ đi vòng quanh. Bà trại trưởng hỏi bác già:

– Anh thấy nó có vào trong không?

Cô phó tiến sĩ thì hỏi:

– Anh thấy trúng chưa?

Bác già trả lời cả hai:

– Được rồi.

Cán bộ lại nói:

– Anh cho nó uống miếng nước cho đỡ mệt.

Bà trại trưởng nói:

– Nghỉ một lát nhảy cái nữa.

Cô cán bộ khoe:

– Lợn em chỉ cần nhảy một lần là đậu.

Bà trại trưởng lại nói:

– Một công dẫn đến, cho tôi xin lần nữa cho chắc.

Cô cán bộ cười:

– Thế thì chết lợn em.

Bà trại trưởng cũng cười:

– Khoẻ thế kia, nhảy chục lần, quần suốt ngày cũng không ăn nhằm gì.

Hai người đàn bà kéo nhau vào trong nhà lô nghỉ giải lao. Con lợn cái cũng nằm bẹp một chỗ giải lao luôn. Con nọc vẫn đi vòng vòng quanh chuồng. Bác già đứng lặng thinh nhìn nó. Hình như nó đi vòng vòng như thế để tiêu khiển một sự gì đó!

Độ nửa giờ sau, hai người đàn bà giải lao bằng mấy quả chuối luộc xong, trở lại chuồng heo, quẳng cho con nọc mấy cái vỏ chuối, nói với người tù già:

– Nào, ta làm thêm lần nữa.

Bác già mở cái cửa thông giữa hai chuồng lùa con cái sang bên chuồng con nọc. Con cái đi chậm chạp, bác già dùng cây gậy đánh nhẹ vào mông đít nó. Trưởng trại phu nhơn cự:

– Sao lại đánh nó. Từ từ rồi nó sang. Anh này ác quá! Thế ngày xưa, thời quốc gia, anh cũng thúc đẩy ác nghiệt... đàn bà như thế à?

Bác tù già cứ ngớ người ra. Bác lại nghĩ tới "thằng em", nó khuyên phải nhẫn nhục. Nhẫn nhục nhưng bác thấy nong nóng ở khóe mắt.

Cũng may lần này cả hai bên đều có kinh nghiệm, con cái ngoan ngoãn, con nọc từ tốn, cuộc tình diễn ra tốt đẹp. Thắng lớn! Thắng lợi sau lớn hơn thắng lợi trước! Càng đánh càng thắng! Tia nước phun vào trong hết, rất ít bị vãi ra ngoài. Bà trại trưởng thoả mãn thấy rõ trên nét mặt. Cô phó tiến sĩ cũng vui:

– Kể như bảo đảm trăm phần trăm. Lứa này chị nhớ để rẻ cho em một cặp đấy nhá.

Bà trại trưởng lùa lợn của mình đi ra:

– Được rồi. Tôi nhớ cô.

Bà ta cũng nói với bác già:

– Chào anh nhá.

Bác già đóng cửa chuồng rồi đi xuống bếp nấu cám. Lát sau cô phó tiến sĩ xuống đưa cho bác tù già hai quả trứng gà, cô nói:

– Trứng bồi dưỡng. Anh coi "lô", không được đi đâu nhá, tôi đi có tí việc một lát về, "ban" có tới báo cáo là tôi đi liên hệ rau lang cho lợn ở đội nông nghiệp.

Bác già báo cáo "rõ". Và bác cảm động. Dù sao thì cán bộ cũng tốt bụng. Trứng gà là thức ăn cao cấp trong xã hội "xã hội chủ nghĩa", thế mà cán bộ bồi dưỡng cho bác những hai quả. Có thể là vì cô cán bộ đã thấy tận mắt bác suýt bị con heo nọc cắn nếu như không "bay" ra kịp. Nguy hiểm thế! Chết người như không chứ giỡn sao?

Nghe nói trong nấc thang cấp dưỡng ở bếp cơ quan chỉ "ban" mới được hưởng mỗi tháng năm quả trứng, cán bộ cấp dưới không có tiêu chuẩn trứng trong mức ăn. Thèm muốn thì tự đi xoay xở cải thiện. Bác già chỉ muốn được yên thân, chả bao giờ dám nghĩ đến trứng gà trứng vịt. Cầu sao có củ khoai củ sắn cầm cự độ nhật qua ngày là được. Bây giờ tự nhiên được thưởng, âu cũng là cái lộc may từ loài lợn cái, heo nọc.

Bác già thả hai quả trứng vào trong cái ca, bác chế đầy nước sôi, canh giờ cho vừa chín tròng trắng, bốc vài hạt muối, bác ăn hai trái trứng bồi dưỡng theo đúng kiến thức sách vở mà bác đã đọc xưa kia, để đạt được độ bổ béo nhất mà không có hại gì cho lá gan vốn đang rất yếu. Thiếu thốn nhiều ngày, cơ thể chứa toàn khoai sắn, vị giác lâu không được thứ gì kích thích, đưa trứng gà vào miệng, sao mà nó thơm, sao mà nó béo, sao mà nó ngậy, sao mà nó ngon? Đến thế! Cơ chứ? Hở Trời?

Bác cầm cái chổi "sể" quét lá cây trên sân mà lòng phơi phới. Lá bạch đàn vẫn rơi theo gió. Nếu ở một nơi chốn nào đó những chiếc lá rơi này sẽ rất là đẹp. Nhưng ở đây, cô cán bộ lại muốn cái sân không có lá vàng, thì quét đi, cũng là vui theo cách khác mà thôi.

Công việc xong xuôi thì cán bộ về, cô đi thẳng xuống bếp:

– Anh cho lợn giống bồi dưỡng chưa?

– Báo cáo xong hết cả. Tôi phân phối cám nấu cho các chuồng như thường lệ.

– Thế còn hai quả trứng gà?

– Cám ơn cán bộ bồi dưỡng cho, tôi đã ăn...

Cô phó tiến sĩ nhảy dựng lên, hai chân cô dậm bành bạch trên nền sân đất đã quét sạch lá:

– Tôi biết ngay mà. Ra đi một lát tôi chột dạ sinh nghi, trở về không kịp, thế anh đã... nuốt vào bụng rồi à?

– Dạ, tôi tưởng cán bộ cho tôi.

Cô phó tiến sĩ nói như hét:

– Đưa anh để anh cho vào chậu cám con lợn giống, tiêu chuẩn bồi dưỡng của nó sau mỗi lần nhảy đực. Anh ăn tranh của nó là anh bóc lột nó. Các anh bóc lột nhân dân quen rồi, bây giờ lại bóc lột của lợn nữa!

Người tù binh già ngay đơ chết đứng, lắp bắp:

– Tôi tưởng cán bộ bồi dưỡng cho tôi.

Cô cán bộ lại thé thé:

– Nó nhảy, chứ anh có... làm gì đâu mà bồi dưỡng.

– Tôi... xin lỗi...

– Xin lỗi, tư sản các anh có cái trò xin lỗi, xin lỗi là xong à? Thế còn hai quả trứng? Vấn đề là hai quả trứng chứ không phải là xin lỗi.

Bác già lại thấy nong nóng ở khoé mắt. Biết đường đời rắc rối thế này thà cứ đi cuốc đất cho yên. Quả nhiên cô cán bộ phán trước khi bỏ đi:

– Từ ngày mai anh về đội đi cuốc đất. Nghe rõ chưa?

Bác già lủi thủi vào chuồng heo đứng nhìn những con vật vô tư ủn ỉn.

Tối đó, trong phòng giam anh em bạn tù được một phen bàn luận sôi nổi. Các đồng cảnh nói với bác tù già:

– Muốn được bồi dưỡng trứng gà thì phải nhảy đực, tại bác không chịu nhảy cho nên mới ra nông nỗi.

– Muốn có bồi dưỡng trứng gà thì phải "làm gì". Không "làm gì" thì không được ăn.

– "Làm gì" là làm gì?

– Thôi thì ta lại trở về chỗ dựa vững chắc là cái cuốc.

Anh bạn trẻ an ủi ông thầy:

– Thấy "ông thầy" đi cuốc cực quá, tính cứu mà cứu không nổi. Hồi chiều, khi dẫn đi tắm, nó trách thằng em đã giới thiệu sai người.

– Thế anh nói sao, anh có bị phiền phức gì không.

Anh ta lắc đầu:

– Ông thầy khỏi lo cho thằng em. Nó còn đang cần tôi. Nó hỏi tôi sao da tôi trắng và mềm mịn, có bôi thuốc gì không. Nó than phiền da nó dày và không mịn, nhất là da mặt nó có nhiều mụn trứng cá.

Bác già chợt nhớ tới người tình hai mươi năm trước của anh ta ở vùng ba biên giới, hỏi:

– Rồi anh mách thuốc gì cho cô phó tiến sĩ?

– Có. Nhưng ông thầy cứ gọi là nó cho ngắn gọn. Phó tiến sĩ là cái mẹ gì.

Anh ta móc ra một quả trứng gà luộc đưa cho bác già:

– Ăn đi. Đây mới là bồi dưỡng. Nó mắng mỏ ông thầy nhưng lại giấu cho em hai quả đã luộc sẵn. Em biếu ông thầy một quả gọi là đền bù việc bị nó sỉ vả hồi chiều.

Bác già uống trà đặc, ăn trứng gà luộc của anh bạn trẻ bồi dưỡng, nghe anh ta kể chuyện:

– Em nói phét với nó là cả nhà em từ nhỏ đều bôi kem dưỡng da Lait Candès của Tây nên da dẻ ai cũng mịn màng trắng trẻo đẹp đẽ. Trông chỉ muốn... hôn.

Nó nói:

– Bây giờ nước nhà độc lập đào đâu ra đồ quốc cấm đó.

Em tiết lộ:

– Đâu cần kem dưỡng da ngoại hóa, nước mình có môn thuốc dân tộc rất tốt.

Nó hỏi:

– Đâu, thuốc gì?

Em chỉ cách:

– Hái trái dưa leo, ngoài này gọi là quả dưa chuột, xẻ ra, chà xoa lên da tay da mặt, sáng, trưa, chiều, tối, làm như thế một thời gian, da dẻ sẽ mỏng ra, sẽ mềm mại ra, sẽ trắng trẻo ra. Phải kiên nhẫn xoa hoài sẽ đẹp ra.

– Cô phó tiến sĩ có nghe không.

– Đã bảo thầy đừng xài tiếng đó ở nhà, trước mặt nó bất đắc dĩ mình phải bốc lên thôi. Có chứ. Giàn dưa leo của đội rau xanh bị hái trộm dần dần hết sạch. Nó cũng thú nhận với em là da nó mềm ra và mịn ra trông thấy. Thế cơ chứ. Hiệu quả rõ rệt. Em có uy tín lắm.

Bác già cười với anh ta:

– Hỏi thật nhé, đã "làm gì" chưa?

Anh bạn trẻ xua tay:

– Ấy, chuyện này không thể nói được. Ngày xưa chuyện bên bờ suối, thằng em kể hết cho thầy nghe vì đó là chuyện tình riêng có thể đem ra mà tâm sự giải bày. Bây giờ là vấn đề của... lịch sử, phải hai mươi lăm năm sau mới có thể công bố. Ghê gớm!

Anh ta có vẻ khoái chí với câu nói, bác già cũng vui lây, hai người lại châm thuốc lào rồi chiêu nước trà đặc.

Chợt anh ta hỏi bác già:

– Thầy có đọc Nam Cao chưa?

Ông lão gật đầu:

– Có. "Chí Phèo".

Anh ta gật gù:

– Tuyệt vời. Một tác phẩm tuyệt vời. Ông qua đời sớm quá. Nước Pháp phải chịu trách nhiệm về cái chết của ông. Không thể chối cãi được. Ông mất đi là một tổn thất lớn. Đúng ra người nào chết cũng là mất mát cả. Nhưng nhà văn Nam Cao mất đi chỉ để lại tác phẩm bất hủ "Chí Phèo" khiến cho độc giả là thằng em này thấy tiếc nuối và thèm thêm như còn thiếu một cái gì đó.

Còn muốn một cái gì thêm nữa. Cho nên, trường hợp này thật đúng là một mất mát lớn.

Ông lão nhìn anh bạn trẻ, ông nghĩ tới cái lò gạch. Anh ta châm một bi thuốc lào nữa, phà khói, rồi chậm rãi:

– Nhưng cũng có những trường hợp sống lâu lại là một không may cho xã hội. Tác phẩm sau dở hơn và tệ hơn trước khiến cho người ta áy náy phải chi đừng... "Cái đó là có ạ."

Bác già nói:

– Thôi mình đừng nói chuyện văn chương lúc đói. Bây giờ ở đây mình chỉ nên nói chuyện hiện thực. Này, liệu có giữ kín mọi chuyện mãi được không?

Anh ta chép miệng:

– Lịch sử rồi cũng sang trang. Đừng lo quá mức. Nếu cứ đắn đo lo xa quá sẽ chẳng dám làm việc gì. Điều cần là phải khôn. "Ông thầy" có cái đáng yêu là khờ dại, ngày xưa trẻ khờ dại bây giờ già rồi cũng vẫn còn khờ dại. Cộng sản vốn rất ma mãnh muốn chống lại nó thì phải khôn. Thiệt thà, khờ dại, thua là cái chắc. "Thầy" cũng phải khôn ra một tí thì mới sống được, một lần nữa "đệ tử" xin có lời chân thành... khuyên "thầy" như thế.

Rồi anh ta xoa xoa vai bác già:

– Thôi, khuya rồi, ngủ lấy sức, mai còn đi cuốc đất. Thưa thẩm quyền.

■

Bác già thức giấc thấy mình ở trong xe đậu trước nhà. Xe vẫn chạy máy để điều hoà không khí. Hai bà cháu thì không còn đó. Khi ông mở cửa xe đứa cháu gái từ trong nhà chạy ra:

– Bà nội nói ông nội tắt máy xe. Bà để ông nội ngủ khỏe.

Ông nội ngủ ngon và ngáy to.

Khi ông vào nhà thì được biết, một giờ nữa ra sân bay, con trai lên đưa đi Las Vegas. Bà lão sẽ dẫn ông lão đi coi trận quyền Anh giữa hai võ sĩ thượng thặng của nước Mỹ.

Tắm rửa thay đồ xong lại lên xe ra phi trường bên kia sông

Anh con trai cho Bố làm phi công phụ, hai bà cháu ngồi hai ghế giữa, còn hai ghế sau bỏ trống. Người con nói:

– Không có ai để mình bắt tí khách lẻ lấy tiền xăng.

Mẹ mắng:

– Mày làm như ở bến xe lục tỉnh.

Con trai nói:

– Bố cất cánh và hạ cánh. Con phụ.

Mẹ lại mắng:

– Mày bay chứ Bố đâu có license.

– Hồi xưa ở Việt Nam Bố có lái máy bay này rồi.

– Nhưng Bố bây giờ già rồi.

– Không.

Thế là bà ngồi sau run, hai bố con vừa bay vừa cười nói huyên thuyên, ý là muốn trêu chọc bà lão.

– Sa mạc mênh mông, thỉnh thoảng mới lại thấy một lùm cây.

– Xuống thấp cho bố coi cái mái nhà dưới chân đồi kia là cái gì, sao lại có nhà cửa ở giữa chốn này.

Bà lão bực quá gắt lên:

– Nhà ấy của một kẻ mất trí nào đó cư ngụ.

Hai bố con thích thú lắm. Một giờ bay, qua đỉnh núi có hồ nước xanh rất đẹp, vươn qua ngọn đèo 4000 feets là tới.

Anh ta đưa Bố mẹ đến khách sạn rồi dắt con gái trở ra máy bay về thành phố biển.

Bà lão từ ngày nghỉ hưu, giao công việc cho các con, giao tài sản cho ông lão, thì bà chỉ thích đi xem những trận đấu thể thao chung kết, bà nói bà muốn chứng kiến những cuộc tranh giành giữa các siêu sao của nước Mỹ. Bà có nhận xét là trèo lên đỉnh danh vọng đã khó, tụt xuống được mới là vất vả. Cho nên mới có chuyện thuê đánh què chân đối thủ. Vươn lên champion, nhưng khi đạt rồi thì không muốn kẻ khác đoạt mất. Hằng năm bà dắt ông đi coi những trận chung kết banh bầu dục, trượt băng. Ông lão không thích nhưng bà nói "Bố phải đi" thế là ông phải đi coi rồi than phí cả tiền. Bà cũng chê ông đánh bạc máy chỉ là hên xui, bà nói chơi bài mới là cao thấp, nhưng ông lão không biết chơi bài và cũng không muốn phải suy nghĩ. Chơi với máy là sòng phẳng. Máy cũng không biết cãi nhau.

Ở nhà, cả ngày ông lão nhốt mình trong phòng riêng với cái computer. Theo ngôn ngữ quảng cáo trên radio "suốt ngày ông ôm lấy nó... " Ông du lịch theo các mạch điện tử đi khắp toàn cầu. Ông quên mất ông đang ở chỗ nào trên trái đất. Ông sống trong cái thế giới "hư không" ngay trong căn phòng của mình, ngay trong căn nhà của mình. Vì thế mấy mẹ con bà lão phải tìm kế điệu ông ra khỏi nhà, bắt đi đây đi đó. Bà lão than:

– Cộng sản nó nhốt tù miết chưa chán hay sao sang đây lại tự giam mình một chỗ.

Ông cãi:

– Đâu phải giam mình một chỗ, Bố ở một chỗ nhưng giang hồ khắp năm châu bốn biển.

Chơi cờ tướng với máy cũng là cái thú tiêu khiển cho ông. Hồi ở tù cộng sản, ông lão cũng tìm được cái thú chơi cờ tướng một mình. Chơi cờ một mình thì mình là cả hai bên, mình đánh lại mình, mình "đấu trí" với chính mình, mình muốn nhận là bên thắng hay bên thua tùy ý. Khi muốn làm anh hùng nhận là kẻ chiến thắng hô hoán reo hò, gặp khi lãng mạn muốn làm quân tử nhận là kẻ bại trận câm nín chịu đựng đày đọa nhục nhằn. Bây giờ sang Mỹ chơi cờ với máy không ăn gian nó được.

Máy nó đã được "thảo chương", ông không vật nổi nó mà còn bị nó hạ cho thua tan hoang không còn manh giáp, bị nó chiếu bí không còn đường chạy, không cả lối thoát. Nó không cho ông làm anh hùng, nó bắt ông phải làm người quân tử, dù ông muốn hay không muốn. Nó "đánh" ông thua dài dài mà ông chẳng làm gì được nó. Ông có tức cũng ráng chịu, có thù hận cũng kệ ông chớ hề mủi lòng nương tay nhường nhịn thương xót. Thế mà ông vẫn cứ tối ngày "ôm lấy nó"...

Bà bắt đi thì ông đi, bắt xem thì ông xem, ông vẫn là người dễ tính. "Dễ tính như Mỹ", ông nói đùa như thế.

Có khi bà lão còn bày kế lôi ông ra khỏi căn phòng riêng, tách ông rời bỏ cái thế giới mạch điện tử. Đến khổ! Mấy năm ra tù sang cư ngụ bên Mỹ, ông chưa thoát khỏi nỗi ám ảnh kinh hoàng quá khứ, thì đã lại sa vào chốn dây dưa trong hệ thống điện toán toàn cầu. Ông đang online thì bà nói:

– Vườn trái cây của em ở phía sau nhà bị chim chóc đến rỉa mổi sắp hư hết cả.

Ông lão trúng kế:

– Thì đuổi chúng đi.

– Bố giúp em nhé.

– OK.

Thế là ông ra vườn sau ngồi, bà đem bia ra cho ông uống, cứ như là yểm trợ tiếp vận tiền tuyến đánh giặc. Khu vườn sau nhà từ ngày được ông kêu thợ đến cắt bỏ những cây thông già cỗi và trồng thay vào đó những cây mới với thảm cỏ mới thì bà dành phần cho bà một miếng đất làm vườn. Bà trồng tùm lum cam quít, ổi, xoài, hồng dòn, gấc, cà chua, chanh, ớt, rau thơm đủ loại... Bà nói:

– Má cũng phải có một chút vốn riêng.

Bà còn lý sự:

– Hữu sản hóa tài xế taxi. Người cày có ruộng. Thượng tọa có chùa. Linh mục có nhà thờ. Nhà văn có báo... Bố và các con cũng phải tôn trọng quyền tư hữu của má. Phải chừa cho má một mảnh vườn nhỏ để má trồng những cây cỏ má thích chứ.

Ông OK cấp đất cho bà. Cô con gái út dành phần cho con chó Patrick một góc sân làm chốn riêng tư, ông cũng OK luôn. Anh con trai thứ tư, vốn là một nhân vật thường điều chỉnh, phân xử và quyết đoán những chuyện vớ vẩn trong nhà, bèn ra tay hành nghề tổng thư ký. Tưởng chỉ là cảnh "rạch đôi sơn hà" ai ngờ lại "chia ba thiên hạ". Việc chia cắt đất đai được thực hiện qui mô. Xây một hàng gạch viền xung quanh khu vườn của bà canh tác. Tráng xi măng và dựng rào nhôm đẹp để miếng sân góc vườn làm nơi đặt chuồng cho con chó. Ông lão sơn màu xanh mái chuồng, màu nâu vách chuồng, gắn một cái hộp nhỏ xinh xắn trên thân cây để cất giữ giấy tờ và tấm thẻ bài của nó. Diện tích đất chia cho chó nhỏ nhất, diện tích đất chia cho bà trồng trọt khá hơn, phần đất trồng thảm cỏ rộng hơn cả. Nói cho ngay cuộc cách mạng nào thì cũng vẫn có những tí biệt đãi riêng tư, bất công thủ lợi trong đó. Bóc lột vừa vừa thôi thì có lẽ cũng chẳng có nổi dậy. Chỉ khi nào làm quá mới xảy ra nông nỗi.

Ông lão ngồi uống bia dưới mái dù màu, nhìn con chó nằm trong sân của nó, nó cũng thản nhiên nhìn ông. Người và chó nhìn nhau. Không ai có ý kiến về nhau. Vì ai cũng có căn phần cho riêng mình. Bà lão lúi húi vun xới những gốc cây của bà trong khu vườn tư hữu và cũng chẳng có ý kiến gì về hai người kia. Thế giới gặp thời ổn định. Nhưng mà như thế thì buồn nản quá. Ông lão gợi chuyện. Thoạt tiên với Patrick. Ông mở cánh cổng nhỏ cho nó vào sân cỏ với ông. Cu cậu cong đuôi hí hửng chạy lung tung sung sướng lắm. Lại còn sán đến gần bà lão. Bà la lên:

– Cho nó vào sẽ làm gẫy hết cây của em. Nhà ai người ấy ở.

Ông lão gọi Patrick lại nằm dưới chân, ông vỗ về:

– Chơi trong thảm cỏ thôi, không được xâm phạm sang lân bang. Phải duy trì trật tự thế giới.

Nhưng Patrick không nằm yên được lâu. Nó lại chạy đi, chui cả vào những khóm hoa của bà mà cà rỡn. Lần này thì bà phản đối quyết liệt. Ông lão đành phải thu quân, bắt Patrick trở về lãnh thổ của nó. Cài cổng lại. Nhà ai người ấy ở. Tạm yên. Nhưng hình như nỗi buồn lại đến. Ông nâng ly bia lên uống. Ở một màn nào đó trong kịch bản của tác giả Vũ Khắc Khoan có viết: "Rượu, chưa đủ. "

■

Nhớ lại hồi đi tù ở Miền Bắc, nghe Việt Cộng đặt tên những con chó của họ bằng tên các tổng thống Mỹ và tổng thống Việt Nam Cộng Hòa, có ý bêu riếu, để mỗi khi cần bày tỏ lập trường chính trị dứt khoát và chuyên chính với kẻ thù thì lập tức kêu réo con chó thịt chuyên ăn cứt ra mà mắng chửi. Cô Nhài, một thiếu nữ trắng trẻo xinh đẹp ở xã Việt Hồng, đeo bên hông một con dao quắm đi phát rẫy, cô vừa đi vừa ca hát, chạy theo cô có một con chó mực, "nhất mực nhì vàng tam khoang tứ đốm", bí thư chi bộ vẫn nói thế. Khi đi ngang đoàn tù binh Miền Nam ngồi bên vệ đường, cô bèn đứng lại, chỉ tay vào con chó của cô, réo tên vị tổng thống đã từ chức ra mà gọi. Các sĩ quan tù binh ngơ ngác nhìn nhau. Con chó thì chẳng hiểu gì, chỉ biết cong đuôi. Anh cán bộ coi tù ôm súng đứng gần đó nói với cô thôn nữ yêu kiều: "Chó ba bát. Gà lọt giậu." Cô Nhài vênh mặt hả hê. Chuyện này xưa đã hơn hai mươi năm. Cũ rích. Bây giờ các cô Nhài và các tay hoạt đầu xúi biểu cô, liệu có khi nào hình dung lại cái bản mặt của mình lúc coi người như chó? Chó cũng khổ. Chó ta còn khổ hơn ai hết. Ăn thì tự túc. Sống thì bị lợi dụng vào sự nghiệp chống Mỹ cứu nước. Chết lại vào nồi, múc ra bát, chui vào bụng nhà cách mạng, rồi ỉa ra thành phân bón sản xuất nông nghiệp. Nhìn chó "tây" lại nghĩ đến chó "ta". Dĩ nhiên nhìn người "tây" phải nghĩ đến người "ta". Chuyện cũ bỏ đi. Nói chuyện bây giờ. Bà lão vào trong nhà, khi trở ra cầm trên tay một nắm tên. Bà giơ lên cho ông coi và nói:

– Mượn Bố mấy cái tên này nha.

Ông lão chưa kịp phản ứng thì bà đã bước tới cây bưởi thấp lè tè nhưng lại đã có trái. Bà cắm ba mũi tên chéo nhau thành một cây ba chạc, gác quả bưởi lên cái ba chạc ấy cho nó không bị chạm đất. Diệu kế. Cứ thế, bà dùng hết nắm tên xong lùi ra ngắm nhìn thành quả hài lòng. Ông lão nói:

– Bộ cung tên của Bố, má lấy đi những mũi tên thì cũng như là tước vũ khí Bố rồi còn gì.

– Má chỉ mượn tạm.

– Ngoài tiệm bán thiếu gì, mỗi bó 18 que nhựa, dài 3ft, giá chỉ 99 xu, không mua xài...

– Biết rồi, nhưng không đẹp bằng những mũi tên của Bố.

Cung thủ thở dài nghĩ tới cây cung và túi tên gắn trên tường phòng làm việc của ông. Bộ cung tên của một bà bạn gái mua ở Big 5 mang đến tặng ông nhân ngày ông thoát khỏi chế độ ngục tù. "Để anh kỷ niệm một cuộc chiến đã đi vào dĩ vãng" bà ấy nói thế. Quả là như vậy, khí giới chỉ để trưng, chưa bao giờ ông xử dụng. Và ông cũng không biết xử dụng nó làm gì, xử dụng ở đâu. Ông không còn đất dụng võ. Khi ông gắn "kỷ vật" trên tường, bà lão nói:

– Chỗ đó để treo một tấm tranh, chứ ai lại treo cái thứ... vớ vẩn đó.

Ông lão lặng thinh thì bà lẩm bẩm:

– Cuộc chiến dĩ vãng. Người tình dĩ vãng. Nhưng cung tên thì sờ sờ ra đó.

Lát sau bà tiếp:

– Khi "tráng sĩ" sa cơ, nằm trong trại tù binh chỉ có gái già này thăm nuôi tiếp tế, tuyệt nhiên chẳng thấy nàng em gái hậu phương nào ngó ngàng, ngày anh ra tù lại bày đặt "kỷ vật" cho anh. Trông mà... ngứa cả mắt!

Bây giờ cây cung vẫn còn đó nhưng túi tên đã trống rỗng. Cây cung nằm đó đơn độc như những cổ đại pháo không đạn, như những chiến xa không xăng, như những máy bay phản lực thiếu cơ phận rời thay thế... nằm lổn ngổn ở sân bay Tân Sơn Nhất... tháng tư năm nào. Ối giời, lại chuyện cũ, cứ nhắc tới những chuyện cũ hoài! Bỏ đi. "Phải luôn luôn nhớ rằng hãy quên đi tất cả!"

■

Mấy con chim ở đâu bay đến rỉa mỏ quả hồng chín trên cây. Ông lão chợt nhớ nhiệm vụ bèn đứng lên quơ tay la lớn đuổi nó đi. Bà lão nói:

– Bố làm gì mà ồn quá. Khẽ chứ. Hàng xóm Mỹ họ nghe.

Bà vẫn phải nhắc ông không nên nói lớn. Ở Mỹ người ta cần sự yên tĩnh hơn cần ăn. Ở Mỹ "I'm hungry" là câu xạo nhất. Nhưng mà đừng làm ồn. Ông cãi:

– Đuổi chim mà.

– Kệ nó. Thấy người là nó không dám tới đâu.

– Thấy Bố ngồi đây mà chúng vẫn tới ăn trái cây của em.

Bà nhắc lại:

– Kệ nó.

Ông lão ấm ức lắm vì thấy mình "vô tích sự". Ông hỏi:

– Bố có cần phải "đứng giang tay, đội nón mê, mặc áo tơi" không?

Bà đứng lên quay lại nhìn ông, với một tay ra sau lưng đấm đấm nhè nhẹ chiếc lưng còng:

– Chi vậy?

Ông lão đáp nho nhỏ:

– Có như thế chim chóc nó mới sợ.

Bà lão quay nhìn đi nơi khác cười chúm chím:

– Thôi. Khỏi. Bố uống bia nữa hay uống trà móc câu?

– Trà.

– Em pha trà. Trong khi chờ đợi, Bố nhổ những cọng cỏ xung quanh bụi hồng giùm em.

Khi bà mang bình trà ra, thấy ông lão vẫn ngồi ì, ngả người trên chiếc ghế nhựa, nhìn lên không trung, bà nói:

– Bố không nhổ cỏ à?

– Bố bận. Đuổi chim. Người ta chỉ có thể hoàn hảo được một công việc thôi.

Bà nói:

– Lười.

■

Ngồi ở hàng ghế ringsider, ông lơ đãng nhìn quanh xem khán giả trong khi bà theo dõi rất sát những cú đấm lọng óc văng cả mồ hôi xuống võ đài.

Ông lão nhớ tới thời niên thiếu ở tỉnh Nam Định, ông đi tập boxe ở hội quán thể thao thành phố, do cựu vô địch quyền Anh Đông Dương, võ sĩ Nguyễn Văn Tộ huấn luyện. Một lần lên đài đấu với một võ sĩ Thái Bình tại Cercle, đánh đến hiệp thứ ba, ông đấm dứ direct tay trái, ngày nay gọi là động tác giả hoặc cũng có người kêu là hư chiêu, rồi ngay sau đó tung ra một đòn crochet tay phải thật mạnh, trúng mặt đối thủ đổ máu miệng. Knockout. Ông sợ mặt tái xanh, đứng nhìn người ta nằm trên sàn lo lắng. Mãi lúc anh ta đứng dậy được ông mới hoàn hồn. Đến khi hai người ôm nhau thông cảm ông mới yên tâm. Khi trọng tài cầm tay ông giơ lên cao loan báo thắng cuộc, ông cũng không vui nổi. Và từ đó, ông sợ cho đến già không dám tập võ nữa. Hình ảnh con người ta hộc máu nằm trên sàn ám ảnh ông mãi mãi. Ông nghĩ "Đánh được người mặt không đỏ như vang mà là xanh như tàu lá!"

Khi tập bơi ở hồ Raquette Khoái Đồng, một lần qua được cái hồ rộng mênh mông trở về, tự nhiên ông cũng rùng mình hết hồn và không bao giờ dám bơi qua hồ lần thứ hai.

Kể cho bà nghe những chuyện cũ bao giờ bà cũng chê ông nhát gan. Ông lão lại cãi:

– Nhát gan mà lại tán tỉnh được bà.

Bà ngớ người ra nín khe, hết dám chê.

Ông cầm ly bia mời bà, bà uống một hớp, khen bia ngon rồi đặt xuống bàn, ông lão lần lượt uống cả hai ly trên cái bàn nhỏ, bà lão ghé tai ông nói thầm:

– Bố phải bỏ "tứ đổ tường": cờ bạc, rượu chè, trai gái, nghiện hút đi. Bố thử coi các siêu đẳng của nước Mỹ đánh đấm nhau để thấy được sự kinh hoàng của cạnh tranh.

Ông " ờ, ờ... " rồi cầm bàn tay của bà lên xem xét, qua mấy ngày phơi nắng da bà ngả màu nâu, nhưng ông lão thấy mình vẫn đen hơn bà. Ông nói thầm thầm với bà:

– Má là Mỹ, Bố là Ta. Má là người Kinh, Bố là người Thượng.

Bà nói:

– Hồi này Bố nói năng lung tung quá, chẳng ra đâu vào đâu. Có lẽ Bố đã đến tuổi lẫn rồi.

Rồi bà phàn nàn:

– Tự nhiên các con chúng giao cho má cái việc " trông coi một người điên!"

Đêm đó cuộc đấu bị ngưng ngang vì một võ sĩ cắn tai đối thủ. Bà ngao ngán dắt ông rời đấu trường, bên ngoài trời nóng hừng hực, hai ông bà chạy vội vào taxi về khách sạn. Ông phàn nàn:

– Phí cả tiền, lại thêm bực mình. Ở Mỹ này có thể cứ ở yên trong nhà mình suốt xuân, hạ, thu, đông. Sao má không ở nhà coi TV, cất công đi coi phát mệt.

Bà lão lắc đầu:

– Phải đến tận nơi, ngồi thật gần, xem tận mắt, vào đúng lúc sự kiện đang xảy ra, thì mình mới thấy rõ được là nó oai hùng hay rùng rợn. Chú Hoè cũng thích như thế. Họ đấm nhau văng cả mồ hôi xuống mặt khán giả mới là hiện thực.

– Để coi nó cắn nhau à?

– Trận đấu ngưng ngang, không còn phong cách quyền Anh, bù lại mình cũng tìm được thứ khác.

– Cái gì khác?

– Sự rùng mình.

■

Ngày hôm sau ông lão bà lão đi xem một khu vực xưa kia đã là nơi thử bom nguyên tử. Chuyến đi do hãng du lịch tổ chức. Sau độ một giờ bay, trực thăng đáp xuống một ngọn núi. Đá ở đây màu nâu sậm. Người hướng dẫn chỉ vùng đất lòng chảo và cho biết bốn mươi năm về trước bom nguyên tử đã được cho nổ ở thung lũng này để thí nghiệm hiệu năng và hậu quả. Những trái bom nổ trên không, nổ ở mặt đất và nổ ngầm dưới đất. Ở đây cũng là nơi đã thử hỏa tiễn đầu đạn hạt nhân. Nhưng chỉ là bom và hoả tiễn loại nhỏ. Ông ta cũng kể lại hồi đó còn trẻ nhưng ông cũng tham dự các cuộc biểu tình phản đối vũ khí nguyên tử. "Vui lắm! Bây giờ thì mọi việc đã xong xuôi, bom chứa đầy kho, lại sắp phải lo tìm cách huỷ đi. " Rồi ông ta kết luận:

– Đến xem như xem một nơi chốn đã xảy ra sự kiện, thế thôi, mà nơi chốn này thì cũng núi đồi đất đá như những khu núi đồi đất đá hoang vu khác. Nếu tôi không nói nơi kia đã thử bom nguyên tử thì quí vị chắc cũng không biết. Cũng tỉ như nếu có một người nào nói ở một nơi nào có một vị thánh sống nào đã xuất hiện ba trăm năm trước, chẳng hạn, thì người nghe cũng biết thế mà thôi. Nhưng ở đây, tôi lại là kẻ đã tham dự biểu tình phản đối, để hôm nay sống bằng cái nghề hướng dẫn những quí vị tò mò.

Trực thăng bay vòng khắp vùng núi đồi hoang, nhiều mỏm núi đá hình thù kỳ quái nhìn xuống những vực sâu hiểm trở, rất lạ mắt.

Khi về đến khách sạn, chợt ông lão hỏi bà lão:

– Này bà nội. Có phải mình mới đi xem vùng đất thử bom nguyên tử về phải không?

Bà lão nhìn ông giây lâu, ngập ngừng:

– Chứ bộ ông nội nghĩ là mình đã đi coi cái gì?

– À. Không. Nhưng liệu có đúng đó là nơi xưa kia người ta nổ bom nguyên tử như hãng du lịch nói?

Bà lão lắc đầu:

– Chịu. Bà nội không thể trả lời ông nội được. Có đứa cháu không giữ nó theo mà hỏi lại để nó về với bố nó. Ông cháu nói chuyện hạp nhau hơn là với bà.

Ông lão tiết lộ:

– Con bé nó có việc cần về gấp.

– Việc gì?

– Nó cần làm một cuộc cách mạng!

Bà nội phì cười:

– Đúng là ông nào cháu nấy.

– Thật đó. Con bé thấy mấy đứa bạn nó đã làm được, còn nó thì chưa dám.

Bà gặng hỏi:

– Mà làm cái gì cơ chứ?

– Làm người lớn. Làm cách mạng.

Bà nội thở dài, ông giải thích:

– Cháu nó muốn quăng được đôi giày vải cột giây lại với nhau máng trên sợi dây điện thoại căng ngang đường trước nhà nó.

Bà lão la lên:

– Chết thật, nó chơi dại thế mà ông không cản, lại còn toa rập vào.

Ông lão cũng cãi:

– Cản mà không được nên đành chịu. Nó nói mấy đứa con

gái trong lớp nó đã làm rồi. Lũ con trai nể lắm. Nó nói nó cũng cần chứng tỏ!

Bà lão hỏi:

– Chứng tỏ cái gì chứ?

– Chứng tỏ nó dám làm công việc không còn là con nít.

– Tầm bậy. Tầm bậy hết sức.

Ông lão gật đầu:

– Đúng là tầm bậy. Rất nhiều chuyện tầm bậy nữa mà... người lớn đã làm chẳng thấy ai cản, có khi còn tung hô nữa.

Hai ông bà im lặng, một lát ông lão nói với bà nhưng hình như là để nói với mình mình:

– Các sử gia bên Pháp mới phát giác trong cuốn "hắc thư" của họ rằng cuộc cách mạng tháng mười bên Nga chỉ là phịa. Từ lãnh tụ cho đến những cảnh nổi dậy tại hiện trường điện Cẩm linh là giả tạo phét lác. Chẳng qua nó chỉ là cuộc đảo chánh cướp quyền. Thế mà tội nghiệp cho biết bao nhiêu nước nhỏ bị lường gạt, biết bao nhiêu tuổi trẻ xả thân, biết bao nhiêu văn nghệ sĩ thương vay khóc mướn, tâng bốc khủng bố quốc tế hóa thành cuộc cách mạng long trời lở đất!

Bà lão nhìn ông lão băn khoăn:

– Ôi, Bố mệt rồi. Đi tắm nước nóng rồi ngủ một giấc cho khoẻ. Bố thắc mắc làm gì những chuyện vớ vẩn của thiên hạ.

Ông trấn an bà:

– Tôi đã dặn dò thằng bố nó về canh chừng cho con bé nó ném giày. Tôi mong cho cuộc cách mạng của nó chóng thành công để nó thấy "cũng chẳng ra cái quái gì". Khi nào bà cản ai cái gì không được thì bà nên để cho họ tự đi đến chỗ "chẳng ra làm sao" ấy.

Tắm táp xong, ông rủ bà xuống sòng bài, ông tán tỉnh:

– Má chỉ cho Bố đánh bài xem cao thấp ra sao.

Bà lão lắc đầu. Ông lại gạ:

– Hay là bà nội có biết cái máy nào nó ra tiền chỉ cho ông nội kéo đi.

Bà vẫn lắc đầu:

– Không được. Ông nội phải tự lựa chọn và chịu trách nhiệm về sự thất bại của mình.

Ngưng một lát bà tiếp:

– Thôi, đã lỡ không biết một cái gì đó, đã lỡ không mê một cái gì đó, thì hãy cứ giữ nguyên như vậy, đừng tìm cách vượt qua "rào cản", biết thêm cũng chẳng ích lợi gì. Trong lúc em chơi bài, Bố ngồi sau lưng... hầu.

Ông ngồi sau lưng hầu bài bà. Thỉnh thoảng bà ghé tai ông thì thầm cái gì đó ông cũng chẳng rõ, nhưng lại cứ làm ra vẻ có bàn mưu tính kế với bà trong canh bài.

Anh chàng bạn trẻ cũng đang làm nghề chia bài tại một sòng nào đó ở kinh đô cờ bạc này, ông lão vẫn có ý để mắt tìm xem có gặp. Anh ta có lần đã kể cho ông lão nghe khi gặp ở bến xe siêu thị rằng:

– Thằng em làm nghề chia bài. Bây giờ em có vợ Mỹ với hợp đồng trao đổi sinh lý, nhưng hai bên độc lập kinh tế và cuộc sống riêng tư.

Xe chuyển bánh rồi anh ta còn lùi lại, hạ kính, hỏi:

– Thằng em nói thế thầy có hiểu không?

Ông lão gật bừa, anh ta tiếp:

– Như thế không ai phiền ai, người này giúp người kia hạnh phúc, nếu chán nhau thì dang ra.

Trước khi đi, anh ta nhìn ông lão hơi lâu rồi chợt hỏi:

– Ông thầy có muốn như thế không em giới thiệu cho. Mà bây giờ ông thầy có "bà thầy" nào không? Nếu thầy ở một mình thì thằng em sẽ kiếm một chỗ "gả" thầy cho... êm bề gia thất.

Ông lão lúng túng cảm động. Đã bao lần ông được người bạn lính này hỏi han giúp đỡ. Từ ngày ở bờ suối tiền đồn biên giới anh ta cũng đã hỏi "thầy có muốn không", đi tù anh ta cũng hỏi giúp đỡ thầy, hoá ra suốt đời ông chẳng làm được gì cho ai mà chỉ có người khác giúp mình. Ông lão lắc đầu cám ơn anh ta và nói:

– Chúng ta là những tù binh vô thừa nhận vì chúng ta không còn tổ quốc, không còn chế độ, không còn đồng minh. Chúng ta chỉ còn có gia đình.

– Thầy đã biết khôn ra chưa? Ráng phải khôn lên mà sống.
Ông lão nói:
– Phải công nhận anh bạn rất là giỏi.
Anh ta cười:
– Thằng em vứt vào đâu cũng được, trong rừng rậm hay thành phố em đều phây phả. Sống ở ngoài xã hội hay bị nhốt trong tù cũng xoay sở được. Ở bên Ta hay sang bên Mỹ cũng thế thôi.
Hai người quên không trao đổi địa chỉ. Ông lão tuy không nói ra nhưng thường có ý nhìn tìm bạn cũ, nhất là những khi có dịp vào các sòng bài.

■

Ông lão thấy rõ ràng cuộc đổi đời của mình thật là phi lý. Tự nhiên tình thế xoay chiều, "sông núi đã biến thiên, thời đại đã xa cách", đang từ miền đất quen thuộc bao đời, u mê một cơn, mở mắt ra đã thấy mình sống ở một nơi hoàn toàn xa lạ. Mình trở thành một kẻ dưới hạng thứ dân, cái gì cũng thấp kém, cái gì cũng không bằng người, cái gì cũng phải học tập lại. Từ cách ăn mặc, đi đứng, nói năng, cư xử... đến cách suy nghĩ, yêu thương, giận hờn... đều phải xem xét lại cho phù hợp với đời sống xung quanh. Mình đang là người Kinh ở quê nhà, nay hoá ra người Thượng ở quê người. Mà trong cái giới người Thượng này mình lại còn là người Thượng mới không giống người Thượng cũ. Người Thượng nhưng mà về thành lâu mau? Thảo nào người Kinh họ thường coi thường người Thượng. Cho dù anh có vào quốc tịch người Kinh ở đây đi nữa thì anh cũng vẫn không giống họ. Cho dù anh học giỏi hơn họ, anh làm ăn khấm khá giàu có hơn họ, nhưng nhìn anh vẫn thấy "khác" họ, anh vẫn không phải là người Kinh như họ.

Hóa cho nên, hỡi người con gái bên bờ suối tiền đồn biên giới năm nào, bây giờ cô đã già, cô ra sao, cô đang ở đâu? Anh lính truyền tin cũng đã già, đã nhiều lần vợ bỏ, và có lúc đã nuối tiếc mối tình với cô! Ông trung sĩ đồn phó, ông binh nhất hầu cận, các ông tộc trưởng, các cụ đã thượng thọ bao nhiêu lần và có còn đang ở đâu? Ông đồn trưởng thì nay đã thành người Thượng nơi xứ lạ. Cái đồn binh nhỏ bé ngày xưa đó cũng đã trải qua bao đổi thay, đã nhiều lần dời chỗ, mở mang, xây cất lớn hơn, thậm chí sau này nó còn trở thành một căn cứ quân sự, có sân bay, có đài radar, có cố vấn Mỹ!

Trải qua mấy chục năm quê nhà đảo điên, bom B52 trải thảm, đàn kiến xẻ dọc Trường Sơn, những thứ đó có xóa đi buôn làng của cô không? Có thay đổi hay hủy diệt nếp sống của cô không? Đàn kiến di chuyển tới đâu gậm nhấm hết tất cả những gì dọc đường, suốt giải Trường Sơn, tạo thành một vết ngoằn ngoèo trắng đất đá. Buôn làng của cô có biến thành lán trại nông trường? Những patters B52 thường đã căn cứ vào những đám hơi nước bốc lên trong không ảnh kỹ thuật, những đám hơi nước ấy từ sông, hồ, ao, suối, vũng lầy... là hơi người bốc lên, là đơn vị quân đội mà cũng có thể là đàn voi, đàn thú, là buôn làng của cô. Khi giải đoán không ảnh, người ta có thể phân biệt được ao hồ sông suối để loại trừ, nhưng những buôn làng ẩn náu dưới tàng cây thì cũng dễ bị lầm là quân xâm nhập trú đóng. Đã có những toán biệt kích thả xuống các mục tiêu B52 để lượng định kết quả trận oanh tạc, cây số vuông rừng bị cày xới có khi để lại những dấu vết của đàn voi hay buôn sóc đồng bào Thượng, không tìm thấy cái mũ cối, đôi dép râu, hay khẩu AK gẫy vụn nào!

Dòng suối xưa kia có một chỗ phình ra thành "một cái hồ nhỏ viền đá hoa cương và lát sỏi trắng dưới đáy" đẹp tuyệt vời. Cái hồ "xung quanh có rất nhiều hoa rừng nở rộ" mà người lính trẻ phóng túng, đã bắt đầu cảm thấy cô "thơm ra" trong những lần tắm táp, bơi lội, đùa giỡn, lật qua lật lại... Cái hồ đó, bây giờ còn hay đã khô cạn? Và cô có nhớ rằng cô đã từng trải qua những cảm xúc hạnh phúc trong những khoảnh khắc nơi dòng suối đó. Hạnh phúc vì cô không có ý thức cô là người Thượng trong giới động vật hễ hơi có tí hơn người là muốn phân biệt, ngăn cách. Ông đồn trưởng trước khi thành người Thượng ở nước Mỹ thì ông ta cũng đã cưới voi, rồi cũng đã sống trong nhà tù cộng sản, nơi họ đã coi ông ta không phải là người. Nay ông người Thượng Mỹ ngồi nghĩ tới những người thân cận của ông ta xưa kia, và ông ta chợt nhớ tới cô, như nhớ tới một người tự do tuyệt đối không kẻ nào xếp loại, kỳ thị được.

■

Ngày hôm sau, ông lão bà lão lên xe lửa đi sang tiểu bang khác. Bà muốn thay đổi cho ông bằng một chuyến du lịch xem thắng cảnh, để ông lão bớt bị căng thẳng bởi những ngày ở sa mạc.

(HB/97)

Phỏng Vấn
Nhà Văn Thảo Trường

Nguyễn Mạnh Trinh *thực hiện*

(TRÍCH)

(1) Xin anh cho một vài dòng về tiểu sử của mình?

TT: Tôi tên là Trần Duy Hinh, bút danh Thảo Trường chỉ là một chọn đặt tình cờ từ khi đăng những sáng tác trên tạp chí *Sáng Tạo* và dùng cho đến bây giờ. Vài bút danh nữa ký ở những bài báo trước 1975 hoặc những thơ văn thời trẻ đến nay tôi không còn dùng nữa. Tôi chỉ học hết trung học và chưa biết đại học văn khoa là gì. Tôi chỉ thích 4 năm học hán văn với giáo sư Trần Văn Hào, cụ thích tôi, tôi biết rõ vì chính tôi cũng rất kính yêu cụ, mỗi lần cụ cho 00/20 điểm trên bài luận văn của tôi thì cụ đều nhìn tôi cười, và nói: "Deux zéros! Không lẽ cho điểm âm!" Năm nay tôi vừa lục tuần vì cũng thích coi tử vi nên tôi thường nhớ tuổi mình là Bính Tý. Quê quán tôi ở tỉnh Nam Định miền Bắc bên bờ sông Vị Hoàng. Tôi là người thứ chín trong một gia đình đông con, mười người. Thân phụ tôi mất sớm. Tôi là đứa con bất hiếu, năm 1954 tôi vào Nam bỏ lại mẹ tôi ở quê nhà với người chị gái lo phụng dưỡng ông nội tôi và coi sóc mồ mả tổ tiên, nhưng sau đó mẹ tôi bị đấu tố, bị tịch thu hết nhà cửa ruộng vườn, bị đuổi ra ở ngoài gò đất giữa cánh đồng nước mênh mông. Vào Nam tôi gia nhập quân đội, theo học Khóa 6 Trường Sĩ Quan Trừ Bị Thủ Đức. Và chính thức viết văn.

(2) Là người lính trước 75, là người tù sau 75 và sau cùng sang Mỹ tị nạn theo diện HO, anh suy nghĩ thế nào về chiến tranh và thay đổi thế nào tuỳ theo thời gian cũng như vị trí của anh trong thời điểm ấy?

TT: Tôi đã trải qua một thời chiến, tôi cũng đã trải qua một thời tù và hiện tôi đang phải trải qua một thời loạn! Tôi đã tham dự cuộc chiến tranh Việt Nam suốt 17 năm, làm sĩ quan pháo binh chán rồi chuyển sang làm sĩ quan nghiên cứu "Phương châm chiến lược hai chân ba mũi" của CS, nhiệm sở ở Cục An Ninh Quân Đội. Qua những công việc đó tôi đã phải đi và ở hầu hết hơn bốn mươi tỉnh thành của Miền Nam Việt Nam và còn có dịp ra ngoài Bắc nhìn tận nơi thành phố Hà Nội nhân chuyến nhận tù binh Mỹ ở ngoài đó. Cấp bậc chót của tôi là Thiếu Tá của Quân Lực Việt Nam Cộng Hòa. Ngày 30 tháng 4 năm 1975 tôi bị bắt làm tù binh. Tôi bị CS giam giữ gần mười bảy năm, trải qua 18 nơi giam giữ từ Nam ra Bắc rồi từ Bắc vô Nam. CS thả ra, tôi ở Sài Gòn hơn một năm thì sang Mỹ đoàn tụ với vợ và các con tôi theo hồ sơ IMMI được hơn ba năm nay. Nghĩ về chiến tranh thì tôi xác định rằng những người cầm đầu băng đảng cộng sản phải chịu trách nhiệm với lịch sử, họ muốn và họ bắt buộc nông dân phải làm ruộng theo cách của họ, họ muốn và họ bắt buộc công nhân phải sản xuất theo cách của họ... họ muốn và họ bắt buộc con người phải sống theo những khuôn phép của họ, vì thế chiến tranh xảy ra. Mà những điều họ muốn chỉ là những thứ họ bắt chước của những kẻ sai lầm khác ở bên Nga bên Tàu. Tôi bị cộng sản bỏ tù lâu vào tận đáy vực của họ để thấy một điều rõ ràng là họ giả dối một cách thiệt tình, họ tàn nhẫn rất nhiệt tâm, độc ác nhân danh lòng nhân đạo. Những người cộng sản cấp dưới không biết việc họ làm, vì thế tôi không hề thù hận họ. Song những lãnh tụ của họ thì phải chịu trách nhiệm về những tan nát của quê hương Việt Nam. Cái thời chiến đổ vỡ tan hoang đó cũng như cái thời tù cơ cực nghiệt ngã đó nó phải có tác động nhất định nào đó vào những tác phẩm của tôi. Cũng như bây giờ sống trong một nước Mỹ không chiến tranh, nhưng thế giới đang ở một thời loạn, nơi này có kẻ nhận là Chúa, nơi khác có bà xưng mình là Phật, con giết cha mẹ, mẹ trấn nước con thơ, vợ chồng giết hại lẫn nhau, bom nổ lung tung giữa trung tâm nước Mỹ, Anh, Pháp... hơi độc giết người tại thủ đô Nhật Bản... , và ở Việt Nam cũng vẫn còn "ngụy cộng sản" vẫn còn "giả dạng cách mạng"... thì chúng ta không thể thờ ơ khi làm tác phẩm.

(3) Cuộc đời anh có phản ảnh trong những điều anh viết không? Có tác phẩm nào như những điều tự thuật?

TT: Tác phẩm là sáng tạo, nhưng đây đó có những chuyện giông giống người này người kia, hay nhân vật trong truyện xưng tôi thì cũng không có nghĩa nhân vật là tác giả. Tất cả những gì mà cuộc sống của tôi trải qua, những gì mà tôi chứng kiến, những gì mà tôi nghe kể lại và những gì tôi đọc được ở sách vở thì đều có thể là chất liệu dùng làm chất xúc tác khi xây dựng tác phẩm. Có khi tôi lượm nhiều mẩu đời vụn ở nhiều nơi nhiều lúc sắp đặt vào một nhân vật. Đã có một người anh họ nói đùa với tôi: "Coi chừng kể cho nó nghe nó lại "phang" mình vào trong truyện thì bỏ mẹ!" Cũng có khi tôi đem những cái của mình gán vào một nhân vật nào đó, như là mình cho mượn vậy; bởi vì chính mình, đã có khi phải đi mượn những mối tình của người khác đặt vào chỗ của mình. Riêng đời tôi, tôi chưa làm tác phẩm nào tự thuật. Tôi không có ý định viết hồi ký.

(4) Chắc anh khởi đầu viết từ những truyện ngắn trên tạp chí Sáng Tạo? Anh có nhớ đó là truyện ngắn với nhan đề như thế nào và anh có kỷ niệm nào đặc biệt về nó?

TT: Trước *Sáng Tạo* tôi có những bài tuỳ bút và thơ đăng trên những nội san ở Hà Nội và Nam Định như nội san của Trường Sĩ Quan Trừ Bị Nam Định. Khi di cư vào Sài Gòn tôi có viết được một truyện dài nhan đề là "Đau Thương" nhưng chưa xuất bản. Truyện ngắn đầu tiên của tôi đăng trên tạp chí *Sáng Tạo* do nhà văn Mai Thảo làm chủ bút là truyện "Hương Gió Lướt Đi", truyện ngắn này sau có in trong tuyển tập *Sáng Tạo* do tạp chí *Văn* xuất bản và dĩ nhiên nó cũng có trong "Thử Lửa" là tập truyện ngắn đầu tay của tôi do cơ sở Tự Do xuất bản năm 1962. Tôi chẳng có kỷ niệm nào về nó, có người hồi đó đọc xong tưởng là chuyện có thật của tôi và nói tôi... yêu sớm quá. Thực ra đó là chuyện của một cô "me tây" với một anh học trò cùng trường lớp với tôi, tôi chỉ "mượn" câu chuyện của họ rồi... xúc cảm làm thành như là chuyện của mình. Hồi đó tôi nhát và ngớ. Cho đến bây giờ hình như tôi cũng vẫn còn nhát và ngớ. Có khi còn hơn thế nữa.

(5) Khi cầm bút anh có mục đích nào? Thích là viết hay để làm đẹp đời sống, nêu cao những chủ trương triết thuyết?

TT: Tôi làm tác phẩm là để đời.

(6) Anh có một quan niệm khá đặc biệt về truyện ngắn "Câu nói hay nhất là câu nói ngắn nhất. Viết truyện ngắn là dùng thứ kích thước nhỏ để dựng vấn đề có khi rất lớn." Bây giờ vấn đề lớn là gì? (thời sự, con người, văn chương... ?)

TT: Ông có nhắc thì tôi mới nhớ, tôi có phát biểu đâu đó như thế với Nguyễn Đông Ngạc trong tuyển tập "Những Truyện Ngắn Hay Nhất" hồi ở Việt Nam trước 1975. Bây giờ tôi cũng vẫn nghĩ như vậy. Và vấn đề lớn cũng vẫn là "thân phận con người trong thời đại này". Tôi vẫn có tham vọng làm sao "nhét" cả một cuộc chiến tranh vào trong một truyện ngắn, làm sao đưa được cả một thời đại mình đang sống vào trong một truyện ngắn. Vâng, tôi vẫn hằng mong muốn làm được như vậy.

(7) Khi anh viết truyện ngắn, động lực đầu tiên để thúc đẩy anh viết? (nhân vật, đề tài... ?)

TT: Hình như đầu tiên là nhân vật. Tôi vớ được một nhân vật nào đó ngoài đời làm cho tôi chú ý, nó bắt tôi phải suy nghĩ xung quanh nhân vật đó về những sự kiện, lời nói và hành động tình tiết cùng những băn khoăn, mang những ý nghĩa của đời sống, có lý hay phi lý... Rồi có khi những ý nghĩ của mình bay về quá khứ hay mịt mùng ở một nơi xa xôi nào đó, ý nghĩ bay đi lộn lại, quần thảo một hồi xong có khi xếp xó để đấy, rồi một lúc nào đó nó lại xẹt ra, lại quần thảo. Những cơn vật vã như thế sẽ nảy sinh ra những vấn đề, nói cách khác là có lúc nó sẽ nảy ra đề tài, một đề tài hay nhiều đề tài, loại bỏ và chọn lựa... cho đến khi sự xúc cảm đem đến cho mình niềm thích thú thì dùng bút pháp riêng của mình mà thể hiện nó ra. Cũng có khi phải "cất" nó nằm yên trong "bộ nhớ" ở trong đầu mình nhiều năm, thời gian cất đi để dành này có thể "nó" còn được nhào nặn thêm qua nhiều suy tư nữa. Trường hợp những truyện ngắn hình thành mà tôi phải "cất đi" lâu nhiều năm là những hình thành trong thời gian ở tù CS. Qua Mỹ tôi mới thể hiện nó ra. Bây giờ tôi cũng vẫn đang đi tìm nhân vật. Tôi tìm trên đường phố, ngõ hẻm, và các thành phố Mỹ. Ngồi nói chuyện với ông có lúc tôi cũng chợt tự hỏi hay là mình "bắt" người này về làm nhân vật.

(8) Thường thường, anh viết có dễ dàng không? Và có sửa chữa gì nhiều sau khi hoàn tất?

TT: Thời trước 75 tôi viết dễ dàng. Bây giờ tôi làm việc vất vả. Phải sửa chữa chứ, đôi khi phải sửa nhiều. Bây giờ dùng computer nên công việc sửa chữa rất thuận tiện.

(9) Nếu sửa chữa nhiều, có thể làm lạc đi những ý định ban đầu khi khở viết không?

TT: Tôi chưa gặp trường hợp phải thay đổi nhiều, chỉ có nhờ sửa chữa mà nội dung được phong phú thêm, theo ý tôi.

(10) Nhiều người rất thích thú vì những cái bất ngờ xảy ra khi đang viết. Anh có tâm trạng ấy không? Và trong những truyện ngắn của anh, có truyện nào anh thấy nhiều "bất ngờ" nhất?

TT: Có một bất ngờ tôi xin kể: Trong truyện ngắn "Viên Đạn Bắn Vào Nhà Thục", nhân vật cô bé hỏi nhân vật người lính rằng bên nào đã bắn vào nhà cô, lúc đầu tôi cho phe hai người bộđội bắn, sau tôi nghĩ trong giao tranh bên nào cũng bắn cả và ai biết được hòn tên mũi đạn nó đi như thế nào, với lại cũng may là viên đạn lại chui vào vách tường không chết ai cả vậy thì cho nó công bằng một tí, tôi viết câu người lính trả lời cô bé là: "Đạn này nhãn hiệu Mỹ, nhưng có thể đã bắn ra từ phe tôi và cũng có thể đã bắn ra từ phe hai người bộ đội, bởi vì bên nào cũng có thứ súng đó hết!" Nhưng khi đưa kiểm duyệt thì Bộ Thông Tin xoá bỏ mấy chữ "Đạn này nhãn hiệu Mỹ" để giữ hòa khí với bạn đồng minh Hoa Kỳ, tình nghĩa đến thế là cùng. Rồi các ấn bản cứ phải in với sự loại bỏ những dòng kiểm duyệt, kể cả bản in ở Mỹ sau đó. Mà nước Mỹ thì họ đâu cần để ý đến những cái lẻ tẻ đó. Cho nên sắp tới khi xuất bản tập sách có truyện ngắn ấy ở nước Mỹ này thì nó sẽ đủ nguyên con và mang tên nguyên thủy của nó là "Nhãn hiệu Mỹ".

(11) Trước khi viết, anh có dự trù kết cấu của câu chuyện sẽ viết? Hoặc, không có gì cả và viết một mạch?

TT: Tôi làm việc có dự trù cẩn thận, tôi còn có bản ghi chép những ý tưởng và những chi tiết cần ghi nhớ sẽ cho vào trong truyện, khi làm việc tôi thường phải rà xét lại những ghi chép đó để xử dụng nó vào đoạn nào trong truyện. Nếu lái xe mà chợt nảy ra ý tưởng gì đó, tôi ấn nút ghi chép bằng máy ghi âm nhỏ, vì sợ quên, về nhà tôi chuyển nó sang bản ghi chép giấy. Những ghi chép này người khác đọc không hiểu vì tôi ghi theo cách vắn tắt, và nó là một mẩu giấy chằng chịt ngang dọc gạch xoá những chữ có khi rất vô nghĩa. Có khi đang viết tôi cũng phải ngưng lại để ghi chép. Có khi đang nằm lơ mơ sắp ngủ tôi cũng phải vùng dậy lấy bút ghi chép. Thảm lắm! Và như tôi đã nói, mặc dù có dự trù như thế nhưng trong lúc làm việc những ý tưởng nảy sinh bất ngờ sẽ làm cho tác phẩm phong phú thêm, và đó là sáng tạo.

(12) Khi trước 1975 anh là người lính và làm báo. Vậy những công việc ấy có ảnh hưởng thế nào đối với công việc cầm bút làm văn chương của anh?

TT: Đời lính có cuộc sống luôn luôn sôi nổi, tầm hoạt động thay đổi, đi nhiều và đi xa, gặp gỡ nhiều, nghe được nhiều và có nhiều cảm giác lạ... như thế tôi nghĩ có lợi cho công việc đi tìm nhân vật cho tác phẩm mình. Thời kỳ làm báo cũng giúp tôi mở rộng tầm nhìn vào xã hội và cuộc sống. Nhưng làm báo lúc đó với tôi là để kiếm thêm tiền nuôi gia đình, tôi nhận viết những mục phiếm luận trên một số báo ở Sài Gòn và cho in hằng ngày những truyện dài đã viết của mình, tôi không biết làm tin nên thường không phải đến các toà soạn. Bài viết từ nhà hoặc từ trong trại lính đêm trước hôm sau nộp, cuối tháng lãnh lương. Do đó viết văn là cứ viết văn thôi, có ảnh hưởng là ảnh hưởng từ cái cuộc sống ấy. Nếu nói về thời giờ làm việc thì hồi đó tôi rất sung sức, làm việc giờ nào cũng được, viết giờ nào cũng được.

(13) Khi viết anh hay dùng ngôi thứ nhất hay ngôi thứ ba?

TT: Điều này phải lục lại tất cả các tác phẩm đếm xem ngôi nào nhiều hơn ngôi nào, tôi cũng không nhớ rõ nữa ngôi nào tôi hay dùng, hình như cả hai đều hay dùng cả. Nhưng ngôi thứ nhất cũng không có nghĩa là tôi cơ mà. Mới đây trong một truyện ngắn tôi đã dùng ngôi thứ nhất cho một con nhện.

(14) Và, trong truyện cũng như tiểu thuyết anh, sự thật chiếm bao nhiêu phần trăm? Còn hư cấu thì ra sao?

TT: Sự thật chiếm 99%, hư cấu cũng chiếm 99%!

(15) Văn chương phản ảnh thời thế, và từ đó người ta sẽ quan sát được cả một thời kỳ qua những điều nhà văn diễn tả?

TT: Tôi cũng nghĩ như vậy.

(16) Nhưng có người quan niệm ngược lại, con người là một đề tài lớn và trường cửu, còn những vấn đề khác xung quanh chỉ là nhất thời không có giá trị lâu dài. Theo anh, vấn đề này nên suy nghĩ như thế nào?

TT: Tôi không thấy có gì ngược lại cả. Đúng là con người lớn và trường cửu đối với con người. Chỉ khi nào không còn con người nữa thì may ra lúc đó vấn đề mới... nhỏ đi và tầm thường Tác phẩm có thể giúp cho người ta hiểu được vào giai đoạn ấy ở nơi ấy cái thời thế ấy nó như thế. Vài ba trăm năm nữa hậu duệ của chúng ta có khi phải đi đào xới nơi này nơi khác để tìm kiếm những di chỉ hoặc là phải đi lục tìm sách vở báo chí tài liệu trong các thư viện để xem cái nền văn minh cộng sản nó là gì. Nếu thế thì một tác phẩm văn nghệ cũng có thể chứa đựng một thế giới riêng trong cái thời đại tác giả đã sống. Mở truyện Kiều ra đọc chúng ta biết được cái thời thế của cụ Tiên Điền đã sống. Vấn đề này lớn quá và phải nói dài, có lẽ phải hỏi các vị giáo sư hay các nhà nghiên cứu, phê bình.

(17) Anh có nhiều thời kỳ cầm bút khác nhau, trước và sau 1975 là cái mốc phân cách. Vậy, mục đích khi cầm bút có thay đổi không đối với anh?

TT: Không. Trước 75 tôi viết cũng chỉ muốn tác phẩm của mình để đời. Mười bảy năm sau 1975 không viết là vì bị chế độ chính trị khống chế. Nay thay đổi hoàn cảnh có thể viết được thì lại tiếp tục. Không có gì thay đổi cả. Điều này có nghĩa là chế độ chính trị không bắt tôi im được mãi, họ chỉ cản trở tôi được một giai đoạn thôi.

(18) Khi anh viết truyện ngắn hoặc truyện dài, kỹ thuật mà anh xử dụng có giống nhau không?

TT: Tôi nghĩ là có khác. Kỹ thuật viết một truyện ngắn thường phải xúc tích ngắn gọn, các tình tiết cần phải được gạn lọc, lựa chọn lấy những gì là điển hình nhất để đưa vào xử dụng mà thôi. Khi hành văn thì càng ngắn càng tốt. Với truyện dài có hơi khác vì một đề tài mình muốn viết thành truyện dài là do vấn đề mình muốn nói trong đó cần phải có một cốt truyện dàn trải ra với những tình tiết diễn tiến để dẫn tới điều mà mình muốn tác phẩm ấy phải đạt tới... Tôi không biết nói thêm vì tôi không có khả năng lý luận văn học. Tôi chỉ thấy là có khác biệt khi mình làm một tác phẩm ngắn và khi mình xây dựng một tác phẩm dài. Nhưng tôi không có ý nói một tác phẩm lớn phải là truyện dài hoặc thật dài còn một tác phẩm nhỏ thì không thể lớn. Một người bạn Mỹ và cũng là độc giả của tôi đã đọc những truyện dài trước 75 và mới đây sau khi đọc những truyện ngắn của tôi viết trong năm qua thì ông ta có nhận xét vui vui rằng: "Ngày xưa anh sản xuất rượu bia, ngày nay anh nấu rượu mạnh." Cho tôi phỏng vấn lại N. M. Trinh là anh nhận xét thấy thế nào?

(19) Hình như trước 1975, anh có viết những truyện dài đăng

từng kỳ trên các nhật báo. Có người như nhà văn Túy Hồng đã kêu rằng thể loại ấy làm hư hoại văn chương của bà đi. Còn với anh thì thế nào? Có thể viết được một truyện dài hay bằng thể loại ấy, theo anh?

TT: Đúng là như vậy. Nếu phải sản xuất theo kiểu mỗi ngày một mẩu thì làm sao có mạch văn và tư tưởng liên tục của một tác phẩm dài, ấy là chưa kể khi bận rộn hoặc gặp lúc bí mà vẫn phải "nộp" bài thì sẽ xảy ra tình trạng "sản xuất" ẩu. Biết được như thế thì cũng có thể tránh được nếu muốn, bằng cách viết xong một tác phẩm hoặc ít ra là xong từng chương rồi hãy giao cho các toà soạn in dần từng ngày. Nhưng khốn nỗi vì nhu cầu sinh sống mà phải viết feuilleton thôi. Tôi có những truyện dài đã đăng dần trên nhật báo sau mới xuất bản thành sách mà tôi cũng rất thích. Và cũng có những bản thảo in dần trên nhật báo để lấy lương tháng sau tôi bỏ không xuất bản thành sách vì nghĩ rằng còn phải mất nhiều công sức sửa chữa hoặc có thể còn phải viết lại.

(20) Nhân vật chính của anh thường là phụ nữ hoặc các cô bé, có phải?

TT: Thưa hình như không phải. Điểm lại 16 tác phẩm đã xuất bản và 6 tác phẩm hoàn thành nhưng chưa in, tôi thấy nhân vật chính của tôi có đủ loại người, nam, nữ, già, trẻ, lớn, bé... và còn có cả bò, nhện...

(21) Các chất đặc sắc nào mà anh muốn diễn tả từ các nhân vật của anh? Vì khác thường không giống ai hay vì giống tất cả mọi người?

TT: Nhân vật để biểu hiện điều mình muốn nói trong tác phẩm.

(22) Chiến tranh đã xuất hiện trong văn chương anh như

thế nào? Có phải đó là một đề tài tuyệt diệu trong thời kỳ anh viết lúc trước 75?

TT: Thời chiến mà tôi trải qua thì thế nào nó cũng "nhập" vào trong các tác phẩm của tôi.

. . . . .

(28) Có người nói cái chất sôi nổi với đời sống mà anh có trong những tác phẩm thời kỳ trước, bây giờ, ở những dòng chữ gần đây nhất, trầm lắng đi. Theo anh, điều ấy có đúng không?

TT: Tôi không đo được điều ấy, có lẽ phải nhờ các nhà phê bình và thư độc giả. Tôi chỉ thấy rõ nhất một điều là mình già đi, tuổi tác già đã đành, lại thêm bị cay nghiệt và cơ cực, cho nên cái gì cũng già đi cả.

(29) Có phải sự thăng trầm của đời sống anh đã tạo ra tâm thức ấy?

TT: Hình như vậy.

(30) Hậu quả của cuộc chiến có phải là sự căm hận, theo anh? Và anh có nghĩ đến một tương lai hoà giải hoà hợp của dân tộc Việt Nam?

TT: Căm hận hay không, theo tôi, thì tôi đã nói ở trên rồi. Dân tộc Việt Nam bao giờ cũng vẫn chỉ là một. Không có vấn đề hoà hợp hoà giải dân tộc. Chỉ có các chính quyền hay phe phái mới nói đến chuyện đó. Chính quyền CS hiện nay chiếm được đất nước và cai trị theo mánh khoé của họ nhưng đất nước và dân tộc Việt Nam thì vẫn là đất nước và dân tộc Việt Nam. Chế độ tồi thì đất nước có lụn bại đi nhưng lịch sử đã diễn ra bao đổi thay, thử hỏi có chính quyền nào tồn tại mãi được không.

(31) Lằn ranh quốc-cộng, theo anh bây giờ còn hiện hữu không? Trong thực tế đời thường và trong văn chương?

TT: Trên thực tế ngày nay chế độ Việt Nam Cộng Hòa đã tiêu vong. Trên thực tế bây giờ chế độ cộng sản cũng chẳng còn, toàn thế giới cũng như ở trong nước ta. Chính quyền ở Việt Nam bây giờ chỉ là ngụy cộng sản. Xét theo mác xít thì đảng cộng sản Việt Nam bây giờ là nghịch đồ của Karl Marx. Văn chương không có lằn ranh nên cũng chẳng cần hòa hợp hòa giải. Chuyện đó là của các phe phái.

32) Đối với thế giới, vai trò của Việt NamCH rất mờ nhạt trong cuộc chiến vừa qua, kể cả trên phương diện văn chương. Theo anh, đó có phải là một hình thức bất công không? Và nhà văn phải có nỗ lực nào để được công bằng hơn?

TT: Về mặt chính trị, nếu Việt Nam Cộng Hòa có mờ nhạt trên trường quốc tế trong cuộc chiến vừa qua là vì chế độ đó không được chơi bựa trong khi phía đối phương thì mánh nào họ cũng có thể giở ra. Tôi nói thế cho dễ hiểu. Nếu văn chương Miền Nam là mờ nhạt thì tại nhà văn Miền Nam chúng tôi viết tồi, nhưng tính cho đến 1975, có lẽ Miền Bắc cũng chẳng có gì khởi sắc. Bằng cớ là sau 1975 nhiều người từ Miền Bắc đã tìm cách đọc và có được những tác phẩm văn nghệ Miền Nam. Nếu nói về âm nhạc thì "nhạc vàng" từ Miền Nam đã ra giải phóng Miền Bắc một cách thần tốc. (Mặt kinh tế, xe honda cũng kinh lắm!). Văn chương không cần thế lực nào ban phát công bằng, văn chương soi sáng cho các thế lực tập tành tự do dân chủ, văn chương tạo ra sự công bằng.

(33) Trong văn chương anh thấy có biên giới nào giữa những người cầm bút ở trong nước và hải ngoại? Hoặc, ở trong nước giữa những người Miền Bắc và người Miền Nam?

TT: Các nhà văn Việt Nam chỉ có tổ quốc chung duy nhất là Quốc Ngữ.

. . . . .

(37) Anh có băn khoăn nào về tương lai văn học Việt Nam ở hải ngoại. Sẽ suy tàn dần, biến dạng thành một nhánh khác viết bằng ngôn ngữ bản xứ hoặc hội nhập với dòng văn học ở trong nước?

TT: Văn học Việt Nam thì phải viết bằng Quốc Ngữ. Viết bằng chữ khác thì không nên gọi là văn học Việt Nam. Tôi thấy có thi sĩ người Việt làm thơ tiếng Anh hay tiếng Pháp, tôi coi các vị ấy là thi sĩ Mỹ hay thi sĩ Tây. Văn học Việt Nam viết bằng Quốc Ngữ rồi Tây Tầu Nga Mỹ gì đó nếu thấy hay thì dịch ra tiếng nước ấy mà thưởng thức, cũng như mình, ngược lại thấy của người hay thì chuyển ngữ về mà đọc, hoặc là học biết tiếng nước ấy màđọc. Văn học Việt Nam ở hải ngoại viết bằng Quốc Ngữ thì cũng vẫn là văn học Việt Nam, chỉ có tác giả vì một lý do nào đó phải sống ở nước ngoài nhưng vẫn làm văn học Việt Nam mà thôi, có cần gì phải nhập mới vào được Quốc Ngữ. Quốc Ngữ không phải xuất cảnh, nhập cảnh bao giờ. Nhà văn đi đâu cũng mang Tổ Quốc của mình trong tim.

(38) Một ngày của nhà văn Thảo Trường?

TT: Vấn đề ăn ngủ: Đêm ngủ sáu tiếng. Trưa ngủ mười lăm phút. Ăn ngày ba bữa, uống trà Thái Nguyên. Làm việc: thức mười bảy tiếng gặp gì làm nấy, nhưng có bốn tiếng ngồi trước máy viết cái gì đó. Với gia đình: sáng sớm đi bộ cùng với nhà tôi tới nhà thờ và chiều ở bãi biển. Tôi thích tiếp chuyện với các con tôi (bảy người đã trưởng thành) và thích nhìn đứa cháu nội.

. . . . . .

(Đầy đủ bài phỏng vấn xin đọc trong tap chí Văn *và tập* Đá Mục *nxb Đồng Tháp)*

PHẦN 4

MÂY TRÔI

MÂY TRÔI

1

Công việc là công việc của con ở, ăn uống là ăn uống như con ở, ngủ dưới bếp như con ở, và, ông bà cũng có trả tiền trước một năm công làm cho bố mẹ cháu như là trả công cho con ở. Nhưng con bé luôn luôn được giới thiệu với mọi người là một đứa cháu ngoại, ông bà cưu mang đem về nuôi nấng, dạy dỗ, thương yêu. Nó cũng thích được ở với ông bà, làm lụng có vất vả tất bật tối ngày nhưng được cái ăn uống ê hề, chỉ thức ăn dư thừa cũng đủ no bụng hơn là ở nhà. Mà ở nhà với bố mẹ thì cũng vẫn phải làm lụng khó nhọc lại chẳng đủ ăn. Cho nên nó rất là mãn nguyện được đi ở, đem về một món tiền cho bố mẹ nuôi các em.

Ông bà cháu là nhà giàu trong ấp này. Căn nhà gỗ lim năm gian, lợp ngói, có vườn rộng, có điện thắp sáng, có TV xem tin tức và video xem phim bộ. Ban ngày làm các công việc quét dọn lau chùi nhà cửa, rửa chén bát nồi niêu xoong chảo, giặt ủi áo quần, nghe mắng chửi, nhưng trong đầu nó vẫn cứ luẩn quẩn với những hình ảnh trên TV và trong các phim truyện Hồng Kong, Đài Loan... Nó thoăn thoắt làm hết việc này tới việc khác để mong cho chóng đến tối được xem TV. Ông bà hay các cô cậu sai bảo việc gì con bé cũng nhanh nhẹn vâng lời làm ngay cho nên bà rất là hài lòng khen ngợi cháu ngoan. Ông ít khi sai bảo hay la rầy nhưng bà và cô Út điều khiển cháu chạy như con cù suốt ngày. Con bé là đứa dễ sai nên bà và cô Út cũng không phải bận tâm về nó. Có lần nó nghe bà nói với cô Út rằng "Mướn được nó dễ sai và chăm làm là may đấy, mày đừng chửi nó quá lỡ nó thôi không ở nữa thì chẳng kiếm ra ai như nó được đâu. " Nghe lén được như thế nên nó cũng hài lòng và càng chăm chỉ hơn để được bà khen.

Buổi tối khi xong công việc, con bé chen vào ngồi dưới nền với lũ con nít hàng xóm nghếch mắt nhìn lên TV theo dõi hình ảnh trên đó cho đến lúc buồn ngủ rũ ra thì lần vào tấm ván ngựa ở nhà bếp làm một mạch cho đến sáng với những giấc mơ Hồng Kong và Đài Loan.

Hồi mới đến ở, nó cứ nghĩ mình là cháu yêu của ông bà thật nên rất tự nhiên ngồi lên chiếc ghế bành xem phim, ông không nói gì nhưng khi bà ra thì bà đuổi:

– Xuống dưới nền nhà ngồi với lũ chúng nó mà xem. Chân bẩn như chân... chó mà dám "thượng" lên ghế bành ngồi như bà... tướng.

Sau lần đó con bé sợ quá, cạch đến... già không dám trèo lên, bèn tối tối ngồi chen chúc nhập cuộc với lũ trẻ con hàng xóm sang xem nhờ. Thỉnh thoảng cũng có những xáo trộn gây ra do cô cậu tranh giành đòi xem kênh 7 hay kênh 9, đổi đài rồi lại đổi đài, hoặc là khi coi video thì cô cậu đòi xem phim Hồng Kong hay Đài Loan trước, đổi băng rồi lại đổi băng. Nhưng những xáo trộn tranh giành ấy của các cô cậu đều bị bà dập tắt ngay. Khi có bà ngồi xem trước máy thì kể cả ông chứ đừng nói đến các cô cậu, được quyền đòi hỏi theo sở thích. Bà đang coi phim đánh chưởng thì dù ông có muốn theo dõi trận túc cầu chung kết mondial cũng chẳng được. Bà nói:

– Đá bóng thì có cái gì hay ho mà phải coi. Tranh giành nhau một quả bóng đến lọi xương lọi tay, ích lợi gì...

Lúc ấy ông thở dài bước ra hàng hiên hút thuốc, lũ con nít thì phần đông là khoái coi phim với bà, bà bao giờ cũng là có lý và được lòng người.

Ông bà giàu vượt nổi lên trong ấp là nhờ bà làm ăn trúng mối. Bà có một năng khiếu nhạy cảm bén nhọn. Bà biết nắm thời cơ, biết tính toán hơn thiệt, biết nhìn xa trông rộng, biết quyết định đúng lúc. Bà dắt ông và mấy đứa con theo bén gót đoàn quân viễn chinh vào giải phóng Miền Nam, một miền đất mới có nhiều cơ hội làm giàu hơn là cứ lì mãi ở cái xứ Bắc còm cõi mòn mỏi với khoai sắn phân phối và tem phiếu định kỳ. Những đồng chí cách mạng tiên phong vào giải phóng trước thì tiếp thu những cơ quan trung ương trong thành phố, họ cư ngụ ở những nơi nhà cao cửa rộng. Bà và ông chồng hiền lành của bà với lũ con trẻ dại đi sau thì tiếp thu ở ngoại thành vậy. Rồi sẽ tiến lên. Lúc đầu bà tiếp thu được một căn nhà của thương phế binh thua trận. Lo cho chồng con có chỗ ăn ở xong bà lại theo đoàn quân chiến thắng viễn chinh sang giải phóng nước láng giềng, gọi là làm nghĩa vụ quốc tế, giúp nước bạn thay đổi chế độ cộng sản chống ta thành chế độ cộng sản thân ta, cho nhà nước ta được an toàn. Chồng con bà cứ an nhiên sống ở căn nhà tiếp thu được trong làng thương phế binh ngoại thành, để cho bà rảnh tay xuất nhập đi tới đi lui như đi chợ sang nước láng giềng. Mấy năm sau thì bà đã làm được nhiều chuyến hàng xuất khẩu trầm hương qua biên giới bằng xe tải của quân đội nhân dân đồng thời lại còn đẩy được đứa con gái lớn qua luôn biên giới Thái Lan xin được nhập cảnh vào nước Mỹ với tư cách là tị nạn chính trị chống lại chính sách cộng sản bạo tàn.

Bà tổ chức được một hệ thống thu mua gỗ trầm suốt dọc rừng rậm Trường Sơn, cũng là do các bộ đội cụ Hồ săn nhặt bán cho bà. Chính ra các anh bộ đội cũng chẳng biết gì về nghề "ngậm ngải tìm trầm" nhưng nhờ óc sáng tạo tài tình, thấy dân làm được thì các anh cũng làm được ngay. Có anh lại khỏi cần đi rừng, cứ đặt chốt trên những cửa rừng mà tịch thu là dễ dàng ngon ăn nhất.

Rừng là tài sản của nhân dân, tài sản xã hội chủ nghĩa là thiêng liêng không được xâm phạm, gỗ trầm lại là thứ tài sản quí cấm chỉ, không ai được tự ý lấy làm của riêng, cũng như mỏ vàng mỏ bạc mỏ dầu vậy. Kẻ nào lấy làm của riêng là ăn cắp, là phi pháp, là phạm tội. Bộ đội bắt được tịch thu hàng, bỏ tù người. Muốn khỏi ở tù hãy bỏ của chạy lấy người. Cãi lý với người cầm súng thì vùi thây nơi rừng già không về nữa. Buôn gỗ trầm cũng là hành vi phạm pháp, đem bán ra nước ngoài tội còn nặng hơn, nhưng tất cả những việc làm đó, tìm trầm trong rừng sâu và chuyên chở sang Campuchia đều đã có các anh chiến sĩ làm cho bà. Bà cầm đầu một hệ thống thu mua và một đường dây chuyển lậu qui mô an toàn. Bà lại có nhan sắc, khoé mắt viền môi của bà rất mời mọc, phải công nhận thế, cho nên bà giao tiếp với ai cũng được cảm tình. Có khi là anh anh em em, cũng có khi là chị chị em em, tùy đối tượng, tùy tuổi tác, tùy cấp bậc chức vụ, tùy tham mưu hay chính ủy, "phi vụ" nào cũng trót lọt dễ dàng như... húp cháo. Ăn chia đầy đủ và sòng phẳng, suốt mấy năm thành công tốt đẹp.

Ở Nam Vang bà ngụ tại khách sạn trung tâm thành phố đầy đủ tiện nghi, có bạn bè khách khứa ăn uống vui vầy, có nhảy đầm, tẩm quất, cho thư giãn cơ thể, nhưng khi về nhà với ông chồng thì bà mô tả công cuộc làm ăn buôn bán như là đi hành quân chống Mỹ cứu nước, đói khát, muỗi mòng, ngủ bờ ngủ bụi, trăm cay ngàn đắng...

Ông chồng nghe kể và nhìn thấy tiền vàng bà kiếm được mang về thì cảm động lắm, ông càng phải đáp ứng tấm lòng hy sinh tận tụy của bà.

Cấy được một đứa con vào nước Mỹ, lại có mấy trăm cân vàng làm giàu, bà bèn mua căn nhà lớn có vườn rộng phía ngoài và bán lại căn nhà đã "hóa giá" trong làng phế binh chế độ cũ cho một phế binh chế độ mới. Anh phế binh này bị mù hai mắt trong một chuyến hành quân viễn chinh nước bạn. Bà quen biết anh ta thời gian bà làm ăn kinh doanh gỗ trầm với nhóm bộ đội ở bên đó. Anh này là "chiến sĩ lái" nên cũng được chia chác một khoản, may là anh bị mù trước khi tổ chức bị đổ bể, cả lũ dắt nhau đi tù, riêng anh thoát nạn bèn về cư ngụ ở chỗ gia đình bà. Tổ chức bị bể vì một lý do lãng xẹt, mấy anh thượng úy có nhiều tiền sinh tật ăn chơi, cãi lộn nhau ở quán nhậu, một anh say sưa chửi thề nói toẹt ra những bí mật làm ăn, công an khu vực nghe được, tóm cổ đem về trình lên, điều tra lòi ra cả lũ. Bà cũng bị vào tù nhưng chỉ mấy năm sau bà ra trại sớm vì "bệnh án", vì bà có vàng, vì bà khôn lanh, vì bà "cải tạo tiến bộ". Mấy anh thượng úy chung vụ với bà còn ở lại học tập mút mùa. Trong trại giam bà được tôn lên làm "nữ hoàng trầm hương" và là "trùm buôn lậu quốc tế". Bà ủng hộ trại một cây vàng để chuyên làm công tác giáo dục phụ trách nhà giữ trẻ, không phải đi cuốc đất, khỏi chân lấm tay bùn đầu tắt mặt tối. Số bà sướng cho nên vất vào chỗ nào bà cũng sướng. Hành quân cũng sướng. Ở tù cũng sướng. Số bà "vượng phu ích tử" cho nên chồng con bà cũng sung sướng theo.

Nữ chiến sĩ hậu cần của đoàn quân chiến thắng không những chỉ chiếm được Miền Nam, chiếm được Campuchia, bà còn... chiếm được cả ông sĩ quan chồng của một bà Việt kiều ở Mỹ. Ông sĩ quan cộng hòa ở tù cải tạo gặp "nữ hoàng trầm hương" vài lần là "say" luôn. Vợ con ông di tản sang Mỹ, ông bị kẹt lại, đi tù, lâu ngày, nhìn thấy "nữ hoàng" trắng trẻo, hấp dẫn, đôi mắt bà nhìn đi đâu cũng như là nhìn ông, cúi mặt xuống cười chúm chím mà cũng hình như là cười với ông. Thân hình mảnh mai mà sao hai vú bà thây lẩy, bà quay qua quay lại, ngẩng lên cúi xuống, đi, đứng, nằm, ngồi... cách gì cũng thấy nó thây lẩy. Chết người được. Đã vậy có lần gặp nhau ở sân trại giam, người nữ tù hình sự lại còn trách ông sĩ quan tù chính trị:

– Miền Nam đẹp thế mà anh không biết giữ đón em vào, để cho họ chiếm được lại còn bỏ tù cả hai, biết đến bao giờ mới ra.

Ông sĩ quan tù binh trách:

– Chính em vào giải phóng và tiếp thu rồi bắt tôi bỏ tù còn nói gì nữa.

– Em mà giải phóng cái gì, em chỉ đi "làm kinh tế" thôi. Em cũng đâu có muốn bỏ tù anh, nếu quyền bính trong tay em thì em đã giam giữ anh ở nhà em cơ. Vì không có quyền em mới tìm đường vào đây gặp anh. Khi nào ra tù ở với em nhá.

– Tôi mất tất cả rồi, ông Thiệu bảo thế, không còn gì, nhà cửa xe cộ tiền bạc... mất hết, làm sao bao bọc em.

– Còn. Anh vẫn là anh. Đâu có mất tất cả như tổng thống nói, ông sĩ quan cộng hòa ạ. Em có nhà có vàng, em sẽ bao bọc anh, coi như em bắt được anh làm... tù binh.

– Thế còn chồng em để ở đâu?

– Ra tù là em đốt. Vợ vắng nhà ông thần lẹo tẹo với mấy con "cái" trong đơn vị, con em nó lên thăm nói cho biết. Trước đây, hồi còn bé ở ngoài Bắc em nghe nói trong Nam có bà chế xăng đốt chồng phải không? Hết ý! Em sẽ trừng phạt kiểu đó.

– Rồi em đi tù nữa sao.

– Ờ nhỉ, thôi bỏ qua. Thây kệ. Ở chung. Em quản lý được cả hai. Em là cán bộ hậu cần xuất sắc có nhiều thành tích huân chương cao quí và giấy khen. Chỉ sợ anh đi Mỹ với vợ anh.

Rồi bà nháy mắt:

– Bắt được tù binh mà để sống thì uổng lắm. Chiến thắng mất cả ý nghĩa. Phải giữ cho bằng được thì thắng lợi mới toàn diện và triệt để.

Không ngờ ít lâu sau ra trại hai người gặp nhau thật, "nữ hoàng" chạy chiếc xe cub của con gái lên Sài Gòn tìm đến chỗ ông sĩ quan cựu tù chính trị tạm trú chờ xuất cảnh sang Mỹ, họ ở với nhau cách nhật, hai ngày gặp một lần.

Bà khoe có người thợ tẩm quất mù điệu nghệ, và có lần còn chở anh ta lên đấm bóp cho ông. Anh mù ngồi phòng ngoài hút thuốc uống nước, chờ họ yêu nhau xong hiệp một thì vào xoa nắn cho hai người, khi họ cảm thấy thư giãn lại mời anh mù ra phòng ngoài hút thuốc uống nước tiếp để họ yêu nhau hiệp hai.

Đến chiều bà lại chở anh phế binh cựu chiến sĩ lái về vùng ngoại ô, bà dúi vào tay anh tờ giấy xanh 10 đô, nói của ông khách trả công. Bà hậu cần bỏ tiền túi bao bọc cho người sĩ quan thất trận. Vợ con từ Mỹ gửi về cho ông mỗi tháng hai trăm, ông sĩ quan cũng đem ra tính bao gái nhưng bà nói ông giữ mà... tiêu vặt, tiền Việt kiều cho ông chỉ bằng tiền lẻ của bà cất giấu. Bà nói đùa "Nhân dân làm chủ. Em là nhân dân."

Bà cất giấu tiền và vàng ở một chỗ chỉ mình bà biết. Bà giấu chồng giấu con vì bà không tin ai. Bà sợ chồng biết sẽ đem cho gái. Bà sợ các con bà biết sẽ tiêu xài phung phí phá nát tài sản của bà. Có nhiều lúc bà cũng lo sợ nếu chẳng may bà gặp tai nạn thì rồi của cải ấy sẽ ra sao vì trên đời này không một ai biết chỗ cất giấu. Nhưng nỗi lo chồng con phá hại lớn hơn nỗi sợ tiền của mất hút.

Cho đến khi bà bập phải người tình sĩ quan chế độ cũ thì đã có lúc bà định trao phó của cải bí mật ấy cho chàng! Đúng là đến cái lúc... ái tình nó làm cho bà hồn nhiên ngây thơ ra. Bà chưa chỉ chỗ bà giấu của cho chàng nhưng bà đã bất chợt đề nghị trả cho bà Việt kiều vợ của chàng một tỉ bạc tiền ta, tương đương với gần một trăm ngàn tiền Mỹ, nếu như bà ấy về đón chồng đi. Bà nhìn người tình nhân nằm bên cạnh đang lim dim đôi mắt nhìn lên con nhện chăng tơ trên trần nhà. Đôi mắt chàng ôi chao sao mà quyến rũ mê hồn, bà chưa thấy đôi mắt nào có hấp lực với bà như thế.

Bà chợt nhận ra rằng đôi mắt của chồng bà và cả những gì khác nữa của ông cũng đều... tầm thường không thể chịu được. Bà đã không nhìn ra những cái vô duyên của chồng. Cái mặt hô vô duyên, cái tóc bù xù vô duyên, cái tay khẳng khiu vô duyên, cái chân xương xẩu vô duyên, rồi cái đầu gối cục mịch trên cái chân đó cũng vô duyên luôn, đừng nói tới những cái ngón chân quê mùa, nước da tai tái quê mùa.

Bà thấy chồng bà in hệt các anh lớn ở trên, từ bác cho đến các anh cả, anh hai, anh ba, anh tư, anh năm, anh sáu, anh bảy...anh mười, anh nào cũng giống nhau tai tái, vô duyên...Chỉ khác là họ trèo lên được chỗ cao mà ngồi mà hưởng, còn chồng bà suốt một đời làm anh đảng viên quèn, chuyên môn vỗ tay hoan hô phe ta và vung tay đả đảo phe địch, khư khư ôm cái hào quang "sự nghiệp cách mạng" và "quyền lợi chính trị" không tưởng.

Phải chi chồng bà vung lên được, không bằng anh Mười thì ít ra cũng ráng thành anh Đỗ 20 cho em thừa cơ "bên Tàu có loạn", xây dựng sự nghiệp cho bằng các anh ấy. Không, người đảng viên chân chính chồng bà không phất lên được, không tỉnh ra được, thì bà phải trưởng thành trong gian nan khói lửa của cách mạng thôi.

Bà nghĩ mình may mắn thoát ra khỏi cái vỏ ốc mượn hồn ấy và kịp chụp giật được một khoản cụ thể cách mạng giấu đi làm của riêng. Chứ cứ như ông chồng của bà thì chỉ để cho lãnh đạo sử dụng làm tay sai, công cụ, quân cờ... Chồng bà không biết chen chân lên làm anh lớn như các anh lớn để bà làm chị lớn quyền thế cho bõ với gian khổ hy sinh trường kỳ. Bà nghĩ không hiểu sao, thật không hiểu sao bấy lâu nay bà không nhận thấy nó như thế. Phải đợi đến bây giờ, đợi đến lúc "bắt gặp" đôi mắt chàng, đợi đến lúc tuổi sắp già bà mới nhận chân ra sự thể não nùng ấy!

Bà cũng tiếc cho bản thân mình, sao không vùng lên chơi bạo hơn nữa, sao bà chỉ có gan làm giàu mà không có gan làm lớn. Trách chi chồng bất lực. Chính bà cũng vẫn còn yếu đuối, chính bà cũng còn bị giới hạn trong vòng sợ hãi không dám bung ra cao hơn nữa.

Nhìn lại các anh lớn, có anh nào quá trình hơn vợ chồng bà đâu. Anh thì xuất thân là một tay hoạn lợn, anh thì làm bồi phòng dưới tàu thủy, anh cạo mủ cao su trong các đồn điền Tây thuộc địa, anh thì đi ở... thế mà các anh ấy nhảy lên ngôi vị đứng đầu cả nước, trong khi bà còn có đi học, còn là con gái Hà thành... lại chịu lép cam phận xếp hàng ngay ngắn trong đội ngũ đảng viên... mút mùa cho đến lúc bị họ gạt ra ngoài. Bài bản để trở thành... nhà cách mạng lớn thì cũng chỉ là những khẩu hiệu phổ biến từ Liên Sô sang đến Trung Quốc, vào Việt Nam sáng tạo bốc phét thêm nữa, chỉ cần nói năng sao cho hấp dẫn là ăn tiền. Các anh ấy đều leo lẻo thế cả. Chỉ tại mình không dám mà thôi. Nếu dám, biết đâu giờ này em đã... đón anh vào phủ chủ tịch.

■

Ông sĩ quan lắc đầu:
– Bà ấy không chịu đâu.
– Em trả giá thêm nữa.
– Em muốn mua anh à?
– Bao nhiêu em cũng mua. Người cộng sản phải dám nghĩ dám làm, giải quyết táo bạo.
– Nhưng anh biết vợ anh sẽ không bán.
– Một trăm ngàn đô la đâu có phải là ít.
– Anh ở tù lâu quá, xa cách xã hội lâu quá, nên bây giờ anh không còn biết được trị giá tiền tệ là bao nhiêu, nhưng anh biết được một điều là, vợ anh, bà ấy sẽ không bán chồng bán con.
– Tại sao? Tại sao anh biết? Tại sao bà ấy lại không... bán.
– Tại vì bà ấy... không mua.
– Em thấy là anh còn thiết tha với vợ anh lắm. Nhưng em cũng đã từng thấy anh thiết tha với em không vừa, nhiều lắm, mọi lúc, mọi nơi, mọi lần, cả bằng mắt anh nữa, nhìn vào mắt anh em thấy... tất cả ở trong đó.
– Mở cho anh lon bia. Châm cho anh điếu thuốc.
Bà mở tủ lạnh lấy lon bia, khui đưa ông, châm điếu thuốc hút một hơi nhẹ gắn vào môi ông. Xong bà nói:
– Ở lại với em anh sẽ làm chủ tất cả, em và của cải của em. Tất cả những thứ phi nghĩa.
– Nhưng cộng sản họ lại làm chủ anh.
– Không lo chuyện ấy. Tại các anh bị họ bỏ tù một lần nên anh nào cũng sợ, anh nào ra tù cũng chỉ mong chóng thoát ra nước ngoài. Như thế là chạy trốn. Anh đừng sợ gì cả. Với cộng sản nếu sợ là họ trấn áp, còn không sợ là họ cũng thua thôi. Em là...

cộng sản em biết. Anh cứ ở lại yêu em chẳng ai làm gì được anh, không có đứa nào đụng được đến... lông chân anh. Chồng em cũng không làm gì được anh cho dù anh ta là đảng viên. Em tuy bị khai trừ nhưng em cũng đã từng là đảng viên, em bảo vệ cho anh, anh phải tin tưởng ở em, anh thân yêu ạ.

– Anh cũng rất muốn sống với em chứ.

Ông nói thế và cứ nghĩ đến nụ cười chúm chím mời gọi, đuôi mắt long lanh và nhất là hai vú thây lẩy. Người đàn bà sung sướng nhảy sà xuống chụp lên người ông. Thì ông lại bóp hai cái thây lẩy vậy. Điếu thuốc cháy rụi trên chiếc gạt tàn, lon bia sủi tăm không ai uống.

– Hay là em... đi sang Mỹ với anh.

– Theo anh sang Mỹ cho vợ anh... xé xác em ra à? Các bà vợ sĩ quan cộng hòa vẫn nổi tiếng là ghen ghê gớm...

Một lát bà nói tiếp:

– Phe cộng sản chúng em đã tạo ra được một thói quen làm cho tất cả thiên hạ đều phải sợ hãi. Đối phương sợ hãi đã đành mà chính ngay trong nội bộ cũng sợ hãi lẫn nhau. Thế thì tại sao lại không dùng cái uy tín sẵn có ấy mà xử sự. Bà ấy, vợ anh về đây chỉ cần... hù nhẹ một tí là sợ hết hồn, bà nào cũng vậy, còn lòng dạ đâu mà ghen với tuông nữa, lo chuồn về Mỹ gấp. Nhưng nếu em sang Mỹ với anh thì chẳng khác nào nạp mạng cho các bà ấy làm thịt. Tan nát đời hoa là cái chắc. Em chẳng dại gì bỏ xứ mà đi. Ở đây tuy em bị khai trừ nhưng em đã biết hết các đòn phép thủ đoạn, em rành rẽ các thứ "võ" của cộng sản, em lại có nhiều tiền, em sống như bà hoàng, em chẳng tội gì phải đi đâu. Em đã có một đứa con là công dân Mỹ rồi thì em la... mẹ của Mỹ chứ bộ. Em còn sắp làm... bà ngoại của Mỹ con nữa cơ. Em cũng thích cái lối phét lác của anh Sáu Thọ. Anh ta thường hay kể chuyện trả lời bốp chát Kissinger cứ y như chơi trò Trạng Quỳnh trả lời sứ Tàu. Khi anh ta nói chuyện với Kissinger về việc dạy ở đại học Havard, Kissinger hỏi Thọ có bằng tiến sĩ không, "anh lớn" bèn nói không có bằng tiến sĩ nhưng là... bố của tiến sĩ, chả hiểu ùnh tiết có thật như thế hay đi xa về bịa chuyện phét lác, nhưng bọn đảng viên chúng em thì rất khoái cái giai thoại học tập chính trị này. Em nghe miết những chuyện như thế nhiều rồi, em đã quen thân mất nết. Các "anh lớn" bị bệnh huyễn hoặc hoang tưởng truyền cho đảng viên chúng em, nay bị di căn, cả bầy bây giờ sống và nghĩ và hành động như một lũ âm binh ma trơi quỉ ám không hồn. Nên em cũng phải khoe với anh rằng các cháu của em cũng sẽ đậu tiến sĩ của Mỹ chứ không phải phó tiến sĩ Liên Sô và em cũng sẽ là... bà ngoại của tiến sĩ như các "anh lớn" trên trung ương vậy. Anh nên ở lại đây với em, anh mà ở lại đây thì em sẽ cung phụng anh theo tiêu chuẩn Trung Ương Đảng, còn hơn cả tiêu chuẩn hưởng thụ của các đồng chí trong Bộ Chính Trị nữa cơ. Chúng ta sẽ là Trung Ương Đảng và là ông bà ngoại của các cu tý tiến sĩ thời đại. Anh yêu. Ở lại quê hương đi tù cộng sản chúng ta khổ như chó, sang Mỹ tuy không khổ nhưng anh cũng sẽ không sung sướng bằng... chó, em nghe nói vậy có đúng thế không anh? Ở lại đây với em, chúng ta sẽ có kẻ hầu người hạ, chi ra tí tiền là có quyền sai bảo người khác. Sang Mỹ anh sẽ phải hầu người ta, nghe anh phải đi hầu thiên hạ em sót sa cả cõi lòng. Người ta nói đàn bà sang Mỹ thì sướng chứ đàn ông sang Mỹ khổ lắm phải không anh?

Ông cựu tù ngồi nghe mà cứ nghệt người ra không nói gì được, chi bằng thì hãy cứ hưởng cái tiêu chuẩn sẵn có này đã. Ông chậm rãi than thở:

– Anh là kẻ thất trận. Anh không biết gì đến cái tiêu chuẩn trung ương hay địa phương. Kẻ thất trận chỉ phải ân hận nghĩ đến những nỗi đau khổ của những người đã lỡ theo phe mình trong cuộc chiến và những oán trách của những người đã lỡ kỳ vọng chờ đợi cái ngày được phe mình giải phóng không bao giờ xảy ra.

Người đàn bà rên rỉ:

– Tội nghiệp cưng của em! Anh không bao giờ thua trận cả.

Một lần nghỉ giải lao, người đàn bà đặt hai chân người đàn ông trên đùi mình tỉ mỉ cắt móng chân cho chàng.

– Ngón chân anh cũng... đẹp.

– Hai chân hai tay này đã từng lội bùn bốc phân trong các trại tù...

– Thôi, quên đi, đừng nhắc đến những thứ đó nữa. Em cũng đã từng bị cuốn hút vào cái phong trào lội bùn bốc phân như toàn quân toàn dân ngàn lần anh hùng. Giờ đây những chân những tay này đã được đảng cử em săn sóc... thì còn oán trách nỗi gì.

Nói rồi bà cúi xuống mút từng ngón chân người tình, áp má bà vào gan bàn chân, bà thì thầm với cái chân đã ngâm bùn ấy:

– Ôi, không hiểu tại sao em lại thay đổi đến thế. Em chưa bao giờ làm thế này với chồng hay với bất cứ ai khác... Nhưng em bất cần, từ nay em từ bỏ hết, em bỏ đảng, em bỏ sự nghiệp, em bỏ chồng, bỏ tất cả để yêu anh. Anh có yêu em không? Yêu em theo kiểu cộng hòa đi anh. Các anh gọi thế này là "vác cày qua núi" phải không? Em đang "vác cầy qua núi" à? Hay gọi là "nín thở qua sông"? Em đang nín thở muốn đứt hơi nè... Anh ơi!

– Thế nào là yêu kiểu cộng hoà và thế nào là yêu kiểu cộng sản hả em. Hồi bị tù ở Vĩnh Phú anh nghe công an quản giáo họ đọc thơ cho nhau nghe:

"Mò l... bóp v... bốn hào hai,"
"Vuốt tóc sờ vai hai hào mốt."

Nấc thang giá cả gấp đôi như thế là... nghĩa lý gì?

Bà đấm thùm thụp vào lưng người tình:

– Anh không được nói những câu...tục tĩu của tụi nham nhở đó. Chúng nó nói chuyện đi chơi... nhà thổ đấy.

– Hồi đó sao rẻ vậy, tiêu tiền xu tiền hào thôi à?

– Dạ. Giá gạo được nhà nước ấn định suốt thời kỳ 54-75 bằng mấy hào một cân cho nên giá các thứ hàng họ khác đều theo cái mức đó cả. Mọi thứ đều do nhà nước quản lý cho nên nhà nước định giá bao nhiêu là cứ bấy nhiêu thôi, không lên xuống trồi sụt bao giờ.

Ông cựu sĩ quan nhớ ra:

– Thảo nào linh mục Cần ở Sài Gòn đọc sách báo của Miền Bắc thấy giá cả ổn định bèn viết báo Đối Diện tấm tắc khen ông Hồ giỏi làm kinh tế tài chánh, trong chiến tranh mà giữ được giá gạo đứng vững mười mấy năm, không bị suy thoái như giá cả của thị trường tự do. Thế mới khiếp chứ!

– Anh nói gì khiếp?

– À, không. Anh nhớ lại chuyện cũ. Thôi, bỏ qua. Trở lại chuyện bây giờ. Anh cũng đâu có đòi hỏi em làm như thế này cho anh.

– Tại em muốn thế. Tự nhiên em muốn thế. Em điên rồi. Em u mê tối tăm rồi. Hay là em đã giác ngộ rồi. Em đã bừng tỉnh tìm thấy tình yêu nơi anh. Em muốn giữ lấy anh mãi mãi. Em chỉ muốn làm cho anh sung sướng.

– Làm gì có... tình yêu trên cõi đời này hả em. Chỉ có khoai sắn và bạo tàn. Chỉ có thể xác và quyền lực.

– Thế bây giờ là cái gì? Hai ta ở với nhau lúc này là cái gì?

– Anh cũng không biết nó là cái gì nữa. Anh đã bị dấn xuống đến tận cùng hố thẳm, bây giờ trồi lên, cũng không biết rồi sẽ ra sao, bởi vì mọi sự đều đã đi quá xa, mọi thứ đều đã quá trễ, anh như một kẻ lạc hậu, anh tụt lại phía sau của lịch sử vì anh vắng mặt bấy lâu... Gặp em cưu mang, em cho anh các thứ, trong chốc lát, nhưng thử hỏi được bao lâu, bởi vì chính em cũng không làm chủ được em cơ mà, em cũng chỉ là người sống tạm bợ...

– Em không cần biết những điều ấy. Em có một số của cải cất giấu đủ xài suốt đời và đủ bao bọc cho anh suốt đời, em không cần gì khác nữa, em không muốn biết gì khác nữa. Em có một kinh nghiệm sống vỏn vẹn như thế. Anh đừng thèm nghĩ ngợi gì lôi thôi. Hãy nằm yên cho em...ăn tươi. Cái gì xài được là xài liền. Ăn tươi được là ăn tươi ngay không để dành phơi khô. Cái gì chụp giựt được là phải chụp ngay, cái gì cất dấu được cho mình là cất dấu ngay làm của riêng tắp lự. Không "oong đơ" gì cả!

Ông sĩ quan cựu tù nói:

– Không có gì là chính nghĩa hay phi nghĩa. Không có gì phải cần nghị quyết hay thông điệp.

Nàng cựu đảng viên nói:

– Dạ. Tình yêu chỉ cần cật lực hay thục mạng.

▪

Trả người mù về nhà anh ta xong, bà về nhà bà. Chồng bà cũng vừa từ kho quân nhu Quân khu 7 về tới. Bà cảm thấy hài lòng, trong ngày bà đã quản lý được cả hai chế độ. Ăn khớp.

Ông sĩ quan cộng hòa lâu ngày thiếu thốn nay vớ được quá đã, ngủ lăn quay ngày sau mới dậy nổi. Chưa lại sức thì ngày hôm sau nữa đã tới, người tình lên thăm. Quay vòng. Cứ thế. Ít lâu sau ngã bệnh xanh xao vàng vọt, sợ quá ông trốn luôn. Ông nghiệm ra rằng khi ở trong tù khát khao mòn mỏi quá nên ai cũng tưởng mình sung sức, mong ngày về sẽ biểu diễn những tuyệt chiêu đã nghiền ngẫm trong đầu bấy lâu cho đời biết quốc gia là gì. Ai ngờ sức tàn lực kiệt. Ngày tàn bạo chúa. Thời oanh liệt nay còn đâu. Tháng năm lao tù đằng đẵng đã xói mòn hết tất cả sức lực con người.

Một người cháu thấy vậy can:

– Chú phải giữ gìn sức khoẻ. Cái máy xe bỏ phế lâu ngày, cũ kỹ, nay chạy quá tải là tan hoang ngay.

Chú cháu cười với nhau thông cảm. Nhưng chỉ tuần lễ sau lại sức, ông chú quên mất lời cháu dặn nhớ cái thân hình có cặp vú thây lẩy bèn tìm lên nhà bà ta. Họ lại dính vào với nhau những khi ông chồng mải loay hoay làm việc trong kho quân nhu.

Chiều xuống ông chồng sắp về thì ông nhân tình rút lui vào thành phố. Hình như ông sĩ quan quen tật đánh giặc kiểu xưa, ngày làm đêm nghỉ. Cứ thế. Nhưng nhịp gặp có thưa hơn, có khi ba, bốn ngày một lần. Dù sao thì cũng phải lượng sức mình, bảo tồn lực lượng, theo lời khuyên của thằng cháu hiểu đời. Ai nhớ ai thì đi tìm, hoặc ở căn nhà năm gian trong vườn cây ngoại thành, hoặc ở căn phòng máy lạnh trong thành phố.

Bà chị cả thấy ông em giao du với nữ Việt Cộng từ ngoài Bắc

vào thi lo ngại, bà sợ em mình vừa đi tù về bị "địch vận" nó mê hoặc, nó "gài bẫy", nó "mỹ nhân kế"...Bà sai các con đi tìm "chú mày về đây cho tao bảo". Bà giữ chặt em ở nhà không cho đi đâu. "Gửi fax cho thím mày về mà đem "cục cưng" đi càng sớm càng tốt kẻo Việt Cộng nó chiếm mất". Một cuộc giằng co quốc cộng? Người cháu nheo mắt nói với ông chú:

– Thiếu thốn lâu ngày, chú cứ từ từ, nhẩn nha, vừa phải, đúng mức... mà hưởng di sản chiến tranh, không có Việt Cộng nào đâu, đừng nghe lời mẹ cháu nói mà hãy đề phòng bà thím về... đánh ghen!

Rồi nó hỏi:

– Chú lắm "đào" quá, dễ thường gom lại cũng được cả... tấn!

Ông chú nhún vai:

– Làm gì có, cộng chung lại cũng chỉ một hai tạ là nhiều.

Thế là ông cựu tù binh cứ lén lút trốn gia đình đi với gái. Người nữ cựu tù hình sự cũng trốn chồng đi với trai. Đôi "gian phu dâm phụ" mút mùa hậu chiến.

2

Anh cựu chiến sĩ lái đã từng được các tay "tẩm quất quốc tế" bên Campuchia đấm bóp cho nhiều lần thời gian anh làm "nghĩa vụ" bên đó cho nên anh biết hết các ngón nghề của "khoa" trị liệu. Về làng phế binh gặp lại nhau, anh ta bèn hành nghề tẩm quất mà người thường xuyên anh ta phục vụ là bà.

Về sau anh gá nghĩa với một goá phụ trong làng, chị trước đây là vợ của một phế binh chế độ cũ, nhưng chồng chị đã không sống nổi vì chế độ cũ sụp đổ mất hết trợ cấp sinh sống và thuốc men, anh qua đời để lại người vợ goá bụa cô đơn trong cái "xã hội xã hội chủ nghĩa" rất lạ lẫm và hoang tưởng đối với chị.

Chị lần lượt bị đầy ải ở các nông trường trồng dứa ở Cầu

Sáng, Đức Hòa, rồi sau bị điều lên đào kinh dẫn nước Củ Chi. Ở vùng đất phèn gai dứa đã ghim không biết cơ man nào vào hai bàn tay của chị. Ở vùng đất trắng sỏi đá Củ Chi hai bàn tay ấy lại một lần nữa chai cứng bởi cuốc, xẻng, quang, sọt... Nhưng rồi cuối cùng những hoang tưởng kinh tế của nhà cầm quyền mộng du cũng đến lúc phải rã ra, vùng đất phèn lại trở về hoang phế, con kinh dẫn nước bị cỏ lác lau sậy mọc lên che phủ. "Lãnh đạo" tứ tán khắp nơi tìm đến những chỗ hoang tưởng khác và những nô lệ được buông tha. Chị bèn tìm về chốn cũ sống lang thang vật vờ.

Khi chị thấy anh mù quơ quơ cái gậy đi ngoài đường miệng rống lên rao "tẩm quất đây" bèn hỏi chuyện, biết là phế binh mới, chị bèn nảy ra ý định làm ăn chung, chị sẽ dẫn anh đi hành nghề. Anh lo phần đấm bóp cho khách, chị lo về phần sáng.

Hai kẻ khốn cùng thành một công ty, một liên minh, một hợp tác, một cộng đồng, một hoà hợp thách đố giữa cái xã hội loài người nhiễu nhương khốn khổ... Chị lại dọn về ở căn nhà trước kia của chồng chị bị cách mạng tiếp thu, mà nay là nhà của anh bộ đội mua được bằng tiền toa rập buôn lậu gỗ trầm.

Trong căn nhà một gian lợp tôn vách gỗ cũ kỹ trải qua bao nhiêu đổi thay điên đảo ở vùng ven đô, bây giờ đã có một gia đình mới. Hai người bàn với nhau muốn khá phải "tiến" về Sài Gòn.

Chiều chiều người ta thấy một người đàn bà giắt một người đàn ông mù lên xe đò vào thành phố. Họ tìm đến các khách sạn có Việt kiều để xin được đấm bóp. Ngày đầu tiên anh thợ đấm bóp cứ thành thật khai ra với khách hàng từ nước ngoài về anh là thương binh bộ đội cấp 3 tàn phế, thấy vẻ mặt ông khách có vẻ không hài lòng, người đàn bà sáng mắt nhận ra ngay tình thế bất thuận lợi bèn kéo anh ra một chỗ vắng "nhất trí" với anh về lập trường chính trị mới cho phù hợp với công cuộc kinh doanh kinh tế thị trường.

Với những tay công an và bảo vệ thì đưa nhãn hiệu thương binh cụ Hồ ra cho dễ bề ra vào khách sạn. Nhưng với khách hàng Việt kiều thì anh phải là cựu chiến binh Quân Lực Việt Nam Cộng Hòa, thương binh mức độ tàn phế 100%, anh hãy cứ ngậm miệng chăm chỉ đấm bóp xoa nắn, để cho chị lãnh trách nhiệm mô tả chân dung người thương binh chế độ cũ. "Mùa đông đã đến đây rồi, cùng nhau đan áo cho người chiến binh...", "...Anh trở về trên chiếc băng ca, trên trực thăng sơn mầu tang trắng... anh trở về bại tướng cụt chân", hay là "... Dạo phố mùa xuân, bên người yêu tật nguyền chai đá..."

Chị cám ơn các vị nhạc sĩ đã giúp cho chị lõm bõm hát những câu ca nổi tiếng một thời.

Không còn gì, không còn gì là trợ cấp tử tuất, không còn gì là trợ cấp thương phế binh cô nhi quả phụ, không còn gì là niềm hy vọng, không còn gì là niềm tin chế độ, không còn gì và không còn chỗ nào cho chị nương tựa, chỉ còn lõm bõm những câu hát để lợi dụng làm kế sinh nhai. Xin cám ơn, chị xin cám ơn các vị nhạc sĩ mà chị chẳng biết ai với ai.

Chị cũng lõm bõm tí hiểu biết về Quân Lực Việt Nam Cộng Hòa, từ các binh chủng, các đại đơn vị, các quân y viện, đến các sinh hoạt biến chuyển chiến sự trong vùng chồng cũ của chị đánh giặc, bị thương và những năm tháng cuối cùng trước khi... mất nước. Anh là bộ đội thì anh lo đối phó với quân đội và công an nhân dân. Chị là gia đình binh sĩ cộng hòa thì để chị liên đới với Việt kiều về thăm quê hương...

Mục đích cao nhất của chung hai người là kiếm được càng nhiều tiền Mỹ càng tốt. Cuộc làm ăn dựa trên cơ sở "đầu vào" của lợi nhuận. Cứ như thế chiều chiều dắt nhau tiến về Sài Gòn, nửa đêm hai kẻ hiệp thương lại dắt nhau lui về căn cứ ở ngoại ô với một túi tiền và thức ăn, hàng hóa lặt vặt mang nhãn hiệu nước ngoài của những vị khách tốt bụng. Hai người ăn uống no nê, tắm rửa rồi ôm nhau ngủ cho đến trưa ngày hôm sau mới trở dậy để sửa soạn một ngày mới.

Căn nhà lợp tôn một gian được ngăn ra làm hai, phần ngoài có cái bàn và bốn ghế gỗ gọi là phòng khách, phần trong kê chiếc giường gỗ trải chiếu gọi là phòng ngủ. Phía sau nhà cách một ô sân nhỏ đến gian bếp một mái. Ô sân nhỏ có thùng chứa nước để tắm rửa.

Ngày xưa mỗi lần tắm chị phải đóng cửa ngăn cách với nhà trên vì chị e thẹn với chồng, bây giờ chị có thể để ngỏ cái cửa ấy khi tắm vì chị biết người chồng mới không nhìn thấy chị. Chị thoải mái khỏa thân xối nước mà không hề cảm thấy bị nhìn ngắm. Chị tự do, ôi chao, sự tự do sao mà giản dị và dễ dàng thế. Chỉ cần đứng trước người mù.

Nhưng chị lại thấy tiếc thương cho người chồng đã qua đời, có sao đâu mà ngày ấy chị phải e thẹn với anh, chị đã không cho anh nhìn chị khi tắm. Cũng tại một lần anh cười chúm chím khi thấy chị cởi áo, chỉ có thế thôi mà chị đã phải trốn tránh nụ cười của anh. Bây giờ nếu anh còn sống chị có thể cho anh nhìn mãn nhãn. Nhưng mọi sự đã qua rồi. Không còn có thể lấy lại cái đã mất. Với người chồng hiện tại, chị có cởi hết đứng trước mặt anh thì anh cũng dửng dưng không biết gì. Anh có thể "thấy" bằng tay anh nhưng anh chẳng thể "nhìn" bằng mắt để mà cười chúm chím. Có lần anh đứng ngay cửa xuống bếp, tai anh hơi vểnh lên nghe ngóng tiếng nước xối trên thân thể chị. Chị thấy anh đang "nghe" chị khỏa thân.

Anh phế binh mù có lần hỏi:

– Em trắng bóc, vàng vàng, hay ngăm ngăm... ?

– Anh cần gì phải biết?

– Tôi muốn được biết. Tôi có thể hình dung ra cơ thể của em nhờ hai bàn tay xoa bóp rành nghề này, nhưng tôi chịu thua chẳng thể hình dung ra em nhan sắc thế nào.

– Biết cũng chẳng ích lợi gì. Có những điều thà đừng biết lại tốt hơn là biết rõ.

– Cái bà "nữ hoàng trầm hương" tôi đã biết từ ngày tôi chưa bị mù, cho nên sau này tắm quất cho bà ấy tôi đều như đã thuộc lòng tất cả. Còn với em, tôi cố gắng hết sức mình cũng vẫn thấy chưa bao giờ nhập được vào trong em và cũng chưa bao giờ cảm thấy được là em đã chìm vào trong tôi.

Người đàn bà thấy cần phải khuyên bảo anh ta một điều:

– Đừng bao giờ đem chuyện ấy với người này kể cho một người khác nghe. Nếu anh đem chuyện bà ta ra nói cho người khác nghe là anh đã mắc sai lầm trầm trọng. Đó là cung cách của những người tôi.

Người thợ tẩm quất ngồi thừ ra một lát mới nói nên lời:

– Tôi xin lỗi em. Tôi tồi thật. Nhưng tôi phải thú nhận rằng tôi bồn chồn quá. Tôi bây giờ có ăn no, có tiền xài, lại có em trong đời, nhưng tôi thấy rõ ràng là tôi như kẻ chẳng có gì hết vì tôi chẳng nhìn thấy em như thế nào.

Người đàn bà an ủi anh ta:

– Tôi hiểu và tôi thông cảm với anh. Anh là người thứ hai trong đời tôi. Kể từ ngày chồng tôi bị thương chứ không phải từ ngày anh ấy mất, tôi đã không biết tới chuyện như thế này, bây giờ với anh, tôi nhớ lại, và tôi công nhận là anh đã làm đầy đủ phần việc của anh, cho dù anh không thấy đường.

– Tôi mang ơn em, không có em tôi sẽ chẳng biết lối nào mà lần mò.

– Anh đừng nói thế, anh còn có chính sách lo cho anh, chứ tôi đây này, chế độ sụp đổ, nhà cấp bị tiếp thu, chồng chết, tứ cố vô thân, không còn chỗ nào để nương tựa...

– Thôi, em đừng nói thế, em cũng đừng nhắc tới chính sách, tất cả chỉ là số không trống rỗng, không có chính sách nào cho chúng ta tiền bạc và thức ăn, không có chính sách nào đêm đêm ôm ấp chúng ta trong giấc ngủ. Chính em là "chính sách" cho tôi. Nghĩ cho cùng kỳ lý thì không có chế độ nào cung cấp được vợ cho một người đàn ông, chồng cho một người đàn bà.

Một lần nữa chị thấy lại cần phải nói lại với anh cho rõ:

– Khoan nói đến tình nghĩa vợ chồng. Hãy cứ hợp tác cái đã. Coi đây như sống chung hòa bình. Người cộng sản các anh có câu nói "góp gạo nấu cơm chung", phải thế không? Đêm đêm ôm nhau ngủ cũng là một cách "góp gạo nấu cơm chung" mà thôi được chăng?

Anh thợ tẩm quất khóc rống lên:

– Thế là sẽ có ngày em bỏ tôi. Em sáng mắt đi đâu cũng được, sẽ có ngày em bỏ tôi mà đi. Có phải thế không? Còn tôi, một kẻ thông manh, không còn có thể nhìn thấy gì nữa của cuộc đời, tôi không thể bỏ em để đi đâu được nữa. Tôi cần em trong tất cả mọi việc, kể cả cái việc người ta lần mò trong đêm tối cũng xong, nhưng tôi không thể làm được việc đó nếu không có em nằm bên. Sau mỗi lần nhảy đực với em xong tôi sung sướng vô ngần, em có biết thế không. Em mà bỏ tôi em đi là tôi tuyệt vọng đến tận cùng. Cái thằng bác Hồ mà trước kia tôi vẫn rêu rao muôn vàn kính yêu cũng chẳng giúp gì được cho tôi cả. Chỉ có em. Chỉ còn có em. Em hiện xuống đời tôi như ánh chớp, tôi bất chợt có được em, nay nếu em biến đi thì tôi sẽ ra sao? Tôi sẽ ra sao đây hở Trời?

– Chưa có gì trầm trọng cả. Chưa nên nói đến những tiếng "bỏ đi". Anh sao quá nông nổi. Đã có gì đâu mà anh phải khóc òa lên như thế. Chúng ta không còn con nít để lãng mạn. Chúng ta đã trưởng thành, riêng tôi đã gặp quá nhiều nghiệt ngã, đã mất tất cả, cho nên tôi bình thản để sống, tôi biết phải biết quấy với cuộc đời cho dù cuộc đời có tàn nhẫn với tôi, tôi không chơi xấu với ai, tôi không bỏ ai nếu như họ không bỏ tôi...

– Tôi đâu dại gì mà bỏ em...

– Ở đây không phải là chuyện khôn dại. Ở đây là chuyện đúng sai. Khi nào người ta thấy sai sẽ tìm cách thay đổi. Biết đâu một ngày nào đó có người chợt thấy mình sai lầm.

– Tôi sẽ không bao giờ nghĩ là mình đã sai lầm. Tôi biết rõ ràng là mình mù mắt. Tôi đã lê lết khắp đó đây nhưng nào có ai đưa tay ra dắt. Chỉ khi gặp em. Chỉ có em đưa tay ra dắt tôi, không phải một lần, mà là đã nhiều ngày qua. Em đã dắt tôi ở nhà, ngoài đường, lên xe, dắt đi, dắt về. Em đã dắt tôi ban ngày, em cũng dắt tôi ban đêm, em dắt tôi trong phòng tắm, em dắt tay tôi trên giường. Còn gì nữa mà đòi hỏi, em đã dắt tay tôi đi trong cuộc đời, em là người tổ chức mọi thắng lợi...

– Chính vì thế, chính vì tôi tận tình làm hết mọi công việc, ngay cả ở trên giường tôi cũng thường giúp một tay cho anh lắp ráp, tôi sẵn sàng làm hết, ngoại trừ việc đấm bóp cho khách hàng... mà có thể một lúc nào đó anh sẽ nhận ra rằng tôi đã bám vào anh để sống, thấy anh là cái kho tiền nên tôi vồ lấy khai thác. Có thể nghi ngờ như thế chứ? Biết đâu đấy. Dù sao thì anh cũng là phe thắng trận. Dù sao thì tôi cũng là phe bại trận. Có đúng không nào? Thế thì biết đâu đấy con người thắng trận bất chợt nổi dậy dành quyền làm chủ. Và cũng có thể biết đâu đấy con người bại trận bất chợt mủi lòng tìm cách rút lui ẩn danh. Anh sẽ nhận ra khi ăn nằm với nhau tôi cũng đã rướn người lên hùa với anh, tôi cũng đã hưởng được khoái cảm, tôi đã nhờ có anh mà được sung sướng. Không cần mắt nhìn, chỉ với hai bàn tay và cơ thể cường tráng, anh đã là một người đàn ông cực kỳ sung mãn. Anh tung hoành trên thân thể tôi với những thao tác tuyệt vời. Anh đã đưa đẩy tôi đi, anh đã dẫn dắt tôi đến, những khi ấy lại chính người mù dẫn dắt kẻ sáng, anh đã nhiều lần đem tôi đến tận cùng trời cuối đất. Và anh sẽ thấy rằng tuy mù nhưng anh vẫn là kẻ có thế, anh vẫn là kẻ cho đi chứ không phải chỉ là kẻ nhận về. Rồi sao. Rồi sự gì sẽ xảy ra. Ai mà biết được. Cho nên tôi mới nói, hãy chỉ là những kẻ hợp tác, hãy chỉ là những kẻ hùn hạp, nói theo thời thượng chúng ta hãy chỉ là những kẻ sống chung hòa bình với nhau. Cái đã. Rồi thời gian sẽ đưa ta đi. Đừng vội. Hỡi anh thương binh yêu quí và tội nghiệp.

Người mù khóc lóc mùi mẫn như trẻ thơ, anh ta rúc vào cổ vào ngực vào bụng người đàn bà. Chị cũng ôm chặt lấy đầu người đàn ông mà vỗ về. Chị nói:

– Hãy khóc đi, khóc cho thật sung sướng, không có ai giúp chúng ta được gì đâu, không có chính thể nào giúp chúng ta được gì đâu. Ta cười, ta khóc, cũng do ta và cho ta mà thôi. Tôi rất tiếc là mình không còn khóc được nữa, để mà cùng hưởng với nhau niềm vui khủng khiếp và nỗi khổ êm đềm này.

■

Ông Việt kiều chỉ mặc chiếc quần lót nằm sấp trên giường cho vợ chồng người tẩm quất làm việc.

Hình như ông khách vẫn còn trẻ, hàm răng giả trắng phau

đẹp đẽ, mái tóc đen nhưng chân tóc thì bạc. Người ông tỏa mùi hương chống hôi nách giống như mùi mốc.

Người chồng mù ngồi nơi cuối giường mân mê chân ông khách, anh ta bóp, bẻ, giật từng ngón chân một. Người vợ giác hơi trên lưng ông ta. Vừa làm vừa nói chuyện.

Theo lời ông khách kể thì ông là sĩ quan cùng đơn vị chồng chị làm lính ngày xưa.

Sau một vài câu chuyện dọ dẫm, chị bèn nói:

– Vậy ông là xếp cũ của chồng em.

– Sư đoàn đông quân, đâu có biết hết được ai với ai.

– Dạ, thì bây giờ kể chuyện xưa, mình mới nhận ra tông tích cũ, mười mấy năm rồi biết bao thay đổi.

Một lúc chị thấy bàn tay ông khách chui trên đệm giường lách vào dưới đùi chị, chị giật mình ngồi xích ra. Ông khách mỉm cười. Lát sau chị lại nghe bàn tay ấy lách tới nữa. Đến khi người chồng mù vào phòng rửa tay, ông khách hỏi nhỏ chị:

– Tôi... biếu chị một trăm đô chị chịu không?

Không thấy người vợ lính cũ nói chi, ông ta tiếp:

– Anh ấy mù đâu có thấy gì. Giữ "im lặng vô tuyến", mình làm thật nhanh, nhấp nháy là xong. Tôi về có một mình cả tuần lễ nay không được giải quyết kẹt quá. Nhìn em xinh đẹp dễ thương, tôi nôn nao cả người.

Chị vẫn không nói gì, người khách lại năn nỉ :

– Không hiểu sao nhìn em tôi như nhớ đến thời cộng hòa xưa kia của chúng ta. Nó có cái gì dễ thương, nó có cái gì riêng biệt, mà tôi không thể cảm thấy ở những nơi khác... Tôi đã đi nhiều nơi trên thế giới, bây giờ về lại chốn cũ, gặp em, tôi chợt bắt gặp quá khứ đời mình... Em bằng lòng cho tôi làm nhé. Không lâu đâu. Bây giờ tôi yếu rồi. "Check in" xong là "Check out" ngay. Em đứng khom lưng là đủ. Tôi biếu em... hai trăm.

Ông ta đứng lên vạch chiếc quần lót mỏng, sấn sổ bước tới. Ông ta đưa cái nghiệp của ông ta về phía chị. Lúc đó chị mới giơ tay ra dấu cho ông ta ngưng lại. Bàn tay ra dấu của chị quyết liệt đến độ người bạn chiến đấu cũ phải ngồi phệt xuống mép giường.

Chị gọi người mù trong phòng tắm đi ra. Chị nói với người khách:

– Chúc ông về thăm quê hương chuyến này vui vẻ.

Ông khách Việt kiều ngồi đờ người ra, ông bối rối lấy tiền trả công, hỏi:

– Bao nhiêu?

– Thưa, vừa tẩm quất vừa giác hơi xin ông mười đô.

Người khách đưa chị hai chục, chị trả lại ông ta mười đồng, ông khách nói:

– Tôi biếu anh chị mà.

– Vợ chồng em cám ơn ông, lính cũ được gặp lại cấp trên ngày xưa, lại được phục vụ, chúng em hãnh diện lắm rồi. Không có gì quí hơn... tình chiến hữu.

Nói rồi chị dắt chồng đi ra. Đến ngoài anh mù hỏi:

– Sao hôm nay em lại từ chối tiền khách cho thêm.

Chị nhìn anh tội nghiệp:

– Tiền cần thật nhưng cũng có khi mình phải từ chối anh ạ.

Chị dắt anh ta đi như chạy ra khỏi khách sạn, chị muốn về sớm, không nhận mối khác nữa, phải về ngay căn nhà ngoại thành. Đến nhà chị kéo anh ta ra sân sau, chị cởi quần áo cho anh ta, đặt anh ta ngồi trên chiếc ghế gỗ, chị xối nước tắm cho anh, người mù ngoan ngoãn để cho vợ làm các việc vệ sinh cho mình. Dưới ánh trăng, chị nhìn ngắm thân thể anh, cái thân thể chị độc quyền, cái thân thể dành riêng cho chị, nó cân đối, đẹp đẽ, mịn màng. Con người anh chỉ bị đôi mắt tàn tật, chị tìm chiếc kính đen quen thuộc đeo lên cho anh, thế là xong, che đi một chút khiếm khuyết, anh sẽ là một người mẫu. Nghĩ cho cùng, mọi tội lỗi cũng chỉ do đôi mắt sáng. Vì có mắt anh thành tên xâm lược, vì có mắt anh thành kẻ buôn lậu, cũng vì có mắt anh mới là một tên ma cô theo đuôi những tên ma cô ăn chơi đàng điếm. Nay đôi mắt sáng không còn, anh không nhìn thấy gì nữa, anh không còn khả năng tác yêu tác quái, anh bị lùa về một góc cuộc đời và anh trở thành người hiền lành an phận. Anh trở thành một người tình đáng yêu của chị. Chị xoa xà phòng thơm cho anh, thứ xà phòng ngoại của khách Việt kiều cho, anh sẽ thơm tho, anh sẽ đẹp đẽ... Chị hỏi:

– Mát không?

– Mát.

– Thích không?

– Thích.

– Sung sướng không?

– Sung sướng.

– Hạnh phúc không?

– Hạnh phúc.

Đến đây thì anh vùng dậy, anh tóm lấy chị ghì chặt vào lòng, anh lột quần áo chị ra, anh mò mẫm múc nước trong thùng xối lên đầu chị, anh mò mẫm tìm cục xa phòng xoa lên thân thể chị, chị cười rúc rích, hai người xoa xà phòng cho nhau, xối nước cho nhau... Rồi người mù ẳm người sáng mò mẫm đi vào giường. Chị với tay bật đèn sáng để nhìn anh cho rõ, anh nói:

– Anh tiếc là mình không trông thấy em.

Chị ôm đầu anh ghì vào bụng mình:

– Em bằng lòng anh như thế này. Đừng than tiếc gì cả.

■

Và cũng kể từ đó, anh phế binh mù tẩm quất không có dịp đấm bóp cho "nữ hoàng". Thì may mà có con cháu, bà bèn chỉ cho nó cách thức xoa bóp, và nó nhanh trí thích nghi được ngay. Ngón nghề anh chiến sĩ lái học lóm được của các tay tẩm quất quốc tế bên Campuchia, bà trùm buôn lậu học lóm được từ tay anh phế binh mù, bà chỉ dẫn lại cho con bé, chẳng hiểu rồi mai này con bé có truyền nghề lại được cho ai không? Bà đã từng dám gọi người mù tẩm quất cho hai người song bà không dám bảo con bé đấm bóp cho ông tình nhân. Bé nhưng có mắt, vẫn là mắt, nếu nó bép xép là rách việc ngay, bà cũng phải giữ thế phòng thủ. Bà chỉ sai nó đấm bóp cho bà sau khi ông cựu tù binh sĩ quan cộng hòa ra về, trả lại chỗ cho ông chồng đảng viên quen thuộc.

Gặp lúc cả nước ùa nhau phá vườn phá rẫy thi đua trồng tiêu, trồng điều, trồng ớt, trồng táo... xuất khẩu thì bà cũng nắm bắt được trào lưu kinh tế dám nghĩ dám làm, bà bèn phá luôn thửa vườn trước nay trồng đủ các thứ cây cối gia dụng cho cuộc sống gia đình, bà thuê người, mua cột về dựng một vườn tiêu mấy trăm gốc... và bà trúng ngay liên tiếp mấy vụ, hột tiêu được giá bán ngay, thế là gia đình bà có TV, video đủ cả. Cậu và cô có Cub, có Dream mới tinh chạy vung vít lên tới Sài Gòn, vì thế mới học được nhiều hiểu biết văn minh văn hóa mới của thành phố và của thế giới bên ngoài. Sống ở ngoại thành nhưng cô cậu đã ăn mặc nói năng như người thành phố, cô vẫn thường gọi cháu là con nhà quê. Có khi cô cũng chê cháu bẩn. Cháu nhà quê thật tình vì cháu không biết cưỡi xe honda như cô cậu nhưng từ ngày có thêm những chiếc xe thì cháu còn biết làm thêm việc tỉnh thành nữa là lau xe cho cô cậu hằng ngày. Mỗi khi cô cậu đi đâu về là cháu lấy khăn lau ngay, hai chiếc xe lúc nào cũng bóng lưỡng. Nhờ vườn tiêu, tiền bạc bà kiếm được bằng buôn lậu đã được rửa sạch, bà ăn tiêu tự do thoải mái.

Cháu đấm bóp cho bà mỗi khi bà nhức mỏi. Nghề dạy nghề, lúc đầu cháu đâu có biết cách, nhưng cứ chịu khó làm theo lời bà dạy sẽ nên người nên việc, sẽ mở mắt ra chứ không còn đần độn như con nhà quê. Bóp hai tay bà từ trong trở ra. Bóp hai chân thì từ đùi trở xuống tới các ngón chân, bóp từ trên xuống không bao giờ bóp từ dưới lên, đi từ dưới lên là ngược chiều âm dương bà sẽ bị loạn thần kinh là mày chết với bà. Khi bóp lưng cho bà cũng vậy, từ bả vai bà xuống tới mông. Những thớ thịt của bà thì to, hai bàn tay của cháu thì bé, nhưng vì cháu ngoan chịu nghe lời chỉ dạy của bà nên những ngón tay cháu cũng luồn lách thông thạo tạo cho bà những cảm giác sung sướng, dễ chịu. Bà còn dạy cho cháu những câu hướng dẫn động tác nghề nghiệp mà bà biết được do trước kia người tẩm quất mù đọc cho bà nghe. Con cháu gái thông minh giống bà nên mau nhớ mau thuộc, nó cũng đọc vanh vách những câu chú nhà nghề "Voi dày. Ngựa phi. Mèo cào. Chó liếm. Lươn luồn. Trạch lủi. Cò mổ.

Nhổ lông. Cọp gầm. Vượn hú..." Vào lúc cuối của trận tẩm quất, hai bàn tay nhỏ bé cuả con bé đang mân mê hai bả vai tròn ú cuả bà, miệng nó lẩm nhẩm tụng những câu chú giải nghề nghiệp thì bà chợt quơ tay đẩy con bé ra, bà phán như rền rĩ:

– Ra nhà ngoài coi TV, bảo ông mày vào đây... tao nhờ tí việc.

Con bé mừng rỡ, công việc đã kết thúc, nó đã được giải phóng, tự do ra xem phim bộ với lũ trẻ. Đến phiên ông vào cho bà nhờ, bà nói:

– Con này mà được đi học nó sẽ đậu đến bác sĩ, kỹ sư... mình xoa bóp lưng cho em, con bé làm chẳng đến nơi đến chốn...

Ông sà xuống giường ngồi bên cạnh bà, hai bàn tay ông cũng lướt qua làn lưng trắng phau bắt chước nhà nghề, miệng nói:

– Nhà nghèo lại không gặp vận may chứ nếu nó được sang... Mỹ học tới hai bằng tiến sĩ mấy hồi.

Bà hỏi:

– Đóng cửa chưa?

Ông chồng lại lọm khọm đi cài chốt cửa:

– Tưởng em chỉ muốn xoa bóp...

Bà nghĩ thầm, sĩ quan cộng hòa thông minh hơn sĩ quan quân đội nhân dân, vậy mà sao năm 75 họ thua nhanh thế, bèn nói:

– Xoa bóp để làm cái gì chứ...

Thường mỗi lần đấm bóp cho bà xong là con bé mệt rũ người, mười ngón tay nó cứng đơ, hai bàn tay bé bỏng của nó như rời ra khỏi cánh tay, còn hai cánh tay thì như hai cánh tay giả lắp ráp vào người, mệt còn gấp mấy lau nhà, gấp mấy giặt quần áo, nhưng bù lại bà thường cho nó ăn thêm:

– Cho mày cái bánh mật ở chạn đấy, hôm qua bà mới ăn một nửa, còn một nửa nữa cho mày luôn, ngon lắm, lấy ăn đi con.

Con bé trời thương, chẳng ốm đau bao giờ kể cả khi ăn đồ thừa thiu thối. Có khi vừa ăn vừa lợm giọng cố nuốt mà nó cũng chẳng sao. Nó ăn để bà khỏi buồn, để không phụ lòng tốt và tình thương của bà. Ở đây sướng chán, phải lo giữ chỗ. Con bé chỉ tiếc những khi bà kêu nó đấm bóp vào lúc xem TV. Bị đứt đoạn phim bộ thì uổng lắm, không làm sao lấy lại được, có hỏi mấy đứa trẻ hàng xóm thì chúng nói được nói mất chẳng bằng mình xem tận mắt. Cho nên con bé rất thương bà, nó cầu xin cho bà đừng đau ốm, xin ơn trên cho bà không bị đau nhức vào những buổi tối. Hoặc là nếu phải đấm bóp cho bà thì nó chỉ chờ cái lúc bà bảo nó gọi ông vào cho bà biểu.

Một buổi tối mấy đứa con nít cãi nhau chí chóe suýt xảy ra đánh lộn, ông bà bèn phạt tắt TV đuổi chúng về, tối hôm sau cũng vẫn còn phạt không cho chúng xem, đóng kín các cửa chỉ có người nhà xem bên trong, lũ trẻ hàng xóm ghiền quá bèn đu cửa sổ nhìn qua khe "coi cọp", bà bèn đuổi chúng ra khỏi sân sai con bé đóng cổng không cho đứa nào đến gần nhà, thế là chỉ còn ông bà và cô cậu ngồi trên ghế bành, một mình con bé "chân bẩn như chân chó" ngồi dưới sàn nhà rộng thênh thang. Xem. Không có lũ trẻ hàng xóm.

Những ngày sau thì ông bà khám phá ra cả vườn tiêu trăm gốc bị nhổ đứt rễ chết hết. Những dây tiêu bao quanh những cột trụ gỗ bị héo rũ xuống. Cả một công trình kinh tế lợi nhuận sụp đổ. Ông bà điên tiết tra hỏi lũ trẻ lối xóm, đứa nào cũng lắc đầu chối "cháu không biết". Bày kế dụ dỗ mua chuộc cũng không có đứa nào khai báo.

Con bé bị đổ lên đầu cái tội ngủ ở dưới bếp mà đêm chúng nó phá hoại cũng không hay biết. Ngủ gì mà ngủ như chết vậy. Mọi người đều vô can, chỉ có con bé phải chịu trách nhiệm.

3

Từ ngày chàng nỡ tâm dứt bỏ tình tôi để xuất cảnh sang với vợ con của chàng, tôi như kẻ hụt hẫng, mất tất cả lẽ sống ở đời. Khi gặp chàng trong trại tù và rồi yêu say mê chàng đến khi được ra khỏi trại về Sài Gòn sống chung với nhau một thời gian, tôi cứ mơ tưởng là chàng sẽ ở với tôi mãi mãi, tôi sẽ có chàng mãi mãi trong cuộc đời này. Ai ngờ có ngày vợ con chàng từ Mỹ về đón và chàng đã bỏ tôi mà đi. Khi từ giã tôi chàng nói chàng sợ cái chế độ cộng sản mọi rợ độc ác sẽ không bao giờ để cho chàng yên thân nên chàng phải bỏ nước ra đi. Vì có ở lại chàng cũng sẽ không giữ được tôi cho riêng chàng. Tôi nghe và tôi thấy lý lẽ của chàng cũng không phải là không có cơ sở. Bản thân tôi này, tôi cũng đã từng là một người cộng sản, ông chồng đần độn của tôi cũng là một đảng viên, nên tôi biết rất rõ cộng sản! Chủ nghĩa cộng sản đã bị nhiều người... bỏ vào sọt rác ở khắp các nơi trên thế giới, nhưng trên quê hương tôi nhà cầm quyền vẫn còn sử dụng những thủ đoạn cai trị kiểu cộng sản để củng cố hệ thống quyền hành của họ mặc dù bây giờ họ đã là tư bản sống phè phỡn bằng bóc lột kẻ khác còn tàn nhẫn ghê gớm hơn là đối phương mà họ đã lên án và chống đối trước kia!

Chàng bỏ tôi ra đi mà tôi không thể coi chàng là kẻ bạc tình! Thế cơ chứ! Chàng đi rồi mà tôi vẫn tơ tưởng, nhớ thương chàng đến phải khóc than! Tôi nhớ từng cái nhìn của chàng. Tôi nhớ từng tiếng rù rì của chàng êm ái bên tai tôi! Tôi nhớ từng cử chỉ, từng động tác, từng ngón tay ngón chân, từng tế bào da thịt của chàng cho tôi hớp lấy! Tôi nhớ tất cả mọi thứ chàng ban cho tôi, tôi nhớ đến độ không còn giữ gìn được nữa và tôi đã xổ tất cả những gì mình đã giấu giếm ông chồng của tôi bấy lâu nay. Tôi hét lên nói cho chồng tôi biết rằng từ ngày tôi ra tù tôi đã yêu chàng và chỉ yêu có chàng mà thôi, tôi chán ngấy đến độ kinh tởm ông ta. Thét lên rồi tôi chờ đợi chồng tôi nổi ghen trừng trị tôi, ai ngờ ông ấy chỉ lặng thinh cho đến khi tôi phải gào lên lần nữa rằng "bây giờ anh tính sao?", lúc đó chồng tôi mới chậm rãi nói "biết rồi, biết từ lâu rồi!"

Nghe nói tôi sững sờ cả người, mãi sau tôi mới hỏi được một câu ngớ ngẩn:

– Biết rồi! Biết từ lâu rồi?

Chồng tôi thở dài gật đầu. Tôi lại hét lên:

– Biết từ lâu rồi sao lặng thinh không nói? Sao không nổi ghen?

Chồng tôi rầu rĩ:

– Nói ra cũng chẳng thay đổi được gì. Ghen tuông cũng chẳng giải quyết được gì!

Tôi hùng hổ như con điên làm dữ:

– Biết vợ ngoại tình mà không nói, không ghen, lại vẫn tiếp tục... ngủ với nó như không có chuyện gì xảy ra, như thế là sao? Như thế mà là đàn ông à?

Lúc đó ông ấy mới cau mày:

– Chẳng đàn ông cũng chẳng đàn bà gì! Tôi đã biết em tư tình với thằng lính ngụy ở tù về, tôi biết em lên thành phố ngủ với nó và nó cũng mò đến tận nhà này ngủ với em, tôi còn biết hai đứa có lần đưa nhau ra gốc cây tiêu ngoài vườn làm tình đứng, hai đứa còn ôm nhau ngay trên cái giường này của tôi...

Tôi điên lên tác yêu tác quái:

– Giường này đệm này của tôi, mua bằng tiền của tôi kiếm ra, không phải giường của anh!

Ông ta lại thản nhiên:

– Em nói đúng, giường đệm này là của em, nhà cửa vườn tược này cũng của em. Tất cả đều là của em. Nhưng tôi muốn nói, những lần hai người lẹo tẹo với nhau, đứa ở nó cũng thấy, con cái nó cũng thấy, hàng xóm họ cũng thấy, chỉ có em là... không thấy!

Tôi điếng người chột dạ, thế ra chuyện tình này không còn là bí mật. Nhưng tôi không chịu được thái độ thản nhiên của ông ta, lát sau tôi hỏi:

– Anh có súng sao anh không... nổ vào tôi hay vào anh ấy?

Ông ấy nhún vai cười nhếch mép:

– Bắn các người để tôi đi ở tù à? Mấy chục năm kháng chiến dùng súng nhiều rồi nhưng có được cái tích sự gì chứ? Có những kẻ dùng súng nhiều sinh ra mê say bắn giết, tôi ở liền với súng đạn lâu lại hóa ra sợ súng đạn. Thời loạn muốn bắn ai thì bắn, thời bình xài tới nó là có người chết và có người đi tù, cả hai kết quả đều chẳng ích lợi gì! Tôi không muốn bị ở tù như em và "nó" đã từng bị nhốt bao nhiêu năm. Bao nhiêu năm bị đày ở trong đó khổ thế nào em đã biết, tôi đâu cần phải nói thêm.

Người tình của tôi có những linh cảm nhạy bén, có lần tôi lưu ý chàng cẩn thận kẻo chồng tôi mà bắt được "quả tó" là hai đứa "ăn kẹo AK của người cách mạng", chàng cười nói tỉnh "Không sao đâu, nó chỉ dám nổ khi anh là "phản cách mạng" với nó, chứ không dám đụng vào tình địch bao giờ! Anh hùng ngoài chiến trường thường lại nhát gan ở chốn tình trường!" Bây giờ nghe chính chồng tôi thú nhận tôi mới lại càng thấy chàng của tôi ù lì là... đúng. Các cuộc truy hoan không bị sự sợ hãi làm khựng lại!

Ông chồng tôi nói tiếp:

– Tôi kệ mẹ các người làm gì với nhau thì làm, coi xem được bao lăm, quả nhiên rồi cũng có ngày đường ai nấy đi! Đó, xem đó, tình thiên thu hay tình bất diệt nữa đi. Tôi chẳng cần gì nhiều, tiền của em kiếm được thì tôi hưởng, cái thân em trắng phau thì tôi xài, hồi mới lấy nhau xài nhiều liên tu bất tận, bây giờ tôi già rồi, "một thân hai cuộc trường kỳ, răng long tóc bạc còn gì là...", ngày hai hay một lần cũng được. Tôi vậy đó. Còn em chỉ có một "sự nghiệp chống Mỹ cứu nước" thì tùy em xoay xở. Tuy nhiên tôi chỉ trách em một điều...

Ông ta ngưng nói, tôi tò mò nên phải e dè:

– Anh trách tôi điều gì?

– Phải chi sau những lần em ngoại tình với nó, em chịu khó... tắm rửa cho hết hơi hướm khốn nạn ấy đi rồi em hãy làm vẻ thân ái lăn vào với tôi. Nhiều lần tôi thấy tôi đụng phải cái thứ ướt át của "thằng bỏ mẹ" mới đi ra trước khi tôi về... Em xử tệ với tôi!

Ông ta nói đúng, tôi mủi lòng thật sự, tôi áy náy thật sự, nhiều lần tôi không kịp dọn dẹp để đón chồng bởi vì chàng có thói quen để nước đến chân mới nhảy! Tôi coi đồng hồ thấy đã tới giờ chồng tôi từ kho quân nhu về bèn nói chàng thôi, nhưng bản tính bất cần, chàng nói "thây kệ, anh đang sung sướng!", và tôi cũng là kẻ sung sướng "ăn theo" cho đến lúc tiếng máy xe honda nổ ngoài ngõ, chàng mới vội vàng kéo tấm vải trải giường lau người rồi nhanh nhẹn mặc quần áo ra ngồi ghế bành ở phòng khách châm thuốc hút. Chồng tôi vào chàng đứng lên chào, hai người bắt tay nhau nói vài câu xã giao. Chồng tôi vào nhà trong thì chàng nheo mắt nhìn tôi rồi cáo lui, không quên "gửi lời chào ông ấy"! Mấy lần gay go như thế tôi đều phải "chữa cháy" bằng cách kéo chồng tôi vào cuộc lập tức ngay trên chiếc giường mặc dù trong bụng tôi không hề ham muốn. Tôi phải làm như thế để cho chồng tưởng rằng tôi vẫn là kẻ chờ đợi chồng về, rằng trước đó tôi vẫn ở không! Bây giờ nghe ông ấy nói huych tẹt ra tất cả sự việc tôi mới thực sự hoảng hồn. Tôi lại tính "chữa cháy" nữa ngay lúc đó nhưng không hiểu sao lần này tôi sợ. Tôi đứng sững chết trân giữa nhà. Hồi lâu tôi mới lắp bắp:

– Em xin tạ lỗi với anh, quả thật ở với nhau 3 con rồi mà em vẫn còn là... con đĩ!

Ông chồng tôi bước tới, tôi sợ quá, biết đâu lúc này mới là lúc người cách mạng vùng lên ra tay, tôi lùi lại, nhưng ông ấy cầm tay tôi kéo vào phòng ngủ. Ông nhẩn nha cài cửa lại. Ông nhẩn nha cởi quần áo của ông vứt trên chiếc ghế tựa. Ông nhẩn nha cởi quần áo cho tôi vắt trên đầu giường. Ông nhẩn nha nằm xuống bên tôi. Ông nhẩn nha ôm trọn thân hình tôi vào lòng ông... Tôi chịu không nổi sự thản nhiên đó, tôi vùng ra khỏi vòng tay ông, nhưng ông kéo ghì tôi lại. Tôi bật khóc:

– Tôi là một con đĩ mà!

Ông quặp chặt lấy tôi, vỗ về, nhỏ nhẹ:

– Ai chẳng là đĩ! Tất tật đều là đĩ cả mà thôi, em ạ! Cứ nhìn khắp xung quanh mà coi, từ trên xuống dưới, các cấp, các ngành, kể cả bác, bác cũng chơi gái tùm lum mà lại còn chơi... chạy nữa, báo đăng đó, rồi các anh các chị lớn cũng "lộn xà ngầu" thiếu gì, hỏi có ai xứng đáng không phải là đĩ điếm hả em? Thôi, đừng băn khoăn gì nữa cả, hãy thưởng thức những gì còn lại của nhau, hãy hưởng thụ những thứ mình đang có, hãy xài nhau tận tình, em ạ!

Tôi khóc mùi mẫn dưới ngực chồng, rất lâu rồi tôi mới khóc được một cách lãng mạn như thế. Có lúc tôi nghe chồng vừa dập tôi vừa lầm bầm chửi tục "đ. m. đĩ ngựa, đĩ ngựa, đĩ ngựa...", cứ thế mà chửi theo nhịp cho đến khi ông lăn kềnh ra. Quả thật từ đầu tôi không có hứng thú gì cho đến khi cái âm vang của lời chửi rủa "đĩ ngựa, đĩ ngựa, đĩ ngựa..." mới tạo cho tôi một chút hoan hỉ! Tôi dần dần bình tâm lại và nhận thấy cái miệng hô của chồng há hốc ra thở, hàm răng vàng khè khói thuốc lào và rượu đế, cái còn cái mất, cái xiêu cái vẹo... Tôi chợt lợm giọng, nhổm dậy chạy ra ngoài sân sau! Tôi nhớ tới chàng! Tôi nghĩ tới chàng! Giờ này anh ở đâu? Bên Tàu hay bên Tây? Bên Nga hay bên Mỹ...?

■

Cuộc sống của tôi mỗi ngày mỗi nhiều biến chuyển lớn, tôi không được an nhàn hưởng thụ sung sướng như mình tưởng khi vớ được món của trở nên giầu có. Hai đứa con của tôi đều sa vào con đường hư hỏng. Đứa con gái theo trai có chửa nạo thai rồi đi theo bọn đàn đúm làm nghề "bia ôm". Thằng con trai ghiền ma túy bị bắt đưa vào trại Bình Triệu. Cả hai đứa đều vào tù ra khám nhiều lần, những lần đầu bố nó còn mang cái huân chương kháng chiến ra bảo lãnh xin cho chúng ra, nhưng rồi sau cũng đành thây kệ!

Cái đau nhất của tôi là bao nhiêu của cải, vàng và dollar Mỹ tôi chôn giấu đều bị mất hết. Tôi không biết ai lấy của tôi. Không biết có phải là chồng tôi ăn cắp hay con cái tôi ăn cắp. Khi phát giác ra những nơi chôn giấu của cải bị đào xới lấy trộm mất, tôi đã tra vấn họ nhiều lần nhưng không ra manh mối. Con gái tôi nó còn nói xéo:

– Mẹ có của giấu đi mà xài một mình!

Ông chồng tôi còn nói nặng hơn:

– Tôi... ị vào những thứ đó!

Tôi than khóc một mình! Người tình thì biệt tăm hơi! Ông chồng thì vẫn thản nhiên ngày ngày vào kho quân nhu làm việc nhà nước, tối về quật tôi ra làm một phùa, xong, uống rượu rắn hút thuốc lào vặt, rồi lăn quay ra ngủ! Trời ơi sao tôi... khổ thế này! Nếp sống đang vung vãi vì nhiều tiền lắm của, ăn xài thoải mái, yêu đương mút mùa, nay mất tất cả... tôi phát điên phát khùng mất thôi.

Con gái lớn của tôi từ bên Mỹ về thăm, tôi mừng quá, nó mở ra cho tôi một lối thoát. Thấy tôi thất vọng đủ điều, nó nói:

– Mẹ sang Mỹ ở với con. Con nay đã là công dân Mỹ rồi, có quyền bảo lãnh cho mẹ sang bên đó. Mẹ đi Mỹ một cách đàng hoàng, công khai, chính thức, không phải trốn chui trốn lủi như ngày mẹ đưa con đi trước kia, và mẹ muốn ở bao lâu cũng được, ở luôn cũng được...

Tôi e ngại:

– Sợ người ta không cho vì mẹ là cộng sản.

Con nhỏ hùng hổ:

– Nước Mỹ là nước tự do, là nước văn minh, là nước nhân đạo, họ bao dung tất cả, miễn là trong vòng luật pháp của họ. Con trai ông trùm cộng sản Liên Sô, người đã từng tụt giày ra đập trên diễn đàn Liên Hiệp Quốc, nay anh ta cũng đã nhập tịch, cũng đã giơ tay thề trung thành bảo vệ nước Mỹ cơ mà mẹ. Con là người Mỹ, con có quyền đòi hỏi được có hạnh phúc, con không muốn sống trong đau khổ ly tán, con có quyền có mẹ ở gần con, con muốn mẹ đoàn tụ với con, không ai cấm cản được con lãnh mẹ sang chung sống với con, kẻ nào dám ngăn cản làm con buồn khổ kẻ ấy là người vi phạm... nhân quyền. Vi phạm nhân quyền ở tù mọt gông, thưa người theo Marx, theo Bác, theo Mao...

Tôi cãi:

– Má chưa bao giờ theo Mao. Má có lỡ theo Marx, theo Bác một thời gian nhưng đã bỏ vì thấy ông Marx ảo tưởng, ông bác dối trá.

Con gái tôi nói:

– Nước Mỹ họ không hô hoán ồn ào như các ông ấy, nhưng kỳ thực là họ chỉ muốn cho tất cả dân họ "độc lập, tự do, hạnh phúc."

Tôi vẫn chưa yên tâm:

– Thế lỡ mấy người quốc gia ở bên đó, người ta... đả đảo!

Con nhỏ cười:

– Trời, ai người ta hoài công làm chuyện ấy. Người Việt mình sang Mỹ thường chỉ có hai cái thú, một số người thích tô vẽ quá khứ, một số khác thì lại muốn xóa sạch quá khứ!

Rồi con Mỹ con còn phun ra một câu tiếng Mỹ:

– Sang đó mẹ lấy một ông Mỹ già làm chồng nữa cũng được cơ. Makes you think.

Nó dịch sang tiếng ta và giảng giải cho tôi hiểu. Tôi nói:

– Má cần gì phải lấy ông Mỹ già. Má sẽ tìm người bạn trai của má, ông ấy là sĩ quan cộng hòa xuất cảnh sang bên đó mấy năm rồi.

Con nhỏ rũ ra cười:

– Thấy chưa, cả sĩ quan cộng hòa cũng si tình mẹ ngay từ ở trong nhà tù cộng sản. Người ta đả đảo những anh cộng sản như bố chứ ai nỡ đả đảo những người cộng sản... như má. Ở Bolsa các ông sĩ quan HO đông lắm, ngày nào các bác ấy cũng họp nhau ở các quán cà phê ngoài hiên hút thuốc bàn chuyện thế sự, như ngày xưa ở Sài Gòn, các bác ấy cũng thường hay họp "chợ HO" ở vườn bông trước sở ngoại kiều đường Thống Nhất, hay ở quán cà phê Thiên Nga lề đường Trần Quí Cáp mỗi buổi sáng. À mà Má quen bác nào vậy? Sang đó sáng sáng con chở má ra Bolsa... uống cà phê với các bác ấy. Vui lắm! Mỗi khi con và chị bạn đến đó ăn quà, khi vô cũng như khi ra, các bác thường nhìn con, có một bác còn nhìn... kỹ nữa, có lẽ bác nghĩ con cái nhà ai quen quen, bác này đẹp lắm, con khoanh tay chào các bác mặc dù không quen bác nào cả, bác giơ tay chào đáp lại, chị bạn kéo con đi. Con sẽ giới thiệu má với các bác ấy như sau: "Đây là má con, một Việt Cộng chính hiệu, chồng bà ấy cũng là Việt Cộng thứ thiệt. Việt Cộng đẻ ra con nên con hiểu rõ Việt Cộng hơn ai hết, con đã sang đây, đã là một người Mỹ chính cống, con còn chiêu hồi bà Việt Cộng này sang đây nữa. Xin các bác nhận cho Mrs. thầy lẩy này được... nhập hội". Được chưa? Giới thiệu long trọng như thế còn sợ bị đả đảo nữa không? "Vui thôi mà" thi sĩ Bùi Giáng thường hay nói thế, "vui thôi mà".

Tôi chợt bẽn lẽn với con gái:

– Bạn của má ngon lành lắm. Thế cái bác nhìn con kỹ cũng đẹp lắm hả? Không chừng đúng là "của" má.

Nó lại cười:

– Được rồi. Để coi. Makes you think! Nhưng mà phải sợ các bà vợ đánh ghen đấy nhá.

Đến lần tôi nổi nóng:

– Không sợ ai cả. Nước Mỹ tự do cơ mà, không ai có quyền hành hung kẻ khác, gọi cảnh sát, má nghe nói cứ bấm phone 911 là họ tới ngay, phải không? Có chồng ráng giữ, để chồng đi theo người khác ráng chịu.

Con nhỏ trề môi:

– Thôi chết, phen này không chừng nước Hoa Kỳ của con sinh loạn mất thôi.

Nói rồi nó luồn tay vào ngực tôi, khi còn bé nó rúc vào vú mẹ là chuyện bình thường, sao bây giờ sự đụng chạm của đứa con gái lại khiến tôi e thẹn. Tôi gạt tay nó ra, con nhỏ sấn sổ:

– Mắc cỡ hả? Người ngoài sờ thoải mái thì được, con cái đụng một tí không cho. Mẹ gì mà ích kỷ. Con hỏi thiệt nhé, tại sao của mẹ ngon lành mà của con thì tội nghiệp thế này? Tại sao da mẹ mịn màng, trắng trẻo, êm ái, đẹp đẽ mà da của con thì khô cứng. Mẹ đẹp sao đẻ con xấu xí? Tại sao? Con thắc mắc muốn biết tại sao?

Tôi nói:

– Tại con giống bố con. Con nhìn bố con rồi con nhìn lại con sẽ thấy. Cái chất... đúc ra con thế nào thì con thế ấy, làm sao mẹ có thể đổi khác được. Mẹ cũng có ảnh hưởng đến các con nhưng cốt lõi vẫn là cái nhân con ạ! Con giống mẹ một thứ mà con không thấy.

– Con giống mẹ cái gì?

– Ở trong đầu con là của mẹ. Con thông minh học giỏi, sang Mỹ một mình mười bốn năm, con tự lo liệu lấy tất cả và khi trở về thăm mẹ, con đã là cô tiến sĩ cho mẹ hãnh diện. Mẹ nói thật, trong đầu con là của mẹ.

Con gái tôi nó cười bằng mắt:

– Con còn giống mẹ một thứ nữa, cũng ở trong đầu.

– Cái gì?

– Còn cái gì nữa mà hỏi, một tâm hồn lãng mạn đa tình. Nhưng mẹ ạ, hạnh phúc bao giờ cũng phải có hai thành phần mới đủ, hạnh phúc trong lòng và hạnh phúc ngoài da.

Nói rồi nó ôm chầm lấy tôi mà hôn chùn chụt. Tôi chợt thấy thương con gái tôi, nó thành công trong học vấn nhưng nó đã thua thiệt trong nhan sắc. Lỗi tại tôi. Tôi đẻ ra nó sao nó không có được cái làn da mong muốn như của tôi! Tôi lại chợt nghĩ tới chàng, phải chi nó là con của tôi và của chàng! Tôi sờ ngực con tôi, nó giật tay tôi ra, e thẹn, tôi nói:

– Mẹ kiểm soát tí mà không cho hả, bộ để dành cho thằng nào?

Con nhỏ vùng vằng:

– Kỳ quá, mẹ làm con nhột.

– Sao vừa rồi bắt lỗi mẹ? Chẳng qua của ai người ấy bảo thủ. Nhưng mẹ nghĩ như của con là vừa, lớn quá chỉ sinh... tội. Mẹ bị gian truân có khi cũng chỉ vì nó. Mẹ thấy con gái mẹ cũng đẹp lắm, rất duyên dáng gợi cảm, chỉ có làn da của bố.

– Có người nói ngực con như chùm cau.

– Ai? Thằng nào dám chê?

– Không phải thằng mà là một con bạn, chị ấy xoa kem dưỡng da cho con, chị nói chị thích vừa vừa như thế thôi, dễ thương, bự quá sốt cả ruột.

Hai mẹ con chuyện trò với nhau cười khúc khích, tôi hỏi thăm con gái tôi về cuộc sống bên Mỹ, nó kể:

– Nhân sinh quan theo lối Mỹ khác hẳn với bên nhà mẹ ạ. Ở quê hương mẹ hãnh diện vì con gái mẹ là tiến sĩ Mỹ, nhưng sống ở bên đó bằng tiến sĩ cũng... thế mà thôi. Vấn đề căn bản là mình có làm ra nhiều tiền không.

Bạn con, quen nhau trong cùng một chuyến vượt biên, sang bên đó chị ấy không theo học để có bằng tiến sĩ cho mẹ chị ấy hãnh diện, chị ấy đi học làm nail, tức là đi học làm móng tay móng chân cho người ta ấy mà. Mẹ biết không, chị ấy học có tám tháng thi lấy chứng chỉ rồi đi làm khoán cho chủ tiệm, tối ngày ngồi dũa, cắt, rửa, sơn vẽ, xoa bóp... những bàn tay hôi rình và những bàn chân thối khắm của các bà khách quí. Có con mẹ còn thích xoa bóp cả đùi, háng, mông của nó nữa cũng phải chiều vì nó cho thêm nhiều tiền tip. Vừa làm vừa phải tươi cười, không bao giờ để các bà khách phật ý, cứ như thế mấy năm sau thành nghề, chị ấy ra làm riêng, kiếm một thị trấn chưa có cạnh tranh để mở tiệm. Một tiệm phất lên, chị ấy mở thêm tiệm nữa, rồi tiệm nữa...

Cũng mười bốn năm sau chị bạn con đã làm chủ một hệ thống tiệm nail rải rác khắp các thành phố trong tiểu bang. Báo Mỹ, truyền hình Mỹ cũng biết tiếng đến phỏng vấn đăng báo, phát hình, nêu gương thành công của di dân hội nhập vào quê hương mới. Chị ấy trả lời phỏng vấn, nói tiếng Mỹ thao thao bất tuyệt, về những kinh nghiệm nghề nghiệp cũng như những nỗ lực phấn đấu đi lên, khuyên bảo mọi người hãy cố gắng, siêng năng, chăm chỉ... con không còn nhận ra đứa bạn đi chân đất trong trại tị nạn ở Thái Lan năm nào. Chị ấy mua nhà trên núi giá bạc triệu, chị ấy đi xe đời mới đắt tiền... Về thăm quê hương chị ấy xây mồ mả cho ông bà, cho bố mẹ của chị ấy to như cái lăng tướng quốc, chị làm nhà mới cho anh chị em, chị phát tiền trăm đô cho cả họ... Ai cũng quí trọng chị ấy, mọi người xúm vào phục dịch bà Việt kiều yêu nước.

Con tốt nghiệp rồi ở lại trường dạy các lớp học trò thế hệ sau, lương năm chỉ đủ trả những khoản nợ vay ngân hàng thuở đi học và chi phí những bill cơm áo, phòng ở, xe cộ... Nếu có ra ngoài làm kinh doanh thì cũng chỉ mở văn phòng dịch vụ như người ta làm nghề bán lẻ, khó khăn lắm mẹ ạ. Con về thăm quê hương chuyến này chỉ làm được cho mỗi mình mẹ... hãnh diện. Con không có tiền để cho bố mẹ và các em, lại càng không dư tiền để vung vãi. Nhưng dù sao sang bên ấy với con mẹ cũng sẽ có một cuộc sống tự do, thoải mái, dễ chịu, không ai có quyền áp chế ai.

– Mẹ hỏi con điều này nhá, thế còn chuyện chồng con thì sao?

Con gái tôi chợt rũ ra cười, đang nghiêm trọng nó trở lại cởi mở nghịch ngợm:

– Lấy ai? Một là xấu, có bao nhiêu vẻ đẹp của trời mẹ đã chiếm hết để lại cho con gái một thứ nhan sắc "ma chê"! Hai là khoác thêm vào thân một cái bằng tiến sĩ "không biết để làm gì", lấy chồng đồng hương e hơi khó vì còn phải xét tới cái vụ cân đối, mà các cậu ấy nếu đã học đỗ đạt thì sẽ chẳng cậu nào ngu mà đi vơ cái thứ bằng cấp ngang hàng khó sai bảo, chi bằng chỉ còn cách "lấy chồng người xứ lạ". Mẹ biết không, xu hướng của con người ở các nước phát triển nhanh ngày họ càng sợ lập gia đình, họ chỉ muốn một mình, họ chỉ muốn... tự do, nam cũng vậy mà nữ cũng vậy. Các bà mẹ độc thân càng ngày càng nhiều ở Mỹ. Sang bên đó, khi nào bà ngoại muốn có đứa cháu để ẵm thì chỉ có cháu mà sẽ không có chàng rể.

Tôi nhìn con tôi hồi lâu, nó quả thật đã hoàn toàn khác xưa, đứa con gái mà tôi đã đẩy được qua biên giới Cam Bốt sang Thái Lan năm nào, nay đã không còn nữa. Người con gái Mỹ gốc Việt này đã có cái nhìn cuộc đời theo cách của cô, theo những thói quen văn hóa mà cô đã hấp thụ mười mấy năm nay. Tuy nhiên tôi thấy cô vẫn là con gái của tôi, trong cách cư xử với mẹ, tôi nói:

– Bây giờ thì mẹ hiểu nhiều hơn cái câu tiếng Mỹ con nói với mẹ lúc nãy.

Nó lại cười:

– Makes you think hả mẹ?

– Ừ. Con bắt đầu dạy mẹ làm người Mỹ rồi đó, con gái của mẹ. Chưa lấy chồng, nhưng con gái mẹ cũng phải có bạn trai chứ? Ba mươi tuổi rồi...

Nó ngắt lời tôi:

"Ba mươi tuổi rồi biết nói làm sao
Lòng luyến mộ lẫn ít nhiều chua chát
Trời hôm nay vài sợi mây tím nhạt..."

Đó là thơ của thi sĩ Tạ Ký đấy mẹ ạ, đừng tưởng con Mỹ hóa không còn biết gì đến Việt Nam. Con gái mẹ còn biết nhiều thứ của Việt Nam có khi hơn cả người chưa bị Mỹ hóa. Nhưng còn chuyện bạn trai thì sao nhỉ. Đã đến lúc "bà già trầu" của con xét nét chuyện tình cảm của con gái rồi đó phải không. Xin thưa rằng nó còn... nhỏ dại lắm, chưa biết gì đến chuyện gái trai cả đâu. Mẹ yên tâm. Mà có khi con gái bây giờ lại phải lo lắng về chuyện của mẹ nó nữa cơ...

Nó rúc vào cười rúc rích trong lòng tôi. Tôi ôm ghì con gái tôi. Nước mắt tôi trào ra. Mẹ thương con. Mẹ cầu mong cho con được hạnh phúc. Sống ở đời chỉ cầu có hạnh phúc. Con gái tôi nằm yên nhắm mắt như ngủ. Tôi cất tiếng ru khe khẽ:

"Đêm qua ra đứng bờ ao
Trông cá cá lặn, trông sao sao mờ
Buồn trông con nhện chăng tơ
Nhện ơi, nhện hỡi, nhện chờ mối ai
Buồn trông chênh chếch sao mai
Sao ơi, sao hỡi, nhớ ai sao mờ"

Con nhỏ tưởng đã ngủ như ngày xưa còn bé, ai ngờ chợt nó vùng dậy chạy đi lấy cây viết và quyển sổ tay của nó, trở lại bên tôi, bắt phải đọc lại cho nó ghi mấy câu ca dao tôi vừa ru. Nó hỏi sao ngày xưa tôi không ru nó ngủ bằng những câu ca dao như vậy. Tôi nói:

– Tại ngày xưa lúc con còn bé, mẹ bận đi theo bố con học làm kháng chiến, không có thời giờ ru con ngủ, đảng nói đã có tiếng bom Mỹ nổ ầm ĩ rền trời trên khắp quê hương ru các con ngủ!

Con nhỏ kêu lên:

– Trời đất!

Tôi nói:

– Nếu con muốn sưu tập những bài ca dao mẹ sẽ tìm cho con đem về Mỹ mà đọc. Nhiều lắm. Mẹ chỉ thuộc có một ít bài do Mẹ vú ru thuở còn bé. Những bài đó đã nhập tâm vào trí nhớ của mẹ qua những giấc ngủ. Dù sao thì mẹ cũng có được những giấc ngủ không ru bằng tiếng rền vang của bom nổ nhưng mẹ lại lớn lên bằng những khẩu hiệu khắc nghiệt.

– Con muốn sưu tập những bài ca dao và những bài vè ru con của miền quê hương mình để nghiên cứu soạn một luận án tiến sĩ nữa để tặng mẹ. Con muốn quàng thêm trên người mình một cục nợ nữa cho mẹ hãnh diện. Con giống mẹ nên con học hành dễ dàng, con muốn thi lấy cái bằng nào cũng được, nhưng con chịu thua không biết cách kiếm ra nhiều tiền, mẹ ạ.

Tôi dỗ dành con tôi:

– Nằm xuống đây trong lòng mẹ, mẹ sẽ cố gắng ru con bằng những bài mẹ còn nhớ, con sẽ tìm thấy một lần giấc ngủ bằng tiếng ru của mẹ, để làm kỷ niệm chứ không nhất thiết để làm bài thi tiến sĩ.

Con tôi nằm gối đầu lên đùi tôi nhắm mắt. Tôi bắt đầu lục lọi trong trí nhớ, tìm về với Mẹ vú tôi, cất lời nhè nhẹ ru con:

"Trèo lên cây bưởi hái hoa
Bước xuống vườn cà hái nụ tầm xuân
Nụ tầm xuân nở ra xanh biếc
Em đã có chồng anh tiếc lắm thay
Ba đồng một mớ trầu cay
Sao anh chẳng hỏi những ngày còn không"

Vừa ru tôi vừa soa soa nhè nhẹ trên lưng con gái tôi. Nhưng tôi lại nghĩ tới chàng. Nhiều lần chàng cũng đã nằm gối đầu trên đùi tôi như thế này. Da thịt chàng mịn màng êm ái. Bàn tay chàng sao mà mềm mại, nó có sức thu hút quyến rũ kỳ lạ của một thứ tôn giáo, tôi nghĩ bất cứ ai được nắm bàn tay chàng cũng sẽ mãi không quên. Tôi đang ru con tôi hay tôi đang ru tình chàng. Con ơi, đời mẹ đã lỡ, mẹ mong cho con không bị lỡ như me...

"Cái ngủ mày ngủ cho ngoan
Mẹ mày đi cấy đồng ngang chưa về...
Bắt được con trắm con trê
Tròng cổ lôi về nửa nấu nửa kho"

"Cái cò lặn lội bờ ao
Ăn sung thì chát ăn đào thời chua
Ngày ngày ra đứng cổng chùa
Trông lên Hà Nội thấy vua đúc tiền
Ruộng công điền không ai cầy cấy

Liệu cô mình ở vậy được chăng?
Mười hai cửa bể anh đã cắm đăng
Cửa nào lắm cá anh quăng chài vào"

"Ước gì anh lấy được nàng
Thì anh mua gạch Bát Tràng về xây"

4

Biết nói như thế nào với mẹ đây. Mẹ hỏi con chuyện vợ chồng. Mẹ muốn con có được một gia đình hạnh phúc như những người khác. Nhưng chính mẹ cũng có đạt được như thế đâu. Con cũng thường tự hỏi, có không hạnh phúc ở đời này?

Bạn trai của con à, một ông giáo sư nguyên là thầy dạy cũ đã có vợ có con và có cháu, một anh đồng nghiệp người da màu cũng đã có vợ có con, một anh học trò người Trung Đông râu xồm, chị bạn triệu phú và anh chồng bán thịt... Những người bạn mà con gái mẹ thường phải gặp trong sinh hoạt hằng ngày và đã có những giờ phút gần gũi với họ.

Ông giáo sư khoa trưởng, rất mô phạm, rất kính trọng con khi họp hội đồng khoa nhưng sau giờ tan họp gặp riêng trong văn phòng của ông thì ông bỏ đi câu "thưa cô giáo sư" mà thay vào đó là những lời năn nỉ "em bằng lòng lấy tôi thì tôi sẽ bỏ vợ bỏ con bỏ cháu bỏ chức khoa trưởng... để ở với em." Đến lúc ngồi trên lòng ông thì ông chỉ thích vuốt ve, hôn hít, rù rì những lời yêu thương bên tai hơn là cái việc then chốt của cuộc tình. Đôi khi ông đem chuyện phát triển giáo dục ra bàn với con.

Anh giáo sư đồng nghiệp da đen cũng muốn lấy con làm vợ nhưng lại không dám bỏ vợ cũ, anh ta chỉ muốn vụng trộm. Anh nói "chỉ có vụng trộm mới hạnh phúc."

Còn cái thằng học trò mới thật là khó dạy, mỗi lần đi chơi với nó thì nó đều nói "cô giáo có tiền lương phải trả các chi phí ăn uống cho cả hai đứa", và bao giờ từ phòng ngủ của nó ra về cô giáo cũng tả tơi như một mớ giẻ rách. Thằng vũ phu râu xồm chưa hề tha cô về sớm, nó phải xử sự tận tình đến nơi đến chốn. Cái miệng râu xồm của nó mới thật là kinh hoàng. Giữa hai lần yêu nhau, có khi vào giờ tế lễ theo tôn giáo của nó, nó quì gối trên tấm thảm xì xụp lạy về một hướng nào đó, miệng khấn lâm râm. Tế lễ xong nó lại ngả cô giáo của nó ra yêu tiếp. Nó còn nói, lấy nó làm chồng về bên xứ nó cô giáo khỏi phải đi dạy học và sẽ phải trùm khăn che kín mặt nhưng sẽ được làm hoàng hậu. Nó khoe nó là con vua, tiền của như nước nhưng nếu có nhờ nó trên đường đi ghé mua hộ một phần fastfood, nó sẽ tính tiền không thiếu một xu. Nó cũng chẳng giấu giếm keo kiệt là bản tính của dân tộc nó.

Chị bạn triệu phú chủ các tiệm neo rất quí con, chị chiều con đủ thứ. Vào dịp con ra trường nhận văn bằng tiến sĩ, chị bỏ tiền thuê đăng quảng cáo trên các báo Việt ngữ chúc mừng chia vui cùng cô tân khoa tiến sĩ, làm như bạn của chị sắp làm bà nghè cai trị cả tổng, con đọc báo ngượng chín cả người. Cũng may trò chơi ấy chỉ có trong phạm vi cộng đồng người Việt. Tây họ không biết nên khi đến lớp giảng bài con không bị ai hỏi về chuyện lạ ấy. Và nhất là không bị cái thằng học trò râu xồm nó chọc quê.

Hồi con còn đi học, mỗi lần gặp nhau chị đều bắt con phải về tiệm nail của chị, chị sai mấy cô làm công làm móng tay móng chân cho con, có khi chính chị làm cho con, dĩ nhiên là free. Con rất ngại vì không có tiền típ cho các cô thợ, nhưng chị nói đừng ngại chuyện đó, chị còn bắt con phải ngồi cho chị trang điểm tuy tiệm chị không có các dịch vụ ấy. Chị nói chị muốn con phải sửa soạn cho đẹp, chị muốn con lúc nào cũng phải đẹp, phải thường xuyên đến tiệm của chị để chị làm đẹp cho. Chị gọi con là honey và xưng em với con. Chị bắt con cũng phải gọi chị là honey và xưng... anh với chị.

Khi chị mua ngôi nhà trên núi, chị dành cho con một phòng ngủ lớn có trang bị đầy đủ các tiện nghi mới nhất, một hệ thống âm thanh và truyền hình tối tân nhất, nguyên giàn máy điện toán dành cho con làm việc cũng đã gấp bao nhiêu lần cái computer cổ lỗ sĩ của con ở nhà trọ. Chị bảo cô tiến sĩ hãy dọn về núi ở để có các tiện nghi làm việc với khắp thế giới, bỏ đi cái phòng trọ lụp xụp mướn ở chung cư. Con cũng đã ở nhà chị nhiều lần nhưng con vẫn còn giữ căn phòng của mình. Phòng ngủ của vợ chồng chị cũng rất lớn và cũng hiện đại như căn phòng chị dành cho con. Ở giữa hai phòng ngủ là một phòng tập, trang bị các dụng cụ tập thể dục và những phương tiện dùng cho phụ nữ làm đẹp. Mỗi khi con đến ở chị thường hay bắt con nằm trên chiếc ghế cho chị bôi kem dưỡng da trên thân thể con. Chị chiều chuộng con hơn cả chồng con chị. Con có nhắc chị về phòng với chồng thì chị nói:

– Thằng chả toàn mùi thịt cá đem từ chợ về, tắm rửa cách mấy cũng vẫn còn mùi hôi, em chẳng thích về bên ấy nằm với nó. Em chỉ muốn nằm bên này với honey.

– Sao anh ấy không kiếm việc khác sạch sẽ hơn mà làm?

– Ngữ ấy làm được việc gì khác. Ở Mỹ gần hai mươi năm mà tiếng Anh không nói được thì làm cái gì bây giờ. May mà bám được ông thợ chánh chuyên lãnh phần phụ trách gian hàng thịt cá trong các siêu thị kiếm tháng hơn ngàn bạc để bỏ vào mấy cái trò cá cược thể thao của Mỹ. Ông thợ chánh sai gì làm nấy, bảo mổ lợn thì mổ lợn, bảo làm cá thì làm cá, buông ra là thất nghiệp. Đấy chồng em như thế đó.

Chị nâng cánh tay con lên miệng hít hà:

– Tay của honey viết ra bằng tiến sĩ, tay của thằng chả chỉ biết xẻ thịt. Em mê cái trí tuệ của honey.

Con nói:

– Học dễ ợt. Làm giàu mới khó. Tôi bái phục tài kinh doanh của honey.

Chị giận lẫy:

– Làm giàu dễ ợt. Học mới khó. Nhưng honey đừng xưng tôi với em.

Rồi chị ôm lấy con như mẹ ôm con, chị nâng niu, vuốt ve, xoa bóp... Con thở dài:

– Tôi đâu có làm được gì cho honey. Tôi cũng như honey mà thôi. Honey về bên đó với anh ấy, dù sao thì anh ấy cũng là chồng. Tanh hôi cũng là chồng. Không biết nói tiếng Mỹ cũng là chồng. Anh hàng thịt cũng vẫn là chồng.

Chợt chị khóc nức nở rồi ôm hôn con, chị ghì chặt lấy cái thân hình thơm mùi kem dưỡng da của con. Có tiếng chồng chị gọi từ buồng ngủ bên, con đẩy chị ra, chị cũng cuống quít cài cúc áo đi về bên đó.

Con với tay tắt đèn, trong phòng mờ mờ ánh sáng hắt từ ngoài vào qua cửa sổ. Con nhìn qua khung cửa, thành phố Los Angeles xa xa dưới kia sáng lóng lánh như một biển sao. Tự nhiên nước mắt con cũng rưng rưng. Con khóc thầm một mình. Và thiếp đi.

Nửa đêm con chợt thức giấc vì có người ôm hôn. Tưởng chị nhưng sao lại thấy khang khác. Con hỏi:

– Ai?

– Anh.

Nhận ra là anh chồng chị, con hỏi:

– Sao anh làm vậy?

– Tại tôi thích em, tôi thèm được ôm cô tiến sĩ.

– Chị ấy đâu?

– Ngủ lăn quay ra ở bên phòng ấy. Chưa thức dậy nổi đâu. Anh quần cho một trận như... xay thịt về cái tội hỗn láo cậy làm ra nhiều tiền khinh chồng, chửi chồng. Đã đời. Anh còn thèm, sang xin em cho anh xay tiếp.

Anh ta hít hà:

– Em thơm quá, toàn thân em mềm mại, thanh tao. Cổ em cao ba ngấn, cổ nó rụt như cổ lợn. Nó là thứ hàng tôm hàng cá, mò cua bắt ốc. Anh đẩy nó như đẩy trâu, đẩy bò.

Con bấm bụng cho khỏi bật cười, cũng lại là một duộc như thằng học trò râu xồm đây, nhưng thằng học trò mất nết tự xưng là con vua, còn anh này thuộc loại anh hàng thịt. Con nằm yên cho anh ta hành động, trên người con chị ấy chỉ đắp cho tấm khăn, anh ta muốn làm gì thì làm, muốn xay thịt cách nào thì xay. Ở chợ anh phải làm những việc người ta sai, bây giờ để cho anh điều khiển, để cho anh xoay xở. Con lắng nghe, và thừa nhận một điều quan trọng: quả thật người anh toát ra một thứ mùi, đúng là mùi chợ cá. Con nhìn qua khung cửa, thành phố Los Angeles dưới kia vẫn long lanh.

Xong. Anh ta mò mẫm về bên phòng vợ. Từ đầu đến cuối con không nói một lời và anh ta cũng im thin thít.

Nằm một lát, con trở dậy rời khỏi chiếc ghế mỹ viện, về phòng ngủ, vào phòng tắm ngâm mình trong bồn nước nóng. Con tuốt hết lớp kem dưỡng da chị ấy xoa trên người con. Con móc ra hết cái thứ anh hàng thịt trút vào người con. Lên giường nằm trùm tấm đắp kín đầu, tự nhiên nước mắt con trào ra.

Ngày hôm sau quả nhiên chị thức dậy trễ, chị sang phòng thăm con thấy con còn nằm trên giường ngủ, chị hỏi:

– Honey làm sao vậy? Honey bịnh à?

Con lắc đầu. Chị lại tưởng con buồn chuyện hôm qua chị bỏ con về với chồng, chị nói:

– Honey buồn em hả? Honey giận em hả?

Con vẫn lắc đầu. Đúng ra con cũng mệt mỏi, không biết có phải tại anh ta xay quá đáng không. Vả lại con cũng băn khoăn chưa biết phải xử trí ra sao về chuyện mình đã thông dâm với chồng của chị. Không biết xử sự như thế nào cho nên không biết phải nói gì với chị. Và chỉ biết lắc đầu:

– Honey đi làm đi, "anh" ở nhà nghỉ hôm nay.

Chị mừng rỡ vì lần đầu tiên được con xưng anh, có nghĩa là chị tưởng con đã đồng tình với chị về cách xưng hô. Chị cúi xuống ôm hôn con cuồng nhiệt. Con nói:

– Honey cũng phờ phạc người ra đấy nhé. Ráng giữ sức khoẻ.

Chị lại hôn nữa rồi mới đi ra.

Buổi trưa nằm coi Discovery trên TV, con sợ quá vì đoạn phim chiếu đàn trâu rừng ngu ngơ khờ khạo bị mấy con chó sói quỉ ma dữ dằn rượt đuổi, một con trâu chạy không kịp bị một con chó sói đuổi tới đít nhe hàm răng nhọn hoắt trắng ởn ngoạm lấy cái dương vật lủng lẳng. Con rùng mình, trời ơi, đau quá chịu gì thấu! Con trâu tội nghiệp ngã lăn ra, đàn chó ùa tới xẻ thịt, phanh thây, máu loang trên bãi cỏ và mồm miệng lũ chó. Toàn thân con đang đau nhói tưởng như mình là con trâu tan thây thì chợt nghe có tiếng gõ cửa, mở, hóa ra anh hàng thịt. Anh ta bước vào phòng rất tự nhiên. Nhà của vợ chồng anh mà, tối qua con không cự tuyệt mà, như thế là mọi sự xuôi chèo mát mái chứ gì. Anh ta vẫn còn mặc chiếc áo làm việc ở chợ, chắc buổi trưa nghỉ đi ăn lunch một tiếng tranh thủ chạy về xay thịt tiếp đây. Anh ta đưa tay tính ôm con, nhưng con né tránh kịp vì linh tính báo cho con biết tay này muốn kiếm chác thêm. Anh nói:

– Cho anh xay như đêm qua.

Con lắc đầu. Anh hỏi:

– Tại sao?

Con đẩy anh ra:

– Đi đi cho tôi đóng cửa ngủ.

Anh cười khẩy:

– Dám đuổi hả? Vợ tôi mà nó biết chuyện đêm qua là nó đuổi em ra khỏi nhà này ạ.

– Tôi cũng đang tính kể cho chị ấy nghe để chị ấy đuổi.

Anh ta nhăn mặt:

– Em điên hả?

– Không. Tôi tỉnh. Chỉ mệt thôi. Vì đêm qua bị hiếp.

Anh hàng thịt xanh mặt. Anh ta lùi ra cửa:

– Em cũng bằng lòng mà. Em nằm yên thuận cho tôi yêu mà.

– Không nằm yên thì làm gì được tên dâm tặc. Lỡ nó giết thì sao. Kêu lên vợ nó buồn thì sao.

– Em...

– Chị. Phải gọi tôi là chị vì vợ anh cũng tôn tôi làm chị. Nghe chưa?

– Chị, tôi tưởng chúng ta có sự thỏa thuận.

– Chị. Và em. Không nói suông hai tiếng "chúng ta" nghe không. Đi đi cho tôi nghỉ ngơi. Buổi trưa anh có một giờ nghỉ thôi coi chừng trễ bị đuổi mất sở làm tiền đâu mà cá football. Rồi lỡ vợ về bắt gặp sẽ ly dị và đuổi ra khỏi nhà thì ở đâu. Anh sao "mặt trơ trán bóng" quá vậy?

Anh ta sợ quá bỏ đi một mạch. Con cũng không ngờ mình cứng cỏi và tàn nhẫn đến thế. Con còn nhớ đêm qua khi ấy con cũng có ý "lắng nghe" cảm giác mình cơ mà, chứ đâu đến nỗi bị ăn thịt như con trâu. Xử sự như thế e không công bằng với anh ta. Chị ấy kém con một tuổi song anh ta hơn con cả chục tuổi mà mình chơi gác quá. Nhưng con nghĩ phải làm thế để dễ bề chấm dứt cái trò lăng nhăng ấy. Vì dù sao con cũng quí trọng chị ấy và biết rằng chị ấy cũng hết sức quí trọng mình.

Từ ngày ấy con không lên nhà chị nhưng chị rất thường đến thăm con và chở con đi shopping hoặc đi ăn phở. Một hôm chị kể:

– Thằng chồng em nó đòi ly dị chia đôi tài sản, thế có tức không. Lý do nó đòi ly dị là "vợ hỗn láo chửi chồng, xúc phạm đến danh dự chồng". Honey hiểu rõ về luật pháp Mỹ tính sao cho em bỏ được thằng chả mà giữ được toàn vẹn của cải. Tài sản có được, honey cũng biết đấy, là do bao nhiêu công lao nhục nhằn của em bỏ ra mới tạo thành, nó chỉ rúc vào hưởng không, "cơm no bò cưỡi", em làm bò cho nó cưỡi, rồi con bò còn phải trả tiền tất cả các bill của nó, bảo hiểm sức khỏe của nó, bảo hiểm xe của nó, tiền xăng đổ vào xe cho nó chạy, tiền rửa xe nó, tiền cable pay per view nó coi phim, tiền cell phone của nó, tiền cho nó vào các hội đoàn... Tất cả các chi phí của nó em đều phải lãnh, không bao giờ nó ngó tới thùng thư hay cái bàn làm việc ở nhà chứa đầy thư đòi nợ, em phải ký hết, mỏi cả tay. Lương tháng chợ cá của nó chỉ để cho nó cá cược, làm sao trèo lên xe hơi của em, làm sao được ở ngôi nhà trên núi, thế mà nay nó đòi cưa đôi thì có điên tiết không hả honey.

Con an ủi chị:

– Được cái là anh ta không có "nhân tình", chưa thấy anh ta có đào nhí bao giờ, anh ta chỉ... ăn cơm nhà.

Yên lặng một lát, chị than thở:

– Đời sao... khổ quá hả honey. Chỉ vì mình không thể không cần một thằng đực, chỉ vì mình sống không thể không có nó ở bên cạnh, cho nên mình phải lụy nó. Em nghĩ em chỉ cần có honey thôi cũng đủ hạnh phúc rồi, nhưng nghe honey nói honey không thể thay thế được nó cho nên em phải về phòng nằm cho nó trèo lên bụng mình dày xéo. Rồi nghe nó chửi. Rồi nó đòi cướp của mình. Thế cơ chứ. Hỏi có khổ không hả Trời? Honey ơi, bây giờ em phải làm sao?

Chị khóc hu hu, chị ôm con hôn khắp nơi. Con thấy tội cho chị, con thấy thương cho chị. Con hiểu ra tại sao con cứ lằng nhằng với mấy người tình dang dở không dứt ra được. Con hiểu ra tại sao con cứ phải đến với thằng học trò râu xồm và con cũng đã từng phải quỵ lụy nó. Có điều thằng ấy không hôi mùi chợ cá. Con hôn chị, lần đầu tiên con hôn chị cực kỳ như con và thằng Trung Đông vẫn làm với nhau. Con nói với chị câu mà con cũng đã nói với mẹ: "Hạnh phúc có hai thành phần, hạnh phúc trong lòng và hạnh phúc ngoài da". Rồi con kể luôn cho chị nghe chuyện chồng chị mò sang với con và con đã để yên cho anh ta muốn làm gì thì làm. Nghe xong chị hỏi:

– Trời ơi, sao honey không đạp cho nó một đạp, sao honey của em sang trọng thế này mà để cho cái thằng hôi mùi thịt cá ấy nó ôm ấp rồi trèo lên nữa. Nó làm có lâu không?

– "Anh" không biết nữa vì "anh" chỉ nằm yên xem nó dở những trò gì, để xem nó đối xử hằng ngày với honey ra sao, để xem nó hôi như thế nào. Nó được rồi thì lui lủi về phòng. Trưa hôm sau nó từ chợ mò về tính làm nữa, lúc đó "anh" mới dạy cho nó một bài học và nó im luôn. Nhưng cũng từ đó "anh" xấu hổ với honey, "anh" phạm lỗi cướp chồng của honey, cho nên "anh" muốn chạy trốn honey.

Con tưởng chị ấy buồn, nhưng không, chị nói:

– Không. Em có yêu nó đâu mà ghen. Em chỉ yêu honey thôi. Nếu honey thích nó thì em cho luôn đó. Nhưng không lẽ honey thế này mà lại hạ mình xuống với một anh hàng thịt, phải chi nó có hồn Trương Ba, đằng này hồn nó cũng hàng thịt luôn, honey ạ. Em chỉ biết cắt móng tay móng chân cho người ta chứ nếu em biết những chuyện trên trời dưới đất, học giỏi được như honey thì xin vào phủ tổng thống, trước thực tập sau làm ở đó luôn. Trong khi tổng thống ngồi trên ghế lo công vụ, nói phone với các vị quốc trưởng, trao đổi ý kiến với các chính khách dân biểu nghị sĩ, ký duyệt các văn kiện hành chánh quốc gia, người bận rộn làm việc nước thì mình chui dưới gầm bàn lo cho người, phục vụ người, yêu thương người... thà một phút huy hoàng "tình cho không biếu không" với ông tổng thống lừng danh khắp thế giới có hơn không là để cho đứa không ra gì nó mày mò. *"Tiếc thay hột gạo tám xoan! Tiếc thay cây quế giữa rừng!"*

Thời gian trôi qua, vợ chồng chị vẫn không ly dị nhau, anh ta vẫn đi làm ở siêu thị, họ vẫn ở chung nhà. Chị đến đón con lên ở nhà chị thường xuyên, con thấy hai người chửi nhau nhiều hơn, chị chửi chồng nhiều hơn và bạo hơn mới đúng. Con tránh không nói chuyện với anh ta.

Tin công nương Diana vợ hoàng thái tử Charles của nước Anh chết trong tai nạn xe hơi cùng với tình nhân ở Paris khiến chị sầu não quá chừng. Chị lái xe lên tòa lãnh sự Anh Quốc tại thành phố Los Angeles đặt vòng hoa phúng điếu, nỗi buồn khôn nguôi, chị đi Luân Đôn để dự đám tang cô công chúa vào cuối tuần. Chị hỏi con đi cùng với chị để chị mua vé máy bay. Con từ chối thì chị trách con không biết thương người. Con phải nói dối con mắc bận hội thảo ở trường đại học. Chị đi một mình, mặc toàn đồ đen, lòng quặn lên một mối thương cảm. Khi về chị chỉ trên màn ảnh truyền hình đám đông mấy trăm ngàn người đứng ở công viên ngoài thánh đường hôm cử hành tang lễ nói với con có chị trong đám người đó. Con cố căng mắt tìm chị trong đám đông, nhưng đành chịu. Chị lại chỉ mấy trăm ngàn bó hoa chất thành đống la liệt khắp các nơi ở Luân Đôn nói có lẵng hoa của chị trong đó, con cũng lại cố căng mắt tìm đóa hoa tiếc thương người bạc mệnh của chị, nhưng cũng đành chịu. Chị gầy hẳn đi mười pounds, nhan sắc sa sút trông thấy.

Con đọc cho chị nghe bài thơ của Tố Hữu, "thi sĩ của bộ chính trị đảng cộng sản Việt Nam", khóc ông Stalin chết:

"Hỡi ôi, ông mất có trời đất không?
Thương cha, thương mẹ, thương chồng,
Thương mình, thương một, thương ông, thương mười.
Ông Xít ta lin ơi!" ...

Con nói ông thi sĩ này cũng thương người. Chị chửi thẳng cha cộng sản ngu, nô lệ, bố mẹ không khóc đi khóc tên đồ tể quốc tế. Con kể cho chị nghe ông thi sĩ còn ví mình với Thúy Kiều, người đã khóc trước mả Đạm Tiên, bằng những câu thơ khác như:

"Mười lăm năm ấy thân Kiều,
Lênh đênh mệnh bạc, tình yêu khôn đầy
Nghĩ mình phận rủi duyên may
Qua phong trần lại càng say lòng người..."

Chị hỏi con biết những thứ đó ở đâu, con nói "trong thư viện". Chị nói:

– Khóc người hồng nhan bạc mệnh thì nên khóc. Không dư nước mắt cho bọn độc tài tàn ác. Thi sĩ gì mà... khờ quá vậy.

– Ông ta ở trong cơ quan đầu não trung ương đảng, người làm ra kế hoạch "Nghị quyết 8/bct: Giá–Lương–Tiền." Economie poétique... gây khủng hoảng một thời.

Chị lắc đầu:

– Em đang buồn thương công chúa, honey nói gì em không hiểu.

Con nói:

– Mình không rộng lượng thương người được như honey, như ông thi sĩ bộ chính trị, như bà Thúy Kiều.

■

Từ phòng ngủ nhìn thẳng xuống toàn khu thành phố Los Angeles, ban ngày trời quang nhìn thông ra tới biển. Con bèn làm... thơ, bài thơ tả nắng vàng tươi trên đồi cao chảy tràn xuống Los Angeles ra biển Thái Bình, có con chim nhỏ bay chuyền trên cành cây ngoài cửa sổ chia sẻ với con niềm vui đó. Con email bài thơ cho ông nhà văn ở thành phố Huntington Beach hỏi ông có thấy thứ nắng vàng tươi tràn tới bờ biển của ông không, ông reply "thấy" và muốn được chia ba niềm vui. Con chưa được gặp ông lần nào vì ông nói ông già lắm rồi, phải chống gậy mới bước ra được ngoài hiên để nhìn qua cánh đồng lầy Bolsa Chica ra biển. Ông đã rửa tay gác kiếm, không ra đòn, không đỡ đòn và cũng không trả đòn, ông đóng cửa ngồi trong thạch động, không tái xuất giang hồ nữa. Ông nói con, kiếp sau gặp cũng được, đi đâu mà vội.

Trước đây trong một email con hỏi ông thích nhân vật nào nhất trong các tiểu thuyết của ông, ông trả lời... lạc đề rằng ông yêu thích ba nhân vật: một là bà vợ người xà ích của ông Án Anh thời Chiến Quốc, hai là Nễ Hành thời Tam Quốc, ba là bà Hoạn Thư trong Đoạn Trường Tân Thanh của cụ Nguyễn Du. Con phải vất vả một thời gian dài đến thư viện tìm đọc để hiểu biết về những nhân vật ấy, và rồi thấy mình cũng yêu ba nhân vật ấy luôn. Bèn nghĩ hay là mình mắc vào cái chứng "hễ ông yêu ai mình cũng yêu người ấy". Con lại email hỏi ông "Thế còn nhân vật thời nay thì sao." Ông không trả lời câu người ta hỏi ông mà ông còn hỏi ngược lại người ta: "Thế cô yêu ai?". Con tức quá trả lời ngay "Em yêu những nhân vật trong tiểu thuyết của... ông." Ông nhà văn... lặng thinh luôn, suốt nhiều tháng ông không trả lời thư nào của con. Ôi sao con buồn quá thể. Cho đến cái email có bài thơ này, ông đã viết cho con như thế. Con đã kể hết cho ông biết chuyện đời con, kể hết những nỗi gian truân cũng như những tâm sự thầm kín, những niềm vui và cả những nỗi buồn. Mỗi lần mail kể cho ông rồi con thấy mình như nhẹ hẳn người và cảm thấy... hạnh phúc mẹ ạ. Nhưng ông như một kẻ vô hình. Một người không có thực. Có lẽ mẹ sang bên ấy con phải nhờ me... đi tìm ông ấy cho con!

Chị hay sang ngồi chơi với con, có khi chị uống rượu và bắt con cũng phải uống một hớp với chị cho mặt đỏ rạo rực. Chúng con cũng nói chuyện trại tị nạn ở bên Thái, hai con lọ lem nhắc lại thời đi chân đất, bèn gác chân lên lòng nhau khám xét tìm tòi vết xước vì gai đâm, tìm không thấy, chỉ thấy những bàn chân đẹp và thơm.

Một con lọ lem học không vô nhưng đi làm thì tiền vào ào ào dễ như húp cháo, tính cái gì cũng được, làm cái gì cũng xong, nhìn đâu cũng thấy có cách ra tiền... trong khi ấy anh chồng cu ki lương giờ cứ ở mức thấp nhất của luật tiểu bang suốt mười mấy năm không nhích lên được.

Một con ngu kiếm một đồng không ra, phải vay nợ chính phủ nhưng đi học sao dễ dàng như đi chơi, nghe qua nhớ mãi, nhìn sơ không bao giờ quên, thầy dạy một lần biết làm không sai một ly, khi phải nói lại còn nói rõ hơn, dễ hiểu hơn và hay hơn thầy, thi đâu đậu đó lại còn đậu tối ưu. Thằng học trò râu xồm con vua tốn biết bao nhiêu tiền của thần dân đóng góp cho nó sang Mỹ học mười mấy năm không lấy được cái bằng nào để đem về xứ nộp cho triều đình, nó nói với cô giáo rằng nghe cô giảng cái gì nó cũng thấy thích, cô nói như rót vào tai người nghe, nhưng nó không thể nào nhớ được và cũng không thể nào làm được.

Lọ lem không sa vào tay thằng hoàng tử thì cũng rơi vào tay anh hàng thịt vì lọ lem luôn ở trong tầm tay của chúng. Như thế là may, đời còn đáng yêu vì còn có chúng nó trên cõi đời này để mà sa vào. Hai con lọ lem, say men rượu, từ trên cao nhìn xuống nước Mỹ, dú đởn cắn những gót chân hồng của nhau, nói nói, cười cười, khóc khóc, mếu mếu...

Một hôm nhìn xuống dưới vườn thấy anh chồng đứng dưới đó nhìn lên, chị nói:

– Em trói được nó rồi, nếu ra khỏi đây là nó ra tay không. Bây giờ em cho ở trong nhà như là mình nhốt trong chuồng vậy thôi. Tất cả tài sản đều là của em, em di chúc để cho con em và honey, nó không được phần nào cả. Nó đâu có cướp được của em. Trước đây mấy kẻ hùn hạp cũng nhiều lần muốn giật các tiệm nail của em mà đâu có được. Làm ra nhiều tiền cũng khổ vì còn phải lo giữ của, lúc nào cũng sợ mất. Em không học được cao nhưng chúng nó không địch nổi em đâu. Từ nay honey cứ coi nhà này như của honey, muốn ở bao nhiêu cứ ở, có em lo cho honey mọi thứ. Nó là hạnh phúc ngoài da. Cô tiến sĩ của em đã dạy thế. Khi nào em không đáp ứng được thứ gì cho honey thì honey cứ gọi nó. Honey phải gọi thì nó mới dám tới, honey lặng thinh nó không dám đâu.

Một lần con gặp anh ta ở nhà xe, con chào, anh ta gật đầu rồi bước đi, con gọi lại:

– Tôi có chuyện cần nói với anh.

– Chị muốn à?

– Không.

– Thế thì có chuyện gì phải nói.

– Bữa trước tôi đành hanh bắt anh phải gọi tôi là chị xưng em. Nay tôi xin lỗi. Anh lớn tuổi hơn tôi xin cứ cư xử như người hơn tuổi, nhưng đừng bao giờ nói tiếng "chúng ta" nhập nhằng.

Anh ta mỉm cười:

– Được thôi.

Nhìn quanh, không thấy xe của chị, anh ta bấm remote đóng cửa nhà xe. Con tính đi lên nhà thì anh ta giữ lại, nói:

– Tôi thèm em quá, em càng dễ thương bao nhiêu thì cái con bà chằng càng khó thương bấy nhiêu. Không hiểu sao, em chửi tôi tôi nghe cũng lọt tai, còn nó khen tôi cũng thấy chối tai. Lạ thế! Tôi năn nỉ em. Tôi chịu hết nổi rồi. Tôi làm thịt em rồi tôi đi tù.

Con chưa kịp phản ứng thì anh ta đã nhấc bổng con đặt nằm ngửa trên cốp xe. Anh ta tốc váy con lên, tụt quần lót của con ra đưa cho con cầm. Rồi anh ta rúc đầu vào, hình như anh ta khóc và nói nhồm nhoàm gì đó, hình như con có dạng chân ra, hình như California đang xảy ra động đất năm, sáu chấm... Con chợt nhớ đến thằng học trò râu xồm. Một người Trung Đông, một kẻ châu Á, hai vùng nóng nhất trên thế giới hiện nay... Chiếc xe bị động mạnh quá khiến alarm báo động còi kêu ré lên ầm ĩ. Con hoảng hốt đẩy anh ta ra, tụt xuống ù té chạy lên nhà, tay vẫn cầm chiếc quần lót. Còi xe báo động vẫn kêu vang. Con thây kệ. Con vào phòng tắm cởi hết quần áo soi mình trong gương tìm tòi những chỗ đau đau, son sót, thấy có vết xước, sợ quá con mặc vội lại áo quần xuống nhà xe. Anh ta vẫn còn ngồi đó hai tay ôm đầu, thấy con trở lại anh nhìn con hai mắt rưng rưng, nói như mếu:

– Tôi đợi cảnh sát tới.

Con bấm remote tắt alarm, mở cửa xe ngồi vào ghế:

– Không, tôi không báo cho ai cả.

Anh ta đứng lên, tới bên xe con:

– Tôi đã nói tôi làm rồi chờ bị bắt bỏ tù mà.

Con nổ máy xe:

– Nhưng tôi không phải là người bỏ tù kẻ khác, tôi không muốn ai tù tội vì tôi cả.

Con vào số xe, trước khi cho xe chuyển bánh, con ân cần nói với anh ta:

– ... cho dù người đó xúc phạm đến tôi. Theo tôi nghĩ, anh nên coi lại thái độ cư xử của mình đối với kẻ khác. Chào anh.

Con lái xe xuống phố tìm đến phòng mạch bác sĩ, chị bạn cho con nằm trên bàn khám xét khắp lượt xong nói:

– Mấy vết trầy cần phải bôi thuốc sát trùng. Hai vết có dấu răng cắn. Con gì vậy?

Rồi chị nhìn con nheo mắt:

– Hồi này mình thấy anh "chơi bạo" hơn trước đấy nhé.

Săn sóc các vết thương xong chị bác sĩ đưa con tờ giấy đi phòng Lab thử máu. Mọi chi phí đã có bảo hiểm do viện đại học trả tiền.

Mấy ngày sau chị bác sĩ điện thoại cho biết kết quả xét nghiệm máu không bị nhiễm độc nhưng lưu ý không nên chơi với "thú dữ", nguy hiểm.

Hú hồn, từ hôm đó con nằm nhà không dám lên núi. Chị xuống tìm con, trách:

– Honey có bạn trai phải không?

Con đưa chị chiếc chìa khóa:

– Bất cứ lúc nào honey muốn tới kiểm soát cũng được, xem có bồ bịch gì thì biết.

Chị lại hỏi:

– Honey có muốn em đuổi thằng chả đi cho honey tự do thoải mái, khỏi bị làm phiền không?

– Đâu có gì phiền, mình nghĩ honey không nên bỏ chồng, có những việc honey phải cần tới anh ta cơ mà.

– Tại sao honey không lên ở với em, nhà cửa rộng rãi, đẹp đẽ, sang trọng dành sẵn cho honey.

– Tại mình thích căn phòng này, mình đã ở đây bao nhiêu năm nay, từ lúc còn hàn vi đi học, mình có kỷ niệm với nó. Mình cũng có ý định đón mẹ sang ở đây với mình.

– Mẹ sang cũng lên ở trên đó cho sung sướng.

– Không, mẹ phải ở gần khu phố Việt này. Khi nào honey nhớ mình thì xuống núi. Khi nào nhớ honey thì mình cũng sẽ tìm đường lên núi.

Chị giận dỗi bỏ về. Mấy ngày sau chị trở lại xin lỗi con, chị nói chị nghe lời cô tiến sĩ, không bỏ chồng nữa. Con nghĩ, biết đâu cũng có lúc chị lại chịu "thú dữ" miễn là biết cách thuần hoá nó. Con thì sợ quá. Cọp Trung Đông coi dữ dằn nhưng vẫn hiền hơn cọp châu Á. Cọp châu Á coi khù khờ vậy nhưng độc hơn cọp Trung Đông. Một con nhỏ bạn nghiên cứu viễn tượng toàn cầu, có nhận định rằng rồi ra dân da vàng tóc đen sẽ làm bá chủ thế giới, nhưng sẽ đưa nhân loại đến chỗ diệt vong! Ghê gớm!

Con không bao giờ hẹn hò với ai ở căn chung cư, suốt từ thời mướn ở để đi học cho đến khi ra trường làm giáo sư, con ở đó và vẫn được biết là người sống một mình đơn độc. Mấy bà, mấy ông Mỹ già lối xóm thường tỏ ra quí mến cô giáo vì họ thấy cũng chỉ một mình như họ. Phần đông trong chung cư, mỗi người mỗi căn riêng rẽ, ít có gia đình hai người. Bà độc thân vì đã bị chồng bỏ. Ông một mình vì đã bị vợ bỏ. Mỗi khi ra sân golf con thường thấy từng nhóm chơi bốn người đều là bốn bà hoặc toàn là bốn ông. Golf và bowling là những thú tiêu khiển không nhất thiết chia phe theo giới tính như các game bóng đá hay bóng chuyền... Chơi golf giống như cưỡi ngựa xem hoa, tại sao lại không hai cặp một nhóm cho nó tình tứ. Sao mà quí ông quí bà ấy lại xa cách nhau quá đỗi. Bốn ông không vợ chơi với nhau, trong khi gần kế bên lại cũng bốn bà không chồng chơi với nhau. Các ông bên này quất một trái banh xong nhìn sang lén nói xấu các bà bên kia là hôi nách; các bà bên kia dè bỉu, rỉ tai, nguýt các ông bên này là ngủ ngáy như voi gầm bò rống. Không lẽ cái loài động vật hai chân này đực cái kỳ nhau đến thế.

Con gặp ông giáo sư khoa trưởng hằng tháng sau mỗi buổi họp hội đồng khoa ở ngay trong văn phòng ông. Con gặp anh giáo sư đồng nghiệp da đen mỗi khi anh trốn được vợ thuê phòng ở khách sạn kêu con tới. Thằng học trò con vua thì nó có phòng ở trên building rất rộng rãi và sang trọng, ngay trung tâm thành phố Los Angeles, khi muốn, nó gọi phone hẹn giờ con tới với nó. Cái thằng học dốt nhưng cứ thích cư xử như một người sắp làm vua thiệt sự đến nơi. Có lần nó tâm sự, muốn được lên ngôi vua phải cần hai điều kiện, thứ nhất được vua cha phong cho làm hoàng thái tử, thứ hai là vua bố... chết. Cả hai điều kiện ấy nó đều chưa có nhưng nó luôn luôn tin chắc là nó sẽ làm vua vì mẹ nó được vua cha sủng ái nhất trong số hàng chục bà vợ có con trai. Ngày vua bố chết thì trước sau gì cũng phải xảy ra thôi. Con chỉ gặp nó theo giờ hẹn nó đã ấn định. Đúng giờ, con lên thang máy tới phòng nó bấm chuông hai hồi rồi mở cửa bước vào, cài cửa lại phía sau lưng. Thằng học trò đã ngồi trên chiếc ghế bành cao bọc da. Nó cũng đã tắm rửa xong vì tóc nó còn ướt. Trên người nó chỉ quàng một chiếc khăn như chiếc "sà rông". Nó nhìn con trìu mến, phải công nhận là đôi mắt xanh với hàng chân mày rậm, những sợi lông mi dài và cong, phóng ra cái nhìn sâu thẳm quyến rũ. Nó có hai ưu điểm đẹp trai và học dốt, nhưng khuyết điểm trầm trọng không thể sửa chữa là con vua. Xưa nay những thằng con vua con chúa thường là những tên đồ bỏ. Nó giơ hai tay lên cao chào con như chào thần dân của nó. Con lần lượt làm những việc nó đã chỉ dạy cho con. Con trút quần áo mình xuống dưới chân, gỡ bỏ những trang bị, phụ tùng, như đồng hồ, vòng đeo tay, nhẫn, bông tai và kẹp tóc... vứt xuống thảm nhung. Rồi con quì xuống hướng về phía nó. Nó lại giơ hai tay ra phía trước, lần này thấp ngang ngực như vời con tới. Con tiến tới nó bằng đầu gối. Khi con bò tới sát ghế, ngẩng mặt nhìn lên, thì hai tay nó bưng lấy hai bên má con, cúi xuống hôn con êm ái, nồng nàn... Nó hôn con thật nhiều, khắp lượt trên môi, trên má, trên tóc, trên tai, trên cổ... Con rất sung sướng được nhận những nụ hôn và những vuốt ve thằng học dốt ban cho con. Nó gỡ tấm khăn xà rông trên người trùm lên đầu con vắt chéo sang hai vai, chỉ chừa khuôn mặt hở cho nó hôn và ngắm nhìn. Hình như lúc ấy nó nghĩ tới phụ nữ ở nơi quê hương nó. Cho đến lúc nó kéo tấm khăn trùm kín luôn cả mặt con thì con hiểu rằng đã đến lúc thần dân làm lễ hiến tặng và phục vụ chúa tể. Con thấy nó cũng cực kỳ sung sướng khi được cung phi tôn vinh quị lụy.

Khi thấy cung phi thở dốc vì mệt và ngộp và mình cũng được thỏa mãn thì đẳng quyền cao tụt xuống ngang hàng với thần dân, người giáng lâm nằm đất với tiện dân, khoảng cách vua tôi không còn nữa, người ôm ấp, bồng bế, vỗ về, yêu thương dân của người ngay trên mặt bằng. Người bỏ ngai vàng, người rời cửu trùng đài, người vứt đi những vương miện lẫn quyền uy. Người ôm dân gọn vào lòng mình. Đến lượt vua lo cho dân. Dân vi quí. Con đã làm những gì cho nó thì bây giờ nó làm lại cho con. Dân đã hầu hạ vua thế nào thì vua lại ban ân cho dân thế ấy. Tuy nhiên con đòi ngồi lên ghế thì nó lại không cho, nó nói nó sợ bị tiếm ngôi. Muốn ngồi trên ghế thì về ghế nhà mình mà ngồi, không được ngự trên ngai vua... Hai đứa sung sướng cho đến khi ngủ thiếp đi dưới cùng một tấm khăn choàng.

Khi tỉnh giấc, vua còn bồng cung phi vào phòng tắm, người tắm cho người và người tắm luôn cho cả cung phi, người hầu hạ cung phi, cung phi không phải hầu hạ người. Người mở máy tắm quất nước cho hai kẻ ngâm mình trong bồn. Vua tôi lại ôm nhau trong nước ấm như ngủ nhưng thực ra không phải là ngủ mà chỉ là mơ mơ màng màng, dập dìu, lửng lơ...

Đấy mới chỉ là màn lớp của cung phi, chưa phải màn lớp của hoàng hậu, chẳng rõ nếu nhận lấy nó và rồi chẳng may nó lên ngôi vua thật sự thì màn lớp còn có những gì khác nữa.

Có lần con nói với nó con giống như "gái gọi", thì nó cãi, cho free nhau không có tiền bạc sao là "call girl" được. Nó còn nói khi nó thèm nó mới gọi, nếu con không thèm thì con từ chối nó cũng đành chịu. Và con cũng có thể gọi nó đến nhà con nếu con thèm nó, nó sẽ đến với con như con đã đến với nó, nó cũng sẽ quì bò vào từ ngoài cửa tới chỗ con ngự và sẽ làm những việc con thích. Chính sách đối ngoại của triều đại nó sau này chủ trương "hai bên cùng có lợi". Ôi cái thằng con vua, học dốt như chó sao bày đặt chi lắm chuyện làm con chạy theo hụt hơi cũng không kịp nó. Con làm sao dám gọi trai tới nhà mình trong khu chung cư của những quí ông quí bà thích tôn trọng sự đơn độc.

Con không biết nếu như con kể hết cho chị bạn biết về những cuộc tình ái lăng nhăng của con thì chị sẽ nghĩ sao, chị có còn thích con nữa hay không. Chị vẫn cứ tưởng con không quen biết người đàn ông nào và chị thích con như chị thích một con búp bê xinh đẹp dễ thương của riêng chị, nếu như chị biết rằng cái con búp bê ấy vẫn thường ngụp lặn trong những trận tình khốc liệt không thể tưởng tượng với những người đàn ông lạ mặt với chị, thì chị sẽ xử trí ra sao. Chị bảo chị cho con luôn cả anh chồng chị là vì chị coi khinh anh ta và chị nghĩ rằng con cũng coi thường anh ta, cả hai chỉ xem anh ta như một món đồ dùng, không có sự mê say trong đó, nhưng nếu là một kẻ mà mình mê thích thì sao, có sẵn sàng cho không nhau hay chăng. Chị bằng lòng cho con thông dâm với chồng chị nhưng chị có cho phép con ngoại tình với những kẻ lạ mặt khác không? Điều đó thì con chưa biết được.

Con muốn tìm ra một lối thoát cho chị bạn con. Có lúc con nghĩ nếu như chị bớt đi một chút chú trọng tới vấn đề làm ra nhiều tiền với làm ra ít tiền, và chồng chị, anh ta bớt đi nỗi hậm hực thô bạo vì sự lép vế của mình... thì họ có thể cân bằng được cuộc sống và sẽ tìm thấy chút hạnh phúc nào chăng...

Từ hang cọp của thằng hoàng tử ra, con chạy xe lên thẳng hang cọp của anh hàng thịt. Ba giờ chiều là giờ anh ta về nhà. Vừa qua cổng vào tới sân con đã thấy xe của anh ta có ở garage. Khi xe của con vào tới thì cánh cửa gian để xe của con cũng tự động mở lên dù con chưa bấm remote. Hóa ra anh ta có ở đó và mở cửa sẵn cho xe con vào. Con ra khỏi xe bấm khóa đi thẳng lên nhà thì anh chạy theo bồng con mang trở xuống nhà xe. Anh ta chẳng nói chẳng rằng, đặt con nằm ngửa trên cốp xe như lần trước. Con sợ alarm sẽ lại rú lên nên vội vàng thò tay vào túi tìm xâu chìa khóa, lần mò bấm nút unlock giải mã. Anh hàng thịt lại tốc váy con lên, lại tụt quần lót của con ra nhét vào tay cho con cầm. Và con cầm lấy như lần trước. Anh ta bắt đầu vào việc thì con nói:

– Chưa đóng cửa nhà xe.

Anh lậu bậu trong đùi con:

– Mở toang thế lỡ "nó" có về thì mình thấy từ xa. Đóng kín mít "nó" tới nơi cũng không hay.

Anh hùng hục làm xong thì con mới biết lưng mình đã bị đẩy dựa vào kính xe, làm gẫy một cái gạt nước. Con ngồi ủ rũ trên cốp xe, tay vẫn cầm chiếc quần lót. Anh hàng thịt dục:

– Em lên phòng đi kẻo lỡ... "nó" về.

Con tụt xuống, trước khi bước đi, con nói:

– Nếu có bị ra trước tòa, anh hãy khai là tôi có nhắc anh đóng cửa garage nghe không.

Anh ta trố mắt nhìn con, anh đứng chết trân, miệng ú ớ không ra lời. Con nói tiếp:

– Là tôi nói giả tỉ nếu có bị ra tòa án thì khai như thế để thoát tù tội. Tiến sĩ dặn dò sao hãy nhớ lấy lời. Nghe anh.

Bước đi được một bước con dừng lại nhìn thẳng vào mắt anh ta:

– Anh nói anh thèm được ôm cô tiến sĩ vào lòng một lần, nhưng cả ba lần anh đều vũ phu, thô bạo, xử sự như... ăn cướp.

Một tay xách đôi giày, một tay cầm chiếc quần lót, con đi chân đất thất thểu lên phòng mình. Coi đồng hồ, còn mấy tiếng đồng hồ nữa chị mới về. Hôm nay là ngày chị đi kiểm tra những tiệm nail giao cho quản lý trông coi. Con vào phòng tắm. Làm nô lệ cho hoàng tử thì được hoàng tử tắm táp cho. Làm nô lệ cho anh hàng thịt thì mình phải tự tắm rửa lấy. Con xem xét cơ thể mình, lần này không bị vết cắn nào, nhưng đau đau một tí ở sau lưng, có lẽ vì cái gạt nước.

Chưa bao giờ con thấy rã rời như hôm đó. Con tìm rượu rót một ly uống một hơi hết. Xong lên giường nằm. Con ngủ trong cơn say và nức nở. Nửa đêm thức dậy thấy mình nằm trong vòng tay ôm ấp của chị. Chị hỏi:

– Sao honey khóc?

Con lặng thinh. Chị nhìn vào mắt con, hỏi nữa:

– Honey có gì buồn khổ, nói cho em biết?

Con rúc vào bụng chị:

– Mình ế chồng, ở một mình cô đơn quá, phải chi có được một người để yêu thương. Hồi chiều lên kiếm em nhưng em vắng nhà... Buồn quá, nên khóc.

Chị ghì chặt con trong ngực chị:

– Honey bỏ bê em cả tuần lễ không lên với em. Honey cứ tưởng tượng coi, chiều tối đi làm về, một mình trong ngôi nhà vắng vẻ rộng thênh thang, trên núi rừng âm u này, không có honey, em cô đơn buồn chán như thế nào.

Con hỏi:

– Chồng em đâu?

– Nó xài em xong mở TV coi football một mình, có gợi chuyện nó không nói còn chửi mình làm phiền nó. Nó nói "Tôi van bà để cho tôi yên thân, tôi đã "trả bài" rồi còn muốn gì nữa. Cần thêm thì cũng để gần sáng, "sức voi" hay sao mà tao "đi" tiếp được bây giờ." Em nhục quá, honey ơi.

Con nói với chị:

– Chị khổ thế nhưng cũng còn có chồng để nghe nó chửi, chứ em cu ki một mình "gái không chồng như phản gỗ long đanh", người đời người ta gọi là gái "chổng mông mà gào", phất phơ giữa chợ thằng nào nó cũng giày xéo xong liệng đi! Phải chi mình đừng sang đây, phải chi mình vẫn cứ ở cái nơi đói khổ ấy, phải chi mình đừng đi học... có lẽ cuộc sống của mình sẽ an phận hạnh phúc với một anh chồng chăn trâu nào đó.

Chị lay lay gọi con:

– Honey nghĩ quẩn rồi...

Con ngồi dậy, ôm chị, hôn lên tóc chị:

– Thiệt đó, sống trong nghèo khó quê mùa có khi lại ít thấy mình đau khổ. Biết nhiều khổ nhiều, học cao lại càng thấy rõ sự đau khổ hơn là mù chữ. "Ngu si hưởng thái bình". Các tay thủ lãnh cộng sản Việt Nam chủ trương chính sách ngu dân nên dân đói khổ mà không biết là mình đói khổ, lại cứ tưởng mình sung sướng nhất thế giới, muốn cứu cả loài người thoát cảnh trầm luân. Honey à, chúng ta khổ chỉ vì là tiến sĩ, là triệu phú... Mình không có chồng, còn honey giàu quá nên honey thấy mình... khổ vì có anh chồng hàng thịt. Nếu giả tỉ như honey còn ở trong khu xóm Bà Quẹo, sẽ thấy anh chồng hàng thịt là chỗ dựa vững chắc cho cả gia đình thì sao.

Chi cãi:

– Nhưng chồng mình nó thô bạo quá.

– Có lẽ anh ta phát khùng vì bị khinh thường. Honey thay đổi "chính sách" đi. Cũng nên thông cảm với anh ta, con người đâu có phải ai cũng may mắn giỏi giang giàu có. Biết bao nhiêu kẻ lận đận.

– Không lẽ em phải qùi xuống dâng tiền cho nó xài, lạy nó xin yêu...

– Đôi khi cũng phải quỵ lụy tình yêu em ạ.

– Honey bênh anh ta. Honey có muốn xài chung nó với em không?

– Không. Của ai người ấy xài. Mình chỉ tội nghiệp cho anh ta. Thuần hóa thú dữ và nâng cấp thiết bị. Thử tử tế với nhau xem sao.

Đêm đó chị ngủ lại phòng con, anh chồng gõ cửa gọi thế nào chị cũng không về. Con đuổi chị cũng không về. Nhưng gần sáng con thấy chị rón rén ra khỏi phòng con.

Nằm một mình con nhớ tới những bài thơ, nhớ tới nắng vàng, nhớ tới thành phố biển. Nhưng nhìn qua cửa sổ ra ngoài, trời vẫn chưa sáng. Con ôm mặt khóc!

5

Con gái tôi ngủ và mẹ nó cũng ngủ luôn. Nhưng tôi chỉ ngủ thiếp đi một lát. Tôi thức giấc trước nên được nhìn ngắm nó ngủ. Tôi hết cả bài ru, thuộc có bao nhiêu đâu, tôi sẽ lên thành phố tìm mua cho con tôi những quyển sách viết về ca dao tục ngữ, và những bộ sưu tập về điệu ru, câu vè dân gian cho nó mang về Mỹ. Khi con gái thức dậy, nó hỏi:

– Trong lúc con ngủ, mẹ có nghe con mớ nói gì không?

– Không, cô ngủ say rất lâu.

– May quá, chỉ sợ ngủ mê nói hớ ra những chuyện giấu mẹ.

– Có chuyện gì phải giấu mẹ, con lớn rồi mà.

– Thì những chuyện tình ái lăng nhăng.

– Tình ái đâu phải là chuyện lăng nhăng. Tình nào cũng đáng quí trọng cả. Con ạ.

– Biết nói như thế nào với mẹ đây.

– Con khỏi cần nói. Sang bên đó rồi mẹ cũng sẽ biết. Cũng như chuyện của mẹ, rồi con cũng sẽ biết. Sang Mỹ con cho mẹ ở đâu?

– Con ở đâu mẹ ở đó, xa cách nhiều rồi, khổ đau nhiều rồi, bây giờ miễn sao có mẹ có con, ở đâu chẳng được.

Con gái tôi thu xếp mọi việc xong mới trở về Mỹ giao cho văn phòng dịch vụ làm hồ sơ bảo lãnh mẹ qua đoàn tụ với con gái.

Tôi làm thủ tục ly dị với chồng nhưng ngôi nhà thì tôi không để lại cho ông ấy. Tôi mất hết của cải rồi nên tôi phải bán cái tài sản còn lại ấy đi để có tiền ăn xài. Tôi tìm đến căn nhà ở làng phế binh cũ gặp vợ chồng thợ tẩm quất mù. Tôi nghe nói vợ chồng anh kiếm được nhiều tiền để ra, muốn mua một căn nhà lớn hơn căn nhà tôn mục nát. Đã lâu lắm rồi tôi không gặp vợ chồng anh, nay thấy họ, tôi ngạc nhiên vì cả hai vợ chồng đều sáng sủa đẹp đẽ ra. Cả vợ lẫn chồng đều mặc đồ đẹp. Anh phế binh mù đói rách ngày nào nay trông như một... VSiệt kiều về thăm quê hương. Anh ta cởi trần phơi ra bộ ngực và bờ vai nẩy nở khoẻ mạnh như cầu thủ bóng chuyền, anh mặc một chiếc quần sọc đẹp có nhãn hiệu Mỹ ở bên cạp, chân đi dép da cũng là đồ ngoại chứ không phải "dép lốp đi vào vũ trụ" như ngày xưa. Chị vợ cũng xinh đẹp nhưng bụng chị đã nhô ra, chị mặc áo kiểu và mỏng, quần sọc trắng, đi giày Nike... Tôi chỉ vào bụng chị, chị cười:

– Sáu tháng rồi, chỉ ráng đi làm 2 tháng nữa là phải nghỉ đẻ.

Chị hỏi thăm vợ chồng tôi và mời tôi ngồi, thấy anh mù đứng dựa tường, tôi cầm tay anh tính dìu anh tới ghế ngồi thì chị vợ bước ngay tới gỡ tay anh ra khỏi tay tôi, nói:

– Cứ để nhà tôi tự đi đứng một mình được mà chị, anh ấy thuộc lòng tất cả rồi, chị khỏi cần dẫn dắt.

Tôi hiểu ngay tâm địa người đàn bà đối diện cũng như tôi hiểu rõ hơn ai hết tâm địa tôi. Tôi nghĩ tới bàn tay của anh "chiến sĩ lái" thuở chúng tôi còn hợp tác làm ăn ở bên chiến trường Cam Bốt, những lần tôi ngồi bên anh trên xe tải chuyển hàng lậu, bàn tay ấy đã xục xạo khắp người tôi, trong khi tay kia anh vẫn điều khiển bánh lái, miệng anh vẫn chuyện trò. Bàn tay anh tung hoành khắp chốn đến nỗi tôi nghĩ rằng có khi chính ông chồng tôi, có chỗ, cũng chưa có dịp sờ tới. Phải hiểu rằng đi buôn lậu, nhất là khi chuyển hàng lậu là sợ lắm, anh ta đã làm cho tôi quên đi sự sợ hãi! Rồi thời gian sau, lăn lộn trên miền đất viễn chinh, anh ta đã học được ngón nghề xoa bóp tẩm quất và tôi cũng đã có nhiều lần nằm cho anh ta ra nghề. Tôi nhìn nhận rằng anh ta giỏi nghề và rất dễ thương trong cung cách làm việc và ứng xử. Vợ chồng anh làm ăn phát đạt bằng nghề đấm bóp dạo là đúng thôi. "Nhất nghệ tinh, nhất thân vinh". Nhưng nay, bàn tay kia, tôi không còn đụng tới được nữa và cái bàn tay ấy cũng không còn cơ hội mò mẫm xục xạo vào những chốn xưa kia.

Chị vợ vào việc ngay, chúng tôi, hai người đàn bà, không có đàn ông trong việc này, bàn chuyện đổi nhà, tôi bán cho chị ngôi nhà của tôi và chị sang lại cho tôi căn nhà của chị. Sang lại là vì căn nhà chiến lợi phẩm này vợ chồng tôi được cấp phát theo chính sách "hóa giá" sau đó bán cho vợ chồng chị tá túc. Nay lại đến lúc chị có tiền mua ngôi nhà lớn hơn cần bán đi căn nhà nhỏ này thì chúng tôi lại thoả hiệp. Vợ chồng chị, sắp có con, sẽ dọn sang ở nhà tôi, còn tôi sẽ dọn sang ở căn nhà của vợ chồng chị. Chồng tôi sẽ ở đó. Còn tôi đi Mỹ. Vấn đề phải thương thảo trả giá là số tiền chênh lệch chị sẽ trao cho tôi sau khi trừ đi số tiền trị giá của căn nhà bẹp. Chúng tôi, cũng vẫn là hai người đàn bà, không có đàn ông, còn thỏa thuận với nhau về khoản tiền phải "bồi dưỡng" cho các chức việc trong các cơ quan nhà nước có công chuẩn thuận việc mua bán này.

Công cuộc thương thảo trải qua mấy lần gặp gỡ mới xong, khi thì tôi sang nhà chị, khi thì chị sang nhà tôi. Hôm cuối cùng làm giấy trao tiền, chị còn hỏi tôi nhường cho chị con ở trong nhà, chị cũng sắp cần tới một đứa ở. Tôi nói:

– Nó đi lấy chồng rồi còn đâu.

– Trời, còn nhỏ thế sao đã lấy chồng.

– Nhỏ gì, mười bảy, mười tám tuổi rồi. Hồi nó mới đến ở còn nhỏ xíu, nuôi ăn mấy năm lớn tổng ngổng, nẩy nở, dậy thì ra. Bố mẹ nó bán cho thương gia Đài Loan đem về nước làm vợ, được đâu hai ngàn đô la làm nhà mới rồi.

– Sang bên đó làm nô lệ "sếch" chứ vợ chồng gì!

– Tức là làm... đĩ ấy hả?

– Làm vợ cho cả nhà, báo đăng thế, họ nuôi ăn đồ Tàu béo bở, ở một căn phòng trên gác, đàn ông trong nhà ai cần tới thì tiếp. Có cô phải phục vụ tới 9 người, bố già hen xuyễn ho khù khụ thì lo đấm bóp rửa ráy lau chùi cho ông cụ, đàn con trai cường tráng thì nó ào tới xong rồi xách quần đi, lại thêm thằng cháu mới đến tuổi thành niên, cô ấy tiếp mệt nghỉ không hết việc! Mỗi tháng họ trả lương gửi tiền về cho bố mẹ.. cũng giống như chính sách "xuất khẩu lao động" của nhà nước ta hợp tác với nước ngoài ấy mà!

– Thế lỡ có con thì sao, biết của ai?

– Họ không để cho có bầu, nếu lỡ có là phải phá, có bầu để đái... mất năng suất lao động!

– Tội nghiệp con bé không rõ sa vào tay nhà nào ở bên đó. Bố nó sau cách mạng, biên chế trong Mặt Trận Tổ Quốc, chỉ làm tay sai, không có đặc quyền đặc lợi gì, nhà nghèo quá phải cho con đi ở, lớn lên lại đem con đi bán... Ông ấy than với tôi người ta "đi Tây đi Tàu đi Nga đi Mỹ đi Hung đi Tiệp..." xuất cảnh tứ tung, gửi tiền về cho gia đình mua nhà mua xe, còn ông chẳng được đi đâu, nên thấy có đường dây đưa người đi Đài Loan bèn tới nhà xin cho con gái về, để lo cho nó... xuất cảnh cho bằng thiên hạ.

Giấy tờ xong, tiền bạc xong, hai bên dọn nhà qua lại. Vợ chồng anh tẩm quất chơi toàn đồ "xịn", phần nhiều là đồ dùng của khách Việt kiều quăng cho khi họ về Mỹ. Nhà tôi dọn sang bên ấy toàn là "đồ cổ", nhất là mấy khoản của ông chồng tôi săn nhặt. Suốt những năm vào giải phóng Miền Nam, ông thượng úy chỉ lo thu vén nhặt nhạnh những thứ của "đế quốc" tháo chạy bỏ lại. Từ miếng tôn, tấm vỉ sắt lót đường, cái bàn nhôm, cái ghế bành da, đến chiếc nón sắt giã cua, đôi giày bốt đờ sô, cái chăn cái màn, cái muỗng cái nĩa, cái cuốc cái xẻng...thậm chí còn có cả một cái vỏ trái bom napal bằng nhôm, rỗng, cưa ra dùng làm xuồng... "hầm bà là hằng" dọn sang chất đầy căn nhà trệt chiến lợi phẩm chiếm được tại làng Thương Phế Binh Cộng Hòa ở Thủ Đức. Xung quanh vách ông treo đầy rẫy những bằng khen, những huân chương kháng chiến hạng nhất hạng nhì hạng ba, huân chương chống Mỹ cứu nước... Riêng cái ghế bành da không biết ông chôm được từ đâu mang về, nhưng cứ nghe ông kể thì cái ghế bành da này là của một tướng Mỹ 2 sao, Tư lệnh Sư đoàn 1 Không Ky, ngồi điều động những đoàn "ngựa sắt bay" trong cuộc chiến Việt Nam. Tôi thấy hồi mới chiếm Miền Nam loại bàn ghế này bị đám người hôi của rinh từ các căn cứ Mỹ đem ra ngoài xa lộ bán rẻ như bèo, không có sức mà hốt. Tuy nhiên ông chồng tôi thì khoái cái ghế này lắm, trải qua năm tháng bị lôi đi bầm dập khắp chốn, khi nó về tay ông, tôi đã thấy có mấy miếng vá bằng băng keo. Ông đặt cái ghế bành da ngay chính giữa gian nhà, có lần ông đè tôi lên ghế, bấm nút cho thân ghế ngả ra, vừa làm tôi ông vừa nói "thế này mới sướng". Tôi nằm dưới nhìn qua vai ông thấy quả bom treo trên xà nhà ngay trên đầu mình... Mai này khi thế chiến bùng nổ, nhân loại sẽ chìm trong hỏa ngục, ngày tận thế sẽ đến, nước ngập lên tới đỉnh núi... ông sẽ bám vào chiếc xuồng vỏ bom này mà qua cơn đại hồng thủy, thoát hiểm, tồn tại, sống sót, để lưu lại cho hậu thế một bí thư chi bộ đảng đầu tiên cho nhân loại mới...Ghế Mỹ, bom Mỹ, nhà Ngụy...cái gia tài cướp chính quyền ấy xin để lại cho ông, những kỷ vật của một thời chinh chiến, như một vòng hoa cho người cách mạng! Còn tôi, tôi xin lạy... cả nhà nhà nước, lạy... cả nhà đảng, tôi đi!

Bán nhà tôi ôm được một khoản tiền lớn đủ tiêu dùng trong những ngày chờ xuất cảnh. Một hôm ông chồng tôi nói:

– Tiền bán nhà em chia cho tôi chút đỉnh tiêu xài chứ, ẵm cả coi kỳ quá, chẳng còn chút lưu tình gì...

Tôi nghe nói có lý bèn chia cho ông một khoản nhỏ, ông cầm tỉnh bơ, mở ra đếm cẩn thận rồi mới nhét vào túi. Ông nói:

– Sang Mỹ thỉnh thoảng em cũng phải gửi về cho tôi vài ba trăm đô cứu trợ nhé!

Tôi nói:

– Cái đó chưa biết, đô la kiếm ở đâu ra mà có để gửi về, sang bên đó biết làm gì, một chữ tiếng Anh bẻ đôi không biết.

– Cái thằng tình nhân của em nó phải bao em chứ, sĩ quan cộng hòa sang bên ấy lãnh lương Mỹ thiếu gì tiền!

– Ông là một thằng điếm cho vợ đi làm tiền à?

– Xin lỗi ạ! Ly dị rồi mà. Tôi biết là em sang bên đó sẽ chóng phất, em vốn thông minh, hồi xưa ở ngoài Hà Nội, còn bé sống trong trại mồ côi với các nữ tu em học tiếng Tây làu làu, lớn lên em học tiếng Nga dễ ợt, em nói ngoại ngữ thao thao không ai bằng, năng khiếu ấy sang Mỹ em cũng sẽ nhanh chóng thành bà Mỹ. Lại buôn lậu...

– Này đừng có mà nói bậy nói bạ. Ông bảo tôi không lưu tình, ông không kể đến cái khoản tuy đã ký giấy ly dị rồi nhưng trong khi chờ đợi chưa đi, tôi cũng vẫn để ông xài tôi thoải mái, tình nghĩa đến thế còn gì.

– Em phụ tôi chứ tôi có làm gì phụ em đâu nào.

Một hôm tôi trở lại ngôi nhà cũ thấy anh mù ngồi một mình trước hàng hiên, anh vểnh tai nghe ngóng, tôi lên tiếng anh nhận ra tôi ngay:

– À... chị.

– Bà ấy đâu?

– Đi nhà bảo sanh đêm qua rồi.

– Đẻ chưa?

– Không biết.

– Ở nhà một mình à?

Anh ta gật đầu rồi ngẩng mặt lên ngu ngơ nhìn. Tôi cũng nhìn xung quanh, nhà vắng không người, tôi cầm tay anh kéo vào trong nhà, cái bàn tay bữa trước tôi tưởng là đã mất chẳng còn bao giờ bắt được... Anh mù cũng chẳng để tôi phải chờ đợi hay mời mọc, anh vòng tay ôm tôi dí vào xó nhà. Hai cánh tay vòng sau lưng tôi và hai bàn tay quỉ quái bắt đầu xục xạo, những bàn tay trên xe tải đêm mưa biên cương xưa kia. Anh và tôi khuỵu xuống trong kẹt cửa. Tôi quì phủ phục dưới đất nghe đường chuyển của hai bàn tay lần mò. Anh ta đẩy tôi tông vào xó cửa binh, binh, binh... u cả đầu. Mà cũng tại tôi rúc vào xó chứ anh ta mắt mù có thấy đường gì đâu. Người mù không phải chịu trách nhiệm gì về chuyện thế gian này, kẻ sáng mắt gây ra tất cả. Nhưng mà thằng mù này ghê thiệt. Anh ta vừa yêu vừa thì thầm "anh nhớ em quá". Trước mọi người anh ta phải gọi tôi là chị xưng em, nhưng vào những lúc căng thẳng anh ta gọi tôi là em xưng anh! Rồi sau đó trật tự lại vãn hồi. Cung cách du kích chiến này khác hẳn với thái độ thong dong của chàng. Với chàng, phải có tiện nghi, có thời giờ, có phi pháo, có hỏa lực, có yểm trợ... giường cao đệm êm, gối ôm gối cặp, gương soi đèn chiếu... phải chính qui và hiện đại.

Thừa dịp chị ta đi đẻ, tôi liên tục lẻn đến nhà chung chạ với anh mù, dịp may hiếm có không ngờ. Sẽ chẳng được lâu. Thời cơ sẽ hết. Những bàn tay kia sẽ chẳng còn là của tôi. Nhưng tôi không ngờ chị ta đẻ dễ và về nhà sớm thế. Ngày thứ ba, tôi vừa chạy vù vào kiếm anh, mới chỉ chộp được bàn tay anh thì chị ta lù lù từ trong nhà bước ra. Chị bắt quả tang tôi đang ôm tay chồng chị. Chị kêu ré lên rồi ngã sấp xuống đất. Tôi và anh mù vực chị ta ngồi lên chiếc ghế. Chị tỉnh lại chửi tôi nát nước, nào là "con đĩ cướp chồng người", nào là "con Việt Cộng cái từ Bắc vào Nam cướp của giết người nay lại còn cướp cả thằng mù của tao", chị chửi tôi rồi quay sang chửi anh chồng "thằng Việt Cộng mù đứng đường vô ơn bạc nghĩa..." Chị chửi rồi chị khóc. Khóc rồi lại chửi.

Chị còn nhắc tới một câu nói nổi tiếng của ông tổng thống của chị: "Đừng nghe những gì cộng sản nói, hãy nhìn những gì cộng sản làm". Thấy tôi đứng sở rở, chị hét lên:

– Con "đĩ ngựa" xéo ra khỏi nhà tao.

Tôi lùi dần ra cửa, nhìn vào tôi thấy anh ta quì xuống đất ôm lấy chân vợ. Chị đạp chồng ngã lăn ra, anh ta lại lồm cồm bò dậy, lại quì xuống ôm chân chị. Người thanh niên đẹp đẽ tuấn tú mà tôi đã quì mọp phủ phục cho anh giày xéo nay lại quì phủ phục ôm chân người đã chửi tôi là đĩ. Chị gào lên chửi anh là "quân duy vật giả dối, đồ cộng sản lưu manh!" Bị thất tình chị trở thành tay chống cộng kịch liệt.

Tôi đi nhanh ra khỏi căn nhà. Nước mắt tôi trào ra. Tôi nghĩ tới chồng tôi. Chồng tôi chửi tôi là con "đĩ ngựa" thì tôi cảm thấy sung sướng, chị ta chửi tôi "đĩ ngựa" tôi thấy nhục. Tôi có làm gì... ác đâu, tôi chỉ muốn hưởng những gì làm cho tôi hạnh phúc. Tôi lại nghĩ tới chàng. Chỉ có chàng là không dùng tới những lời lẽ lăng mạ tôi.

Một tuần lễ sau chị ta bị ra máu đưa vào bệnh viện thì chết. Hôm đám tang tôi tới nhà... chia buồn. Hàng xóm xúm vào giúp cho anh ta chôn cất vợ. Tôi thấy anh ta đội khăn tang, ôm một hài nhi còn đỏ hỏn nhưng người ta cũng quấn trên đầu nó một mảnh vải trắng để tang mẹ. Một bà hàng xóm nói nhỏ vào tai tôi:

– Cũng may cho bà đấy, cái nhà này xui lắm rồi, bà dọn đi nên thoát chết, chị ta ở đâu mới đến ở vài tháng đã lãnh quả thay cho bà... không biết rồi bố con nó sẽ sống ra sao. Thằng bố mù, thằng con mới lọt lòng mẹ cũng mù luôn, lại không nghe được, không khóc được. Trời ơi sao khổ quá vậy!

Tôi nói:

– Thì lại nhờ đến Sở Thương Binh Xã Hội. Anh ấy là thương binh tàn phế mà.

Nghe ra tiếng tôi anh ta mừng rỡ, nói nhỏ:

– A em... chỉ có em dẫn tôi đi lên thành phố được thôi.

Tôi suỵt khẽ cho anh ta im. Tôi có thể nằm cho anh ta đấm bóp chứ tôi làm sao mà dẫn dắt anh ta đi hành nghề tẩm quất kiếm tiền được. Tôi là kẻ quen ăn quen chơi, không thích lao động. Chỉ có vợ anh ta làm được việc đó, nhưng nay chị ấy đã nằm kia.

Tôi nghe tiếng kèn bát âm réo rắt não ruột. Hồi lâu không nghe tôi nói gì anh ta hỏi:

– Em... à chị còn đó không?

Tôi nói nhỏ:

– Đang lễ an táng, chuyện đó để lúc khác nói.

Tôi mở tấm khăn cúi nhìn vào hài nhi trên tay anh. Nó nằm yên không nhúc nhích. Tôi lặng lẽ rời khỏi đám tang. Tiếng kèn vẫn sụt sùi não ruột đuổi theo tôi.

Một mối tình sót sa của hai kẻ khốn cùng nhất, giữa hai chế độ, trong hoàn cảnh hậu chiến, đã kết thúc, để lại cho đời một đứa trẻ, vừa mù, vừa câm, vừa điếc!

■

Một ngày trước khi tôi lên máy bay xuất cảnh, bố mẹ con bé dẫn nó tới thăm vợ chồng tôi. Phải gọi là cô hay gọi là chị chứ không là con bé ngày nào nữa. Chị đã là người đàn bà từng trải dạn dầy. Ông "Mặt Trận" nói:

– Cháu nó từ nước ngoài dẫn chồng về thăm quê hương, tôi đưa cháu tới chào ông bà.

Tôi hỏi:

– Thế chồng nó đâu?

Ông "Mặt Trận" nói:

– Ông ấy nằm nghỉ ở khách sạn bên Chợ Lớn, chẳng là đi máy bay về bị mệt.

Họ còn cho chúng tôi quà ngoại là sâm Đài Loan uống cho bổ. Tôi nhìn cô gái chợt nhớ tới những ngày bắt nó đấm bóp rồi mới cho coi TV. Lại còn không cho ngồi trên ghế mà phải ngồi dưới nền gạch bông với lũ trẻ lối xóm. Nay thì chị ấy đã khác xưa. Trong câu chuyện chị ấy kể chồng chị không phải là anh thương gia Đài Loan ở Chợ Lớn mà là... bố của anh ấy, anh sang Việt Nam tìm người cưới về làm vợ cho bố anh ở bên đảo. Nay mọi chuyện yên vui, bố anh ấy tức chồng chị dẫn chị về thăm Việt Nam một phen. Họ còn khoe tôi những tấm hình vợ chồng chị chụp khi đi du lịch trên núi Dương Minh San nơi có lăng Tôn Trung Sơn và giang san triều đình của Ông Bà Tưởng Giới Thạch, hình đôi vợ chồng chụp ở Lâm Khẩu, ở Nhật Nguyệt Đầm, ở cầu 7 góc, ở Cao Hùng... Toàn hình màu đẹp đẽ sặc sỡ. Chị còn cho biết ông chồng chị trước năm 1975 đã từng là sĩ quan cấp cao của Đài Bắc, chuyên về lý thuyết "Chủ Nghĩa Tam Dân" và "Lục Đại Chiến", sang Sài Gòn làm cố vấn "Chính Trị Tác Chiến" cho quân đội Cộng Hòa, nay còn giữ được bằng Tưởng Lục của Tổng Cục Chiến Tranh Chính Trị do ông Trung Tướng Tổng Cục Trưởng ký tên và đóng dấu, có chụp hình chụp ảnh lưu niệm đàng hoàng. Chồng chị biết nhiều về đường phố Sài Gòn và các nơi khác ở Miền Nam. Chị nói tuy ông ấy nay hơi lớn tuổi nhưng nhờ các toa thuốc của các vị hoàng đế Tàu đại bổ nên ông vẫn... cường tráng lắm. Tôi cũng... mừng cho chị ấy xuất cảnh lấy được chồng đàng hoàng chứ không phải đi làm đĩ hay nô lệ "sếch" như nhiều người lo ngại. Ở bên Tàu, chị tha hồ mà coi phim bộ, ngồi trên ghế bành da mà coi phim mệt nghỉ, đâu có khổ như ở bên ta. Biết đâu mai này thời cơ nó đến, ông nhà đi làm đại sứ ở Việt Nam, chị sẽ là bà đại sứ hay còn gọi là phu nhân đại sứ, vinh thân phì gia.

Chuyến bay vào giữa đêm, tối đó tôi chào chồng tôi để sửa

soạn ra sân bay thì ông ấy dở chứng. Tôi điệu nghệ mời ông lần chót nhưng ông lại không chịu. Ông... quì xuống ôm chặt lấy chân tôi khóc rưng rức, ông khóc thảm thiết như người ta khóc vợ chết vậy, khiến tôi cũng mủi lòng nước mắt ràn rụa. Tôi hỏi ông tại sao, ông chỉ lắc đầu không nói và lại càng khóc to hơn, ông vẫn... quì phục ôm chân tôi mà hôn túi bụi từ trên xuống dưới từ dưới lên trên. Ông hôn cuồng nhiệt như muốn ăn tươi nuốt sống con mồi. Ơ hay cái ông này, từ trước tới nay có bao giờ... Tây như thế này đâu, bây giờ sắp chia tay hai người hai ngả, đường đời vạn nẻo, thì ông lại sinh tật... đổi mới! Phải chi hồi nào tới giờ ông cứ bình thường như thiên hạ, đừng bày đặt "cách mạng cách miếc", ai sao tôi vậy, ai làm kiểu nào tôi làm theo, sống kịp với trào lưu thì có gì phải đổi mới nới cũ.

Tôi quýnh quáng vì thời gian cấp bách, còn nhiều thủ tục xuất cảnh trước khi lên phi cơ, văn phòng dịch vụ đã dặn dò không được trễ. Tôi dìu ông đến chiếc... ghế bành da của ông nhưng ông không ngồi lên mà vẫn cứ phủ phục dưới đất. Ôi, tại sao đàn ông họ lại cứ thích quì dưới chân đàn bà mà hôn mà khóc nhỉ? Tôi bối rối không biết giải quyết ra sao, tôi cũng khóc hu hu. Ông không lên ghế bành làm tướng tư lệnh Mỹ thì tôi phải tụt xuống đất với ông, tôi cũng quì sụp với ông. Hai đứa quì dưới đất ôm nhau khóc lóc thảm thiết. Người lái xe của văn phòng dịch vụ đến đón tôi, thấy vợ chồng quì dưới đất ôm nhau khóc thì tỏ vẻ ái ngại. Anh ta nói:

– Sửa soạn đi kẻo trễ chuyến bay, còn phải tính đến khoản lỡ dở dọc đường nữa bà chủ ạ.

Tôi quệt nước mắt:

– Xin cho chúng tôi năm phút nữa được chứ ạ.

Anh ta xách túi hành lý nhỏ của tôi ra xe. Con gái tôi nó dặn dò là hãy ra đi tay không. Sang bên đó nó sẽ lo cho đủ hết, kể cả quần áo và các thứ đồ dùng lặt vặt. Nó nói hãy để lại tất cả. Kỳ nhất là đừng có mang theo tranh sơn mài, cho không ai lấy, mà để lại thì garage nhà nó đã chật. Phải rút kinh nghiệm năm 1975 bà con miền Bắc vào thăm bà con Miền Nam mang theo chiếu và bát sành ăn cơm vì nghe báo đài nhà nước nói trong ấy nghèo "không có bát mà ăn, không có chiếu mà nằm!" Bột sắn cũng đừng mang theo, quan thuế Mỹ lại tưởng lầm bạch phiến báo động tùm lum rắc rối sự đời. Tiền bạc còn thì để lại cho bố. Khoản này tôi không nghe lời nó, tiền đô la của tôi, tôi mang đi hết. Tiền bạc thì có nặng nề gì mà ngại, chịu khó một tí sang bên đó còn có chút đỉnh dằn túi mà thuê...xe xích lô đi tìm người tình.

Tự nhiên tôi hết khóc và ông chồng tôi cũng nín luôn. Cả hai đều đứng dậy. Tôi bước đến bên ông, ôm ông hôn nhẹ nhàng như tôi vẫn thấy trong phim truyện của Mỹ.

Chồng tôi đứng bất động. Khi tôi bước ra cửa, ông nói nhanh:

. – Em nhớ thỉnh thoảng gửi... tiền về cho tôi!

Trên đường lên phi trường, người lái xe hỏi tôi:

– Sao bác trai không đi cùng mà ở lại?

Tôi nói:

– Ông ấy còn bận việc nhà nước, còn yêu chủ nghĩa xã hội, còn nhiệm vụ đảng, không nỡ rời bỏ quê hương.

Anh ta nói:

– Tôi làm nghề chuyên đưa người qua sông, tôi không qua sông được, nhưng vẫn mong ai qua được thì qua, qua được người nào đỡ người đó. Chúc bà thượng lộ bình an.

6

Cuối cùng thì tôi cũng sang được nước Mỹ. Cuối cùng thì tôi cũng tìm đến được cái xứ sở có chàng cư ngụ, cái xứ sở mà bên nước tôi và có lẽ nhiều nước nữa trên địa cầu này rất nhiều người thèm muốn được đến cư ngụ.

Mới ngày nào tôi còn là "cháu ngoan bác Hồ", quàng khăn đỏ, cầm cờ đỏ. Mới ngày nào tôi còn là nữ thanh niên xung phong, rồi là nữ bộ đội, là nữ đảng viên, cầm súng AK theo đoàn người vô Nam chống Mỹ cứu nước! Vì tôi thuộc thành phần giai cấp vô sản, bị bóc lột. Mẹ tôi đi ở, không có chồng nhưng có con là tôi. Lý lịch của tôi là như thế.

Nhưng phải kể trước đó nữa, gia đình tôi sinh sống nhiều đời ở thủ đô Hà Nội, năm 1954 cha mẹ tôi bị triệt hạ vì thành phần tư sản mại bản, các anh các chị tôi lưu lạc tứ tán ở các nông trường hoặc khu kinh tế mới miền núi. Chỉ có tôi còn bé được bà vú nuôi nhận làm con đem đi chỗ khác nên thoát thân ở lại và dần dần nhập cuộc biến thành đứa con gái mặc quần áo kaki của chế độ. Sau này tôi mới biết được cái dĩ vãng ấy. Vú nuôi tôi và cũng là mẹ tôi mãi đến khi bà sắp qua đời, mới nói cho tôi biết quá khứ dòng dõi của tôi. Bà kể rằng sau khi gia đình tôi bị triệt hạ, bà đã bế tôi đến xin tá túc trong một nhà dòng nữ tu để mẹ con có cơm ăn. Các nữ tu cũng bị làm khó dễ, người nào không chịu được thì trở về quê quán, người nào kiên trì giữ vững ý nguyện tu hành ở lại thì bị bắt làm tất cả những công việc của một người dân ngoài đời. Các nữ tu cũng phải lao động sản xuất, đi cày đi cấy, đi may đi dệt, đi hốt rác đổ thùng... việc gì họ bắt làm các nữ tu cũng làm hết. Và có người đã được công đoàn cấp giấy khen "lao động tiên tiến", "bàn tay vàng" thợ dệt... Nhà dòng cũng còn phải tham gia phong trào văn nghệ tự biên tự diễn của thành phố, báo đăng hình nữ tu dòng "Mến Thánh Giá" biểu diễn vũ điệu "Hội Nghị Diên Hồng" trên sân khấu, cô nữ tu mặc võ phục tuốt kiếm hô " Toàn dân nghe chăng, sơn hà nguy biến..." Và vì thế nhà dòng mới đứng vững và tồn tại được giữa lòng cái xã hội chỉ chăm chăm tìm mọi cách tiêu diệt các tôn giáo.

Mẹ tôi núp trong đó nuôi dưỡng tôi đi học và lớn lên. Nhưng bà không giữ được tôi cho riêng Bà mà phải để cho tôi gia nhập vào các tổ chức khu vực và thành phố. Khi tôi biết được quá khứ đời mình thì tôi đã trở thành tôi như thế đó.

Cái quá khứ ấy khi còn ở trong nước tôi chỉ nói cho một mình chàng biết. Tôi muốn chàng rõ gốc gác đích thực của tôi để chàng không nghĩ tôi là một người cộng sản "bôn sệt"! Nhân dịp đó chàng cũng nói cho tôi rõ cái quan niệm của chàng về chiến tranh và hoà bình. Chàng bảo tôi rằng cuộc chiến không thể kéo dài mãi, cần phải chấm dứt nó, ở trong nước cũng như ở ngoài nước nhiều người đã nghĩ như vậy. Nhưng để chấm dứt cái cuộc chiến huynh đệ tương tàn đã tốn quá nhiều xương máu ấy thì phải có một bên thua. Ai chịu làm bên thua đây? Bên nào chịu nhục đây? Không tìm ra cách giải quyết! Cho đến năm 1975, tội lớn nhất của Việt Cộng là đã thắng trận, và chiến công lớn nhất của Việt Nam Cộng Hòa là thua trận! Chiến tranh chấm dứt nhưng nhiều người Việt Nam không thể ở lại quê hương, buộc lòng phải tìm nơi khác cư trú, và theo thông thường của lịch sử những người ra đi là mất. Còn những người ở lại hay không đi được sẽ bị hủy diệt. Chế độ cộng sản trong nước cũng sẽ bị hủy diệt và những người ở lại sẽ bị hủy diệt theo với nó để cho một tương lai khác. Cái tương lai khác cho Việt Nam ấy phải cần tới thời gian gấp hai lần thời gian chế độ cộng sản tàn phá giống nòi. Nghĩa là, chàng nói với tôi, cần tới cả trăm năm để cho cái ám khí quỉ quái phai nhạt đi và để cho luồng sinh khí mới phục hồi. Đừng quên với điều kiện là trong thế kỷ ấy cần phải có một chính sách giáo dục dựa trên nền tảng dân tộc, nhân bản và khai phóng. Rồi chàng bảo tôi đi hay ở cũng thế mà thôi. "Cả em nữa, em ở đâu thì cũng sẽ mai một".

Tôi suy ngẫm mãi lời chàng chỉ ra cho tôi và tôi hiểu được chàng nhiều hơn.

Tôi nghe máu trong huyết quản mình dị ứng với những lề lối của những cung cách văn hoá xung quanh. Người mà tôi dị ứng trước nhất là anh chồng bộ đội của tôi. Tôi đã lấy anh vào cái thời kỳ con gái gào thét lên những khẩu hiệu chính trị. Tôi bị cuốn hút theo cuộc sống của đoàn âm binh. Lấy anh, sống với anh, làm theo anh, và sòn sòn có con với anh một cách rất là vô thức. Anh hơn tôi nhiều tuổi, anh lại đi cầm súng bắn nhau trước tôi nhiều năm, cho nên lúc nào tôi cũng coi anh như kẻ dẫn

394

đường, ngay cả việc vợ chồng tôi cũng hùa theo anh. Không coi chính sách ba khoan ra gì cả. Gặp là lấy. Lấy là chửa. Đầu năm đẻ. Cuối năm lại đẻ. Vừa đẻ xong mới trở về nhà chưa kịp hoàn hồn anh ta đã lại vật ra, nói kiêng cữ cái gì, lỡ bị điều đi Nam thình lình thì sao, tôi líu ríu theo sự chỉ đạo của anh, để cho anh sử dụng liên tu bất tận... Đẻ đứa thứ ba hoảng quá phải đi bệnh viện xin... cột lại.

Vào Miền Nam, nhìn xã hội khác lạ hẳn, tôi mới thấy trong tôi có cái gì... vỡ ra! Nhìn xung quanh cũng vậy, tôi thấy nhiều kẻ bị trói lâu ngày nay họ muốn bung ra và nhiều đứa đã bung ra. Theo đuôi cuộc xâm lăng Căm Bốt, chợt kiếm được nhiều tiền một cách dễ dàng và trở thành giàu có, tôi mới khám phá ra rằng cuộc sống không phải như cái khuôn mẫu giả dối người ta đặt ra bắt mọi người phải theo. Và tôi nổi dậy.

Biến cố sét đánh kinh hoàng tiếp theo là lúc tôi gặp... chàng trong nhà tù. Người tình không phải là anh đàn ông vẫn ngủ với tôi, anh ta cũng không phải là người chồng. Người tình, người chồng, phải là chàng, người tù khổ sai nhưng vẫn có phong cách riêng không phải là tù. Tôi không hiểu được tại sao người ta lại có thể đang tâm nhốt một người như chàng. Tôi cũng không hiểu và cũng không thể giải thích được vì sao mà tôi mê mẩn chàng đến thế. Ôi, tôi ước ao đổi tất cả để có được chàng cho riêng mình.

Nhưng chỉ ước ao thế thôi chứ đời tôi kể như đã lỡ! Tôi đã là một người cộng sản rạc rầy, vùng vẫy thoát ra khỏi nó mang theo rất nhiều thương tích. Tôi đã bỏ chồng, bỏ con. Tôi đã ngoại tình, đã lăng loàn "đĩ ngựa" với đời, trong khi tôi chỉ muốn đĩ ngựa với chàng, bởi vì tôi nghĩ yêu ai là... đĩ với một mình người đó. Tôi đã bỏ quê hương ra đi tha phương xứ người! Tôi không còn có thể trở lại làm một cô gái của Hà thành ngàn năm văn vật, nơi dòng họ tôi truyền đời và là nơi tôi được sinh ra. Cũng như tôi không còn có thể tìm lại được Mẹ Vú của tôi, Bố Mẹ đẻ của tôi, anh chị em của tôi... Tất cả đều đã mất hết. Và chàng, chàng cũng đã an bài trong gia đình của chàng. Sang tới Mỹ thì tôi mới thấy rõ được sự ấy. Tôi không thể "mua" được chàng, tôi càng không thể giật được chàng. Không, không cách nào tôi có được chàng. Mãi mãi...

Tôi lìa bỏ quê hương được gần một năm thì con gái tôi nó nhận được email của bố nó gửi cho như sau:

"Gửi con gái,
Bố nay chỉ có một mình. Bố một mình vì má con đi rồi. Bố một mình vì con đã là dân nước khác. Bố một mình vì hai em con vẫn còn ở trong tù. Và bố đã xin nghỉ việc ở kho quân nhu. Đi sớm về sớm, con ạ.

Ai muốn làm gì thì làm. Nhưng bố đã mua lại ngôi nhà của mẹ con bán cho anh thương binh mù, nghĩa là một lần nữa dọn nhà. Anh ta trở về căn nhà tôn cũ của anh ta trong làng phế binh, sống nương tựa vào một người đàn bà làm nghề chủ chứa. Đứa bé thì người ta đã đem gửi nó vào viện mồ côi. Bố dọn trở lại ngôi nhà có vườn tiêu, nay đã xây dựng lại "đàng hoàng hơn to đẹp hơn gấp mười lần" ngôi nhà của má con cũ từ thời tư bản chủ nghĩa.

Đời sống của bố bây giờ "tiêu chuẩn" cũng khá cao, không thua gì các anh lớn. Nói má con đừng hỏi bố tiền ở đâu ra, cứ xem đó là thành quả cách mạng. Ở bên đó mẹ con đùm bọc nhau mà sống, má con còn trẻ đẹp, chưa đến tuổi ăn tiền già thì trong khi chờ đợi hãy ăn tiền bệnh. Hóa ra má con mới đích thực là kẻ "chống Mỹ cứu nước" trọn cuộc đời.

Bố vẫn hút thuốc lào và uống rượu rắn. Ở không nên những dịp lễ lớn, bố mặc quân phục kaki, đi giày da đen, đeo lon đỏ, cài huân chương vàng, đội mũ "cát két", tham dự, ngồi trên lễ đài nhìn xuống, có lúc nghĩ rằng cuộc chiến tranh dai dẳng vừa qua thật kỳ lạ. Gần nhà mình, bên kia xa lộ có cái nghĩa trang đã bị phá phách, pho tượng "Thương Tiếc" nổi tiếng một thời đã bị triệt hạ, sau đó phía bên này đường mọc lên một cái nghĩa trang khác với tượng đài "Liệt Sĩ" to hơn làm bằng vữa. Hôm qua bố đi tham quan cái nơi chốn bố sẽ dọn đến lần tới đó, nhìn những nấm mồ san sát nhau bố nghĩ nhờ Trời mình có ngôi nhà "to đẹp" như các "anh lớn" ở đời này, nhưng chẳng thể chen chân vào nơi Lăng tẩm hay nghĩa trang Mai Dịch ở mãi tận ngoài Hà Nội mà trú ẩn cho đời sau. Bèn thầm van vái mai này đừng xảy ra nữa một cuộc cào bằng ở bên này xa lộ như đã xảy ra ở bên kia xa lộ. Trước sau gì cũng đến phiên cả mà thôi.

Dù bố có thế nào đi nữa thì bao giờ con cũng vẫn là con của bố. Không sửa lại được, không nói khác được. Và con còn là con của gia đình có công với cách mạng. Có điều bây giờ đất nước thống nhất thì gia đình ly tán, muốn đoàn tụ phải lưu vong. Nhưng bố rất hãnh diện vì con, không chỉ có má con hãnh diện vì con.

Khi nào có dịp về thăm quê hương thì con cứ về nhà... bố mà ở, tiện nghi "hiện đại" còn hơn phòng khách sạn năm sao tiêu chuẩn quốc tế trên Sài Gòn. Bố có điện thoại cầm tay, tại nhà thì có téléphone, máy vi tính... Mặc dù bố chẳng biết một tí tiếng Tây, tiếng Mỹ, tiếng Tàu, tiếng Nga... nào để mà đọc được những trang trên màn hình, nhưng khởi đầu sự nghiệp cách mạng là một kẻ ở đợ, mù chữ, được "bình dân học vụ" vỡ lòng, "i ngắn có chấm, tờ dài có ngang", đến bây giờ lên mạng internet, thì kể như là có... tiến bộ! Nhà cửa bày biện sang trọng kịp trào lưu là theo đúng nội dung "khoa học kỹ thuật" trong "ba dòng thác cách mạng" mà thôi con ạ!

Bố tạm "chấm cơm" ở đây, mong hai mẹ con được sung sướng."

■

Đám tang được tổ chức theo ý của chàng. Vợ con và các cháu nội ngoại của chàng cùng một số họ hàng thân quyến dự lễ cầu nguyện rồi hỏa táng. Hũ tro cốt của chàng sẽ được đưa về Việt Nam đặt ở giữa hai ngôi mộ thân phụ và thân mẫu của chàng tại một làng quê Miền Bắc, nơi chàng sinh ra. Tôi đến dự lễ hỏa táng và ngồi ở hàng ghế cuối cùng nhìn lên. Tấm ảnh của chàng phóng lớn trên bàn thờ khói hương đèn nến và các vòng hoa tang bày xung quanh. Tôi nhìn chàng trong ảnh và gia đình vợ, con, cháu của chàng đứng xung quanh. Tôi khóc một mình tôi. Tôi yêu chàng một mình tôi. Tôi nhớ lại những lời chàng nói với tôi về vấn đề chiến tranh, hòa bình và chuyện đi hay ở quê hương hay lưu đày, tôi hiểu tại sao chàng lại muốn tro cốt của chàng được chôn vùi cùng đất cát nơi quê nhà cho những trăm năm tới.

Tôi tìm đến được nơi đây để kịp âm thầm tiễn đưa chàng trở ngược về quê cũ, nơi mà tôi mới bỏ lại để ra đi!

(Boulder 2000)

PHẦN 5

MIẾNG

Cơn Sốt (3)

Tôi nhẹ nhàng bốc lên cao ra khỏi ông. Tôi bay lơ lửng xung quanh căn phòng mổ nhìn xuống cái thân xác tô hô trần truồng một đống của ông. Vẫn thở đều đặn. Vẫn còn gọi là sống nhưng ông chẳng thể biết gì. Cái ông xấu xí nằm thản nhiên không một ý thức, không một thái độ, không một lập trường, không một cảm xúc... Một xác sống giống một xác chết. Một xác sống không phải là sống. Một xác sống vô ích. Một cái xác... chưa chết. Vì ông không có tôi trong ông. Tôi và ông lúc này đây đã cách lìa nhau và chúng ta không thể được coi là một con người sống. Ông hữu hình nằm đó mọi người đều thấy nhưng ông không biết gì. Tôi vô hình bay lơ lửng chẳng ai thấy nhưng tôi biết hết. Chúng ta là hai cái thiếu nếu ở riêng. Chỉ khi nào hai ta gộp lại thì mới có thể thành ra một thứ gì đó. Một thứ gì đó có ý nghĩa. Chỉ mình ông thôi là vô ích. Chỉ mình tôi thôi cũng là vô ích nốt. Hóa cho nên cả hai phải nhập làm một. Không ai tự coi mình là độc lập. Không ai tự tách rời khỏi nhau. Không ai trong hai ta có thể tự mình làm nên cái này cái nọ. Cũng không ai trong hai ta một mình mà có ý nghĩa. Chúng ta là thứ vô ích một mình. Chúng ta là thứ vô nghĩa một mình. Chúng ta là thứ thừa thãi một mình. Chúng ta là đồ bỏ nếu ta đòi độc lập. Cả hai ta chẳng có tự do hạnh phúc nếu mỗi bên đòi độc lập. Ông phải có tôi nhập vào và tôi cũng phải có ông làm nơi cư trú. Chúng ta phải bám víu lấy nhau. Chúng ta phải nương tựa nhau. Chúng ta phải lệ thuộc nhau. Không có cách nào khác. Đừng bao giờ tính kế mánh khóe riêng tư. Vô ích phí phạm lập tức.

Bây giờ ông nằm đó, đủ cả ba phần, đầu, mình và tay chân, nhưng ông chẳng thể cục cựa. Ông có cái mồm nhưng ông chẳng thể nói năng nếu không có tôi nằm trong ông điều khiển cái lưỡi cũng như tôi có muốn nói cũng chẳng ra lời nếu không núp trong thân xác ông xử dụng miệng lưỡi ông. Mắt ông mở thao láo nhưng ông có nhìn thấy gì đâu. Người nữ y tá nghịch ngợm búng nhẹ vào cái sinh dục teo rụt đen đủi của ông mà đực tính trong ông có chút nào sinh động đâu, thậm chí khả năng bẽn lẽn mắc cỡ thường tình cũng không hề thấy. Thì đã bảo ông như một kẻ đã chết. Nhịp tim đều đặn, hơi thở phì phò nhưng đâu có nghĩa là ông đang sống. Vô thức thì như là chết vậy. Ông phải có tôi ở trong ông. Phải có tôi ở trong ông thì mới biết được cô ý tá đã làm gì và chúng ta mới biết cảm xúc. Tôi đang thấy tất cả nhưng tôi không cảm xúc được.

Tôi thấy căn phòng mổ rộng rãi hơn các căn phòng khác. Phòng bệnh nhân nằm điều trị cũng như các căn phòng làm việc của nhân viên bệnh viện đều được xây dựng nhỏ bé, cái gì và chỗ nào cũng chỉ như vừa khít. Nhưng căn phòng mổ này thì rộng rãi thênh thang, có lẽ để cho toán giải phẫu và các sinh viên y khoa thực tập có chỗ bao quanh xoay xở. Cái bàn mổ nằm ngay giữa phòng. Phía trên là chùm đèn chiếu, loại đèn người ta gọi là không hắt bóng. Đầu bàn mổ cũng có một cây treo bình nước truyền thuốc. Một chiếc máy truyền hình sẽ soi buồng bụng ông lên đó. Bác sĩ chưa đến, trong khi ấy các y tá sắp đặt các dụng cụ phẫu thuật sẵn sàng, để khi bác sĩ tới là có thể khởi đầu ngay một cuộc phanh thây. Tôi sẽ bay quần quần trên này để... xem, như là ngày xưa ông bay trực thăng quần quần trên không theo dõi quân lính của ông đánh trận bên dưới.

Ngày xưa ông trên cao điều khiển. Bây giờ ông nằm một

đống. Nhưng bao giờ ông cũng hữu hình bao giờ ông cũng có mặt. Tôi thì bao giờ cũng là vô hình, xưa cũng như nay bao giờ tôi cũng là kẻ vắng mặt. Vì ông hữu hình nên ông hứng nhận cả vinh quang lẫn khổ nhục. Ông hưởng đủ sung sướng cũng như đau khổ. Ông che đậy bằng quần áo đẹp còn tôi trong suốt. Ông ăn những của ngon vật lạ, sơn hào hải vị, còn tôi chỉ thưởng thức chút hương hoa lấy thảo. Ông ôm người đẹp cụ thể trong vòng tay còn tôi thì chỉ bay lượn rạo rực, lãng mạn, không tưởng. Không biết ông còn nhớ những bà Ph, bà Ch, bà Th, bà H, bà K, bà M, bà V, bà L... ối nhiều lắm, có thể ông chẳng nhớ hết nhưng tôi thì còn nhớ rõ mồn một từng người, dù rằng ông mới là kẻ thưởng thức chứ không phải tôi. Có thể ông đã quên, cũng có thể ông chỉ nhớ mang máng, nhưng tôi thì còn nhớ rõ, các bà ấy bây giờ đều đã là những bà lão sống rải rác khắp nơi trên thế giới. Bà thì đang sống vương giả với tài sản bên Tây, bà thì đang sống bằng tiền hưu bên Mỹ, cũng có bà đang sống trong nhà già, có bà còn kẹt lại nơi quê nhà trong cảnh nghèo nàn cơ cực... Ông có còn nhớ bà nào không? Các bà ấy cũng có còn nhớ tới ông không? Có bà nào giờ này biết rằng ông đang nằm trên bàn mổ. Giờ này ông có nhớ đến họ hay là họ có nhớ đến ông thì cũng đều là vô ích với tư cách hữu hình. Họa may chỉ còn có tôi và linh hồn các bà ấy có thể liên hệ với nhau, dĩ nhiên cũng chỉ ở trong cõi u minh không thật. Những thân già của ông cũng như của quí bà ấy bây giờ đều là bất lực, là vô ích, là thừa thãi... Cứ nghĩ mà coi, này nhá, cái khối da thịt xương của ông bây giờ chứa đựng những gì bên trong? Toàn là những thứ khó ngửi. Đầu tóc ông sinh ra gầu. Mắt ông đùn ra ghèn. Mũi ông hỉ ra cứt mũi. Lỗ tai ông có ráy tai. Miệng ông tiết ra nước miếng và đờm. Da ông rịn mồ hôi. Bộ phận sinh dục tè ra nước tiểu hoặc phun ra tinh dịch. Hậu môn thải ra phân... Tất cả những thứ từ trong người ông tiết ra đều là những thứ dơ dáy. Vậy mà cái thân xác ấy đã có những thời lãnh nhận vinh quang cao cả, quần là áo lượt, cân đai mũ mãng, son phấn rực rỡ, bằng cấp huân chương... làm thành ra cái xã hội muôn mầu muôn vẻ cũ kỹ từ tạo thiên lập địa cho đến bây giờ và sẽ còn tiếp diễn cho đến mãi mãi đời sau nếu không có đấng tạo hóa nào đó... chấm dứt nó đi.

Nói là nói thế thôi, ông cũng đừng để tâm hay buồn phiền làm chi những cái vớ vẩn ấy của cuộc đời, bởi vì khắp "bàn dân thiên hạ" ai ai cũng đều thế cả. Cái thực chất, cái cốt lõi, cái cơ bản...của các sinh vật đều là thế cả. Nội dung chính yếu là thối tha. Vĩ nhân hay mỹ nhân, thánh sống cao cả hay phàm phu tục tử cũng đều phải ăn phải uống và đương nhiên là phải bài tiết. Ông không cô đơn làm kẻ thối tha. Các sinh vật khác vì chúng là hạ đẳng không có ý thức, không văn minh nên trời sinh ra sao chúng cứ sống in như vậy, con người các ông thuộc giống thượng đẳng, có ý thức, dần dần văn minh, biết tìm ra đủ mọi phương cách, chế ra đủ thứ mánh mung, để che đậy thối tha, giấu giếm cái xấu, tô đẹp bản thân, làm dáng bề ngoài. Nhưng thực chất bên trong thì vẫn vậy. Con chó ỉa xong không chùi đít. Con người làm xong cái phận sự ấy thì đã biết lau chùi tắm rửa, dùng hóa chất tẩy sạch mọi thứ ô uế bên ngoài, xức "nước hoa hảo hạng", "dầu thơm đắt tiền". Con người còn biết cải trang xấu thành đẹp. Hút mỡ bụng. Căng da mặt. Xâm chân mày. Cắt mắt. Viền môi. Độn mũi. Bơm ngực. Đắp mông. Cắt. Gội. Sấy. Chải. Nhuộm. Uốn... Toàn thân phủ lên những vải vóc màu sắc kiểu cọ... Tất cả, vâng tất cả đều để che đậy cái thối tha bên trong mà thôi. Ở trong các trại giam của cộng sản, chúng tước đoạt hết tất cả các thứ của tù nhân, ăn cũng chỗ ấy, ngủ cũng chỗ ấy, ỉa đái cũng chỗ ấy, không nước rửa, không giấy lau, đói lả người ra thì chúng phát cho củ khoai củ sắn, thế là tất cả mọi giá trị của cuộc đời đều tụ vào cái thứ có khả năng làm cho người ta đỡ đói ấy. Danh dự, đạo đức, sang trọng, cao cả đều sàn sàn bằng nhau. Thơm tho ngang bằng với thối tha. Ông cụ ạ!

Chúng ta đang dang nhau ra. Không biết tạm thời hay vĩnh viễn. Có Trời mà biết được. Khi nào thì tôi và ông lại nhập vào nhau. Con người họ cậy là biết tất cả, các nhà khoa học đều đã biết hết và có thể điều chỉnh cho hai ta dang nhau lâu mau rồi cho nhập lại. Họ có thể bắt ông hôn mê bao lâu đủ thời giờ để làm công việc "phanh thây", xong mới cho ông "tỉnh" lại. Nghĩa là họ có thể định cho chúng ta xa nhau bao lâu rồi cho tôi nhập vào với ông để chúng ta lại trở nên như một. Tất cả chỉ là vấn đề liều lượng của thứ thuốc mê nhân tạo. Họ làm được hết. Thế nhưng thử hỏi nếu như tôi mải mê bay đi mà quên mất đường về, mê gái chẳng hạn..., ừ, nếu như tôi không tìm ra lối nhập trở lại với ông... thì sẽ ra sao. Thuốc mê tan hết nhưng ông không "tỉnh" lại được thì sẽ ra sao? Tôi với ông tuy hai nhưng phải là một. Rời nhau là chết ngắc. Con người cho chúng ta rời nhau dễ dàng rồi lại cho chúng ta gộp lại cũng rất dễ dàng, nhưng cũng là tại hai ta, nếu như một trong hai ta phản đối, đúng ra lỗi tại tôi, ông chẳng can dự gì, thì đã bảo thân xác ông chỉ biết ăn, ngủ, đ..., ị..., lui cui làm hoài không cần phải có sáng kiến lãnh đạo gì cả..., ừ, nếu như tôi đình công phản đối thầy thuốc, không chịu thuần phục khoa học của con người, tôi chần chờ không trở lại chốn cũ... thì kể như hóa kiếp chúng ta. Ông sẽ thối xác, còn tôi thì đi làm một kiếp ma đói lang thang vất vưởng biết tìm đâu ra một cõi khác dung thân.

Ông nằm đó. Tôi bay lượn trên cao. Theo chương trình giải phẫu thì ông sẽ mê hai giờ đồng hồ. Trong đó dành từ 45 phút đến một tiếng để các bác sĩ làm việc. Một phần thời gian trước đó cho các chuyên viên chuẩn bị và một phần để ông nằm nghỉ ngơi chờ hồi tỉnh. Trong hai tiếng đồng hồ con người định cho ông mê đi để khỏi đau đớn trong mổ xẻ là thời gian tôi được giải phóng, tôi thoát ra khỏi ông, tôi tự do bay bổng. Hai giờ đồng hồ trần gian ấy của ông, đối với tôi có thể là hai thiên niên kỷ, hai ngàn năm qua đi, bởi vì tôi có thể biến hóa khôn lường, tôi chợt đến rồi chợt đi, chợt ở nơi này chợt ở chỗ khác, chợt bây giờ và có thể chợt lộn về quá khứ xa xưa. Tôi có thể đi cùng trời cuối đất. Tôi có thể có mặt ở khắp các thời đại. Ông là xác phàm. Tôi là hư vô. Ông nằm đấy cho người ta mày mò, mâm mê, cắt xẻo... Tôi sẽ lang thang khắp thiên đàng, địa ngục, cũng như nơi trần thế. Tôi muốn đi đâu thì đi. Tôi muốn ở đâu tùy ý. Hai giờ đồng hồ của ông sẽ là hai ngàn năm của tôi. Tôi tự do. Tôi rộng chân rộng cẳng. Tôi phiêu bồng, lang thang khắp chốn. Tôi muốn làm gì thì làm. Tôi muốn đi đâu thì đi. Tôi hét lên thật lớn. Ta tự do. Ta hoàn toàn tự do. Ta sẽ hành động. Ta sẽ xử. Ta sẽ giải quyết. Ta sẽ khởi đầu và ta cũng sẽ kết thúc. Cho mà biết...

■

Tự nhiên ông ôm bụng kêu đau. Lúc đầu còn đau hơi hơi, ông ráng chịu được, sau mỗi lúc mỗi đau hơn, chịu hết nổi, ông phải buông cái máy điện toán, ông phải rời bỏ cái màn hình, lọm khọm đi ra cửa sau gọi bà lão ngoài vườn vào... cứu. Nếu không bị cơn bệnh nó hành thì ông đâu có nhớ tới bà. Suốt ngày ông mải theo mê cung những chuyện trên trời dưới đất, mặc cho bà lão tự do cũng đang mải mê cùng hoa lá cành nơi thửa vườn của bà. Lúc đầu nghe ông gọi bà lão vẫn tỉnh bơ ư hử, việc ai người ấy làm, việc ông ông lo, trò chơi của bà bà theo đuổi, không có kêu réo gì cả. Sau nghe ông rên rỉ thảm thiết, lại còn nghe ông xẳng giọng nổi nóng "Đau quá! ", bà lão chột dạ, quăng cái cào cỏ, đi vào nhà thì thấy ông chồng yêu quí của mình nằm lăn quay nơi cửa sau. Bà hoảng hốt đỡ ông vào giường rồi gọi điện thoại cho các con. Anh này được tin mẹ báo xong gọi cho anh khác, chỉ trong một lát, đàn con đông đảo của ông bà rải rác khắp nơi đều biết tin bố bị bịnh phải đưa đi cấp cứu. Người đến trước bèn chở bố đi bệnh viện. Ở phòng cấp cứu một lát thì đàn con cũng kéo tới đông đủ. Họ thì thầm hỏi nhau. Ông được chích thuốc giảm đau cho nên ông nằm yên được và các biện pháp xét nghiệm tiến hành: Đo nhiệt độ, đo áp huyết, thử máu, thử nước tiểu, chụp quang tuyến lồng bụng ông... Đến tối thì bác sĩ đã có thể kết luận là túi mật của ông có ba cục sạn nó làm cho mật sưng lên, phải mổ gấp cắt bỏ nó đi.

Từ xưa nay ông là kẻ nhát gan, rất sợ mổ xẻ, nghe nói đến mổ là ông phát khiếp. Nhưng sợ hãi cũng phải chịu, càng sợ càng phải chịu. Hồi chiến tranh Việt Nam ông đã bị mổ bụng lấy ba mảnh đạn ra, bây giờ còn để lại nơi bụng ông một vết sẹo to và dài suốt từ trên xuống dưới hình chân rết, trông như bụng ông có gắn cái khóa zipper. Hồi đó ông cũng đâu có quyền chịu hay chẳng chịu. Ông bị đạn ngoài chiến trường, người ta tản thương chở ông về Tổng Y Viện Cộng Hòa, bác sĩ khám xét xong đẩy ngay vào phòng giải phẫu, các "tay đao" chuyên nghiệp cừ khôi của quân y Quân Lực Việt Nam Cộng Hòa ra tay. Nhanh. Gọn. Nhẹ. Lập tức. Cấp kỳ. Chẳng cần hỏi ý kiến ông, mà ông cũng có biết gì nữa đâu mà phát biểu ý kiến. Khi ông tỉnh ra thì mọi chuyện đã xong xuôi, cuộc giải phẫu hoàn thành mỹ mãn, ông thoát chết, may phước chứ còn sợ hãi với chịu hay chẳng chịu gì nữa. Nhân đây, phải nhiệt liệt vinh danh các vị bác sĩ quân y QLVNCH, là những thầy thuốc được đào tạo trong cuộc chiến Việt Nam và đã trưởng thành nghề nghiệp trong cuộc chiến ấy. (Nhiều lắm, nhưng tôi giúp ông nhắc tới vài vị đã có liên hệ đẹp với ông để ông nhớ làm kỷ niệm. Ông đốc Nguyễn Đình Văn, ông đốc Tôn Thất Sang...) Họ trưởng thành trong gian nguy, trong máu lửa, mà không có ngành y khoa nào trên thế giới có cơ hội như họ. Phải nhìn nhận rằng cuộc chiến Việt Nam đã làm đui chột đi nhiều giá trị, nhưng cuộc chiến ấy cũng đã rèn luyện được những nhân tài và làm giàu thêm những giá trị khác, trong đó có trình độ y khoa điều trị ngoại thương. Chiến tranh khốc liệt từng giây, từng phút, từng giờ, từng ngày, từng tháng, từng năm... đã tấp nập đem về các trạm xá, các quân y viện, lớn, nhỏ, khắp các quân khu, những thương binh đủ loại, cho các quân y sĩ... thực tập. Chắc cũng có những oan uổng rủi ro, nhưng những rủi ro oan uổng đó cũng đã góp công đào tạo! Này ông, tôi nói như thế, về phần thân xác ông, ông thấy thế nào? Ông có góp phần không?

Một người nằm cho một người khác xắn tay áo, cầm dao, quơ quơ, rồi mổ đánh xoẹt banh bụng mình ra gắp những mảnh đạn chiến tranh vứt vào thùng rác, cứu mạng mình, thì ai là kẻ đóng góp.

Vết sẹo hình con rết to tướng nằm dài trên bụng ông đã khiến các nhà y khoa trẻ tuổi tài ba của nước Mỹ ngạc nhiên. Họ không hiểu được tại sao trước kia lại phải mổ banh bụng to đến thế. Bởi vì y khoa ngày nay mà họ được dạy dỗ đã có những tiện nghi máy móc khoa học tân kỳ và những phương pháp y khoa điều trị mới lạ. Bác sĩ không còn cần phải mổ banh bụng bệnh nhân ra mới có thể cắt bỏ hay khâu vá những gì trong đó. Bây giờ người ta chỉ cần khoét vài ba cái lỗ, nhét vào trong đó những dụng cụ, rồi các bác sĩ dùng remote control điều khiển các dụng cụ cắt, hút, bắn phá, khâu vá, hàn gắn... theo hiện trường trên màn hình TV. Giải phẫu xong bệnh nhân không có con rết nào ở bụng, nhưng có thể có thêm vài ba cái rốn nữa. Ông thì đã có một con rết to tướng ở bụng kỷ niệm cuộc chiến đã qua, lần này ông chỉ thêm rốn cho đủ dấu ấn của các thời đại. Những chàng trai trẻ râu xồm tài ba sẽ làm cho ông những cái rốn mới nhưng họ lại rất ngạc nhiên trước con rết không cần thiết, vì thế họ gọi nhau đến xem, cũng là nghiên cứu học tập mà thôi.

Những chàng trai trẻ tài ba thay phiên nhau từng thế hệ làm việc xây dựng nên một cường quốc hàng đầu thế giới. Họ sinh ra trong một xã hội có truyền thống tự do vững vàng, họ tự do học hành, họ tự do phát biểu, họ tự do hành động, họ tự do sống... cho nên vào cái thời kỳ ông cùng với những đồng minh tham chiến chống chủ nghĩa cộng sản tại chiến trường Việt Nam, vào cái lúc ông nằm trên bàn mổ ở Tổng Y Viện Cộng Hòa cho các bác sĩ quân y mổ bụng, thì ở Nữu Ước cũng có những chàng trai trẻ biểu lộ sự chống đối cuộc chiến đó bằng khẩu hiệu "Makes love, not war". Nằm trong quân y viện đọc báo thấy hình ảnh những anh biểu tình, ông bèn mỉm cười gọi họ bằng hai chữ "Cu Tý" thân ái. Phải rồi ai mà nỡ lòng bắt những thanh niên đẹp đẽ mà chúng ta thường trông thấy họ ở các trường đại học, trước các rạp hát, ngoài bãi biển... trông họ dễ thương sung sướng thế ấy, đưa họ đến những bãi lầy, những cánh rừng rậm, những rẻo núi cao, những bãi cát sa mạc... để họ đổ mồ hôi rồi hứng những phát đạn tươm máu... Phải rồi, nhìn những chàng thanh niên đang sung sướng ấy, ai mà nỡ lòng dứt họ ra khỏi cuộc tình để đẩy họ vào tầm sát hại của thần chết. Họ đòi makes love not war là đúng. Có phải thế không hả ông Lê Tất Điều? Tội lắm! Ai đang tâm... đòi kẻ khác phải từ bỏ sung sướng lao vào chốn khổ ải.

Bây giờ những chàng trai trẻ chống chiến tranh ngày ấy có người đã trở thành những nhà lãnh đạo, họ trưởng thành hơn, họ chín chắn hơn, nhưng dĩ nhiên họ cũng vẫn còn phong độ để "yêu" rất chăm chỉ, họ đắn đo trong quyết định tham chiến ở Đông Timor, thế là các cựu chiến binh, nay đã là các bác già nhớ lại chuyện cũ, bèn cầm biểu ngữ ra đường nhắc nhở "Bill, makes war not love". Ông cũng lại đang nằm nhà thương cho người ta mổ bụng, cầm tờ báo thấy hình chiến hữu già vác biểu ngữ, khoái quá ông gật gù tìm thấy kẻ đồng điệu. Ngày xưa trong chiến tranh ông thông cảm với các Cu Tý, ngày nay trong hòa bình ông cũng vẫn yêu các Cu Tý. Những Cu Tý của thời đại.

Nhìn "con rết" trên bụng ông nhớ lại hồi đó sao tôi khờ quá, tôi thoát ra khỏi thân xác ông cũng khá lâu, lần ấy không chỉ hai giờ đồng hồ mà là gần một ngày ông hôn mê đi, tôi có bằng ấy thời gian tự do song chẳng biết làm gì cứ ngu ngơ quanh quẩn bên giường bệnh với ông để chờ tới lúc đoàn tụ. Khi khôn ra thì cơ hội lại rất hiếm và rất ngắn. Thời thế mỗi lúc mỗi khó khăn. Lúc trẻ cứ bám lấy nhau chẳng dám xông pha vùng dậy. Bây giờ già khú đế cả lũ mới tỉnh ra thì đã muộn. Đừng huênh hoang nói rằng không bao giờ là muộn. Sắp hết thế kỷ, lại cũng sắp hết cả thiên niên kỷ, không muộn thì cũng chẳng còn như cũ. Sẽ xảy ra những gì? Ai mà biết được? Cơ hội đến nhưng tình thế lại đã khác. Không có cái nào giống cái nào. Không có cái dại nào giống cái dại nào. Ở đó mà nói mạnh "không muộn". Nghĩ lại hồi đó mà tôi biết thừa cơ lâu dài bay tuốt lên thiên cung, không chừng bây giờ đã có cơ ngơi trên ấy. Hồi đó mà tôi dám bỏ ông tôi đi thì nay tôi không bị mắc mứu cuộc đời trần tục thê thảm này với ông...

Trước khi người ta mổ cho ông người ta cũng phải xin phép hãng bảo hiểm sức khoẻ xem có bằng lòng trả tiền không đã rồi mới làm, không rồi ai chịu đài thọ đây. Trong khi chờ quyết định của hãng bảo hiểm, ông ráng chịu đau, ở xứ sở này nó là như vậy. Cái gì cũng phải tính thành tiền, và phải có người, có nơi, chịu trách nhiệm trả.

Khi ông sang tị nạn tại Hoa Kỳ thì các con ông cũng đã phải ký nhận đủ thứ trách nhiệm về ông kể cả đóng tiền làm hồ sơ và mua vé máy bay chở ông đi. Sự thể đâu có giản dị như ông tưởng tượng khi nằm trong nhà tù cộng sản. Hồi đó ông chỉ hiểu rất ngây ngô về chủ nghĩa thực dụng, tôi có lưu ý mà ông không nghe. Bây giờ ông mới vỡ lẽ ra rằng... chủ nghĩa thực dụng là... cụ thể. Củ khoai là củ khoai. Ông sang đây chẳng có cái "minh ước" nào giúp đỡ ông lúc đầu cũng như lúc cuối. Các con ông chúng phải lo cho bố thay vì đáng lẽ bố phải lo cho con.

Khi bệnh viện được phép của hãng bảo hiểm, cô y tá đẩy chiếc bàn nằm vào phòng, cô kiểm soát lại tên tuổi ông theo hồ sơ bệnh lý, xong cột vào cổ tay ông một cái vòng có bấm mã số của ông, ông lão nghĩ cái vòng này để... nhà xác đối chiếu với hồ sơ khi tắm liệm và di chuyển ở nhà quàn để khỏi lầm lẫn với những xác chết khác.

Cô cởi hết áo quần cho ông rồi quàng vào người ông một chiếc áo choàng nhà thương. Tháo nhẫn, đồng hồ của ông trao cho cô con gái giữ. Ông lão mủi lòng thấy là giờ... biệt ly đã tới. Con gái cưng đi theo xe Bố ra hành lang, vào thang máy, lên lầu 3, nơi có phòng mổ. Cô cầm tay Bố nói:

– Không sao đâu. Bố đừng... sợ!

Ông lão nghẹn ngào:

– Má đâu?

– Sắp tới.

Lúc đó tôi chưa ra khỏi ông. Tôi thấy ông làm phiền cuộc đời quá. Cái thân xác ông làm phiền cuộc đời quá. Ông phải ăn. Ông phải uống. Ông phải mặc. Lại còn muốn ăn ngon mặc đẹp. Với bao nhiêu nhu cầu tiện nghi phục vụ cho cuộc sống. Nào bảo hiểm sức khỏe, nào lỗ đất chôn. Rồi lại đau lại ốm, phải cấp cứu thuốc thang, bao nhiêu giấy tờ thủ tục phép tắc tốn kém tiền bạc... trăm dâu đổ đầu tằm...

Tôi nè, tôi nhẹ tênh, tôi chẳng làm phiền ai, tôi chẳng gây tốn kém gì. Tôi thênh thang trên... vạn nẻo đường đời!

■

Trên lối đi dích dắc qua các hành lang rồi chui vào thang máy lên phòng mổ lầu 3, ông hỏi con gái ông "Má đâu?", xong ông lại hỏi "Con bé đâu?" Làm như giờ phút lâm chung, trước khi qua bên kia thế giới, ông chỉ nhớ tới có hai người đó để trối trăn, còn bao nhiêu người khác, các con trai con gái ông, các bà bạn gái của ông, và tôi nữa, tôi nè, chẳng thấy ông hỏi han ngó ngàng gì tới.

Ông chỉ gọi tên vợ, tên con, tên cháu ông... lúc ông sợ chết. Ông là kẻ bạc tình. Qua cơn đau ốm, đến hồi khoẻ mạnh, ông sẽ lại chạy theo tiếng gọi của những người tình. Có thể không ai biết. Nhưng tôi biết. Ông giấu giếm được người đời nhưng ông không che mắt tôi được. Tôi không che khuất núi non và núi non cũng không che mắt được tôi.

Tôi nhắc cho ông nhớ rằng tôi là một nửa của chúng ta, ông đừng quên rằng cái nửa tôi vô hình mới là chính, làm nên tất cả; cái nửa vật chất hiện hữu của ông chẳng qua chỉ là để đứng ra làm "bảng hiệu, bằng khóan", là căn cứ cho tôi xuất chinh. Ông phải nhớ ra rằng có tôi trong ông chứ, giờ phút sắp "vượt biên" mà ông lại quên tôi, ông chỉ hỏi tới bà lão của ông, ông chỉ hỏi tới con bé cháu nội của ông. Là ông bạc. Tôi mà đi luôn là ông "tắt bếp".

Ngày hôm qua khi ông còn nằm chờ xét nghiệm, con bé nó vào thăm ông, từ trên tay bố nó sà xuống với ông thân thiết như là hai người bạn thâm giao. Mỗi tối thứ sáu hàng tuần nó được ngủ lại với nội để sáng thứ bảy nội cho nó đến nhà thờ. Con bé thấy người ta làm gì nó bắt chước làm theo, giáo dân chắp tay nó cũng chắp tay, người ta cúi đầu nó cũng cúi đầu. Khi ông nội bế cháu lên rước lễ, vị linh mục đặt miếng bánh vào lưỡi ông cho ông nuốt và làm phép dấu thánh giá trên trán nó, con trẻ thấy ông nội được ăn mà nó thì không bèn ngạc nhiên lắm. Nó nhìn miệng ông nội nhai nhóp nhép, đưa tay cạy miệng ông đòi móc bánh ra. Nội phải nuốt chửng kẻo sợ cháu móc mất. Nội bậm miệng thật chặt, cháu cố sức moi ra. Cuộc giành giật diễn ra trong yên ổn từ trên bàn thờ xuống tới cuối nhà thờ. Ông được ăn. Tất cả mọi người đều được ăn. Cháu thì không. Con bé ngơ ngác. Bà nội phê phán:

– Ông cháu làm toàn những sự không phải, thiếu nghiêm trang.

Về tới nhà ông mới cãi:

– Ông cũng đúng mà cháu cũng đúng. Mỗi người đều mỗi đúng theo cách của mình.

Đến lúc ngồi ăn sáng ở tiệm phở trên đường Bolsa, nhìn ông xúc phở cho con bé ăn, bà nội lại nói:

– Ông cháu đi nhà thờ mà như đi chơi, rước lễ mà như ăn bánh, theo đạo mà như theo đời...

Ông nội nói với con bé:

– Ông cháu mình là chính thống. Bà chỉ là nghi lễ.

Chúng ta cứ phải chính thống một cách tự nhiên.

Con bé thấy ông bà nói nó cũng é lên góp chuyện. Bà để ngón tay trên miệng suỵt khẽ:

– Không được ồn ào trong tiệm ăn. Ông phải dạy cháu.

Ông lại cãi:

– Để cho con trẻ sống tự nhiên.

Bà nói:

– No.

Con bé lè từ miệng ra tay sợi bánh phở đưa cho ông, ông há miệng nhận, bà lắc đầu:

– Khiếp. Bẩn.

Ông cãi:

– Cho con bé nó thích.

Bà phê:

– Chiều quá nó sẽ hư.

Ông phán :

– Cháu nếu hư tại bà.

Ngưng. Rồi tiếp:

– Nhưng con bé đâu có hư. Nó rất ngoan. Cháu ngoan cũng tại bà.

Lát sau:

– Chẳng qua là nó tự nhiên. Con trẻ tự nhiên là tốt, cứ để cho nó phát triển tự nhiên, bà đừng can thiệp nhiều quá.

Bà nói:

– Trăm dâu đổ đầu tầm, hư cũng tại bà, ngoan cũng tại bà.

Ông gật đầu:

– Có nghĩa là mẹ và bà có ảnh hưởng hơn hết tới con cháu. Vì thế bà và mẹ phải luôn gương mẫu.

– Biết rồi. Ai cần dạy.

– Không nhắc sẽ quên.

Lúc y tá chuyển ông lên phòng mổ không có bà mà cũng chẳng có cháu. Cả hai đều phải về nhà ngủ, khi tới nơi thì ông đã mê đi không còn biết gì nữa. Chỉ còn có tôi bay lượn thấy hai bà cháu ngồi chờ ở phòng đợi bên ngoài cùng với cả gia đình. Con bé nhảy choi choi trên lòng bà, bà thấy nó sang cho bố nó:

– Ông nội chiều nó quen rồi, phá phách quá bà chịu gì nổi. Ông làm khổ rồi đến cháu cũng lại làm khổ.

Khi con bé ôm cổ bà hôn thì bà lại khen:

– Nó giống ông nội. Cầu xin cho ông nội được chóng lành bệnh.

Ông nằm một đống bình an vô sự trong khi tất cả nhà, vợ con và cháu ông nữa bỏ hết công việc làm ăn sinh sống để đến đây ngồi lo âu, chờ đợi. Họ chẳng nhìn thấy tôi, họ chẳng biết tới tôi, vợ con và cháu ông chẳng ai biết rằng tôi nè, tôi mới chính là thực chứ không phải cái thân xác xấu xí nằm thoi thóp bất lực trong phòng mổ mà họ ra công ra sức lo âu cúc cung tận tụy phụng dưỡng. Cái thân xác xấu xí hiện diện trước cuộc đời đã chẳng làm nên sự nghiệp gì cho bản thân và gia đình, lại còn là một trong những kẻ bại trận lưu vong, để lại nơi quê hương xứ sở thảm cảnh cho những người đã trót cậy trông vào chế độ. Kẻ chiến bại bây giờ nằm đây, nằm một... đống ở đây, cho bao nhiêu người ngoài kia liên lụy. Nếu như chẳng may ông không qua khỏi con trăng này, thì cũng lại chính ông được ma chay lễ nghi an táng, với những cáo phó phân ưu chia buồn cảm tạ, hoa, đèn, phúng điếu... "Vô cùng xúc động!" Người ta làm những cái đó cho ông chứ không phải cho tôi. Nhưng rồi sau rốt thân xác ấy cũng nằm sâu trong lòng đất trong khi tôi sẽ bay bổng. Chẳng ai biết tôi nhưng chẳng lẽ tôi lại cũng chẳng biết ai. Không, tôi phải biết chứ. Tôi phải biết ông là ai và tôi là ai chứ.

Đành rằng làm thân xác thì có ăn có chịu. Xuất hiện để lãnh vinh quang cũng như nhận nhục nhằn, trong khi kẻ nép mình trong hư không chẳng phải chịu một hình phạt cũng như khen thưởng nào cả. Núp trong hậu trường có cái thân phận của kẻ vắng mặt Ánh đèn mầu chỉ chiếu ở nơi sân khấu. Khán giả cũng chỉ xem thấy những gì ở sân khấu. Thế cho nên người ta phúng điếu ông là chuyện thường tình ở huyện. Và chẳng ai nói gì đến tôi cũng là chuyện thường tình ở xã. Nhưng tôi vẫn cứ không yên lòng khi thấy vợ, con, cháu chắt ông chỉ chăm lo cho cái thân xác xấu xí của ông mà chẳng đoái hoài gì tới tôi lơ lửng quanh đây. Đâu có ai thích bị bỏ rơi. Ai chẳng thích được hưởng mà không phải chịu trách nhiệm. Ai chẳng khoái "bất chiến tự nhiên thành". Ai chẳng muốn "chỉ trỏ" là công đầu. Tôi "đánh giặc" ông nhận huy chương. Tôi "lãnh đạo" ông nhận thù lao. Chẳng qua là vì ông "mặt nổi", tôi "chìm" cho nên sự thể nó mới ra như thế. Chẳng qua là cờ không tới tay. Nhưng "được tiếng" để làm gì cơ chứ.

Giờ đây ông nằm một... đống. Còn tôi thênh thang. Và không biết sẽ còn những gì nữa xảy ra. Khi mà người bác sĩ giải phẫu vào phòng bắt đầu công việc của ông ta.

■

Ông dẫn bà lão đi thăm người cháu bịnh ung thư gan. Anh ta mới hơn bốn mươi tuổi đời mà đã gặp nạn. Khi khám phá ra trong cơ thể có nan y thì y khoa đã bất lực. Sau ba lần giải phẫu thầy thuốc lắc đầu, bảo hiểm y tế không chịu trả chi phí thêm nữa, bệnh viện đưa về nằm chờ tại gia, anh ta thiêm thiếp hôn mê, thân xác gầy gò da bọc xương, hơi thở thoi thóp, mắt nhắm lại đôi khi mở ra thì chỉ lờ đờ. Cô chú ghé lại gần gọi tên cháu, mắt cháu hé mở và chợt từ trong âm u nghe tiếng cháu thều thào hai tiếng "Thưa cô!" Bà cô bật khóc. Ông chú nghĩ ngay tới một lúc nào đó mình cũng sẽ như thế. Sẽ kiệt sức và tuyệt vọng đi dần tới chỗ giã từ. Nhưng liệu mình có thanh thản ra đi như thế được không? Liệu có sẵn sàng chấp nhận sự chấm dứt bình thản?

"Lá vàng còn ở trên cây, lá xanh rụng xuống Trời ơi là Trời... "Lá xanh bay theo gió còn cái lá vàng là ông vẫn bám được vào cành cây... Mấy hôm sau tới nhà xác thăm cháu, thấy anh ta được đặt nằm trên cái giường đẩy, quần áo chỉnh tề, tóc tai cắt tỉa chải rẽ gọn gàng, hai tay chắp trên bụng lần chuỗi tràng hạt của bố cho, khuôn mặt thản nhiên yên nghỉ, ông chú lại nghĩ liệu mình tới phiên có "tỉnh táo" được như thế không. Căn phòng để xác cháu mát lạnh, ánh đèn vàng dịu, bức tranh trang trí trên tường vẽ cây cối hoa lá và mấy con chim vành khuyên bay nhảy... tạo cho ông chú một cảm giác êm ái bình an. Bà cô thì lại khóc, ông lão vỗ về nhè nhẹ vai bà, có lẽ bà chẳng thể quên được cái giây phút đứa cháu, mà bà đã coi sóc hồi nhỏ, trước khi bước sang thế giới bên kia lại còn nói được với bà lời cuối: "Thưa cô".

■

Cô y tá mang bao tay nylon trong và mỏng vào tay cho ông bác sĩ, một cô khác mang khẩu trang cho ông. Mọi sự diễn ra thuần thục và nhanh chóng. Xong, mọi người bước tới đứng bao quanh chiếc bàn mổ. Bệnh nhân nằm đó. Ông nằm đó. Vẫn một đống. Tô hô. Bất động. Tôi vẫn đánh đu trên chùm đèn nhìn xuống. Hình như tôi hồi hộp. Lạ thế. Đáng lẽ kẻ hồi hộp là ông.

Tôi ăn nhập gì mà phải lo lắng nhỉ. Sinh mạng của ông đang đặt trên bàn mổ mà ông tỉnh bơ.

Người ta sắp bắt đầu một cuộc mổ xẻ thân xác ông, họ chẳng thể đụng tới tôi, vậy mà tôi run rẩy, còn ông coi như... pha. Nếu có mệnh hệ nào thì người ta đem ông đi chôn, còn tôi, tôi sẽ bay bổng, thế thì việc gì mà tôi phải sợ. Hay là giữa chúng ta còn có cái gì liên hệ ràng buộc. Phải chăng chúng ta còn có tình có nghĩa với nhau? Hơn thế nữa chúng ta không phải hai mà chỉ là một? Nếu thế thì tại sao kẻ mê người tỉnh?

Ông bác sĩ quan sát khắp lượt, những chuyên viên và những máy móc dụng cụ, ông nhìn kiểm soát và những người trong phòng mổ cũng nhìn lại ông để trả lời, tất cả những cái nhìn qua lại đều rất quen thuộc, nghề nghiệp. Chỉ bằng những cái nhìn đó phòng giải phẫu đã được thẩm định.

Rồi ông bác sĩ nhìn những tín hiệu trên các máy theo dõi áp huyết, nhịp tim, nhịp thở, trong khi một chuyên viên làm sạch vùng bụng ông bằng cái bình xịt và khăn lau giống như người ta xịt và lau tấm gương trong phòng tắm. Da bụng ông đã sạch và đã sát trùng. Ở cái vùng bụng này, xưa kia các bà ấy đã gối đầu lên mà hít hà. Ông bác sĩ cầm lấy cổ tay ông nghe mạch, xong bóp bóp xoa xoa vùng bụng bệnh nhân, tất cả những cử động ấy diễn ra bài bản thói quen. Và giờ phán xét đã điểm. Tôi thương ông quá. Khi ông bác sĩ cầm lấy con dao mỏng nhọn và bén rạch hình chữ thập sát bên lỗ rốn ông thì tôi suýt bật khóc, tay ông ta thoăn thoắt lưỡi dao, rạch rạch nhiều lần, mở sâu thêm cái lỗ xuyên qua lớp da mỡ và thịt bụng ông, ôi máu ông chảy ra... Y tá lau lớp máu trong cơ thể ông tươm nơi bụng, họ dùng khăn thấm chậm chậm nhè nhẹ, vết mổ cầm máu. Tôi "nín thở". Ngày xưa máu nơi này cũng đã đổ ra vì sự nghiệp tham chiến chống cộng sản, nhưng nay thì ông không nhân danh một cái gì cả cho những giọt máu đào này. Lần trước ông đổ máu để gắp những mảnh đạn trong bụng cho khỏi chết. Lần này ông đổ máu cũng để khỏi chết nhưng không bởi kẻ thù mà là vì chính cái cơ thể ông sinh chuyện. Không mổ cắt cái mật sưng vất đi thì ông cũng sẽ chết. Có cái chết tử đạo thì cũng có những cái chết tử nạn. Lần trước ông đổ máu vì chính nghĩa sao tôi không biết nghĩ ngợi, lần này nhìn máu ông tươm ra tôi lại hồi hộp lo âu. Người ta đối xử với nhau thân thiết hay hận thù đâu có phải chỉ vì chủ nghĩa mà có khi bởi giằng co dây mơ rễ mái tình cảm thầm kín nào đó.

Ông bác sĩ đưa một vật gì đó như một cái que xuyên qua cái lỗ mới khoét cạnh rốn, bác sĩ ấn sâu vào, ông ta vặn qua quẹo lại "cái que" rồi bấm nút, lập tức trên màn ảnh TV hiện ra những bộ phận trong bụng ông. Ruột, gan, phèo, phổi, tim, mật... và đủ thứ bạc nhạc, bầy nhầy. Ông bác sĩ lùng sục tìm tòi cái mà ông đã thấy trên phim X ray, cái mà ông ta sẽ cắt bỏ. Nhìn rõ ruột gan ông phơi trên màn hình tôi kinh hoàng bỏ chạy. Tôi không thể tiếp tục đánh đu trên cái đèn chùm để phải nhìn mãi vào cơ thể ông. Tôi không muốn phải nhìn cái cảnh tượng mà tôi không thể chịu được là người ta có thể soi rọi vào tận ngõ ngách ruột gan cơ thể ông, mày mò tìm kiếm, rồi cắt xẻo những gì trong đó. Giờ phút này tôi thương ông quá. Nhìn thấy máu ông đổ ra rồi lại nhìn thấy ruột gan ông phơi ra tôi không chịu nổi. Tôi và ông là hai cái khác nhau nhưng sao lúc này tôi thấy... tôi khổ như ông, như tôi là ông vậy. Kỳ quá từ hồi nào tới giờ tôi vẫn coi ông là "hàng xóm" mà bây giờ tôi lại chẳng thể bàng quan.

Ông nằm đó, chưa biết sẽ ra sao, bà lão nhà ông ngồi đợi ngoài kia cùng với con bé cháu nội, bà có vẻ bồn chồn cũng như ông cũng đã bồn chồn khi họ bắt đầu chuyển ông tới phòng mổ, nhưng giờ này thì ông chẳng còn một tí gì ý thức cho nên ông nằm yên. Khi người ta vô hồn thì người ta vô tư, ông đang vô hồn nên ông vô tư. Tôi là hồn nhưng chẳng thể vô tư thờ ơ với ông trước cái giờ phút có thể có nhiều bất trắc này. Vĩnh biệt chứ chẳng phải tạm biệt. Ly tán có thể xảy ra nếu như hai ta chẳng xáp lại một. Tan nát như... chơi, chẳng bỡn. Tôi bỏ chạy...

∎

Chớp mắt một cái là đã gặp lại anh ba của ông, dĩ nhiên cũng là anh ba của tôi. Phiền phức thế, của ông của tôi chi cho rắc rối, cũng tại bày đặt chia cách đôi nơi đôi ngả. Tuần trước ông... và tôi đã gặp chị ba, chị em ăn một bữa cơm với nhau ở Sài Gòn. Khi ăn chị nói:

– Mười bảy năm nay chị mới lại ăn một bữa cơm ngon và lại được ngồi ăn với chú. Cứ tưởng chị em chẳng bao giờ được gặp lại nhau. Ai ngờ. Chú được về anh mừng lắm, nhưng anh bây giờ già yếu quá rồi, không thể lên Sài Gòn thăm em được.

Một tuần lễ sau chưa kịp lên rẫy thăm anh thì nghe tin chị đột ngột qua đời, vội đánh đu chiếc xe đò chạy bằng than lên nhà anh. Xác bà chị còn đặt nằm trên giường chưa liệm, anh ba ngồi trên chiếc ghế gỗ bên xác chị, tay anh cầm chiết quạt nan phẩy phẩy đuổi những con ruồi bay xà quần muốn bu vào mặt mũi chị, thấy em trai lên tới, ông vất cái quạt xuống giường nhào ra cửa ôm chầm lấy em khóc nức nở. Anh ba ôm cứng lấy người em, rất lâu không chịu buông ra, miệng ông mếu máo: "Em tôi, em tôi còn sống về đây!" Hồi sau mấy đứa cháu gái đứng bao quanh cùng với những đứa bé con của chúng phải can thiệp:

– Thầy buông chú ra chứ cứ ôm chặt cứng thế làm sao chú chịu được.

Nhưng khi ông buông người em ra thì đến phiên mấy mẹ con chúng nó nhào vào ôm lấy chú:

– Mẹ cháu chết rồi chú ơi...

Ông... và tôi lúc đó mới nhìn đến xác bà chị nằm trên giường. Những con ruồi xanh bay quần quần vo ve rồi đáp xuống bu trên mặt chị. Ông vội vàng chụp lấy cái quạt nan của anh ba quạt lia lịa xua đuổi những con bọ bay đó. Anh ba lại ôm ông em và lại khóc. Mấy đứa cháu gái nói:

– Ba cháu không khóc mẹ cháu chết mà khóc chú ở tù về. Từ đêm qua tới giờ ba cháu không hề khóc, chỉ ngồi đuổi ruồi và nói "Thế là bà đã đi trước tôi!"

Mười bảy năm anh em xa cách, nay gặp lại chỉ kịp ăn với chị bữa cơm ngon rồi dự đám tang chị cho anh ba vừa khóc mừng em cùng với nỗi đau góa vợ. Ông trùm xứ đạo với mấy người trong xóm đuổi anh em ông ra đứng ngoài sân để cho họ tắm liệm. Đứa con gái lớn lục trong cái bị quần áo của mẹ lôi ra được một bộ quần áo mới đưa cho họ mặc cho mẹ. Nó nói bộ quần áo này mẹ nó may từ lâu lắm rồi nhưng chưa mặc bao giờ. Suốt đời bà chỉ mặc quần áo rách vá đụp. Chỉ đến khi chết mới mặc quần áo mới để đem đi chôn. Đứng ngoài sân mấy đứa cháu gái gọi chồng con chúng đến chào chú và ông trẻ. Khi ông... và tôi đi tù thì chúng còn nhỏ, nay ngày trở về cả ba đứa đều đã có chồng con. Bốn bố con giành nhau thương ông mặc cho mấy đứa anh trai và hàng xóm lo việc hậu sự trong nhà. Anh ba sờ đầu sờ tóc ông em, mấy đứa cháu gái cầm tay chú lên ngửi. Đầu tóc và cái thân hình tàn tạ của ông đã vừa trải qua mười bảy năm giãi dầu đầy ải trong các trại tù nơi rừng thiêng nước độc, hai bàn tay ông đã phải cuốc đất đào mương, đã bốc cứt trâu cứt bò cứt người cứt heo trải trên các luống cây rau cây đậu... Cũng như những bàn tay của anh ba ông, của những đứa cháu gái ông vừa mới sờ mó vào xác chết trong nhà... Những bàn tay ruột thịt, những con người ruột thịt, đã trải qua một cơn biến động nghiệt ngã dài ngày của đời người trong chớp mắt của lịch sử, nay gặp lại nhau trước sân nhà, dưới tàng cây vú sữa, chuyện trò hỏi han, ôm ấp vỗ về, trước một đám tang một người cũng ruột thịt!

Mộ phần chị ba nằm ở bìa rừng, nơi đây bắt đầu hình thành một cái nghĩa trang cho những người dân "khu kinh tế mới". Lúc hạ huyệt ông đứng cạnh anh ba nhìn đàn cháu, nhìn dân chòm xóm, nhìn về khu nhà ở, thấy nó giống in như một "trại tập trung cải tạo".

■

Tôi sực nhớ đã đi quá xa bèn quay ngoắt trở về phòng mổ, lúc này ông bác sĩ đã mở thêm một lỗ nữa nơi bụng ông để nhét vào đó một cái que khều, cái que cũng hiện ra trên màn hình, bác sĩ điều khiển cái que bới móc lật qua lật lại tìm tòi giữa đám ruột gan phèo phổi bạc nhạc trong bụng ông. Thỉnh thoảng ông ta lại ngừng xáo trộn để chỉ dẫn giảng giải cho mấy người sinh viên y khoa đứng bao quanh thực tập. Này ông ạ, ông có giá trị cao hơn những con chuột thí nghiệm và những tử thi y khoa trong công cuộc truyền giảng kiến thức đào tạo, tuy nhiên ông lúc này cũng có cùng một sứ mệnh trợ huấn cụ như những thứ đó. Tôi vui rồi vì trong cơn xẹt ngang quay về với ông tôi đã thấy ra một điều đau ốm cũng không phải là vô ích mà có khi khoẻ mạnh mới chính la vô dụng! Thậm chí có những trường hợp chết đi rồi mới nên sự nghiệp, lúc sống lại chỉ báo hại cuộc đời!

Một tuần sau con trai lớn ông từ bên Mỹ về thăm bố, ông... và tôi dẫn anh ta lên khu kinh tế mới thăm bác ba trai và viếng mộ bác ba gái. Có bà chị gái ông từ Nam Định vào thăm cũng đi cùng. Đứng trước ngôi mộ mới, bác ba lại nói "Thế là bà đã đi trước tôi." còn bà chị gái Nam Định thì đọc kinh cầu hồn và sau đó chị hát vang lên bài hát lễ mồ của các nhà thờ Thiên Chúa Giáo. Bác ba vẫn nói lảm nhảm, ông và anh con trai từ Mỹ về thì đứng yên nghe, anh ta không thuộc kinh không thuộc hát đã đành, còn ông, ông cũng không đọc không hát theo được, gần hai mươi năm đi tù khổ sai tẩy não ông đã quên hết những kinh sách đó rồi sao. Buổi thăm mộ đọc kinh cầu hồn nơi bìa rừng của bốn người anh em và cháu diễn ra trong nắng ấm ban trưa và gió mát dưới những tàng cây óng ả. Anh con trai ở Mỹ về thắc mắc:

– Tại sao bác ba không về Sài Gòn ở với anh con trai bác mà lại chịu ở nơi rừng thiêng nước độc này?

– Con trai bác ở Sài Gòn, nhưng hai bác đem con gái đi định cư ở khu kinh tế mới nên phải ở lại đây vì hộ khẩu ở đây.

– Bác gái mất rồi. Bác trai thì đã già yếu, nên đưa bác về ở với anh con trai cho có người trông coi bác. Ở đây chắc không có nursing home? Bố mẹ già yếu ở với con cả là tốt nhất. Đâu cần gì cái gọi là "hộ khẩu".

Thế là bác ba được về ở Sài Gòn. Anh em có dịp gặp nhau thường xuyên, nhưng chỉ mấy tháng sau, trước khi người em xuất cảnh sang Mỹ đoàn tụ với vợ con thì anh ba cũng đột ngột qua đời vì bịnh tim. Sáng hôm đó ông em mua một gói bánh đi xích lô xuống nhà anh, vừa tới cửa thì người cháu dâu ở trong nhà chạy túa ra ôm lấy chú:

– Thầy cháu... chết rồi chú ơi!

Ông chẳng hiểu được tại sao sự thể lại như thế. Gia đình người cháu nói sáng thức dậy thầy cháu bị cơn suyễn nghẹt không thở được, chạy đi kêu y tá trong xóm tới thì thầy cháu hết thở! Nhìn xác anh nằm trên giường người em nghĩ sống thì khó mà chết sao dễ quá vậy. Gói bánh ngọt mua cho anh vẫn cầm trên tay.

... Tôi lại phải biến vội về phòng mổ xem ông ra sao. Tôi vừa nghe ông nói sống khó mà chết dễ nên tôi cũng sợ! Tại sao lại không là sống dễ chết khó cho đỡ khổ cuộc đời!

■

Bây giờ thì họ đã tìm ra cái túi mật sưng tấy lên trong bụng ông. Người bác sĩ đang chỉ cho các sinh viên y khoa xem mục tiêu, cái mà ông ta nói là nguyên nhân của sự đau đớn nơi bệnh nhân những ngày vừa qua. Ông nói bây giờ chỉ việc dùng cái dụng cụ cắt và hút nó ra ngoài là xong. Dễ ợt. Xem đi. Xem xét cho kỹ để mà nhớ, nếu cần hãy lật qua lật lại, lật lên lật xuống mà xem cho chán, tất cả các anh các chị hãy nhìn tỏ tường cho thật rõ bài học này, nhưng cũng phải cẩn thận nhé, đừng làm mạnh quá nó vỡ ra, nước mật chảy tràn ra buồng bụng thì bệnh nhân cũng vẫn có thể chết được mặc dù bệnh này là bệnh không chết, một loại giải phẫu dễ ợt, như người ta thiến gà thiến heo.

Ông bác sĩ nghỉ tay để cho các thực tập viên dùng các dụng cụ xuyên qua lớp bọc bụng ông mà lật qua lật lại... xem cho tỏ tường. Bây giờ thì có tới 4 thứ dụng cụ xuyên vào bụng ông kể cả cái đầu từ camera truyền hình lên màn ảnh TV. Nghĩa là ông sẽ có thêm 4 cái lỗ, tổng cộng là năm rốn trên bụng ông sau này. Ông vẫn ngoan ngoãn nằm yên cho đám sinh viên y khoa cào bới. Ông bác sĩ nói chuyện với các phụ tá của ông nhưng thỉnh thoảng ông cũng ngó lên màn hình và để ý xem chừng đám học trò nghịch mgợm...

Nghĩ cũng tội nghiệp cho ông, một đời gian nan vất vả, bây giờ hết thời, cái thân già nằm đó, làm nhiệm vụ giúp ích cho đời bằng cách nằm phơi ra đó cho đám trai trẻ mầy mò tìm tòi học hỏi. Đóng góp cuối đời, cống hiến cuối đời, "xả thân" cuối đời...

Để cho học trò xem xét chán chê rồi ông bác sĩ bắt tay vào công việc, ông cầm các dụng cụ điều khiển, mắt nhìn vào màn hình, làm đến đâu ông dẫn giải đến đó, hình ảnh chiếu rõ ràng cái túi mật bị cắt ra rồi chui tọt vào cái ống ra khỏi bụng ông. Sự việc chỉ diễn ra trong chốc lát, nhanh như thoáng qua vậy. Ông bác sĩ bươi những tảng bạc nhạc, thấy lá gan có chỗ hơi khác lạ ông bèn nhìn kỹ và rồi ông cắt một mẩu nhỏ chỗ nghi ngờ đó hút nó ra ngoài. Người y tá đón lấy mẩu gan vừa cắt, cô gấp mẩu gan đó bỏ vào ống nghiệm dán giấy ghi mã số rồi cất vào tủ lạnh. Ông bác sĩ còn nhân tiện cắt bỏ bớt một số bầy nhầy "rác rưởi" trong lồng bụng ông tống nó ra ngoài luôn. Ông giải thích với các sinh viên y khoa rằng đó là các việc làm thêm không tính... tiền vì đằng nào cũng một công banh bụng người ta ra mà xem xét mổ xẻ... Không ai bắt làm cũng như không có trong chương trình cuộc phẫu thuật, chỉ là làm thêm, chỉ là bonus, chỉ là mua hai tặng một, quảng cáo, free. Ông bác sĩ còn nói là ông giúp cho bệnh nhân loại trừ bớt những mô mỡ thừa thãi trong bụng cho thân hình thon gọn hơn một chút. Ông bác sĩ còn nói rằng thấy việc thì làm, chẳng ai khiến, có khi còn bị người ta "ăn vạ" nhưng ông không lo vì ông tự tin ở việc mình làm. Ông cũng khuyên các thầy thuốc trẻ tương lai đứng xúm quanh đừng nên bắt chước ông ta, làm ơn có khi mắc oán...

Tôi đánh đu trên chùm đèn nhìn việc làm của ông bác sĩ và tôi yêu ông ta liền. Sẵn dịp giải phẫu túi mật lại cắt tí gan nghi ngờ để xét nghiệm và "hốt rác" luôn trong cơ thể giúp cho bệnh nhân khỏi bị trải qua những lần mổ xẻ sau đó, không phải nói dại chứ nếu có vì thế mà bịnh tình ông biến chứng thì cũng chớ có la làng ăn vạ cái lòng tốt thiện chí của người ta. Ông còn lạ gì nữa cái cơ thể ông trải qua bao năm ăn uống tầm bậy thiếu vệ sinh: cóc nhái rắn rết sống sít, khoai sắn không bóc vỏ, rau rừng chưa luộc chín, uống nước vũng chân trâu... thì cái gan ông nó còn tốt sao đặng, cái bụng ông biến thành thùng rác là cái chắc, ông bác sĩ xa lạ giúp cho, dọn dẹp bớt cho, thì tốt chứ còn gì thắc mắc đắn đo.

Bây giờ ở nước Mỹ, vợ con ông lo cho ông ăn toàn thứ thực phẩm đúng tiêu chuẩn kiểm nhận của bộ y tế, nhưng chẳng may những thứ tốt lành đó rồi cũng chui vào ở chung trong cái thùng rác lưu cữu bao năm không biết nó có bị lây lan lẫn lộn với rác rưởi trong đó không. Xưa ông hút thuốc lào thuốc lá liên miên suốt ngày, có khi không thuốc còn hút lá sắn khô thay thuốc, bây giờ cái phổi đó cai thuốc lá vì sợ bị ung thư, hy vọng may ra ông thoát nạn.

Cuộc giải phẫu nhanh chóng xong xuôi, cũng chỉ nhấp nháy ông bác sĩ rút các dụng cụ phẫu thuật ra khỏi bụng bệnh nhân rồi bấm chỉ khâu mấy cái lỗ lủng lại. Người ta đắp chăn cho ông để nằm một mình đó. Ông bác sĩ tháo bao tay, cởi khẩu trang đi ra phòng đợi. Ông nói mấy lời báo tin cho thân nhân biết cuộc giải phẫu đã xong và rất tốt đẹp. Mười lăm phút nữa y tá sẽ đưa bệnh nhân ra phòng hồi sinh và nửa giờ sau bệnh nhân sẽ tỉnh lại, tối đó hoặc ngày mai có thể về nhà được. Bà lão mừng rỡ, các con ông mừng rỡ cám ơn ông bác sĩ, con bé cháu nội thì chẳng biết mừng rỡ là gì, nó vẫn nhảy choi choi trên tay bố nó và nhìn ông bác sĩ như một người lạ. Bà nôn nóng chờ đến lúc được vào phòng hồi sinh thăm ông để chờ ông tỉnh dậy.

Ông bác sĩ về phòng riêng của ông, ông nhìn tờ chương trình, không có ca mổ nào tiếp theo. Ông bấm máy nói hẹn người tình của ông tới. Cúp máy nói xong ông vào phòng tắm rửa. Ông tắm xong thì người đàn bà tình nhân của ông cũng mở cửa bước vào. Hai người nhào tới ôm nhau hôn. Họ nhanh chóng cởi áo cởi quần và làm tình trên cái giường nhà thương có độ nhúng rất nẩy. Ông bác sĩ thường có thói quen làm tình ngay sau mỗi ca mổ như là một cách giải lao hồi sức vậy. Hồi năm ngoái ông cặp với một người đàn bà gốc Nam Mỹ, nhưng hai người chỉ yêu nhau được một thời gian ngắn thì tan rã vì ông không thích nghi được với kiểu cách giao hoan của bà ta. Ông không thích thú nổi mỗi khi nhập cuộc là bà ta giãy giụa kêu rống la hét lên. Ông có ý kiến thì người đàn bà nói rằng chỉ rống lên như thế và phải như thế thì bà ta mới đạt được sự sung sướng. Ông bác sĩ cũng nín nhịn cho qua vì ông rất thích cái thân hình tròn lẳn chắc nịch ấy. Nhưng rồi ông cũng phải giang ra vì sự ồn ào không thuận tiện ở môi trường bệnh viện cần sự yên tĩnh. "Chú ý: Bệnh viện. Không bấm còi" ngày xưa ở Việt Nam có cái bảng hiệu giao thông như thế. Mà ông thì thường phải làm tình ngay ở phòng của ông nơi bệnh viện sau mỗi ca mổ cho tiện với nghiệp vụ. Tính bác sĩ vốn điềm đạm, ông thích cái êm ái dịu dàng vắng lặng. Ông không thích nổ.

Ông sống độc thân, người đàn bà tình nhân hiện nay của ông cũng sống độc thân. Hai người hợp đồng giúp nhau trong cách giải quyết sinh lý, họ thường liên lạc với nhau bằng điện thoại để sắp xếp giờ giấc và nơi chốn gặp gỡ. Cả hai đều là những người có hấp thụ một thứ văn hóa sòng phẳng thực tế và ngay thẳng. Họ tôn trọng nhau và tìm cách sao cho cả hai đều sung sướng hạnh phúc. Họ đối xử với nhau thân tình và lịch sự. Trận làm tình cũng rất thân tình và lịch sự. Khắng khít. Xong. Thì cả hai nằm quay lơ mắt lim dim như ngủ. Hai mươi phút sau ông bác sĩ giật mình thức giấc, người đàn bà thì đã ngồi tựa lưng đầu giường nhìn ông chăm chú, thấy ông mở mắt, bà ta mỉm cười thân mến. Ông kéo bà xuống hôn. Xong bà nằm úp mặt trên tấm ngực lông xồm. Bàn tay bà mân mê ông. Một lát bà thấy ông lại đã cương lên bèn hỏi:

– Anh có muốn nữa không?

Ông bác sĩ ghì chặt lấy thân hình người đàn bà:

– Có. Có muốn nữa.

– Thì nữa đi. Nhân thể.

Lần này hai người vừa nhẩn nha vừa nói chuyện:

– Sẵn một lần cởi quần áo cho tiện, đỡ tốn công cởi ra mặc vô.

– Bonus.

– Một tặng một.

– Em cũng chưa tới giờ đi đón con

– Anh cũng rảnh, không có việc gì làm tiếp.

– Đằng nào cũng một công tắm rửa.

Đến đây thì tôi chán quá. Cuộc đời chẳng có gì mới mẻ. Chuyện cũ rích nhưng con người cứ phải làm hoài. Tôi bỏ mặc cặp tình nhân. Tôi bỏ mặc ông nằm trong phòng hồi sức. Tôi bỏ mặc tất cả. Tôi vù bay ra ngoài, ra khỏi bệnh viện. Tôi bay ra phố. Ở một dãy phố tôi nhìn thấy một bên có chữ lớn "Nhật báo Người Việt", phía bên kia đường "Việt Báo Kinh Tế". Tôi bay dọc theo dòng xe cộ nối đuôi nhau dài hun hút, đến một chỗ giống như một khu rừng, cây cối um tùm xanh mướt, gió thổi vi vu, nhìn kỹ tôi thấy bên dưới toàn những ngôi mộ chôn người ta. Thì ra là nghĩa trang Westminster. Đang có một đám tang lớn, nhiều vòng hoa quá trời. Nhưng cũng rất nhiều ngôi mộ bỏ hoang không khói nhang hoa lá... Tôi hoảng hốt nhớ tới ông. Bèn biến ngay trở về phòng hồi sinh ở bệnh viện.

Ngoài cửa sổ lầu cao, trên ngọn cây cọ, mấy tay quỉ sứ ma vương mặt sắt đen sì hầm hầm dữ dằn ôm bồ cào, mã tấu, ngồi vắt vẻo chờ đợi. Chúng có nhiệm vụ bắt hồn về địa ngục cho Diêm Vương trừng trị ngay khi nào tim ông ngưng đập. Dưới vườn hoa cây cảnh thì lại có các thiên thần đẹp đẽ hiền từ, tay cầm kèn, tay cầm cành ô liu, cũng chờ sẵn để đón hồn về thiên đàng tọa hưởng lạc cảnh... Cả hai phe đều chỉ chờ đợi cái giây phút ông tắt thở là chụp lấy tôi. Nơi trần thế này ông là chỗ ở của tôi, là nơi cho tôi tá túc, là chốn cho tôi nương thân, là "miền đất" cho tôi sinh hoạt, là cái "hang" cho tôi ẩn núp... Nếu chẳng may ông không còn nữa, lập tức "họ" điệu tôi đi ngay, chỉ có hai ngả, không thiên đàng thì địa ngục, chớ có lối thứ ba, và tôi cũng không có quyền lựa chọn đường kia lối nọ. Từ trong căn phòng mát mẻ tôi nhìn qua khung cửa, nhìn ngọn cây cọ rồi lại nhìn khu vườn hoa, "họ" đang ở đó, "họ" cũng đang nhìn ông và nhìn tôi, "họ" chờ ông ngừng thở là sẽ thi hành sứ mạng "trên giao".

Tôi bèn nảy ra ý muốn đi "xem nhà". Cả hai đều sẵn sàng chiều ý khách ngay lập tức. Cũng là hợp lý thôi. Thời buổi "người khôn của khó", chiều khách là phương châm trước nhất của các tay làm nghề tiếp thị. Vui lòng khách đến vừa lòng khách đi là ưu tiên hàng đầu của bổn hãng. Sẵn sàng open house cho quí khách vào xem. Xin mời. Nếu cần có xe đưa đón.

Trong cuộc cạnh tranh cũng vẫn có tính lịch lãm văn minh. Bầy quỉ trên cây cọ nhường cho các vị thiên thần nơi vườn hoa giới thiệu nước thiên đàng trước. "Con cái ma quỉ khôn ngoan hơn con cái sự sáng", thế mà chúng nó lại nhường, sáng tạo tài tình là ở chỗ đó, trí tuệ là ở chỗ đó. Các vị thiên thần thì tốt lành, dễ tính và thẳng thắn, nghe nói có con chiên muốn đi xem tận mắt cõi sung sướng vĩnh hằng bèn thuận ngay, dùng phép lạ biến một cái, tôi đã đứng trước ngưỡng cửa thiên đàng. Vị thiên thần thuyết trình tại chỗ cho tôi biết về những nhà cao cửa rộng, vườn tược xanh tươi, hoa lá cành xum xuê, âm nhạc réo rắt vui tươi, ánh sáng rực rỡ muôn màu muôn vẻ, trong đó tất cả các linh hồn đều không phải làm lụng vất vả, tha hồ hưởng thụ những hồng ân của thượng đế. Nơi đó chỉ có sung sướng. Nơi đó không ai biết đau khổ là gì. Nơi đó vào rồi sẽ mãi mãi ở lại, không phải lo lắng cho một tương lai bất trắc nào cả.

Nơi đó... Tôi được dẫn bay vòng vòng xem hết các chốn hoan lạc, mọi người rong chơi hoặc nhảy múa hoặc ca hát, dung nhan ai ai cũng đều hớn hở. Vị thiên thần hỏi tôi có thích được vào đó sống đời đời không, tôi gật đầu thì người bảo "Hãy về sống cuộc sống đạo đức, làm những việc tốt và tránh những sự dữ".

Ngay sau chuyến tham quan nước thiên đàng xong, quỉ sứ bèn cũng ngoắc một cái, tôi cưỡi sao chổi tới trước cửa địa ngục... Tay quỉ cầm bồ cào cũng bắt đầu cất cao giọng thuyết minh về những nét đặc sắc nơi hành tội. Lửa nóng quá, vâng trước hết là lửa nóng quá. Nhớ cụ quản giáo dạy bổn hồi nhỏ ở quê nhà đã ví lửa địa ngục nóng như lửa bếp thì lửa bếp chỉ như lửa... vẽ trên giấy. Cụ quản nói đúng quá, ngày ấy cụ bảo lũ học trò chúng con không được chửi tục, chửi tục là phạm tội trọng, chết xuống hỏa ngục, quỉ dữ sẽ thiêu đốt bằng thứ lửa nóng ghê gớm ấy. Con không nghe, bây giờ mới thấy cái thứ lửa địa ngục ghê gớm này. Quỉ dữ cũng sang sảng nói rằng kẻ nào vào đây cũng sẽ ở lại vĩnh viễn, đời đời kiếp kiếp chịu khổ hình bất tận. Hỏa ngục có đường vào nhưng không có lối ra. Ở đó mà chịu sự hành hạ của quỉ theo luật cũng của thượng đế. Ai muốn vào thì tình nguyện, tùy ý, quỉ sứ ma vương không hề bắt ép, chỉ tiếp nhận những kẻ đủ tiêu chuẩn, hãy làm những việc thiên đàng cấm, không làm những việc thiên đàng khuyên. Nghĩa là phải phạm tội, phạm càng nhiều trọng tội càng tốt, càng vinh quang. Phải ác một cách toàn diện và triệt để, đừng có lửng lơ sơ sài mà vướng vào cửa luyện ngục một thời gian, cụ quản giáo dạy bổn cũng đã nói thế, giống như cái mưu kế "học tập cải tạo" của chế độ cộng sản ngày nay, phải dứt khoát, hoặc lên thiên đàng thẳng băng với các thiên thần hoặc vù xuống tận cùng địa ngục cùng các quỉ Sa-tan. Đã chơi thì chơi cho bảnh... Con quỉ răng hô, miệng rộng, mắt ốc nhồi, cầm bồ cào, hỏi tôi có muốn xuống địa ngục không, tôi gật đầu thì nó nói: "Hãy về làm thật nhiều điều ác rồi chờ ngày giờ nó đón, nó sẽ giúp đỡ những kẻ đã biết đến nó".

Tôi có điều thắc mắc là tại sao lại nói "lên thiên đàng" và "xuống hoả ngục". Đâu là trên, đâu là dưới, phía nào gọi là trên và hướng nào gọi là dưới. Và tại sao nơi này được gọi là lên, nơi kia bị gọi là xuống. Tại sao lại bị và được và tại sao lại lên và xuống. Tại sao không nói là bị xuống thiên đàng và được lên địa ngục... hỡi các thiên thần và quỉ sứ?

Tôi không rõ nếu cái thân xác ông ngừng lại thì tôi sẽ thuộc vào ai, trong vòng tay thiên thần hay ác quỉ? Và rồi tôi sẽ ra sao? Phần ông đã yên phận một bề, chôn cất hay thiêu đốt thì cũng trở về làm bùn đất. Lên núi hay ra biển thì cũng thế mà thôi. Có gì mà phải di chúc. Ôi, xác phàm thế mà lại ít gian truân không như phần hồn cho đến giờ phút này cũng vẫn chưa biết được mình sẽ phiêu bạt đến chốn nào.

Tôi ân hận vì đã coi thường cái cốt phàm phu của ông, bây giờ mới thấy rằng bấy lâu nay, nhờ có ông mà tôi mới được ung dung tự tại, có một chỗ để cư trú.

■

Nhưng có một điều rất oái oăm là những khi tôi với ông sáp lại với nhau, những khi hai ta là một, những khi chúng ta chung chạ, vâng chính những khi hiệp nhất ấy lại là thời gian chúng ta phạm nhiều điều xấu xa hơn cả. Lạ thế, xúm nhau lại không làm việc tốt mà chỉ đầu chúng đầu đảng làm toàn chuyện tầm bậy. Cả ông lẫn tôi, kẻ nào cũng có thói quen ưa làm chuyện xấu hơn là thích làm chuyện tốt, cho nên cộng đồng lại bi thảm hơn lẻ loi, ông ạ.

Một thiên thần cao lớn đẹp đẽ, đầu đội chiếc nón triều thiên, mình mặc áo giáp của thời thánh chiến La Mã, một tay cầm khiên, một tay cầm giáo dài, cưỡi trên lưng bạch mã cũng cao lớn đẹp đẽ, phi nước kiệu từ đồi cao xuống. Ông từ trong nhà khoác vội chiếc áo dài chạy ra cúi chào nghênh đón. Thiên thần hỏi tên tuổi ông xong bèn dùng mũi giáo nhọn xiên một mảnh giấy ở trong túi ngựa đưa tới trước mặt ông mà phán: "Hãy nhận lấy và chấp hành cho đúng. "Ông rụt rè đỡ mảnh giấy. Thiên thần quay ngựa phóng đi chỉ chốc lát đã khuất sau phía bên kia đỉnh đồi. Còn một mình đứng bần thần trước cửa nhà, mãi một lát sau ông mới mở tấm giấy ra thấy ghi chữ "Hỏa ngục"! Ông hốt hoảng đi tìm vị quan thầy là thánh Giu-se xin cứu giúp. Thánh Giu se nói:

– Tao có cái gì đâu mà mày xin, sang bên bả mà năn nỉ.

Ông quýnh quáng chạy sang bàn thờ Đức Mẹ, ở đây đèn nến sáng choang, hương hoa thơm lừng, ông quì lạy xin ban ơn, Đức Mẹ nói:

– Nhà ngươi chậm chạp quá, có bao nhiêu mấy mụ ngoan đạo kia họ xin hết từ sáng sớm rồi, sang bên ổng xem còn cái gì không...

Lại quýnh, sợ hết giờ, ông vù tới bàn thờ thánh quan thầy, qùi rập đầu lạy như tế sao:

– Bẩm thầy, thầy mà không cứu là em chết...

Thánh Giu-se ái ngại:

– Chắc nhà ngươi phạm tội trọng nên phải lãnh án xuống hỏa ngục, còn kêu ca nỗi gì nữa.

Ông trình bày:

– Bẩm thầy, em không hề cướp của giết người, em đi lễ hàng ngày ở nhà thờ mỗi buổi sáng, nay đày em xuống hỏa ngục thì tội em quá.

Thánh Giu-se nói:

– Mi có chắc là vi vô tội không, để ta coi lại sổ sách.

Rồi thánh gọi thiên thần giữ sổ sách đến hỏi, vị thiên thần lật sổ ra trình:

– Bẩm, tên này có đến nhà thờ mỗi buổi sáng nhưng không đọc kinh, lại đem theo mấy đứa cháu nhỏ để chúng gây ồn ào làm mất sự yên tĩnh của các giáo dân, gây trở ngại cho việc thờ phượng. Tội rất lớn. Không cho vào thiên đàng được. E ngại y sẽ gây náo loạn nước Trời.

Ông cãi:

– Bẩm thầy, em không thuộc kinh tiếng Việt, lại càng không biết đọc kinh tiếng Mỹ, nên em chỉ biết ngồi nghe người ta đọc. Còn lũ trẻ thơ thì em phải tôn trọng sự hồn nhiên của chúng. Bẩm thầy, em không được vào chốn thiên đàng vì em không lập được ơn phúc, nhưng em có làm gì nên tội đâu mà trừng trị em ở chốn địa ngục. Bẩm thầy em sợ lửa địa ngục đốt cháy nóng lắm, xin thầy cứu em, em lấy tên thánh là Giu-se là em đã nhận thầy đỡ đầu, thầy nỡ bỏ em sao. Em còn tính đi học làm thợ mộc giống thầy nữa cơ...

Thánh giảng giải:

– Phải làm điều lành, tránh điều ác, thì mới được phúc. Kể ra cũng tội nghiệp nhà ngươi.

Ông khai thiệt tình:

– Bẩm thầy, em không làm được điều gì tốt lành, em lại còn

phạm vào những điều xấu, em xin thành thật khai báo để thầy khoan hồng cho em. Chẳng là một tuần bảy ngày đi lễ nhưng mất năm ngày mang theo trẻ con làm ồn nhà thờ phiền hà mấy ông mấy bà ngoan đạo hiền lành phúc đức, chỉ có một sáng thứ bảy bố mẹ chúng nó nghỉ sở làm ở nhà giữ con, em mới được nên lễ nghiêm trang đúng thánh ý Chúa.

Thánh hỏi:

– Thế còn ngày chủ nhật, ngày lễ buộc, nhà ngươi làm gì?

– Em cũng đi lễ nhà thờ, nhưng...

– Nhưng làm sao?

Ông lại khai thiệt:

– Chính ngày lễ buộc chủ nhật là ngày em... phạm tội trọng.

– Nhà ngươi nói rõ ta nghe.

– Thưa thầy, chủ nhật em mắc tội... đi sớm tranh giành giữ chỗ cho vợ chồng đứa con đến trễ vì chúng lu bu con mọn. Bà vợ yêu quí của em nó bảo hãy ngồi dang rộng ra như nó, khuỳnh tay, xoạc cẳng, để mũ nón, ô dù, sách kinh hai bên mình cho người khác không chen vào ngồi mất chỗ của con. Em biết như thế là lỗi phép công bằng. Em biết như thế là bon chen phạm vào cái lẽ tự nhiên thoải mái của chốn thờ phượng. Em biết như thế là không đẹp lòng Chúa. Đẹp sao được, mình giữ chỗ trống trong khi có người khác phải đứng bên lề. Nhưng em... thương vợ thương con thương cháu cho nên cứ lỗi phép như thế đều đều các ngày chủ nhật lễ trọng. Thầy ơi, một tuần lễ bảy ngày thì đã mất sáu ngày lỗi đạo, chỉ còn một ngày rảnh rang không biết em có giữ được không, hay là... Thầy ơi, em sợ lửa hỏa ngục lắm, xin thầy... cứu em.

Thánh Giu-se nhíu mày, lát sau Thánh nói:

– Nhà ngươi không lập được đủ phúc đức để có giấy phép vào thiên đàng, nhưng nhà ngươi cũng không làm gì nên tội để phải bị đày ải xuống hỏa ngục chịu sự trừng trị. Từ nay đừng tranh giành cái gì nữa cả, chỗ ngồi à, cứ... kệ mẹ chúng nó, các con ngươi chúng sẽ tự lo liệu lấy cho nhau, nhà ngươi khỏi cần bao đồng. Thương vợ. Tốt. Thương con. Tốt. Thương cháu. Cũng tốt. Nhưng nhà ngươi phải biết thương người ta nữa mới được. Không lên thiên đàng cũng chẳng xuống hỏa ngục, vậy ta cho nhà ngươi được ở cổng Trời này, chỉ ở ngoài không được bước vô trong. Ngươi phải làm việc để tự rèn luyện bản thân, lao động là vinh quang, ta giao cho ngươi công việc gác cổng, đây chiếc chìa khóa ngươi giữ lấy, kẻ nào có giấy phép thì ngươi mở cổng cho vào, xong khoá lại như cũ, kẻ nào không có phép thì nhà ngươi phải cương quyết từ chối. Cũng không bao giờ mở cổng cho kẻ nào bên trong xin ra. Được vào trong ấy là phải sung sướng suốt đời ở trong ấy. Không ra. Nghe không.

Nghe Thánh Giu-se phán ông mừng quýnh, vừa thoát cảnh địa ngục lại vừa có job ngon. Ông lạy tạ thánh quan thầy. Thừa thắng ông làm tới, thưa:

– Bẩm thầy, em có việc đề xuất.

Thánh hỏi:

– Nhà ngươi chưa bằng lòng sao, còn đòi hỏi gì nữa?

Ông chỉ tay lên cây thánh giá rất lớn trên bàn thờ, một cây thánh giá mới làm theo kiểu cọ bằng nhiều thanh gỗ nhỏ sắp so le nhau, nói:

– Khi xưa Chúa bị đóng đinh trên thập giá bằng gỗ bình thường không sơn phết, nay thời mới bày đặt chế ra kiểu cọ này khác là không đúng phép tông truyền, không được, phải giữ đúng như xưa, không được phép thay đổi lịch sử.

Thánh xuề xòa:

– Đời mới bây giờ cũng phải thông cảm để cho giới trẻ nó sáng tạo chứ, nhà ngươi không thấy ư, có nơi nó còn tạc hình Chúa theo kiểu lập thể khiến tao cũng không nhận ra con mình nữa. Nhà ngươi già và cổ hủ rồi. Hãy để cho chúng nó đổi mới, hãy để cho chúng nó làm cách mạng.

Ông cãi thánh:

– Bẩm thầy, em cũng có một cuộc cách mạng phải làm, chúng nó làm cách mạng đổi mới thì em làm cách mạng bảo vệ. Phải vùng lên hành động bảo vệ sự thật, phải chống lại những thay đổi bố lếu bố láo. Em thờ Chúa đúng hình hài và lễ nghi của lịch sử. Em xin thầy hãy trừng trị những kẻ biến chất.

Thánh nghe nói cũng thấy động lòng, người ưu ái nhìn tên hậu sinh:

– Nhà ngươi cũng có lý, cũng... đúng chứ chẳng sai, ta thấy đời này lắm chuyện tào lao. Nhưng biết làm thế nào được, bởi vì đứa nào cũng đều vì lòng mến Chúa. Chúng nó cũng tốt mà nhà ngươi cũng tốt. Chi bằng các người ấy hòa thuận với nhau. Chín bỏ làm mười. Mỗi đứa nhường nhịn nhau một tí. Kẻo không rồi chúng mày đánh lẫn nhau vì đứa nào cũng cho là mình đúng.

Ông lại cãi:

– Bẩm thầy, chúng nó sai rõ ràng làm sao coi là đúng được. Chỉ có em duy nhất đúng.

Thánh nhăn mặt:

– Trời ơi, cứ thế thì chúng mày sẽ giết nhau mất thôi. Ta đã bảo phải nhường nhịn mà. Mày có biết nhường nhịn là gì không? Này ta bảo cho mà biết, nhường nhịn là chịu nhận phần sai về mình, nhận phần thiệt về mình, nghe rõ không con. Hãy noi gương tao đây, tao luôn luôn nhận phần thiệt.

Ông rụt rè hỏi:

– Hai kẻ đánh nhau, đứa nào muốn được tiếng là nhường nhịn, là yêu hòa bình thì phải nhường cho đứa hiếu chiến nó thắng trận. Nó tát má bên phải thì đưa má bên trái cho nó tát tiếp. Nó muốn giết thì hãy quì gối cho nó chặt đầu. Phải như vậy à thầy?

Thánh rầy:

– Bậy nào, tao đâu có dạy thế, tao chỉ muốn con phải biết nhường nhịn, con hãy giống ta.

Được Thánh Giu-se gọi là con âu yếm, lại bảo hãy giống thánh, ông sướng nhủn người, không ý kiến gì thêm nữa.

Ông chạy đi tìm bà lão để khoe, rồi nói:

– Bây giờ bố ngon rồi, và em cũng không còn phải lo gì nữa, em muốn vào muốn ra lúc nào bố cũng chiều em được hết, nhưng có một số con mẹ trong hội cầu kinh với em bố sẽ... không mở cổng thiên đàng cho vào.

Bà lão nói:

– Nếu người ta có giấy phép vào thì bố phải mở cổng chứ...

Ông cãi:

– Có giấy phép bố cũng không cho vào, thử xem làm gì nhau, phép vua thua lệ làng, bố không thích mấy con mẹ ấy là bố không mở cổng, ai bảo khi baby cháu mình nó ó é có một tí là mấy mẹ ấy nhìn ông cháu tôi rồi nhăn mặt lườm nguýt, khiến có nhiều bữa tôi phải ẩm cháu tôi chui vô gầm cầu thang cuối nhà thờ để tránh làm kinh động người ta, ông cháu từ gầm cầu thang chỉ nhìn thấy Chúa qua lớp kính ngăn cách tiếng động. Không biết thương baby là không đáng vào thiên đàng, chính đấng Jesus Christ đã vẫy bố đem mấy đứa con nít đến cho Chúa. Thiệt đó em à, đúng là bàn tay Chúa vẫy vẫy bố, bố nhìn rất rõ không thể lầm được vì lòng bàn tay Chúa có lỗ sẹo đóng đinh. Mấy con mẹ leo lẻo cái miệng kinh sách nhưng cái đầu họ chỉ nghĩ đến những điều đố kỵ hoặc những chuyện lời lãi thế gian, phỏng được ích gì. "Kính mừng Maria đầy ơn phúc (tắt giùm cái bếp nồi cá kho chút), Đức Chúa Trời ở cùng bà...". Đi casino đánh bạc thua cả ngàn đô la nín khe, đến nhà thờ lần chuỗi được năm chục đã khoe khoang kể lể rộn ràng. Trời ơi là Trời, Thánh Cả Giu-se ơi, xin thầy cứu con!

Bà lão lắc đầu:

– Bố rối đạo rồi!

Ông nói:

– Nhưng có người bố sẽ mở rộng cửa cho vào ngay mà không cần xét giấy tờ lâu lắt, đó là cái bà hiền lành phúc đức xinh xắn, vẫn nhìn bố mỉm cười khi tới giờ chúc bình an.

– Có phải con mẹ bố khen... dễ thương chứ gì?

– Đúng rồi, người như thế vào thiên đàng là đương nhiên.

Bà lão lại lắc đầu ngao ngán:

– Đúng thật là bố rối đạo quá lắm rồi!

■

Ông mở mắt nhìn quanh. Bà lão và cô con gái ông đứng ngay đầu giường. Họ cầm tay ông, sờ trán ông, mỉm cười với ông. Ông ngơ ngác nhưng cũng mỉm cười được với họ, ông đưa mắt nhìn quanh tìm đứa cháu nội, nhưng con bé không được vào phòng hồi sinh, nó ở ngoài phòng đợi với bố chờ ông.

Tôi hú hồn trở về kịp, nhào tới nhập vào với ông, tránh xa ngọn cây cọ gai góc và khu vườn hoa rực rỡ thơm tho, để tự giam mình vào cái thân xác một đống xấu xí của ông! Tôi sẽ còn phải tốn thời gian cùng với ông nơi trần thế này, lựa chọn cách sống, làm điều thiện hay làm việc ác, để đi về phía những nơi chốn open house mà tôi đã có dịp đến tận nơi, nhìn tận mắt.

Không biết đến bao giờ?

(FV. 8/99)

ÔNG BỒ

(tặng *NC&TDT*)

Vè:
"Con vỏi con voi,
Cái vòi đi trước,
Hai chân trước đi trước,
Hai chân sau đi sau,
Còn cái đuôi đi sau rốt.
Tôi ngồi tôi kể nốt,
Cái chuyện con voi."

Voi bố, voi mẹ, voi con... đều là "Ông Bồ"! Dân đi rừng thường tỏ lòng tôn kính gọi con tượng là "Ông Bồ", cũng như dân đi biển nói "Ông" thay cho tiếng cá voi thường tình. Voi bố là "ai" không "ai" biết! Ở một nơi nào đó và vào một ngày đẹp trời hay giông bão nào đó, "Ông" đến với "em", biến em thành voi mẹ, một thứ voi mẹ góa phụ, không chồng mà chửa, tự nhiên như thiên nhiên, không thắc mắc, không áy náy, vô lương tâm một cách rất đạo lý.

Mạnh ai người ấy sống, cho dù có đi với nhau hàng đàn thì cũng chỉ là thói quen vui chân chứ mỗi kẻ đều vẫn độc lập tự do hạnh phúc. Thức ăn cây cỏ trong rừng tùy ý ai muốn ăn thì ăn, nước suối ai muốn uống thì uống, rất cộng sản chủ nghĩa. Chỉ có khoản nhảy đực thì mới cần có hợp tác song phương, nhưng khi ấy đôi bên "đánh động" lẫn nhau cho đến lúc sự tự nhiên xảy ra. Rồi xong. Đường ai nấy đi.

Những tháng ngày mang nặng đẻ đau và ngay cả phút giây voi mẹ đẻ ra voi con thì voi bố chớ hề biết. Voi con từ trong bụng mẹ tụt ra sau đít rơi trên đám cỏ rồi lồm cồm bò dậy, ngã tới ngã lui, mãi rồi cũng đứng lên được. Mẹ ngửi, mẹ liếm, mẹ ủi, mẹ dùng vòi săn sóc con. Voi con tự nhiên cũng tìm ra chỗ có sữa mà rúc vào, mà bú, mà mút, trong khi voi mẹ vẫn đủng đỉnh vặt lá rừng nhai.

Thời chiến tranh, bom đạn bắn phá rừng xanh cũng gây xáo trộn cuộc sống của các "Ông Bồ". Thậm chí có những đợt bom B52 trải thảm xoá đi nguyên cả một đàn voi vì "không ảnh hơi nước" được giải đoán là "đoàn người", voi chết thay cho người, muông thú hy sinh thay cho người, nhưng nào có ai biết tới, cũng như có những buôn người rừng chết oan thay cho người kinh, cũng chẳng ai biết tới, hoặc là có biết tới thì cũng chẳng để làm gì! Những sự cố đó chỉ là "tai bay vạ gió", "tên bay đạn lạc"! Chiến tranh chấm dứt, các Ông Bồ "nói riêng" cùng với bao nhiêu muông thú "nói chung" của chốn rừng xanh tưởng sẽ được hưởng hạnh phúc thái bình, ai ngờ thảm họa còn kinh hoàng hơn bao giờ hết.

Rừng bị tàn phá khắp nơi, người người phá rừng, nhà nhà phá rừng, từng đơn vị phá rừng, từng sư đoàn, quân đoàn phá rừng. Bộ đội cụ Hồ phá rừng, cán bộ nhà nước phá rừng, và cả những đoàn tù binh cũng bị điều động vào sự nghiệp phá rừng. Thời gian tù binh sĩ quan Cộng Hòa do quân quản có bộ đội dẫn đi phá rừng thì được gọi là nhà nước quốc phòng làm việc cho nhà nước lâm nghiệp, thời gian sau đó có công an áo vàng dẫn đi phá rừng thì gọi là nhà nước nội vụ làm việc cho nhà nước lâm nghiệp. Trước sau gì cũng đều do nhà nước lãnh đạo cả! Và ở đâu cũng là phong trào thi đua lập thành tích cao để tiến nhanh tiến mạnh tiến vững chắc lên chủ nghĩa xã hội.

Những bộ óc sáng tạo dám nghĩ dám làm đã đưa công cuộc phá rừng lên hàng chính sách, cải tạo đất hoang thành đất nông nghiệp. Rừng là đất "hoang", chặt gỗ đem bán lấy tiền bỏ túi lại được tiếng là khai hoang! Nơi nào lập trại tù là nơi đó trở thành căn cứ xuất phát đi phá rừng. Các sĩ quan ưu tú của chế độ Cộng Hòa xưa kia nay biến thành những thợ rừng, tiến vào rừng sâu hạ gỗ đem về cho trại làm tài sản, cán bộ thì phóng lửa đốt cành lá, cả hai, quốc cộng, cùng nhau "phá sạch đốt sạch" cánh rừng. Xưa kia công binh Mỹ "bóc vỏ trái đất" phải dùng các xe ủi đất hạng nặng và thuốc khai quang, nay cai tù và tù binh, quốc cộng hợp nhất, "bóc vỏ trái đất" chỉ bằng tay với rựa và cưa xẻ!

Rừng Lá bị phá từ Quốc Lộ 1 vào tới tận chân núi Mây Tào. Chỉ trong vòng mươi năm phe thắng trận dẫn phe bại trận tới đây lập trại giam, mật khu Rừng Lá nổi tiếng rậm rạp âm u, bỗng biến mất, hóa thành một nông trường cải tạo nổi tiếng thu hút nhiều anh ba, anh tư, anh năm, anh sáu... trên trung ương về thăm, nhân thể ở lại dưỡng sức ít ngày. Các anh ở lại nghỉ ngơi tại một căn nhà nổi trên hồ Thiên Ân, có các đồng chí công an phục dịch "cơm no rượu say", lại được tiếng là "đi thực tế", kiểu như thời trước cấp trên xuống xã ấp, gọi là "thăm dân cho biết sự tình".

Một đêm thanh vắng, từ trong trại giam các tù binh nghe súng nổ vang ngoài rừng, lại tưởng có biến cố hay có cuộc vượt ngục, nhưng sáng sau đi cuốc đất mới được biết đêm qua có con voi mẹ bị bắn chết. Voi mẹ chết chỉ vì nó có cặp ngà lớn, để lại voi con còn đang phải bú mẹ. Voi con chưa biết tự kiếm ăn được và cũng không biết đi đâu, nó cứ quanh quẩn bên ngoài hàng rào trại giam kêu khóc thảm thiết. Trại trưởng sợ bị vạ lây vì voi Rừng Lá được coi là loài thú hiếm quí cần được bảo vệ. Nghe đâu thống kê nhà nước ước tính cả vùng "rừng vàng biển bạc núi kim cương" chỉ còn có một... trăm voi. Mẹ nó bị bắn chết lấy ngà chưa điều tra ra kẻ vi phạm pháp lệnh nhà nước, nay voi con cứ đứng ngoài hàng rào mà khóc như ăn vạ, lỡ cấp trên sinh nghi... thì bỏ mẹ. Bèn sai đám tù xúm vào đẩy voi con đi xa hàng rào về phía rừng. "Ông Bồ" con nặng mấy tạ không đi được vì đói, đẩy mãi mới xa được một quãng nhưng sáng sau lại thấy nó nằm ở nhà lô sát trại. Các tù nhân còn phải lấy phần củ sắn của mình nấu cháo loãng đổ vào miệng voi con cho nó sống cầm hơi. Tù đã đói, phần ăn khoai sắn ít không đủ no, nay lại phải chia sớt cho "Ông", đúng là... cái họa.

Xác voi mẹ mất cặp ngà, dân quê xóm Sông Giêng kéo vào lóc thịt đem về nấu... cháo. Bộ xương thì công an trại giam K2 ra hốt về đổ đống trong kho củi bếp trại, dự tính sẽ nấu "cao voi", không rõ để chữa bệnh gì! Dân địa phương bàn tán với nhau rằng cặp ngà voi lớn quí đang được treo ở phòng khách tư dinh bí thư thành ủy theo ý muốn của phu nhân, nhiều người biết nhưng cuộc điều tra không ra manh mối, không bắt được thủ phạm.

Voi mẹ thì như thế, voi con thì như thế, những con còn lại chạy tán loạn vào rừng, mấy hôm sau chúng trở lại giẫm nát phá tan hoang rẫy bắp của dân. Một người làm rẫy thấy các "Ông" hùng hổ đi tới bèn tỏ lòng cung kính, quì đập đầu xuống đất lạy như tế sao nhưng các "Ông" không tha, một "Ông" giẫm người ấy lòi ruột chết ngay tại chỗ.

Buổi tối các bạn bạn tù ngồi trên sạp nứa ăn cơm chung, xong uống trà hút thuốc lào vặt. Người tù thi sĩ cầm cây đàn guitar từng tưng dạo vài khúc, hát nho nhỏ tặng cho bạn nghe bài ca mới soạn:

"Chiều, bị hai dãy núi cao bịt mắt,
những đám mây còn lại
biến thành con thiên nga khổng lồ.

Trong hơi nước đầu tiên của mùa thu,
con thiên nga mù,
vỗ đôi cánh san hô,
lờ lững trôi về mô...

Thiên nga hỡi, mi chớ bi thương vì mù lòa,
Đây mắt ta, đôi mắt xa xôi ta tặng ngươi,
Hãy tìm đường qua núi.

Thiên nga ơi, mi chớ hoang mang vì chiều tối
Đây tim ta với tình yêu xưa thắm tươi,
hãy cầm lấy ra khơi,
đem về chốn xa xôi,
nơi, có người ta mến thương,
đang ngóng trông bên trời. " (*)

Tác giả "Bụi Tầm Xuân" ngồi bên nghe chợt thấy ban tự quản nằm cạnh hé mắt liếc sang, bèn chột dạ, e ngại, lái sang chuyện khác. Thi sĩ "Người Đi Qua Đời Tôi" không đàn hát nữa mà nói chuyện con voi con:

– Ở đây nó không được đoái hoài chứ... "xuất cảnh" sang nước ngoài "cu tí" sẽ được quí như vàng.

Tác giả "Trắng Chiều" nói:

– Đem con voi con tặng nước bạn nào đó làm quà có hơn không là để đây cho tù nuôi nợ!

– Thụy Điển họ luôn luôn bênh Việt Nam trên trường quốc tế, lại viện trợ cho cả một cái nhà máy giấy Bãi Bằng... lớn nhất Đông Nam Á, sao không đem "cu tí" này "cống" vua Thụy Điển gây cảm tình "hữu nghị quốc tế bền vững", tù khỏi bị bớt phần ăn và khỏi phải đẩy đít "Ông Bồ" về rừng.

Chuyện cống voi tán dóc bâng quơ, không hiểu tại sao bất ngờ chiều hôm sau trưởng trại dẫn "phái đoàn" các anh lớn ra tận nhà lô xem voi con. Họ đứng chỉ trỏ bàn tán với nhau gì đó rồi trở về ngôi nhà nổi trên hồ Thiên Ân. Những ngày sau trưởng trại theo các "anh lớn" về thành phố. Khi trở lại Rừng Lá, trại trưởng chạy hộc tốc ra nhà lô kêu các bác tù già đẩy voi con về cơ quan. Voi con được ở trong vườn xoài ngay sau văn phòng trưởng trại và hằng ngày được bếp cơ quan nấu cháo gạo trắng có thịt đổ vào miệng... bắt ăn. Các bác tù già khỏi bị bớt phần củ sẵn cho nó. Rồi voi con được chở đi thành phố. Một thời gian sau nữa trên đài truyền hình số 9 chiếu hình voi con lên phi cơ phản lực của hãng hàng không quốc tế đi... Thụy Điển. Bản tin nói thủ tướng chính phủ nước ta gửi quốc vương Thụy Điển con voi quí làm quà tặng để kỷ niệm tình hữu nghị thắm thiết lâu đời giữa hai nước. Đi theo voi con còn có các thú y sĩ và các chuyên viên sở thú để lo săn sóc cho... sứ giả.

Ở trong nhà giam, các bạn tù ngồi ăn quà thăm nuôi của "anh ta" mới tiếp tế. Câu chuyện lại nói về voi con.

– Không ngờ "ông bồ" đi nước ngoài thật.

– Mà lại đi đúng nước Thụy Điển.

– Xung quanh đây chắc có... KGB.

Mọi người cười ồ, một người nói:

– Chuyện xảy ra như thiệt. Lộ trình lý tưởng nhiều người thèm. Bước 1: từ rừng chuyển về thành phố. Bước 2: từ thành phố... lên phi cơ đi tuốt. Còn kẹt trong rừng thì còn lâu mới có bước 2.

– "Anh ta" lên thăm có nói gì không?

– Bà tùy viên văn hóa sứ quán nước Thụy Điển mới đến thăm "anh ta", nói, tôi sẽ về và gia đình tôi sẽ đi Thụy Điển.

– Như vậy là ông sắp có bước 1. Sắp theo voi con. Sắp thành "Ông Bồ". Mong lắm thay.

Thấy ban tự quản từ trong nhà cầu đi ra lên chỗ nằm, bác già nói:

– Có nói chuyện con voi cho "anh ta" nghe không?

– Có. Và "anh ta" biểu tôi hỏi anh muốn ăn món gì lần thăm nuôi tới sẽ đem lên.

Người tù già buột miệng:

– Cua biển. Thèm một con cua Huỳnh Đế ram muối.

Lần thăm nuôi tháng sau "anh ta" gửi chồng đem vào cho nhóm "biệt kích văn hóa" một... sọt cua biển. Nhà thi sĩ sắp xếp các món quà vợ cho, miệng nói:

– Đó, ông đòi cua biển thì có cua biển, tìm mãi mới mua chui được loại này. Cua Huỳnh Đế phải ra biển Sa Huỳnh mới có, chịu thua.

Tác giả "Một Mai Khi Hòa Bình" còn có lời nhắn: "Tù mọt gông mà không bỏ được cái tật ăn nhậu hưởng thụ, đòi hỏi đồ quốc cấm."

– Chính mình phải chào thua "anh ta", tưởng nói chơi ai ngờ "anh ta" làm thiệt. Thời buổi tất cả để xuất khẩu lấy ngoại tệ thì thứ này đúng là đồ quốc cấm!

Thi sĩ kể chuyện thăm nuôi:

– Công an khám xét quà tiếp tế thấy sọt cua thì chê: Mấy cái anh này buồn... cười ở tù không xin thịt... lại xin cái thứ cua còng này... để làm gì không biết. Ngu ơi là ngu! Bèn cho mang vào trại.

Cả mấy anh em chẳng người nào biết xoay xở ra sao với cái sọt cua. Người này đùa cho người kia việc làm món. Tối hôm đó cua trong sọt bò ra khắp phòng giam, sáng sớm đã có bạn tù kêu ré lên:

– Ối giời ơi, con gì lạ quá, lâu lắm rồi tôi không thấy cái thứ này, trông như khủng long!

Các "nhà biệt kích văn hóa" phải hùa nhau bò dưới nền đất nhòm vào các gầm sạp ngủ tìm bắt đàn cua trốn trại. Bắt đủ hết. Đầy sọt. Không con nào trốn thoát. Trại giam xã hội chủ nghĩa con kiến cũng không thoát chứ đừng nói con cua. Chạy lên Trời cũng kéo xuống cho đi học tập cải tạo, chỉ trừ chui xuống... lỗ!

Cuối cùng nhà thi sĩ phải điều đình với anh trực phòng ở lại nhà giúp "ram muối" mở cua biển tội nghiệp. Trưa lao động về, mỗi nhà "biệt kích văn hoá" một con "cua ram muối kiểu nhà hàng nổi", còn bao nhiêu mời bạn tù xung quanh. Đương nhiên không quên ban tự quản nằm bên.

Vừa gặm càng cua, bác già nói:

– Sang trọng!

Tác giả "Bụi Tầm Xuân" phê:

– Từ nay chừa nhá cái tật bốc đồng đòi hỏi.

Thi sĩ ra lời:

– Nhưng mà đúng thật là... sang trọng!

■

Thi sĩ làm nghề cuốc đất trên cánh đồng. Bác già làm nghề gánh nước tưới rau bên bờ suối. Sáng xuất trại hai người theo đội mình đi hai ngả, tối về gặp nhau trong phòng giam. Bác già hỏi thi sĩ:

– Muốn ăn cá tươi không?

– Sao không.

– Cá lóc sống bắt dưới suối lên còn dãy đành đạch. Không phải cá khô thăm nuôi tiếp tế. Muốn không?

– Muốn.

– Thế thì thành lập hợp tác xã sản xuất!

Bác già lập kế hoạch, thi sĩ cuốc đất gặp nhái phải cố bắt sống, nhốt trong bao ni lông có đục lỗ thông hơi, đừng quên bỏ trong bao nhúm đất tạo môi trường thiên nhiên cho kẻ bị giam cầm bớt đi phần nào nỗi bức bách! Tối đem mồi về nộp, hôm sau bác già sẽ cắm câu ở bờ suối, được cá lóc hai người sẽ có món tươi, cải thiện bữa ăn, tiết kiệm ngân sách gia đình, bớt chi tiêu thăm nuôi, vợ con ở nhà đỡ khổ. Kế sách kinh tế đầy triển vọng.

Nhưng thi sĩ tỏ vẻ hoài nghi:

– Xưa nay ông chỉ biết... ăn chứ đâu biết bắt cá?

Bác già hăng tiết:

– Tôi ra chỉ tiêu, "một nhái, hai lóc".

– Đùa!

– Ông cứ bắt nhái đem về nộp cho tôi, chỉ tiêu "một nhái hai lóc" tôi chịu trách nhiệm. Hay là muốn kỳ kèo thêm bớt, hơn thiệt, thì tăng năng suất lên "một nhái ba lóc".

Thi sĩ phi một bi thuốc lào xong nằm xuống đong đưa võng cười mỉm:

– Làm sao bắt được nhái, bước khởi đầu đã rất khó rồi.

Bác già giảng giải:

– Đi cuốc đất ông không thấy sao, nhái sinh sống dưới những khe đất, khi ông cuốc, động ổ, nhái nhảy ra tháo chạy, ông liệng cuốc nhảy tới vồ, mà nhớ là phải vồ chặn đầu...

– Giỡn hoài, người sao nhanh bằng nhái, thoắt một cái là nó đã biến vào trong cỏ cây...

– Rất khó và rất vất vả mới chộp được một con nhái, nhưng nên nhớ... "lao động là vinh quang"! Phải mất nhiều công sức mới có... thành quả. Muốn ăn cá lóc sống phải bỏ công sức lao động.

Thi sĩ nản lòng:

– Thua, chịu thua trong công cuộc đấu tranh gian nan này...

Bác tù già "động viên" thi sĩ:

– Chưa gì đã... chủ bại, phải "tiến công nổi dậy, nổi dậy tiến công" thì mới ăn. Vả lại nếu cứ đều tay với cái cuốc suốt buổi thì cuộc đời nhàm chán quá, thỉnh thoảng phải có đột biến cho công cuộc sản xuất thêm phần sinh động. Lâu lâu gặp con nhái quăng cuốc nhảy tới vồ cho có hoạt cảnh. Cũng như viết tiểu thuyết, thỉnh thoảng phải thêm vào tí action cho tình huống linh động.

Chợt thi sĩ nghĩ ra một sự lạ:

– Người ta phải mất vài ba con nhái may ra mới câu được một con cá, ông sao dám một nhái vài ba con lóc?

– Thế mới tài tình! Cách mạng là phải "sáng tạo".

– Lại phét!

– Đấy rồi ông coi.

Nhà thi sĩ bắt nhái có ngày được mấy con, nhốt trong bao ni lông theo đúng tiêu chuẩn giam giữ hiện đại và nhân đạo. Ông cũng phải trả giá bằng những vết trầy đầu gối, nhưng không sao vì đúng là mưu sinh có giúp cho thời giờ lao động cuốc đất thêm phần sinh động bớt nhàm chán. Ông có bị cán bộ võ trang coi tù phê phán, nhưng thi sĩ biện minh rằng thịt một con nhái lột da rồi chế biến cũng thành món ăn cải thiện. Cán bộ thông cảm.

Vào những ngày lễ lớn của cả nước, trại giam thường mổ bò (trong Nam) mổ trâu (ngoài Bắc) cho tù nhân liên hoan. Trại giam đông vui cả ngàn tù nhân, nên bữa ăn chia phần mỗi người cũng được một miếng thịt hoặc miếng da to bằng đốt ngón tay. Một con nhái lột da rồi cũng tương đương với khẩu phần thịt mừng lễ đại thắng mùa xuân! Vì thế một con nhái được tù nhân gọi là một con bò. Có tối khi bàn giao tù nhái thi sĩ khoe với bạn già là bắt được tới những 3 con bò!

Công cuộc làm ăn cải thiện bữa ăn tươi tiến hành được một thời gian dài nhưng chẳng thấy bạn già mang được con cá nào từ suối Lạnh về. Số nhái thi sĩ bắt được đem nộp đã lên tới mấy chục con bò, nếu tính ra cá lóc sẽ là cả trăm con. Có hỏi tới thì bạn già nói là cứ "từ từ", chuyện đâu còn đó. Bác già còn than là số lưỡi câu bị cắn đứt mất khá bộn, công cuộc làm ăn có "sự cố". Cũng tại lũ rắn nước vô duyên nhưng tinh ranh, không mời mà chúng cứ tới xực hết những con mồi nhái móc ở lưỡi câu, phá vỡ luôn một kế sách kinh tế rất tự túc tự cường.

Một hôm bác già đem về một lon cá rồng rồng kho mặn. Khi ăn cơm thi sĩ hỏi "món gì vậy" thì bác già đáp cụt lủn "cá lóc". Rồi còn hỏi:

– Ngon không?

– Ngon.

– Công trình vừa cuốc đất vừa vồ nhái của ông đã được đền bù đấy nhá. Nguyên một bầy rồng rồng cả mấy trăm con chứ không ít đâu, phải dùng cái mùng ngủ của tôi mới vớt được. Cách mạng là tài tình và sáng tạo.

– Nhưng không có lòng hiếu sinh. Cuộc tàn sát toàn "đàn bà và trẻ em".

– Chỉ có trẻ em, không bắt được đàn bà. Đàn bà tuy thương con nhưng cũng nhanh chân vượt thoát chạy ra đằng xa nhìn lại lũ con bị bắt trong cái mùng oan nghiệt chụp xuống. Anh đàn ông nào đó lại còn nhanh hơn, biến mất trước khi xảy ra cuộc tàn sát tập thể!

– Thôi đừng nói thêm nữa về tình nghĩa và lòng nhân đạo.

Những bữa ăn của hai người bạn lại vẫn tiếp tục là thực phẩm tiếp tế của tác giả "Đêm Nghe Tiếng Đại Bác", và họ không bao giờ bàn đến kế hoạch mưu sinh thoát hiểm hoặc là cải thiện bữa ăn nữa cả. Chuyện cóc nhái cũng bỏ qua luôn không ai nhắc tới. Nhưng sau này khi viết tiểu thuyết, kỹ thuật "đột biến" vẫn thường được sử dụng để cho câu chuyện kể không rơi vào tình trạng lặng lẽ. "Tính" action trong khi viết tiểu thuyết cần thiết đến độ có khi không có nhái, tác giả vẫn thỉnh thoảng phải quăng cuốc nhảy về! Cũng có khi phải làm ra vẻ cuốc trúng hũ vàng. Cũng có khi phải làm ra vẻ cuốc trúng trái mìn nổ chậm! Không có nhái phải tính kế khác thôi! Nhưng có nhái hay không có nhái thì việc cuốc đất vẫn là việc cuốc đất!

Bù vào đó trong khi ăn thi sĩ thường hay kể chuyện Tàu cho bạn nghe đỡ buồn.

■

"Một hôm tướng quân kéo đoàn tinh binh qua vùng trang trại của phu nhân. Phu nhân ăn mặc xiêm y lộng lẫy ra tận đầu làng đứng đón, hai bên có hai tì nữ theo hầu. Tướng quân xuống ngựa tiến tới, phu nhân vái chào, hai tì nữ quì lạy, tướng quân tỏ vẻ hài lòng. Phu nhân thưa:

— Thiếp xin kính mời tướng công ghé vào tệ xá để tiện thiếp được hầu hạ tướng công cho bõ với nỗi niềm mong nhớ qua bao tháng ngày dài chờ đợi.

Tướng quân thuận ý cầu mong của người đẹp. Phu nhân xin tướng quân cho đóng binh ngoài cánh đồng, chỉ mình tướng quân sánh vai cùng phu nhân vào trang trại. Trong dinh cơ tráng lệ đèn nến sáng choang, yến tiệc được dọn ra, phu nhân dâng rượu tẩy trần, đoàn tiện nữ múa hát.

Tướng quân hoan hỉ uống chén rượu do phu nhân nâng lên tận miệng, người thấy ngà ngà say, lâng lâng thanh thoát, thân thể như nhẹ bổng, bay cao. Phu nhân nói:

— Tướng công cũng đã biết tính tình của thiếp, ngay từ hồi nhỏ, thiếp đã không muốn cho ai hơn mình điều gì. Ngày Tết có con bé hàng xóm mặc chiếc áo mới, lại là chiếc áo mà thiếp từng thèm muốn, thế là thiếp bắt con bé hàng xóm phải quì xuống, cởi chiếc áo mới ra nộp cho thiếp. Thiếp còn cấu véo con bé bầm da rách thịt để trừng trị nó về cái tội dám có cái mà thiếp ham thích.

Tướng quân nằm bất động, muốn cử động mà sao không cử động được. Phu nhân thưa:

– *Vì quá yêu thương tướng công, không muốn mất tướng công về tay người khác, cũng không muốn tướng công rời xa tiện thiếp, cho nên tiện thiếp đã dâng lên chàng thứ rượu có pha chất độc đặc biệt làm tiêu tan hết nội lực trong cơ thể của người rồi. Từ nay người vĩnh viễn giã từ cái thế giới của chốn giang hồ. Tửu lượng đặc biệt đã phế bỏ tất cả võ công vô địch của tướng công, người đã yếu đuối còn hơn cả một người yếu đuối, để tiện thiếp có thể thừa hưởng toàn bộ thể xác cũng như tâm hồn của chàng cho riêng mình.*

Phu nhân gọi con hầu bưng ra một cái khay khảm bạc, trên khay có một tờ giấy đã viết sẵn chữ và một con dao cán nạm vàng, lưỡi dao sáng loáng, phu nhân cầm con dao giơ lên trước mặt tướng quân:

– *Trước khi thiếp yêu thương chàng, xin tướng công hãy ký vào tờ quân lệnh trạng này cho đại hùng binh ngoài kia được tự do trở về quê quán của họ mà sinh sống. Tướng công dừng chân tại chốn bồng lai này hưởng hạnh phúc thì bao nhiêu quân sĩ dưới trướng của người cũng cần được hưởng hạnh phúc với vợ con tại quê hương làng mạc của họ.*

Phu nhân cầm tay tướng quân giúp cho người điểm chỉ lên tờ giấy, rồi nàng sai con hầu đem tờ quân lệnh trạng ra cánh đồng truyền cho ba quân. Xong phu nhân vén tay áo dùng con dao xinh xắn xẻo từng miếng thịt của tướng quân. Xẻo tới đâu tướng quân quằn quại tới đó. Tướng quân rên lên đau đớn, máu tuôn ra thấm chiến bào, lệ trào đẫm mặt mũi. Đôi mắt phu nhân sáng rực lên niềm hạnh phúc vui sướng!

Nàng thủ thỉ bên tai chàng:

– *Từ nay tướng công mới đích thực là tình nhân của riêng thiếp."*

■

Người nghe phát biểu:
– Phịa!
Người kể:

– Không phịa, kể theo chuyện Tàu, nhưng có "xào nấu chế biến" thêm bớt chút đỉnh.

Thi sĩ vừa kể chuyện vừa dùng nước trong lon guigoz tráng mấy cái bát nhôm ăn cơm. Thi sĩ hắt bát nước rửa chén ra ngoài cửa sổ bỗng có tiếng quát ở ngoài vọng vào:

– Anh nào trong ấy hắt nước cả vào mặt cán bộ làm nhiệm vụ ở ngoài này.

Cả phòng giam đang ồn ào bỗng nín khe. Ban tự quản vội vàng làm phận sự "rút kinh nghiệm". Trong phòng giam rộng năm gian nhốt một trăm tù chỉ có hai ngọn đèn vàng mờ mờ tù ngồi gần còn nhìn thấy mặt nhau, nhưng bên ngoài trời tối đen như mực chẳng thể thấy vóc dáng cán bộ nhà nước ra sao, chỉ nghe tiếng mắng vọng vào:

– "Bố lếu bố láo!"

Bác già nói nhỏ với thi sĩ :

– Rút kinh nghiệm, nghe chưa! Tạt nước bẩn vào mặt người ta như thế ai mà chịu nổi. Nên nhớ theo lý luận của lực lượng võ trang nhân dân thì lính gác là chức quyền cao nhất ở chiến tuyến!

∎

Thi sĩ về và cùng gia đình đi Thụy Điển thật. Đúng như lộ trình bà tùy viên văn hóa sứ quán cho biết. Gia đình được hoàng gia giúp đỡ tận tình để lập lại cuộc sống. Thi sĩ được các nhà văn hóa địa phương đãi tiệc, chợt nhớ tới bạn còn trong chốn khốn cùng, bèn chạnh lòng làm bài thơ:

Lửa, Thấy Từ Stockholm.
"Thomas von Vegessack quẹt diêm:
Lửa đèn, lửa bếp, lửa lò sưởi
Ngọn nến bữa ăn chiều lung linh
Quặn lòng quê xa bạn tù tội

Phương đông: kim, mộc, thủy, hỏa, thổ

Quê ta bao nhiêu ngũ hành sơn
Bếp ai tro lạnh chiều nay nữa
Lửa gì đâu lửa tủi lửa hờn

Nắm xương ai gửi rừng Xuyên Mộc
Ngọn đèn nào, xao xác gió mưa
Cơm kêu, kẻng gõ, miệng khô khốc
Con đóm đêm xưa có lập lòe

Bạn ta nữa, chân núi Mây Tào
Mười bảy năm, rừng sâu, sức cạn
Chiều khổ sai, khoai sắn ra sao
Lửa nào sưởi cho lòng đủ ấm

Tha lỗi nhé, miếng ngon nuốt nghẹn
Vui riêng, cứng lưỡi, thốt không đành
Cháy mãi cùng ta vậy, nghe nền
Ngọn lửa anh em ngày tái sinh." (*)

Một thời gian sau, cuộc sống ổn định, thi sĩ tìm đến vườn thú quốc gia, hỏi thăm mãi mới ra chỗ ở của sứ giả Việt Nam. Trước dinh cơ có treo tấm bảng bằng chữ Thụy Điển và chữ Anh, nói rõ tiểu sử, xuất sứ, giòng giống và tặng phẩm từ Việt Nam. Voi con đã lớn. "Ông Bồ" ở một chỗ khang trang đẹp đẽ chứ không bờ bụi như hồi mẹ chết. Thi sĩ nhìn "Ông" nhưng "Ông" không nhìn thi sĩ. Bây giờ, ở đây, thi sĩ nhận ra "Ông". Bây giờ, ở đây, "Ông" không nhận ra thi sĩ. Di dân thấy sứ giả muốn bắt quàng thì bắt. Sứ giả đâu cần nhận họ!

"Ông" không biết một tí gì về người đã phải góp sức đẩy dít đun "Ông" về vườn xoài chờ ngày đi sứ. "Ông" cũng không biết rằng thi sĩ và nhiều người tù khác đã phải chia sớt cái phần ăn khoai sắn nấu cháo cho "Ông" cầm hơi thuở "Ông" sa cơ mà chưa gặp thời. "Ông" cũng không biết một tí gì về cuộc tán dóc, bâng quơ chuyện đem voi đi cống... của các nhà "biệt kích văn hóa". "Ông" hoàn toàn vô tư. Thế cho nên thi sĩ chỉ biết đứng lặng nhìn "Ông". Thi sĩ muốn bày tỏ một tình cảm với "Ông", muốn tặng "Ông" một cái gì, một bài thơ chẳng hạn, muốn cho "Ông" một món ăn, một củ khoai củ sắn chẳng hạn... nhưng ở đây người ta cấm du khách chọc thú và cấm cho thú ăn, "mọi chuyện đã có nhà nước lo". Thôi thì đành đứng nhìn "Ông" mà nhớ lại một thời khổ nạn đã qua.

■

Trưởng trại lên lon vùn vụt. Năm 1975 từ Thanh Hóa vào Nam coi tù, anh ta mới là thượng sĩ công an. Hành hạ tù một thời gian anh lên sĩ quan, rồi làm trại trưởng đeo lon thượng úy. Sau vụ voi đi sứ anh ta lên đại úy rồi tiếp sau đó lên ngay thiếu tá. Sự nghiệp cai tù của anh đã trải qua nhiều vụ quan trọng, dưới tay xiềng xích của anh đã có nhiều tù nhân thuộc mọi giới. Có các bộ trưởng chính khách miền Nam, có các linh mục tu sĩ nhà thờ Vinh Sơn, dòng Đồng Công Thủ Đức, các vị thượng toạ của Giáo Hội Phật Giáo Việt Nam Thống Nhất, có các nhà văn, nhà báo... Khi các nhà "biệt kích văn hóa" được về anh ta đeo lon trung tá. Sẵn có uy tín, anh ta lên bộ nội vụ xin lãnh số sĩ quan tù binh còn lại hơn trăm người gồm các cấp tướng và tá về trại Rừng Lá để anh ta quản lý. Anh đổi cách đối xử và xưng hô. Anh gọi tù sĩ quan là các bác và để các bác sống thoải mái chờ ngày về... đi Mỹ! Có lần anh ta nói:

– "Thằng em" chỉ học lớp 3, không bằng các bác, nhưng thằng em cũng lên cấp tá và thằng em... chơi đẹp.

Một đội lao động đặc biệt gồm các vị tướng và đại tá tù binh khoảng năm chục người, nhà lô ngay bên bờ Suối Lạnh, gần đập thủy điện. Đội trưởng là cựu Tư Lệnh Sư Đoàn 18 Bộ Binh, sáng sáng dẫn các bác tù binh quí phái ra nhà lô lao động, nấu cà phê, mì, ăn sáng, giặt giũ áo quần phơi trên dây. Rồi trồng rau, trồng cỏ, trồng hoa gì tùy ý. Trưa nấu ăn trưa xong mắc võng ngơi. Chiều lại trồng hoa, trồng cỏ, trồng rau gì tùy ý. Xong nấu ăn tối xách về trại. Trước khi về các bác xuống suối tấm. Ở các đội lao động khác tù thường tắm truồng. Đội này không thấy bác nào tắm truồng, mà khi thay quần lót các bác còn vào trong nhà lô kín đáo.

Một hôm đang tắm, có con rùa lớn nổi lên ngay "Mé Nước", bác đại tá có lẽ là trẻ tuổi nhất trong số các đại tá của Quân Lực Việt Nam Cộng Hoà tắm gần đó nhanh tay vớ chiếc cuốc vung lên bổ xuống một chiêu, máu loang bãi tắm, con rùa nổi lềnh bềnh, vớt lên bờ thì chết. Rùa cân nặng 43 ki lô, xẻ thịt mời tất cả đội kể cả các bác bịnh nằm trong trại, mỗi bác được gần 1 kí thịt. Nhưng có ba bác không xài. Ba bác già kiêng không ăn món thịt rùa? Hay các bác tỏ lòng kính trọng thần kim qui? Những ngày sau trong trại tù và cả ngoài trại tù đều có lời bình rằng... rùa thiêng Rừng Lá Suối Lạnh nổi lên dâng gươm cứu quốc nhưng các vị tướng sĩ không nhận! Chuyện đến tai trại trưởng, anh ta than uổng, phải chi nếu có bác nào nhận kiếm phất cờ khởi nghĩa thì cho... "thằng em" theo.

Anh ta đang thời, lại có các anh lớn trên trung ương nâng đỡ nên anh ta muốn làm gì thì làm muốn nói gì thì nói. Muốn đốt một căn nhà anh bật quẹt ném cả bật lửa vào cho cháy khiến các công an và tù chạy đồ đạc ra không kịp, anh đứng nhìn lửa cháy mắt long lanh, anh nói "phải giải quyết táo bạo".

Mấy năm trước có anh công an thách đố tù binh anh nào không muốn lao động thì... ngồi nghỉ đi, trung tá nhảy dù Nguyễn Lô bèn vứt mẹ nó cái "ki" khiêng đất xuống rồi... ngồi nghỉ, thì bị anh ta ra lệnh đem đi nhốt. Thời gian sau này dường như tình thế đã có những đổi thay, khi TV Sài Gòn xuống thu hình, công an bắt Nguyễn Lô cầm cuốc làm cỏ để quay phim, Nguyễn Lô nói "Tôi không chơi được cái trò... khỉ đó!", mọi người xung quanh tưởng phen này ông tiểu đoàn trưởng nhảy dù lừng lẫy sẽ bị nó cùm mút mùa, ai ngờ khi tay công an dẫn Nguyễn Lô lên báo cáo xin đem nhốt thì liền bị anh ta cự "Ông ấy không thích... đóng phim thì thôi chứ việc gì mà nhốt người ta". Nguyễn Lô thời chiến lừng lẫy, thời tù cũng lẫy lừng, có lần tay trưởng trại này đã nhận xét "họ là những người kiên cường đáng phục."

Anh ta có một dàn cung nữ 5 cô do anh ta tuyển chọn từ khu B nữ tù. Cả 5 cô đều nhan sắc mặn mà, tù nam gọi là "ngũ long công chúa" vì 5 cô không phải lao động nặng nhọc, chỉ lo bán "căng tin" và ở riêng rẽ trong một ngôi nhà bên bờ suối. Các cô không được có tình ý với ai, cũng không ai được tán tỉnh các cô kể cả công an coi tù chứ không riêng gì tù, ấy vậy mà cũng có mấy tay bị đem đi cùm vì tội lai vãng đến khu vực cấm. Tất cả đều phải hiểu ngầm là 5 cô của riêng trại trưởng. Thỉnh thoảng anh ta vung vẩy trong bộ quần áo pyjama sọc màu phanh ngực... đi tới căn nhà có các cô ở để... kiểm soát một lát rồi đi ra. Không một ai biết chuyện gì đã xảy ra và xảy ra với ai bởi vì các cô gái xinh đẹp vẫn đi qua đi lại, đi ra đi vô, từ căn nhà ở sang gian hàng "căng tin". Các cô không phải mặc quần áo tù có đóng dấu, các cô mặc đồ bộ kiểu cọ màu sắc đẹp đẽ, tươi mát, thướt tha. Mỗi năm trong đợt giảm án cô nào cũng có tên trong danh sách "ân xá" sáu tháng, một năm, có cô được tới một năm rưỡi... Ngày về của các cô sớm muộn nhanh chậm là tùy thuộc ở thái độ của các cô chấp hành cải tạo tốt hay khá...

Một hôm có anh tù nam trẻ tuổi uống thuốc trừ sâu tự tử ở trạm thủy điện, khiêng vào bệnh xá, còn đang cấp cứu thì lại phát giác ra một cô trong dàn "công chúa" cũng đang mê man bất tỉnh ở nhà bờ suối. Y tá bơm nước rửa ruột cho hai người nhưng thấy nguy kịch bèn chuyển đi bệnh viện tỉnh Phan Thiết. Hai ngày sau anh tù nam chết ở bệnh viện, năm ngày sau cô tù nữ công chúa thoát chết trở về trại giam. Nàng nhoẻn miệng cười "tại em uống có một nửa!" Trại trưởng cử cán bộ thân tín lên bệnh viện lo việc chôn cất anh tù nam ở ngay nghĩa địa tỉnh. Trại trưởng tiết lộ với các bác tướng "tôi cho nó bộ ván thượng hạng tốn năm trăm ngàn", không ai hiểu vì sao anh ta lại phải xuất tiền trại ra nhiều thế để o bế người tù trẻ dại thảm tử, trong khi thường nhật tù chết chỉ được nằm trong bộ ván gỗ tạp do nội bộ sản xuất để sẵn ở xưởng mộc. Bà mẹ nạn nhân từ Biên Hòa được báo tin lên chôn con khóc "Ới con ơi, mẹ có một mình con, sao con không chờ mãn án về mẹ cưới vợ cho, việc gì con phải tranh giành gái, ghen tuông, với chúng nó để rồi chết thảm vậy con!" Cô nữ tù công chúa cũng không được ở "căng tin" ngoài trại mà phải vào bán "căng tin" bên trong trại. Năm con rồng cái còn có bốn.

Về sau trại trưởng tuyển thêm hoa hậu mới, nhưng dời các nàng từ chân núi Mây Tào về chân núi Chứa Chan cho các cô làm dịch vụ du lịch ở đó. Nói là dịch vụ du lịch chứ thật ra chỉ là một cái bar do các cô làm chiêu đãi viên, một thứ "quán biên thùy" mở ra trên ven quốc lộ đón khách thập phương, kinh doanh thu nhập, làm kinh tế cho trại. Một công chúa có hỗn danh là "Mai bụi" đẹp mê hồn, người thay thế cho công chúa "Mai bò" cũng đẹp mê hồn đã hết án về Sài Gòn, một ngày đẹp trời nàng "Mai bụi" lặng lẽ giã từ "ban" em đi theo một tay giang hồ nào đó. May mắn nàng Mai trốn thoát, công an của trại trưởng đi truy kích mấy ngày không tìm lại được đành về tay không. Công an đã có thành tích truy kích bắn chết tù nhân "Hải đèn cầy" trốn trại, vì thế anh ta vẫn vững vàng ở chức trưởng trại. "Hải đèn cầy" cũng là một tù nhân chung thân nổi tiếng, Hải là tên, "đèn cầy" là do những vết sẹo phỏng trên mặt, do anh ta bất khuất không chịu nhục dưới tay tên "đầu gấu" hồi ở khám Chí Hòa, Hải nói anh là người không phải là chó nên anh không ăn cứt, bọn chúng đè anh ra úp bát nến nấu sôi vào mặt anh cháy thành sẹo. "Hải đèn cầy" khi bị chuyển tới trại Rừng Lá đã tuyên bố khẳng định là sẽ vượt ngục, tù chung thân thì phải tự giải phóng thôi, đằng nào cũng giá chót. Hai lần vượt ngục trước bị bắt lại, lần thứ ba bị bắn chết. Tội nghiệp!

Riêng hai nàng Mai xinh đẹp thoát ra được ngoài đời liệu có dịp nào gặp nhau không? Điểm độc đáo là cả hai nàng Mai, không chỉ có sắc đẹp não nùng, mà còn là những "tay súng bá vàng" nổi tiếng trong các "phi vụ" đánh ngân hàng thời trước.

Trưởng trại này là tay nhiều thủ đoạn, mánh khóe, anh ta thường nói với các bác tướng tá cứ thoải mái nghỉ ngơi chờ... đi Mỹ. Có lần anh ta còn phàn nàn sao lâu quá không thấy trên gửi lệnh thả về để các bác đi cho sớm kẻo các bác gái ở bên ấy chờ đợi tội nghiệp. Anh ta còn dặn rằng "Đi rồi khi nào trở về nhớ... thằng em chơi đẹp". Các bác tù già cũng khôn vô cùng, chẳng bác nào nói gì, im lặng là vàng! Kệ anh muốn nói hươu nói vượn gì thì nói, chúng ông cần yên thân!

Trưởng trại còn khoe với các bác, trên bàn làm việc của anh ta có tấm hình voi con đang bước lên máy bay. Tấm ảnh là một bằng chứng của thành tích. Anh nói:

– Voi và Rùa là những biểu tượng tốt của quyền uy. Nếu lần sau bắt được Rùa quí xin các bác cho "thằng em" đổi một lợn thịt, thả Rùa xuống hồ Thiên Ân nuôi, biết đâu mộng bá vương sẽ ứng!

Khi các tù binh sĩ quan chế độ cũ về hết thì anh ta đã đeo lon thượng tá. Sau đó anh lên chức Cục Phó Cục Trại Giam phía Nam, mang cấp bậc đại tá, được đi Tàu "tham quan". Văn phòng của anh vẫn đặt ở Rừng Lá. Bấy giờ Rừng Lá sạch banh không còn cây rừng nào nữa, công cuộc phá rừng đang tiến lên những ngọn núi của dãy Mây Tào. Hồ Thiên Ân được dựng lên thêm mấy ngôi nhà nổi nữa để các "anh lớn" xuống an dưỡng.

■

Thi sĩ nhận được thư của người bạn mới ra tù đã sang Mỹ, trong thư nói:

"Ông muốn làm báo thì phải rời đảo Phú Quốc về Sài Gòn, Phú Quốc làm gì có người đọc báo. "Anh ta" muốn làm con "đường tự do" thì cũng phải về Sài Gòn, làm "đường tự do" ở Phú Quốc cho ai đi... Ở Phú Quốc ông chỉ có thể "trồng tiêu"... Về đây đi ông. Con cái nó lớn cả rồi, đứa nào muốn ở lại Phú Quốc trồng tiêu thì ở, bằng không, thế giới rộng mở chúng muốn đi đâu sinh sống tùy ý. Nhưng ông muốn làm báo thì phải ở Sài Gòn này. Trước khi sang nhớ tới sở thú chụp hình "cu tí" xem nó bao lớn..."

Thi sĩ nghe lời bạn chuyển sang Mỹ ở, trước khi đi có đến thăm "Ông Bồ" một lần nữa và chụp một tấm hình "Ông" đang giương vòi lên cao như đang gầm. "Ông" vẫn lạnh lùng thản nhiên không quen biết ai. Thi sĩ vẫn chỉ biết phận mình, đứng cô đơn nhìn "Ông", muốn hỏi "Ông" vài điều mà không hỏi được, muốn nói chuyện với "Ông" mà không nói được, muốn cho "Ông" biết đôi điều tin tức về chốn cũ mà chẳng biết làm cách nào. Cho nên đành ngậm ngùi từ giã ra đi.

Ở Sài Gòn thi sĩ mãi làm báo mà quên làm thơ. Nghiệp báo chí nó đã vận vào người. Nhưng mà người bạn già một hôm nói cho ông biết rằng sẽ có một ngày ông lại bỏ làm báo để trở lại làm thơ, bởi vì thơ phú cũng là cái nghiệp. Làm thơ, làm nhạc... cho nó sang trọng!

Một hôm ông được nghe kể lại chuyện Rừng Lá. Một vụ thanh trừng lẫn nhau về quyền lợi khai thác khu rừng Hàm Tân, kết quả là tay đại tá công an Cục Phó Cục Trại Giam và bè phái bị bắt bỏ tù. Các "anh lớn" của anh ta ở trung ương không còn tại vị nữa, họ cũng đang lo cho cái thân họ chưa xong nên không người nào bao che cho anh được. Anh mất chỗ dựa, anh đã hết thời. Voi quí thì đã ra đi mất hút. Rùa thiêng chưa bắt được...

Suốt một đời tận tụy vì sự nghiệp giam giữ người, nay bị người giam giữ anh ta chịu đâu có thấu. Đang là cai tù nay xuống làm tù, xuống đến tận cùng của sự đày đọa, làm sao anh ta chịu đựng nổi. Trong phòng giam, anh bị một tay "đầu gấu" áp dụng luật giang hồ của nó. Nó và đồng bọn cho anh chọn lựa, một là bát cứt hai là bát đèn cầy nấu chảy đang sôi, anh chọn cái nào tùy anh. Chúng nó ngọt ngào nói tự nguyện ăn bát cứt để tỏ lòng qui phục thì khỏi bị trừng trị úp bát nhựa nấu sôi vào mặt. Anh hoàn toàn tự do! Hoặc làm người hèn hoặc làm người hùng! Anh rùng mình nghĩ đến sự đau đớn của da thịt bị nhựa sôi đốt cháy, anh rùng mình nghĩ đến bộ mặt sẹo sau này. Đại tá Cục Phó Cục Trại Giam không muốn làm người như tù nhân chung thân "Hải đèn cầy", đại tá tự do lựa chọn ăn bát phân. Vừa ăn anh vừa ói, nước mắt trào ra...

Nhưng đêm đó anh ta treo cổ chết trong nhà cầu!

Vụ án không có chính phạm nên sau đó được xếp lại, bọn đàn em của anh bị trả về đơn vị và chỉ bị "xử lý nội bộ", sa thải khỏi ngành, họ ra làm nghề đi rừng ở địa phương tiếp tục lên núi Mây Tào chặt cây lấy củi về bán làm kế sinh nhai độ nhật.

∎

Ngồi hút thuốc uống trà ở ngoài hiên quán cà phê trên đường Bolsa, nói chuyện mây bay gió thổi, thi sĩ đưa cho bạn bè xem tấm hình con voi chụp ở sở thú nước Thụy Điển, "Ông Bồ" ngự trong chuồng trại rất sang trọng, tuy đã hơi già nhưng "Ông" vẫn béo tốt to khỏe sạch sẽ không lam lũ như các đồng loại còn ở quê nhà. "Ông" vô tư... không có vẻ gì là nhớ Rừng Lá, nhớ núi Mây Tào, nhớ nơi "Ông" sinh ra... "Ông" hoàn toàn không biết một tí gì về chốn cũ đã có những biến đổi, đàn voi rừng Hàm Tân đang bị di chuyển lên vùng Trường Sơn lạnh giá, công cuộc "chuyển trại" đã có thương vong, hai chết! "Ông" thản nhiên thành "công dân" nước người, "Ông" thản nhiên mang "quốc tịch" khác, "Ông" không còn dính líu gì tới miền đất quê hương, nơi mà mẹ "Ông" đẻ ra "Ông", nơi bà bị sát hại. "Ông", một kẻ xa lạ!

Khi móc túi lấy tiền trả chủ quán, thi sĩ lựa ra trong mớ mấy đồng "đô la" nhầu nát một mảnh giấy nhỏ, đưa cho người bạn già nói "còn đây là quà tặng ông ngày ra tù". Mở ra thấy bốn câu:

> *"Đình chùa lụt lớn. Tượng gỗ trôi*
> *Anh là tượng đất. Anh ở lại*
> *Đất lại hoàn đất, tha hồ cười*
> *Ta cười tới bao giờ mới thôi."* (*)

(HB. 2001)

(*) Thơ Trần Dạ Từ.

Từ Dưới Đỉnh Đồi
Nhìn Lên Chân Núi

1

Mười ba tuổi tôi bị văng ra khỏi gia đình, văng ra khỏi quê quán, tôi thất kinh chạy tán loạn theo đoàn người tản cư ra khỏi cái thị trấn tan hoang bình địa.

Ban đêm quân trong rừng pháo kích như mưa rồi bộ đội nón cối xung phong ùa vào như đàn ong vỡ tổ tràn ngập thị trấn. Họ bắc loa phóng thanh tuyên truyền và lùng sục bắt những người lính quốc gia bắn chết tại chỗ hoặc trói dặt khuỷu tay dắt vào rừng. Ban ngày, gần trưa, đến lượt máy bay quốc gia oanh tạc rồi pháo binh bắn phủ khắp thị trấn, xong trực thăng chở quân lính đổ xuống, quân hai bên đối diện bắn nhau.

Người dân trong thị trấn kéo nhau chạy ra phía quốc lộ, không dám ngoảnh nhìn lại vùng khói lửa mịt mù phía sau. Tôi là con bé nương theo đoàn người chạy giặc ấy. Sau này thì tôi được biết cả gia đình cha mẹ anh chị em tôi đều đã bị chết tan xác trong ngôi nhà hoàn toàn sụp đổ. Tôi nghe theo người ta đến ở trong một trại tạm cư để được cứu trợ, có chỗ ngủ trong lều vải, có cơm ăn. Sống vật vờ trong trại cứu tế nạn nhân chiến tranh một thời gian, tôi lại theo đoàn người đi về phía thành phố. Sau nhiều ngày xin ăn và ngủ đêm ở vỉa hè, tôi được ông chủ vựa bia và nước ngọt nhận làm cháu cho vào làm việc ăn ở trong kho chứa hàng.

Bà vợ đã qua đời từ lâu, cụ Chánh chỉ có một người con trai nhưng anh ta tính tình bất thường, hàng xóm vẫn coi là một kẻ dở hơi. Anh ta không giúp gì được cho cụ Chánh trong công việc buôn bán làm ăn nhưng anh ta hiền lành không phá phách nên cũng chưa bị coi là thằng điên. Từ ngày tôi được cụ bảo bọc cho ăn ở trong nhà, tôi thấy mọi công việc kinh doanh đều một mình cụ lo liệu hết. Cụ làm việc đầu tắt mặt tối, vất vả sáng chiều, từ việc đặt hàng, nhận hàng của các hãng chở tới đến việc phân phối cho các tiệm bán lẻ trong vùng, cụ làm sổ sách thu tiền trả tiền mọi sự rất trơn tru. Cụ hoạt động tháo vát nhanh nhẹn mặc dù bà con lối xóm gọi là cụ, có lẽ vì tôn kính chức tước của cụ hồi xưa. Tôi là đứa cho cụ sai vặt và lo hầu hạ cơm nước cho anh con trai bệnh hoạn của cụ.

Một hôm, có một thanh niên xách cái túi hành lý đến nhà và được cụ cho ở trọ học. Anh ta có lẽ là cháu thứ thiệt của cụ Chánh không phải thứ cháu nhận như tôi. Trong cách xưng hô khi chuyện trò đối đáp đã có những liên hệ tình cảm, hình như giữa cụ Chánh và thân phụ của anh có ân sâu nghĩa nặng gì đó xưa kia, anh được cụ chứa chấp bảo bọc có phần giúp đỡ cưu mang học hành tương lai. Anh được ở trên căn gác chung với anh con trai của cụ. Với anh con trai thì cụ mặc tôi muốn xưng hô thế nào tùy ý, gọi là... thằng cũng được, nhưng với chàng trai trẻ mới tới, cụ Chánh bảo tôi phải gọi bằng cậu.

Ngoài giờ đạp xe lên Sài Gòn học, về nhà cậu cũng phụ vào làm các công việc trong cửa hàng cùng với tôi và cậu trở thành người thân cận gần gũi tôi nhất. Cậu ôm quyển sách học trong gian nhà kho xếp đầy những két bia và nước ngọt cao từng chồng từng chồng. Khi rảnh cậu học bài của cậu, khi có việc cậu phụ làm với tôi. Nói là cậu phụ làm chứ có khi cậu là chính mà tôi mới là kẻ làm phụ bởi lẽ cậu là con trai tôi là con gái. Như xếp các két hàng thì cậu bê những két bia lớn La Rue nặng nề còn tôi bê những két nước ngọt hay bia 33 nhỏ hơn, nhẹ hơn. Nếu phải trèo lên cao thì cậu trên tôi đứng dưới. Khi giao hàng cho các tiệm giải khát bằng xe 3 bánh thì cậu đạp xe, cậu cho tôi ngồi nghễu nghện lên trên các thùng két, cậu cháu nói chuyện huyên thuyên trong những giờ phút tự do thoáng đãng.

Những năm sau, tôi quen dần những công việc của dépot, tôi biết làm nhiều việc của cụ Chánh. Có khi cụ còn giao cho tôi tính tiền, đi thu tiền và cả việc đem tiền đi đóng cho nhà máy sản xuất bia. Cụ cũng sai tôi đi dàn xếp những vụ rắc rối do anh con trai cụ gây ra với chòm xóm, hoặc phải can thiệp khi anh ta bị bắt nạt. Thậm chí có khi cụ còn bảo tôi đi cãi nhau với cái bà lắm điều ngoài đầu ngõ để cho mụ bớt gây chuyện. Cụ cho tôi uống những chai bia chẳng may bị nứt vỏ kẻo phí của trời. Thế là có dịp cho cậu cháu tôi say sưa đỏ mặt tía tai, cậu sinh viên chẳng phải dân nhậu, hai người cưa nhau một chai La Rue là đã bí tỉ.

Tôi có thể trả lời những câu hỏi của khách hàng, tôi theo dõi và nhớ biết giá cả hàng hóa lên xuống, tôi còn có thể tính toán làm sao để chặt đá cục bán cho có lời từ những cây đá chứa trong thùng trấu hoặc mạt cưa. Cụ Chánh rất khen ngợi và tin giao cho tôi trông coi cửa hàng. Cụ có thể đi vắng sau khi dặn dò công việc nhà cho tôi và dặn dò cậu sinh viên ở nhà trông coi tôi và thằng dở hơi. Nhưng mỗi khi có tiệm nước đặt hàng, cậu lại phải hỏi tôi, hoặc là hãng nước ngọt gọi hỏi cần bao nhiêu hàng để chở tới cậu cũng lại phải đưa điện thoại cho tôi trả lời. Cụ Chánh đi vắng giao cho cậu chỉ huy nhưng tôi là người làm việc. Cả cái việc cho anh con trai ăn gì bữa trưa cũng là tôi sắp đặt.

Nhưng có một việc hoàn toàn do cậu chủ động định đoạt tính toán là việc hai người thương nhau trong góc nhà kho. Cậu kéo tay tôi vào dìu tôi nằm ngả lưng trên những két bia, tôi hùa theo nhịp nhàng đúng ý cậu bởi vì chính những thèm muốn đó cũng đúng ý tôi. Tôi sung sướng hứng lấy cậu trên những két bia cọ kẹ ken két, chúng tôi đưa đẩy nhau lung lay trên cái dàn thùng két trong bóng tối nhá nhem. Ngày nào cũng thế, ngày nào tôi cũng được cậu ôm ấp vỗ về yêu thương, cậu còn khen ngực tôi đã nẩy nở, đã là hai cái chũm cậu rất thích sờ nắn, cậu nói cậu thương tôi vô vàn, cậu thích tôi vô vàn, cậu yêu tôi vô vàn.

Cậu cho tôi biết là cậu học luật, cậu sẽ làm luật sư hoặc thầy giáo nếu không phải đi Thủ Đức và cậu sẽ lấy tôi làm vợ. Những khi ngồi trên xe ba bánh của cậu đi giao hàng, cậu thường kể đủ thứ chuyện cho tôi nghe, có khi cậu còn hát nho nhỏ cho một mình tôi nghe. Khi chiếc xe thả dốc cậu để cho nó lao xuống vù vù, tôi ngồi trên mà tưởng như mình được bay bổng, hết dốc xuống đến dốc lên, chúng tôi cùng nhảy xuống dùng hết sức đẩy xe lên. Chúng tôi thở hổn hển nhìn nhau sung sướng. Mãi mãi về sau, nhớ lại, bao giờ tôi cũng thấy rằng những giờ phút ấy là những giờ phút hạnh phúc nhất đời tôi.

Cậu cho tôi rất nhiều sách cũ của cậu và bảo: "Đọc đi, lúc nào rảnh thì đọc." Đó là những quyển sách cậu đã đọc và cậu thích, tôi bị thất học nên cậu muốn truyền cho tôi chút ít nào đó những gì mà cậu cho là hay. Tôi làm theo lời dạy. Rồi tôi hỏi. Rồi cậu giải thích. Tôi hiểu. Tôi không hiểu. Tôi hiểu theo nghĩa khác. Ngay trên xe ba bánh. Ngay trong kho bia. Ngay trong nhà tắm.

Tôi rất thích tờ tạp chí tiếng Anh, trong đó có một bài viết về một hoạ sĩ, in kèm là những tấm hình chụp các bức họa đàn bà khỏa thân. Tôi đâu biết tiếng Anh vì tôi mới chỉ theo tới lớp 8 đã phải bỏ học chạy loạn, đọc không hiểu, nhìn những tấm hình các bức họa khoả thân tôi cũng không thấy ở đó có gì làm tôi phải chú ý, thậm chí tôi còn coi đó là những cái gì kỳ cục dị hợm, chỉ liếc sơ rồi đỏ mặt lật qua trang khác, nhưng cậu nói miết, cậu bảo cứ nhìn kỹ sẽ thấy vẻ đẹp của những bức danh họa, cậu cũng bảo tôi cứ đọc bài tiếng Anh rồi sẽ có lúc hiểu ra. Cậu dịch cho tôi biết sơ về cuộc đời và những tác phẩm hội họa của hoạ sĩ. Mà quả thật xem hình chụp những bức họa khỏa thân nhiều lần, dần dần, tôi thấy ra là đẹp, rất đẹp, đó không chỉ là những tấm hình đàn bà cởi truồng. Có lúc tôi thấy người trong tranh như sống động, mỉm cười với tôi. Ở một bức khác tôi nhìn ra vẻ u uất nơi khuôn mặt của người đàn bà trong tranh. Tôi biết cậu rất mê những bức tranh, cậu nói chỉ được xem hình chụp in lại trên báo mà đã thích rồi, nếu được tận mắt xem những bức tranh thật này còn sướng biết bao. Nhưng cậu nói sẽ chẳng bao giờ cậu được thấy chúng vì chúng ở những nơi thật xa và thật sang trọng. Tôi rồi cũng giống cậu, lây cái tật thích tranh khỏa thân, tôi nhìn miết những tấm hình, nhìn hồi lâu những đường nét ở ngực, đùi... của người trong tranh. Tôi cắt bài báo và những tấm hình kẹp trong một quyển tập cất giữ cẩn thận.

Trong số các sách báo cậu cho tôi còn có những tập thơ, những bộ tiểu thuyết võ hiệp... Tôi đọc không kịp vì công việc của con ở lu bu tối ngày, cho nên tôi thường đọc theo những gợi ý của cậu. Nói cho đúng tôi là một kẻ a dua của cậu, cậu vui đâu tôi âu đấy. Khi cậu nói về nhân vật Lệnh Hồ Sung yêu ai nhất trong ba người yêu Doanh Doanh, Nghi Lâm và Nhạc Linh San, là lập tức sau đó tôi tìm dịp lật qua những trang Tiếu Ngạo Giang Hồ, tôi phải thuộc tên những nhân vật trong câu chuyện của cậu để khi nghe cậu nói tôi có thể nương theo cậu mà sống. Khi cậu bình câu thơ "Chiết kích trầm sa thiết vị tiêu..." là tối đó tôi phải lục lọi bài thơ trong tập Đường thi có dịch âm dịch nghĩa mà cậu đã cho tôi, để tìm hiểu "nhị kiều" là ai mà lại ngự trong lòng cậu. Tất cả những kiến thức đó cậu đã quen thuộc vì cậu đã học qua nhưng với tôi thì hoàn toàn mới lạ, tôi chạy theo cậu muốn hụt hơi như là khi chạy đuổi theo chiếc xe ba bánh cậu phóng đi đùa giỡn bỏ tôi lại sau.

Ở góc sân sau có nhà tắm quây bằng mấy tấm tôn, cửa che vải bạt nhà binh, nước đựng trong thùng gánh nước xách vào, chiều nào tôi cũng phải xách nước tắm vào đó cho cụ Chánh, cho anh con trai và cho cậu, dĩ nhiên là tôi phải xách nước tắm cho tôi. Đặc biệt cho cậu bao giờ tôi cũng xách cho hai thùng để cậu xối nước thoải mái hơn. Có khi đang tắm cậu gọi tôi vào gội đầu cho cậu. Tôi không dám tự ý vào phòng tắm với cậu nhưng nghe cậu gọi là tôi vào ngay. Trước khi cậu tắm tôi đã sắp sẵn đủ cả: nước, gầu múc, xà phòng, khăn tắm... đâu có thiếu thứ gì, cho nên cậu chỉ có thể kiếm cớ gội đầu, kỳ lưng, để gọi tôi. Có lần cụ Chánh gọi tôi ở ngoài sân, tôi vội chạy ra hai tay đầy bọt xà phòng, cậu cũng mặc vội cái quần đùi rồi chạy ra đầu tóc mặt mũi cũng đầy xà phòng, cụ Chánh mắng:

– Chúng mày mần giặc gì ở trong đó?

Tôi thưa:

– Cậu bảo con giúp cậu gội đầu xà phòng.

– Kể xác nó, lớn tướng rồi không gội đầu được hay sao mà phải sai mày. Đi, mày lấy xe đạp đi kêu thêm năm cây nước đá nữa bán từ giờ đến đêm, hôm nay trời nóng bức người ta mua đá cục nhiều lắm đó.

Tôi vâng dạ, lấy xe đạp nhưng còn nói vọng vào phòng tắm:

– Cậu chịu khó gội một mình à nhe.

■

Năm học thứ 3 thì cậu vắng nhà nhiều hơn, cậu có kể cho tôi biết cậu tham dự vào ban đại diện sinh viên, cậu cũng kể về những vụ hội thảo, xuống đường, biểu tình chống quân phiệt, chống độc tài, chống chiến tranh... Cậu còn nói thêm... "vui lắm, giá mà em được đi học thì cậu cũng kéo em theo". Có hôm cậu về khuya, tôi định xách "cặp lồng" đi mua phở cho cậu ăn nhưng cậu giữ lại, kéo tôi vào kho bia, chiếc "cặp lồng" rơi loảng xoảng xuống nền nhà, rồi những két bia kèn kẹt dưới lưng tôi, tôi đong đưa trên dãy thùng két đó. Khi cậu thở hắt buông tôi ra, tôi lặng lẽ cúi xuống nền nhà sờ soạng tìm những ngăn cặp lồng, tìm cả cái nắp, lắp vào, rảo bước sang phía hàng phở đêm gần đó. Tôi sung sướng đem phở về xúc cho cậu ăn, cậu vẫn còn nằm ngả nghiêng trên những két bia, trong ánh đèn đường rọi vào qua cửa kho, cậu há miệng đón những thìa phở tôi đút vào. Nuốt xong tô phở cậu tỉnh ra, ôm nựng hai cái chũm của tôi và của cậu. Trước khi đi lên gác ngủ cậu nói: "Lần nào cậu cũng là kẻ gục ngã trước... quân thù sung sức!". Sau đó "quân thù" cũng lăn quay ra ngủ say như chết.

Nhưng những ngày sau, và cả nhiều ngày sau nữa, cậu không

về nhà. Ban ngày cậu không về, tối đến đóng cửa vựa, tôi đi ra đi vào nóng lòng chờ mong cũng không thấy cậu về. Chiếc "cặp lồng" đã sẵn đấy vẫn còn để không qua những ngày sau. Tôi nhớ cậu điên cuồng. Ban đêm nằm ngủ trong kho, tôi nghe những két bia kẽo kẹt rạo rực như những cây tre trong bụi tre kẽo kẹt khi gặp cơn gió lớn.

Một tuần sau cụ Chánh nói cho biết cậu bị bắt đưa đi trại nhập ngũ, cụ còn nói vì tội biểu tình gây rối, nặng thì lao công đào binh, nhẹ làm lính trơn, chứ không được học trường sĩ quan như những người có bằng cấp khác. Thôi thế là sẽ chẳng có dịp cho cậu lấy tôi làm vợ, cậu ngưng ngang học hành làm luật sư, làm thầy giáo, cậu cũng không được làm sĩ quan, cậu sẽ làm lính trơn cầm súng trường đi đánh nhau ngay tuyến đầu và sẽ trúng đạn chết như những anh lính đã bị trúng đạn chết trong thị trấn quê tôi ngày ấy! Tôi buồn quá thể. Tôi nhớ cậu quá thể. Nhưng tôi chỉ khóc được trong bóng đêm. Ban ngày tôi vẫn làm ra vẻ bình thường. Cậu vẫn bặt tin, chưa được về thăm nhà. Cũng không có tin báo tử.

Mãi một năm sau, cậu bất chợt về thăm cụ Chánh trong bộ quân phục sinh viên sĩ quan trừ bị Thủ Đức. Cậu cho biết là cậu được tha án phạt nhưng phải tiếp tục quân ngũ, chuyển sang học ở trường huấn luyện sĩ quan. Cậu ở nhà ăn một bữa cơm trưa rồi sau đó lại ra đi, tôi không có dịp gặp riêng cậu trong kho bia. Và những tuần lễ sau đó, những tháng sau đó, cả năm sau đó cũng không thấy cậu về.

Rồi một hôm cậu lại về, lần này cậu mặc quân phục rằn ri đeo lon chuẩn uý trên cổ áo. Cậu đi đứng ngang tàng, cậu nói năng ngỗ ngáo. Cụ Chánh đi vắng, cậu kéo tôi lên gác vào phòng, cậu vung tay lột quần áo tôi ra và yêu tôi cuồng bạo, cậu thưởng thức tôi kiểu khác xưa, có lẽ là kiểu độc tài quân phiệt như cậu nói, rồi cậu cũng đòi tôi phải làm theo cách của cậu chỉ bảo, tôi líu ríu vâng lời. Cửa phòng vẫn mở, anh con trai cụ Chánh đứng hát nghêu ngao bên ngoài. Cậu chửi thề: "đ. m. thằng điên". Khi xong cậu không cho tôi mặc quần áo ngay, cậu bắt tôi để nguyên thân thể trống trải nằm ngửa, nằm sấp, lăn bên này, lăn bên kia, co chân duỗi cẳng, đứng lên ngồi xuống, đi tới đi lui... cho cậu xem. Rồi cậu nhào tới hôn hít trên toàn thân tôi. Rồi tôi thấy cậu khóc hu hu. Rồi tôi nghe cậu nói thì thầm trên ngực tôi giữa hai cái chũm của cậu:

– Em thế này làm sao tôi chết đi được. Chết thì vô lý quá. Chết đi thì làm sao còn cắn được hai cái chũm em.

Tôi nói:

– Cậu nay đã là sĩ quan, đâu phải là lính dễ chết. Được nghỉ ngày nào cậu về đây với em, em nhớ cậu, em thích cậu, em sẽ chiều chuộng cậu tất cả, em mồ côi, tứ cố vô thân, chẳng còn ai ngoài cậu trên cõi đời này, tối qua coi TV thấy cô Thanh Nga hát "chỉ còn anh thôi... chỉ cần anh thôi..."

Cậu nói:

– Làm trưởng toán coi mười hai lính, lội ruộng, băng rừng thì cũng giống nhau cả, hòn tên mũi đạn nó đâu phân biệt ai với ai. Đánh "bụp" một cái vào mặt thằng nào là thằng ấy lãnh. Với lại cậu làm chỉ huy thì cậu phải đứng thẳng, đi trước, cho nó muốn "bụp" thì cứ "bụp". Lỡ mà nó đánh "bụp" vào mặt cậu một cái là rồi đời.

Tôi ghì chặt cái con người oai hùng của tôi vào ngực mình, ôi chao, sao mà tôi mê say cậu của tôi đến thế này.

Có tiếng anh con trai cụ Chánh réo gọi tên tôi, tôi mặc vội áo quần chạy ra, anh ta đứng ngay cửa, sai:

– Mày đi mua cái gì cho tao ăn chiều, đói quá!

Tôi đành phải bỏ cậu trong phòng, tôi còn nhớ lúc ấy cậu vẫn ở truồng, trên người cậu chỉ có cái áo rằn ri cài lon chuẩn úy. Tôi chạy sang quán mua thức ăn cho con cụ chủ. Khi đem thức ăn về cho anh ta thì cậu đã bỏ đi.

Đó là lần cuối cùng tôi được gặp cậu!

2

Cụ Chánh bắt đầu đau yếu, một hôm cụ gọi tôi vào bảo:

– Tao sức khoẻ suy giảm, chẳng biết còn sống bao lâu nữa, nhưng tao lo cho cái thằng khờ nhà tao quá, tao chết không nhắm mắt được...

Nói đến đó cụ nín bặt, hai mắt cụ rưng rưng, tôi quì xuống bên ghế nhìn cụ cũng không biết nói gì, mắt tôi cũng rưng rưng. Lát sau cụ nói:

– Tao muốn trao cả cái tài sản này và cả cái thằng khờ cho con, mày có chịu giúp ông không, nếu mày chịu tao sẽ làm đám cưới cho hai đứa chúng mày, con sẽ quán xuyến cơ ngơi gia tài này, con sẽ quản lý luôn cái thằng chồng mày, ông nghĩ chỉ có con giúp cho ông được việc này mà thôi. Khi ông chết, mày lo cho nó được bao nhiêu là ông mừng bấy nhiêu, con ạ.

Tôi lặng thinh nghĩ tới cậu, giờ này cậu ở đâu? "Bến Hải hay Cà Mau? Trong Nam hay ngoài Bắc?" Đằng đẵng hai năm cậu không về với em, cũng không một tin tức gì từ nơi chiến địa. Cậu có còn nhớ tới em? Cậu có còn nhớ tới cái kho bia ngày cũ, cậu có còn thích những cái chũm trên ngực em dành riêng cho cậu? Cậu mà về đây thì em sẽ chiều cậu tất thảy mọi thứ, cậu muốn em đi đứng nằm ngồi cách nào em cũng chiều được hết. Hay là... Trời ơi, hay là đã có một cái "bụp" nào xảy ra rồi?

Chợt cụ Chánh hỏi dồn:

– Con nghĩ sao? Trả lời cho ông đi. Con bằng lòng thì gật đầu để ông lo mọi sự!

Tôi hốt hoảng mếu máo gật đầu. Cụ Chánh ôm chầm lấy tôi:

– Cám ơn con. Từ nay con là con ta. Con không còn là cháu hờ hay là đứa ở nữa. Con là con ta, tất cả nhà cửa này là của con, con toàn quyền điều khiển, định đoạt.

Những ngày sau cụ Chánh tổ chức đám cưới cho con trai.

Hàng xóm nói tôi trúng số, khi không được nguyên cả một gia tài lớn. Căn gác được sửa chữa thành phòng riêng cho vợ chồng mới. Tôi sẽ ở trên gác chứ không còn phải chui rúc trong nhà kho nữa. Không rõ nằm trên những két bia và nằm trên giường đệm nó sẽ khác nhau thế nào?

Đám cưới diễn ra êm xuôi, thằng chú rể ngoan ngoãn làm theo những gì người lớn chỉ dẫn. Tiệc tùng xong khách khứa ra về, cụ Chánh kêu tôi bảo "Bắt nó đi ngủ, từ nay con phải cho nó vào khuôn vào phép, ăn uống, ngủ nghê, tắm rửa... phải có giờ giấc, cấm nó không được lang thang ngoài đường ngoài quán...". Tôi dắt tay chồng tôi lên phòng, nó ngoan ngoãn làm theo, tôi nói thay quần áo tắm rửa lên giường ngủ, nó không nghe, có lẽ suốt ngày lễ lạy anh ta mệt quá cứ để nguyên thế lăn ra ngủ, anh ta chẳng ngó ngàng săn sóc cô dâu gì cả. Tôi cũng thây kệ, rồi từ từ anh ta sẽ biết phận mình, sẽ biết phải làm gì cho vợ. Cụ Chánh giao nhà cửa công việc cho tôi thì tôi sẽ lo chu đáo, còn việc vợ chồng là của vợ chồng tự nhiên rồi sẽ đâu vào đấy. Chỉ tội một điều là chồng tôi chưa hề biết việc đực cái, chưa, chưa bao giờ, nói ngay ra là anh ta vẫn trai tân, tôi biết chắc chắn điều đó, anh vẫn chỉ là kẻ ngơ ngơ ngác ngác; còn tôi thì tôi đã được cậu dạy cho đủ điều, biết trao và biết hưởng, biết từ cổ điển biết đến tân thời. Tôi đã biết thương biết xót, biết tình biết nghĩa, biết dịu dàng êm ái và biết oai hùng dũng cảm, tôi đã biết trước biết sau, biết khởi đầu cũng như kết thúc. Tôi đã được cậu tôi lột xác, nhưng tôi cũng đã mất trắng sạch banh, mất người làm cho tôi được sung sướng, mất hút vào trong cõi vô cùng, "bụp! bụp! bụp!".

Tôi đi tắm, nước mát làm tôi dễ chịu, tôi gột rửa son phấn đầu đời cụ Chánh thuê người đến trang điểm trên mặt cho tôi hồi sáng sớm hôm nay. Tôi tắm xà phòng thơm, tôi kỳ cọ kỹ càng toàn thân, khắp chân tơ kẽ tóc phải thật sạch sẽ, thật thơm tho và tôi sẽ lựa chiều lèo lái chỉ dẫn cho anh ta biết cách lần mò qua các ngõ ngách mà thụ hưởng trọn vẹn người vợ tình cờ của anh, nhưng tôi thì tôi sẽ tưởng tượng cậu đang là anh ta trong bóng tối. Những gì cậu đã làm cho tôi, tôi sẽ đưa đẩy sao cho anh ta biết làm như thế. Dạy một người chưa biết gì có lẽ khó nhưng có lẽ cũng dễ, cách hay nhất là làm trước để học viên bắt chước làm theo. Tôi thay bộ đồ ngủ đẹp mới mua, nhìn mình trong gương tôi thấy tôi đã khác lạ. Tôi vén màn chui vào giường đệm mới với chồng tôi.

Cậu ơi, em đang đi vào một vùng chiến địa khủng khiếp như quê em, ở đó may ra em gặp được cậu với mười hai chiến binh dũng cảm và oai hùng, tất cả, không chỉ mình cấp chỉ huy, em nhìn thấy tất cả mười ba đều đứng thẳng và tiến tới...

∎

Nửa đêm yên ắng, mọi người đang ngủ say thì chợt có tiếng kêu la cầu cứu. Trong nhà thức dậy, hàng xóm thức dậy, thằng chú rể ở truồng tay ôm quần đứng ngoài đường ngay trước cửa dépot bia nói oang oang: "Nó cởi quần tôi, nó cởi quần tôi ra rồi thò tay vào bóp bóp con cu tôi, ối giời ơi, cứu tôi với, cứu tôi với!"

Mọi người hiểu chuyện, phì cười trở vào nhà đi ngủ lại. Cụ Chánh bạt tai thằng con trai rồi lôi nó vào nhà, miệng chửi: "Thằng ngu!"

∎

Tôi quơ vội vài bộ quần áo và mấy thứ cần thiết vào trong cái xách tay, lén ra khỏi nhà, đi một đoạn gặp xe lam vẫy ngừng trèo lên. Đến bến sang xe đi tiếp. Rồi sang xe khác đi nữa. Sáng ra tôi thấy mình ở một khu đông người như họp chợ, đâu đây như ven xa lộ Biên Hoà. Tôi ôm túi đồ lang thang nghe ngóng những người trong từng đám đông nói chuyện với nhau, thì ra nơi đây đang là cái chợ tuyển người làm sở Mỹ. Trên bước đường cùng, tôi thấy đây là cơ hội, tôi mon men nghe ngóng rồi quyết định sẽ gia nhập vào đám người kiếm sống này. Đến trưa thì có một đại diện hãng thầu nhận đơn của tôi, họ sẽ làm hồ sơ, sẽ chỉ dẫn cách thức, sẽ đưa đi làm điều chuẩn an ninh, sẽ giới thiệu với phòng tuyển mộ của căn cứ Long Bình, tôi sẽ được vào làm bồi bàn trong nhà ăn của lính Mỹ. Tôi sẽ phải trả cho "hãng thầu người" này hai mươi lăm phần trăm tiền lương hàng tháng. Tôi mừng quá nhận lời ngay, làm được bốn đồng, đóng sở hụi một đồng đâu có sao, tôi nghĩ nếu họ đòi hai đồng tôi cũng chịu, còn hơn là chưa biết ngày mai lấy gì mà ăn.

Tôi kiếm nhà trọ ở xóm chợ đó. Một tuần sau tôi được gọi đi học làm bồi, học hai ngày thì nhận việc. Làm bồi bàn sở Mỹ mặc đồng phục váy trắng và phải trang điểm, đây là lần thứ hai trong đời tôi phải trét phấn và là lần đầu trong đời tôi mặc váy ngắn hở đùi. Tôi thấy như lúc nào cũng có người đang nhìn vào đùi mình, nó cứ hở hênh thế nào ấy. Chỉ có cậu và chỉ với cậu thôi tôi có thể làm gì cũng được, làm gì cho cậu cũng là đương nhiên đúng.

Ở nơi đây, từ nơi đây, từ cái nơi tôi bắt đầu đánh phấn tô son mỗi ngày, ở cái nơi mỗi ngày tôi phải mặc váy ngắn hở đùi, đời tôi gặp một lối rẽ, một bước ngoặt gắt gao.

■

Ông cao lớn, tôi kiễng chân cũng chỉ đứng ngang tầm nách ông. Ông đi đứng khoan thai, nói năng nhỏ nhẹ, chậm rãi, ôn tồn. Ông có đôi mắt xanh lộ ra vẻ bao dung nhân ái. Ngày nào ông cũng dùng bữa ở phòng ăn này. Chỉ qua vài bữa đầu tôi đã thuộc lòng ý thích của ông. Ông luôn chọn chỗ ngồi ở cái bàn nhỏ nơi phía góc phòng từ đó ông có thể nhìn ra vườn cỏ xanh mướt bên ngoài cửa kính và ngọn núi Châu Thới mờ mờ xa xa. Ông cầm cái khay từ quầy thức ăn đi vào thì tôi đã đứng chờ ông ở cái bàn đó. Không biết có phải tôi... cố tình giữ cái bàn nhỏ đó cho ông không nhưng tôi luôn luôn e ngại có người khác chiếm chỗ đó của ông. Từ khi mở cửa phòng ăn, nếu có khách bước vào là tôi tìm cách lái họ mời đến những chỗ khác. Cho đến khi ông tới và ngồi yên vị ở cái chỗ quen thuộc mà ông thích đó tôi mới thở phào yên tâm nhẹ nhõm. Tôi đem trà đến cho ông, tách nước sôi, tôi bóc gói trà thả vào nước sôi, sợi dây buộc giấy nhãn vắt ra ngoài tách, một miếng chanh ngon lành không có lỗi để trên đĩa. Tôi nói "please" ông nhìn tôi trìu mến "thank". Về sau thói quen đã lâu, ông muốn tôi nói tiếng Việt "xin mời" và ông nói "cám ơn cô".

Hai tháng sau, một hôm ông nói tôi cuối giờ làm, ông sẽ đưa tôi về. Đúng như thế, ông lái xe jeep đón tôi ngay cửa BOQ, tôi rụt rè không dám lên xe, ông xuống xe đi vòng sang ẵm tôi đặt ngồi trên ghế, tôi bàng hoàng cả người. Khi xe ra tới cổng căn cứ, ông ngừng lại cho tôi xuống đi bộ chui qua cửa an ninh bấm thẻ đúng thủ tục. Một nhân viên kiểm soát nháy mắt nói với anh đồng sự: "Mới hai tháng đã bắt được con cá mập, trung tá Mỹ chứ bộ." Tôi trở lại xe, lần này tôi mạnh dạn trèo lên. Ông lái xe đưa tôi về chỗ trọ, mấy người hàng xóm ra nhìn, có người nói: "Cũng lại lấy Mỹ rồi."

Những ngày sau đó ông đều lái xe đưa tôi về và rồi ông hỏi cưới tôi làm vợ đem về Mỹ. Bằng thứ tiếng Anh hầu bàn, tôi bập bẹ nói và loáng thoáng hiểu sự việc làm đảo lộn đời tôi. Vợ ông đã đòi ly dị với ông ngay từ ngày ông tình nguyện sang chiến trường Việt Nam, bà ấy không chấp nhận việc ông xa nhà, mọi sự đã giải quyết xong, ông chưa có con cái, ông sẽ giã từ đời quân ngũ, ông sẽ thôi chức vụ trung tá không quân để đem tôi về sống cuộc đời dân sự bình an ở bên Mỹ. Ông xin tôi nhận lời cầu hôn của ông vì ông thích tôi qua những bữa ăn tối ở câu lạc bộ sĩ quan. Tôi hoang mang không biết xử trí ra sao. Chưa gì đã nghe những lời đàm tiếu "me Mỹ", nhưng quả tình tôi rất kính trọng ông, tôi rất tin tưởng nơi ông, con người như ông tôi nghĩ không thể xấu xa được. Và tôi rất muốn đi khỏi nơi này, tôi rất muốn đi xa, thật xa, tôi muốn chạy trốn để dứt khoát với dĩ vãng, dứt khoát với cái nơi không còn chút liên hệ nào. Không còn quê quán, không còn cha mẹ anh chị em, không còn cậu. Cậu tôi đã bị "bụp"! Tôi cũng đã bị "bụp". Chúng tôi đều đã vỡ mặt, cậu cháu tôi đều đã rồi đời.

Hôm sau tôi trả lời ông là tôi bằng lòng theo ông suốt cuộc đời. Tôi cũng xin ông đừng bỏ tôi bơ vơ ở nước Mỹ, tôi đã bơ vơ ở Việt Nam, xin đừng bỏ tôi bơ vơ trên chốn dương gian này. Ông ôm tôi vào lòng ngay tại phòng ăn câu lạc bộ trước mắt bao người. Ông gọi quản lý xin cho tôi nghỉ việc ngay hôm đó. Ông đưa tôi về ngôi nhà ở Làng Đại Học Thủ Đức. Tôi được biết ngôi nhà này do một kỹ sư hãng thầu xây dựng RMK thuê để ở với một cô vợ Việt Nam, nay ông kỹ sư về Mỹ sang lại nhà và cô vợ cho ông trung tá không quân, nhưng ông trung tá chỉ nhận sang nhà, ông mang tới một cô vợ Việt Nam khác.

Làng Đại Học Thủ Đức gồm toàn những ngôi biệt thự lớn được xây dựng dành riêng cho các giáo sư đại học, ông cố vấn chính trị chế độ công-hoà-cũ đã gọi khu cư xá cao cấp này là một ấp chiến lược kiểu mẫu, sang chế độ cộng-hoà-mới gặp lúc kinh tế khó khăn, chiến tranh bế tắc, vị giáo sư đại học phải thu xếp cho gia đình xuống ở căn nhà ngang vốn là nơi dành cho người ở đợ, ngôi nhà trên cho Mỹ mướn lấy tiền nuôi vợ con. Ấp chiến lược là quốc sách chống lại xâm lăng cộng sản, trong đó các đơn vị gia đình hợp lại với nhau thành cộng đồng đồng tiến, quí phu nhân thì liên đới với nhau thành phong trào, ngăn chặn không cho cộng sản len lỏi vào. Làng Đại Học Thủ Đức đã thành công trong việc vận dụng "lý thuyết tam túc tam giác", không thấy cộng sản trong đó. Cộng sản không vào được thì người Mỹ vào. Vào bằng xe jeep US Army hay xe hãng thầu RMK, thuê gần hết cả trăm căn biệt thự nguy nga lộng lẫy xây dựng bằng tiền viện trợ Mỹ. Trẻ con trong ấp thường hát nhái rằng:

"Cái nhà là nhà của ta,

USAID, USOM làm ra..."

Ông đem tôi đến ở ngôi nhà đó, ông thuê người nấu ăn và bồi phòng để hầu hạ tôi. Ông dẫn tôi lên toà đại sứ Mỹ ở Sài Gòn làm giấy giá thú, để sẽ biến tôi thành một công dân Mỹ. Ông cho tôi đi học tiếng Anh, chính ông tập ăn tập nói cho tôi và hướng dẫn tôi hội nhập vào với dòng chính của nước Mỹ. Sáng sáng ông lái xe đi làm trong căn cứ, tôi ở nhà ngủ nướng, thức dậy ăn, ngâm mình trong hồ bơi, nằm phơi xác dưới cây dù màu, có hai người hầu hạ ăn uống ngủ nghỉ... rồi chờ ông về. Chiều ông lái xe về mang theo bao nhiêu là thứ hàng mua trong PX hay Commissary, dư xài tôi đem cho gia đình vị giáo sư đại học, mọi người đều gọi tôi là cô, ở đây tôi chưa nghe ai nhắc đến tiếng "me Mỹ".

3

Ngay những ngày đầu tiên từ Việt Nam về Mỹ, chồng tôi đã đưa tôi đến ở ngôi nhà trên đồi. Rồi sau đó thỉnh thoảng ông mới lần lượt đưa tôi đi đến các ngôi nhà khác, có khi là mùa hè ông dẫn tôi ra miền biển nghỉ mát, tập cho tôi chơi surfing, cũng có khi là mùa đông ông dẫn tôi lên ngôi nhà trên núi cao dạy cho tôi trượt tuyết, hoặc là có khi ông cho tôi về ở trong những căn phòng trên building giữa thành phố, để thỉnh thoảng ông dắt tay tôi đi lang thang trên các vỉa hè khu thương mại, ông đưa tôi vào các quán ăn mà tôi nghĩ rằng rất quen thuộc với ông vì những chủ quán hay cả những người bồi bàn, quản lý... đều tiếp đón ông kính trọng và thân tình. Họ nói với nhau những chuyện thời quá khứ, những câu chuyện từ hồi ông còn trẻ, từ hồi ông chưa sang tham chiến ở Việt Nam. Có khi họ hỏi ông những chuyện Việt Nam và cũng có khi ông hỏi họ về những chuyện của thành phố thời gian ông vắng mặt. Ông kể chuyện chiến tranh Việt Nam cho họ nghe, ông đã chỉ tôi và giới thiệu "Việt Nam đó".

Một buổi chiều ông đưa tôi đi uống bia ly, một quán bia rất nhỏ, với những hàng quán của nước Mỹ thì quán bia này chỉ như một thứ "quán cóc", giông giống một "quán cóc" bên đường nơi quê cũ. Quán bia ở ngay đầu một ngõ hẻm, mấy bộ bàn ghế bên trong bằng gỗ mộc và một chiếc quầy dài có hàng ghế cao cẳng cũng bằng gỗ mộc. Độc nhất quán chỉ bán một thứ bia, chính là thứ bia của hãng sản xuất thuộc gia đình ông ngay bên cạnh đó.

Bia bán từng ly vại do người quản lý hứng từ cái vòi chui ra ở vách tường. Một vài món nhậu lai rai như hạt điều, fromage... chiều theo một vài vị khách nào đó, nhưng phần đông khách đến đây chỉ để uống một vài vại bia còn âm ấm chảy thẳng từ trong lò nấu bên kia hãng sản xuất chảy sang. Chồng tôi cũng chỉ uống bia không như thế và ông cũng gọi cho tôi một ly để nhâm nhi với ông. Nhìn thứ nước vàng vàng sủi bọt trong ly thủy tinh tôi liên tưởng tới những chai bia bị lay động cũng bị sủi bọt dưới lưng tôi trong nhà kho của cụ Chánh. Uống những hớp bia tôi lại nhớ những ngụm bia đã bí tỉ chung với cậu. Ông cho tôi biết hãng sản xuất bia có từ hồi ông chưa sinh ra đời do ông nội ông lập nên, nhưng quán bán bia lẻ uống nếm thử này thì có từ hồi ông còn nhỏ do bố ông sáng kiến mở ra. Uống xong mấy ly bia, ông trả tiền rồi dắt tay tôi ra khỏi quán để đi ăn tối ở một tiệm ăn khác. Đi bên cạnh chồng trên hè phố dưới ánh đèn đường tôi nhớ tới Sài Gòn. Chợt chồng tôi nói:

– Hãng làm bia là của em, cái tiệm bán bia lẻ nhỏ bé đó cũng là của em, nhưng nếu sau này có lúc nào đó em đi ngang tạt vào uống một ly bia thì nhớ là em cũng sẽ trả tiền ly bia đó như những khách hàng khác nhé.

Tôi yes nhỏ trong miệng, đầu vẫn còn lảng vảng ý nghĩ về chốn cũ nơi quê nhà.

■

Ngôi nhà lớn nhiều phòng đẹp đẽ sang trọng nằm trên một quả đồi nhỏ trong một vùng thung lũng mênh mông, có thảm cỏ, có vườn cây, có chuồng ngựa và những con đường đất ngoằn ngoèo. Từ ngôi nhà đó tôi có thể nhìn ra xa không bị một che chắn nào. Cũng từ ngôi nhà đó tôi có thể phóng tầm mắt nhìn tuốt lên dãy núi xanh cao mà ở trên đó cũng có một ngôi nhà của ông. Có lần tôi nói ngôi nhà trên đỉnh đồi thì chồng tôi ôn tồn sửa lại là ngôi nhà dưới đỉnh đồi. Ông nói từ ngôi nhà dưới đỉnh đồi này hôm nào trời quang em có thể nhìn thấy mờ mờ ngôi nhà trên chân núi kia, ngôi nhà ấy đúng ra mới chỉ ở chân núi vì em thấy đó nó chỉ là một chấm nhỏ dưới cùng của dãy núi xanh cao vút chín tầng mây. Rồi chồng tôi tập cho tôi nói câu "Từ dưới đỉnh đồi nhìn lên chân núi". Tôi tập nói, lập đi lập lại nhiều lần câu nói đó và nhớ đến hồi tôi mới được ông lấy làm vợ, ông cũng dạy tôi nói tiếng Anh bắt lập đi lập lại như thế. Ông dạy tôi từng chữ từng câu, tập đọc tập viết cho tôi, sửa chữa từng câu từng chữ, cho đến khi nào tôi nói được viết được nhuần nhuyễn ông mới hài lòng.

Ông hướng dẫn cho tôi hội nhập vào nước Mỹ bằng cách cho tôi đi làm các công việc ở các hãng xưởng sản suất, mỗi nơi một thời gian, ông nói để tôi quen với những tiếp xúc kiểu Mỹ, quen với lối sống Mỹ, quen với giọng nói Mỹ và nhất là hiểu được trị giá của đồng dollar Mỹ. Tôi công nhận là ông thực dụng.

Tôi cũng được tập cưỡi ngựa, tập lái xe, tập leo núi, tập trượt tuyết, tập chơi golf, tập khiêu vũ, tập chơi đàn piano... Ông mướn thầy dạy tôi những thứ đó. Ông mở trương mục ngân hàng cho tôi, dạy tôi cách xử dụng thẻ tín dụng, ký ngân phiếu, mặc dù tôi chẳng bao giờ phải xài đến nó bởi vì mọi công việc đã có nguyên một phòng hành chánh tài chánh lo liệu, tôi cần gì tôi muốn gì ông quản lý biết ý hết và giải quyết cho tôi ngay. Thậm chí tôi còn không cần phải có tiền trong người, tôi có phải móc ví ra chi trả đâu. Tôi có bao giờ phải xách cặp lồng cầm tiền lẻ đi mua đồ ăn sáng ăn tối cho ai đâu. Chồng tôi muốn nâng tôi lên cao, muốn biến tôi thành người của giới thượng lưu như ông để cùng sống chung với ông. Tôi hiểu điều đó, tôi cố gắng học, tôi cố gắng hội nhập, tôi cố gắng làm cho ông hài lòng. Nhưng tận trong thâm tâm, có lúc tôi vẫn sống lại với quá khứ, có những lúc tôi thấy mình là đứa con gái học trò ở một quận lỵ miền quê, có lúc tôi chợt thấy mình là con lọ lem ngủ đường ngủ chợ, khi thì nhớ ra rằng mình là con ở tay cầm tiền lẻ tay cầm cặp lồng. Tận trong tim tôi vẫn ấp ủ hình bóng cậu, tình yêu của cậu, cái xe ba bánh, kho chứa bia, nhà tắm nơi góc sân, tôi không thể quên được những hình ảnh ấy.

■

Tháng tư năm 1975 tình hình chiến sự ở Việt Nam sôi động, tôi ngồi trước máy truyền hình theo dõi suốt ngày đêm, cộng sản Miền Bắc vi phạm hiệp định ngưng bắn xua quân tiến chiếm Miền Nam, hình ảnh những người lính cộng hòa lui quân tan rã súng ống vứt bừa bãi khắp nơi, lang thang trên các nẻo đường chiến địa, đã thu hút sự chú ý của tôi. Tôi cố tìm cậu của tôi trong đám quân bại trận đó. Tôi vẫn cố hy vọng thấy được cậu còn sống sót trong cuộc đổ vỡ này. Ông chồng tôi thấy tôi ủ rũ lại nghĩ là tôi thương nước thương nòi, ông an ủi tôi:

– Thôi em đừng nghĩ ngợi gì về cuộc chiến đó nữa. Chúng ta đã thua ngay từ lâu lắm rồi, từ cái ngày nước Mỹ bỏ ngỏ Đông Âu cho cộng sản Liên Sô xâm chiếm.

Tôi không hiểu được những điều ông nói, tôi chỉ biết ngồi yên với nỗi buồn của riêng mình, chồng tôi nói tiếp, có lẽ là muốn giảng giải cho tôi về những quan niệm của ông:

– Khi Hoa Kỳ từ bên nước Anh đổ bộ lên nước Pháp đánh phát xít Đức giải phóng châu Âu, đáng lẽ ra phải tiến quân đi tới, nhưng Roosevelt lại nghe lời bàn lui của Churchill, nhường cho Liên Sô chiếm trọn Đông Âu. Đông Âu thoát khỏi phát xít lại sa vào vòng kiềm tỏa của cộng sản. Stalin chôn sống mấy chục ngàn sĩ quan ưu tú của Ba Lan, thâu tóm nhuộm đỏ được gần một nửa thế giới. Nước Mỹ đã để cho cộng sản tràn lan, thế giới vỡ bờ, chỉ vì giao tiếp với những tay hoạt đầu chính trị như, một De Gaulle cơ hội, một Churchill láu cá, một Stalin hung bạo... Nước Mỹ đã nhiều lần trợ giúp những tổ chức nổi dậy để rồi sau đó chúng đánh lại Mỹ. Mỹ viện trợ giúp đỡ khắp thế giới nhưng khắp thế giới đâu đâu cũng chống Mỹ. Ở Việt Nam cũng thế, Mỹ đã từng cho biệt kích nhảy dù xuống Việt Bắc giúp đỡ họ Hồ. Sau này họ "chống Mỹ cứu nước" mới vỡ lẽ ra thì đã muộn. Tôi tình nguyện sang Việt Nam chiến đấu những mong làm được một cái gì đó để cứu vãn phần nào, nhưng một thời gian tôi thấy ra rằng chỉ là vô vọng. Chẳng thể cứu nổi Việt Nam cho nên tôi bỏ cuộc, tôi cưới em đem về Mỹ là để cứu em ra khỏi vùng chiến địa đó. Không cứu được cả một xứ sở thì tôi cứu lấy một người. Khi em bằng lòng theo tôi về Mỹ là em đã giúp tôi làm được việc đó. Đây là lần thứ nhì trong đời tôi đã tự giải thoát được chính mình.

Tôi định hỏi ông cái lần thứ nhất ông giải thoát mình nhưng thấy ông nghiêm nghị trầm ngâm quá nên không dám. Mãi sau này tôi mới tình cờ biết được sự đó.

Chồng tôi cũng không là kẻ hẹp hòi, khi không còn chiến tranh, nhiều Việt kiều về thăm quê hương, ông chồng tôi cũng gợi ý cho tôi về thăm Việt Nam một lần, ông nói:

– Em còn có một nơi gọi là quê hương để mà nhớ thì em nên về thăm. Chứ như tôi đây, trải qua mấy đời rồi tôi chỉ còn biết mang máng là giòng giống mình ở tận bên Scotland, chỉ có thế, tôi không biết một tên người nào, tôi không biết một địa chỉ nào để mà lần mò tìm ra cội nguồn mình. Tôi đã mất gốc. Một người Mỹ thuộc dòng chính là một người Mỹ đã hoàn toàn mất gốc. Phải nhiều đời nữa hắn mới nẩy mầm ra và bám rễ thành một cái gốc khác, nhưng em biết đó, tôi không có con cái, đến đời tôi là dừng lại. Em mới bắt đầu vào cuộc thì em còn chút dây mơ rễ má để mà tìm về. Nếu em muốn thì em cứ đi. Tiền bạc đó em muốn tiêu xài việc gì cho quê hương em thì em cứ sử dụng. Em muốn làm gì để có một cái phao bám víu thì em cứ làm. Tôi chỉ mong em happy. Thấy em happy là tôi hạnh phúc. Tôi mang ơn em đã mang lại hạnh phúc cho tôi.

Tôi ôm ông khóc ròng. Tôi có còn ai đâu. Gia đình bố mẹ anh chị em tôi đã bị xoá sạch cùng với nhà cửa và thị trấn, xóa sạch không còn dấu vết gì bởi bom đạn cào qua cào lại của cả hai bên. Người tình thì mất hút. Tôi còn biết về đâu bây giờ? Về với ai bây giờ? Tiền bạc để cho ai bây giờ? Thấy tôi khóc, ông ẵm tôi trên tay đi tới đi lui trong phòng như người ta ẵm một đứa trẻ. Tôi muốn đẻ cho ông một đứa con nối dõi nhưng suốt mấy năm qua ăn ở với ông tôi vẫn không làm sao có bầu được. Tôi hứng tất cả những gì của ông cũng như trước đây tôi đã hứng tất cả những gì của cậu trút sang nhưng chưa một lần nào tôi tạo thành ra cái gì cả. Tôi là một giống cái không biết tạo ra sự sống, không biết truyền sinh, tôi đúng là thứ đồ bỏ, tôi hoàn toàn là một kẻ bất nhân. Có lẽ rồi ông mất gốc, tôi mất gốc, hai kẻ mất gốc sẽ ôm nhau mà chết rục trong quạnh hiu và vô vọng thôi.

Nhưng tôi không có dịp ôm nhau chết rục trong quạnh hiu cùng với ông. Chồng tôi qua đời vì một tai nạn trượt tuyết. Mùa đông chúng tôi lên nghỉ ở căn nhà trên chân núi Blue Mountain, dãy núi xanh lơ cao chín tầng mây nay đã trắng xóa, ông cho tôi ngồi vào trong một "cái thúng" rồi ông cho "cái thúng" trượt tự do từ hiên nhà xuống phía thung lũng, còn ông sẽ trượt bằng nạng dọc theo mé đông căn nhà rồi vòng lại và sẽ gặp tôi ở dưới thung lũng, xuống dưới tôi ra khỏi cái thúng đứng chờ... Chờ hồi lâu không thấy ông tới, tôi gọi phone tay cho quản gia, ông ta đi tìm vòng vòng ở một khúc quẹo nơi có hàng rào gỗ thì thấy có dấu vết gẫy đổ, nhìn xuống khe núi thấy có người mặc đồ trượt tuyết nằm dưới đó thì biết ngay là ông chủ đã gặp nạn. Toán cấp cứu tới đưa nhà tôi vào bệnh viện, chấn thương nặng nơi đầu, ông mở mắt nhìn tôi, hàng nước mắt trào ra. Nước mắt tôi cũng trào ra. Tôi ôm hôn bàn tay ông, bàn tay đã ôm ẩm tôi từ Việt Nam, đã dắt tôi về Mỹ, đã bao bọc che chở tôi. Đêm đó chồng tôi tắt thở. Tôi đã xin ông đừng bỏ tôi bơ vơ nếu ông đem tôi về Mỹ, nay ông ra đi, tôi sẽ lại bơ vơ như khi còn ở nơi quê nhà.

Tôi chẳng biết phải làm gì, nhưng mọi sự đều đã có người lo liệu hết. Từ việc tang lễ cho đến những công việc quản lý tài sản của ông đều đã có người thi hành theo di chúc của ông để lại. Người luật sư và ông quản lý công ty phụ trách công việc xong trình cho tôi biết mọi sự. Mộ của ông được đặt ở sườn đồi nơi có một cây bạch dương rất lớn mà từ phòng ngủ của chúng tôi có thể nhìn thấy. Ông quản lý cũng cho tôi biết ở nơi đó dành cho tôi một chỗ bên cạnh chồng và dưới chân vợ chồng tôi sẽ là nơi an nghỉ của con chó Patrick. Hôm lễ chôn cất, họ chuẩn bị cho tôi bộ đồ đen, chiếc nón cũng màu đen, đôi găng tay trắng, người ta đặt một chiếc ghế cho tôi ngồi, Patrick nằm phủ phục bên cạnh ghế, Patrick và tôi cùng nhìn chiếc quan tài của ông và cả hai đều im lặng. Khi có người đưa cho tôi một bông hoa để tôi đặt lên trên quan tài ông, Patrick cũng đứng dậy đi theo bên cạnh tôi, làm xong nghi lễ đặt hoa tôi trở về ghế ngồi thì Patrick cũng lặng lẽ về nằm phủ phục ở chỗ cũ bên cạnh ghế. Tôi không rõ Patrick có được diễn tập trước các động tác này không. Bạn bè khách khứa đứng bao quanh, mọi sự diễn ra theo đúng lớp lang. Không có ai khóc.

Hôm sau luật sư và ông quản lý trình cho tôi bản di chúc và các hồ sơ tài sản chồng tôi để lại cho tôi, đó là một gia tài rất lớn. Tôi trở thành chủ ngân hàng, những công ty thương mại, những nhà máy sản xuất, và những cổ phần vô số kể trong các đại xí nghiệp. Ông còn để lại cho tôi rất nhiều ngôi nhà, ở trong thành phố, trên núi cao, hoặc ở bãi biển miền tây. Tôi làm góa phụ, với một tài sản mà chính tôi cũng không biết rõ là bao nhiêu, luật sư và ông quản lý nói cho tôi biết là nếu tôi không muốn thay đổi gì thì mọi việc sẽ vẫn như khi chồng tôi còn sống, nghĩa là ban quản trị tiếp tục công việc điều hành, hằng tháng họ sẽ trình lên tôi bản kết toán. Họ còn nói với tôi rằng tôi không phải lo lắng gì cả, với một tổ chức quản lý do chồng tôi sắp đặt thì không lo gì bị thất thoát. Nghe họ nói tôi chỉ lặng thinh. Tôi có gì để lo lắng đâu. Mọi sự đều từ trên trời rơi xuống. Kể cả ông, người chồng đáng kính của tôi cũng là do từ đâu đâu đến với tôi và nay ông cũng đã đi tận đâu đâu tôi chẳng biết. Ông đến rồi nay ông đi, ông yêu thương và bảo bọc tôi lúc sống, ông cũng vẫn yêu thương và bảo bọc cho tôi khi ông đã qua đời, ông lo liệu hết, ông sắp xếp định đoạt hết mọi thứ cho tôi thì tôi còn gì nữa để mà lo. Mãi lúc sau tôi mới nói lời cám ơn ông quản lý và ông luật sư, tôi nhờ họ tiếp tục làm việc như khi chồng tôi còn sống, tôi hoàn toàn tin tưởng ở họ.

Nhân dịp này ông luật sư và ông quản lý còn nói cho tôi biết thêm về ông chồng tôi. Tài sản của gia đình chồng tôi lên tới bạc tỉ, cụ thân sinh ra chồng tôi đã là một tỉ phú Mỹ. Nhưng khi bà vợ của chồng tôi đòi ly dị thì ông đã dễ dàng chia đôi cho bà ấy một nửa, ông nói với các người giúp việc trong ban quản trị rằng: "Như thế là thoát, xuống làm triệu phú, khỏi phải mang danh là tỉ phú". Bà ấy sau lấy một người chồng khác, bà đem của cải chiếm được nuôi ông "chồng hai" làm chính trị, những mong sẽ trở thành đệ nhất hay đệ nhị phu nhân gì đó của nước Mỹ. TV đã chiếu hình bà níu đầu người đàn ông nổi tiếng xuống mà hôn môi cho cả bàn dân thiên hạ cùng xem.

Tôi đã hiểu ra cái lần thứ nhất chồng tôi tự giải thoát cho chính ông. Ông đã cưa một nửa tài sản của gia đình để lại cho người đàn bà lấy ông vì tiền và bà ta đã "chặt đẹp" để ông tụt xuống khỏi cái nấc thang tỉ phú, đồng thời giúp ông đi ra khỏi một cái vỏ bọc. Vì chiến tranh Việt Nam ông mất một bà vợ, mất một nửa tài sản. Cũng vì chiến tranh Việt Nam ông được một cô vợ khác và mất luôn cái phần tài sản còn lại.

Ra khỏi cái hệ lụy tỉ phú Mỹ rồi ra khỏi cái hệ lụy chiến tranh Việt Nam, hai lần tự giải thoát mình thì cả hai lần ông chịu làm kẻ thua cuộc.

Nhiều lần chồng tôi đã tỏ vẻ hài lòng vì có được tôi, ông đã thoát ra khỏi trận đánh nhưng đem theo được một chiến lợi phẩm, vậy tôi, một con lọ lem moi ra từ cuộc chiến tàn khốc, một con "vợ hai" của ông, tôi tự hỏi lòng mình, có đúng là cái thứ đáng cho ông "được" không?

Tôi sống âm thầm trong ngôi nhà rộng "dưới đỉnh đồi", từ phòng ngủ hằng ngày tôi hướng mắt nhìn "lên chân núi" nơi cái đốm trắng là ngôi nhà chồng tôi bị nạn qua đời, rồi tôi lê cái nhìn về cây bạch dương để thấy ngôi mộ của chồng tôi ở đó. Mỗi buổi sáng, tôi đi dạo quanh khu trại, tôi ghé thăm mộ chồng tôi, bao giờ tôi cũng thấy có hoa tươi do tiệm hoa ở Boulder đem đến theo lịch trình ban quản lý đặt mua. Có lần tôi ghé qua chuồng ngựa, người thanh niên da trắng trông coi ở đó đang tắm cho một con ngựa, anh ta dừng tay cúi chào tôi. Anh ta đẹp như một thiên thần. Da trắng, tóc nâu, mắt xanh, râu quai nón. Mắt anh ta nhìn tôi xẹt qua như ánh chớp, cái nhìn như cuốn hút tôi theo. Tôi hỏi chuyện anh ta vài điều, anh đang chải lông cho tuấn mã, con ngựa có vẻ thích thú, rụt cổ vẫy đuôi. Chợt người coi ngựa nói: "Khi nào bà cần tắm táp xin cứ gọi tôi lên nhà". Tôi trố mắt nhìn anh ta và con ngựa, anh ta thì không còn nhìn tôi, tay vẫn làm việc. Và tôi không nói ra được một lời nào. Tôi bỏ đi như chạy trốn. Từ đó không bao giờ tôi dám xuống chuồng ngựa nữa.

Patrick cũng có người trông coi, nó được tắm táp hằng ngày, được ăn đồ ăn mua từ siêu thị, được đưa đến bác sĩ thú y xem xét sức khỏe hàng tháng, Patrick được ngủ trong phòng tôi, nhưng có khi nó không nằm trên giường của nó mà nhảy phóc lên nằm cùng giường với tôi, tôi cũng thây kệ cho nó ngủ nhờ vì hồi chồng tôi còn sống ông vẫn cho Patrick nằm chung. Tôi nghĩ chẳng lẽ bây giờ chủ của nó không còn nữa mà mình nỡ lòng xua đuổi, vả lại có lần Patrick thấy tôi khóc nó đã liếm những giọt nước mắt trên má tôi. Thôi thì, tôi ước mơ, ở một thế giới nào đó, tôi được nằm chung giường, ngủ chung giường với cả ba: cậu, chồng tôi và Patrick.

Patrick và tôi chỉ được ngủ chung giường với nhau hơn một năm thì Patrick ngã bệnh, tự nhiên nó không ăn uống, nằm liệt giường, người đàn bà săn sóc phải đưa Patrick đi bác sĩ thú y điều trị, nhưng một tuần sau thì Patrick chết. Bà ta khóc sướt mướt khi báo hung tín cho tôi và tôi cũng khóc sướt mướt theo bà ta. Hình như hôm chồng tôi chết tôi chỉ khóc thầm chứ không òa lên như với Patrick. Patrick được chôn cất ngay dưới chân ông, hóa ra Patrick được ra nằm cạnh ông trước cả tôi. Như thế ở gốc cây bạch dương nơi sườn đồi chỉ còn chờ có tôi nữa mà thôi. Tôi ước ao giá mà tìm được hài cốt của cậu đem về đấy. Ước ao xong tôi mới thấy là không thể được. Cơ quan MIA chỉ đi tìm những hài cốt của người Mỹ mất tích, cậu lại không phải là lính Mỹ, cậu là sĩ quan VNCH, cậu chỉ là đồng minh, không có cơ quan nào làm nhiệm vụ tìm kiếm hài cốt đồng minh dù là bị mất tích đang khi thi hành nhiệm vụ. Chế độ VNCH nay không còn nữa cho nên không có cơ quan nào lo những công việc ấy, hài cốt của cậu là hài cốt vô thừa nhận...

4

Trong một chuyến đi về Miền Tây, tôi ghé thăm thành phố có đông đảo đồng hương, tình cờ tôi nghe được tin tức về cậu. Trong một buổi họp mặt của hội ái hữu những cựu sĩ quan, có người biết về trường hợp mất tích của cậu. Tôi hỏi thăm và tìm ra địa chỉ của cậu. Tôi liên lạc rồi tìm đến. Đúng là cậu của tôi ngày xưa, nhưng nay là một ông già ốm yếu. Gặp nhau, mừng mừng tủi tủi. Tôi xin cậu hãy cứ xưng hô với nhau như ngày xưa, cậu bằng lòng. Tôi kể cho cậu nghe hoàn cảnh của tôi, cậu gật đầu hiểu, rồi cậu cũng kể cho tôi nghe những bước thăng trầm của đời cậu.

Toán của cậu bị cấm trại nhiều ngày không được ra ngoài để bảo mật, rồi một hôm mười ba người được thả xuống biên giới Lào, nhiệm vụ thâu thập những tin tức về hành lang xâm nhập quân sự từ Miền Bắc vào Miền Nam, nhiều tài liệu đã được gửi về bộ tổng tham mưu, hoạt động một thời gian thì chẳng may bị phát giác, giao tranh với đối phương nhiều trận, toán thám sát luồn lách di chuyển vài ngày sau bị sa vào ổ phục kích, bị giết gần hết, còn lại bị thương và bị đối phương giam giữ nhiều năm. Khi có hiệp định ngưng bắn chúng cũng không trao trả với lý do là tù binh không bị bắt ở trong Nam mà cũng không bị bắt ở ngoài Bắc, tù binh bị bắt ở ngoài lãnh thổ qui định trong hiệp định ngưng bắn, tù binh bị bắt đang xâm lăng nước Lào. Cộng sản chỉ có một loài nhưng chơi bài ba lá.

Cai tù bắt tù binh lao động cực nhọc rồi còn bắt ngồi "học tập chính trị", nghe họ tuyên truyền về "chiến tranh cách mạng" mà chối cả tai, cậu nói thế. Họ nói họ chiến thắng là đương nhiên vì họ làm "chiến tranh nhân dân", đi từ "binh biến khởi nghĩa", "công kích kết hợp khởi nghĩa từng phần tiến tới tổng công kích kết hợp tổng khởi nghĩa toàn phần, năm mậu thân 1968", qua đến "tiến công nổi dậy, nổi dậy tiến công năm 1975". Cậu giơ tay có ý kiến, cậu nói rằng chiến tranh miền Nam chỉ có "công kích" và "tiến công" chứ đâu có "khởi nghĩa" hay "nổi dậy", lại càng không có "tổng nổi dậy". Cậu dẫn chứng khi còn là sinh viên đại học Saigòn, cậu và các bạn biểu tình xuống đường là hoạt động tranh đấu đòi hỏi xây dựng một chính thể tự do dân chủ, chứ đâu có liên hệ gì hay theo hướng dẫn chỉ đạo của "cách mạng"! Vì chuyện đó cậu bị cùm chân trong biệt giam cả năm trời. Khi ra các bác tù binh lớn tuổi có người khuyên cậu nín nhịn, muốn sống sót đừng dại phát biểu thiệt tình mà mang họa vào thân. Các bác cũng chỉ dẫn thêm cho cậu về tính cách khiếp nhược trong hệ thống xã hội cộng sản. Ông dẫn chứng cái thói quen máy móc đồng loạt vỗ tay và ca hát theo nhau ở khắp nơi, từ ông cụ chủ tịch nước xuống đến bộ chính trị, hội đồng bộ trưởng, các cơ quan ban ngành... xuống đến các trẻ em ở tận cùng ấp Con Khe... Không ai bảo ai, mọi người hoan hô, đả đảo, vỗ tay ca hát theo phong trào, theo xu hướng... Bởi vì nếu không làm theo sẽ bị coi là đi ngược lại chế độ. Sự o ép đã biến con người trong chế độ trở thành thói quen máy móc. Rồi ông hỏi cậu, sống trong môi trường như thế, thử hỏi cậu bơi ngược dòng được chăng? Ông nói thầm với cậu "Ở đây phải biết dối trá!"

Khi chiến tranh chấm dứt, chiếm được cả nước, chúng tính bắt kẻ thù của chúng phải lao động khổ sai chung thân giống như Liên Sô hùng cường có khu đầy ải Sibéri. Nhưng chẳng may mấy năm sau Trung Quốc vĩ đại đem quân sang cho một bài học, người anh em quốc tế lừng lững tiến qua biên giới theo cái chiến thuật lạ hoắc "đầu nhọn đuôi dài", các trung đoàn trưởng cưỡi ngựa có lọng che như đi chơi vào chỗ không người, chiếm một ít đất đai, di chuyển một số cột mốc rồi dừng quân. Thế là các trại giam tù binh ở Việt Bắc phải lui về phía sau. Đến khi tình hình thế giới xoay chiều, hệ thống cộng sản rã ra từng mảng, áp lực quốc tế đè nặng, chúng phải chùn bước cái đã tâm đấu tố trả thù, thả dần các tù binh cho về Miền Nam. Cậu về Sài Gòn đến nhà cụ Chánh thì mới biết là em đã bỏ đi biệt tích. Không ai biết em sang Mỹ. Cậu có đi dò hỏi nhưng chẳng ra manh mối.

Cái dépot bia ngày xưa, sau đợt cải tạo tư bản tư doanh đã biến thành cơ sở phân phối bia và nước ngọt của công ty bia quốc doanh nhà nước. Căn nhà tôn lớn và khu sân vườn rộng rãi đã có thêm người dọn vào ở, họ là những thành viên trong tổ hợp phần nhiều là cán bộ hoặc bộ đội giải ngũ, họ chia nhau phòng ở và làm nhà ngay trên khu sân có cái nhà tắm. Cụ Chánh và anh con trai ở thu gọn vào trong một buồng nhỏ vì nay cụ cũng chỉ là một công nhân của xí nghiệp. Cụ Chánh qua đời, anh con trai đi đâu mất tiêu. Về sau cơ sở nhà đất của cụ Chánh được phân phối bán "hóa giá" rất rẻ cho những cán bộ nào đang lưu cư để hợp thức hóa nhà cửa đất đai cho họ luôn. Những người vô sản nay thành tư sản. Diễn tiến của cuộc cách mạng theo chu kỳ như sau: "Tổ chức đấu tranh bạo lực, cướp chính quyền, xoá bỏ tư hữu, vô sản hóa tất cả. Xong. Chia nhau chiếm lĩnh, hóa giá, tiến sang kinh tế thị trường, làm giàu cá thể, hình thành giai cấp mới. Mấy triệu thanh niên hai miền đã bỏ mạng."

Cậu vượt biên mấy lần đều thất bại. Những binh thư và những kiến thức tiếp nhận được trong các khóa huấn luyện "Rừng núi sình lầy" và "Mưu sinh thoát hiểm" trước kia không áp dụng được bao nhiêu vào cuộc chạy trốn này. Là một tù binh vô thừa nhận, ngay cả khi chiến tranh không còn, cậu cũng không nằm trong "diện" nào để cho hậu chiến giải quyết. May mà cậu tự tìm được cách giải quyết cho riêng mình. Cậu lập gia đình với một bà góa có mấy người con, làm hồ sơ đem mẹ con bà ấy xuất cảnh, sang đến nước Mỹ mẹ con bà muốn tự lập, cho nên từ vài năm nay cậu lại trở thành một kẻ độc thân như ngày nào.

Cậu bị "bụp" không chết, em bị "bụp" cũng không chết. Cậu cháu mình bị "bụp" không chết nhưng đau đớn còn hơn chết nữa, chúng ta đều đã vỡ mặt, em lại không muốn chúng ta rồi đời. Em muốn đón cậu sang với em. Em không phải lo chuyện hài cốt của cậu vì em đã tìm thấy cậu còn sống, em đã lại có cậu như hồi xưa.

Tôi đón cậu sang ở với tôi, cậu nói nay cậu không có gì ràng buộc, cậu là người tự do. Tôi nói tôi nay cũng tự do không có gì ràng buộc. Hai thân phận tự do không bị sự gì ràng buộc ở với nhau được một ngày chợt có một lúc thân phận nọ hỏi thân phận kia:

– Cậu nhớ của em chỉ là hai cái chũm, sao... bây giờ lại nẩy nở tròn lẳn hơn hẳn xưa kia.

Tôi phát bật cười:

– Em cũng không biết tại sao nữa, tự nhiên mỗi ngày em thấy "nó" mỗi khác ra.

Cậu cũng cười:

– Em có đến mỹ viện, có sửa chữa, có mổ xẻ, có độn cái gì vào trong đó không?

– Không. Không hề. Em cũng không tập tành, không chuyên một môn thể thao nào, không làm một hành động nào có tính cách rèn luyện cho nó phát triển lên. Em hoàn toàn không hiểu vì sao từ ngày sang Mỹ nó lại sinh ra như thế này.

Cậu nói như nói một mình:

– Lạ nhỉ, không lẽ ở nước nhỏ thì nó nhỏ, sang nước lớn bá quyền thì cái gì cũng lớn theo.

Chợt cái ghen đàn ông xuất hiện:

– Thôi rồi, cậu hiểu rồi.

Tôi lo lắng:

– Cậu bảo sao?

Cậu chậm rãi:

– Chồng em, ông ấy đã có công làm cho nó lớn lên!

Tôi ôm chầm lấy cậu:

– Không phải thế đâu, không có gì ghê gớm lắm đâu, cậu ạ. Chồng em ông ấy là người rất mực từ tốn, rất dịu dàng, rất nâng niu. Chưa bao giờ em thấy ông sỗ sàng, không bao giờ ông mạnh tay. Em nghĩ là chồng em ông ấy cũng không... có công gì đâu!

Cậu nhắm nghiền hai con mắt. Tôi thì thầm với cậu:

– Ngày xưa con lọ lem được cậu gọi là hai cái chũm, nay dù nó có phì nhiêu ra em cũng vẫn chỉ muốn cậu coi nó là hai cái chũm của cậu như xưa kia.

Tôi giải thích rằng ngày còn bé ăn uống kham khổ cho nên nó "khổ", sang Mỹ dinh dưỡng thừa mứa, nhiều người phát phì ra trông rất tội nghiệp, em giữ được thế này là may lắm rồi.

Cậu gật đầu:

– Đúng, em không trở thành phì nộn, cổ em chưa có cái giải yếm con gà tây, cánh tay em chưa bị bệu xuống, các cơ bắp của em vẫn tròn lẳn, thế là cậu may lắm rồi.

Tôi đưa cậu đi thăm các nơi. Tôi đưa cậu đi uống bia vại ở cái "quán cóc Mỹ" đầu hẻm cạnh hãng bia, hai chúng tôi mới uống hết một ly cối mà mặt ai cũng đỏ rực. Tôi hỏi cậu còn nhớ kho bia và những chai bia bị rạn nứt cụ Chánh cho cậu cháu mình uống không. Cậu gật đầu nói:

– Cụ Chánh bảo vỡ rồi không bán được đâu, chúng mày chịu khó uống kẻo bỏ phí của Trời.

Khi thấy tôi móc bóp trả tiền, cậu hỏi:

– Sao bảo hãng bia của em mà em cũng phải trả tiền.

– Chồng em, ông ấy dặn như thế.

Cậu buông một câu:

– Đúng là ăn chơi nước Mỹ.

Tôi lục tìm ra bài báo và những tấm hình chụp các bức hoạ khỏa thân cậu cho tôi ngày xưa. Cậu xem hồi lâu rồi hỏi:

– Em còn giữ và mang đi được những thứ này sao?

Tôi gật đầu:

– Vì đây là những vật kỷ niệm quí và hiếm mà em có được do cậu cho nên đêm trốn ra khỏi nhà cụ Chánh em đã mang theo và cất giữ cho đến bây giờ.

Cậu ôm vai tôi ngả sang cậu, thì thầm:

– Cậu cám ơn em, em đã nghĩ đến cậu hơn là cậu nghĩ tới em.

Tôi nói:

– Em còn nhớ là cậu có nói rằng sẽ chẳng bao giờ cậu được

nhìn tận mắt những bức tranh ấy, đúng không, có đúng là ngày ấy cậu đã than như thế không. Em sẽ đưa cậu đến tận chỗ đang trưng bầy những bức tranh ấy để cậu thưởng ngoạn.

Tôi đã đưa những tấm hình nhờ ông quản lý và ông luật sư của gia đình tìm hiểu cho tôi biết bảo tàng viện nào trên thế giới hiện đang trưng bày những tác phẩm của nhà danh họa. Ít ngày sau họ báo cáo cho tôi các tác phẩm ấy nay đang ở Paris. Thế là tôi dẫn cậu đi Pháp. Chúng tôi làm một chuyến du lịch dài ngày ở châu Âu. Cậu đã đến viện bảo tàng, đã đứng trước những bức tranh các bà khoả thân, nhìn ngắm những thứ mà ngày xưa cậu chỉ được xem qua ảnh in trên báo. Cậu xem đi xem lại, cậu đứng gần rồi lùi xa, cậu trầm ngâm nhìn mà không nói gì, tôi vẫn ở phía sau cậu, tôi đang xem người xem tranh, tôi đang thưởng thức cậu, tôi đang nghiền ngẫm cái tình cảm của chúng tôi ngày ấy. Khi ở khách sạn, tôi gợi lại chuyện những bức tranh, cậu nói:

– Lạ ở chỗ bây giờ được nhìn tận mắt những tác phẩm hội họa nổi tiếng, cậu lại không có được cái cảm giác háo hức như hồi đó cậu xem nó qua ảnh trên báo. Em biết tại sao không, ngày ấy khi lần đầu nhìn những bức ảnh trên tờ tạp chí là cậu nghĩ ngay tới em, cậu mang nó về nhà cho em xem cũng là vì cậu xem nó mà liên tưởng tới em. Em có nhớ ngày ấy nhiều lần cậu đòi được nhìn em đi đứng nằm ngồi lăn qua lăn lại không, chính là cậu thưởng thức thẩm mỹ ở em đó, và em đã chiều cậu, nhiều lần chiều cậu, cho nên cậu là người đã được tận hưởng những nét tuyệt mỹ ở em mà những tấm ảnh tranh in báo chỉ là gợi ý. Cậu đã đích thực được thưởng ngoạn từ ngày ấy cho nên bây giờ được đến viện bảo tàng xem tranh, cậu cũng thấy sung sướng nhưng không bằng sự sung sướng thuở xưa em tặng cho cậu.

Tôi ôm hôn cậu tôi nồng nàn, tôi vò đầu vò tóc cậu, tôi xoa bóp lưng cậu. Cậu cũng ghì tôi thật chặt trong vòng tay của cậu. Cậu nói như trong mơ:

– Đời cậu đã trải qua hai sự tận cùng: Sự sung sướng tận cùng trong tình yêu của em...

Cậu ngưng nói và trầm tư, tôi gặng hỏi:

– Còn sự tận cùng thứ hai?

Hai mắt cậu đỏ hoe:

– Thứ hai là sự đau khổ tận cùng trong nhà tù cộng sản.

Tôi ôm đầu cậu trong ngực tôi, lần đầu tiên tôi thấy cậu bé bỏng trong vòng tay của tôi. Tôi nói:

– Tuổi em còn có thể có con được mà, cậu có muốn một đứa con với em không?

– Tuổi em còn có thể có con, nhưng sự tàn tạ của cậu có lẽ chẳng thể làm nên sự ấy. Như em đã thấy đó, những ngày vừa qua chúng ta sống chung với nhau đã chứng tỏ cậu không còn là của em như ngày xưa, cậu nay năm thì mười họa, có cũng như không, tuổi già và sự cùng khổ đã tiêu hủy hết sức sống của cậu rồi.

Tôi muốn nhân cơ hội này sẽ lần lần đánh thức cái tiềm năng trong cậu mà tôi nghĩ có lẽ chỉ vì sự tù đày nghiệt ngã làm cho cậu bị ngủ quên chứ chưa phải là bị tê liệt. Chúng tôi đến các cung điện, tất cả các viện bảo tàng, lâu đài thành quách cổ xưa của Âu châu, xuống các hầm rượu nếm thử những mỹ tửu, tôi thầm cầu mong sao nhân dịp này tôi có được một đứa con với người tôi yêu quí, cho nên nhất cử nhất động tôi hết sức trân trọng với cậu. Và tôi nhận thấy cậu cũng rất ân cần với tôi, cậu không hùng hổ như hồi xưa, cậu nâng niu dịu dàng, cậu đã từ bỏ cái tính quân phiệt mà cậu bị nhiễm sau một thời gian cậu đi theo phong trào sinh viên chống độc tài quân phiệt. Ở nhà thờ Đức Bà, cậu cũng dừng lại rất lâu trước một bức tranh lớn vẽ Đức Mẹ cho hài nhi bú sữa. Tôi thấy bức tranh sáng rực hơn tất cả những bức danh họa khác treo xung quanh tường Vương cung thánh đường. Cậu kể cho tôi nghe, khi cậu ra tù trở về Sài Gòn đi lễ ở nhà thờ Vườn Xoài đường Trương Minh Giảng, cậu được biết chuyện một pho tượng Đức Trinh Nữ Maria, bằng thạch cao rất to và rất đẹp, do Việt kiều mang về tặng, trưng bầy trong nhà thờ cho giáo dân thờ lạy một thời gian thì có vấn đề được đặt ra là nhà điêu khắc đã tạc hình hài mẹ có bộ ngực to quá, người ta phàn nàn nên linh mục đã họp hội đồng giáo xứ bàn bạc lấy ý kiến. Kết quả quyền nhân dân làm chủ đã quyết định đem Đức Mẹ cất vô kho. Cậu kể xong phàn nàn: "Chẳng biết bây giờ Mẹ bị giữ ở đâu".

Chúng tôi đến viếng Cathedral ở Reims, ngôi thánh đường lớn nhất xây dựng đã 15 thế kỷ, lớn hơn cả Notre Dame ở Paris, đặc biệt nơi đây có tượng thiên thần mỉm cười trong một phù điêu nhiều vị dựng ngay bên trên cửa trái thánh đường. Cậu chỉ cho tôi coi và nói rằng các thánh, các thiên thần, đều được vẽ hoặc tạo hình với dáng vẻ nghiêm trang, người ta không tìm thấy ở đâu có thiên thần hay các thánh cười vui. Tất cả các vị đều được nghệ thuật thể hiện trong cung cách nghiêm chỉnh lạnh lùng. Chỉ có ở đây, chỉ có ở Cathedral Reims này mà thôi. Nụ cười hiếm thế cho nên nụ cười rất quí giá. Đi một vòng bên trong thánh đường xem các kiến trúc, các cửa kính màu, các bức tranh thêu, các bức họa, các pho tượng... khi ra gặp hai bà đầm chặn cửa xin tiền uống rượu, hai bà thú nhận nghiện nặng, hằng ngày uống một chai vang đỏ thì mới khoẻ, thiếu là ốm đau ngay. Cậu móc tiền cho và biểu tôi mỉm cười theo gương vị nữ thiên thần trên bậu cửa. Chúng tôi bước qua công trường tới phố cổ, thấy tiệm fast food Mc Donald của Mỹ, cậu kéo tôi vào ngay, làm như cậu gặp được người quen vậy. Chúng tôi dùng bữa ngon lành sau nhiều ngày ăn món lạ.

5

Trở về Mỹ, chúng tôi lại ngồi uống trà trong phòng ngủ ngôi nhà dưới đỉnh đồi, nhìn lên dãy núi xanh lơ xa xa, dãy núi vách đứng ngăn cách các tiểu bang ven bờ biển Thái bình dương với các tiểu bang miền trung nước Mỹ. Buổi chiều những đám hơi nước bay trên cao từ phía biển vào đụng núi sẽ gây ra sét đánh, để được an toàn, người leo núi không được lên quá lằn ranh cây cỏ mọc và phải xuống núi trước giờ mặt trời lặn.

Cậu thích đứng nhìn núi qua ống viễn kính đặt trong khung cửa. Chiếc viễn kính này ông chồng tôi mua về đặt ở đó cho tôi quan sát dãy núi và khắp vùng thung lũng, qua nó có thể nhìn rất rõ quang cảnh trong vùng, tôi thường nhìn núi, nhìn thị trấn Boulder, nhìn trường đại học dưới chân núi nơi đó có một nhà hàng nấu các món ăn Việt Nam. Cậu xem phong cảnh và nhâm nhi tách trà, tôi đi tắm. Nằm ngâm mình trong nước ấm tôi chợt nhớ tới cái phòng tắm quây tôn ở nhà cụ Chánh, tôi nhớ tới cậu, tôi gọi cậu, cậu lên tiếng rồi lát sau bước vào, tôi nói:

– Cậu làm ơn gội đầu xà phòng giùm em...

Cậu mỉm cười không nói gì, tôi tiếp:

– Với lại cậu kỳ lưng giùm em...

Cậu kéo chiếc ghế nhỏ đến sát bồn nước ngồi xuống nhìn tôi, tôi nheo mắt:

– Giúp em lẹ lên kẻo cụ Chánh về bây giờ thì chết với cụ...

Thấy cậu vẫn ngần ngại tôi nói:

– Ngày xưa lén lút mà cậu dám sai em, nay tự do hoàn toàn, em nhờ sao cậu lại chần chờ.

Cậu hỏi:

– Em cần thiệt hả, cậu tưởng em nói đùa, là vì em chỉ muốn ngâm mình trong nước nóng chứ đâu cần tới việc gội đầu hay kỳ lưng.

Tôi cầm tay cậu kéo vào:

– Không có gì là đùa, tất cả đều là thực. Chẳng qua là vì chúng ta xa cách nhau lâu quá mà nay gặp lại cậu vẫn chưa chịu xích lại gần em. Em không cần gội đầu, không cần kỳ lưng, chỉ cần cậu vào đây với em.

Cậu đứng lên cởi áo quần bước vào chỗ hoa sen, cậu vặn nước tắm cho cậu xong mới bước qua vào bồn với tôi. Chúng tôi ôm nhau trong nước ấm, chúng tôi hôn nhau dịu dàng, chúng tôi vuốt ve nhau ân cần. Thật lâu sau cậu ẵm tôi ra giường, tôi nói:

– Thấy chưa, cậu còn bồng nổi em mà, thế mà những ngày đi du lịch, ngụ ở khách sạn chẳng bao giờ cậu bồng em đi tắm.

Khi nằm trên giường cậu đòi kéo màn cửa, cậu nói:

– Coi chừng người ngoài họ nhìn thấy, biết đâu có kẻ nào đó từ xa, trên núi kia chẳng hạn, nhìn qua viễn kính sẽ thấy hết mọi chi tiết, mọi cử động trong phòng này, trên giường này, thấy rõ tỏ tường như mình nhìn thấy rõ tỏ tường từng bông hoa từng kẽ lá trên núi kia qua viễn kính nhà mình...

Tôi nói với cậu:

– Mình ở đây là mình ở trong nhà mình, kẻ nào nhìn vào phòng mình là họ nhìn lén, nhìn trộm, là phạm pháp. Mình không làm những chuyện riêng tư ở chốn công cộng là được.

Thấy cậu e ngại, tôi bèn chủ động, tôi trùm lên người cậu, tôi phủ lên người cậu, tôi đắp chăn tôi trải thảm cậu, tôi điều khiển cậu, "ngày xưa cậu chủ động lèo lái em và em bao giờ cũng ngoan ngoãn theo cậu, như thế là em đã phó thác em hoàn toàn cho cậu". Nay cậu lại là người sợ sệt trong khi cậu tuyệt đối tự do. Tôi vừa yêu cậu vừa nói với cậu:

– Cậu không phải ngại ngùng cái gì cả, cậu là ông tướng, là ông vua, là lãnh chúa... ở đây.

Đến lúc đó thì cậu vật tôi xuống, cậu giành quyền làm chủ, tôi sung sướng được trở về làm tên nô lệ, làm con đầy tớ, làm con ở đợ của tình yêu. Tôi lảm nhảm bên tai cậu:

– Cậu có sung sướng không, chúng ta yêu nhau trước thiên nhiên, trước trời đất, từ cái giường này chúng ta vừa yêu nhau vừa nhìn thẳng lên dãy núi xanh lơ bát ngát, không có vật gì, không có cái gì che chắn tầm nhìn của chúng ta, không có cái gì ngăn cản được chúng ta, cậu ơi, cậu yêu em thiệt tình đi, cậu đừng bỏ em nghe, đừng bỏ em, trời ơi, chiến tranh đã chấm dứt cậu không còn phải nhảy toán nữa, đừng bao giờ bỏ đi nữa, hãy ở nhà với em...

Khi cậu buông tôi ra nằm vật xuống thì tôi cũng mệt mỏi rã người, tôi ngủ thiếp đi không hay. Khi tỉnh dậy, tôi lại thấy cậu đã đứng nhìn qua viễn kính, một điều tôi vô cùng thích thú là thấy cậu vẫn không mặc quần áo, một thân hình gầy gò xương xẩu đứng khom khom như một pho tượng khổ nạn đá đen mà tôi đã thấy trong một viện bảo tàng ở đâu đó, tôi nghĩ cậu đã thoát ra khỏi sự sợ hãi, cậu đã thoát ra khỏi nỗi e ngại, tôi xuống giường bước nhanh ra ôm lấy pho tượng từ phía sau, tôi nói:

– Em yêu cậu quá.

Cậu đứng xích sang bên nhường chỗ cho tôi, hai bàn tay pho tượng nâng niu hai cái chũm của tôi, tôi ghé mắt nhìn vào viễn kính, cậu đã hướng ống nhòm đúng vào ngôi nhà trên chân núi. Tôi hỏi:

– Cậu có muốn leo núi không?

– Thua, chịu thua, cậu bây giờ thua nhiều thứ lắm.

– Không đâu, vừa rồi cậu không thua tí nào đâu, cậu đã thắng đấy.

Rồi tôi chỉ căn nhà trên núi nói với cậu:

– Đó là nhà của cậu.

Cậu hỏi:

– Ở trên đó có thể trồng trọt được những cây gì?

Tôi nói :

– Có nhiều cây bằng lăng.

– Có loại bằng lăng ổi không, loại bằng lăng vỏ vàng nhạt và mịn như vỏ cây ổi xá lị, thứ cây này quí lắm. Trong vườn Luxembourg ở Paris có nhiều cây bằng lăng gốc bự. Cậu sẽ hạ những cây bằng-lăng cưa khúc, chẻ ra làm củi cho em chụm, thích lắm, những thanh củi trắng ngà như trứng gà bóc, xinh đẹp. Cậu sẽ phá rừng làm rẫy, sẽ trồng khoai lang và củ sắn xung quanh nhà để nuôi em, giống khoai sắn chiến lược xã hội chủ nghĩa em biết không. Em sẽ dùng lon guigoz luộc khoai luộc sắn bằng củi bằng lăng, một thứ củi thơm của các vị tù binh quí tộc.

Cậu chỉ lên dãy núi xanh, nói, trên ấy chắc cũng có hang "Cùng Cốc", có ấp "Con Khe", có suối lạnh "Giao Ôi"... Em lột vỏ củ sắn, cắt ra từng khúc ngắn, xẻ những khúc sắn trắng phau đó ra làm nhiều miếng nhỏ, em xếp những miếng sắn nhỏ vào trong lon (tù binh gọi nguyên văn là lon guigoz, cai tù người miền Bắc nói gọn thành cái gô), không châm nước mà bỏ vào một cái đinh. Em chụm củi bằng lăng rồi treo cái lon củ sắn trên ngọn lửa. Canh chừng khi nắp lon xì ra một làn khói trắng thì thôi. Em mở nắp lon lấy sắn chín ra. Ấy! Coi chừng kẻo phỏng tay! Cậu và em, hai ta mỗi bữa ăn chung một lon sắn luộc là đủ tất cả. Sẽ không cần diet, không cần exercise, không cần băn khoăn "gà đùi không da, nước trong, ít bánh". Cũng không cần "tố khổ", không cần "tố cộng", không cần "chống Mỹ cứu nước", không cần "đả đảo cộng sản"... Từ chốn thâm sơn cùng cốc, hai kẻ cưa nhau một lon sắn luộc thì không còn phải cần gì nữa ráo trọi. Em yêu.

Tội thân người tình của tôi! Tôi châm thêm trà quậu Bắc Thái, thứ trà hai tôm một tép mua từ Việt Nam, cho cậu nhâm nhi. Ở tù cộng sản lâu ngày cậu mê thứ trà này. Núi đồi miền thượng du Bắc Việt phủ đầy khoai sắn và cây trà, cậu cứ thoải mái vặt, tự sao lấy, tự pha lấy, thưởng thức miết hóa nghiền nặng. Ở với cậu ngay từ những ngày đầu gặp lại bên tiểu bang California, tôi hiểu ra rằng cậu đang cần được thông cảm. Tôi săn cóc cậu từng chút, cậu muốn gì tùy ý. Tôi nói cậu cứ coi tôi như ngày xưa, tôi vẫn cứ muốn gọi bằng cậu. Cậu nói cậu chỉ muốn thế, nhưng cậu lại muốn tôi phải thực tế coi cậu là bây giờ. Bây giờ cậu là người già lưu vong, ốm yếu, bệnh tật. Tôi ôm đầu cậu vào lòng tôi. Tưởng là đã mất, nay còn đây, gặp lại nhau, sao không coi đó là hạnh phúc. Tôi không nhờ những người hầu lo cho cậu, tôi tự làm các việc cho cậu, tôi mua những thứ quen thuộc cậu thích, nấu nướng cho cậu ăn, cậu vẫn uống trà hút thuốc như ý muốn. Tôi nói với cậu tất cả là của cậu.

– Cả em bây giờ cũng là của cậu như ngày xưa. Em muốn làm con ở đợ cho cậu, cậu sai gì em làm thế, cậu muốn em đi đứng nằm ngồi cách gì em cũng làm theo. Em theo cậu như em theo chỉ huy đi đánh giặc.

Cậu nói:

– Không thể được, ngày xưa ở trong xó nhà, em mang tiếng thất học, cậu mang tiếng có học, nên cậu dạy em. Bây giờ sang đây em là bà Mỹ dòng chính, nói tiếng Anh líu lo êm ái như chim, cậu nghe không hiểu kịp; còn cậu là kẻ di cư chạy loạn, cậu chỉ là kẻ ăn nhờ ở đậu, không biết nói tiếng Mỹ, không có quốc tịch...

Tôi nói:

– Cậu vào quốc tịch đi, bây giờ cậu lấy em tức là cậu lấy Mỹ, hồi trước em lấy Mỹ để được sang đây, bây giờ em lấy cậu để cậu nhập tịch Mỹ dễ dàng.

Cậu nói:

– Bây giờ đến phiên cậu làm "me Mỹ"?

Tôi cười ôm chặt cậu hơn, nhưng cậu vẫn lắc đầu:

– Cách gì thì cũng phải thi, cách gì thì cũng phải thề.

– Thi nhập tịch có gì là khó.

– Khó lắm em ạ. Cậu không qua được đâu. Chen chúc nhau xếp hàng dài đi "thi" từ bỏ cội nguồn, đi "thi" gia nhập vào một tổ quốc khác đâu phải dễ. Cái lá cờ giản dị hai màu vàng đỏ, ba sọc, mà cậu còn không nhớ, làm sao cậu thuộc nổi lá cờ ba màu xanh trắng đỏ, xinh đẹp, với rất nhiều sao nhiều sọc ý nghĩa của nó. Rồi làm sao cậu học thuộc lòng lịch sử của Hiệp Chủng Quốc trong khi lịch sử "con Hồng cháu Lạc" cậu cũng quên khuấy mất tiêu. Làm sao cậu có thể trung thành và bảo vệ tổ quốc vĩ đại hùng cường mới, trong khi tổ quốc cũ nhỏ bé của cậu, cậu còn bỏ chạy không bảo vệ nổi. Thề thì dễ, ai mà chẳng thề được, ai mà chẳng xoen xoét cái miệng được, ai mà chẳng cá trê chui ống được, nhưng mà làm khó lắm, cậu làm sao "trúng tuyển" được hả em!

Tôi chợt ôm chầm lấy cậu mà khóc rưng rưng.

Cậu chưa ra khỏi thế giới riêng của cậu:

– Còn điều này nữa, cậu hỏi em nhưng cũng không muốn em trả lời. Này nhá, cậu vẫn leo lẻo là người Việt Nam, nhớ thương Việt Nam, yêu quê hương Việt Nam, cội nguồn, truyền thống, quốc tổ v...v..., nay cậu mang quốc tịch Mỹ thì cậu có còn là Việt Nam nữa không. Không. Đó là một người Mỹ gốc Việt. Thế thôi. Tay cầm passport Mỹ miệng tự xưng là người Việt Nam thì đó là Việt Nam giả, là không chính danh. Đã lỡ sống sót, đã lỡ bỏ nước ra đi, đã lỡ mang một quốc tịch nào đó, thì hãy cố gắng làm người công dân nước đó một cách chân chính, tính bắt cái này lại muốn quơ tay chộp cái kia là không ổn. Thế cho nên cậu phải làm sao đây, sẽ phân thân, hóa thân hay vong thân hả em?

Thôi chết rồi, cậu của tôi bị trúng đạn nặng lắm rồi, cậu của tôi xa cách cái cộng đồng này quá lắm rồi. Tôi sẽ phải làm sao đây.

Buổi chiều tôi dẫn cậu đi dạo quanh đồi, tới chỗ cây bạch dương, tôi dừng lại thăm mộ chồng, tôi đã kể tất cả cho cậu nghe rồi, chỉ còn cái ý định đem cậu về đấy thì tôi chưa có dịp nói, nay đứng tại chỗ, tôi nói:

– Khi còn sống ông ấy đã sắp xếp chỗ nghỉ cho ông, cho em và cho Patrick tại đây, nhưng nay em có ý định cậu cũng sẽ ở đây với em, cả bốn chúng ta cùng xum họp ở đây với nhau.

Cậu nhìn quanh, mộ ông chồng tôi xây bằng đá hoa cương trắng, bên cạnh là ô để trống dành cho tôi, ngay dưới chân hai vợ chồng tôi là mộ của Patrick nằm quay ngang cũng bằng đá hoa cương màu xám là màu lông của Patrick.

Cậu hỏi:

– Nếu ở đây thì cậu nằm đâu?

Tôi chỉ phía bên cạnh tôi:

– Em nằm giữa, ông ấy một bên, cậu một bên.

Cậu nói:

– Như thế Patrick nằm không cân xứng chính giữa.

Tôi nhận ra điều cậu nói, nhưng rồi cậu nhìn lên cây bạch-dương xum xuê cao lớn phủ kín cả khu mộ. Cậu chậm bước đến gốc cây, cậu sờ tay vào lớp vỏ trắng nhẵn, cậu vỗ vỗ thân cây, tôi đến bên cậu, nghe cậu thì thầm:

"Gội đầu thật sạch, đứng bên đường
Một mình trơ trụi, cây bạch dương
Mặc cho gió vò mãi mái tóc
Vò mãi, vò mãi niềm sót thương" (*)

Tôi nói nhỏ cũng như thì thầm với cậu:

– Chồng em khi còn sống, ông rất rộng lượng với em. Ông không có ai thừa kế cho nên ông để di chúc lại giao cho em tất cả tài sản của ông. Em cũng không có ai thừa kế để giao lại kế tiếp, nay em tìm lại được cậu, em gặp lại được cậu, em xin cậu hãy ở đây với em, chúng ta sống chung với nhau cho hết quãng đời còn lại này, rồi cậu cũng tìm cách giúp em xem sẽ giao lại cái di sản này cho ai.

Cậu chậm rãi:

– Cậu cũng chẳng biết làm thế nào để giúp em giải quyết việc này được đâu vì rằng cậu cũng chỉ là một kẻ tứ cố vô thân!

Tôi mủi lòng nhìn người tình thuở nhỏ của mình, ngày ấy, cậu đến tá túc ở nhà cụ Chánh cũng chỉ là một kẻ trơ trọi y như tôi. Rồi nay cậu lại vẫn không gia đình vợ con. Tôi chợt nhớ tới mấy mẹ con bà vợ gá nghĩa với cậu để xuất cảnh, tôi gợi ý ấy ra, cậu bật cười:

– Không nên làm như thế em ạ, bà ấy muốn có tự do và muốn tự lập thì ta cũng chẳng nên quấy rầy nữa. Còn cậu, cậu gặp lại được em cậu rất mừng, cậu xin nói với em rằng, cả đời cậu, suốt đời cậu, cậu chỉ yêu cái con nhỏ trong dépot bia ngày xưa, cậu chỉ yêu thương có mình nó mà thôi, không ai khác nữa.

Tôi run lên vì sung sướng, vì hồi xưa, ngày ấy, chưa bao giờ tôi nghe cậu nói như vậy với tôi. Nhưng tôi nghe cậu nói tiếp:

– Gặp lại em, cậu sung sướng. Cậu sang đây quá trẻ không còn làm được gì nữa tuy cậu rất muốn làm nhiều thứ, cậu nay đã quá tàn tạ. Cậu sắp tới tuổi ăn tiền cứu tế và vào ở nhà tế bần của chính phủ thì cậu sẽ vào đó ở. Sang thăm em, ở chơi với em ít ngày để nhớ lại tình yêu cũ, rồi cậu sẽ về lại Miền Tây, cậu cũng sẽ nhắm mắt ở bên đó cùng với các ông bạn già lưu vong. Những ngôi mộ này, ông chồng em đã sắp xếp ngay ngắn, cậu chẳng nên chen chân vào làm lệch đi cái trật tự ổn định, nhưng mà em yên tâm, cậu sẽ là cây bạch dương này, lúc nãy cậu đã sờ vào vỏ cây này, cậu đã vỗ vỗ vào thân cây này là cậu đã nhập vào nó. Cuộc sống đã là phù du, thân xác cũng là phù du, hài cốt hay tro tàn còn có nghĩa gì nữa nếu như không có tình, cho nên cậu với em chúng ta đã có tình yêu bất diệt, em hãy coi cây bạch dương này là cậu. Cậu sẽ ở đây với em, cậu sẽ ở luôn bên em. Cho tới khi mục nát, trở thành cát bụi...

Những ngày sau, thấy cậu lúc nào cũng như buồn buồn lầm lì ít nói, tôi có ý dọ hỏi xem cậu thích ở đâu, đỉnh đồi hay chân núi, cậu muốn ở đâu tôi cũng sắp xếp được cho cậu vừa ý, nhưng cậu chỉ lắc đầu. Tôi lại đề nghị căn apartment trong building trên thủ phủ tiểu bang gần hãng sản xuất bia và khu phố cổ, cậu cũng vẫn lắc đầu. Mãi sau cậu nói cậu muốn trở về thành phố biển Miền Tây nơi có nhiều đồng hương cư trú, cậu có một phòng nhỏ, cậu khoe rộng gần bằng nửa phòng tắm nhà em, cậu thuê chung với một bạn già, thích lắm, rất gần phố Việt và chợ búa. Tôi nói tôi sẽ mua một căn nhà ở vùng đó để hai người chung sống với nhau, nhưng tôi xin cậu một điều là khi chết sẽ đưa về nằm dưới gốc cây bạch dương chung với chồng tôi và Patrick. Tôi không thể bỏ ai được, chồng tôi cũng như Patrick, tôi đi theo cậu nhưng cả cậu và tôi đều sẽ trở về nơi đó đoàn tụ. Tôi muốn cả bốn được ở một chỗ với nhau ít nhất là sau khi chết, ít nhất là đời sau.

Thấy cậu vẫn lặng thinh, tôi hỏi:

– Cậu còn nơi nào để về nữa không, quê hương ấy?

Cậu lắc đầu, tôi nói:

– Em cũng thế, em không còn nơi nào khác nữa ngoài nơi đây. Và đây cũng chỉ là đất khách. Nhưng đây là chốn chồng em cưu mang đem em đến, đây là chốn đã có hai kẻ tình nghĩa nằm lại, em không thể bỏ nơi đây, em không thể bỏ họ, em cũng không thể để mất cậu một lần nữa vì em đã tìm lại được cậu. Vậy thì cái bộ xương của em, cái bộ hài cốt của cậu, kể ra thì để ở đâu cũng được, đâu cũng là nước Chúa, nhưng em tham lam ích kỷ, em muốn cậu chiều em, sống cậu muốn ở đâu, đi đâu tùy ý, nhưng em xin cậu khi nằm xuống hãy nằm cùng với em, hãy nằm chung với em, với ông ấy, với Patrick. Cả bốn chúng ta khi sống chẳng có dịp chung chạ, em muốn khi chết rồi chúng ta phải đoàn tụ. Cây bạch dương này là cột mốc của sự đoàn tụ. Cậu thân yêu.

495

Cậu bước tới cửa sổ, pho tượng khổ nạn đá đen khom khom nhìn vào viễn kính, cậu xoay cái ống nhòm đang ở hướng nhìn tới ngôi nhà trên chân núi sang hướng nhìn tới cây bạch dương nơi sườn đồi. Tôi đến sát sau lưng cậu, tôi ôm ngang người cậu, tay phải cậu vặn vặn cái núm điều chỉnh viễn kính cho ảnh rõ nét, bàn tay trái pho tượng luồn vào trong áo tôi tìm tòi những gì mong muốn ở trong đó. Và tôi đã giúp cho cậu thuận tay dễ dàng.

(Reims. Fr. Sept. 2004)

(*) Thơ Trần Dạ Từ.

TẠP GHI

MIỂNG

* Hồi ở Việt Nam tôi đã viết một truyện dài (Bà Phi) khoảng hơn 2000 trang, biến cố năm 1975 bản thảo bị thất tán, nay đã sưu tập lại được gần đủ nhưng vẫn chưa xuất bản.

* Mười bảy năm (1975-1992) làm tù binh trong các trại giam của cộng sản, tôi luôn luôn nghiền ngẫm trong lòng một quyển trường thiên tiểu thuyết dự định sẽ viết khi ra khỏi nơi chốn đó.

* Nhưng 12 năm qua tôi chỉ viết ra toàn những truyện ngắn, nếu gộp lại cũng khoảng 1000 trang in.

* Truyện nào tôi cũng muốn nó thật ngắn và chứa được cả cuộc chiến trong đó, mỗi khi xong một cái tôi lại cảm thấy là chưa đủ, phải làm cái khác, cứ thế, từ cái này sang cái kia.

* Bây giờ nhìn lại tôi có cảm giác "trường thiên tiểu thuyết" của tôi đã nổ tung ra, giống như tôi đã đánh vỡ pho tượng khổ nạn cưng chiều bấy lâu của tôi thành nhiều mảnh vụn. Những chất liệu dự tính dùng trong truyện dài đã đem sử dụng vào các truyện ngắn gần hết. Đời tôi đã gặp nhiều thất bại, đây có lẽ là một thất bại lớn.

* Tôi lại nghĩ nếu như thử gom những miếng vỡ trong các tập truyện in ở hải ngoại những năm qua, chắp nối, sắp xếp, hàn gắn chúng lại với nhau, thêm bớt vài dấu chấm phết, đặt tên nhân vật chưa có tên, tùy theo cách thức của mỗi người đọc, may ra, biết đâu nó sẽ hóa thành những tiểu thuyết theo ý từng người.

Thảo Trường

497

PHẦN 6

CƠN SỐT (4)

MẶT ĐƯỜNG

Thụ ôm gói đồ đứng tựa gốc cây chờ Hảo. Như thế cũng đã khá lâu. Mỗi khi một chiếc xích lô đạp chở đàn bà thong thả chạy qua, Thụ lại cúi người xuống chú ý nhìn vào những khuôn mặt đó để tìm cái vóc dáng quen thuộc của Hảo. Hảo hay mặc chiếc áo dài đỏ đi đón khách. Hảo bảo như thế cho khách quen dễ nhận. Nhưng từ chập tối đến giờ, Thụ chờ Hảo, cũng vài lần mừng hụt vì những người đàn bà khác, cũng mặc áo đỏ. Thụ nghĩ rằng ở hoàn cảnh nào cũng có nhiều người muốn mình là một trường hợp đặc biệt. Thụ nghĩ rằng nét đặc biệt nhất của Hảo là càng dâm dật bao nhiêu khi đi đón khách thì càng chán chường bấy nhiêu khi đưa khách về tới căn buồng hành lạc.

Hôm đầu tiên gặp Hảo, Thụ còn nhớ rõ, sau khi thỏa thuận giá cả, Thụ bước lên xích lô ngồi cạnh Hảo, người phu xe vừa cài mảnh vải che mưa vào và trèo lên bắt đầu đạp, chiếc xe chuyển bánh, Hảo đã lần mò khắp mình mẩy Thụ hỏi :

- Có muốn ngay bây giờ không ?

Hai tay Thụ sờ soạng khắp thân hình Hảo, Thụ sỗ sàng nhưng cũng không lại với Hảo và Thụ phải nói "Thôi để lát nữa về tới buồng đã" Hảo lắc đầu không chịu rồi vít đầu Thụ xuống hôn

501

Thụ tàn nhẫn. Về tới căn buồng cho thuê, quen thuộc với Hảo nhưng là lần thứ nhứt với Thụ. Loại buồng cho thuê tính tiền hàng giờ, thì Hảo chán nản bảo Thụ:

– Em hết muốn rồi.

Thụ thì lúc đó lại lồng lộn lên như con thú dữ. Thụ quặp chặt lấy Hảo vật Hảo ngã xuống giường, Hảo nằm bất động lơ đãng nhìn ngắm Thụ hành động. Sau một lát hung hăng, Thụ chợt nhận thấy sự hờ hững của Hảo, Thụ ngừng lại suy nghĩ rồi tặc lưỡi:

– Tôi cũng hết muốn rồi.

Hảo nằm yên xem Thụ mặc quần áo, lúc đó Hảo mới chú ý nhiều tới vết sẹo nơi bắp chân Thụ, Hảo nhỏm dậy sờ vào chỗ sẹo của Thụ hỏi.

– Sao vậy Anh?

Thụ cáu kỉnh:

– Hỏi làm gì ?

Biết Thụ giận Hảo làm lành:

– Em xin lỗi. Tại em hay chán nản bất thường. Thôi tụi mình nói chuyện một lát, có hứng lại em sẽ đền anh. Cái gì cũng vậy, phải có hứng mà làm mới thích. Ai bảo anh lúc lên xích lô em đòi không chịu.

Thụ cầm chiếc giầy định mang vào chân, chợt Thụ nhìn thấy cái thẹo nơi mu bàn chân, Thụ sờ tay gãi gãi ở chỗ da nhăn bảo Hảo:

– Sẹo nữa đây này cũng bữa đó đấy.

Hảo ngồi sát lại Thụ:

– Sao vậy Anh?

Thụ quẳng chiếc giầy xuống đất, quàng tay sang ôm lấy thân hình trần truồng của Hảo:

– Hành quân dẫm phải chông và chỗ nãy bị một viên đạn bắn lén của tụi nó. Thôi mặc quần áo vào đi ra.

Hảo mân mê bàn chân Thụ:

– Kệ nó, em sắp muốn rồi, mặc vào cởi ra mắt công lắm. Ôm lấy em đi. Lần đó anh có đau lắm không?

– Sao không đau, khi bị hụt xuống hố chông, anh nằm vật mặt

xuống đường, anh kêu lên thê thảm, mặt anh úp lên mặt đường và anh kịp nhìn rõ một tên núp trong bụi rậm đang giương súng bắn anh mà anh không có phản ứng gì được. Nhưng viên đạn của tên đó chỉ trúng vào chân anh. Anh đau đớn ngất đi vì hai vết thương.

Hảo vít cổ Thụ xuống hôn say đắm rồi nói:

– Tội nghiệp không, thôi bây giờ nằm xuống với em, em đền.

Thụ vùng đứng dậy

– Không.

Rồi Thụ cầm đôi giầy lại chỗ chiếc ghế ngồi xuống mang vào chân, vừa thắt sợi dây vừa ngước mặt nhìn Hảo ngồi chồm hổm trên giường thiểu não nhìn Thụ. Hai tảng vú Hảo chảy dài xuống tội nghiệp.

Hảo nói:

– Anh chán rồi sao? Em không còn gì hấp dẫn nữa sao? Nhưng lúc này em muốn anh chứ không phải em làm tiền anh đâu.

Thụ lớn tiếng:

– Thôi mặc đồ vào. Tôi đến đây muốn mua cô một lát chứ tôi không muốn cô đền tôi. Vết thương này không ai đền được cả. Sự thiếu trống trong lòng tôi cũng không ai đền được cả. Cô mặc kệ tôi đi tìm lấy cho tôi những cần thiết. Tôi tìm không được thì kệ xác tôi.

Nói rồi Thụ móc túi quẳng cho Hảo mấy tờ giấy bạc. Thụ bước ra ngoài mặc Hảo với cái thân xác đang bồn chồn thức dậy của nàng.

Nhưng rồi lần nghĩ phép sau của Thụ, về đến thành phố gửi đồ tại nhà một người quen, tối đến Thụ lại đến ngã ba đường cũ tìm Hảo. Lần đó Thụ cũng phải chờ rất lâu. Gần khuya mới thấy Hảo ngồi trên xích lô với cái áo đỏ, người phu xe chậm chạp đạp. Hảo cũng nhận ra Thụ và Hảo cũng không hiểu sao nàng lại mừng rỡ gặp Thụ một cách lạ không có vẻ nghề nghiệp tí nào.

Thụ trèo lên xe, người phu xe cài chiếc phủ che mưa phía trước lên. Hảo lại xục xạo. Lần này Thụ đi tới và sự tìm kiếm của

Thụ đã diễn ra và kết thúc ngay phút chốc trên xe. Người phu xe đạp được một quãng chưa về tới căn phòng thì Thụ đòi xuống. Thụ bảo Hảo:

-Thôi thế đủ rồi, bây giờ mình xuống đây "đớp" cái gì cho khỏi đói.

Thụ và Hảo sau khi trả tiền xe khoác tay nhau vào tiệm ăn. Lúc ăn Thụ hỏi Hảo sao hôm nay ra trễ thế thì Hảo trả lời hồi chập tối Hảo đã ra rồi và đã đi một chuyến nhưng gặp một thằng khốn nạn lâu quá nên mới trở lại ngã ba muộn thế.

Mỗi lần nghỉ phép, từ những miền đồng ruộng khói lửa về thành phố, Thụ đều đi đến địa điểm này kiếm Hảo.

Lần này Thụ cũng phải chờ rất lâu. Hai chân Thụ đã mỏi nhừ, Thụ ôm gói đồ đứng dựa thân cây nhìn khúc đường sâu thăm thẳm, những bóng tối chập choạng bóng cây, những căn nhà im lìm, ẩn núp. Mặt đường nhựa bóng loáng, mưa lất phất và gió thổi ngang mặt. Thụ nhìn mặt đường rồi sờ tay lên đầu, vết sẹo mới còn da non. Cái sẹo này mới có cách đây hơn nữa tháng, cũng tại chỗ này, tại cái ngã ba đường này. "Đồ khốn nạn!" Thụ chửi thầm thế.

Hôm đó Thụ được nghỉ phép và đến thành phố nghe tin có biểu tình. Thụ đi lang thang xem. Rồi cũng không hiểu có phải vì tình cờ, Thụ bước tới ngã ba này. Đúng rồi tại chỗ góc kia, dưới gốc cây, bên cạnh một cột đèn. Đám biểu tình đang đánh nhau với một đám đông khác. Thụ đứng xem, những khúc cây, những chiếc dùi, những thanh mã tấu, những sợi xích vung lên và những người ngã quỵ. Thụ đã chứng kiến cảnh hãi hùng đó và một lúc thật bất ngờ Thụ cũng bị một cây dáng trúng đầu quỵ xuống gốc cột đèn, máu ra lênh láng. Trước khi ngất đi Thụ còn kịp nhận thấy những tiếng chân chạy huỳnh huỵch trên đường dẫm cả lên người Thụ, Thụ còn nhìn thấy mặt đường trải rộng mênh mông nhốn nháo.

Khi tỉnh dậy Thụ thấy mình nằm trên giường bệnh viện, đầu băng kín. Cô y tá bước tới và Thụ cảm thấy nhói ở óc. Thụ được Cô y tá cho biết Thụ ngất đi từ chiều hôm qua và lúc này là buổi sáng ngày hôm sau. Như thế Thụ đã mê man gần một ngày. Cô y tá cũng cho Thụ biết sau khi Thụ bị đánh bể đầu, Thụ được đưa vào bệnh viện và sau đó xem giấy tờ mới biết Thụ là quân nhân nên Thụ được chuyển sang bệnh viện quân đội, cô y tá này lần trước đã săn sóc cho Thụ. Cô cười hỏi Thụ:

– Ông đến đây lần này là lần thứ hai. Lần trước thì bị thương ngoài mặt trận, lần này thì bị đánh tại thành phố. Ông xui quá hé?

Thụ nằm im sờ những sợi râu trên cằm nghĩ ngợi. Thụ cũng chẳng hiểu tại sao mình bị đánh. Thụ phải nằm nhà thương mất 14 ngày. Trong thời gian đó có rất nhiều người đến ủy lạo nạn nhân trong biến cố vừa qua. Người ta cho Thụ mười ngàn bạc với xà phòng, khăn mặt, thuốc lá, bánh kẹo và những tượng ảnh Chúa, Phật, những sách kinh và những lời an ủi, những lời ca ngợi. Họ kể cho Thụ nghe những sự cao cả của Thượng Đế, những quyến rũ của tôn giáo họ. Thụ nằm im không thái độ và cũng không cám ơn. Tất cả những tiền và tặng phẩm, Thụ gói cả lại và hôm nay Thụ mang đến đây đến ngã ba này, đến cái địa điểm kiếm đĩ này, tìm Hảo và Thụ sẽ đưa Hảo hết những thứ đó, vì Thụ không biết đưa ai. Thụ nghĩ rằng chỉ còn có cách đưa Hảo may ra có ích gì cho Hảo chăng. Thụ cũng không có ý định đưa Hảo với một hy vọng Hảo sẽ dùng số tiền này để làm lại cuộc đời. Thụ biết Hảo là một thứ đĩ theo ý thích, nó không thể bỏ được cái tính đĩ thỏa của nó thì dù có nhiều tiền Hảo vẫn đĩ. Thụ tìm Hảo để trút những đồng tiền này cho Hảo, những món quà này cho Hảo, như những lần Thụ đã trút những khổ đau dần vặt sang Hảo trong những khoảnh khắc trước kia. Thụ không thể giữ những thứ này cho Thụ, tiền này không phải của Thụ, thuốc lá khăn mặt này không phải của Thụ. Nhưng thứ này là của chúng nó. Chúng nó đã đánh đập anh, Hảo ơi, rồi chúng nó lại xoa dịu anh. Chúng nó nhân danh Thượng Đế của chúng nó để hò nhau đi đánh đập nhau, giết chóc nhau. Chúng nó đã dối trá và lừa bịp mọi người. Anh không chấp nhận chúng nó. Anh tuyên án chúng nó bằng hành động này đây. Chúng nó đừng nghĩ rằng chúng nó mang Thượng Đế của chúng nó ra là che đậy được tất cả. Chúng nó đừng tưởng rằng chúng nó có thể đền bù được vết thương trên đầu anh đâu. Chúng nó cũng đừng tưởng rằng chúng nó có thể ủy lạo anh bằng những lời ngon ngọt. Không, không bao giờ có ai có thể hàn gắn được vết thương trên đầu anh. Vết sẹo còn đây. Sự đau khổ còn đầy dẫy ra đó. Ngay bây giờ chúng nó đã bị kết án bằng cách đánh giá những sự đền bù của chúng nó đem vụt cho em, cho một con đĩ.

Hảo ơi ! Em biết không. Chúng nó làm sao mà được an thân thờ phượng Thượng Đế của chúng nó không? Hảo ơi, em có biết vì ai mà chúng nó có được an thân ngang nhiên hò hét đả đảo không? Chính vì những vết thương dưới chân anh này. Anh đã đi giết thù địch, anh đã dẫm phải chông của thù địch, anh đã bị thù địch nhắm bắn, chỉ vì ai em biết không? Chỉ vì tín ngưỡng của chúng nó. Chỉ vì cho em yên ổn làm đĩ. Hảo ơi trước đây anh không tin một ông Thượng Đế nào cả. Anh cũng không yêu em. Thế nhưng vì sự bạo hành của chúng nó, vì trên đời này không có ai đàn áp chúng nó mà chính chúng nó đã đàn áp nhau và đàn áp luôn cả Thượng Đế của chúng nó nên anh sẽ yêu thương các ông ta từ hôm nay. Anh cũng sẽ yêu thương em thực sự từ hôm nay vì anh mới khám phá ra rằng anh đã dẫm lên bàn chông thù địch để ít ra cũng cho em được yên ổn làm đĩ.

Hảo ơi, chỉ có bấy nhiêu thôi. Ngoài ra chẳng còn có cái gì ý nghĩa trong cái thành phố này cả, trên cái mảnh đất khẳng khiu này cả. Liệu anh có thể làm gì cho em được không? Liệu anh có thể giúp gì cho mấy ông Thượng Đế không? Hay là rồi anh cũng sẽ bị em phụ bạc? Hay là rồi anh cũng sẽ lại cùng các Thượng Đế bị chúng nó đàn áp?

Hảo ơi ! Tiền đây, tặng phẩm đây, em có dùng không. Anh sẽ đưa em tất cả. Những thứ này không phải của anh. Những thứ này của chúng nó. Anh không bán máu anh cho những tên thầy tu lang sói. Anh không bán thân anh cho chúng nó dùng làm vật liệu giả ân giả nghĩa kích thích lòng thù hằn. Anh không thể nhận những thứ này để chúng bó trang trí lòng bác ái và hỉ xả của chúng nó.

Hảo ơi! Vết sẹo ở dưới chân anh còn có lý do của nó. Tại vì anh không đồng ý cho chúng nó có mặt ở Miền Nam này nên anh đã lội đi tìm chúng nó giết đi. Thế nên chúng nó đặt chông bẫy anh, thế nên chúng nó nhắm bắn anh. Điều đó còn có thể giải thích được. Sự có mặt của những vết sẹo dưới chân anh là hợp lý!

Nhưng còn vết sẹo trên đầu anh. Hảo ơi! Ai đã tạo nên? Đứa nào đã đánh đập anh. Sự đau đớn lần bị thương thứ nhì này không chỉ ở vết thương mà còn rướm máu ở trong tâm hồn anh. Ai đánh đập anh? Đứa nào em biết không? Chính là những người trong hàng xóm của chúng ta: chính là những người trong thành phố này. Chính là anh em chúng ta. Tại sao hả? Tại vì nơi đây họ không tìm thấy kẻ thù. Tại vì chúng nó không có đối tượng để thù nghịch nhau. Chúng nó nhìn quanh. Chúng nó tìm quanh. Kẻ thù không có ở đây, nhưng chúng nó thèm một sự phản kháng, thèm một sự vùng dậy. Chúng nó thèm chống đối, thèm bạo động.

Hảo ơi! Thế đấy! Chính vì thế đấy mà anh có vết sẹo trên đầu anh đây. Vết sẹo to bằng hai ngón tay trắng hếu một mảng đầu. Nó có mặt thực sự trên đầu anh như sự có mặt thực sự của những oán thù và đố kỵ trên xứ sở này. Vết sẹo có thực trên đầu anh là một tố cáo hùng hồn tội ác của chúng nó. Thân xác anh đã hai lần bị thương với ba vết sẹo là một thương tích điên khùng nhất, khốn nạn nhất của cái thời đại này.

Hảo ơi! sao bây giờ em chưa đến đây. Sắp nửa đêm rồi. Chúng ta đâu có thể gặp nhau sau nửa đêm. Sau lệnh giới nghiêm. Em hãy đến đây với anh. Anh tuyệt vọng tất cả, anh bị lợi dụng tất cả, anh đã đổ máu vô ích. Chúng nó đã dày xéo lên thân xác và linh hồn anh. Chúng nó còn gớm ghiếc hơn cả những quỷ dữ trong sách kinh của chúng nó. Anh chẳng còn điểm tựa nào để bám víu vào mà tiến bước không nề hà chông gai, ngoài em. Chỉ còn có một niềm tin mong manh là em. Em hãy đến với anh đi.

Gần 12 giờ đêm rồi. Hảo ơi! đến với anh và nhận những thứ tiền và quà gớm ghiếc này. Cả những mẫu ảnh nữa. Cả những sách kinh nữa. Cả cái tình yêu súc vật này nữa.

Thụ ngồi xuống hè đường , gói đồ rơi bên cạnh. Mưa rơi, Phố buồn. Ngọn đèn vàng dội xuống mặt nhựa ướt bóng . Đường dài sâu hút. Thụ nhìn về cuối đường chờ một hình ảnh quen thuộc. Trong đêm.

Sàigòn/03-10-1964

RÚT RUỘT

Đau quá chịu hết nổi đành gọi con chở đi bệnh viện, tới phòng cấp cứu được ông bác sĩ râu xồm chẩn đoán hồi lâu mới phát hiện ra ruột non bị tắc nghẽn. Cả ngày hôm qua buồn nôn và cảm thấy đau trong ruột, đi bác sĩ khám nói bị táo bón bèn cho thuốc xổ về nhà uống. Suốt đêm uống vào nôn ra, ị cả ra quần, đau đớn không thể tả, sáng ra phải vào nhà thương thôi. Chụp phim, xét nghiệm máu, xét nghiệm nước tiểu, xét nghiệm phân. Phỏng vấn đủ thứ chuyện, ăn uống, sức khoẻ, bệnh tật, thuốc men, từ trước đến nay... Khai ra hết, phải khai ra hết, thành thật khai báo ra hết, cam đoan không hề giấu giếm, khai gian sẽ phải chịu trách nhiệm trước pháp luật của đảng và chính phủ!

Cơ khổ, từ ngày chạy sang nước Mỹ đến nay được hơn mười năm, mà đã trải qua ba lần nằm bệnh viện, ấy là chưa kể mấy lần đau ốm nhì nhằng được chẩn đoán xét nghiệm định bệnh rồi cấp thuốc về nhà điều trị. Hai lần nhập viện trước do bảo hiểm sức khoẻ đài thọ vì hồi đó còn đi làm có thu nhập và có bảo hiểm. Thời gian sau vì tuổi già sức yếu không hãng xưởng nào mướn nên không có bảo hiểm, nhưng cũng may trời thương sao đó ít ốm đau. Cái tuổi gì kỳ cục, khi nước Mỹ ấn định sáu

mươi được gọi là già thì mới năm mươi mấy, leo mãi đến ngày
đủ lục tuần thượng thọ thì "nhà nước ta" đổi luật ấn định lại
sáu mươi lăm mới được coi là già, thế là ông lão lại phải cố
gắng sống lâu thêm năm năm nữa để được đủ tiêu chuẩn lên
lão làng lãnh cái thẻ medicare.

Cái số nó vất vả như thế nên phải chịu. Bao giờ cũng chậm
chân. Bao giờ cũng là kẻ đến sau. Ở tù cộng sản thì lọt số, ra trại
gần chót, sang tới Mỹ thì người ta đã ổn định cả rồi mình mới
tập tành lái xe cho quen với xa lộ và tốc độ. Đi làm, đóng thuế
chưa được 30 trong khi người ta đòi phải đạt đến 47 credits mới
là đủ tiêu chuẩn tối thiểu để được quĩ xã hội giúp đỡ. Ở Mỹ đau
ốm bệnh tật rất tốn kém, sức người thường chịu không nổi, thời
trẻ có việc làm kiếm được tiền chật vật đóng bảo hiểm sức khoẻ
phòng khi ngã bệnh còn có chỗ để mà đến xin điều trị, bằng
không kể như lo âu, có khi... không dám đau ốm! Cho nên phải
nhẫn nhịn sống chờ mất mấy năm mới tới tuổi già để được ốm
đau bệnh tật một cách dễ chịu thoải mái, vì mọi việc khi ấy đã
có... nhà nước lo.

Trên người dây nhợ chằng chịt, nước biển và thuốc men truyền
vào mạch máu ở tay, ống nhựa luồn vào mũi chui xuống thực
quản vào dạ dày xuống tận ruột non hút ra một thứ nước trắng
trắng sền sệt như mẻ vào một cái bình treo trên đầu giường. Một
ống nhựa khác xuyên thẳng vào lỗ dương vật hút nước tiểu ra
chứa trong một bao nhựa treo dưới gầm giường. Nơi cổ tay đeo
một cái vòng nhựa màu vàng có ghi số mật mã riêng cho bệnh
nhân. Xong xuôi, y tá chuyển người bệnh ra khỏi phòng cấp
cứu lên phòng điều trị. Trước khi cho chuyển đi ông bác sĩ râu
xồm bắt tay anh con trai nói gì đó, lúc ở thang máy người con
nói lại với bố "bác sĩ nói mười phút nữa bố sẽ cảm thấy dễ
chịu và sẽ ngủ ngon, ngày mai những chất trong ruột non hút
ra hết họ sẽ xem xét để tìm nguyên nhân gây tắc nghẽn ruột,
rồi mới điều trị tiếp". Nghe thế ông sợ chết hỏi con: "Họ có nói
bệnh trạng nguy hiểm gì không?" "Không bố ạ, họ chưa thể
nói chắc gì được lúc này".

Trên giường bệnh, ông lão lơ mơ ngủ, cơn đau quả đã giảm nhưng trong người bứt rứt, thèm uống nước nhưng không được uống, tuyệt đối không được đưa một thứ gì vào bụng, lát lát y tá lại vào đo áp huyết, đo nhiệt độ, suốt một ngày trằn trọc như thế, lúc ngủ lúc thức. Ông lão liếc nhìn cái ống nhựa từ lỗ mũi chui ra thấy trong đó vẫn chậm chạp rỉ ra cái thứ nước mẻ trắng đục. Hôm sau cái bình treo trên đầu giường đã hơn lưng thứ nước trăng trắng đó, người y tá giải thích cho ông lão biết đó là chất lỏng do thức ăn tiêu hóa chất lọc ruột non chuyển lên để nuôi cơ thể, những bã của thức ăn thì lùa xuống ruột già thành phân thải ra ngoài. Không hiểu sao cái ruột non là đường ống dẫn chất bổ trong cơ thể ông lại bị tắc nghẽn không lưu thông được. Bây giờ người ta đang rút tất cả ra để nó trống rỗng rồi sẽ soi ruột, sẽ chụp phim kiểm soát lại đường ống dẫn bị cái gì cản trở, bị ở khúc nào, vì thế không thể cho bệnh nhân ăn uống gì được.

Thèm nước quá, ông nài nỉ, y tá bỏ đi lát sau cô trở lại tươi cười, bưng đến cho ông cái ly nhỏ đựng mấy cục nước đá bé bằng đầu ngón tay "Bác sĩ cho phép bác nhâm nhi mấy cục nước đá này cho đỡ thèm, chỉ một tí này thôi". Ông lão mừng quá, xúc một cục để lên môi khô, cục đá tan nhanh, ông nuốt nó vào trong miệng, chao ôi sao mà nó "đã" đến thế. Ông nhâm nhi tiếp cục nữa. Tí nước lạnh thấm xuống họng vào bụng, nó đi đến đâu ông "thấy" đến đó. Rồi ông phát hiện ra nơi cái ống ni lông ở mũi ông có một giọt nước trong chảy ra trong đó. Và ông lão hiểu. Trong bao tử và trong ruột non đã hết sạch banh không còn gì cho nên một chút nước lạnh vừa vào tới là bị ống hút hút ra ngay. Ông lão ngưng ăn đá, theo dõi cái ống hút hồi lâu không thấy có gì rút ra. Ông bèn xúc một viên đá nữa để lên môi khô, ông vừa thưởng thức chất nước lạnh vừa theo dõi đường ống dẫn, quả nhiên chỉ lát sau ông lại thấy một chút nước trong ống hút. Mấy viên nước đá đã hết. Ông lão rảnh rỗi và chợt cảm thấy cái trống rỗng trong ông...

∎

– Đây rồi!

Ông giật mình mở mắt thấy ba người đứng ngay cạnh giường bệnh. Chỉ thoáng qua ông nhận ra ba người bạn.

– Điện thoại tới nhà con trai ông nói số phòng nhưng lại "hình như" không chắc lắm nên tụi tôi phải đi tìm từng phòng ở lầu 4. Dây nhợ chằng chịt. Ghê quá. Nhưng mà này đừng có đi vội. Còn nhiều việc chưa xong, phải làm tiếp.

Ông lão nhận ra người nói câu ấy chính là người lúc nào cũng nhẹ tênh, người làm thơ viết truyện soạn nhạc nhưng lại chẳng có gì, thậm chí một tí gì đó làm *"bằng chứng yêu em"* cũng không có, nên đành phải xin người phu quét đường một chiếc lá vàng làm bằng. Ông với tới nắm tay người bạn:

– Đâu, chiếc lá vàng cất đâu rồi?

– Đau ốm bệnh tật không lo chữa trị còn ở đó mà nói chuyện trời đất trăng sao.

– Còn đây là ai nào?

– *"Mẹ ơi, thôi đừng khóc nữa."*

– Giỏi.

– Tôi còn nhớ ông ở Rừng Lá Suối Lạnh, xa hơn nữa tôi còn nhớ "Đây Tao Đàn, thi văn miền tự do..."

– Thế thì chưa chết được.

– Tôi là ai?

– Nhà phóng viên nhiếp ảnh chiến trường năm xưa và nay chuyên săn ảnh sinh hoạt cộng đồng. Này, ông chưa chụp xong ảnh cho tôi phải không?

– Tôi đem báo xuân đến nhà tặng ông nên mới biết ông vào đây. Tôi cũng chưa ưng ý tấm hình nào của ông mà tôi đã chụp, có lẽ còn phải chụp nữa, cho nên ông đừng vội. Phải có một tấm hình của ông, một tấm hình chụp đúng góc cạnh, đúng lúc, đúng ánh sáng, làm di ảnh để con trai ông cầm đi trước quan tài phải không nào. Ông còn phải sống, đi tới đi lui để tôi "săn" ông mấy kiểu nữa. Nhiều việc chưa xong. Mọi việc đều còn dang dở. Đừng vội là vì thế.

– Dây nhợ trông gay cấn thế nhưng tôi còn tỉnh để nhận biết

ra cả ba ông. Không sao đâu. Chỉ là "ốm vờ" thôi mà. Chỉ là tính kế "giả chết" bất thành.

Các vị thi sĩ hỏi đau ốm gì, nghe mô tả dây nhợ tùm lum ghê quá, đâu, dây nhợ đâu? Tháo bớt ra rồi, cái "hũ mẻ" đã tháo ra nhưng còn treo toòng teng trên đầu giường kia, ông có nhìn thấy mẩu sắn sống và khoai lang hà không? Đó, *bằng chứng yêu em* của tôi còn đó. Ông hỏi tôi đau gì à, đâu có, vẫn khỏe, chỉ là ốm vờ thôi, khai bệnh để trốn lao động ấy mà. Sắp bị lôi về rồi, nhiệm vụ là ở nhà chứ không phải ở bệnh viện, bổn phận sự với em với con em và cả với cháu em nữa. Sao nhãng "bổn phận sự" là mất job ngay, là đói ngay, mà đói bụng là nỗi sợ hãi kinh khiếp nhất. Trong bụng tôi những ngày vừa qua là khoảng trống, tôi đã nhìn tận mắt khoảng trống kinh khiếp đó, nhưng tôi lại thấy nó rất trong suốt.

Thi sĩ hỏi thăm sức khoẻ của bà ấy, à, bà ấy cũng khoẻ, cũng bắt chước tôi ốm vờ thôi, khỏe, khỏe cả, tất cả mọi người đều khỏe cả, bình an cả, mạnh giỏi cả, nhưng nàng lại chê tôi "người ta tấu hài khán giả cười cợt nghiêng ngả, bố kể chuyện vui chỉ làm người nghe bật khóc". Thế cơ chứ! Khi ra về thi sĩ hẹn "nhất định hôm nào tôi với ông phải đi ăn phở với nhau mới được, phải lấp khoảng trống một phen."

Con gái dẫn con vào thăm ông, ông bảo mấy đứa cháu ngoại chào ba ông trẻ, ông nào cũng khen mấy đứa cháu đẹp quá. Thi sĩ lá vàng nhớ ra đã gặp mấy ông cháu ở tiệm phở và còn nhớ một đứa hôm đó bốc phở ăn còn một đứa bốc sắn luộc ăn ngon lành. Và thi sĩ đã bảo đứa thích ăn sắn luộc là nó đang tìm về nguồn, còn đứa bốc phở ăn là nó đang tìm cách hội nhập với văn hóa dân tộc quê ngoại nó.

Khi ba người bạn về rồi ông lão chợt nhớ tới hồi xưa, đã lâu lắm, đứa cháu trai gọi ông bằng chú, tên là Trần Duy Thăng, lính quân dịch tử trận ở Ấp Bắc, khi nhận được tin báo tử của Sư Đoàn 7 Bộ Binh, bố mẹ anh ta chạy tới nhờ chú dẫn đi tìm xác con. Tang gia xuống tới Mỹ Tho tìm vào nhà xác Đại Đội 7 Quân Y thấy la liệt nằm sắp lớp mấy chục gói puncho. Ông đi theo người lính chung sự vụ len lỏi vào giữa những dãy tử thi tìm xác thằng cháu, đến một gói áo mưa, vừa mở tấm nhựa trên mặt, ông cũng thốt ra hai tiếng *"đây rồi"*. Ông ra dấu cho bố mẹ, anh em nó tới, cả nhà oà lên khóc. Bà mẹ nhào tới muốn ôm lấy xác con kêu gào. Người lính chung sự vụ kể cho ông nghe sự việc, vì trận đánh này lớn quá, số thương vong nhiều, lại ở trong vùng sình lầy nên các tử thi khi đem về đây đều phải trải qua một đợt tắm rửa làm sạch hết bùn đất rồi mới tạm gói trong puncho đợi thân nhân tới nhận sẽ tẩm liệm trong hòm gỗ đưa đi an táng. Ông thay mặt anh chị nhận xác cháu và tiến hành công việc đưa ra nghĩa trang chôn cất ngay hôm đó. Đó là trận Ấp Bắc, thời gian đầu của chiến thuật trực thăng vận, sư đoàn bị vố này nặng quá, ông đại tá tư lệnh bứt tóc bứt tai bật khóc, ông tướng tư lệnh vùng từ Cần Thơ phải bay lên hỗ trợ. Bị tổn thất nặng cũng chỉ vì kế hoạch hành quân bị lộ, đối phương biết được ngày giờ và nơi trực thăng đổ quân thì nó đánh cho u đầu sứt tai là "cái cẳng". Sau đại tá tư lệnh bại trận cũng được vinh thăng lên cấp tướng. Vừa rồi trong lúc nửa thức nửa tỉnh nghe hai tiếng "đây rồi" của các bạn ông lập tức trở lại quá khứ trong nhà xác Đại Đội 7 Quân Y hôi hám đầy xác tử sĩ. Ông nhớ tới thằng cháu lính quân dịch vắn số, nhớ tới anh chị già cũng đã mãn phần và ông nghĩ tới ông, ông lẩm bẩm "đây rồi tôi", ông nhớ tới cái quảng cáo truyền thanh cũng ngày xưa "đây rồi nồi cơm điện National..."

■

Anh con trai đi công việc xong vừa mới trở lại phòng bệnh, ông hỏi:

– Má đâu không thấy... vào thăm bố?

– Má đang trong... nhà thương!

Lúc đó ông mới được biết bà vợ già của ông cũng phải vào bệnh viện vì kiệt sức. Anh con trai đưa bố vào bệnh viện thành phố biển. Bà lão ở nhà bị xỉu, vợ anh lái xe đưa mẹ vào bệnh viện thành phố miệt vườn. Cũng ngộ. Ông hỏi sao không đưa má con vào cùng chỗ với bố cho tiện, anh ta cười:

– Đâu được, bố. Đây là nơi bố thích, lần trước ở đây về bố cứ khen, nói là chỉ muốn nằm nhà thương không thích về nhà, lại còn đòi làm màn cửa giống như cái màn cửa của bệnh viện, cho nên lần này cấp cứu con cũng đưa bố vào đây cho bố thích. Cái tính thích nằm bệnh viện của ông nội đã lây sang một thằng cháu, cu Nick bữa trước nằm ở CHOC mấy ngày xong cũng không chịu về và bảo mẹ nó là ở hospital "vui" hơn ở nhà!

Còn trường hợp của má, vợ con nó đưa đến nhà thương có bạn nó làm bác sĩ ở đấy, lại cũng đúng chuyên khoa bệnh tiểu đường, nó mới điện thoại nói là sẽ thay thứ thuốc điều trị khác cho má, thứ thuốc vẫn dùng những năm qua có hại cho sức khỏe vì đã khiến cho bệnh nhân không thèm ăn, không ăn miết đuối sức dần đi đến kiệt lực. Cô bác sĩ nói là phải thay đổi cách điều trị ngay. Hai ông bà bệnh hai kiểu khác nhau, nằm hai nhà thương khác nhau, làm sao mà thăm hỏi nhau được.

Anh ta cười, bấm cell phone nói chuyện với vợ "em đưa bà cụ nói nói chuyện với ông cụ", rồi hai đứa nó nói với nhau gì đó bằng tiếng "tây", không phải tiếng "mẹ đẻ", rồi chúng nó cười khúc khích với nhau qua điện thoại, ông lão nhìn con trai cười cũng đoán là vợ nó cũng đang cười với nó. Anh ta đưa điện thoại cho ông, ông nghe tiếng bà lão vợ ông:

– A lô, bố đó hả?

– Ủa, em làm sao vậy?

– Cũng bị ốm, em đi không nổi, vào đây cô bác sĩ chẩn đoán xong quyết định đổi thuốc, thuốc chích thay cho thứ thuốc uống cũ hằng ngày, em không thể tự chích thuốc cho mình được, nhưng cô ấy nói không thể không thay đổi cách điều trị được, nếu không sức khoẻ sẽ mỗi ngày mỗi nguy kịch, việc chuyển đổi phải mất vài tháng sức khoẻ em mới ổn định lại. Em về điều trị tại nhà.

– Nghe cũng có lý, phải làm sao cho em ăn uống được thì mới có sức, ngày xưa... "quất" một lần hai tô phở, bây giờ mua tô phở gắp một hai miếng rồi buông đũa buông thìa...

– Đừng nói thế, đừng nhắc lại chuyện cũ, cũng đừng nói "quất" nghe... ghê quá.

– Thôi được, chịu khó làm theo bác sĩ. Nếu sợ không dám tự chích thuốc cho mình được thì... bố sẽ giúp.

– A lô, thế còn bố ra sao?

– Chưa biết nhưng chắc cũng ổn thôi. Hình như đã hút hết những thứ trong ruột non rồi, bố thấy ống dẫn không có gì chảy ra nữa và cái "hũ mẻ" ở đầu giường bố cũng đã gần đầy.

– Cái gì mà "hũ mẻ"?

– Thì bố thấy một thứ sền sệt trắng đục nên gọi là mẻ cho dễ hình dung, bố còn thấy hình như có cả mẩu sắn sống, mẩu khoai lang nhím, thức ăn ở trại giam Miền Bắc xã hội chủ nghĩa hồi xưa...

– A lô, này người ta tấu hài khán giả cười cợt nghiêng ngả, bố kể chuyện vui chỉ làm người nghe bật khóc. Cú điện thoại này là của em thăm bố, còn bố có hỏi han gì đến mụ vợ già ốm đau bệnh tật này thì tùy ý. Thôi cúp máy nghe, liệu hết bệnh mau mau về nhà kẻo mất job đấy, việc của bố là ở nhà không phải ở bệnh viện. Chỉ tội nghiệp cho nhà nước Mỹ tốn kém đủ thứ.

– A lô, a lô...

Ông lão trả cái điện thoại lại cho con trai:

– Nói chưa xong đã cúp rồi. Má các con nói bà ấy đau ốm đã có đàn con bà ấy đóng thuế, có đứa hàng năm đóng mất cả gần triệu bạc, nghe ngứa cả tai...

Anh con trai cười:

– Đưa điện thoại cho ông cụ bà cụ hỏi thăm nhau, nói chuyện tình tứ với nhau không nói lại nói toàn chuyện kinh tế chính trị xã hội.

■

Hôm sau người ta đưa ông xuống phòng quang tuyến, chụp nhiều kiểu hình nghiêng, ngửa, xong bơm một thứ nước gì đó vào bao tử và ruột non qua cái ống lúc trước rút những thứ trong đó ra, rồi lại chụp hình nghiêng ngửa... Trả ông về phòng điều trị nhưng mỗi hai giờ họ lại đẩy cái máy chụp quang tuyến to đùng như một cỗ máy chém đến chụp cho ông các kiểu in như thế. Hai ngày sau sẽ có thể tìm hiểu được sự gì đã ở trong ruột non làm tắc nghẽn lưu thông.

Các bác sĩ xem xét các tấm phim, hội chẩn, xong đến thăm báo cho biết trong ruột non có một cục nhỏ chưa biết là cái gì, phải theo dõi tiếp, mọi sự sẽ có thể biết trong những ngày tới. Để bệnh nhân bớt khó chịu, tháo ống dẫn ở mũi ra, tháo ống thông tiểu ra, ngưng truyền nước biển và thuốc vào mạch máu nhưng vẫn giữ nguyên kim chích ở gân tay để lỡ cần làm lại sẽ có sẵn. Cho bệnh nhân tập ăn uống từ từ, khởi đầu bằng những thức ăn nhẹ của bệnh viện. Thèm nước lạnh à, cũng từ từ thôi, ăn vào, uống vào nhớ nghe ngóng theo dõi nếu thấy có gì khác lạ, ngày mai sẽ tính, ngày mốt sẽ tính...

■

Thằng cháu đích tôn bố mẹ nó dẫn vào thăm đem cho ông nội một cái xách tay bằng gỗ do chính cu cậu tự vẽ kiểu và đóng ở xưởng thủ công trong trường học. Ông nội để món quà tặng trên bàn cùng với bình hoa hồng get well soon của ông thông gia. Các cô y tá ra vào cứ khen hoa đẹp và món quà dễ thương.

Lần lượt đàn cháu nội ngoại vào thăm ông, ông thường hỏi bố mẹ chúng:

– Thế đã đưa chúng nó đến thăm bà chưa? Bà đau ốm phải thăm hỏi bà trước rồi mới vào đây thăm ông, thăm bà sau là bà sẽ buồn giận vì bà là người luôn luôn cả ghen.

Con cái đứa nào cũng đều trả lời:

– Rồi. Đầy đủ bổn phận cả rồi. Ông cụ không lo cho mình, nằm đó còn sợ bà buồn.

Ông nghe kể nhiều chuyện vui. Như chuyện hai cô họa sĩ 5 tuổi tác giả bức tranh "viễn tượng", vẽ được một tuần lễ thì xảy ra bão Katrina ở New Orleans nên đổi tựa lại là "hurricane", Emma một hôm hỏi mẹ nó grandpa già rồi phải không, mẹ nó hỏi lại sao con nói ông già, nó nói Cathy nói thế, Cathy còn nói ông già rồi và ông sẽ chết, mẹ nó nạt, sao các con lại nói thế, Cathy còn nói ông chết là ông không còn lái xe nữa và ông cũng không ăn phở nữa, mẹ nó la lên không được nói nữa nhưng Emma lại hỏi, "ông chết là ông không còn tới đây nữa phải không". Rồi con bé khóc sướt mướt thảm thiết nước mắt rơi lã chã khiến mẹ nó phải ôm vào lòng dỗ dành vỗ về, "grandpa chưa già, grandpa không chết, ông sẽ vẫn tới nhà chơi với các con!"

Chuyện vui nữa là của anh em thằng Ethan 6 tuổi và Megan 4 tuổi. Ethan là nhân vật một thời liếm đất, hồi anh ta 2, 3 tuổi mỗi khi có đòi hỏi gì thường diễn môn võ ăn vạ lăn ra nền nhà khóc lóc, thậm chí còn thè lưỡi liếm đất làm áp lực với bố, kêu gào "bố ơi là bố ơi", bố thương con xót xa trong lòng bèn nhượng bộ bồng bế lên dỗ dành, nhưng mẹ nó là người cứng rắn, nhất định không là không, muốn liếm đất cứ để cho liếm đất, chán rồi cũng phải thôi, sau đó còn bị lãnh phạt, ấy thế mà rồi một thời gian sau đó ông chí phèo tự động bỏ đi cái món võ ăn vạ lúc nào không biết. Một lần mẹ nó lái xe, nghe hai đứa con ngồi ghế sau nói chuyện với nhau. Megan hỏi, "Sao nhà ông không có lầu", thằng anh nói "Vì bà nội đau yếu không lên xuống cầu thang được", con em hỏi vặn "Thế sao ở nhà mình bà ngoại già yếu lại lên xuống cầu thang được". Ethan đớ lưỡi nín khe không nói gì được. Ông nghe chuyện khen thằng cháu có ý bào chữa cho ông, không phải vì nội không có tiền xây lầu. Tuy công cuộc bào chữa thất bại nhưng thằng cháu cũng đã anh dũng đứng ở hàng ngũ bảo vệ ông nội.

Ông thường nói với bà ông đã từng làm quan, cho nên các con ông đều là con quan, các cháu ông cũng đều là cháu quan, bà nội nhờ lấy ông làm chồng nên một bước cũng lên làm bà quan, gọi là quan phu nhơn, ông nội còn nói tuy vậy cái cốt của bà vẫn là người thường, bà nghe ức lên đến cổ cố cãi rằng số bà vượng phu, ông nội nhờ... vía của bà ảnh hưởng mới làm quan, ông nội xin lỗi khi cưới em bố đã là quan rồi ạ. Thế là bà nội cũng nín khe lặng thinh hết cãi, in như nhân vật Ethan cháu bà vậy. Cuối cùng bà cũng nói được ra cái lời chắc nịch không thể thiếu của cuộc chiến Việt Nam "Gì thì gì, em cũng là người nuôi tù!". Một cô con dâu thì nói trong một bữa cơm "đoàn kết" tại nhà:

– Bố ạ, ở Mỹ có khi cũng không nhất thiết phải học giỏi...

– Ờ, ờ...

– Có khi cũng không nhất thiết phải là bác sĩ, kỹ sư, luật sư...

– Ờ, ờ...

– Có khi cũng không nhất thiết phải làm quan...

– Ờ, ờ...

– Ở xứ này chỉ cần có income thật nhiều.

Ông nghe rồi ngẫm nghĩ bọn trẻ thực tế, táo bạo và lạ lùng hơn ông tưởng. Nhưng ông nói:

– Ở Mỹ các ông nội ông ngoại thường chỉ là sales man, loan officer, manager, hoặc CEO...

Sau mấy ngày tập ăn tập uống thử thấy êm, vả ông cũng sợ mất job, nên ông về nhà điều trị tại gia với bà. Thủ tục xuất viện làm xong. Cái ruột non có cục u trong đó bây giờ nó nằm yên, nhưng không biết ngày nào tuần nào tháng nào năm nào nó sẽ lại bị tắc nghẽn lưu thông, bác sĩ bảo thế và khuyến cáo ông ăn uống kiêng khem. Chỉ nên ăn những thực phẩm mềm nhữ, không ăn những thứ có vỏ khó tiêu hóa như ngô, bo bo... Thôi chết, kiêng những món thực phẩm chiến lược như vậy thì còn gì nữa mà ăn. Sẽ sống ra sao đây?

Bà muốn ông về nhà thì ông về. Bà ghen cả khi ông đau ốm nằm trong bệnh viện. Bà ghen với cả cái ruột non ruột già của ông, cái ruột đau cũng làm bà thắc mắc, đau gì mà đau, ốm gì mà ốm, kiếm chuyện trốn vào một nơi yên tĩnh ở một mình nghĩ vợ nghĩ vẩn mấy chuyện tào lao. Bà nghĩ rằng trong số các nhân vật truyện nhất định phải có một người nào đó có thực ở ngoài đời, nhất định phải có một nhân vật tác giả đã "bịa" ra theo nguyên mẫu có thật, một cái giả được hình thành do một cái thật nào đó gợi hứng ra, bà muốn tìm ra ai là cái thật được cất giấu trong cái giả của truyện...: bao nhiêu là những bà bạn của ông, già hay trẻ, đều cần phải được rà xét lại xem có bao nhiêu phần sự thật được đem làm thành đồ giả, bao nhiêu sự thật được bao che dưới dạng "hư cấu"...

Với ông, bà là người có tính cách vững vàng, cứng cỏi, chứ không yếu đuối như ông. Ngay từ khi lấy nhau, đám cưới xong là bà đã nắm quyền chủ động. Tất cả mọi chuyện trong nhà đều do bà tính toán, sắp xếp, điều hành, ông khỏi lo gì cả. Cứ như thế cho đến mãn cuộc đời, ông luôn luôn để mặc bà muốn làm gì thì làm, bà muốn cho cái nhà nó như thế nào tùy bà. Cho đến một hôm, khi cả hai đều đã già khú đế, bà già yếu bệnh tật, mới tư nhiên giác ngộ bật hỏi:

– Này bố, như thế tôi là một cái máy đẻ à?

Ngẫm nghĩ một lát rồi ông gật đầu:

– Chứ còn là gì nữa. Một cái máy đẻ tốt...

Thấy bà ngồi thừ ra buồn bã mủi lòng, ông ái ngại hỏi:

– Làm máy đẻ là tốt chứ sao em buồn. Thiên chức đấy. Em phải hãnh diện là một cái máy đẻ có năng suất cao, một cái máy đẻ "xịn".

Bà nghe bùi tai, tỏ vẻ vui vui trở lại, không còn cái vẻ não nề lúc mới chợt khám phá ra thân phận máy móc của mình.

CÁI BÚA

hợt bà hỏi ông chuẩn úy thì đâu đã được gọi là quan, ông nói, trong chiến tranh Việt Nam, trong quân lực Cộng Hòa, cấp chuẩn úy là nòng cốt chiến đấu, là thành phần chỉ huy đông nhất, là những người chính thị làm chiến tranh không ai khác vào đấy cả. Nhưng họ lại không phải là những người chọn binh nghiệp làm sự nghiệp không lấy con đường đó làm tương lai huy hoàng mà họ chỉ là những quân nhân trừ bị lên đường tòng quân theo tiếng gọi của non sông khi đất nước hữu sự, để rồi sẽ rời bỏ quân ngũ khi chiến tranh chấm dứt. Họ là những trí thức từ ngoài đời vào quân trường, họ là những người chắt lọc từ tập thể binh lính trong quân đội đôn lên, họ vừa làm quan vừa làm lính, họ vừa phải chỉ huy vừa phải bắn súng, trong giao tranh họ có trách nhiệm làm trung đội trưởng cùng lúc với trách nhiệm binh nhì. Không nói đến một số ít trường hợp cá biệt có những sĩ quan trừ bị làm bộ trưởng, thứ trưởng hay tổng giám đốc, làm cố vấn chính trị cho ông tổng thống gốc gác tướng lãnh hiện dịch chuyên nghiệp... Cho nên, tuy là "chuẩn" nhưng chính họ là xương sống của quân lực. Có thể khi làm xong nhiệm vụ họ không còn là chuẩn úy mà đã theo dòng chảy của chiến tranh lên đến cấp cao hơn nhưng cái cốt lõi, cái khởi đầu của họ chính là chuẩn úy trừ bị.

Chuẩn úy, những quân nhân chưa được hưởng quyền lợi sĩ quan nhưng có trách nhiệm sĩ quan, những sĩ quan trừ bị, căn bản được đào tạo chỉ huy một trung đội nhưng có thể kiêm thêm việc của một tiểu đội trưởng nếu đơn vị thiếu hạ sĩ quan, hoặc cũng có thể được nâng lên xử lý thường vụ hay quyền đại đội trưởng nếu các ông thiếu úy, trung úy, đại úy đại đội trưởng tử trận. Khoảng gần cuối khóa 1 sĩ quan trừ bị "trường chuẩn úy trừ bị Bắc Việt" đặt trong khu đất nhà máy dệt Nam Định, các sinh viên đã được đặc cách nâng lên cấp thiếu úy trừ bị ngay khi mãn khóa rồi sau đó liên tiếp cho đến khóa 5 ở Thủ Đức, vì tình hình chiến sự khốc liệt các tân sĩ quan đều ra trường như thế. Nhưng từ khóa 6 trở về sau hàng trăm ngàn sinh viên sĩ quan ra trường mang cấp chuẩn úy lên đường bước vào QLVNCH để chỉ huy hàng triệu binh sĩ chống lại âm mưu của những kẻ đã làm cuộc chiến tranh vô ích cướp chính quyền cho ảo tưởng cộng sản.

Chuẩn úy, một từ ngữ lạ lùng, một cấp bậc lạ lùng, nó dưới ông thiếu úy, nó trên ông thượng sĩ nhất, có người coi nó là sĩ quan, có người coi nó là hạ sĩ quan. Ngay cả những tay trong cơ quan trung ương tình báo ở tòa đại sứ Mỹ tại Sài Gòn cũng chẳng biết dịch sang tiếng Anh thế nào cho ổn bởi vì trong quân đội nước bỏ tiền của ra làm cố vấn không hề có cái cấp bậc ấy. Hóa cho nên có tay thông ngôn bèn phịa ra một danh từ để chỉ những ông chuẩn úy của QLVNCH trong tiếng Mỹ là Third Lieutenant. Vâng các quí vị chuẩn úy ạ, các quí vị đã từng là 3rd Lt. trong những buổi trao đổi thảo luận ở tòa đại sứ Mỹ tại Sài Gòn về tình hình chiến sự Việt Nam.

Năm 1959 tại một tiệm sách ở thị xã Quảng Trị, có hai ông chuẩn úy mới mãn khóa sĩ quan trừ bị trường Thủ Đức đổi ra Sư Đoàn 1 Bộ Binh, vào mua báo, được cô gái chủ tiệm xinh đẹp và thùy mị tươi cười chào hỏi:

– Chào thượng sĩ, thượng sĩ cần mua gì ạ?

– Ở đây có bán cái búa không hả cô?

– Thưa không, ở đây chỉ có sách báo và vật liệu văn phòng...

– Tiếc nhỉ, tôi cần một cái búa.

Cô chủ tiệm tỏ vẻ ái ngại, rất lấy làm tiếc, hai ông tân sĩ quan đứng xớ rớ một lát rồi đi ra. Người bạn đồng hành hỏi khẽ:

– Mày cần búa để làm gì?

– Để đập cái cúc alpha vàng này cho nó xẹp xuống.

Sau này vào năm 1988, hai ông bạn cũ gặp lại nhau ở trại tù Rừng Lá, cả hai ông đều đã là cựu trung tá tù binh, ông ngày xưa hỏi mua búa cu ki không thấy ai lên thăm, ông bạn cùng đi vào tiệm sách thì có bà vợ tháng tháng xách đồ ăn lên nuôi chồng. Buổi tối hai ông ngồi ăn cơm, ông hỏi mua búa mới biết bà vợ ông bạn mình chính là cô chủ tiệm sách ở thị xã Quảng Trị xưa kia. Ông hoảng hốt:

– Chết cha, thế bà ấy có biết cái vụ... hỏi mua búa không?

– Sau khi ông đổi đi Sư Đoàn 7, tôi vẫn ở lại ngoài đó, cưới vợ chính là cô hàng sách báo đường Trần Hưng Đạo, rồi vì quê vợ ở đó nên tôi cũng xà quần ở vùng đó luôn, làm tiểu đoàn trưởng, làm quận trưởng... Có lần vợ chồng nói chuyện với nhau tôi có nhắc đến ông, tôi cũng có kể cái chuyện ông đòi mua cái búa ngày mới đổi tới, nhưng tuyệt nhiên bà vợ tôi không hề nhớ ra được.

– Cũng may.

– May gì? Hồi chiều thăm gặp, tôi nói ông cũng ở trong này rồi tôi kể lại chuyện người ta chịu huấn nhục một năm mới được một tí Alpha lại gọi người ta là thượng sĩ nên người ta giận mới đòi mua búa, bà vợ tôi kêu lên: "Trời đất, có thế mà các ông cũng giận hờn, để bụng suốt cả một cuộc chiến, gọi là thượng sĩ thì có sao, vẫn yêu vẫn lấy làm chồng rồi đi theo suốt cuộc đời còn muốn gì nữa. Thậm chí còn theo tới tận trại tù binh, trong rừng thiêng nước độc, khi các ông sa cơ lỡ vận thế này, thì ai tính công điểm cho chúng tôi đây!" Bà vợ tôi nói tôi không hỏi mua búa nhưng đi cùng với người hỏi mua búa và còn nhớ đến tận bây giờ thì cũng là trong cùng phe nhóm oán hận suốt đời. Người ta nói sai chỉ một chữ vì không thông hiểu cái hệ thống quân giai, chứ có gì đâu. Bà ấy hỏi thù gì mà thù dai thế hả quí ông thượng sĩ gân? Ông thấy đàn bà ghê gớm chưa?

Tháng tư năm 1975 những người chuẩn úy đã làm xong nhiệm vụ lịch sử... bằng cách thua trận, thua để cho đối phương thắng, thua để cho cộng sản thắng vì chỉ có cách để cho cộng sản thắng mới phơi bày bộ mặt thật của giả hình hoang tưởng... nếu không để cho những kẻ hoang tưởng chiến thắng, nếu không để cho họ chiếm đoạt được chính quyền thì mãi mãi kẻ hoang tưởng vẫn cứ tưởng là hoang tưởng đúng. Đến một lúc nào đó nên để cho hoang tưởng thỏa mãn lòng tự hào, đến một lúc nào đó đành buộc các chuẩn úy phải chịu nhục. Mà thắng trận thì được những gì cơ chứ. Quyền lực? Của cải? Vênh váo? Giả tỉ như nếu chẳng may những kẻ cầm quyền ở Miền Nam thắng trận thì không biết sẽ xảy ra những gì cho đất nước, với quyền lực, của cải và sự vênh váo nằm trong tay?

Bà lại bĩu môi xì miệng "Ông cường điệu quá rồi đấy, nhưng gì thì gì ông cũng đã từ quan rồi còn đâu mà khoe khoang". Ông không tha cho bà, chưa hết đâu, đó mới chỉ nói đến những ông quan còn sống, biết bao nhiêu chuẩn úy đã nằm xuống nơi chiến trường, biết bao nhiêu người đã thành phế binh nay đang âm thầm sống lây lất ở một nơi nào đó?

Thấy bà lặng thinh ông nói tiếp, vẫn chưa hết đâu em à, còn biết bao nhiêu cơ man nào mà kể những tân binh quân dịch, rồi lại còn những thanh niên không chịu tham chiến, những lao công đào binh, tất cả họ đều là những người của cuộc chiến, nay họ đâu rồi, đâu cả rồi, chẳng lẽ chỉ còn kẻ từ quan này ngồi suy ngẫm về lẽ sống ở đời sao hả em?

■

Cuộc chiến đã chấm dứt, rời xa chiến trường đã hơn ba mươi năm, và đang sống lưu vong ở nước Mỹ xa xôi tít mù, nhưng nhiều đêm ông lão vẫn sực nghĩ tới một hình ảnh chiến sự xa xưa: hai người lính nằm chết ở một thửa ruộng sình lầy, ngay kế bên chỗ ông đứng, một người tân binh quân dịch mang chiếc máy vô tuyến trên lưng và một người mang cấp hiệu cúc đồng có gân nổi alpha trên cổ áo. Họ là toán tiền sát pháo binh gửi đến yểm trợ hỏa lực cho đơn vị ông. Cả hai đều còn trẻ, rất trẻ. Họ chết bởi cùng một loạt đạn, trong cùng một nhấp nháy của cuộc chiến, hai xác thân đổ xuống đánh huỵch đè chồng lên nhau. Cũng trong cái nhấp nháy và loạt đạn ấy lại không có một viên nào trúng vào người ông đứng ngay khít bên. Kẻ sống sót, cho đến mãn đời cũng không hiểu được, vì sao nguyên một băng đạn địch cả chục viên bay tới mục tiêu lại chỉ trúng vào hai người trai trẻ mà không có viên nào ghim vào người ông! Ông không hiểu được và ông cũng không tài nào quên được cái nhấp nháy ấy. Trong đời ông, ông đã thấy tận mắt cái hình ảnh ấy, và, cũng trong đời ông, nó sẽ mãi mãi ông không phai nhòa. Cho đến khi ông chết.

NHỮNG CÁNH HOA TRẮNG
TRÊN CÂY KHÔ

(Tặng LTĐ)

Từ hàng ghế dành cho giáo dân nhìn lên bàn thờ, ông lão quan sát nơi thờ phụng Chúa của bà lão. Gọi là Chúa của bà lão là vì vợ ông khi chưa ngã bệnh thường hay giành lấy hết tất cả phúc đức, khôn ngoan về cho mình, cho nên đã có lần ông lão nói: "Tất cả là của em, nước Mỹ này là của em, thế gian này và nước Chúa kia cũng đều là của em". Bây giờ bà bị bệnh nặng không đi đứng được, nằm một chỗ, đàn con bèn giao cho bố cái sứ mệnh cao cả là thường trực ở nhà săn sóc và coi chừng má chúng nó. Ông than "Thoát khỏi nhà tù xã hội chủ nghĩa, lưu vong sang Mỹ lại sa vào một nhà tù khác tinh vi hơn". Hai ngày cuối tuần ông được nghỉ "xả hơi" vì đàn con đông đảo của ông chúng thay phiên nhau đến săn sóc mẹ.

– Bố đi chơi đâu cho khuây khỏa thì đi đi.

– Đi đâu bây giờ?

– Thì bố ra quán cà phê ngồi nhâm nhi tán gẫu đỡ buồn.

Ông nói:

– Lúc chín giờ thi sĩ điện thoại rủ ra "quán cháo lú" của kịch tác gia, bố nói chờ lát nữa có đứa nào đến coi bệnh nhân tôi sẽ tới. Chờ mãi đến trưa mới có cậu út đem fast food tới, lúc đó bố chỉ còn cách xách laptop ra vườn sau ngồi gặm hamburger ở bãi cỏ, chứ còn làm gì được nữa, họ về hết rồi còn đâu.

Từ đó ông tính kế cho riêng ông.

Sáng chủ nhật thức dậy sớm, uống cà phê xong, vào ngó bà lão thấy vẫn còn nằm ngủ ngáy khò khò, ông bèn mặc quần áo đẹp trốn ra khỏi nhà.

■

"Tôi trốn ra khỏi nhà đi chơi với em. Mà đi đâu bây giờ? Chúng ta không có một nơi ẩn náu. Cả thế gian này không có một chỗ nào cho chúng ta ẩn náu đâu em.

Thôi đành lại đến nhà thờ. Nước Chúa ở khắp mọi nơi, cho khắp mọi người. Xung quanh phần đông là những ông bà Mỹ già. Tôi thì một mình nên bèn nhìn lên bàn thờ Chúa mà nghĩ tới em. Hôm nay là mùa chay nên bàn thờ được trang trí theo phong cách năm sự thương khó. Những tấm màn màu tím than rất lớn từ trên cao rũ xuống chỉ mang hình vẽ vỏn vẹn một cọng gai, loại gai thường nhìn thấy trên đầu Jesus Christ trên đường thánh giá tới đỉnh đồi đóng đinh. Không rõ nhà vẽ kiểu nào, có phải là linh mục chánh xứ không, đã trưng bày hai cây khô với bốn cây nến. Em có để ý không, tôi thì tôi thấy ở búp những cọng cây khô có loáng thoáng một vài bông hoa trắng rất nhỏ, hoa trắng rất ít và rất nhỏ, em phải chú ý tinh mắt mới nhận ra, chứ nếu em chỉ mê mẩn vì tình, chỉ nghĩ tới hình ảnh khác, chỉ nghĩ tới *đôi mắt của cái lão ngậm tẩu nhìn như không nhìn ai* thì em sẽ chẳng thể nhìn thấy mấy đốm hoa trắng bé tí tẹo trên búp cây khô. Hai cây khô rất đẹp nhưng tôi lại lấy làm tiếc nếu như designer chỉ chọn đặt một cây khô nở hoa với một ngọn nến lung linh ánh lửa ở bàn thờ Chúa cho ngày hôm nay và cho cả ngày mai thì sẽ trọn vẹn hơn cho tất cả. Đó chỉ là ý nghĩ và mong muốn của riêng tôi. Nhà thiết kế có ý tưởng và lý do riêng của họ. Người nữ không có cơm ăn không có áo mặc hay nhân vật nữ có cuộc sống đầy đủ phè phỡn trưởng giả, ai thương tâm hơn ai? Phải là thế nào đây mới là tội nghiệp?

Trốn nhà đi tư tình với em, rủ em đến nhà thờ quì trước bàn thờ Chúa. Rủ là rủ tưởng tượng sung mãn thôi chứ giờ này em đang làm việc bên cạnh cái *lão ngậm tẩu* ở không gian Miền Đông nước Mỹ. Tôi một mình nhưng tôi vẫn cứ bắt em phải quì gối bên cạnh tôi trước mặt Chúa và nói "I do". Đến cái tuổi "khọm" sắp "tỏi" tôi mới dám trốn bà lão ra khỏi nhà, mới dám bày đặt yêu thầm nhớ trộm, mới bắt đầu tập tành ngoại tình, mới thèm muốn cầm tay em, thèm muốn được em chạy đến ôm hôn ở sân bay, muốn được đưa em đi thăm Huế, thăm Nam Định...

◼

Bà phước ngồi cạnh thấy ông lão chỉ ngồi nhìn mà không ca hát, dì bèn đưa cho ông quyển thánh ca của nhà thờ, đã mở sẵn trang có bài hát cả nhà thờ đang hát, dì chỉ ngón tay vào câu ca cho ông khỏi mất công lần mò tìm tòi. Ông thank you sister, dì không nói gì mà chỉ hát theo mọi người. Ông lẩm bẩm hát theo dòng người. Dì phước đã lớn tuổi, dì trông coi trường học của giáo xứ, dì biết ông là người sáng sáng đi theo bà lão đến nhà thờ. Bà lão đi lễ, ông chỉ là người đi theo, phải đi theo bà để coi chừng mấy đứa cháu yêu của bà, nhưng dù sao thì ông cũng được lây cái tiếng siêng năng đi lễ nhà thờ hằng ngày. Cả hơn chục năm rồi chứ ít sao, đến thánh cả Giu-se còn biết mặt ông chứ đừng nói sister hiệu trưởng.

Ethan và Nick đi đâu cũng mang theo xe tăng tàu bò súng ống đạn dược, có khi cả mặt nạ chống hơi độc trong chiến tranh vi trùng. Ở nhà thờ hai đứa thường chui xuống dưới gầm ghế mai phục, bố trí súng ống, khi nghe giáo dân đọc "Our father..." là tự động chúng vứt bỏ hết vũ khí, chui ra khỏi hầm, đứng lên, cầm lấy tay ông hoặc tay ông bà Mỹ nào đó ở bên cạnh. Hai Mỹ con không biết đọc: "Lạy Cha chúng tôi ở trên Trời..." nhưng chúng biết bài kinh *"Our father"*. Chúng còn biết bắt tay và chúc: *"Peace to you"* nữa. Ông nhìn và thích thú vô cùng. Cả mấy ông bà Mỹ già bên cạnh cũng nhìn lũ trẻ cháu ông và cười thích thú như ông.

Ông lão nghĩ, nếu như Trời thương, hai thằng cháu ông, mai này lớn lên chẳng may được mời "hồi loan", hoặc "tìm đường cứu nước" trở về, nhảy lên làm tổng bí thư, chủ tịch nước, chúng sẽ áp dụng chính sách quốc phòng toàn dân, bắt người ta khi đi lao động, con trâu đi trước cái cày theo sau, phải luôn đeo khẩu súng trường dài thoòng trên lưng còng, sẵn sàng chiến đấu. Hoặc là thằng nào được làm tổng thống ở nước Mỹ, sẽ vận động quốc hội ra đạo luật buộc nhân dân Mỹ phải đem theo người cái mặt nạ chống hơi độc, khi làm việc, khi đi chơi, khi ngủ, cũng như khi yêu...

Nhưng mà này ông lão, nếu sau khi chúc bình an của Chúa cho nhau xong, chúng có cầm lại vũ khí thì ông cũng cảm thông cho chúng chứ?

■

Qua hình ảnh bà phước Mỹ, tôi nhớ lại hình ảnh soeur Josephine ở trường Thánh Tâm phố Hàng Thao thành phố Nam Định thuở xưa. Không biết ngày ấy do đâu mà tôi lại lọt vào học trường con gái do các bà sơ dạy. Năm đó tôi còn nhỏ học Cours Élémentaire. Năm sáu nhóc học chung với cả lớp con gái mà tôi lại to đầu hơn cả. Cũng may suốt năm học tôi đều đứng nhất lớp, cưỡi đầu cả con trai ông tỉnh trưởng sở tại. Có lần quan năm Tây commandant secteur đến thăm trường, quan Tây xí xô hỏi chuyện, sơ Josephine chỉ tôi gọi đứng lên, quan Tây bước đến xoa đầu ông lỏi, rút trong túi ra một nắm tiền Đông Dương thưởng cho nhét vào tay. Cả lớp con gái sầm sì bàn tán. Sơ Josephine cũng cười tươi hãnh diện. Tôi thì ngẩn người ra như một thằng ngố. Cũng trong lần đến thăm trường ấy mà đồn hiến binh Tây đóng ở căn nhà cổng tu viện phải dọn đi nơi khác. Hồi mới chiếm lại thành phố, Tây đóng đồn hiến binh ở đó để lính lê dương không dám đến phá phách dòng tu, nay tình thế đã có phần ổn định, rút đi chỗ khác cho nhà dòng được yên tĩnh. Và học trò chúng tôi mới được đi ra đi vào cổng chính phố Hàng Thao thay vì phải chui qua cổng phụ ở phố Hàng Sũ. Nhưng niên học sau bọn con trai chúng tôi cũng không còn được học ở trường Thánh Tâm nữa mà phải qua học bên trường con trai École Servir. Và cũng từ đó tôi không bao giờ còn được trông thấy sơ Josephine kính yêu của tôi nữa.

Tôi mang món tiền "Tây quăng" về đưa cho bố, hình như đó là khoản tiền "thu nhập" đầu tiên tôi kiếm được trong đời. Nhưng có một điều lạ, trong số học trò con gái có hai cô em chơi thân với nhau đều tỏ vẻ thán phục tôi, khoe mẽ: nhiều lần trò chuyện hai người con gái ấy đã nói là họ rất muốn học giỏi được như tôi. Hai cô đều có tên Tây và tên Việt, nhưng tôi chỉ nhớ tên Việt của họ. Nhớ đến nỗi sau này, mấy chục năm sau này, khi cần chọn cho mình một bút hiệu, phụt nhớ, tôi đã dùng hai chữ tên của hai cô bạn học thời xa xưa ấy. Tên hai cô bạn nhỏ dính chặt vào trong trí não tôi. Cũng như tên của sơ Josephine mãi mãi cho đến già tôi vẫn nhớ mồn một. Lạ thế, bao nhiêu bạn học khác không nhớ, bao nhiêu các bà sơ khác cũng không hề nhớ một mảy may nào, nhưng sơ Josephine, thì hiển hiện trong trí nhớ tôi. Bây giờ đã lão, dĩ nhiên sơ Josephine còn lão bà nhiều hơn nữa, nhưng nghĩ tới, hình ảnh sơ vẫn là tươi trẻ phúc hậu đẹp đẽ lòa xòa trong bộ y phục nữ tu với chiếc mũ cánh trắng trên đầu. Tôi chưa bao giờ nghĩ rằng sơ Josephine đã qua đời, tôi nhớ tới sơ là nghĩ ngay đến hình ảnh sơ thuở ấy. Và bây giờ ngồi dự lễ nhà thờ bên cạnh bà phước sister Mỹ, nhớ lại, cũng vẫn là hình ảnh sơ Josephine tươi trẻ ngày nào mặc dù tuổi tác thì sơ Josephine hơn bà phước hiệu trưởng trường học nhà thờ nhiều lắm.

■

Grandparents Day ông lão đến trường tham dự buổi học với hai đứa cháu, còn đang lớ ngớ tìm lớp, sister đến vỗ vai ông chào hỏi và giúp ông tìm ra ngay lớp học. Hôm đó hai đưa cháu thay phiên nhau vẽ bàn tay ông úp vào bàn tay của nó xong tô màu, hai bàn tay hai màu khác nhau. Rồi nó vẽ ông, *"thân thể người ta chia ra làm ba phần: đầu, mình và tay chân"* đầy đủ, lại còn có cả mắt, mũi, mồm, tai, và râu ria không thiếu thứ gì, chỉ trông không giống ông mà thôi. Đám cháu sẽ chẳng có đứa nào biết một ông trẻ đã "vẽ" bộ râu ông như sau:

> *Tối qua quyết chí sẽ để râu*
> *Sáng nay quanh mép đã lởm chởm*
> *Tóc tai xù lên đầy một đầu*
> *Tương lai dung nhan chắc ghê gớm*
>
> *Thân phận đổi thay coi bộ khó*
> *Thì nuôi râu mọc cho nó ngầu*
> *Râu lâu lâu cạo, lâu lâu để*
> *Cho tháng năm hèn tí biển dâu*
>
> *Hồi cuối năm Thân gặp ông lão*
> *Chòm râu tuyệt đẹp phất phơ bay*
> *Râu bạc thân quen như chút gió*
> *Thổi từ thiên cổ đến hôm nay*
>
> *Ông lão đứng lặng thinh giữa chợ*
> *Quanh ông ríu rít tiếng quê người*
> *Chút hồn non nước trong hơi thở*
> *Rồi sẽ theo già xuống mộ thôi?*
>
> *Thôi thì ta để râu cho quen*
> *Mai mốt tìm về nơi tịch mịch*
> *Ngồi nhâm nhi dăm sợi thần tiên*
> *Ngậm ngùi thấy mình thành cổ tích* (*)

Chưa hết, đã có râu ria thì phải có tóc tai, một ông trẻ khác còn "vẽ" thêm tí chân:

Nối Dài Thơ Cao Tần:
Quê người thoắt bấy nhiêu năm
Bạn xưa chiến trận còn dăm anh già
Gặp nhau đám cưới đám ma
Chụp chung tấm ảnh nhạt nhòa tóc tai
Ảnh này để đó nay mai
Điểm danh bạn cũ xem ai mất còn [**]

Những đứa cháu ngây thơ hồn nhiên, chúng chẳng biết ông nghĩ gì, chúng phỏng vấn ông những câu theo bài học của cô giáo, trong đó có câu "ông yêu ai hơn trong hai người bố nó và mẹ nó" ông trả lời nước đôi "Ông yêu cả hai bằng nhau". Rồi câu tiếp "Bố của ông và mẹ của ông ai là người nghiêm khắc hơn", ông cũng vẫn khôn lỏi "Cả hai đều nghiêm khắc như nhau". Nhà trường chụp hình ông cháu, cô giáo nói hãy cười lên, cả ông cả cháu đều cười.

Mấy ngày sau nhận được hình, mẹ chúng nó mua một cái khung rất đẹp cài hình vào rồi để trên bàn của ông. Ngày nào ông cũng nhìn thấy ông, thấy Ethan, thấy Casey cười. Casey cười mỉm, Ethan cười ngoác miệng nghịch ngợm, không hiểu anh ta còn nhớ môn võ liếm đất cổ truyền? Riêng ông, nụ cười trên môi ông sao thấy như xa xôi hoang vắng. Chẳng lẽ lúc đó, lúc vui với những đứa cháu thương yêu, ông chợt nhớ tới một người nào, ông chợt nhớ tới một nhân vật hư cấu nào. Ông nói lảng:

– Trẻ con chúng đẹp đẽ xinh xắn, chụp hình chung với ông đen đủi xấu xí, già yếu bệnh tật, làm hỏng cả tấm hình, hỏng cả nghệ thuật.

– Thưa bố, con thấy bố trẻ cũng đẹp mà già cũng đẹp, khỏe mạnh đẹp mà ốm đau bệnh tật cũng đẹp, đen đủi cũng đẹp, xấu xí cũng đẹp, mập mạp hay gầy yếu gì cũng đẹp, quần áo luộm thuộm cũng đẹp, đầu bù tóc rối cũng đẹp. Bố nói rất hay, bố có nói sai cũng vẫn hay.

Ông lão nghĩ thầm, nếu ông hát nó cũng sẽ khen hay cho mà coi, ông hỏi con gái:

– Thật không?

– Thật chứ. Chín mươi chín phần trăm. Bằng cớ là má mê bố suốt cả đời, mê lúc bố trẻ mà mê cả lúc bố không còn trẻ. Bố ở nhà cũng mê mà bố đi làm tù binh cũng mê, bố ở gần cũng mê mà bố đi xa cũng mê. Thậm chí lúc "nàng" còn thanh xuân mê bố đã đành, bây giờ già cả nằm liệt một chỗ mà cũng vẫn còn gọi với ra "bố bố em em" thì quả là "bà lão" si tình bố quá thể còn gì.

Ông lão thở dài:

– Mẹ ghê gớm mà con cũng ghê gớm. Nhưng mà sao chỉ có chín mươi chín phần trăm?

– Cũng phải chừa lại một phần trăm để yêu bản thân mình chứ.

■

Ông lão lái xe ra khỏi nhà thờ, phải về thôi, không chừng giờ này bà lão đã thức dậy, đang chờ phục vụ, "đồng chí thủ trưởng đang đợi đồng chí cần vụ" ở nhà, cứ ở đấy mà vung vít.

Ba con vịt con đứng chơi giữa đường, ung dung, đủng đỉnh... Ba nàng mới lớn, bộ lông còn vàng vàng và lú nhú. Hình như ba nàng mới từ công viên thoát ra đây, có vẻ nhởn nhơ, coi đường sá là của mình, coi xe cộ chạy vùn vụt trên đường không ra gì, coi thên hạ như "ne pas"... Ông lão phải dừng xe lại thôi, bấm còi nhè nhẹ không ăn thua có lẽ vì ba nàng không thích cái lối mắng mỏ bằng máy kiểu Mỹ. Ở Mỹ nghe nói: thứ nhất là đàn bà trẻ em, thứ hai là chó mèo, thứ ba là cây cỏ, thứ tư là chim muông cá kiểng... Chắc vịt gà ngan ngỗng thả rông ở công viên cũng thuộc giai cấp quí tộc thứ tư, cũng thuộc loại chim muông cá kiểng cần được tôn trọng bảo vệ vì cũng là tài sản quốc gia, tài sản xã hội chủ nghĩa thiêng liêng. Dừng xe một lát chờ quí cô nương tránh lên lề đường cho bản thân tôi nhờ, nhưng các nàng không vội... "đi đâu mà vội mà vàng, mà vấp phải đá mà quàng phải dây, đủng đỉnh như chúng chị đây..."

Trong khi ông cố nhẫn nại nhường nhịn ba cô, thì cái bà lái xe đằng sau, có lẽ không thấy việc làm tôn trọng luật lệ và tôn trọng văn minh của ông nên bấm còi xe thúc giục! Trước tình thế ấy, ông phải làm sao đây. Ông mới đi lễ nhà thờ về, mới đi gặp người tình của ông về, ông đang cần phải về nhà gấp vì chủ của ông đang đợi... Ba nàng phía trước, một bà phía sau, có hiểu cho lòng ông không?

Cuối cùng thì ba cô (ông cũng chỉ đoán mò, vì thấy cả ba đều xinh đẹp, chứ đâu đã phân biệt được đực cái) cũng lên vỉa hè đứng nhìn xuống đường xem ông tháo chạy. Về tới nhà quả nhiên bà lão đã... bò ra tới bếp. Ông hết hồn vì rằng nàng đã nhiều lần ngã lăn đùng ra bếp không ngồi dậy được đến khi được cứu. Những lần xảy ra sự cố như thế nhân dân nó biết nó phê phán bố chúng nó thiếu quan tâm nhiệm vụ.

∎

Sau nhiều tháng ốm đau liệt giường liệt chiếu, bà bỏ cả đạo, chủ nhật phục sinh là lễ buộc, ông đưa bà đến nhà thờ. Ông dẫn bà vào chỗ của người tàn tật, lúc đầu bà không chịu có lẽ vì xấu hổ không muốn người khác thấy mình tàn tật, nhưng rồi ông dỗ dành: "Nước Mỹ họ đã chuẩn bị cho bà đủ thứ, từ chỗ đậu xe đặc biệt dành riêng, đến chỗ ngồi rộng rãi tiện nghi ở nhà thờ, rạp hát, xe bus, tàu điện... chỗ nào bà cũng được ưu tiên, sao bà không hưởng? Không biết nước Mỹ họ đã làm gì ác đức mà đến nông nỗi phải trả nợ đời đến thế, lo cho người Mỹ già đã đành, nay phải cung phụng cho di dân như bà đủ thứ tiện nghi. Chắc tại vì bà là đồng minh trong chính sách quốc tế toàn cầu!"

"Này em, hôm nay em có thấy cây khô đã có nhiều, rất nhiều hoa trắng nở ra ở đầu cành. Không chỉ một hai cánh trắng nhỏ xíu khó thấy như bữa trước, mà là xum xuê. Rất dễ thấy. Ai cũng thấy. Cả nhà thờ đều sẽ nhìn thấy. Không chỉ riêng anh. Nhưng

anh vẫn sẽ chỉ cho em. Để anh và em cùng nhìn thấy hoa trắng
đã nở rộ trên cành cây khô "

Những tấm màn màu tím vẽ gai góc cũng đã được thay thế
bằng những tấm màn trời xanh, biển xanh, với làn sóng bạc
mát mắt.

Bà lão ngồi ghế dành riêng cho người què, nhưng ông lão
chưa què nên ông ngồi ở hàng ghế sau để lo săn sóc cho bà
phía trước. Ngồi ở hàng ghế dành cho người què linh mục sẽ
phải mang mình thánh Chúa đến tận nơi mời bà xơi, mang
rượu nho tức là máu thánh Chúa đến tận miệng mời bà uống.
Bà không đến với Chúa được thì Chúa đến với bà vì Chúa lòng
lành vô cùng.

Thực phẩm của Trời thì như thế, còn thực phẩm trần gian ở
nhà bây giờ bà lão hoàn toàn phải ăn theo tiêu chuẩn ông lão
định mức. Bà không được lựa chọn, kén cá chọn canh, ông lão
cho gì bà hân hoan mà hưởng. Nhưng trình độ bếp núc của ông
rất giới hạn, có khi food to go cho tiện. Đàn con cũng rất hay
giúp bố, mỗi khi có dịp tạt qua nhà thăm bố mẹ, anh chị nào
cũng ghé tiệm ăn mua một hai món gì đó đem tới, bà lão ốm
đau ăn uống qua loa, còn bao nhiêu ông lão thanh toán. Do đó
bà lão càng ngày càng gầy đi, xuống một trăm pounds rồi
xuống chín chục. Ông gọi bà là tóp mỡ, tên Mỹ là bacon, mấy
người con dâu nghe bố gọi mẹ như thế họ bụm miệng cười, rúc
vào nách chồng mà cười. Ông lão phải ăn cố cho hết đồ ăn, bao
nhiêu cơm thừa canh cặn không để dư không bỏ phí, tội ngập
đầu, của Trời mười đời không có, ở ngoài Bắc đói rã họng
trọng lượng cơ thể ông tăng dần lên tới hai trăm pounds, mập
ú, đi đứng dềnh dàng, mang chứng bệnh mập phì dễ chết!
Nhưng có lần ông lão nói với bà:

– Em đừng có chết. Em sẽ chỉ chết sau bố. Mà bố thì thọ tới
94 tuổi, cô thầy bói riêng của bố nói bố sẽ sống khỏe tới chín
mươi tư tuổi lận.

Bà lão nói:

– Ý bố muốn em chôn bố chứ gì, bài cũ hát hoài.

– Đúng vậy. Bố thích khi mình "tỏi" có đủ ba người nhào vào ôm hòm gỗ khóc lóc thảm thiết...

– Bố đào đâu ra những ba người quởn đời rỗi hơi như thế?

– Thì chỉ là bố thích được như thế thôi mà. Còn thực tế thì... một người có lẽ cũng đừng hòng, chẳng thấy em què giò đó sao, què làm sao mà "diễn" nổi cái vai sầu bi như thế. Người số một đã thấy khó thực hiện rồi...

– Này, yêu cầu đừng dùng chữ què nghe ghê quá, không nhớ lũ con nó dặn dò bố đừng bao giờ dùng lời nói nặng với má sao?

– Ờ, không thích thì thôi, nhưng què thì nói là què, có làm sao đâu, dễ gì tự nhiên được mang cái tước hiệu handicap.

– Thế còn người thứ hai, thứ ba... là ai vậy?

– Đến ngày đó ai có lòng tới khóc lóc thì em sẽ biết, sẽ thấy, chứ bố làm sao mà thấy được nữa!

Rồi ông lão nói sang chuyện khác:

– Nếu em chết trước lũ con nó sẽ không mua đồ ăn đem tới nữa đâu, chúng mua là mua cho mẹ, vắng mẹ rồi chỉ còn bố thì bố lái xe ra quán ăn mấy hồi... Vắng em là bố bị "thất thu" ngay...

Bà lão xịu mặt:

– Bạc! Chỉ ăn!

Đến khi bỏ tiền vào rổ, ông cũng lấy trong bóp ra một đồng đưa vào tay bà vì ông biết bây giờ bà không có tiền rủng rỉnh như hồi còn khỏe mạnh. Hồi bà còn khỏe mạnh bà nắm giữ việc chi tiêu trong nhà, ông khỏi phải bận tâm lo lắng, ông đóng vai người vô sản chuyên chính một xu teng không có trong túi vì mọi việc đã có nhà nước lo. Bây giờ bà nằm đó, ông phải lãnh trách nhiệm trước lịch sử, từ việc đi chợ nấu nướng rửa chén bát nồi niêu ly tách đũa thìa dao thớt... phát sẹo cả hai bàn tay, đến việc lau nhà, giặt đồ, cắt cỏ, lái xe, ký check trả tiền bill, làm bác sĩ khám bệnh kiêm y tá chích thuốc... Lantus, 30 units, chích bụng, dưới lỗ rốn, mỗi buổi sáng lúc chín giờ. Vạch áo ra cho bố xoa alcohol. Già rồi có gì mà mắc cỡ. Cũng đừng kéo áo xuống thấp quá vì già rồi. Già rồi không mắc cỡ nhưng cũng phải giữ gìn không để lộ liễu quá trước mặt bố, nghe không. Thầy Mạnh tử đã biểu thế. Kim tiêm Mỹ chích ngọt không, đâu có đau. Bố là một y tá cừ khôi. Ông "đốc" Cổn cũng phải công nhận, chứ cô Teneese khen là đương nhiên.

Ông làm tất cả mọi việc trong nhà. Hồi trước ông gọi bà là cai ngục và ông tự nhận mình là tù khổ sai, bây giờ ông làm cai ngục bà làm tù, bà phải chờ ông ban phát thứ gì thì được thứ ấy, tù không được phép đòi hỏi, kể cả việc chi cho bà một đồng dollar Mỹ bỏ vào quĩ chi tiêu nhà thờ. Ông lão kể của:

– Bố cho em tiền bỏ vào quĩ nhà thờ.

Bà lão cầm đồng tiền nhưng có vẻ ngơ ngơ, ông lão phải giảng giải vào tai bà:

– Nhà thờ phải chi tiêu nhiều thứ, nhà thờ cũng phải trả tiền điện, nước, gas, cắt cỏ, hoa lá, máy lạnh máy sưởi, hút bụi   thì mỗi người phải góp vào chứ. Nhà Chúa cũng cần có những nhu cầu tiện nghi thông thường, ở nước chậm tiến kém phát triển nhu cầu thấp nhưng ở nước công nghiệp phát triển cao thì nhu cầu cũng cao hơn, nhà Chúa ở đây cũng cần chi tiêu nhiều hơn. Nếu ở quê nhà, với thị trường hối đoái bây giờ, một tờ này bố có thể đổi ra cho em được những ba tờ năm ngàn còn dư tiền lẻ (ông trưởng ty ở Quảng Ngãi đọc là "ba tơ nem"), em cúng vào nhà Chúa được những ba lần mà vẫn sang trọng, như thế cũng tấm vé vào cửa nước thiên đàng mua ở trong nước rẻ hơn mua ở Mỹ, em thấy không.

Ông lão chợt nghĩ chuyện lang bang: Cái đấu ở Mỹ lớn hơn nhiều cái đấu ở ta. Ngày xưa còn bé thỉnh thoảng bị sai vặt, đong gạo ở trong vại bằng cái đấu, cái đấu ở ta hình tròn được tiện ra từ khúc cây, có làm gân viền bao quanh, dung chứa ước chừng cũng bằng một bát chiết yêu, gọi là chiết yêu vì bát thắt đáy lưng ong. Cái đấu ở Mỹ thì in hình một ông tổng thống. Chị Huyền bảo hai đấu bằng nhưng ông thường vun gạo lên chứ không chịu cào bằng như lời chị dặn. Khi bưng rá gạo ra cầu ao cho chị ông cứ phải cãi phứa là mình đong chính xác.

Có lẽ ông là kẻ tham lam sợ đói bẩm sinh. Hồi đi tù, cộng sản họ đã "cân đo đong đếm" sẵn dui, bo bo... rất khắt khe với ông. Bây giờ mỗi sáng pha cà phê ông cũng vẫn lại cái tật cũ xúc cà phê instant, đường, sữa bột, muỗng nào cũng cố ý "đun" chứ ít khi "sét".

Bề gì thì đấu to cũng để đong cho mình, đấu nhỏ dành để đong cho người, nếu cứ đong cho người đấu nào sẽ nhận được đấu đó thì e rằng nguyên tắc quá. Ông xin thánh Giu-se cho được kể lể chút đỉnh chuyện cái đấu: đấu là để đong, đấu to đấu nhỏ cũng chỉ là dùng để đong, đong đầy đong vơi, "đun" hay "sét" là tùy ở mỗi người...

Ông lão rù rì bên tai bà lão:

– Tờ tiền này bố cho em để em góp mua ticket vào cửa nước thiên đàng ở thị trường Mỹ. Bố lo cho em đủ thứ, lo cho em đời này và lo cho em cả đời sau nữa.

Khi chúc bình an cho nhau, bắt chước mấy ông mấy bà Mỹ già họ hôn môi nhau thắm thiết, ông lão cũng sang trọng như Tây, lật mặt bà ngửa lên rồi hôn ngược như trời giáng trên trán bà, hai tay ông vuốt nhè nhẹ hai bên tai bà, rồi ông thì thầm lời nói yêu đương muôn thuở cố hữu của ông: *"cục nợ"*. Hình như bà lão cảm động vì được gọi là cục nợ, hai tai bà run run. Ông lão nhìn thấy rõ những sợi lông tơ trên làn da trắng muốt xanh xao nơi tai nơi cổ của bà một thoáng gợn sóng cánh đồng cỏ may dưới chân núi Mây Tào.

Mấy thằng cháu yêu của ông lão khi tới giây phút chúc bình an cho nhau, chúng còn biết quảng vũ khí, còn ông, ông chỉ biết bắt chước người ta hôn nhau, ông chỉ biết bắt chước người khác thôi à? Thế có khi nào ông biết bắt chước con cháu ông không? Ông thật đáng ở tù. Ông thật đáng giam vào ngục thất cấm cố, khổ sai, chung thân. Ông thật đáng bị bà nội chúng nó quản lý. Rồi ông còn đáng cho "bà trẻ" của chúng nó nhốt ông mãn đời! Một gông cùm ông đã chịu không thấu, chui đầu vô một gông cùm nữa, thử hỏi ông chịu được bao lăm dưới hai cái ách thống trị đó?

Những người yêu ông đều phải chịu cực nhọc vất vả vì ông nhưng ông cứ lơ mơ không biết tới. Bà lão nhà ông có hai nốt ruồi trên hai vai nhưng ông đâu có biết. Ở với nhau mấy chục năm, con đầy nhà, cháu đầy đàn, ông vẫn vô tình không biết bà vợ ông có hai nốt ruồi trên hai vai. Mãi đến khi người tình của ông chỉ cho ông thấy hai nốt ruồi trên hai vai cô và kể ông nghe về chuyện tướng số vận mạng.

Từ thời thơ ấu, má bảo cái nốt ruồi trên vai con sẽ làm con khổ suốt đời. Rồi con sẽ phải gánh vác bao nhiêu việc nặng nhọc cho chồng, cho đời. Nay cái nốt ruồi vẫn còn đó. Y khoa ngày nay có thể giúp "tẩy" cái chấm đen đó khỏi làn da một cách dễ dàng, nhưng bác sĩ sau khi làm xét nghiệm đã nói "Nó không lan rộng, không chảy máu, không độc hại, *nó ngồi lặng thinh thì việc gì mà đụng tới nó*". Em nói đùa chê bác sĩ này dở nhưng ông lại khen ông bác sĩ này giỏi. "Đúng, nó không gây thù gây oán gì với cô, nó tự nhiên mà có ở chỗ đó, nó vô tội, thì tại sao lại tẩy nó đi, tại sao lại cắt nó đi, tại sao cô lại muốn tiêu diệt nó". Rồi ông tiếp: "Cô muốn thay đổi số mạng bằng cách đó sao? Xóa đi một nốt ruồi là sẽ thay đổi được thân phận ư? Không cần phải làm như thế. Gánh nặng là do cô "ôm" vào, đâu phải tại nó đem đến, mà gánh nặng có khi lại rất dễ chịu, rất thú vị thì sao..."

Thế rồi khi về nhà săn sóc cho bà lão, nhớ tới hai cái nốt ruồi trên hai vai người tình, ông lão mới chú ý đến vai của bà. Và ông giật mình thấy trên vai bà cũng có nốt ruồi, hai chấm hồng ở hai bên vai. Ông ngớ ngẩn hỏi bệnh nhân:

– Em... cũng có nốt ruồi trên vai à?

Rồi ông sờ tay trên những chấm hồng ấy, ông ngớ ngẩn thêm một lần nữa:

– Sao em không nói, sao em không khoe với bố từ ngày ấy, từ ngày cưới ấy?

Bà lão bực mình, đang đau ốm què quặt, tự nhiên lại hỏi bà những chuyện vớ vẩn không đâu vào đâu, nghe ngứa cả tai, bà lão lậu bậu:

– Việc đó là việc của ông. Ông phải biết tới nó. Sao tôi lại phải nói, sao tôi lại phải khoe cái đã làm tôi khổ suốt một đời.

Tình hình gay cấn, khi nào bố bố em em là hòa bình, khi nào ông ông tôi tôi là căng thẳng rồi đó. Ông lão lặng thinh rút lui. Mỗi khi cảm thấy tình hình căng thẳng là ông tìm đường rút lui. Ông luôn luôn là kẻ bỏ chạy. Ông luôn luôn là kẻ thua ngay từ khi cảm thấy bắt đầu gay go. Ông rất sợ gay go. Ông rất sợ phải đối kháng. Thậm chí ông còn rất sợ to tiếng. Ông là kẻ sợ đàn bà, ông là kẻ sợ vợ. Ông luôn luôn áy náy sợ làm họ buồn lòng và ông cũng luôn luôn là kẻ làm họ buồn lòng.

Về phòng riêng, ông nhớ tới bà nuôi tù, ông lão nhấc điện thoại gọi ra nước ngoài. Lát sau có tiếng trả lời, ông hỏi ngay:

– Chú muốn hỏi em một việc, em có nốt ruồi trên vai không, nốt ruồi mà người ta cho là số phận gánh vác ấy. Có không?

Đầu dây có tiếng trả lời:

– Có. Có từ hồi nhỏ. Hai chứ không phải một. Hai chấm hai bên vai. Mà sao tự nhiên chú lại hỏi chuyện đó. Bộ hồi đó chú không để ý nhìn thấy nó sao?

Ông lão ngẩn ngơ lòng. Thì ra không phải một mà là nhiều người lo gánh vác cho ông, nhiều người vất vả khó nhọc vì ông. Vậy mà từ trước tới nay ông cứ như một kẻ dửng dưng thờ ơ lãnh đạm. Ông hưởng thụ mà chẳng nghĩ gì tới nỗi vất vả của người săn sóc mình. Ông là một kẻ vô tâm, bất nghĩa. Ông chính cống là một kẻ bạc tình!

■

"Em cũng là cai ngục. "

"Em áp giải tôi từ Tây sang Đông, từ Đông sang Tây, từ Nam ra Bắc, từ Bắc xuống Nam, từ nơi này tới chỗ khác, suốt mười bảy năm ròng qua mười tám trại tù. Em áp giải tôi theo chu kỳ ngũ hành kim mộc thủy hỏa thổ. Em áp giải tôi đi vòng quanh nước Mỹ, đi vòng quanh thế giới. Em dắt tay tôi đến tận điện Hòn Chén, về tận đền Trần. Em đánh đu trên vai tôi qua những cánh đồng sình lầy và những vườn hoa sặc sỡ thơm tho. Em đòi tôi tập bơi cho em từ địa ngục sang thiên đàng rồi bơi lại từ thiên đàng sang địa ngục. Em cột chặt tôi trong vòng tay em êm ái và những bận rộn không ngơi.

Em cho tôi cái gì thì tôi được thứ ấy. Em hẹn tôi đến sân bay và khi gặp nhau em cũng chủ động chạy nhanh đến hôn môi tôi tự nhiên trước mặt mọi người. Cả đời tôi chưa có ai hôn tôi ở nơi công cộng và tôi cũng chưa bao giờ hôn ai ở nơi công cộng như thế. Khi ở Việt Nam thì không dám làm vậy vì không ai làm vậy, chạy sang tới Mỹ tôi chưa có người tình kiểu Mỹ nào, cho nên tôi vẫn là một kẻ nhà quê.

Đừng nói đến kiểu Mỹ, ngay kiểu ta, tôi cũng vẫn chỉ là một kẻ ngố, hai mươi tuổi viết quyển truyện tình đầu tay cũng chưa có lấy một người tình thật sự, chưa có một mối tình thật sự mà chỉ là những sao chép, cóp qua cóp lại, nghe hơi bắc nồi chõ, lấy chuyện tình của người ta, của bạn bè xung quanh, có khi họ cũng chỉ phịa ra cho lãng mạn cuộc đời   làm nền cho tác phẩm của mình! Bất chợt em hôn tôi, em hôn tôi đằm thắm dịu dàng, lưỡi em mềm mại và mát lạnh, tôi thấy như thế suốt cuộc không vận năm giờ đồng hồ qua năm ngàn dặm bay từ Miền Tây sang Miền Đông nước Mỹ.

Em đúng là *cai ngục* thứ thiệt của tôi đó.

Em chủ động gọi thức ăn và rượu vang cho tôi, vang đỏ. Thì đã bảo cai tù cho gì tù nhân được nấy. Không đòi hỏi. Không phản đối. Chấp hành thôi.

Thậm chí, khi tôi cần di chuyển em gọi tắc xi, nói cho tài xế biết nơi tôi đến, trả tiền trước, rồi ôm hôn tôi, xong mới nhét tôi ngồi vào xe. Dặn dò không được đi lang thang mẹ mìn nó bắt đem sang Cuba bán cho ông Fidel, em không chuộc được. Lại dặn thêm xong việc nhớ về sớm. Về thẳng nhà. Tắc xi tới cửa em sẽ trả tiền. Đừng lo. Không lo. Xe chạy rồi em còn đứng nhìn theo.

Đi làm việc ở đâu em cũng mang tôi theo. Khi em dự hội họp, tôi ở lại phòng khách sạn với cái laptop mà tưởng tượng. Nhớ là sự thật và hư cấu, mỗi thứ đều chín mươi chín phần trăm. Khi nào chán tưởng tượng hoặc tưởng tượng không nổi nữa thì lấy game boy ra bấm chơi chờ em. Trưa có thời giờ em sẽ mua fast food đem về, hôn anh, nhìn đôi mắt giết người, luồn năm ngón tay vào mái tóc bạc, bấu víu tấm lưng cánh phản, ăn với anh, rồi đi làm tiếp; nếu bận em sẽ gọi người ta mang tới phòng cho anh ăn một mình, em để sẵn tiền tips trên bàn anh đừng quên chỉ cho người ta thấy, đúng với lối sống ở nước Mỹ. Chiều chúng ta sẽ ăn tối ở tiệm. Anh yêu.

Đang chơi game mà chợt óc tưởng tượng nảy sinh ra một ý tưởng nào đó thì lập tức ngưng và ghi chép ngay ý tưởng đó vào laptop kẻo không sẽ quên, sẽ mất hút vào hư vô không chừng. Ngồi bấm game boy cũng chỉ như là ngồi câu cá, suy nghĩ và chờ đợi. Ngồi câu cá cũng chỉ như là yêu, không được phép vượt qua cái đồng hồ cát. Những game Head on, Alley way... anh phải thật nhanh mắt nhanh tay bấm, dĩ nhiên chơi game boy là phải cần nhanh trí rồi, nhưng khi chơi Puzzle boy, Tetris... anh còn phải tính toán hợp lý nữa mới được.

Con trai em hồi nhỏ nó đạt được trên trăm ngàn điểm ở Tetris là chuyện thường, anh cũng cố được một trăm ngàn điểm sẽ có thưởng, nếu đạt mức đó anh đừng vội tắt máy và hãy đợi Nintendo biểu diễn cho anh xem trên màn hình một pha phóng hỏa tiễn ngoạn mục. Hỏa tiễn của game để xem chơi đỡ buồn, không phải những thứ hỏa tiễn chống hỏa tiễn, của em, để, bảo vệ lãnh thổ.

Mọi việc đều đã được sắp xếp, lập trình. Em yêu anh vô cùng. Anh yêu em vô cùng. Yêu không biết thế nào mà nói.”

■

"Anh không được làm gì cả. Anh không được có cái ý nghĩ kinh doanh trong đầu. Anh không cần phải làm xuất bản. Anh "chế" ra cái gì đó rồi mặc kệ trời đất trăng sao muốn mưa nắng dãi dầu thế nào cũng được. Có người làm cho anh. Có người lo cho anh. Nếu mà anh phải bận tâm đến những việc khác sẽ không tốt cho việc của anh. Anh chỉ phải làm mỗi một công việc mà anh phải làm, và cũng chỉ có anh làm được việc đó mà thôi, người khác làm việc đó sẽ khác. Anh có hiểu không? Anh có hiểu em nói gì không? Vậy thì anh phải nghe em. Vậy thì anh phải ở không, kể cả trong lúc yêu. Vậy thì anh phải không được làm gì khác cả, ngoài cái việc của chính anh. Anh có sứ mệnh ở không. Ở không để làm việc đó. Anh có hiểu ý em muốn nói gì không?

Các con anh họ đã nói anh chỉ được làm mỗi một việc là không làm gì cả. Đúng không? Anh đã chiều chuộng vợ anh. Anh đã chiều chuộng các con anh. Anh đã làm họ vui lòng. Đúng không? Và em cũng được anh chiều chuộng. Em cũng được anh cho em hạnh phúc. Vậy hãy nghe em đừng làm việc gì khác ngoài công việc chính của anh. Những người thân yêu xung quanh anh luôn luôn làm cho anh vui và luôn luôn làm cho anh khổ. Em cũng thế, em cũng là người thân yêu của anh và em cũng muốn làm cho anh vui, em cũng muốn làm khổ anh.

Em là thân yêu của anh, vì chính anh, đã liều mạng làm một việc sai nguyên tắc, đã giữ gia đình em, mẹ em, chị em em ở lại bên này thay vì bị lôi kéo, bị đẩy sang phía bên kia. Việc này ít người biết và có lẽ chính anh cũng không nhớ, nhưng em và gia đình em đều ghi nhớ. Bởi vì từ đó chúng em đã được sống theo cách sống của mình. Cả gia đình em đều coi anh là người trong nhà. Riêng em, đến nay, vì những chuyện tưởng tượng, em còn bắt anh phải là người trong nhà *của em*. Vì thế em săn sóc anh. Vì thế em yêu anh. Vì thế em làm khổ anh."

■

"Tôi trốn ra khỏi nhà đi chơi với em. Mà đi đâu bây giờ? Chúng ta không có một nơi ẩn náu. Cả thế gian này không có một chỗ nào cho chúng ta ẩn náu đâu em."

Trong mỗi người đều có một khoảng trống. Trong tôi cũng có một khoảng trống. Năm hai mươi tuổi tôi gọi nó là cái hố, mỗi người đều bị một cái hố trong lòng. Tôi nghĩ là trong em cũng có khoảng trống. Từ bao năm nay khoảng trống đó vẫn tiềm tàng trong em, nó không rõ rệt, nhưng nó là như thế. Em đã từng tìm cách lấp khoảng trống đó trong em, và có lúc em đã tưởng em lấp đầy được, nhưng em ạ, lấp một cái hố trên đường đi có thể được, nhưng khoảng trống trong lòng con người ta thật khó biết ra sao.

Em càng làm vườn, trồng cây, tưới hoa, em càng xúc tuyết, càng xây tường, càng quần quật vất vả bao nhiêu thì khoảng trống đó càng lúc càng hoang vu thêm ra. Em càng khổ công bồi đắp cho ngôi nhà sàn trên đồi của em bao nhiêu thì ngôi nhà đó sẽ càng hoang vu hơn nữa. Tôi biết như vậy vì rằng khoảng trống trong tôi cũng càng lúc càng hoang vu như thế.

Có lúc tôi cũng đã tưởng em sẽ là người lấp đầy khoảng trống trong tôi, nhưng thời gian đi qua tôi đã nhận ra rằng em cũng đã làm cho khoảng trống trong lòng tôi rộng thêm mà em không biết! Bởi vì ai yêu tôi cũng đều làm cho lòng tôi tan nát cả. Càng yêu tôi nhiều càng làm cho lòng tôi lún sâu thêm.

Cái hố cuộc đời tôi mỗi lúc mỗi sâu thêm, càng ngày càng sâu thêm. Để có thể tỉnh táo mà làm ra được những thứ mình muốn làm ra, và để tồn tại, tôi luôn luôn phải chống lại tình yêu. Có lẽ cái hố sẽ chỉ không còn nữa khi nào tôi không tìm cách lấp đi.

Em cũng vậy, sẽ có một lúc nào đó khoảng trống trong lòng em được lấp đầy, cái lúc nào đó em không tưởng tượng được, và em sẽ lấp đầy không phải bằng những cách em vẫn làm, mà bằng những thứ em đã tự để vuột khỏi tay em.

Lòng em sẽ không còn khoảng trống, em yêu.

Tiết trời sẽ làm nẩy nở ra những bông trắng tinh khôi trên những cành cây có lúc tưởng đã khô. Mà tiết trời thật sự thì không đoán mò được, không cãi qua cãi lại được, lại càng không nên khắc nghiệt. Mọi thứ đều đã có tiên tri từ khi khởi đầu, tiên tri từ lúc mới *thử lửa*

■

Một buổi sáng, lễ xong, sister đến bảo ông ở lại mười lăm phút volunteer giúp bà dọn dẹp nhà thờ. Ông lão OK ngay. Bà phước chỉ cho ông hai cây hoa trắng bảo đem bỏ ra thùng rác, lát nữa có người sẽ trưng bày bàn thờ bằng những cảnh vật khác. Ông lão bâng khuâng bước những bước chân nặng nề về phía hai cây hoa. Ông đến thật gần, đeo kính lão lên, nhìn sát vào cây hoa, ông sờ tay vào cành cây, ông sờ tay vào một bông hoa trắng, và ông lão thấy đúng thật là cây khô, nhưng hoa trắng là giấy dán vào cành cây bằng băng keo, ông nhìn thật kỹ, chúng giống như thiệt vậy.

Ông lão chậm rãi nhấc cây hoa lên, không khó khăn vì rất nhẹ, ông vác cây hoa trắng trên vai đem ra bãi đậu xe nơi có hai thùng rác, ông vừa đi vừa nghĩ tới ông Simon vác thánh giá đỡ Chúa Giê-su trên đường đi Núi Sọ chịu đóng đinh. Ông lão bẻ gãy những cành nhỏ rồi liệng vào thùng rác. Xong ông vào làm chuyến thứ hai. Hai cây hoa trắng được ông dọn dẹp nhanh gọn chưa quá mười phút, vượt chỉ tiêu trước thời hạn sister giao. Mấy người Mỹ trẻ đang tháo những tấm màn phông treo từ trên cao rủ xuống và dùng xe đẩy những chậu hoa cũ ra ngoài.

Ông lão chợt nhớ tới thánh Giu-se, mỗi khi trong lòng ngổn ngang ông liền nhớ ngay tới vị thầy hiền lành. Thánh làm thợ mộc ông cũng theo nghề thợ mộc. Ông còn cố gắng trở thành một thợ mộc "xịn" có tay nghề chuyên môn độc đáo. Chỉ mấy vật dụng thô sơ: cưa lá liễu, cái khoan tay, cái chàng, đục, vum, cái dùi đục   là ông có thể đục đẽo gọt dũa những khúc gỗ thành những tấm hoa văn, long lân qui phụng để gắn vào cánh tủ, đầu giường, hoặc cái chân quì lắp vào những sập gụ tủ chè theo kiểu xưa. Nếu cần ông cũng có thể làm ra được cái ngai vua. Việc làm thủ công mất nhiều thời giờ, thu nhập thấp, không thích hợp với lối sản xuất dây chuyền hàng loạt bằng máy móc, nhưng ông rất thích vì thầy của ông ngày xưa làm thợ mộc kiếm tiền nuôi Đức Mẹ và Chúa Giê-su cũng đâu có dùng tới máy móc. Thầy làm bằng tay ông cũng làm bằng tay. Ông cũng nuôi vợ con bằng sức lao động tay chân. Ông lão cùng chung giai cấp thợ thuyền với thầy, là đồng chí. Thánh đi đâu ông sẽ theo đấy. Theo tới cùng. Ông kể công: "Simon chỉ vác thánh giá giúp Chúa có một lần, chứ thằng em này hôm nay vác những hai phùa nghe thầy".

Ông nhìn cái thùng rác to đùng, hai cây khô hoa trắng đã nằm trong đó. *Tác phẩm mỹ thuật đã xong nhiệm vụ, nó đã hoàn thành sứ mệnh, và đã phải trở về một nơi chốn.*

Ông nghĩ tới những tác giả đã làm ra vẻ đẹp, làm ra nghệ thuật, làm ra những ý nghĩa, những niềm tin, những hy vọng , những tác giả đặt chuyện như thiệt, làm cho người thưởng ngoạn tưởng là thiệt. Cho nên tác phẩm thiệt mà cũng giả, tường thuật mà cũng tưởng tượng, sự thật mà cũng hư cấu, chân thành mà cũng dối trá, đẹp đẽ mà cũng xấu xí, vui vẻ mà cũng buồn phiền, thiện tâm mà cũng độc ác, tốt lành mà cũng xấu xa, hòa hợp lẫn lộn

Ông lão giã từ thùng rác, lái xe ra về, nhìn lòng đường, ông bâng khuâng nghĩ tới ba con vịt nhỏ bé xinh đẹp dễ thương, có lẽ và may ra, giờ này đang lang thang lạc lõng ở một nơi nào đó.

(Palm Springs/07.07.07)

(*) Bài thơ "Gửi Thảo Trường" của Cao Tần.
(**) Thơ Trần Dạ Từ.

NHỮNG TÁC PHẨM CỦA THẢO TRƯỜNG

Tiểu Sử Nhà Văn **Thảo Trường**

Thảo Trường là bút hiệu viết văn. Viết báo với nhiều tên khác.

Tên khai sinh: Trần Duy Hinh, sinh 25.12.1938 (nhưng âm lịch ghi là tuổi Bính Tý) tại làng Quang Sán, huyện Mỹ Lộc, tỉnh Nam Định.

Cựu SVSQ Trừ Bị Thủ Đức Khóa 6. Trong cuộc nội chiến Nam Bắc tương tàn giữa Quốc Gia và Cộng Sản, là thiếu tá QLVNCH bên chiến tuyến Quốc Gia.

Năm 1975 làm tù binh 16 năm 4 tháng 4 ngày.

Năm 1993 sang Mỹ đoàn tụ với gia đình, cư ngụ tại vùng đầm lầy Bolsa Chica, thành phố Huntington Beach.

Tác phẩm:

Đã xuất bản trước 1975 ở trong nước: 14.

Viết và in ở hải ngoại: 8.

Bản thảo chưa xuất bản được: 5 tiểu thuyết.